മനുഷ്യന് ഒരു സൂത്രവാക്യം

Manushyanu oru soothravakyam
Novel

Suresh Perisseri

CHINTHA PUBLISHERS
Thiruvananthapuram

First Edition
January 2023

Published
Chintha Publishers, Thiruvananthapuram

Cover Design
Vinod Mangoes

ISBN : 978-93-94753-63-1

CO - 3219 / 6270

Email: chinthapublishers@gmail.com
Website: www.chinthapublishers.com

A version is available at National Libraries
Kolkata, Mumbai, Chennai and Delhi

Distribution
DESHABHIMANI BOOKHOUSE
H O Thiruvananthapuram 695035

Branch
Head Office Kunnukuzhi • Statue Thiruvananthapuram
KSRTC Bus Terminal Thampanoor • Saphalyam Complex Thiruvananthapuram
KSRTC Bus Station Alappuzha • KSRTC Bus Station Ernakulam
Machingal Lane Thrissur • IG Road Kozhikode
Mavoor Road Kozhikode • NGO Union Building Kannur
Central Bus Terminal Complex Thavakkara Kannur

മനുഷ്യന് ഒരു സൂത്രവാക്യം

സുരേഷ് പേരിശ്ശേരി

ചിന്ത പബ്ലിഷേഴ്സ്
തിരുവനന്തപുരം-695 035

സുരേഷ് പേരിശ്ശേരി

ആലപ്പുഴ ജില്ലയിലെ ചെങ്ങന്നൂരിൽ പേരിശ്ശേരി എന്ന ഗ്രാമത്തിൽ ശൈലജകോട്ടേജിൽ ബാലകൃഷ്ണപിള്ള യുടെയും ഭവാനിയമ്മയുടെയും മകനായി ജനനം. പോസ്റ്റ് ഗ്രാജുവേറ്റ് ബിരുദം. ഇന്ത്യൻ ഓവർസീസ് ബാങ്കിൽ ചീഫ് മാനേജർ ആയിരുന്നു. "യു ട്യൂബ്" ചാനൽ വഴിയും (സുരേഷ് പേരിശ്ശേരി എന്ന പേരിൽ) ഫോണിൽക്കൂടിയും കൗൺസലിങ്ങും കൂടാതെ നേരിട്ടുള്ള മോട്ടിവേഷണൽ ക്ലാസുകളും സേവനമായി ചെയ്യുന്നുണ്ട്.

എഴുത്തിൽ രണ്ടാമൂഴം. ആനുകാലികങ്ങളിൽ കഥകൾ എഴുതാറുണ്ട്.

കൃതികൾ: *കഥകൾ വില്ക്കുന്ന പെണ്ണ്* (നോവൽ), *നിറങ്ങൾ നഷ്ടപ്പെടുമ്പോൾ* (കഥാസമാഹാരം).

ഭാര്യ	:	ചന്ദ്രിക സുരേഷ്
മക്കൾ	:	ശ്രുതി & ശരൺ
വിലാസം	:	പൗർണ്ണമി, NRA E 35,
		നെടുമ്പ്രം ലെയിൻ
		പേരൂർക്കട പി ഒ
		തിരുവനന്തപുരം 695 005
email	:	sureshperissery@gmail.com
Mob no	:	98848 59633

ഉള്ളടക്കം

പ്രസാധകക്കുറിപ്പ്

പോരുവഴി ഒരു ഇടമാണ്. മനുഷ്യൻ സ്നേഹിക്കുകയും കലഹിക്കുകയും പോരാടുകയും ചെയ്തിരുന്ന ദേശം. മണ്ണിൽ ചവിട്ടിനിന്ന മനുഷ്യരുടെ ഇടയിൽനിന്നും കല്ക്കത്തപോലുള്ള മഹാനഗരത്തിലേക്ക് ജീവിത ചക്രവാളം വികസിക്കുമ്പോഴും പിന്നിട്ട വഴികൾ ചൂണ്ടയിൽ കുടുങ്ങിയ മത്സ്യത്തെപ്പോലെ പിടിച്ചുവലിക്കുന്നു, ഈ നോവലിലെ നായക സ്ഥാനത്തുള്ള മുരളിയെ. സ്വന്തം നാട്ടിൽ ഉരുവം കൊണ്ട രാഷ്ട്രീയ കൊടുങ്കാറ്റുകളിൽ പ്രധാന പങ്കുവഹിച്ച ഒരാളിന്റെ മകനാണയാൾ. മിച്ചഭൂമി സമരവും അടിയന്തരാവസ്ഥയും സൃഷ്ടിച്ച സാമൂഹ്യാവബോധം പേറി നടക്കുന്ന ഒരാൾ. പ്രണയവും കലഹവും ഗൃഹാതുരതയും രാഷ്ട്രീയവും അയാളുടെ ജീവിതസാഗരത്തിലെ അലകളാകുന്നു. വായനയുടെ അത്ഭുതലോകത്തേക്കുള്ള സഞ്ചാരമാകും *മനുഷ്യന് ഒരു സൂത്രവാക്യം* എന്ന ഈ നോവൽ.

ചിന്ത പബ്ലിഷേഴ്സ്

സമർപ്പണം

ജീവിച്ചിരുന്നെങ്കിൽ ഏറ്റവും അധികം സന്തോഷിക്കുമായിരുന്ന എന്റെ മാതാപിതാക്കൾക്ക് തൊഴുകൈകളോടെ സമർപ്പണം.

ആമുഖം

സൂത്രവാക്യത്തിന്റെ സത്യം

മനുഷ്യന് ഒരു സൂത്രവാക്യം സാദ്ധ്യമാണോ? അല്ലെന്ന് ഞാൻ തീർത്തുപറയും. അത്രയും വൈവിദ്ധ്യമേറിയതും പ്രവചനാതീതവും സങ്കീർണ്ണവുമായ മനസ്സുള്ള മനുഷ്യനെ ഞാനെങ്ങനെ ഒരു സൂത്രവാക്യത്തിൽ തളച്ചിടും?

ഇവിടെ ഒരു മനുഷ്യനും സ്വന്തം ജീവിതം ജീവിക്കുന്നില്ല. മറ്റുള്ളവരുടെ ജീവിതംകൂടിയാണ് അവൻ ആടി തീർക്കുന്നത്. ഒരു മനുഷ്യനും സ്വന്തമായ ഒരു കഥയില്ല. മറ്റുള്ളവരുടെ കഥ കൂടിയാണ് അവന്റെ കഥ. അങ്ങനെയാണ് മുരളിയുടെ കഥ പറയാൻ തുനിഞ്ഞ എനിക്ക് ഒരു ദേശത്തിന്റെ മുഴുവൻ കഥ പറയേണ്ടി വന്നത്.

ഇതിലെ ഓരോ മനുഷ്യരും നിങ്ങൾ എവിടെയൊക്കെയോ കണ്ട ആരൊക്കെയോ ആണെന്ന് തോന്നിയാൽ അത് തികച്ചും ആകസ്മികമാണ്. എന്നെ കടന്നുപോയ ഏതെങ്കിലും മനുഷ്യരുടെയോ, ഞാൻ കണ്ടറിഞ്ഞ, കേട്ടറിഞ്ഞ ഏതെങ്കിലും വ്യക്തികളുടെയോ ചില സ്വഭാവ വിശേഷങ്ങൾ ചില കഥാപാത്രങ്ങളിൽ വന്നുചേരുക തികച്ചും സ്വാഭാവികമാണല്ലോ.

ഒരു ആയുസ്സ് മുഴുവൻ, താൻ ആരാണെന്നും തന്റെ ജന്മത്തിന്റെ പൊരുൾ എന്താണെന്നും തേടി നടന്ന്, അവസാനം അതിലൊന്നും ഒരു കാര്യവുമില്ല, സ്വയം സന്തോഷമറിഞ്ഞും അത് തന്റെ ചുറ്റിലുള്ളവർക്കും കൂടി പകർന്ന് കൊടുത്തും ആഘോഷിക്കാനുള്ളതാണ് ജീവിതം എന്നറിയുമ്പോഴേക്കും ഒരുപിടി ചാരമായി, മണ്ണായി കെട്ടടങ്ങുന്ന ജീവിയുടെ പേരാണ് മനുഷ്യൻ എന്നാണ് ജീവിതമെന്നെ പഠിപ്പിച്ച വലിയ പാഠം.

വർഷങ്ങളോളമായി മനസ്സിൽക്കിടന്ന ഒരാശയം ഏതാണ്ട് ഒരു

കൊല്ലത്തോളമുള്ള തപസ്യയുടെ ഫലമായി സാദ്ധ്യമായതാണ് *മനുഷ്യന് ഒരു സൂത്രവാക്യം* എന്ന ഈ നോവൽ. എന്റെ സംശയങ്ങൾ തീർത്തു തന്നും അക്ഷരത്തെറ്റുകൾ തിരുത്തിയും വായിച്ച് അഭിപ്രായം പറഞ്ഞും ധാരാളം സുഹൃത്തുക്കൾ എന്നെ സഹായിച്ചിട്ടുണ്ട്. അവരോടെല്ലാം നന്ദിയും കടപ്പാടുമുണ്ട്. അതിൽ പ്രൊഫസർ രാജീവ്, എന്റെ ഭാര്യ ചന്ദ്രികസുരേഷ് എന്നിവർക്ക് പ്രത്യേക നന്ദി. കഥകൾ വായിച്ച് അഭിപ്രായങ്ങൾ പറഞ്ഞ് എന്നെ പ്രോത്സാഹിപ്പിക്കുന്ന ധാരാളം സുഹൃത്തുക്കളുണ്ട്. അവരോടെല്ലാം എന്റെ അകമഴിഞ്ഞ സ്നേഹം അറിയിക്കുന്നു.

നോവൽ പ്രസിദ്ധീകരിക്കാൻ തയ്യാറായ ചിന്ത പബ്ലിഷേഴ്സിനും എഡിറ്റർ രഞ്ജിത്ത്, ജനറൽ മാനേജർ ശിവകുമാർ കെ, നിർദ്ദേശങ്ങൾ തന്ന് സഹായിച്ച രാധാകൃഷ്ണൻ ചെറുവല്ലി എന്നിവർക്കും നന്ദി. നോവൽ വായിക്കുകയും ബ്ലർബ് എഴുതിത്തരികയും ചെയ്ത പ്രമുഖ സാഹിത്യകാരൻ സക്കറിയയ്ക്കും അവതാരിക എഴുതിത്തന്ന കഥാകൃത്തും നോവലിസ്റ്റുമായ വി ആർ സുധീഷിനും കൂപ്പുകൈ.

പ്രിയ വായനക്കാരെ, ആസ്വാദകരെ,

ചിലപ്പോൾ ഒരാളല്ല ഒരുകൂട്ടം മനുഷ്യർ വന്ന് എന്നോട് ചോദിക്കും. ഞങ്ങളെ കണ്ടിട്ടും കണ്ടില്ല എന്നു നടിച്ച് നിനക്ക് കടന്നുപോകാനാകുമോ? ആരും അറിയാത്ത ദരിദ്രരും ദുർബ്ബലരുമായ ഞങ്ങളുടെ കഥകൾ നിനക്കറിയില്ലേ? പിന്നെന്തേ മിണ്ടാത്തെ?

അന്നേരം മനസ്സിലൊരു നൊമ്പരം രൂപപ്പെടും. രാത്രിയെന്നല്ല പകലെന്നല്ല അതങ്ങനെ പെരുകുമ്പോൾ ....

പ്രിയരേ നിങ്ങൾക്ക് മനസ്സിലാകുന്നുണ്ടല്ലോ?

അതാണ്.

ഇവരുടെ കഥകൾ ഇഷ്ടമായാൽ നിങ്ങളിവരെ നെഞ്ചോട് ചേർക്കുമല്ലോ? എന്റെ ഈ മക്കളെ ഇഷ്ടമായാൽ തീർച്ചയായും എന്നെ ഫോണിൽ വിളിക്കണം. നമ്പർ: 9884859633.

എന്നിലും നിങ്ങളിലും എന്നും പരിധിയില്ലാത്ത സ്നേഹം നിറയട്ടെ എന്നാശിച്ചുകൊണ്ട് സ്നേഹാദരങ്ങളോടെ.

സുരേഷ് പേരിശ്ശേരി

അവതാരിക

"മനുഷ്യന് ഒരു സൂത്രവാക്യം" മുരളിയുടെ കഥയാണ്. ഒപ്പം പോരുവഴി എന്ന ദേശത്തിന്റെയും ദേശവാസികളുടെയും. പകയും വെറുപ്പും ഒരാൾക്ക് പോലും ഇല്ലാത്ത ദേശം. വെറുപ്പെന്ന വികാരം നിഷിദ്ധമെന്ന് ശപഥം ചെയ്ത പൂർവ്വികരുടെ പരമ്പര. ഇലഞ്ഞിക്കൽ ഭാർഗ്ഗവൻപിള്ളയും സഖാവ് കൃഷ്ണപിള്ളയും ലക്ഷ്മിയമ്മയും ഗോപാലനും മാലതി വാരസ്യാരും ചൈനയമ്മാവനും ചക്കരയമ്മാവനും തമ്പുരാനും മൂരിഗോപാലപിള്ളയും കറുപ്പയ്യയും അഭിസാരിക എം എസ് എസും കൊല്ലൻ മക്രോണിയും താറാവ് ജോയിയും ബ്രൗൺ കേശവനും രാഘവൻ തണ്ടാനും റേഷൻകട ചന്ദ്രൻപിള്ളയും ഗുണ്ടാ കേശവനുമടങ്ങുന്ന ഒരുപാടു മനുഷ്യരുടെയും കഥയാണ്.

മനുഷ്യൻ സ്നേഹമാണെന്ന് പഠിപ്പിച്ച കഥാകാരന്മാർ കാലാകാലങ്ങളിൽ ജീവിച്ചിരുന്ന ദേശം. വാർത്താ ബോർഡ് വച്ച് ദേശത്തിന്റെ ചരിത്രപുസ്തകം എഴുതി സൂക്ഷിക്കുന്ന ജനത. ജനസമ്മതനെ ന്യായാധിപനായി കാണുന്ന വിശ്വാസം. പാടശേഖരങ്ങളും, കൃഷിയിടങ്ങളും കൊണ്ട് സമ്പന്നമായ ദേശം. മഴ ചതിച്ചാൽ തകരുന്ന ജീവിതങ്ങൾ. അതുകൊണ്ടു തന്നെ ഒരാളുടെ മാത്രം കഥയല്ലിത്. ഒരു ദേശത്തിന്റെ എന്നും പറയാം.

പോരുവഴിവാസികളുടെ സ്നേഹത്തിന്റെയും സ്നേഹരാഹിത്യത്തിന്റെയും നിസ്സഹായതകളുടെയും ഭയവിഹ്വലതകളുടെയും കഥകൾ കണ്ടു വളർന്ന മുരളിയുടെ, ജീവിതത്തെപ്പറ്റിയുള്ള മാറിമാറി വരുന്ന ഉൾക്കാഴ്ചകളാണ്, തിരിച്ചറിവുകളാണ് നോവലിന്റെ ആത്മാവ്. അതോടൊപ്പം ചെറുപ്പം മുതൽ തന്നെ മനസ്സിൽ രൂഢമൂലമായ, ഒരാൾക്ക് ഒരു ഇണ എവിടെയോ ഉണ്ട് എന്ന സങ്കല്പത്തിന്റെ അന്വേഷണവും.

നായികാ കഥാപാത്രമായ മീരാബെൻ നായകന്റെ ഒരു വിഭ്രമം മാത്രമാണെന്ന് കഥാകാരൻ പറയുന്നില്ല, സൂചനകൾ ഉണ്ടെങ്കിലും. മീരയെത്തുന്നത് അവന്റെ സ്വകാര്യ നിമിഷങ്ങളിലും ജീവിതത്തിലെ സന്ദിഗ്ദ്ധഘട്ടങ്ങളിലും മാത്രമാണ്.

രതിയിലും സിസിലിയിലും വത്സലയിലും സീതയിലും സാർത്ഥകമാകാത്ത അവന്റെ സ്നേഹസങ്കല്പങ്ങൾ എത്തിനില്ക്കുന്നത് മീരാബെന്നിലാണ്. അവസാനം പ്രേമത്തിന്റെ ജീവശ്വാസം മേരിയുടെ ആത്മാവിൽ പകരുന്നിടത്തു മുരളി ഹൃദാനന്ദം കൈവരിക്കുകയാണ്. ശ്വാസം മുട്ടുന്ന പ്രണയിനിക്ക് ശ്വാസം നല്കി ഒന്നായിത്തീരുന്ന പ്രാണശ്വാസത്തിന്റെ പ്രണയകഥകൂടിയാണ് ഈ നോവൽ.

ബൃഹത്തായ ഈ നോവലിൽ മനുഷ്യർ വിസ്മൃത കാലത്തിലൂടെയും ദേശത്തിലൂടെയും സഞ്ചരിക്കുന്നു. മനസ്സിന്റെ ഉള്ളറകളിലെ ദുരൂഹതകളും അസ്ഥിരതകളും കാട്ടിത്തരുന്നു. വിവിധങ്ങളായ ജീവിതാനുഭവങ്ങൾ. നാട്ടുവഴികളും കുട്ടിക്കാലവും അങ്ങാടിയും പ്രളയവും മിച്ചഭൂമിസമരവും അടിയന്തരാവസ്ഥയും ഉൾച്ചേർന്ന ഈ കഥപറച്ചിലിന് മുരളിയാണ് സാക്ഷി. പോയ കാലത്തിന്റെ ഒരുപാട് നൊസ്റ്റാൾജിയകൾ ഉണർത്തുന്ന ശക്തമായ നോവൽ. നോവലിന്റെ കല സുരേഷ് പേരിശ്ശേരി അനായാസം സാക്ഷാൽക്കരിക്കുന്നു. കാലചരിത്രവും കുടുംബബന്ധങ്ങളും സമാന്തരമായി സഞ്ചരിക്കുമ്പോൾ തന്നെ മുരളി എന്ന കഥാപാത്രത്തിന്റെ ജീവിതത്തെപ്പറ്റിയുള്ള അന്വേഷണങ്ങളാണ് നോവലിന്റെ പ്രത്യക്ഷകേന്ദ്രം.

വി ആർ സുധീഷ്

നിയോഗം

***ഓ**രോ ജന്മത്തിനും ഓരോ കഥ പറയാനുണ്ട്. അല്ലെങ്കിൽ ഈ ലോകത്തിന്റെ വലിയ ക്യാൻവാസിൽ കോറിയിടാനുണ്ട്. എന്നാൽ മറ്റുള്ളവരുടെ കഥ കൂടി മാറ്റി മറിച്ച്, അല്ലെങ്കിൽ അതിലൊരു വേഷം കെട്ടി ആടാനാണ് എല്ലാവരുടെയും നിയോഗം. സ്വന്തം കഥ പറയാനില്ലാതെ, മറ്റുള്ളവരുടെ കഥകൾക്ക് പേനയും പേപ്പറുമായി മഷി പടരാനായി കാത്ത് കിടക്കേണ്ട ജന്മങ്ങൾ വേറെയും. ആരും അറിയാതെ മൺമറഞ്ഞു പോകുന്ന ഉപകരണങ്ങൾ മാത്രമാകാൻ വിധിക്കപ്പെട്ട ജന്മങ്ങൾ.*

“മുരളി നീയെന്താ ഇങ്ങനെ? നിനക്ക് കഥകൾ എഴുതണ്ടേ? ആരാന്റെ കണ്ടത്തിൽ ഉഴവ് കാളയുടെ ചേറ്റുപടിപോലെ, കട്ട ഉടയ്ക്കലും ചേറു പിടിക്കലും മാത്രം മതിയോ? നിനക്കും നിലമൊരുക്കി വിത്തെറിയേണ്ടേ?” മീരാബെൻ അവന്റെ ഷർട്ടിന്റെ കുടുക്കുകൾ അഴിച്ചു, നെഞ്ചത്തെ രോമക്കാടിൽ വിരലോടിച്ചു ചോദിച്ചു.

ഹൗറ എറണാകുളം എക്സ്പ്രസിന്റെ അടച്ചിട്ട ഫസ്റ്റ് ക്ലാസ് നോൺ എ സി ടു സീറ്റർ കൂപ്പെയിൽ, പുറംലോകവും നോക്കിയിരിക്കുകയായിരുന്നു മുരളി. “മീരാ ചേറ്റുപടിക്കും അതിന്റേതായ ആഹ്ലാദം ഉണ്ടെന്നു നീയറിയണം. കുണ്ടും കുഴിയും കളകളുമായി കിടക്കുന്ന വരണ്ടു കീറിയ മണ്ണ്, തട്ടിയുടച്ചു ഇളക്കി കുഴച്ചു മറിച്ചു പതം വരുത്തി നനച്ചു വിത്തെറിയാൻ പാകത്തിന് പരുവപ്പെടുത്തി എടുക്കുന്നത്, എന്ത് ആവേശം പകരും എന്ന് എന്തേ നീ മറന്നു.” അവൻ അവളെ സാവധാനം തന്റെ മടിയിലേക്ക് കിടത്തി, സ്നേഹപൂർവ്വം അവളുടെ മുടിയിഴകളിൽ തഴുകി.

“അദ്ധ്വാനങ്ങൾക്കവസാനം ആർക്കും വേണ്ടാതെ, തളർന്ന് അവശനായി കിടക്കുമ്പോൾ ദാഹജലത്തിന് നീ എന്ത് ചെയ്യും?” അവൾ ചോദിച്ചു.

“മണ്ണ് മാടിവിളിക്കുമ്പോൾ, മടിയിൽ കിടത്താൻ മറ്റാര് വേണം? ചുണ്ടിൽ മഴ പെയ്തിറങ്ങില്ലേ? വാരിപ്പുണരാൻ വേരുകൾ തേടി വരില്ലേ? പിന്നാരും അറിയാതെ, മണ്ണിന്റെ മടിത്തട്ടിൽ ഒളിച്ചിരിക്കുമ്പോൾ, ചേർത്ത് പിടിക്കുന്ന മണൽമടക്കുകളുടെ നേർത്ത ചൂട്. എന്തേ മീരാ വലിയ കഥകളൊക്കെ പറയുന്ന നിനക്കിത് അറിയില്ലെന്നുണ്ടോ?”

“നിന്നോട് പറഞ്ഞിട്ട് കാര്യമില്ല. നീ ഒരിക്കലും നന്നാവില്ല.” മീര പിണങ്ങിയപ്പോൾ അവന് ചിരി വന്നു.

“ഓരോ മനുഷ്യനും ഇവിടെ ജീവിക്കുന്നത് അവരവരുടെ ജീവിതമല്ല. അവരെ ചുറ്റിപ്പറ്റിയുള്ളവരുടെയോ, അവരുടെ ബന്ധുക്കളുടെയോ ജീവിതമാണ്. കൂടുതലും അവരവർ സ്നേഹിക്കുന്നവരുടെ ജീവിതം. മറ്റുള്ളവർ പറയും പോലെ, ആഗ്രഹിക്കുന്നത് പോലെ, അവരുടെയെല്ലാം ഇഷ്ടങ്ങളും, ആഗ്രഹങ്ങളും നോക്കി, സ്വന്തം ഇഷ്ടങ്ങളും, ആഗ്രഹങ്ങളും മാറ്റിവച്ച്. എന്തിനാണ് ഇത്ര സുന്ദരമായ ഒരു ജീവിതം ഓരോരുത്തരും മറ്റുള്ളവർക്ക് വേണ്ടി വൃഥാ പാഴാക്കി കളയുന്നത്? ഇത് മറ്റുള്ളവർക്ക് വേണ്ടിയുള്ള ത്യാഗമാണോ? കോംപ്രമൈസ്? വിട്ടുവീഴ്ച? അതോ ഭയമാണോ? കീഴടങ്ങൽ? എന്നിട്ടവസാനകാലം ഇതും പറഞ്ഞു, പരാതികളും, പരിഭവങ്ങളും, നഷ്ടബോധങ്ങളും, ഗദ്ഗദങ്ങളും ബാക്കി. എന്താണിങ്ങനെ? ഓരോരുത്തർക്കും അവനവന്റെ ഇഷ്ടത്തിന് ജീവിച്ചു കൂടെ?” അവൾ ചോദിച്ചു.

“ഞാനും അങ്ങനെയാണോ മീരാ?”

“തീർച്ചയായും. എന്നാലിവിടെ നീയെന്നെ ഞെട്ടിച്ചു. സ്വന്തം അമ്മ മരിച്ചിട്ട് ഫ്ളൈറ്റ് പിടിച്ചു വേഗം പോയില്ല. കമ്പനി ചെലവായിട്ട് കൂടി. പകരം മൂന്നാം ദിവസം മാത്രം എത്തുന്ന ഈ ട്രെയിനിൽ കയറി. എന്തുകൊണ്ട്? തെറ്റായി പോയി.”

“മീരാ. മതി. എന്റെ അമ്മയുടെ മരണം, അതിൽ എന്റെ സങ്കടങ്ങൾ, എന്റെ സ്വകാര്യതയാണ്. അത് എനിക്ക് ആരെയും ബോദ്ധ്യപ്പെടുത്തേണ്ടതില്ല.”

മീരാബെന്നിന്റെ വാക്കുകൾ ഫാനിന്റെ കരുകര ശബ്ദം പോലെ അലോസരപ്പെടുത്തുന്നു. അവളെപ്പോഴും ഇങ്ങനെയാണ്. വായിൽ വരുന്നത് വെട്ടിത്തുറന്നു പറയും. ആരെന്നോ, എന്തെന്നോ നോക്കില്ല. മറ്റുള്ളവരെ മുറിപ്പെടുത്തുമോ വേദനിപ്പിക്കുമോ എന്നൊന്നും നോക്കില്ല. വലിയ ഫിലോസഫികളൊക്കെ പറയുന്നവർ ഇതൊക്കെ ശ്രദ്ധിക്കേണ്ടതല്ലേ? എന്നാൽ അവളുടെ വാക്കുകൾ അയാളെ ഒരിക്കലും വേദനിപ്പിച്ചിട്ടില്ല. അയാൾക്കറിയും അവൾ, അയാളെ, പവിഴം ചിപ്പികളെയെന്നവണ്ണം സ്നേഹിക്കുന്നു. പൂക്കൾ വണ്ടുകളെയെന്നവണ്ണം സ്നേഹിക്കുന്നു.

അവൾ ഒന്നും പറയാതെ അവന്റെ കൈയെടുത്തു വിരലുകൾ തടവിക്കൊണ്ടിരുന്നു. വണ്ടി അലസ താളത്തിൽ ഓടുകയാണ്. ഇരു വശങ്ങളിലും കണ്ണെത്താ ദൂരത്തോളം, പാതി വളർന്ന നെല്പാടങ്ങൾ. നീണ്ടു നിവർന്നുകിടക്കുന്ന പച്ചപ്പിന്റെ മനോഹാരിത. അവിടവിടെ ഒറ്റപ്പെട്ട തുരു

ത്തുകളും. തുരുത്തുകളിൽ വൃക്ഷങ്ങളുടെ സമൃദ്ധി. ഇടയിൽ നീലരാശിയുള്ള നീർച്ചാലുകൾ. ട്രെയിനിലിരുന്നു നോക്കുമ്പോൾ കൈകൾ രണ്ടും മേലോട്ട് വിരിച്ചു, കാലുകൾ അല്പം അകത്തി വച്ച്, അഴിച്ചിട്ട മുടിയിഴകൾ അലസമായി രണ്ടു സൈഡും വിതറിയിട്ടു, കൂമ്പിയ കണ്ണുകളുമായി, പച്ച സാരിയുടുത്തു, ശവാസനത്തിൽ കിടക്കുന്ന മീരയെ പോലെ. അപ്പോഴാണ് അവളുടെ സൗന്ദര്യം പൂർണ്ണമായി കാണാനാകുക. പച്ചപ്പ് നിറഞ്ഞ ചെമ്പകശ്ശേരി പാടം നീണ്ടു നിവർന്നു കിടക്കും പോലെ. പാടങ്ങൾക്കിടയിൽ വൃത്താകൃതിയിൽ ഉയർന്നു പൊന്തി കൂമ്പി നില്ക്കുന്ന രണ്ട് തുരുത്തുകൾ, കമഴ്ത്തിവച്ച ഗൗളിപാത്ര തേങ്ങയുടെ ചിരട്ടകൾ പോലെ, മാറിടത്തിന്റെ സൗന്ദര്യം. ശരീരവടിവിൽ ഇടയൊതുങ്ങി വരുന്ന പച്ചപ്പിന് ഇരുവശവും ഒലിച്ചിറങ്ങുന്ന നീർച്ചാലുകൾ, മീരയുടെ മുടിച്ചുരുളുകൾ പോലെ. ഉരുണ്ട് ഒഴുകിയിറങ്ങുന്ന കണങ്കാലുകൾക്കു താഴെയുള്ള, ആമ്പൽത്തണ്ടു പോലെയുള്ള, വിരലുകളെ പരതുകയായിരുന്നു അയാൾ. കണങ്കാലുകളിലുള്ള നനുത്ത ചെമ്പൻ രോമങ്ങളെ തടവി താലോലിക്കാൻ അയാൾ കൊതിച്ചു. ഓരോ പാടശേഖരങ്ങളിലും മീരയെ പരതുക അയാളുടെ ഒരു ശീലമായിരുന്നു. ഈ നിഗൂഢ ആനന്ദമാണ് എന്നും അയാളെ ട്രെയിൻ യാത്ര പ്രിയപ്പെട്ടതാക്കിയത്. മീരയും ഒത്ത്, ലോകത്തുള്ള ആരും തങ്ങളെ കാണാതെ, എന്നാൽ എല്ലാവരേയും കണ്ടു ഒരു യാത്ര. ഹൗറ എറണാകുളം എക്സ്പ്രസ്സിന്റെ ഫസ്റ്റ് ക്ലാസിന് എ സി ഉണ്ടായിരുന്നില്ല. എന്നാൽ ഫസ്റ്റ് ക്ലാസിനു മാത്രമേ പ്രത്യേകം കൂപ്പെ കിട്ടൂ. അതുകൊണ്ടാണ് എ സി ഇല്ലെങ്കിലും ഫസ്റ്റ് ക്ലാസിൽ പോകുന്നത്. എ സി യുടെ സുഖത്തെക്കാട്ടിലും മീരയുമൊത്തുള്ള സ്വകാര്യതയായിരുന്നു മുരളിക്കിഷ്ടം. രണ്ട് പേർക്കുള്ള ചെറിയ കൂപ്പെ വാങ്ങിയാൽ പിന്നെ ഡോർ ഷട്ടറിട്ട് തങ്ങളുടേത് മാത്രമായ ലോകം. എത്ര നേരം വേണമെങ്കിലും മീരയുടെ കണ്ണുകൾ നോക്കി ഇരിക്കാം. അല്ലെങ്കിൽ പുറം ലോകത്തെ മനുഷ്യരുടെ പരാക്രമങ്ങൾ കണ്ട് രസിച്ചിരിക്കാം. നിസ്സഹായതകൾ കണ്ട് സങ്കടപ്പെടാം. അതും അല്ലെങ്കിൽ മാനത്തെ മഴമേഘങ്ങളുടെ സങ്കടങ്ങൾ തേടി പോകാം. ഒന്നുമല്ലെങ്കിൽ കൈവിരലുകളിൽ മുഖം പൊത്തി ഒന്ന് പൊട്ടിക്കരയാം.

"മുരളി, വിശപ്പടങ്ങിയാൽ മനുഷ്യന്റെ ഏറ്റവും വലിയ പ്രശ്നം അവന്റെ പേടികളാണ്. അത് മാറ്റാൻ ഞാൻ ഒരു വഴി പറഞ്ഞു തരാം. സ്വയം ഒരു കുട്ടിയായി സങ്കല്പിക്കുക. ഒരഞ്ചു വയസ്സ്, തുണിപോലും ഉടുത്തിട്ടില്ല എന്ന് കരുതിക്കോളൂ. നിനക്കോർമ്മയില്ലേ? ജീവിതത്തിലെ ഒരു ദുഃഖവും സങ്കടവും വേദനയും പേടിയും പ്രശ്നവും ഇല്ലാത്ത കുട്ടിക്കാലം? പട്ടിയുടെ വാലിൽ പിടിക്കണോ? അടുപ്പിൽ കൈയിടണോ? ഒന്നിനും പേടിയില്ലാത്ത കാലം. ഇനി ആ കുട്ടി നോക്കുന്ന കൗതുകത്തോടെ, തെളിമയോടെ, അത്ഭുതത്തോടെ ഈ ലോകത്തെ ഒന്ന് നോക്കി കാണൂ. എന്ത് രസമാ, അല്ലേ? ഒരു ടെൻഷനും, ദുഃഖവും, സങ്കടവും ഇല്ല. എല്ലാ പ്രശ്നങ്ങളും പമ്പ കടക്കും."അവൾ പറഞ്ഞു.

"ഇവിടെ ഈ കൂപ്പെയിൽ നിനക്ക് സങ്കല്പിക്കണ്ട. ശരിക്കും കുട്ടിയാകാം. പിറന്ന പടി നില്ല്. എന്നിട്ട് ഈ ജനലുകളിൽ കൂടി പുറം ലോകത്തേക്ക് നോക്ക്. ആരും നിന്നെ കാണില്ല. ഞാൻ അല്ലേയുള്ളു? ഞാൻ കാണാത്തത് നിനക്കെന്താ ഉള്ളത്?"

"അയ്യടി. അവളുടെ ഒരു സൂത്രം? നീ, നില്ല്. അതുപോലെ. കാണട്ടെ?"

"മോനെ മുരളി, എനിക്കതിന് പ്രയാസമൊന്നുമില്ല. ദാ, നോക്കിക്കോ." അവൾ വസ്ത്രങ്ങൾ ഓരോന്നായി അഴിക്കാൻ തുടങ്ങി. അവൻ തലയാട്ടി ചിരിച്ചു.

"മുരളി കുട്ടാ, നമ്മളിലെല്ലാം ഒരു കുട്ടി ഉണ്ട്. അവനവിടെ ഒരു സൈഡിൽ ഒതുങ്ങി ഇരിക്കുകയാണ്. മൂടുപടം അഴിച്ചുവെക്കുന്ന സ്വകാര്യ നിമിഷങ്ങളിൽ, നാമറിയാതെ അവൻ തലപൊക്കാറുമുണ്ട്. വേണ്ടത് അങ്ങനെ ഒരു കുട്ടി നമ്മളിൽ ഉണ്ടെന്നും, അവൻ നമ്മുടെ സത്യമാണെന്നും, അവനേയും അംഗീകരിക്കണം എന്നും തിരിച്ചറിയുകയാണ്. അപ്പോൾ ജീവിതത്തിൽ പലതും നമ്മൾ ആസ്വദിക്കാൻ തുടങ്ങും. അതെല്ലാം നമ്മൾക്ക് ആഹ്ളാദം പകരുന്നതും ആയിരിക്കും."

വിവസ്ത്രയായി മീര അവനെ നോക്കി ചിരിച്ചു. മീര ചിരിക്കുമ്പോൾ അയാൾ നോക്കുക അവളുടെ കണ്ണുകളുടെ കുസൃതിയിലേക്കും, മുഖത്തേക്ക് മാടി വീഴുന്ന മുടിയിഴകളിലേക്കുമാണ്. അവൾ മദാലസയായി ചിരിക്കുമ്പോൾ ഡോറിൽ മുട്ട് കേട്ടു.

വേഗം ഷർട്ട് എടുത്തിട്ട് മുരളി വാതിൽ തുറന്നു.

"ടിക്കറ്റ് പ്ളീസ്" ടി ടി ഇ ആണ്. ടിക്കറ്റ് കൊടുത്തിട്ട് അയാൾ പുസ്തകത്തിലേക്ക് മുഖം താഴ്ത്തി.

"മാഡം ഇല്ലേ?"

"ഉണ്ട്. അടുത്ത ബോഗിയിലേക്കു പോയി." സ്നേഹത്തോടെയുള്ള ഒരു പുഞ്ചിരി കൊടുത്ത് അയാൾ പോയി. വണ്ടി ഇപ്പോൾ സാമാന്യം നല്ല വേഗതയിൽ ഓടുകയാണ്.

മുരളിയും, ചെയർമാനുമായുള്ള സംസാരം പുറത്തു കേൾക്കാമായിരുന്നു. ഇത്തരത്തിൽ ചെയർമാന്റെ ഉച്ചത്തിലുള്ള സംസാരം അവർ തമ്മിൽ പതിവുള്ളതല്ല. "മൂന്നു ദിവസത്തിൽ നിങ്ങളിവിടെ കാണണം. അല്ലേൽ ആറു ദിവസം കഴിഞ്ഞു ഫ്രഞ്ച് കമ്പനിക്കാർ വന്നിട്ട് നിങ്ങൾ പോയാൽ മതി."

"അത് പറ്റില്ല. ഞാനിന്നു പോകുന്നു."

"നിങ്ങൾ ഈ കമ്പനിയുടെ സി ഇ ഓ ആണ്. നിങ്ങൾക്കറിയാം, ഫ്രഞ്ച് ടീം വരുമ്പോൾ നിങ്ങളിവിടെ ഇല്ലെങ്കിൽ ഒന്നും ശരിയാകില്ല. മില്യൺ ഡോളർ ഡീൽ ആണിത്. ഇത് പോയാൽ നിങ്ങൾ ഉത്തരം പറയേണ്ടി വരും. മറക്കണ്ട." ചെയർമാൻ ദേഷ്യത്തോടെ അയാളുടെ മേശമേൽ കൈ കൊണ്ടടിച്ചപ്പോൾ പകുതി വാതിൽ തുറന്നു മുരളി പുറത്തു

വന്നു, അയാളുടെ പേർസണൽ ക്യാബിനിലേക്കു പോയി. എല്ലാവരും അയാളെ അത്ഭുതത്തോടും സഹതാപത്തോടും നോക്കുകയായിരുന്നു.

അക്കൗണ്ടന്റ് ചൗധരി അകത്തു ചെന്ന് സൗമ്യമായി ചോദിച്ചു: "സാബ്, എന്താണ് അമ്മയ്ക്ക് സീരിയസ് ആണ്, ഹോസ്പിറ്റലൈസ്ഡ് ആണെന്ന് പറയാത്തത്."

"നിങ്ങളെന്താണ് സാബ് മുഖത്തടിച്ചപോലെ പോടാ പുല്ലേ ഞാൻ എനിക്ക് തോന്നുമ്പോൾ ലീവ് എടുക്കും, സൗകര്യമുള്ളപ്പോൾ തിരികെ വരും എന്ന് പറയാഞ്ഞത്. അമ്മക്ക് സുഖമില്ലാത്തപ്പോൾ പോകാൻ പറ്റിയില്ലേൽ പിന്നെന്തിനാണ് ലീവ്." കിരൺ മജുംദർ നിന്ന് വിറയ്ക്കുകയായിരുന്നു.

ലീവെടുക്കാൻ അമ്മയ്ക്ക് സുഖമില്ലെന്ന് അല്ലെങ്കിൽ അമ്മ മരിച്ചെന്ന് എന്തിന് പറയണം? മുരളി സംശയിച്ചു. ബാഗെടുത്തു ഇറങ്ങാൻ തുടങ്ങുമ്പോൾ മാധുരി ഘോഷ് ക്യാബിനുള്ളിലേക്ക് വന്നു. അരികെ വന്ന് കൈകൾ പിടിച്ചു, "സാബ് ഞാനും കൂടെ വരണമെങ്കിൽ വരാം. ഒരു സഹായം ആകുമെങ്കിൽ.."

ഇങ്ങനെ വന്നു ചോദിക്കാൻ അവരുമായി അടുപ്പമൊന്നുമില്ല. പർച്ചേസ് മാനേജർ ആണ്. ഒരു സാധു ജീവി. നാല്പത്, നാല്പത്തഞ്ച് വയസ്സെങ്കിലും കാണും. വിവാഹം കഴിച്ചിട്ടില്ല. വീട്ടിൽ എന്തോ പ്രശ്നങ്ങൾ ഉണ്ട്. എന്നാൽ എപ്പോൾ കണ്ടാലും പ്രസന്നവതി. എല്ലാവരോടും നന്നായി ചിരിച്ചു കളിച്ചു, ഇടപെടുമെങ്കിലും ഉള്ളിൽ എന്തോ വിഷമം ഉണ്ട് എന്ന് ഉറപ്പായിരുന്നു. അവിശ്വസനീയമായി നോക്കുമ്പോൾ അവർ പറഞ്ഞു: "എനിക്കറിയാം സാബ്, അമ്മയുടെ വില. ബുദ്ധിമുട്ടില്ലെങ്കിൽ ഞാനും വരാം. എനിക്കാരോടും ചോദിക്കാനില്ല."

അവരുടെ നല്ല മനസ്സിന് നന്ദി പറഞ്ഞു പടിയിറങ്ങുമ്പോൾ അയാളുടെ മനസ്സ് ശാന്തമായിരുന്നു. അവിവാഹിതയായ സ്ത്രീയാണ്. അത്രയേ അവരെപ്പറ്റി അറിയൂ. സത്യത്തിൽ ഇതുവരെ അവരെ ശ്രദ്ധിച്ചിട്ടേ ഇല്ല. എന്താണവർ അങ്ങനെ പറഞ്ഞത്? മനുഷ്യർക്ക് ലാഭേച്ഛയില്ലാതെ സ്നേഹിക്കാനാകുമോ? ചക്കര അമ്മാവൻ പണ്ട് പറഞ്ഞതാണ്. "ഈ ലോകത്തിൽ എല്ലാവർക്കും, എല്ലാവരോടും സ്നേഹമാണ്. അതിപ്പോൾ അവൻ കള്ളനായാലും, കൊലപാതകിയായാലും. മനുഷ്യൻ സ്നേഹമാണ്. പരസ്പരം സ്നേഹിക്കാതെ അവനു ജീവിക്കാനാവില്ല."

മീരയോട് ചോദിക്കണം, അവളുടെ സൈക്കോളജിയും ഫിലോസഫിയും എന്ത് പറയുന്നു എന്ന്? എന്താണ് ഫ്ളൈറ്റിൽ പോകാഞ്ഞത്? പോകാമായിരുന്നില്ലേ? രാജ്ബിഹാരിയിൽ നിന്നും ഡം ഡം ന് പകരം, ഹൗറായ്ക്ക് പോകാൻ എന്താണ് കാരണം? രണ്ടായാലും കമ്പനി കാറുണ്ട്. ഡം ഡം ന് അര മണിക്കൂർ കൂടുതൽ കാറിൽ ഇരുന്നാൽ മതി. ഫ്ളൈറ്റ് ചാർജ്ജസും കമ്പനി ആണ് വഹിക്കുക. പിന്നെന്താണ്? മീരയാണോ കാരണം? പാവം അവളെ എന്തിനു കുറ്റം പറയണം? അവൾ എന്ത് പിഴച്ചു?

കൂട്ടുകുടുംബത്തിൽ കഴിയുമ്പോൾ അമ്മയെപ്പറ്റി ചെറുതിലെ ഓർമ്മകളൊന്നും ഇല്ല. അമ്മ ഒന്ന് കെട്ടിപ്പിടിച്ചതോ ഒരുമ്മ തന്നതോ ആയ ഓർമ്മകൾ ഒന്നും ഇല്ല. നന്നായി ശിക്ഷിക്കുകയും, കഴുതയെപ്പോലെ പണി എടുപ്പിക്കുകയും ചെയ്യുമായിരുന്നു. കൊഞ്ചിക്കലും താലോലിക്കലും ഇല്ല. പക്ഷേ, അനിയത്തിമാരോട് അങ്ങനെയായിരുന്നില്ല. അവരെ ലാളിക്കുന്നതും കഥ പറഞ്ഞു കൊടുക്കുന്നതും കാണുമ്പോൾ സങ്കടവും അസൂയയും തോന്നിയിരുന്നു. താൻ ആഹാരം കഴിച്ചോ, ഉറങ്ങിയോ ഇതൊക്കെ അമ്മ അറിയുന്നുണ്ടോ എന്ന് പോലും അറിയില്ലായിരുന്നു. കൂട്ടുകുടുംബത്തിൽ അതൊന്നും പാടില്ലെന്നുണ്ടോ?

അമ്മ ഓമനിച്ച ആദ്യ ഓർമ്മ സഹിക്കാൻ വയ്യാത്ത ചെവിക്കു വേദനയെടുത്തു അലറിക്കരഞ്ഞ രാത്രിയാണ്. വേദന സംഹാരികൾ അത്ര സാധാരണം അല്ലാത്ത കാലഘട്ടത്തിൽ അതേപ്പറ്റി അറിയാഞ്ഞിട്ടാകും. അതോ മറ്റുള്ളവരോട് പറഞ്ഞു, തന്റെ കുഞ്ഞിന് മരുന്ന് വാങ്ങാൻ ഭയന്നിട്ടോ? കുടുംബത്തിൽ പണമൊന്നും കൊടുക്കാതെ, ഇത്തിൾക്കണ്ണി പോലെ, മൂന്ന് കുട്ടികളുമായി കഴിയുന്ന ഒരു സ്ത്രീയുടെ നിസ്സഹായതയോ? ഇഷ്ടമുള്ളവന്റെ കൂടെ ഇറങ്ങിപ്പോയി, കുടുംബത്തിന് മാനക്കേട് വരുത്തി, അവസാനം നിവർത്തിയില്ലാതെ, കൈക്കുഞ്ഞുമായി കയറിവന്ന ഇരുപത്തിമൂന്നുകാരിയുടെ ഗതികേടോ? അതും ഇറങ്ങിപ്പോയതോ, ഗതിയില്ലാതെ തെണ്ടി നടക്കുന്ന ഒരു കമ്യൂണിസ്റ്റിന്റെ കൂടെ. മണ്ണിരയെ ഇട്ടു മൂപ്പിച്ചു തണുപ്പിച്ചെടുത്ത വെളിച്ചെണ്ണ തുള്ളിയായി ചെവിക്കുള്ളിൽ ഒഴിച്ച് ലക്ഷ്മിയമ്മ വാവിട്ടു കരയുന്ന മുരളിയെ നെഞ്ചോട് ചേർത്ത് പിടിച്ചു. "പൊന്നുമോൻ കരയല്ലേ. വേദന ഇപ്പോൾ പോകും."

അമ്മ നെഞ്ചോട് ചേർത്ത് പിടിച്ചു, കെട്ടിപ്പിടിച്ച ആദ്യത്തെയും, അവസാനത്തെയും ഓർമ്മ. അവനോർത്തു, എന്തൊരു ചൂടായിരുന്നു, അമ്മയുടെ നെഞ്ചിന്? അമ്മയുടെ പതുപതുത്ത വയറോട് ഒട്ടിക്കിടന്ന ആ രാത്രി. ചേർത്ത് പിടിച്ച അമ്മ മുടിച്ചുരുളുകൾക്കിടയിൽ വിരലോടിച്ചു സമാധാനിപ്പിച്ചപ്പോൾ അനുഭവിച്ച ആനന്ദം, സമാധാനം പിന്നൊരിക്കലും എവിടെയും അറിഞ്ഞിട്ടില്ല. അത്ര തീക്ഷ്ണവും, ആഴത്തിലുമുള്ള ആശ്വാസമായിരുന്നു അത്. അങ്ങനെ കിടന്ന് ഉറങ്ങിപ്പോയി.

അതുപോലെ ഒരിക്കൽ സ്കൂളിൽ നിന്നും വന്ന ഉടനെ, ഊണ് മുറിയിൽ, മേശമേലിരുന്ന ആപ്പിളുമായി രാജശേഖരൻ കളിക്കാൻ ഓടിയപ്പോൾ മുരളിയും പോയി ഒന്നെടുത്തു.

"എടാ നീയിങ്ങു വന്നേ, കപ്പ പുഴുങ്ങിയത് തരാം. ഇനി ഒരാപ്പിളല്ലേ ഉള്ളു. രാജീവന് വച്ചേര്. അവൻ കപ്പ കഴിക്കില്ല." അമ്മായി സുഭദ്ര തങ്കച്ചി.

എടുത്ത ആപ്പിൾ തിരികെ വച്ച് പുറത്തേക്ക് ഓടുമ്പോൾ, വാതിലിനപ്പുറം കണ്ണ് നിറഞ്ഞു ലക്ഷ്മിയമ്മ. കളി കഴിഞ്ഞു തിരികെ വരുമ്പോൾ, കൊഴിഞ്ഞു വീണ ഇലഞ്ഞിപ്പൂക്കൾക്കിടയിൽ അമ്മ. "എല്ലാവരുടെയും

മുൻപിൽ പറയാനൊക്കില്ല. നീ അവർ വാങ്ങി വയ്ക്കുന്ന പഴങ്ങൾ എടുത്തു കഴിക്കരുത്. നിനക്ക് ഏറ്റവും ഇഷ്ടം മാമ്പഴമല്ലേ? അത് ഇഷ്ടം പോലെ മാവിലുണ്ടല്ലോ. ആ കുട്ടികൾക്ക് മാങ്ങയും, ചക്കയും തിന്നു ശീലമില്ല. അത് നമ്മൾ ഓർക്കണ്ടേ?"

"അമ്മ പോയെ."

"എടാ കേൾക്കു. നിനക്കത്ര കൊതിയാണേൽ ഞാൻ ഒരെണ്ണം വാങ്ങി തരാം."

"അതൊന്നും വേണ്ട."

വീണ്ടും ഓടാൻ നോക്കുമ്പോൾ ലക്ഷ്മിയമ്മ അവന്റെ കൈയിൽ പിടിച്ചു, "അതൊന്നും നിന്റെ മനസ്സിൽ ഇല്ലെന്ന് അമ്മക്കറിയാം. എന്നാൽ പെറ്റ വയറിന് നോവും."

ലക്ഷ്മിയമ്മയുടെ കണ്ഠമിടറിയത് അവനറിഞ്ഞു. അത്ഭുതത്തോടെ അവൻ അമ്മയെ നോക്കി. "ഇനി ഞാൻ എടുക്കില്ല."

"അത് മതി. തന്നാൽ വാങ്ങിക്കോണം." അന്ന് രാത്രി കിടക്കുമ്പോഴും അത് തന്നെയായിരുന്നു മുരളിയുടെ മനസ്സിൽ. അമ്മ ഒരിക്കലും തന്നെ കൊഞ്ചിക്കാറോ താലോലിക്കാറോ ഇല്ല. ശ്രദ്ധിക്കുക പോലും ഇല്ല. എപ്പോഴും ലതയുടെയും, ലതികയുടെയും കൂടെയാണ്. അമ്മയ്ക്ക് തന്നെ ഇഷ്ടമല്ലേ എന്ന് പോലും പലപ്പോഴും തോന്നിയിട്ടുണ്ട്. എന്നിട്ടിപ്പോൾ!

എന്റെ അമ്മയെ ഞാൻ വേണ്ടവണ്ണം സ്നേഹിച്ചിരുന്നോ? അവരുടെ സങ്കടങ്ങൾ ഞാൻ എന്നെങ്കിലും ആലോചിച്ചിട്ടുണ്ടോ? അവരുടെ പ്രശ്നങ്ങൾ എന്നെങ്കിലും മനസ്സിലാക്കിയിരുന്നോ? അതേപ്പറ്റിയൊക്കെ ചിന്തിക്കുമ്പോൾ മനസ്സ് ഒരു ശൂന്യമായ സ്ലേറ്റ്പോലെ. എന്റെ അമ്മയെ, എന്റെ അച്ഛനെ ഞാൻ, എന്റെ ജീവനുപരി സ്നേഹിക്കുന്നു എന്ന് പറയുമ്പോൾ അതിൽ അല്പം ബലക്കുറവില്ലേ? ഒരു ഉറപ്പില്ലായ്മ? സ്വയം വിശ്വസിപ്പിക്കാൻ ശ്രമിക്കും പോലെ. വിത്ത് വീണ് മുളച്ചു വളർന്ന് വലുതായപ്പോൾ വേറിട്ട് പോയി എന്നതല്ലേ സത്യം? പൊക്കിൾക്കൊടി മുറിയുന്നതോടെ, രണ്ടും രണ്ട് പാത്രമാകുന്നതോടെ, സ്നേഹബന്ധങ്ങളുടെ നൂല്പാലങ്ങൾക്ക് കെട്ടുകൾ വീഴുന്നുവോ? പരമ്പരയായുള്ള, തലമുറകളുടെ സ്നേഹത്തിന്റെ ചങ്ങലക്കണ്ണികളിൽ കുടുക്കുകൾ വീഴുന്നുവോ? മുരളി അസ്വസ്ഥയോടെ മീരയെ വിളിച്ചു. "നീ ഉറങ്ങിയോ മീരാ?"

"നീ അരികെയുള്ളപ്പോൾ എനിക്ക് ഉറക്കമില്ലെന്നും നീ മറന്നോ?"

"അതല്ല. ഞാൻ ആരെയും സ്നേഹിച്ചിരുന്നില്ല. എന്റെ അമ്മയെയോ അച്ഛനെയോ സഹോദരങ്ങളെയോ ആരെയും സ്നേഹിച്ചിരുന്നില്ല എന്നൊരു തോന്നൽ. നിന്നെപ്പോലും."

"അത് സത്യമാണ്. എല്ലാവരും ഏറ്റവും കൂടുതൽ സ്നേഹിക്കുന്നത് അവനവനെ തന്നെയാണ്. അതിൽ തെറ്റും ഇല്ല. കാരണം അതാണ് ശരി. എന്റെ കൂടെക്കൂടിയതിൽ പിന്നെ, നിനക്കല്പം ബുദ്ധി ഉദിച്ചെന്ന് തോന്നുന്നു." മീരയുടെ ചിരി ഉച്ചത്തിലായിരുന്നു. അടുത്ത കൂപ്പയിൽ നിന്നും ആരെങ്കിലും വരുമോ എന്നവൻ ഭയപ്പെട്ടു. "എടി പതുക്കെ."

"എന്തിന്? ആര് കേട്ടാലെന്താണ്? ചിരിക്കുമ്പോൾ ഉറക്കെ ചിരിക്കണം. പൊട്ടി, പൊട്ടി ചിരിക്കണം. അത് കേൾക്കുന്നവർക്കും ചിരി കൊടുക്കും. അവർക്കും ആഹ്ളാദം കൊടുക്കും. എന്നാൽ.....", ഒന്ന് നിർത്തി അവൾ പറഞ്ഞു, "കരയുമ്പോൾ പതുക്കെ കരയണം. ആരും അറിയരുത്. സന്തോഷങ്ങൾ ഉറക്കെ വിളിച്ചു പറയാനുള്ളതും, സങ്കടങ്ങൾ ഒതുക്കി വെക്കാനുമുള്ളതാണ്."

അവൾ കഴുത്തിന് പുറകിൽ കൂടി കൈകളിട്ട് അവന്റെ മുഖം അവളുടെ നെഞ്ചോട് ചേർത്ത് പിടിച്ചു. അവന്റെ ചെവികളിൽ മൃദുവായി കടിച്ചിട്ടു പറഞ്ഞു, "നീയെന്റെ മോനല്ലേ? റിലാക്സ്. വേണ്ടാത്ത ചിന്തകളൊക്കെ കളയുക. നേരെ ചിന്തിക്കുക. ഓരോ മകനും അമ്മയെന്നാൽ പ്രാണനാണ്. സംശയിക്കണ്ട. സ്നേഹം ആർക്കും അളന്നുനോക്കാൻ ആവില്ല. എന്നാൽ അതവിടെ ഉണ്ട്. വേണ്ടപ്പോൾ പുറത്തു വന്നോളും. അത്ര തന്നെ. സ്നേഹത്തിന് അളവുകോൽ ഇല്ല."

കേശവൻ ആർത്തലച്ചു മുന്നോട്ട് വീഴുന്നത് മാത്രമാണ് കണ്ണിന് മുൻപിൽ. അസ്തമിച്ചടങ്ങുന്ന സൂര്യനും, മേഘപാളികൾക്കിടയിൽനിന്നും തല പൊക്കുന്ന ചന്ദ്രനുമിടയിലുള്ള "അശുഭ" നിമിഷം. നേരിയ വെളിച്ചത്തിൽ പക നിറഞ്ഞ പുലിയുടെ കണ്ണുകൾ തുറിച്ചു നോക്കുന്നു. റെയിൽവേപ്പാളത്തിന്റെ വെളിയിലെ മെറ്റലുകളിൽ വീണു, താഴോട്ട് ഉരുണ്ട്, നടപ്പാതയിൽ വീണതും കണ്ടു. കത്തി കയറിയത് പള്ളയ്ക്കോ, നെഞ്ചിലോ? ആക്രോശിച്ചു അടുത്തുവരുന്ന നിഴലുകൾ കണ്ട് ഓടിയ ഓട്ടം. മുഖത്തും, ഷർട്ടിലേക്കും തെറിച്ചു വീണ നനവ്, നെറ്റിയിൽനിന്നും കണ്ണുകളിലേക്ക് ഒലിച്ചിറങ്ങിയ പശിമ. റെയിൽവേക്ക് ഇരുവശവുമുള്ള കണ്ടങ്ങളെ യോജിപ്പിക്കുന്ന ടണലിൽ കൂടി വരുന്ന വെള്ളത്തിൽ ഷർട്ട് കഴുകി, മുഖം തുടച്ചു ഇരുളിന്റെ മറപറ്റി മുറ്റത്തേക്ക് കയറുമ്പോൾ കൈകളിൽ പിടുത്തം.

കിണറ്റിൻകരയിൽ നിന്നും വന്ന ലക്ഷ്മിയമ്മ, "എന്താടാ?"

"കേശവൻ!"

അവർ കണ്ടു. ചോര, ഒലിച്ചിറങ്ങുന്ന ചോര, ഉണങ്ങാത്ത ചോര, ആരാന്റെ ചോര.

"അവനാണ് കുത്താൻ കത്തിയെടുത്തത്."

"ഓട്. ഓടി രക്ഷപ്പെടു."

"ബാഗെടുക്കണം."

"വേഗമാകട്ടെ. പിള്ളേർ അറിയണ്ട."

"തിരിച്ചിറങ്ങുമ്പോൾ കൈയിൽ ചുരുട്ടിപ്പിടിച്ച കുറച്ചു നോട്ടുകൾ."
"അമ്മേടെ കൈയിലിതേയുള്ളു."

ഇരുളിന്റെ മറപറ്റി, ആരാനും അറിയാതെ ഒളിച്ചോട്ടം. പിടിച്ചു കെട്ടി ഇടിവണ്ടിയിലിട്ട് കണ്ണിൽ ചോരയില്ലാത്തോർ കൊണ്ടുപോകാതെ ലക്ഷ്മിയമ്മയും, പോരുവഴിയമ്മയും പൊതിഞ്ഞു ദേശം കടത്തിയ രാത്രി.

പോരുവഴി ദേശം. ആകാശകാഴ്ചകളിലും ഭൂപടങ്ങളിലും വലിയൊരു

തത്തച്ചുണ്ടൻ മാങ്ങാ പോലെയുള്ള ദേശം. കിഴക്ക് നസ്രാണിത്തോട്, കൊച്ചു പള്ളിയും, പഴയ സുറിയാനി പള്ളിയും തൊട്ടുരുമ്മി നെടുനീളത്തിൽ തെക്ക് വടക്ക് കിടക്കുന്നു. തോട് മുറിച്ചു പോകുന്ന മാവേലിക്കര റോഡ്. ചെറു കലുങ്ക് തുടങ്ങുന്നിടത്തു ബോർഡ് വച്ചിട്ടുണ്ട് "സ്വാഗതം പോരുവഴി ദേശം". മൂന്നു കിലോമീറ്ററിനപ്പുറം പുഞ്ചപ്പാടങ്ങൾ കരയോട് കഥപറയുന്നിടത്ത് മറ്റൊരു ചാലിന് കുറുകെയുള്ള കലുങ്ക് തീരുന്നിടത്തും എഴുതി വച്ചിട്ടുണ്ട് "നന്ദി വീണ്ടും വരിക പോരുവഴി ദേശം". ഇത് പോലെയുള്ള ബോർഡുകൾ തെക്കും, വടക്കും ഇല്ല. പുഞ്ചപ്പാടങ്ങൾക്കും, കൊച്ചു കുളങ്ങൾക്കും, ചാലുകൾക്കുമിടയിൽ അയൽദേശക്കാരുമായുള്ള, കെട്ടി ഉയർത്തിയിട്ടില്ലാത്ത, തിരിച്ചറിയുന്ന അതിരുകൾ ഒരിക്കലും ദേശക്കാർ അടയാളപ്പെടുത്തിയിരുന്നില്ല. അതിരുകൾ തിരിക്കാതെയുള്ള, അതിരുകൾ കാണാതെയുള്ള സ്നേഹം അതായിരുന്നു പോരുവഴിയുടെ പെരുമ. ഏതാണ്ട് എഴുപതു ശതമാനം പാടങ്ങളും കുളങ്ങളും ചാലുകളും തോടുകളും ഇപ്പോൾ പൂജയുള്ളതും, ഇല്ലാത്തതുമായ എട്ട് അമ്പലങ്ങളും മൂന്ന് ക്രിസ്ത്യൻ പള്ളികളും ഒരു മോസ്കുമായി പന്ത്രണ്ട് ദേവാലയങ്ങളെ ഒരുപോലെ സ്നേഹിച്ചവർ. ഓണവും ക്രിസ്മസും ചിറപ്പും പെരുന്നാളും നൊയമ്പുകളും ഉത്സവങ്ങളാക്കിയ ദേശം. പോരുവഴിയമ്മയുടെ ചിറപ്പ്, നാട്ടിന്റെ സ്വന്തം ഉത്സവം. എല്ലാം പിന്നിലാക്കി ഓടി രക്ഷപ്പെട്ട മണ്ണ്. എന്നിട്ട് രക്ഷപ്പെട്ടോ?

നസ്രാണിപ്പാലം കടന്നു ചെന്നാൽ, വടക്കോട്ട് പോയാൽ ആദ്യം കൊച്ചുപള്ളി പിന്നെ പഴയ സുറിയാനിപ്പള്ളി. പാലത്തിൽനിന്നും നേരെ പടിഞ്ഞാട്ട് പോയാൽ പോരുവഴി കവല. കവലയ്ക്ക് മുഴുവൻ കുടപിടിച്ചു, അരയാലും, പുളിച്ചി മാവും ഇണചേർന്ന് നില്ക്കുന്നു. രണ്ടാളും ഒളിച്ചോടി പോകാതിരിക്കാൻ ചുറ്റിലും കരിങ്കല്ല് കെട്ടി തറ തീർത്തിരിക്കുന്നു. അരയാലിന്റെ ബലിഷ്ഠ കരങ്ങൾക്ക് വഴങ്ങി ഒതുങ്ങി നില്ക്കുന്ന നാട്ടുമാവ്. അവളുടെ അരക്കെട്ട് ആയിരം കരങ്ങളിൽ താങ്ങി ഒരു വശത്തേക്ക് അല്പം ചരിഞ്ഞു മുഖത്തോട് മുഖം ചേർക്കുന്ന അരയാലിന്റെ കുസൃതി. നാലായി പിരിയുന്ന കവലയ്ക്ക് ഒത്ത നടുക്ക് ഒരായിരം കിളികൾക്ക് കൊക്കുരുമ്മാനും, കൂടൊരുക്കാനും മണിയറയൊരുക്കി, മറയൊരുക്കി, മുട്ടയിടാനും ആലും മാവും നൂറായിരം കൈകളും, ഇലക്കൂടുകളും പരസ്പരം ചേർത്ത് പിടിച്ചിരിക്കുന്നു. അവളുടെ അരയിൽ കെട്ടിയിട്ടിരിക്കുന്ന കൂറ്റൻ ബോർഡ് നാണം മറയ്ക്കാനല്ല. നാണം അവൾക്കൊരു സൗന്ദര്യമാണല്ലോ. ഇത് പോരുവഴിയുടെ, പെരുമയുടെ, പകർത്തിയെഴുത്താണ്. പോരുവഴിക്കാർക്ക് പ്രധാനമെന്ന് തോന്നുന്ന വാർത്തകൾ അഞ്ച് വീട്ടുകാർ ബോർഡിന്റെ അടിയിൽ പേപ്പറിൽ എഴുതി ഒട്ടിച്ചാൽ, പോരുവഴിയുടെ ചിത്രകാരൻ ആ കറുത്ത ബോർഡിൽ ആ വാർത്ത, വെളുത്ത നിറത്തിൽ എഴുതി വെക്കും. പിന്നെയത് പോരുവഴിയുടെ ചരിത്രമാകും. ഏതെങ്കിലും വീട്ടുകാരെപ്പറ്റിയുള്ള വാർത്തയാണെങ്കിൽ അവരുമായി ബന്ധുതയില്ലാത്ത അഞ്ച് വീട്ടുകാർ പേപ്പർ ഒട്ടിച്ചാൽ മാത്ര

മേ, അതിന്റെ വിശ്വാസ്യത ഉറപ്പിച്ചിട്ട്, അത് ബോർഡിൽ എഴുതും. അതിപ്പോൾ വലിയൊരു അന്തർദ്ദേശിയ വാർത്തയായാലും പോരുവഴിക്കാർക്ക് മതിപ്പില്ലെങ്കിൽ അത് ബോർഡിൽ വരില്ല. ബോർഡ് നിറയുമ്പോൾ വാർത്തകളെല്ലാം പോരുവഴിയുടെ ചരിത്ര പുസ്തകത്തിൽ എഴുതി വച്ചിട്ട്, പുതിയ വാർത്തകൾക്കായി ബോർഡ് തുടച്ചു വെക്കും. ഏതെങ്കിലും വിശ്വാസ്യതയുള്ള കുടുംബത്തിലാണ് ചരിത്ര പുസ്തകം സൂക്ഷിക്കുക. നേരത്തെ അത് മാലൂർ കുടുംബത്തിലായിരുന്നു. ഇപ്പോൾ ഇലഞ്ഞിക്കൽ തറവാട്ടിൽ. നാളെ മറ്റൊരിടത്താകാം. മുരളിക്ക് ഏഴുവയസ്സുള്ളപ്പോഴാണ് അവൻ ആ ബോർഡ് ആദ്യമായി വായിക്കുന്നത്.

ചരിത്ര പുസ്തകം

29.12.1963 – പന്ത്രണ്ടു വർഷത്തിൽ ഒരിക്കലുള്ള പോരു വഴിയമ്മയുടെ മുടിയെടുപ്പുത്സവം ദേശം ആഘോഷപൂർവ്വം കൊണ്ടാടി.

27.5.1964 – ഇന്ത്യയുടെ പ്രഥമ പ്രധാനമന്ത്രി ശ്രീ ജവഹർലാൽ നെഹ്റു അന്തരിച്ചു.

ഇടവേളകളിൽ മാത്രം വരുന്ന രണ്ടു ലൈൻ ബസുകൾ ആൽത്തറ ചുറ്റി പോകുമ്പോൾ ബേബിയുടെ ചായക്കടയിൽ നിന്നും ചായകുടിക്കാൻ വന്ന പണിക്കാരോ ദേശക്കാരോ എത്തിനോക്കും. "ആരപ്പാ വന്നിറങ്ങിയത്? ഇന്നാട്ടുകാരനാ?"

ആരും നോക്കിയില്ലേൽ കടക്കാരൻ ബേബിമാപ്പിള നോക്കും. പുറനാട്ടുകാരനാണെങ്കിൽ വഴി ചോദിക്കാനും ചായ കുടിക്കാനും വരാതിരിക്കില്ല. ബേബി കട തുടങ്ങി നാളേറെ ആയിട്ടാണ് പൊരിയന്റെ ചായക്കട വരുന്നത്. പൊരിയന്റെ കട വന്ന ശേഷമാണ് ബേബിമാപ്പിള ഈ ഇറങ്ങിനോട്ടം തുടങ്ങിയത്. ബേബിയുടെ കടയ്ക്ക് എതിർവശം. പപ്പട അക്കാളിന്റെ വീടിനോട് ചേർന്നുള്ള മൂന്നു സെന്റ് സ്ഥലം വാങ്ങി നല്ല കെട്ടിടം വച്ചാണ് പൊരിയനും, രണ്ടു സഹോദരന്മാരും കൂടി കട തുടങ്ങിയത്. രണ്ടാൾക്കും സാമാന്യം കച്ചവടമുണ്ട്. കാരണം പണിക്കാരൊക്കെയും രാവിലെ ചായയും പലഹാരവും കഴിക്കുന്നത് ഇവിടെ നിന്നാണ്. ഒപ്പം ദേശത്തുകാർ പലരും കഴിക്കാനും കഥകൾ പറയാനും കൂട്ടുകാരെ കാണാനും പത്ര വാർത്തകൾ അറിയാനുമായി വരും. അല്ലെങ്കിൽ പിന്നെ കുറെ പടിഞ്ഞാറ് പോരുവഴിയമ്മ മുക്കിൽ പോകണം. അവിടാകുമ്പോൾ ചൈനയമ്മാവന്റെയും മണിയന്റേയും ചായക്കടകളുണ്ട്. ബേബിയും പൊരിയനും തമ്മിൽ മത്സരം വന്നതോടെ, *മാതൃഭൂമിയും, മനോരമ*യും രണ്ടു കടയിലുമായി. ബേബിയുടെ റേഡിയോയിൽ പൊട്ടലും ചീറ്റലും കൂടുതലാണ്. വിവിധഭാരതിയും റേഡിയോ സിലോണും ശരിക്ക് കിട്ടില്ല. പൊരിയൻ പത്തായം പോലെ വലിയൊരു റേഡിയോ വാങ്ങി, റോഡിൽ നില്ക്കുന്നവർക്ക് കാണത്തക്കവണ്ണം കടയുടെ മുൻവശത്തുള്ള ക്യാഷ് കൗണ്ടറിൽ ഇട്ടിരിക്കുന്ന പ്ലാവിന്റെ പലകയിൽ തീർത്ത പുത്തൻ മേശയുടെ മുകളിൽ റോഡിലേക്ക് തിരിച്ചു വച്ചു. എന്നിട്ട് മുഴുവൻ ശബ്ദത്തിൽ വിവിധഭാരതി വച്ചു. മുഹമ്മദ് റാഫിയുടെ പാട്ടുകൾ

"തു ഈസ് തരേഹ് മേരെ ജിന്തഗി മേം ശാമിൽ ഹൈ..."

മൂരി ഗോപാലപിള്ള ആവേശത്തിൽ പറഞ്ഞു, "ജോർ. ബേബിയുടെ കട പൊട്ടി."

ജങ്ഷനിൽ തന്നെ ചെറിയൊരു പണിസ്ഥലം ഇട്ടിരിക്കുന്ന തട്ടാൻ വേലായുധൻ ഉടനെ സപ്പോർട്ട് ചെയ്തു: "നേരാ എന്തൊരു ശബ്ദം. പട്ടണത്തിലെ ഹോട്ടലിൽ പോലും ഇതുപോലൊന്ന് ഇല്ല."

മുടിവെട്ടുകാരൻ കറുപ്പയ്യ സംശയത്തോടെ നോക്കിയപ്പോൾ വേലായുധൻ തറപ്പിച്ചു പറഞ്ഞു: "ഇല്ല. ഇല്ലന്നേ. ഞാൻ ആഴ്ചയിലൊരിക്കൽ പണിത ഉരുപ്പടി കൊടുക്കാൻ പട്ടണത്തിൽ പോകുന്നതല്ലേ?"

പൊരിയന്റെ കടയിൽ പുതിയ മർഫി റേഡിയോ വച്ച കാര്യം രണ്ടു പേർ പേപ്പറിൽ എഴുതി ഒട്ടിച്ചെങ്കിലും കോറം തികയാഞ്ഞതു കൊണ്ട് അത് പോരുവഴിയുടെ ചരിത്ര ബോർഡിൽ വന്നില്ല. ആളുകൾ തയ്യാറായിരുന്നു, ചായക്കട ബേബി തുരങ്കം വച്ചതു കൊണ്ടാണ് അത് നടക്കാഞ്ഞത് എന്ന് പൊരിയൻ ചായ കുടിക്കാൻ വന്നവരോടൊക്കെ പറഞ്ഞു.

അപ്പോൾ അങ്ങോട്ട് വന്ന മേലേവീട്ടിൽ ജോയിമാപ്പിള പൊരിയനെ പുകഴ്ത്തി. "നന്നായി പൊരിയ, ആണുങ്ങളുടെ പാട്ടിനി അന്തസ്സായി കേൾക്കാമല്ലോ. താനിനി ഒരു ടേപ്പ് റെക്കോർഡർ കൂടി വാങ്ങി വെക്കണം. അപ്പോൾ, എപ്പോൾ വേണമെങ്കിലും നമുക്കിഷ്ടപ്പെട്ട പാട്ട് കേൾക്കാം. മോൻ തോമസുകുട്ടി അടുത്ത വരവിന് ഗൾഫീന്നു കൊണ്ടുവരാമെന്നു പറഞ്ഞിട്ടുണ്ട്."

"ടേപ്പ് റെക്കോർഡറോ? അതെന്താണ്?" കറുപ്പയ്യ ചോദിച്ചു

"അതൊന്നും എനിക്കറിയാൻ വയ്യപ്പാ. ചെക്കൻ പറഞ്ഞതാ. ഇഷ്ടമുള്ള പാട്ട് കേൾക്കാം. വരുമ്പോൾ കൊണ്ട് വരും."

"അതിനവൻ കള്ള ലോഞ്ച് കേറി അങ്ങോട്ട് പോയതല്ലേയുള്ളു?" വേലായുധൻ.

"അതിനെന്നാ? എല്ലാരും അങ്ങനാ പൊന്നെ." ജോയി മാപ്പിള പത്തി താഴ്ത്തി.

പൊരിയന്റെ ചായക്കടയിലെ പുതിയ മർഫി റേഡിയോ ബേബിയുടെ ചങ്കു പറിയും പോലെ പോരുവഴിമുക്ക് മുഴുവൻ കേൾക്കുമാറുച്ചത്തിൽ പാടി. "തു ഈസ് തരേഹ് മേരെ ജിന്തഗി മേം ശാമിൽ ഹൈ..."

പോരുവഴിപ്പെരുമ

മനുഷ്യർ അങ്ങനെയാണ്. സന്തോഷപ്പെടുത്തുന്ന ഓർമ്മകളേക്കാൾ വേഗം ഓർക്കുക. മുറിപ്പെടുത്തിയതോ, ഭയപ്പെടുത്തിയതോ ആയ ഓർമ്മകളാകും. ആദ്യ അപമാനം.

പെരുമയുള്ള ഓരോ ദേശത്തിനും ഒരു കഥയുണ്ട്. പോരുവഴി എന്നൊരു ദേശം ആദ്യം ഉണ്ടായിരുന്നില്ല. പണ്ട്, പണ്ടെന്നു പറഞ്ഞാൽ വെറും പണ്ടല്ല. പണ്ടിനും പണ്ട് അവിടെയെല്ലാം കാടായിരുന്നു. അന്ന് കച്ചോടക്കുളം എന്നൊരു സ്ഥലം ഉണ്ടായിരുന്നു. ഇപ്പോഴത്തെ കായംകുളം. ആ ഒരു ദേശമേ അന്നുണ്ടായിരുന്നുള്ളു. ബാക്കിയെല്ലാം കാടുപിടിച്ചു കിടക്കുകയാണ്. ദേശക്കാർ ദ്രാവിഡരും, കുടിയേറി കച്ചവടം സ്ഥാപിച്ചവർ ആര്യന്മാരും ആയിരുന്നു. "നിനക്കറിയാമോ, ദ്രാവിഡർക്ക് കറുത്ത നിറമാണ്. ആര്യന്മാർ വെളുത്തതും." ചക്കര അമ്മാവൻ കഥ പറഞ്ഞു തുടങ്ങിയപ്പോൾ കുഞ്ഞുമുരളി കണ്ണും മിഴിച്ചിരുന്നു.

അന്ന് പ്രബലന്മാർ കച്ചോടക്കാരായിരുന്നു. നിറത്തിന്റെ പെരുമയും, ചക്രത്തിന്റെ ധാരാളിമയും കൊണ്ട് അവർ ദ്രാവിഡരെ അടക്കി ഭരിച്ചു. അവരുടെ പെണ്ണുങ്ങളെ പിടിച്ചോണ്ട് പോയി. എന്നും പ്രമുഖർ, പാവം പിടിച്ചവന്റെ പെണ്ണിനെ പിടിച്ചോണ്ട് പോകുമല്ലോ. അന്നും അങ്ങനെയായിരുന്നു. അവിടത്തെ രണ്ട് പ്രജകളായിരുന്നു കച്ചാലനും, കല്ലിച്ചനും. വലിയ കൂട്ടുകാരായിരുന്നു. ഇപ്പോഴത്തെ കട്ട ഫ്രണ്ട്സ്. ഒരാള് മറ്റേ ആൾക്കുവേണ്ടി വേണേൽ ചാകാനും തയ്യാർ. രണ്ടാളും ആയിടയ്ക്ക് പുടമുറി കഴിഞ്ഞതേയുള്ളു. അവർക്ക് പേടിയായി തങ്ങടെ പെണ്ണുങ്ങളെയും പിടിച്ചോണ്ട് പോകുമോ? പേടിച്ചു രണ്ടാളും, പെണ്ണുങ്ങളേംകൊണ്ട് ഒരു രാത്രി മുഴുവൻ ആയിരം കാതം നടന്നും, ഓടിയും വന്നു നിന്ന കാടാണ്,

ഇപ്പോഴത്തെ പോരുവഴി ജങ്ഷൻ. അന്നിവടെ ആലും, മാവുമൊന്നുമില്ല. കാടിനകത്ത് വള്ളികൾ കൂടൊരുക്കിയ ഒരു സർപ്പക്കാവ് ആയിരുന്നു. സർപ്പക്കാവ് നിലനിർത്തി, ചുറ്റിനും കാടും പടലും തെളിച്ചു, കുറുക്കനെയും കുറുനരിയെയും തല്ലിക്കൊന്നും, പന്നിയെയും മാനിനെയും ചുട്ടു തിന്നും, കടുവയെയും പുലിയെയും പറപ്പിച്ചും, കാട്ടുപോത്തിനെയും കാട്ടാനെയെയും കാടുകടത്തി, കാവിന് തെക്ക് കച്ചാലനും, വടക്ക് കല്ലിച്ചനും സസുഖം വാണു.

അവരുടെ രാവുകൾ ആട്ടവും പാട്ടും ഡാൻസും കൂത്തും കാട്ടിറച്ചി ചുട്ടതും മരക്കള്ള് വാറ്റിയതും ആയി ആർഭാടമായി. അവർക്കിടയിൽ സ്പർധയില്ല, അടിപിടിയില്ല, വഴക്കും വക്കാണവുമില്ല. എല്ലാവരും ഒരു കുടുംബം പോലെ സന്തോഷമായി കഴിഞ്ഞു. സുഖം കൂടിയപ്പോൾ ഉറക്കത്തിൽ ദുഃസ്വപ്നങ്ങൾ പതിവായി. കച്ചാലൻ കാവിന് തെക്ക് ഒരു കല്ല് വച്ച് സങ്കടങ്ങൾ അതിനോട് പറയാൻ തുടങ്ങി. പില്ക്കാലത്തു അവർ പറയന്മാരായി. അവർ മൃഗങ്ങളെ വേട്ടയാടി കഴിഞ്ഞു. കാവിന് വടക്കു കല്ലിച്ചൻ മറ്റൊരു കല്ല് നാട്ടി അതിനോട് അവന്റെ വെപ്രാളങ്ങൾ പുലമ്പാൻ തുടങ്ങി. പില്ക്കാലത്ത് അവർ പുലയർ എന്നറിയപ്പെട്ടു. അവർ കൃഷി ചെയ്തും ജീവിച്ചു വന്നു. കുടുംബങ്ങൾ മക്കളും, കൊച്ചുമക്കളുമായി വളർന്നപ്പോൾ, ന്യൂ ജനറേഷന് പട്ടണത്തിൽ പോകണമെന്നായി, വഴി വേണമെന്നായി. രണ്ട് കുടുംബങ്ങളും കൂടി റോഡ് വെട്ടാനാരംഭിച്ചു. റോഡ് പണി തീർന്നു. എല്ലാം തകർന്നത് പെട്ടെന്നായിരുന്നു. അതിന്റെ ആഘോഷരാത്രിയിൽ കച്ചാലന്റെ കൊച്ചുമോൾ ചിരുത, കല്ലിച്ചന്റെ കൊച്ചുമോൻ ചാന്നാനുമായി കാവിനുള്ളിൽ ആരും അറിയാതെ കെട്ടിപ്പിടിച്ചു കിടന്നു. രണ്ടാളും ഇഷ്ടത്തിലായിരുന്നു. കുഴപ്പമൊന്നുമില്ല. അപ്പൂപ്പന്മാർ കെട്ടിച്ചു കൊടുക്കും. പ്രശ്നമതല്ല. ചിരുതയുടെ പുടമുറി അവളുടെ മുറച്ചെക്കൻ മാരനുമായി ഉറപ്പിച്ചതായിരുന്നു.

മാരൻ വന്നു ചാന്നാനെ തല്ലി. ചാന്നാന്റെ ചോര ഒരു കല്ലിൽ തെറിച്ചു. ദേവി കോപിച്ചു. ചാന്നാന്റെ അപ്പൻ മാരനെ എടുത്തിട്ട് തല്ലി. അതുകണ്ട് മാരന്റെ അപ്പൻ ചാന്നാന്റെ അപ്പനെ അടിക്കാൻ വന്നു. അതുകണ്ട് ചാന്നാന്റെ അമ്മാവൻ മാരന്റെ അപ്പനെ ചവുട്ടി. അപ്പോൾ മാരന്റെ ചിറ്റപ്പനും കുഞ്ഞമ്മയും എല്ലാം കൂടി ചാന്നാന്റെ ആൾക്കാരെ തല്ലി. ചുരുക്കത്തിൽ രണ്ട് കുടുംബവും കുഞ്ഞുകുട്ടി സഹിതം കൂട്ടത്തല്ലായി. അടിയും ഇടിയും ചവിട്ടും കൈകൊണ്ടും കല്ലുകൊണ്ടും വടികൊണ്ടും കുന്തങ്ങൾ കൊണ്ടും വെട്ടരിവാൾ കൊണ്ടും. പരസ്പരമുള്ള പോര് പുതുതായി വെട്ടിയ റോഡിൽ കിടന്നായിരുന്നു. പോരിൽ വീറും വാശിയും കൂടിയപ്പോൾ കച്ചാലനും, കല്ലിച്ചനും വഴിയിലിറങ്ങി തടുക്കാൻ നോക്കി, മുറിവേറ്റു വീണു. പോര് വീര്യം ദ്രാവിഡന്റെ കൂടപ്പിറപ്പാണ്. വിട്ടു കൊടുക്കില്ല. പോര് കോഴിയെപ്പോലെ. ചത്താലും മാറില്ല. അത് തന്നെ നടന്നു. വെട്ടു കൊണ്ട് വീണു ചാവാൻ കിടന്നപ്പോഴും, തല പൊക്കി കണ്ടവനെയൊക്കെ വെട്ടി. പുത്തൻ വെട്ടുവഴി ചോര വീണു കുതിർന്നു. ബ്രൗൺ

നിറവും ചുവപ്പു നിറവും ചേർന്ന് പഴുത്ത തക്കാളി പോലെ പുത്തൻ നിറമാർന്നു. അലർച്ചയും, കൊലവിളികളും തീർന്നപ്പോൾ പേടിച്ചരണ്ട രണ്ട് ജീവനുകൾ കാവിലെ ഏഴാൾ പൊക്കമുള്ള സർപ്പപ്പുറ്റിൽ നിന്നും പുറത്തു വന്നു.

പുറത്തു പോര് നടക്കുമ്പോൾ ദേവി കമിതാക്കളെ പൊന്നുപോലെ പൊതിഞ്ഞു പിടിക്കാൻ വേഗം കെട്ടിപ്പൊക്കിയതായിരുന്നു ആ സർപ്പ പ്പുറ്റ്. ഒന്നും ബാക്കി വയ്ക്കാതെ പണി തീർത്തൊടുങ്ങിയ പാഴ്ജന്മങ്ങൾ,. പിൻഗാമികൾ. ഒരു രാവും പകലും സ്വന്തക്കാരുടെ ശവശരീരങ്ങൾ കെട്ടി പ്പിടിച്ചു, എട്ട് ദിക്ക് കേൾക്കുമാറുച്ചത്തിൽ അലറിക്കരഞ്ഞു, ചിരുതയും ചാന്നാനും. പരസ്പരം പുണർന്ന്, കണ്ണുനീരിന്റെ ഉപ്പുകൾ പരസ്പരം അറിഞ്ഞു, സർപ്പക്കാവിന് മുന്നിൽ നിന്ന് ശപഥം ചെയ്തു. "ഇനി ഒരു നാളും ഞങ്ങളുടെ പരമ്പരയിൽ ആരും പരസ്പരം പോരടിക്കില്ല. പോര ടിക്കാൻ ഞങ്ങൾ അനുവദിക്കില്ല. പരസ്പരം സ്നേഹമല്ലാതെ വെറു പ്പിന് ഞങ്ങളുടെ ഇടയിൽ സ്ഥാനമില്ല."

ചോര തെറിച്ചു അശുദ്ധമായ ദേവീവിഗ്രഹവുമായി രണ്ടാളും, പോര് നടന്ന വഴിയിലൂടെ നടന്നു. ചോരപ്പാട് തീരുന്നിടത്ത് വന്ന് നിന്നു. അവി ടെ കണ്ട കുളത്തിൽ വിഗ്രഹത്തിന്റെ ആറാട്ട് നടത്തി, കുളക്കരയിൽ പോരുവഴി ജങ്ഷനിലെ കാവ് കാണത്തക്കവണ്ണം പ്രതിഷ്ഠ നടത്തി. അതാണ് ഇപ്പോഴത്തെ പോരുവഴിയമ്മ. അമ്മയിരിക്കുന്നിടം പോരുവഴി മുക്ക്. ചോര തെറിക്കാത്ത രണ്ടാമത്തെ കല്ല് പോരുവഴി ജങ്ഷനിൽ ത ന്നെ മൂലസ്ഥാനമായി വച്ചു. പില്ക്കാലത്ത് ആ പ്രതിഷ്ഠ അടമനമഠം വ ന്നപ്പോൾ അവിടത്തെ കുടുംബ ക്ഷേത്രമായി. അത് പോരുവഴിയമ്മയുടെ മൂലസ്ഥാനവുമായി. വർഷങ്ങൾ എത്ര കഴിഞ്ഞു. തലമുറകളെത്ര മാറി. ഇവിടെ ഇപ്പോൾ പരസ്പരം കൊലയോ കൊലപാതകങ്ങളോ ഇല്ല. വഴ ക്കടിക്കും എന്നാലത് വേഗം തീരും. ദേഷ്യമുണ്ട് കോപമുണ്ട് വിരോധ മുണ്ട് എന്നാൽ വെറുപ്പില്ല.

"നിനക്ക് ദേഷ്യപ്പെടാം വഴക്കടിക്കാം എന്നാൽ വെറുക്കരുത്. വെറുപ്പ് കാർന്നു തിന്നുന്നത് മറ്റൊരാളെയല്ല നമ്മേ തന്നെയാണ്." പോരുവഴിയു ടെ കഥാകാരൻ ചക്കര അമ്മാവൻ പോരുവഴിയിലെ കുഞ്ഞുങ്ങൾക്ക്, അതുപോലെ കുഞ്ഞു മുരളിക്കും പറഞ്ഞു കൊടുത്ത കഥ.

കാവൊക്കെ എന്നോ പോയി. അതിന്റെ ഓർമ്മക്കായി നട്ട അരയാ ലും, പുളിച്ചി മാവും. നട്ടപ്പോൾ അകറ്റി നട്ടതാണ്. എന്നാൽ പരസ്പരം തിരിച്ചറിഞ്ഞപ്പോൾ അവർ പരസ്പരം പുണർന്നു. ഇണചേർന്ന് നില് ക്കുന്ന അരയാലിനും പുളിച്ചി മാവിനും അടിയിലായി തെക്കും, വടക്കു മായി രണ്ട് ഉരുളൻ കല്ലുകളുണ്ട്. അവ ആദ്യ പ്രതിമകളുടെ ഓർമ്മ ക്കായി ചാന്നാനും ചിരുതയും പ്രതിഷ്ഠിച്ചത് തന്നെയാണ്. അവയിൽ ഇരുമ്പുകൊണ്ടാൽ ഇപ്പോഴും ചോര പൊടിക്കുമത്രേ. അതുകൊണ്ട് അ തിനാർക്കും ധൈര്യമില്ല. ഇവിടെ നിത്യത്തിരി വയ്ക്കാറില്ലെങ്കിലും ഇ ന്നുവരെ പോരുവഴിയമ്മയുടെ പൂജയും വഴിപാടുകളും മുടക്കിയിട്ടില്ല.

എന്ന് മാത്രമല്ല ഓരോ വർഷവും പൂർവ്വാധികം കെങ്കേമമായി കൊണ്ടാടുകയും ചെയ്യുന്നു. പോരുവഴി മക്കൾ, ഉറക്കെ ഒന്ന് വിളിച്ചു കരഞ്ഞാൽ പോരുവഴിയമ്മ കാക്കും എന്നാണ് വിശ്വാസം.

നാടിനെപ്പറ്റി ഓർക്കുമ്പോൾ എന്നും ഒരു പേടിസ്വപ്നം പോലെ മുരളിയുടെ മനസ്സിലേക്ക് വരുന്നത് ആദ്യമുറിവാണ്. ആദ്യ അപമാനം. അല്ലെങ്കിലും മനുഷ്യർ അങ്ങനെയാണ്. സന്തോഷപ്പെടുത്തുന്ന ഓർമ്മകളേക്കാൾ വേഗം ഓർക്കുക. മുറിപ്പെടുത്തിയതോ ഭയപ്പെടുത്തിയതോ ആയ ഓർമ്മകളാകും. ആദ്യ അപമാനം കൊട്ടാരത്തിൽ നിന്നുമായിരുന്നല്ലോ.

“ഇന്ന് അടമനമഠം മകം തിരുന്നാൾ തമ്പുരാന്റെ സഹോദരിയുടെ മകളുടെ കല്യാണമാണ്. എനിക്ക് താലൂക്ക് കമ്മിറ്റി ഉണ്ട്. പോയേ പറ്റൂ. നിനക്കല്ലേ സദ്യ ഉണ്ണാൻ കൊതി? നീ പോയി സദ്യ ഉണ്ടിട്ട് വാ. ഞാൻ കൊണ്ടാക്കാം. തിരിച്ചു വരുമ്പോൾ റോഡിന്റെ ഇടതു വശത്തുകൂടി പതുക്കെ ഇങ്ങു പോന്നാൽ മതി.” സഖാവ് കൃഷ്ണപിള്ള മുരളിയോട് പറഞ്ഞു.

“ശരി അച്ഛാ.” മുരളി സന്തോഷത്തോടെ സമ്മതിച്ചു. കാരണം മൂന്ന്. സദ്യ ഉണ്ണാം, കൊട്ടാരം കാണാം, പിന്നെ ഒറ്റയ്ക്ക് പോയി വന്നെന്ന ധീര കൃത്യം.

“തീയതി ഇന്ന് എത്രാ? അച്ഛനും മോനും മറന്നോ? മോന്റെ പിറന്നാൾ അറിയില്ലേലും സഖാവിന് ഇ എം എസ് മന്ത്രിസഭ കുടിയൊഴിപ്പിക്കൽ നിരോധന നിയമവും, കർഷക ബന്ധ ബില്ലും നിയമസഭയിൽ കൊണ്ടുവന്ന തീയതി ഓർമ്മയുണ്ടാകുമല്ലോ?” ലക്ഷ്മിയമ്മ ഭർത്താവിനെ കളിയാക്കി.

“ഓ. ഏപ്രിൽ പതിനൊന്ന്.”

“ഞാനിവിടെ ഒരു കൊച്ചു സദ്യ ഒരുക്കുന്നുണ്ട്.” ലക്ഷ്മിയമ്മ

“കൊട്ടാരത്തിലെ സദ്യ അതുപോലെയാണോ? മൂന്നു കൂട്ടം പായസം ഒക്കെ ആയി അവൻ തട്ടിയിട്ട് വരട്ടെ. അല്ലേടാ?” കൃഷ്ണപിള്ള ചിരിച്ചോണ്ട് പറഞ്ഞു. സഖാവാണ് മുരളിയെ അടവന മഠത്തിലെ കല്യാണത്തിന് കൊണ്ടുവിട്ടത്. മുറ്റത്തു വലിയ പന്തൽ കെട്ടി അലങ്കരിച്ചു വച്ചിരുന്നു. അവിടെയെല്ലാം നമ്പൂതിരിമാരുടെയും പൂണൂൽധാരികളുടെയും ബഹളമായിരുന്നു. അവൻ ചെല്ലുമ്പോൾ സദ്യ തുടങ്ങാൻ പോകുന്നു. അറിയുന്ന ഒരാൾ പോലും ഇല്ല. വെള്ളത്തുണി കൊണ്ട് കെട്ടിമറച്ച പന്തലിന് ഉള്ളിൽ ഊണ് കഴിക്കാനായി ആളുകൾ ഇരച്ചു കയറിയപ്പോൾ അവനും കയറി. ആളുകൾ മടക്കി വിരിച്ച പായകളിൽ നിലത്ത് ഇരുന്നു. തറ്റുടുത്തു ഷർട്ടിടാതെ വെറും കസവു മേൽമുണ്ടിട്ട്, അപ്പുറവും ഇപ്പുറവും ഇരുന്ന ചെറുപ്പക്കാരായ പൂണൂൽധാരികൾ പരസ്പരം വർത്തമാനം പറയാൻ തുടങ്ങിയപ്പോൾ, അവൻ ഇലയൊക്കെ തുടച്ചു വൃത്തിയാക്കി. എല്ലാവരും ചമ്രം പടിഞ്ഞിരുന്നപ്പോൾ അവന് അങ്ങനെ ഇരിക്കാൻ പറ്റിയില്ല. ഇലയിലിരുന്ന ശർക്കര വരട്ടി എടുത്തു കടിച്ചപ്പോൾ രണ്ടു പ്രായമായ പൂണൂൽ ധാരികൾ വന്നു ഉറക്കെ വിളിച്ചു പറഞ്ഞു.

"എല്ലാവരും ശ്രദ്ധിക്കണം. അബ്രാഹ്മണർ പന്തിയിലുണ്ടെങ്കിൽ ദയവ് ചെയ്ത് എഴുന്നേല്ക്കണം. അവർക്ക് അപ്പുറത്തു പ്രത്യേകം പന്തിയുണ്ട്. അല്ലെങ്കിൽ അടുത്ത പന്തിക്കിരിക്കാം."

മുരളി സാവകാശം എഴുന്നേറ്റു. ചുറ്റിനും നോക്കി. ആരെങ്കിലും എഴുന്നേല്ക്കുന്നുണ്ടോ? ഇല്ല. ആരുമില്ല. തമ്പുരാൻ ഇവിടെയെങ്ങാനും ഉണ്ടോ? ഇല്ല. വിളിച്ചു പറഞ്ഞവർ അവിടെ അവനെ തന്നെ നോക്കി നിന്നു. അവർ അടുത്തോട്ടു വന്നെങ്കിൽ പറയാമായിരുന്നു. "ഞാൻ സഖാവിന്റെ മോനാണ്. തമ്പുരാന്റെ കൂട്ടുകാരൻ സഖാവ് കൃഷ്ണപിള്ളയുടെ മകൻ, ഉഗ്ര കേസരി ഭാർഗ്ഗവൻപിള്ളയുടെ കൊച്ചുമോൻ, മാലൂർ നാരായണപിള്ള അല്ലെങ്കിൽ ചക്കരയമ്മാവന്റെ................" വാക്കുകൾ അവന്റെ തൊണ്ടയിൽ കുടുങ്ങി കിടന്നു.

അടുത്തോട്ട് വന്ന മറ്റൊരു പൂണൂൽധാരി ധൃതി വച്ചു. "വരൂ, വേഗം ഇറങ്ങി വരൂ."

ആൾക്കാരുടെയെല്ലാം മുൻപിൽ തുണി ഉരിഞ്ഞപോലെ, സങ്കടപ്പെട്ട് കൊച്ചു മുരളി അടവന മഠം കൊട്ടാരത്തിന്റെ വാതില്ക്കൽ നിന്നു. അന്നേക്ക് ഇ എം എസ് നമ്പൂതിരിപ്പാട് കുടി ഒഴിപ്പിക്കൽ നിരോധന നിയമത്തിൽ ഒപ്പിട്ടിട്ട് കൃത്യമായി ഏഴ് വർഷമായി.

"രൂപത്തിലും, ഭാവത്തിലും സമാനതകളുള്ള മനുഷ്യനെ, എന്തിന്റെ പേരിലായാലും മാറ്റിനിർത്തുന്നതിന്റെ വേദന പറഞ്ഞറിയിക്കാനാവില്ല, അത് അനുഭവിച്ചറിയേണ്ടതാണ്. അത് ജാതിയുടെയോ മതത്തിന്റെയോ പേരിലായാൽ ക്രൂരവും, നിന്ദ്യവും." സഖാവ് പറയുന്നത് അവൻ കേട്ടിട്ടുണ്ട്.

"എനിക്കിവരുടെ സദ്യ വേണ്ട. ഇനി ഞാൻ ബ്രാഹ്മണരുടെ കല്യാണത്തിന് പോകില്ല." കുഞ്ഞു മനസ്സിന്റെ ശപഥം.

നേരത്തെ വീട്ടിൽ ചെന്ന മുരളിയോട് ലക്ഷ്മിയമ്മ ചോദിച്ചു: "ഇത്ര വേഗം കഴിഞ്ഞോ?"

"ചെല്ലുമ്പോഴേ സദ്യ തുടങ്ങിയിരുന്നു."

"പായസമൊക്കെ തട്ടിയോടാ?" ലക്ഷ്മിയമ്മ ചോദിച്ചു.

"വയർ ഭും എന്നായി, ഇന്നിനി ഒന്നും വേണ്ട." മുരളി ചിരിച്ചു. നാണക്കേട് അവൻ അടക്കി. അമ്മയോടുപോലും പറയാൻ സാധിക്കാത്ത അപമാനം. മനുഷ്യൻ എന്ന അവന്റെ സ്വത്വത്തിനേറ്റ മുറിവ് അത് കൊണ്ടാകും, അതിന് മുൻപും, പിൻപും ഉള്ള പലതും ഓർമ്മയില്ലെങ്കിലും ഈ മുറിവ് മാത്രം മായാതെ നില്ക്കുന്നു.

ഉച്ച ആയപ്പോൾ ലക്ഷ്മിയമ്മ വിളിച്ചു: "എടാ ഉണ്ണുന്നോ?"

"ഇല്ല. വേണ്ട."

"അല്പം പായസം?"

"വേണ്ട." കഴിച്ചാൽ സത്യം വെളിയിലായാലോ? അങ്ങനെ പില്ക്കാലത്തു ജീവിതത്തിൽ പലപ്പോഴും അനുഭവിക്കേണ്ടി വന്ന പട്ടിണിക്ക്, തന്റെ ഏഴാം ജന്മദിനത്തിൽ മുരളി ട്രെയിനിങ് എടുത്തു.

രണ്ടാമത്തെ അപമാനം രാഘവനിൽ നിന്നും. സത്യത്തിൽ ഓർമ്മകൾ തുടങ്ങുന്നത് അവനിൽ നിന്നുമായിരുന്നല്ലോ? മുരളിക്ക് അന്ന് ഏതാണ്ട് ഏഴോ, എട്ടോ വയസ്സ് പ്രായം. വാരിയത്തിലെ രാഘവന് മുരളിയേക്കാൾ ഒരു ആറ് വയസ്സെങ്കിലും പ്രായക്കൂടുതൽ കാണും. പൊടിമീശ ഒക്കെ ഉണ്ടയാൾക്ക്. കണ്ടാലും സുന്ദരൻ. എപ്പോഴും മൂളിപ്പാട്ടും പാടി പെങ്കൊച്ചുങ്ങളുടെ പിറകെ കാണാം. വാര്യരാണെങ്കിലും ചാപ്പൻ വേടന്റെ സ്വഭാവം. കൈയിലിരുപ്പെല്ലാം വളരെ മോശം. കണ്ടാൽ പറയത്തുമില്ല. പഞ്ചപാവം പോലെ. അതുകൊണ്ട് തന്നെ അയാളെ കുട്ടികൾക്കാർക്കും അത്ര ഇഷ്ടമല്ല. ഒരുനാൾ കസിൻസ് ആരും കൂടെ ഇല്ലാത്ത സമയം. രാഘവൻ ആ വഴിക്കു വന്നു. ഒരു 'സൊയമ്പൻ' ചിരി ചിരിച്ചിട്ട് "എന്താടാ നീ എന്റെ കൂടെ കളിക്കാനൊന്നും വരാത്തെ? വരുന്നെങ്കിൽ വാ. ഞാനിപ്പോൾ ചെമ്പകശ്ശേരി കിഴക്കേലെ തോട്ടിൽ, കള്ളിയമ്പാല കാണാൻ പോകുവാ. കൈതപ്പൂക്കളൊക്കെ വിരിഞ്ഞുനില്ക്കുന്നത് കാണാൻ രസമാ. വേഗം പോരാം വരുന്നോ?"

അവൻ നിർബ്ബന്ധിച്ചപ്പോൾ മുരളി കൂടെ പോയി. കുറെ ഊടുവഴികളും കയ്യാലകളും ചാടി കടന്നു, ഏതോ ഇടവഴിയിലെത്തി. അവിടെ നിന്നും കുന്നിൻചരുവിലൂടെ ഗ്രാവൽ റോഡിലേക്ക്. റോഡിനിരുവശത്തും, കയ്യാലപ്പുറത്ത് നിരയൊത്ത് വച്ച ശീമക്കൊന്നകൾ പൂത്തുലഞ്ഞു നില്ക്കുന്നു. ഇളം വയലറ്റ് നിറമാർന്ന അല്ലികൾ പോലെയുള്ള പല വലുപ്പത്തിലുള്ള പൂക്കളും മൊട്ടുകളും കുലകളായി നില്ക്കുന്നത് കണ്ടവൻ രാഘവനോട് പറഞ്ഞു: "എനിക്കതിൽ ഒരു കുല പൊട്ടിച്ചു തരുമോ?"

"തിരിച്ചു വരുമ്പോഴാകട്ടെ. നീ വേഗം വാ" രാഘവൻ ധൃതി കൂട്ടി. ഗ്രാവൽ റോഡിൽ കുറെ ദൂരം പോയിട്ട് തോട്ടുകരയിലേക്ക് ഇടുങ്ങിയ വരമ്പാണ്. രണ്ട് സൈഡും വിരിപ്പ് കണ്ടം. വരമ്പ് നിറയെ കളകൾ വളർന്നു നില്ക്കുന്നുണ്ട്. കളകൾക്കിടയിൽ തവളകളും പഴുതാരയും കൊച്ചു ഞണ്ടുകളും കാണും. അവ കാലിൽ കയറി കടിക്കും. അതുപോലെ പൊത്തുകളിൽ പുളവനോ, നീർക്കോലികളോ ഒളിച്ചിരുപ്പുണ്ടാകും. അതുകൊണ്ട് വളരെ സൂക്ഷിക്കണം. കൂടാതെ വരമ്പിനു നല്ല വഴുക്കലുണ്ടാകും. നീർക്കോലി കടിച്ചാൽ ചത്ത് പോകുകയൊന്നുമില്ല. എന്നാൽ നേരത്തോടുനേരം ഉറങ്ങാതെ ഇരിക്കണം. വിഷഹാരി മാണിക്കശ്ശേരി പാപ്പിമാപ്പിളയുടെ കയ്ക്കുന്ന കഷായം കുടിക്കണം. കണ്ണുകളിൽ നീറുന്ന മരുന്ന് നസ്യം ചെയ്യണം. ജീവൻ പോകും. വരമ്പ് തോട്ടിൻകരയിൽ തീരും. വളരെ വിജനമായ പ്രദേശം. ദൂരെ റോഡിൽ കൂടെ ആരെങ്കിലും പോയാൽ പൊട്ടു പോലെ കാണാം. തോടിന്റെ കര നിറയെ കൈതച്ചെടികൾ തിങ്ങി നിറഞ്ഞു നില്ക്കുന്നു. കൈതപ്പൂക്കളുടെ മനം മയക്കുന്ന ഗന്ധം. "നമുക്ക് അക്കരെ പോകാം. യക്ഷിമാർ ഉറങ്ങുന്ന കൈതക്കാടാണ്. ആരൊക്കെയോ കണ്ടിട്ടുണ്ടത്രെ. ഭാഗ്യമുണ്ടേൽ നമുക്കും യക്ഷിയെ കാണാം."

"യക്ഷിയോ ഞാനില്ലേ. എനിക്ക് പേടിയാ. ഞാൻ പോകുന്നു."

രാഘവൻ പൊട്ടിച്ചിരിച്ചു. "എടാ മുരളി എല്ലാം കള്ളക്കഥകളാടാ, മണ്ടാ, നിന്നെ പറ്റിക്കാൻ പറഞ്ഞതാ. വെള്ളം കുറഞ്ഞ ഭാഗത്തു കൂടി തോട്ടിനക്കരെ പോകാം. ആഴമുള്ള തോടല്ല. നീ പേടിക്കണ്ട. വാ, ഞാനില്ലേ കൂടെ? നമുക്ക് ഉടനെ തിരികെ പോകാമെന്നേ." അത് പറഞ്ഞതും തോട്ടിൽ വെള്ളം കുറഞ്ഞ ഭാഗത്തു കൂടി അവൻ അക്കരയ്ക്കു പോയി.

തോട് മുറിച്ചു കടന്നു അക്കരെ പോകാൻ പേടി ഉണ്ടായിരുന്നു. എങ്കിലും അവൻ വീണ്ടും ഇറങ്ങി വന്നു നിർബ്ബന്ധിച്ചപ്പോൾ ഗത്യന്തരമില്ലാതെ മുരളി കൂടെ പോയി. നല്ല ഷേപ്പ് ഉള്ള പച്ച കൈതോല, മുള്ളു ചീകി കളഞ്ഞ്, ഉണക്കി എടുത്തു കട്ട് ചെയ്ത്, ചിലർ തഴപ്പായകൾ നെയ്യാറുണ്ട്. ഉറങ്ങാനും ഉണക്കാനും. കാളി നന്നായി പായകൾ നെയ്യും. മോൾ ചിരുതയാണ് വില്ക്കാൻ പായുമായി ഇറങ്ങുക. അവളെ കാണാൻ നല്ല ചേലാണ്.

"എടാ നീ ചിരുതയെ കണ്ടിട്ടുണ്ടോ? അവളൊരു ചരക്കാ. ഒരു നാൾ ഞാനവളെ സൈറ്റ് അടിക്കും, വളയ്ക്കും."

സൈറ്റിന്റെ, വളയ്ക്കലിന്റെയും അർത്ഥമൊന്നും മനസ്സിലായില്ലെങ്കിലും മുരളി ഉറപ്പിച്ചു, അയ്യപ്പനമ്മാവന്റെ മക്കൾ ഗോവിന്ദേട്ടനും കേശുവേട്ടനും നാരായണേട്ടനും ഒക്കെ പറയും പോലെയല്ല, ഈ രാഘവൻ വലിയ മിടുക്കനാണ്. അവനെന്തെല്ലാം കാര്യങ്ങൾ അറിയാം.

തോടിനക്കരെ കണ്ണെത്താ ദൂരത്തോളം കാടുപിടിച്ചു കിടക്കുന്ന കുന്നു പോലെയുള്ള വിജനമായ സ്ഥലം. നിറയെ മാവുകളും പ്ലാവുകളും പൂവരശും മുള്ള് മുരിക്കും ആഴാന്തകളും തെങ്ങുകളും കവുങ്ങുകളും പാഴ്മരങ്ങളും വള്ളികളും നിറഞ്ഞ, നിഗൂഢമായ ഇരുട്ട് നിറഞ്ഞ പറമ്പ്. അല്പം വെയില് വീഴുന്നിടത്തെല്ലാം ഇടതൂർന്ന് നില്ക്കുന്ന കമ്യൂണിസ്റ്റ് പച്ചയും തൊട്ടാവാടി കാടുകളും. ഇടയിലൊക്കെ പടർന്ന് നില്ക്കുന്ന പുല്ലാഞ്ഞികൾ സൂക്ഷിച്ചില്ലെങ്കിൽ ദേഹത്ത് പോറലുകൾ വീഴും. കുറെ മാറി നില്ക്കുന്ന ഒരു മരം കാട്ടി രാഘവൻ പറഞ്ഞു: "അതാണ് ചാരു വൃക്ഷം. അതിലെങ്ങാനും പോയി തൊടുകയോ, അതിന്റെ ഇലകളെടുത്തു ദേഹത്ത് തൂക്കുകയോ ചെയ്താൽ ചൊറിഞ്ഞു പണ്ടാരമടങ്ങും. എന്തിന് അതിന്റെ അടുത്തെങ്ങാനും പോയി നിന്ന് അതിലടിച്ചു വരുന്ന കാറ്റേറ്റാലും മതി ചൊറിയാൻ."

എന്തൊരു വന്യമായ സൗന്ദര്യം. അവന് സ്ഥലം ഇഷ്ടപ്പെട്ടു. പത്ത് ഏക്കറോളം കാടു പിടിച്ചു കിടക്കുന്ന സ്ഥലമെല്ലാം നേര് മഠക്കാരുടെയാണ്. അവിടെ നിന്നാൽ പുറം ലോകവുമായി ഒരു ബന്ധവുമില്ല. ചീവീടുകളുടെയും തവളകളുടെയും, പിന്നെ കുളക്കോഴിയുടെയും കാട്ടുമൂങ്ങകളുടെയും കരച്ചിൽ മാത്രം. കുറ്റിക്കാടുകളിലെ പൊന്തകളിൽനിന്നും എപ്പോൾ വേണമെങ്കിലും തല നീട്ടാവുന്ന പാമ്പുകളെ ഓർത്തപ്പോൾ അവന് പേടി തോന്നി. ഒരു കീരി അവന്റെ മുമ്പിൽ കൂടി പാഞ്ഞു പോയി. പുറകെ മറ്റൊന്നും. കീരി ഉണ്ടെങ്കിൽ പാമ്പുകൾ തീർച്ചയായും ഉണ്ടാകും. അവനോർത്തു. "പാമ്പുണ്ടോ?"

"ഇവിടെല്ലാം മൂർഖനും ചേനത്തണ്ടനും ശംഖുവരയനും ഇഷ്ടം പോലുണ്ട്. രാജവെമ്പാലവരെയുണ്ട്. ഇന്നാള് ഇവിടെ നിന്നും ഒരു വലുതിനെ നടേശൻ പിടികൂടി കൊന്നു."

"ആരാ നടേശൻ?"

"അയാളെ അറിയില്ലേ? കള്ളു വാറ്റുകാരൻ. കുരുമുളക് കൃഷി എന്നും പറഞ്ഞു അയാളല്ലയോ ഈ പറമ്പ് പാട്ടത്തിനെടുത്തിരിക്കുന്നത്. ഇതിന്റെ മുൻവശം പാണ്ടനാട് റോഡിലോട്ടാണ്. അവിടെ തുടക്കത്തിൽ അയാൾ കുറെ കുരുമുളക് കൊടി നട്ടിട്ടുണ്ടെന്നത് ഒഴിച്ചാൽ ഇതിൽ കൃഷി ഒന്നുമില്ല. ആൾക്കാർ പറയുന്നത് ഈ കാടു പോലെ കിടക്കുന്ന സ്ഥലത്തെവിടെയോ രാത്രി വെട്ടം കാണാമെന്നാണ്. അയാളും കൂട്ടരും വാറ്റുന്നതാണത്രെ. വാറ്റാനുള്ള സൗകര്യത്തിനാണ് അയാളിത് പാട്ടത്തിനെടുത്തതെന്നാണ്. ഇപ്പോൾ ഇത് അയാളുടെ കസ്റ്റഡിയിലാണ്. എന്തോ നിയമമൊക്കെ വന്നു, ഇനിയിത് മഠക്കാർക്ക് കിട്ടില്ല പോലും."

"പാമ്പിനെ കൊല്ലണമെങ്കിൽ മൂരി ഗോപാലപിള്ള വേണം. എത്ര എണ്ണത്തിനെ അയാൾ ഒറ്റ അടിക്ക് തല്ലിക്കൊന്നിരിക്കുന്നു." മുത്തശ്ശി പറഞ്ഞത് അവനോർമ്മ വന്നു. "ഞാൻ വീട്ടിൽ പോകുന്നു."

ശബ്ദത്തിന്റെ വിറയൽ രാഘവന് മനസ്സിലായെന്നു തോന്നുന്നു. അവൻ തോളത്തു പിടിച്ചു ചേർത്ത് നിർത്തി പറഞ്ഞു: "ദാ ആ കാണുന്ന കുറ്റിക്കാടിനിടയിൽ നില്ക്കുന്നത് പാലമരം, അതിന് മുകളിലാണ് യക്ഷിയിരിക്കുന്നത്. ആളുകളെ പിടിച്ചു, അതിന്റെ മുകളിലിരുന്നാണ് ചോര ഊറ്റിക്കുടിക്കുന്നതും തിന്നുന്നതും. അവൾക്ക് ആണുങ്ങളെ മതി. തിന്നും മുൻപേ അവരുമായി രമിക്കും. ആണുങ്ങൾ തളർന്നു വീഴും. അപ്പോഴാണ് അവൾ കഴുത്തിന് പുറകിലെ ഞരമ്പ് കടിച്ചു മുറിച്ചു ചോര കുടിക്കുന്നത്. എന്നിട്ടേ തിന്നു. തളരാത്തവരെ വെറുതെ വിടും. അവസാനം ബാക്കി പല്ലും നഖവും മുടിയും തറയിൽ കിടക്കും."

"രമിക്കുക എന്ന് പറഞ്ഞാൽ?"

"എടാ ഈ മറ്റേത്. അച്ഛനും അമ്മയും കെട്ടിപ്പിടിച്ചിട്ടുള്ളത്. ഏത്?" രാഘവൻ വഷളൻ ചിരി ചിരിച്ചു.

മുരളിക്ക് ഇഷ്ടമായില്ല. "വാ പോകാം."

"കഴിഞ്ഞ പ്രാവശ്യം ഈ സമയത്തോടടുത്താണ് വന്നത്. സുന്ദരി എന്ന് പറഞ്ഞാൽ പോരാ. അതി സുന്ദരി. ഇത്തിരി കറുത്തിട്ടാണ്. ഞാൻ കാണുമ്പോൾ ചുവന്ന ബ്ലൗസും പച്ച പാവാടയുമായിരുന്നു. ആളുകൾ പറയും പോലെ വെള്ള വസ്ത്രമൊന്നുമല്ല. മുഖം കാണാൻ കഴിഞ്ഞില്ല. നമ്മുടെ മാമ്പാട്ട് ജേക്കബ്മോനെ ആവാഹിച്ചുകൊണ്ടാണ് അവൾ വന്നത്. രണ്ടാളും കൂടി എന്റെ മുരളി! കൈതക്കാട്ടിൽ. ഒന്നും പറയണ്ട."

"അപ്പോൾ അവൾ ജേക്കബ്മോനെ തിന്നോ?"

"തിന്നില്ല. അതാണല്ലോ, നമ്മുടെ യക്ഷി പാവമാണെന്ന് ഞാൻ പറഞ്ഞത്." ഒരു മിനിറ്റ് ആലോചിച്ചിട്ട് അവൻ ഒരു ചെറുചിരിയോടെ പറഞ്ഞു "ജേക്കബ്മോൻ തളർന്നിട്ടുണ്ടാകില്ല. അതുവരട്ടെ..... അതാണ് കാര്യം."

മുരളിക്കൊന്നും മനസ്സിലായില്ല. അവർ യക്ഷിയുടെ വരവിനായി ശബ്ദമുണ്ടാക്കാതെ കാത്തിരുന്നു. രാഘവൻ മുരളിയെ വലതു കൈകൊണ്ട് കുറെക്കൂടി ചേർത്ത് പിടിച്ചു പറഞ്ഞു, "അനങ്ങല്ലേ അവൾ വരുന്നെന്ന് തോന്നുന്നു. കൈതക്കാട്ടിൽ എന്തോ അനക്കം കാണുന്നില്ലേ?"

അരയ്ക്കു ചുറ്റും രാഘവന്റെ ഇടത് കൈവിരലുകൾ പാമ്പുകളായപ്പോൾ, അരനിക്കറിന്റെ തുറന്ന കാലുകൾക്കിടയിൽക്കൂടി പതുക്കെ ഉള്ളിൽ കയറിയ പാമ്പ് അവന്റെ പൊടിക്കുട്ടനെ മൃദുവായി വായിൽ കയറ്റിയപ്പോൾ അവൻ പേടിച്ചു, അനങ്ങാതിരുന്നു. വായ തുറന്ന പാമ്പ് പൊടിക്കുട്ടനെ അരുമയോടെ വിഴുങ്ങുകയും, തുപ്പുകയും ചെയ്തു. പൊടിക്കുട്ടനും പേടിച്ച് എഴുന്നേറ്റു. വെപ്രാളപ്പെട്ട് കൈകൾ കുടഞ്ഞെണീറ്റു മുരളി പറഞ്ഞു: "ഞാൻ പോണു",

എഴുന്നേറ്റ് ഒരോട്ടമായിരുന്നു. തോട് കടന്നു റോഡിലെത്തിയപ്പോൾ പരിചിതമല്ലാത്ത പാതകളിൽ വഴി തെറ്റി. ഇടത്തോട്ടോ വലത്തോട്ടോ? എത്ര ദൂരം നടന്നു എന്നറിയില്ല. വെറും ഒരു വള്ളി നിക്കറാണ് വേഷം. നന്നായി വിശപ്പും, ദാഹവും ഉണ്ടായിരുന്നു. കുരിശടിയും കടന്നു, കാട്ടുവള്ളികൾ റോഡിലേക്ക് വീണ് കിടക്കുന്ന പുരയിടവും കടന്നിട്ടും, പരിചയം ഉള്ള ആരെയും റോഡിൽ കണ്ടില്ല. അവസാനം കരച്ചിലിന്റെ വക്കിലോളം എത്തിയ അവൻ എതിരെ സൈക്കിളിൽ വന്ന ആളെ തിരിച്ചറിഞ്ഞു. പേരൊന്നും അറിയില്ല. പരിചയമൊന്നുമില്ല. ഭാർഗ്ഗവൻപിള്ള അപ്പൂപ്പനെ കാണാൻ കുടുംബത്തിൽ വന്നിട്ടുണ്ട്. ധൈര്യം സംഭരിച്ചു പറഞ്ഞു: "എനിക്ക് വഴി അറീല്ല. കമ്യൂണിസ്റ്റു കൃഷ്ണന്റെ മോനാ. വീട്ടിൽ പോണം."

"എവിടുത്തെ? ഇലഞ്ഞിക്കൽ ഭാർഗ്ഗവൻപിള്ളയദ്ദേഹത്തിന്റെ വീട്ടിലെയോ?"

"അതെ, വീട്ടിൽ പോണം. വഴി തെറ്റി."

"നീയെങ്ങനെ ഇത്ര ദൂരം വന്നു? വീട്ടിൽ ആരോടും പറഞ്ഞില്ലേ? നിന്റെ അച്ഛനും അമ്മക്കുമറിയാമോ" ചോദ്യങ്ങളുടെ പെരുമഴ. ഒന്നും പറയാതെ വീട്ടിൽ പോണം എന്ന് മാത്രം അവൻ പറഞ്ഞുകൊണ്ടിരുന്നു. അയാൾ സൈക്കിൾ തിരിച്ചു, "നീയെങ്ങനെ തന്നെ പോകും. ഞാൻ കൊണ്ടാക്കാം."

അപ്പൂപ്പന്റെയും വലിയമ്മാവൻ സോമൻമാമയുടെയും അടി ഉറപ്പായിരുന്നു. അയ്യപ്പൻ പിള്ള അമ്മാവൻ പാവം ഒന്നും പറയില്ല. വലിയമ്മാവൻ പൊലീസിൽ ഹെഡ് കോൺസ്റ്റബിൾ ആണ്. മലബാറിലാണ് ജോലി. മിന്നലെന്നാണ് പൊലീസിലെ ഇരട്ടപ്പേര്. അപ്പൂപ്പനെ പോലെ ആറടി പൊക്കവും അതിനൊത്ത തടിയും. കുടുംബം ഒക്കെ കോന്നിയിൽ. അമ്മായിയുടെ വീടാണവിടെ. ഇടയ്ക്കിടെ കുടുംബത്തിൽ വരും വരുമ്പോഴെല്ലാം അപ്പൂപ്പന് ജാപ്പാണം പുകയിലയും, കറുപ്പും കൊണ്ട് വരും. കാലുകഴപ്പും വേദനയും കൂടുമ്പോൾ വായിലിട്ടാൽ വേദന പോകും എന്ന് വലിയമ്മാവൻ, അപ്പൂപ്പനോട് പറയുന്നത് അവൻ കേട്ടിട്ടുണ്ട്. ഇപ്പോൾ വീട്ടി

ലുണ്ട്. രാവിലെ കാപ്പികുടി കഴിഞ്ഞപ്പോൾ ഇറങ്ങിയതാണ്. ഇപ്പോൾ മണി മൂന്നെങ്കിലും ആയിക്കാണും. ആ പുരയിടത്തിൽ കറങ്ങി നടന്നപ്പോൾ സമയം പോയതറിഞ്ഞില്ല. കൂടാതെ ഏതാണ്ട് മൂന്നു കിലോമീറ്റർ അപ്പുറം ഓടി പോകുകയും ചെയ്തല്ലോ. കുടുംബത്തേക്കുള്ള ഇടവഴിയിലേക്ക് കടക്കുമ്പോഴേ അടുക്കള സഹായി പൊന്നമ്മയെ കണ്ടു. "കുഞ്ഞു എവിടെ പോയതാ? എല്ലാരും എത്ര നേരമായെന്നോ തിരയാൻ തുടങ്ങിയിട്ട്? ശീമേന്ന് രാമൻമാമയും കുടുംബവും വന്നിട്ടുണ്ട്. അതിനിടയിലാ കുഞ്ഞിനെ കണ്ടില്ലെന്ന് പറഞ്ഞു ലക്ഷ്മിക്കുഞ്ഞു അവിടെ കിടന്നു അലമുറയിടുന്നത്. ഭാഗ്യം, വല്ല പിള്ളേരെ പിടുത്തക്കാരും പിടിച്ചോണ്ട് പോകാഞ്ഞത്. ഓടിച്ചെല്ല്."

ആദ്യമായി ഇലഞ്ഞിക്കൽ കുടുംബത്തിലേക്ക് കടന്നുവരുന്ന ആർക്കും ദൂരവച്ചേ കാണാം, റോഡിന് ഇടതുവശം വളർന്നു പന്തലിച്ചു നില്ക്കുന്ന വലിയൊരു ഇലഞ്ഞിമരം. രണ്ടാളുകൾ കൈകൾ ചേർത്തു പിടിച്ചാലും തടിവണ്ണം കിട്ടില്ല. അത്ര വലുതാണ്. മിക്കപ്പോഴും അത് നിറയെ പൂവായിരിക്കും. അതുകൊണ്ടു തന്നെ ആ പ്രദേശം മൊത്തം ഇലഞ്ഞിപ്പൂമണം ആണ്. മുറ്റം റോഡിൽനിന്നും അല്പം പൊങ്ങിയാണ്. ചരൽ വിരിച്ചു, ഇഷ്ടികകൾ ചരിച്ചു വച്ച്, അതിരു തിരിച്ച മുറ്റത്തിന്റെ വടക്കു കിഴക്കേ മൂലയിലാണ് ഇലഞ്ഞി. മുറ്റത്തേക്ക് കയറിക്കഴിഞ്ഞാൽ വലതു പടിഞ്ഞാറ് കല്ല് കെട്ടി മറച്ച, മനോഹരമായ കിണർ. അതിന് വടക്കായി നിറയെ ചുവന്ന അല്ലികളുള്ള, ഭംഗിയുള്ള മഞ്ഞപ്പന്തുകൾ തൂങ്ങി, തൂങ്ങി കിടക്കുന്ന കമ്പിളി നാരകം. മണൽ വിരിച്ച മുറ്റത്തു ഒരു ചെടിയേ ഉള്ളു. ഒരു ചെറിയ കിളിമരവും അതിന്റെ ശിഖരങ്ങളിലെല്ലാം പടർന്നുകയറി പൂത്തു നില്ക്കുന്ന മുല്ലയും. മുല്ല സീസണിൽ നിറയെ പൂവായിരിക്കും. നേരം വെളുത്താൽ ഇലഞ്ഞിപ്പൂവുകളുടെ, ഇളം മഞ്ഞ മെത്തയ്ക്കു മുകളിൽ പൊട്ടുകൾ പോലെ മുല്ലപ്പൂക്കൾ കാണാം. പിള്ളേർക്കൊക്കെ മുല്ലയാണിഷ്ടം. എന്നാൽ നാട്ടുകാർക്കെല്ലാം മുല്ലയുടെ മണത്തിനും മുകളിൽ പടർന്നു കയറുന്ന ഇലഞ്ഞിപ്പൂക്കളുടെ മണമാണിഷ്ടം. മുരളിക്കും അതാണിഷ്ടം.

അരമതിൽ കെട്ടി ഉരുളൻ തൂണുകളിൽ നെടു നീളത്തിൽ കിടക്കുന്ന വരാന്ത. അതിന്റെ പടിഞ്ഞാറേ അറ്റത്തു ഉത്തരത്തിൽ കെട്ടിത്തൂക്കിയ ചാണകത്തിൽ നിർമ്മിച്ച ഭസ്മത്തട്ട്. ഇതൊരു അലങ്കാരമല്ല. ഇതിൽ നിന്നും ഭസ്മമെടുത്ത് നെറ്റിയിൽ തൊട്ടു വേണം സന്ധ്യാനാമം ജപിക്കാൻ. വരാന്തയുടെ തെക്കു പുറത്തെ ഭിത്തി, പകുതിഭാഗം കൊത്തുപണികളും പിത്തള കുമിളകളുമുള്ള, അറയുടെ പലകകളാണ്. വരാന്തയുടെ മദ്ധ്യത്തിൽ മച്ചിന്റെ പലകത്തട്ടിലെ കൊളുത്തിൽ കെട്ടിത്തൂക്കിയ സ്വർണ്ണ നിറമുള്ള നെല്ക്കതിർ കറ്റ. വരാന്തയുടെ പടിഞ്ഞാറ് അരമതിൽ ചേർന്ന്, നീണ്ട കൈകൾ ഉള്ള, വലിയൊരു ചൂരൽ വരിഞ്ഞ കരിവീട്ടി ചാരുകസേര കിടപ്പുണ്ട്. അതിൽ പനയോല വിശറിയും വീശി, കഴുത്തു ചുറ്റി രണ്ടാം മുണ്ടും, നെറ്റിയിലും, നെഞ്ചത്തും, രണ്ടു കൈയിലും

ഭസ്മക്കുറിയും, കാതിൽ കടുക്കനും വാ നിറയെ മുറുക്കാനുമായി അതിസുന്ദരനും, ആജാനബാഹുവുമായ ഒരു സിംഹം കിടപ്പുണ്ട്. അവിടെയില്ലെങ്കിൽ വരാന്തയ്ക്ക് വടക്കുപടിഞ്ഞാറേ മൂലയിൽ, വലതു വശത്തെ മുറ്റത്തേക്ക് തള്ളി നില്ക്കുന്ന വലിയ മുറി. അതിൽ വടക്കേ ജനലിനോട് ചേർത്തിട്ടിരിക്കുന്ന സപ്രമഞ്ചൽ കട്ടിൽ. അതിൽ കാണും, തലയിണയിൽ ചാരി, ആര് കണ്ടാലും രണ്ടാമതൊന്നു നോക്കും. ആരാണ് എന്ന് ചോദിക്കും. ഇലഞ്ഞിക്കൽ ഭാർഗ്ഗവൻപിള്ളയദ്ദേഹം.

"കഴുവറടമോനെ" എന്ന ഗർജ്ജനം കേട്ടാൽ ഉറപ്പിച്ചോളു, ഭാർഗ്ഗവൻപിള്ളയദ്ദേഹത്തിന് കോപം വന്നിരിക്കുന്നു. ചില സമയങ്ങളിൽ കഴുവറടമോന്റെ മുൻപിൽ ഒരു വാക്ക് കൂടി വരും. നാട്ടുപ്രശ്നങ്ങളിൽ തീർപ്പു കേൾക്കാൻ വരുന്നവരോട് ഒന്നേ പറയു. അതാ ചട്ടം. പൊതു കാര്യങ്ങളിൽ ന്യായം തെറ്റത്തുമില്ല. സ്വന്തം മക്കൾക്ക് പോലും ഭയമാണടുത്തു ചെല്ലാൻ. പിന്നല്ലേ മറ്റുള്ളവരുടെ കാര്യം. എന്നാൽ ഒട്ടും ഭയമില്ലാത്ത ഒരു കൂട്ടർ ഉണ്ട്, കുട്ടികൾ. കാരണം അപ്പൂപ്പന് കുട്ടികളുടെ സഹായം വേണം, കാല് കഴപ്പ് കൊണ്ട് പുളയുമ്പോൾ, ഞെക്കിക്കൊടുക്കാൻ.

"ആരാടാ അവിടെ. മുരളിയാണോടാ? കഴുവറട മോനെ, ഇങ്ങോട്ടു വാടാ. ഓടേണ്ട. ഞാൻ കണ്ടടാ. വാടാ ഇവിടെ. കഴുവറടമോനെ, നീ ഈ കാലൊന്നു ഞെക്കിത്താടാ."

ഈ വാക്ക് ഇത്ര മധുരമായും പല അർത്ഥങ്ങളിലും ഉപയോഗിക്കാമെന്ന് അപ്പൂപ്പനിൽ നിന്നുമാണ് മുരളി പഠിച്ചത്. വലിയമ്മാവൻ ഏതോ പൊലീസുകാരന്റെ കൈയിൽനിന്നും കണങ്കാലിൽ കെട്ടുന്ന പട്ടീസ്സു കൊണ്ടു കൊടുത്തിട്ടുണ്ട്. അതെത്ര മുറുക്കിക്കെട്ടിയാലും ചില സമയത്തു കഴപ്പിന് ഒട്ടും കുറവില്ലെന്നു പറയും.

ദൂരെ വച്ചേ മുരളി കണ്ടു. റോഡിലും, ഇലഞ്ഞിച്ചോട്ടിലും ചുറ്റുവട്ടത്തുള്ളവരെല്ലാം ഉണ്ട്. അവൻ കരുതി ആളുകൾ അവനെ കാണാഞ്ഞിട്ട് തിരക്കി വീട്ടിൽ വന്നതാണെന്ന്. അങ്ങനെയല്ല, അവരെല്ലാം മലയായിൽ നിന്നും വന്ന രാമൻ നായരെ കാണാൻ വന്നതാണെന്ന് വേഗം മനസ്സിലായി. ആജാനബാഹുവായ ഒരു സുന്ദരനായ മനുഷ്യൻ സിഗരറ്റും പുകച്ചു കൊണ്ട്, ആൾക്കാരോട് കുശലം പറഞ്ഞ്, ഉറക്കെ ചിരിച്ചുകൊണ്ട് മുറ്റത്ത് നില്ക്കുന്നുണ്ടായിരുന്നു. രാമനമ്മാവനാണെന്നു അവൻ ഉറപ്പിച്ചു. കണ്ട ഓർമ്മയില്ല. അവന്റെ പരുങ്ങലും, സൂത്രത്തിൽ അകത്തോട്ടു പോകാനുമുള്ള തിടുക്കവും കണ്ട് അദ്ദേഹം അവനെ വിളിച്ചു. "മുരളിയല്ലേ? ഇങ്ങു വാടാ. നിന്റെ അമ്മാവനാടാ." പിന്നെ അകത്തോട്ടായിട്ടു ഉറക്കെ വിളിച്ചു. "ലക്ഷ്മിയേ ദേ മുരളി."

ലക്ഷ്മിയമ്മ ഇറങ്ങി വരുമ്പോൾ പറഞ്ഞു "നീ അവനെ അടിക്കുകയും വഴക്കു പറയുകയും ഒന്നും വേണ്ട. വല്ലോം ഭക്ഷണം കൊടുക്ക്. ചെല്ല്, നീ അകത്തോട്ടു ചെല്ല്."

അമ്മ ആർത്തലച്ചു വന്നു കെട്ടിപ്പിടിക്കും, ഉമ്മകൾ കൊണ്ട് മൂടും, പിന്നെ സങ്കടപ്പെട്ടു പതം പറഞ്ഞു കരയും എന്നൊക്കെ അവൻ കരുതി. ഒന്നും ഉണ്ടായില്ല. ലക്ഷ്മിയമ്മ വാതിൽപ്പടിക്കു പിന്നിൽ നിന്നു.

അപ്പൂപ്പൻ പതിവ് രീതിൽ "കഴുവറട മോനെ എവിടെ പോയതാടാ? ഇവിടെ വാടാ നിഷേധി" എന്ന് പറഞ്ഞു ചാരുകസേരയുടെ അടിയിൽ നിന്നും വള്ളിച്ചൂരൽ എടുത്തു. അടി വീഴും മുൻപേ, പനാമ പുകച്ചു നിന്ന രാമനമ്മാവൻ തടസ്സം പിടിച്ചു. "ഇത്തവണ പോട്ടെ. അവനും പേടിച്ചു പോയിട്ടുണ്ടാകും."

ലക്ഷ്മിയമ്മ അവിടെ തന്നെ നില്ക്കുന്നുണ്ടായിരുന്നു. എന്നാൽ മിഴികൾ അങ്ങ് ദൂരെ എവിടെയോ ആയിരുന്നു. അവന് സങ്കടം വന്നു. "തെക്കേലെ രാഘവന്റെ കൂടെ പോയതാണമ്മേ. ഇനി ഒരിക്കലും പോകില്ല."

"എന്നിട്ടവൻ പറഞ്ഞല്ലോ, നിന്നെ കണ്ടില്ലെന്ന്. ദാ അവൻ തെക്കേ മുറ്റത്തു നില്ക്കുന്നു. നീ കള്ളവും പറഞ്ഞു തുടങ്ങിയോ?" എന്ന് ചോദിച്ച് കണ്ണും തുടച്ചു ലക്ഷ്മിയമ്മ അകത്തേക്ക് പോയി.

നാരായണി അമ്മൂമ്മ വിളിച്ചു അടുക്കളയിൽ കൊണ്ടുപോയി. കുരണ്ടിയിലിരുന്നു പിഞ്ഞാണത്തിലെ ചോറുണ്ണുമ്പോൾ, തിളങ്ങുന്ന സാരിയൊക്കെ ഉടുത്തു, കൈകളും, കഴുത്തും നിറയെ സ്വർണ്ണാഭരണങ്ങളൊക്കെ അണിഞ്ഞ ഒരു മെലിഞ്ഞ സ്ത്രീ അങ്ങോട്ട് വന്നു, അവനെ നോക്കിച്ചിരിച്ചു. "മുരളിയല്ലേ. സാരമില്ല നീ കഴിച്ചോ."

കൊയ്ത്ത്

***യാ**ത്രകൾ വഴിയിലും ആസ്വദിക്കാനുള്ളതാണ്. ലക്ഷ്യത്തിലെത്തി ആസ്വദിക്കാനുള്ളതല്ല. ജീവിത യാത്രകളും അങ്ങനെ തന്നെ.*

പോരുവഴി ജങ്ഷനിലും, പോരുവഴിയമ്മ മുക്കിലും കരിങ്കൽ പാളികൾ കൊണ്ട് ഇരിപ്പിടങ്ങളുണ്ട്. തണലിനായി മരങ്ങളും വച്ചു പിടിപ്പിച്ചിട്ടുണ്ട്. മണിക്കൂറുകൾ കഴിഞ്ഞു വരുന്ന ബസുകളെ കാത്തിരിക്കുന്ന യാത്രക്കാർക്ക് വിശ്രമിക്കാനാണത്. കൂടാതെ ജങ്ഷനുകളിൽ ചുമടുതാങ്ങികളുമുണ്ട്. തലച്ചുമടുമായി വരുന്നവർക്ക് അവ പരസഹായമില്ലാതെ ഇറക്കി വയ്ക്കാനും എടുത്തു പോകാനുമാണത്. രണ്ടു കരിങ്കൽ പാളികൾ കുഴിച്ചിട്ടിട്ട് അതിനു മുകളിൽ ആറടിയോളം നീളമുള്ള മറ്റൊരു പാളി എടുത്തുവച്ചാൽ ചുമടുതാങ്ങി റെഡി.

വീടുകളിലൊക്കെ കയറി ഇറങ്ങി മൺപാത്രങ്ങൾ കച്ചോടം ചെയ്തുകൊണ്ടിരുന്ന കുശവന്മാർക്കും, മാസത്തിലൊരിക്കൽ കൃത്യമായി വന്നിരുന്ന നല്ലെണ്ണ കച്ചോടം ചെയ്യുന്ന പാണ്ടിക്കാരൻ അണ്ണാച്ചിക്കും, മുണ്ടുകളും തോർത്തുകളുമായി കച്ചോടത്തിനുവന്നിരുന്ന നെയ്യാറ്റിൻകരക്കാരൻ വാസുവിനും, അതുപോലെ തലച്ചുമടുമായി നടന്നു പോയിരുന്ന പലർക്കും ചുമടുതാങ്ങി വലിയൊരു അനുഗ്രഹമായി. ആരുമില്ലാത്തപ്പോൾ കുട്ടികൾ പോരുവഴിയമ്മ മുക്കിലെ ചുമടുതാങ്ങിയുടെ മുകളിൽ കയറി മലർന്നു കിടക്കും. ആൽമരച്ചില്ലകളും ആകാശത്തിന്റെ നിറഭേദങ്ങളും നോക്കി സ്വപ്നം കാണും. മുരളിയും സ്വപ്നങ്ങളൊരുപാട് കണ്ടിട്ടുണ്ട്. പണ്ടെന്നോ ആരോ ചെറു പലകയിൽ എഴുതി ചുമടുതാങ്ങിയുടെ ഒരു കാലിൽ കെട്ടിയിട്ടിരിക്കുന്ന ബോർഡ്. പലക കുറെയൊക്കെ ദ്രവിച്ചു അക്ഷരങ്ങൾ മങ്ങിയിരിക്കുന്നു.

"യാത്രകൾ വഴിയിലും ആസ്വദിക്കാനുള്ളതാണ്. ലക്ഷ്യത്തിലെത്തി ആസ്വദിക്കാനുള്ളതല്ല. ജീവിത യാത്രകളും അങ്ങനെ തന്നെ."

ക്വാർട്ടേഴ്സ് ആയി എടുത്തത് അശോക് ചാറ്റർജിയുടെ ഫ്ളാറ്റാണ്. അലിപ്പൂർ കോടതിയിലെ ജഡ്ജി. നാലാം നിലയിൽ. അക്കൗണ്ടന്റ് ചൗധരിയുടെ ഏർപ്പാടാണ്. രാജ്ബിഹാരിയിൽ. ലേക്കിലേക്കുള്ള വഴിയിൽത്തന്നെ. ഫ്ളാറ്റിലിരുന്നാൽ ദൂരെ ലേക്കും, അതിന്റെ മുൻപിലെ ഗാർഡനും കാണാം. ഗാർഡൻ എന്ന് പേരേയുള്ളൂ. ലേക്കിനോട് ചേർന്ന് നടപ്പാതയും അതോടു ചേർന്ന് കുറെ കുറ്റിച്ചെടികളും മരങ്ങളും. നട്ടുച്ചയ്ക്ക് പോലും നല്ല തണലാണ്. ലേക്കിന് ഓരമായി ഇടയ്ക്കിടെ ഇട്ടിരിക്കുന്ന സിമന്റ്, തടിബഞ്ചുകൾ. അവിടെ മിക്കപ്പോഴും ആരെങ്കിലും ഒക്കെ ഉണ്ടാകും. സുഹൃത്തുക്കളോ കാമുകികാമുകന്മാരോ, വീട്ടിൽ പ്രണയം പങ്കിടാൻ ഇടമില്ലാത്ത മിഥുനങ്ങളോ പകൽ വേശ്യകളോ ആകാം. അതുമല്ലെങ്കിൽ കലാവാസനകളുള്ള ബംഗാളി, ചിത്രം വരയ്ക്കാൻ ബോർഡും, പേപ്പറും, ചായങ്ങളുമായി വന്നതാകാം. ഒരു കവിയോ എഴുത്തുകാരനോ അവന്റെ സൃഷ്ടിയുടെ ചിന്തകളെ തൊട്ടുണർത്താൻ വന്നതാകാം. ബോട്ടും ഉല്ലാസ യാത്രകളും ഉണ്ടെങ്കിലും അവയ്ക്കത്ര ഡിമാൻഡില്ല.

വീട്ടിൽ ഉള്ള ഒഴിവു ദിവസങ്ങളിൽ, ചിലപ്പോൾ അശോക് ചാറ്റർജി വിളിക്കും. ടെറസ്സിൽ പോയിരുന്നു പൊതുവെയുള്ള കാര്യങ്ങളും, ജുഡിഷ്യറിയിലെ അപചയങ്ങളെപ്പറ്റിയും ചില ജഡ്ജിമാരുടെ ഭയങ്ങളെ പറ്റിയും ഗതികേടുകളെപ്പറ്റിയും ഒക്കെ വികാരാധീനനായി സംസാരിക്കും. "മുരളിക്കറിയോ ഞാനും എന്റെ കുടുംബവും പാരമ്പര്യമായി കോൺഗ്രസുകാരാണ്. എന്നാൽ വോട്ട് ദാദാ, ജ്യോതിബസുവിനേ കൊടുക്കൂ. കാരണം അവർ ഭരിക്കുമ്പോൾ ഞങ്ങളുടെ പെണ്ണുങ്ങൾക്ക് ധൈര്യമായി ഏത് രാത്രിക്കും, എവിടെ വേണമെങ്കിലും ഇറങ്ങി നടക്കാം. ഒന്നും പേടിക്കണ്ട. ഒരുത്തനും തൊടില്ല. റായ് ഭരിച്ചിരുന്നപ്പോൾ സ്ഥിതി അതായിരുന്നില്ല. എന്തെങ്കിലും ഒക്കെ പ്രശ്നങ്ങൾ എന്നും ഉണ്ടാകും. എല്ലാവർക്കും പേടിയാണ്, എന്താണ് സംഭവിക്കുക എന്ന്."

"ഇത് വളരെ അത്ഭുതമായിരിക്കുന്നല്ലോ?"

"ഇതിൽ അത്ഭുതമൊന്നും ഇല്ല. ബംഗാളി അങ്ങനെയാണ്. സമാധാനം ഇഷ്ടപ്പെടുന്ന, യാത്രകൾ ഇഷ്ടപ്പെടുന്ന, പുസ്തകങ്ങളെ സ്നേഹിക്കുന്ന ജനത. എന്നെ പോലെ തന്നെ ചിന്തിക്കുന്നവരാണ് ബഹുഭൂരിപക്ഷവും. അല്ലാതെ എല്ലാരും കമ്യൂണിസ്റ്റ് ആയതു കൊണ്ടല്ല ബസു സ്ഥിരമായി ഭരിക്കുന്നത്. ഹി ഈസ് എ കിങ്. അയാളുടെ ഭരണത്തിൽ ഞങ്ങൾ സേഫ് ആണ്."

"രസകരം തന്നെ. വിശ്വസിക്കാൻ പറ്റുന്നില്ല."

"കണ്ടോളൂ, നാളെ ഇവർ സമാധാനം കൊടുക്കാൻ പരാജയപ്പെട്ടാൽ ഇവർ ഔട്ട് ആകും. പിന്നെ ആർക്ക് സമാധാനം കൊടുക്കാൻ കഴിയുന്നുവോ അവരുടെ കൂടെ ജനം പോകും."

മുരളിക്ക് അത് ശരിയാണെന്നു തോന്നി. അവൻ പറഞ്ഞു. "ഒരു ദി

വസം എസ്പ്ലനേഡിൽ, സ്റ്റേറ്റ് ബാങ്കിൽ, മാനേജരുടെ ക്യാബിനിലിരിക്കുമ്പോൾ പെട്ടെന്ന് പുറത്തു വെടിശബ്ദങ്ങൾ കേട്ടു. സെക്കന്റിനുള്ളിൽ ബാങ്കിന്റെ ഷട്ടറുകളെല്ലാം ഇട്ടു. ജനൽ അല്പം തുറന്നു മാനേജർ കാട്ടിത്തന്നു. റോഡിൽ നാലഞ്ച് പേർ ചോരയിൽ കുളിച്ചു കിടക്കുന്നു. റോഡിലൊക്കെ ചോര. ആളുകൾ തലങ്ങും വിലങ്ങും ഓടുന്നു. കടകളെല്ലാം ഷട്ടറുകൾ ഇട്ടു കഴിഞ്ഞു. സെക്കന്റിനുള്ളിൽ റോഡ് വിജനം. എന്നാൽ പത്തു..." മുരളി പറയാൻ തുടങ്ങിയത് അശോക് ചാറ്റർജി പൂരിപ്പിച്ചു

"പത്തു മിനിറ്റിനുള്ളിൽ എല്ലാം പഴയതു പോലെ അല്ലേ. ശരിയല്ലേ?"

"അതെ. ഒരു പത്തു മിനിറ്റ്. കൂടിയാൽ പതിനഞ്ചു മിനിറ്റ്. എല്ലാം പഴയതു പോലെ. റോഡിൽ വെടിയേറ്റ് വീണവരും ഇല്ല. രക്തവും ഇല്ല. റോഡിൽ പഴയതു പോലെ ജനസഞ്ചാരം. കടകളൊക്കെ തുറന്നിരിക്കുന്നു. ആർക്കും ഒന്നും അറിയില്ല."

"അതാണ് ബസുവിന്റെ പവർ. കഴിവ്. സ്ഥലത്തുള്ള പൊലീസിനെ ഹെല്പ് ചെയ്യാൻ അടുത്തുള്ള സഖാക്കളും ചെറുപ്പക്കാരുമെല്ലാം ഓടിച്ചെല്ലും. നിമിഷങ്ങൾക്കകം എല്ലാം ശരിയാക്കും. പബ്ലിക്കിന് ഒരു പ്രശ്നവുമില്ല. നിങ്ങൾക്കറിയുമോ ഏതേലും റോഡിൽ പെട്ടെന്ന് ട്രാഫിക് ജാമുണ്ടായാൽ എവിടുന്നെന്ന് അറിയില്ല ഉടനെ ആരെങ്കിലും പിള്ളേർ മുന്നോട്ടു വന്ന് പൊലീസിന്റെ കൂടെ നിന്ന് സെക്കന്റിനുള്ളിൽ റോഡ് ക്ലിയർ ചെയ്യും. റോഡിലെങ്ങും ആർക്കും ജാഥകൾ നടത്താൻ അനുവാദമില്ല. വേണേൽ 'മൈദാനി'ൽ പോയി നടത്തിക്കോണം. അതുകൊണ്ട് പൊതുജനത്തിന് ഒരു പ്രശ്നവുമില്ല."

മുരളിയുടെ ക്വാർട്ടേഴ്സിന്റെ നേരെ എതിരായിട്ടാണ് അശോക് ചാറ്റർജിയുടെ ഫ്ളാറ്റ്. നാലാം നിലയിൽ ഈ രണ്ടു ഫ്ളാറ്റുകളേ ഉള്ളു. മകൾ താരാ ചാറ്റർജി, അവൾ ഇടയ്ക്കിടെ ചിക്കൻ ഫ്രൈയുമായി റൂമിൽ കയറിവരും. ഒറ്റയ്ക്ക് താമസിക്കുന്ന വാടകക്കാരൻ മലയാളിക്ക് ഒരു നേരത്തെ ആഹാരം എന്ന നല്ല ചിന്ത മാത്രമേ അതിൽ ഉണ്ടായിരുന്നുള്ളു. ബാച്ചിലർ ആയ വലിയ കമ്പനി എക്സിക്യൂട്ടീവിനെ വശത്താക്കാൻ എന്നാണ് മുരളി ആദ്യം കരുതിയത്. അതുകൊണ്ട് തന്നെ ആദ്യമൊക്കെ അകറ്റി നിർത്തി. നല്ല വിദ്യാഭ്യാസമുള്ള, കലാകാരിയായ, കുലീനയായ ബംഗാളി വനിതയ്ക്ക് അതിന്റെ ആവശ്യമില്ല എന്ന ബുദ്ധി പോയില്ല. ആദ്യമായി ഭക്ഷണവും ആയി വരുമ്പോൾ അവൾ പറഞ്ഞു. "കുറച്ചു ആലുബറോട്ടയും ചിക്കനും സന്ദേശും ആണ്."

"അയ്യോ, ഇതൊന്നും വേണ്ടായിരുന്നു."

"സാരമില്ല ഇരിക്കട്ടെ, എന്നും ഉണ്ടാകില്ല. ഇടയ്ക്ക് എപ്പോഴെങ്കിലും. ഞാൻ ചെയ്യുന്നതല്ല. ജോലിക്കാരി ചെയ്യുന്നതാണ്. അവരുടെ കൈയിൽ കൊടുത്തയക്കുന്നത് ശരിയല്ല എന്ന് തോന്നി." അവൾ യാത്ര പറഞ്ഞു പോയി. പിന്നെ ഒരു മാസത്തിനു ശേഷം അവർ റൂമിലേക്ക് വന്നു. "അച്ഛൻ പറഞ്ഞു, നിങ്ങൾ ചിത്രങ്ങളൊക്കെ വരയ്ക്കുമെന്ന്."

"അങ്ങനെയൊന്നുമില്ല. പണ്ട് കോളേജിൽ വച്ച്. അതെല്ലാം കഴിഞ്ഞു." തിരക്കുകൾക്കിടയിൽ അവരെ ഒഴിവാക്കാൻ നോക്കി.

"അല്ല, നിങ്ങൾ രബീന്ദ്രഭാരതി യൂണിവേഴ്സിറ്റിയിൽ ചേർന്ന് പഠിക്കണം എന്ന് മോഹിച്ചിരുന്നു എന്നൊക്കെ പറഞ്ഞു."

"അതൊക്കെ പണ്ട്. ഇപ്പോൾ അതെല്ലാം വിട്ടു."

"അത് ശരിയല്ല. ഒരു കലയോട് ഇഷ്ടമുണ്ടെങ്കിൽ അത് വിടരുത്."

"ഇപ്പോൾ ജോലിയൊക്കെ ആയില്ലെ? പിടിപ്പത് ഉത്തരവാദിത്വങ്ങളും ഉണ്ട്."

"മിസ്റ്റർ മുരളിക്ക് തെറ്റി എന്ന് പറയുന്നതിൽ എനിക്ക് സങ്കടമുണ്ട്. ജോലിയും ജീവിതവും രണ്ടാണ്. ആലോചിക്കുക. പോട്ടെ." എന്ന് പറഞ്ഞു അവർ പെട്ടെന്ന് ഇറങ്ങിപ്പോയപ്പോൾ മുരളി വല്ലാതായി. ഓർത്തപ്പോൾ അവർ പറഞ്ഞതിലും കാര്യമുണ്ട് എന്ന് തോന്നി. അതിനുശേഷം കാത്തിരുന്ന് അവരെ സൗകര്യത്തിന് കിട്ടിയപ്പോൾ സൗഹൃദം വളർത്തിയെടുക്കുകയായിരുന്നു.

ഒരുനാൾ ബുക്ക് വായിച്ചിരിക്കെ കസേരയിലിരുന്ന് ഉറങ്ങിപ്പോയി. ചാരിയിരുന്ന വാതിൽ തുറന്ന് വന്ന അവൾ മുഖം കുനിച്ചു, ചെവിയോട് ചേർത്ത് പിടിച്ചു, കാറ്റിനെ പോലും നോവിക്കാതെ, പതിയെ വിളിച്ചു. "സാർ."

ഉണർന്നു തിരിയുമ്പോൾ പുതുമഴയിൽ ഉയർന്നു പൊങ്ങുന്ന മണ്ണിന്റെ മദിപ്പിക്കുന്ന മണം. പുതുമഴ ഏല്ക്കുമ്പോൾ മണ്ണ് ഉന്മാദം കൊള്ളുന്നതാണ്. ആ ഉന്മാദത്തിന്റെ മണമാണത്. വളരെ മൃദു ആണത്. അടുത്ത് ശ്രദ്ധിച്ചാലേ മനസ്സിലാകൂ. മണ്ണിന്റെ ചൂര്. പുതുമഴയുടെ മണം എന്നും മുരളിയെ മത്തുപിടിപ്പിച്ചിട്ടുണ്ട്. അതവന്റെ ഒരു ദൗർബല്യം ആണ്. പിന്നെ, പിന്നെ പുതു മണ്ണിന്റെ ചൂടും ചൂരും കല്ക്കത്തയിൽ താരയിലേക്ക് ഒതുങ്ങി. പാവമാണവൾ. വിവാഹം കഴിഞ്ഞു വെറും മൂന്ന് മാസത്തെ ദാമ്പത്യം. ലതർ ബിസിനസ് ആയിരുന്നു അയാൾക്ക്. ഒരു ബിഗ് ഡീലിൽ വലിയ നഷ്ടം വന്നു. അതിനുവേണ്ടി ഏതോ ഗാങ്ങിൽനിന്നും എടുത്ത തുക തിരിച്ചടയ്ക്കുന്നതിലുള്ള പ്രശ്നങ്ങളാണ്. എന്താണ് ശരിയായ കാര്യം എന്നുപോലും അവൾക്കറിയില്ല. ബഡാ ബസാറിൽ വച്ച് ആരോ ഒരാളുമായി കയർത്തു സംസാരിച്ചു. മറ്റേയാൾ കുത്തിയിട്ട് ഓടി. അതെ അവൾക്കറിയൂ. രാവിലെ സംഭവം നടന്നിട്ട് രാത്രിയോടെയാണ് ആളെ തിരിച്ചറിഞ്ഞത്, അവളുടെ വീട്ടിൽ വിവരം അറിയുന്നത്.

കുട്ടിയായിരുന്നപ്പോൾ, ആദ്യമഴയിൽ ആരും കാണാതെ കുടുംബത്തിലെ പടിഞ്ഞാറെ വരാന്തയിൽ പോയി നില്ക്കും. മണ്ണിന്റെ ചൂര് വരുമ്പോൾ മുരളി വരാന്തയിൽ നിന്നും താഴെ ഇറങ്ങി മണ്ണിലേക്ക് മുഖം അടുപ്പിക്കും. പുതുമണ്ണിന്റെ മണമുള്ള മഴയുടെ മദഗന്ധം. അധികനേരം ഉണ്ടാവില്ല. ചാറ്റലാണെങ്കിൽ ഏറിയാൽ ഒരു മൂന്ന് മിനിറ്റ്. അപ്പൊ. അതൊന്നറിയേണ്ട മണമാണേ! കുനിഞ്ഞു ഇരുന്നു അതങ്ങനെ മനസ്സിലേക്ക് എടുക്കും. മഴയിലും, രോമാഞ്ചം കൊണ്ട് രോമങ്ങളെല്ലാം എഴു

ന്നേറ്റു നില്ക്കും. അപ്പോൾ മഴ നനയുന്നതും, ട്രൗസർ നനയുന്നതും ഒന്നും അറിയില്ല. അപ്പോഴേക്കും അപ്പൂപ്പന്റെ വിളി വരും "പെണ്ണുങ്ങളെ. പിള്ളേരെല്ലാം അകത്തുണ്ടോ? ആദ്യ മഴ നനഞ്ഞാൽ പനി വരും".

പുറകെ ലക്ഷ്മിയമ്മയുടെ വിളി വരും "മുരളി, എടാ നീ എവിടാ?".

"അമ്മേ ഇവിടെ പടിഞ്ഞാറെ വരാന്തയിലുണ്ട്. മഴ കാണുകയാ. ഞാൻ വന്നോളാം."

"കുരുത്തം കെട്ടവൻ. അവൻ മഴയത്തു ഇറങ്ങി നില്ക്കും. നീ പോയി നോക്ക് ലക്ഷ്മി." അപ്പൂപ്പന്റെ ഗർജ്ജനം കേൾക്കാം. രാജീവനോ, രാജശേഖരനോ ഗോവിന്ദനോ കേശവനോ ഒക്കെ കണ്ടാൽ വട്ടാണെന്ന് പറയും. പോരെങ്കിൽ അപ്പൂപ്പനോട് പോയി പറഞ്ഞുകൊടുത്ത്, അടിയും വാങ്ങിത്തരും. അതുകൊണ്ട് ആരും അറിയാതുള്ള കലാപരിപാടിയാണ്.

വിഷു കഴിഞ്ഞാൽ, നാലഞ്ച് മഴയോടെ ഭൂമി ഒന്ന് നനഞ്ഞു കഴിഞ്ഞാൽ, പത്താമുദയത്തിന് പുതു കൃഷി ആരംഭിക്കേണ്ട സമയമാണ്. വിളകൾ നടുകയും വിത്ത് വിതയ്ക്കുന്നതുമായ സമയം. പുരയിടത്തിലെ പണിക്കും ഒലാനും, കുടുംബവും വരും. അവർ കുടുംബത്തിലെ സ്ഥിരം പണിക്കാരാണ്. എന്തെങ്കിലും പണി എപ്പോഴും കാണും. ഒരു നാൾ ആകസ്മികമായി ആണ് അവൻ ആ കാഴ്ച കണ്ടത്. ചരൽ വിരിച്ച മുൻവശത്തെ മുറ്റത്തിന്റെ വടക്കേ അറ്റത്ത്, പറമ്പ് തുടങ്ങുന്നിടത്ത് നിരയായി തലപ്പുലയൻ ഒലാനും ഭാര്യയും മക്കളും മരുമക്കളും വരിയായി നില്ക്കുന്നു. ഓരോരുത്തരും മുൻപിൽ അല്പം ചരല് മാറ്റി ചെറിയ ഒരു കുഴി പോലെയാക്കി അതിനും മീതെ വാഴയില വയ്ക്കുന്നു. അടുക്കള പണിക്കാരി ഇലയിലേക്ക് കഞ്ഞിയും പുഴുക്കും വീഴ്ത്തുന്നു. കഞ്ഞി ഒരു കുഴിഞ്ഞ പാത്രത്തിലെന്നവണ്ണം ഇലയിൽ നിറഞ്ഞു നില്ക്കുന്നു. അതിലേക്ക് കടുമാങ്ങയും, തലേന്നത്തെ മീൻകറിയും ഒഴിച്ച് കൊടുത്തതോടെ അവർ തറയിൽ ഇരുന്ന് കഴിക്കാൻ ആരംഭിച്ചു. മുരളി അമ്മൂമ്മയോട് അടക്കം ചോദിച്ചു: "എന്താ ഇങ്ങനെ? ഇവർക്കെന്താ കവടി പാത്രത്തിലോ, ഓട്ടുപാത്രത്തിലോ കൊടുക്കാത്തെ?" "അതിങ്ങനെയാ. നാട്ടുനടപ്പ്. ഇപ്പോൾ മാറിവരുന്നുണ്ട്. അപ്പൂപ്പന് ഇതൊന്നും ഇഷ്ടമുണ്ടായിട്ടല്ല. പടിഞ്ഞാറെപുറത്തു വരാന്തയിലിരുന്നു കഴിച്ചോളാൻ പറഞ്ഞാൽ ഒലാൻ കേൾക്കില്ല."

ഏറെ താമസിയാതെ പരുങ്ങി, പരുങ്ങി അവൻ രാമൻനായരോടും ഈ ചോദ്യം ചോദിച്ചു. ഉത്തരം പെട്ടെന്ന് വന്നു. "ശരിയല്ല, നമുക്ക് മാറ്റിക്കളയാം."

പിന്നെ കാണുമ്പോഴെല്ലാം അവരൊക്കെ അടുക്കള പടിഞ്ഞാറു പുറത്തുള്ള വരാന്തയിൽ ആയിരുന്നു ഭക്ഷണം കഴിച്ചത്. അമ്മാവനെപ്പറ്റി അഭിമാനം കൊണ്ട നിമിഷം.

ഭാർഗ്ഗവൻപിള്ള വലിയ കില്ലാഡി ആയിരുന്നു. കാറ്റത്തു വീഴുന്ന മാമ്പഴങ്ങൾ ശിങ്കിടിയെ കൊണ്ടോ ചിലപ്പോൾ കുട്ടികളെ കൊണ്ടോ പെ

റുക്കിക്കൂട്ടി, കട്ടിലിനടിയിൽ കൊട്ടയിൽ വയ്ക്കും. പാവം കാലുകഴപ്പും കൈകഴപ്പും ആയിരുന്നു ഏറ്റവും വലിയ പ്രശനം. കാലുതിരുമ്മി കൊടുത്താൽ കൊട്ടയിലെ മാങ്ങ സമ്മാനം. വേലയ്ക്കു കൂലി എന്ന ന്യായം പഠിച്ചതങ്ങനെ. ഇഷ്ടം വരുമ്പോൾ തിരുമ്മാതെയും ഉദാരമായി തരും. പറയും "നീ മറ്റവന്മാരെ കാട്ടേണ്ട." ഇത് തന്നെ മറ്റുള്ളവരോടും പറയാറുണ്ട് എന്ന് കണ്ടുപിടിച്ചപ്പോളാണ് ഡിപ്ലോമസി എന്താണെന്നു മനസ്സിലായത്. എന്നാൽ ജീവിതത്തിൽ മുരളി ഡിപ്ലോമസി കാത്ത് സൂക്ഷിച്ചോ? ഇല്ല. എല്ലാറ്റിനും വഴങ്ങലോ കീഴടങ്ങലോ. അതായിരുന്നു എന്നും. ഭീരുത്വം തന്നെ. എന്നാൽ പോരുവഴിക്കാർക്ക് നിഷിദ്ധമായ വെറുപ്പിന്റെ ആശാൻ. വിരോധമുള്ളവർക്ക് രഹസ്യമായി പണികൊടുക്കാൻ വിരുതൻ. അതാണല്ലോ നല്ലെണ്ണ വില്ക്കാൻ വരുന്ന പാണ്ടിക്കാരൻ അണ്ണാച്ചിയോടും ചെയ്തത്. പാവം അണ്ണാച്ചി. മാസത്തിലൊരിക്കലാണ് ദേശത്തിൽ എണ്ണ വില്ക്കാൻ വരുന്നത്. നല്ലെണ്ണയും, ചിലപ്പോഴൊക്കെ മരോട്ടിയെണ്ണയും ഉണ്ടാകും. സ്ത്രീകളൊക്കെ പാചകത്തിനും മുടിയിൽ തേക്കാനും വാങ്ങും. ബ്രിട്ടാനിയയുടെ വലിയ ബിസ്കറ്റ് പാട്ടയിലാണ് എണ്ണ കൊണ്ടുവരുക. വില്പനത്തുടവും, ഇടങ്ങഴിയും കണക്കാണ്. കഴിഞ്ഞ തവണ വന്നപ്പോൾ വാതില്ക്കൽ നിന്ന മുരളിയോട് അയാൾ പറഞ്ഞു: "എടേ അമ്മാവെ കൂപ്പിട്ടിട്ട് വാൻഗോ."

"എടാന്ന് വിളിക്കരുത്."

"പിന്നെ, സാറെ എപ്പടി കൂപ്പിടണം?" അയാൾ ചിരിച്ചു

"മുരളീന്ന്."

"പോടാ."

അയാൾ തമാശയായി പറഞ്ഞതാകാം. എന്നാൽ അയാളുടെ ആ പോടാ വിളി അവന് സഹിക്കാൻ കഴിഞ്ഞില്ല. അടുത്ത തവണ അണ്ണാച്ചി വരുമ്പോൾ മുരളി ഇടവഴിയിൽ രാജശേഖരനും കൂട്ടുകാരുമൊത്തു കളിക്കുകയായിരുന്നു. അല്പം കഴിഞ്ഞു വെള്ളം കുടിച്ചിട്ടും വരാം എന്ന് പറഞ്ഞു ഇലഞ്ഞിക്കൽ വന്ന അവൻ, അണ്ണാച്ചി എണ്ണപ്പാട്ടകൾ മുൻവശത്തെ വരാന്തയിൽ വച്ചിട്ട്, അരലിറ്റർ നല്ലെണ്ണയുമായി അടുക്കളപ്പുറത്തോട്ടുപോയ നേരം, ആരും കാണുന്നില്ലെന്ന് ഉറപ്പുവരുത്തി, ഒരു പാട്ട, അടപ്പു മാറ്റി മറിച്ചിട്ടേച്ചു ഓടിക്കളഞ്ഞു. കളി കഴിഞ്ഞു ഒന്നും അറിയാത്തപോലെ വന്നപ്പോൾ ലക്ഷ്മിയമ്മ പറഞ്ഞു: "എടാ, പിള്ളേരെ വരാന്തയിൽ സൂക്ഷിച്ചു നടക്കണം."

"എന്ത് പറ്റി?" ഒന്നും അറിയാത്തപോലെ മുരളി ചോദിച്ചു.

"ആ പാവം അണ്ണാച്ചിയുടെ ഒരു പാട്ട എണ്ണ മറിഞ്ഞു. അഞ്ചാറ് ലിറ്റർ നല്ലെണ്ണ പോയി. പട്ടിയോ വല്ലോം അതിന്റെ മുകളിൽക്കൂടി ചാടിയതാകും. കഷ്ടമായി പോയി. മറ്റൊരു നിവർത്തിയുമില്ലാഞ്ഞിട്ടല്ലേ ഇക്കണ്ട ദൂരമെല്ലാം ഈ ഭാരവും പേറി, വീട് വീടാന്തരം കയറി ഇറങ്ങുന്നത്. പാവം." ലക്ഷ്മിയമ്മ സങ്കടപ്പെട്ടു.

"അയാളത്ര പാവമൊന്നുമല്ല." മുരളി ആത്മഗതം പോലെ പറഞ്ഞു.

“നാളെ കൊയ്ത്താണ്. പിള്ളേളരൊക്കെ കൊയ്ത്തു കാണാൻ വരുന്നുണ്ടെങ്കിൽ പോര്.” അകത്തു നിന്നും വന്ന രാമൻ നായർ പറഞ്ഞു. കൊയ്ത്താണ് എന്ന് കേട്ടിരുന്നു. അതിത്ര വലിയ സംഭവം ആണെന്ന് മുരളിക്ക് ഇതുവരെ തോന്നിയിട്ടില്ല. ആരുമങ്ങനെ പറഞ്ഞിട്ടില്ല. കൊയ്ത്തു കഴിഞ്ഞു കൊണ്ടുവരുന്ന നെല്ല് മുറ്റത്ത് വലിയ തഴപ്പായ വിരിച്ചു പെണ്ണുങ്ങൾ ഉണക്കാറുണ്ട്. രണ്ടു മൂന്ന് നാൾ നല്ലവണ്ണം ഉണക്കി, പിന്നെ അടുക്കള തെക്കേപ്പുറത്തെ ചരുപ്പിലെ പത്തായതിന്റെ മൂന്ന് അറകളിലായി സൂക്ഷിക്കും. അറകൾ തുറക്കുന്നത് മുകളിലേക്കാണ്. ചെറുതായി മടക്കിവച്ചിരിക്കുന്ന വട്ട കൊളുത്തിൽ പിടിച്ചുവേണം മുകളിലേക്ക് പൊക്കാൻ. കുട്ടികൾക്ക് ഇത്തിരി പ്രയാസമാണ്. പത്തായത്തിന് നാലാമത് മറ്റൊരു അറ കൂടിയുണ്ട്. അതിന്റെ വാതിൽ പത്തായത്തിന്റെ മുൻവശത്താണ്. എല്ലാ അറകൾക്കും പൂട്ടും താക്കോലുമുണ്ട്. പത്തായത്താക്കോൽ നാരായണിഅമ്മൂമ്മയുടെ കൈയിലാണ്. മുൻപിലോട്ടു തുറക്കുന്ന അറയിലാണ് അമ്മൂമ്മ വറുത്ത ഉപ്പേരികളും അച്ചാറ് ഭരണികളും സൂക്ഷിക്കുന്നത്. അടുത്ത വിളയ്ക്ക് വിതയ്ക്കാനുള്ള വിത്തിനുള്ള നെല്ലുമാത്രം, പിന്നെയും കുറെ ദിവസങ്ങൾ ഉണക്കിയിട്ട് അരിപ്പെട്ടി പോലെയുള്ള ഒരു മരഅറയിൽ ഇട്ടുവക്കും. അതിന്റെ താക്കോൽ ഭാർഗ്ഗവൻ പിള്ളയദ്ദേഹം ആർക്കും കൊടുക്കില്ല. വറവ് വന്നോ, വെള്ളപ്പൊക്കം വന്നോ, എല്ലാം നശിച്ചു, നാട്ടിലും, വീട്ടിലും പട്ടിണി ആയാലും അപ്പൂപ്പൻ ഇതെടുക്കില്ല. വിത്ത് പെണ്ണുങ്ങളുടെ കൈയിൽ കൊടുത്താൽ, വീട്ടിൽ പ്രയാസം വരുമ്പോൾ സ്ത്രീകളാണെങ്കിൽ എടുത്തു പോകും. അതാണ് അമ്മൂമ്മയുടെ കൈയിൽ വിത്ത് സൂക്ഷിക്കുന്ന മരഅറയുടെ താക്കോൽ കൊടുക്കാത്തത്. വിത്തെടുത്ത് ഉണ്ണുന്ന കുടുംബം മുടിയും എന്നാണ് പ്രമാണം. നെല്ല് ബാക്കിയുള്ളതിൽ വീട്ടാവശ്യത്തിന് വേണ്ടത് ചാക്കുകളിൽ കെട്ടി ഉരൽപ്പുരയിലും സൂക്ഷിക്കും. ഉരൽപ്പുരയെന്നൊന്നും പറയാനൊക്കത്തില്ല. വീടിന്റെ പുറകിൽ സ്റ്റോർ റൂമിന്റെയും ഊണ് മുറിയുടെയും അടുക്കളുടെയും പടിഞ്ഞാറേ പുറത്തുകൂടി നെടുനീളത്തിൽ കിടക്കുന്ന അരമതിൽ കെട്ടിയ വരാന്തയാണ്. ഉരലും ആട്ടുകല്ലും തിരികല്ലും എല്ലാം ഇവിടെയാണ് ഇട്ടിരിക്കുന്നത്. ഉരല് തന്നെ കല്ലുരലും മരഉരലും ഉണ്ട്. ചാക്കിലെ നെല്ല് സൂക്ഷിക്കുന്നിടം മാത്രം ഒരു ഗ്രില്ലുവാതിൽ ഇട്ട്, ചുറ്റോട് ചുറ്റും ഈർപ്പം അടിക്കാത്ത വിധം കെട്ടി അടച്ചിട്ടുണ്ട്. ശേഷിക്കുന്ന നെല്ലിന് അടുത്ത ദിവസം തന്നെ വ്യവസായികൾ ചങ്ങനാശ്ശേരിയിൽ നിന്നും വരും. അത് വടക്കേ ഇന്ത്യയിലെ മില്ലുകളിലേക്കാണ് പോകുക എന്നാരോ പറയുന്നത് കേട്ടു.

വൈകുന്നേരത്തോടെ തലപ്പുലയൻ ഒലാൻ, രാമൻ നായരെ കാണാൻ വന്നു. അടുത്ത ദിവസത്തെ ഒരുക്കങ്ങളെപ്പറ്റി പറയാൻ. “ഇത്തവണ പുറത്തൂന്നും അടിയൻ കുറച്ചു പെണ്ണാളെ വിളിച്ചെക്കണ് തമ്പ്രാ. ബെയിലുറക്കും മുൻപേനെ കൊയ്ത്തു തീരണം. അല്ലാണ്ട് ബേറെ ബയിയില്ലാ തംമ്പ്രാ. മാന്നാർ ഭാഗത്തൂന്നാ. മൂത്തവൻ കെട്ടിയ പെണ്ണിന്റെ ദേശക്കാരാണ്.”

"എന്ത് പറ്റി ഒലയാ?

"അത് ഇത്തവണ മ്മെടെ പെണ്ണാളെ കിട്ടാനില്ല. മ്മടെ കൊയ്ത്തിന്റന്നു അതെ പാടത്തു ബെറം മൂന്നാൾക്കു കൊയ്ത് ഉണ്ടേ. എല്ലാരും കൂടെ ആലോചിച്ചുമേച്ചാ എപ്പോവും കൊയ്ത്തു ബക്കുക. അപ്പൊ എല്ലാർക്കും തോനെ പണീം കിട്ടുമേ. ഇതിപ്പോ ആരും അങ്ങോടും, ഇങ്ങോടും കേക്കാമേ ഒറപ്പിച്ചെന്നു. മഴ ബരാനെക്കൊണ്ട് സാദ്ധ്യതുള്ളേനെ കൊണ്ട് ആരാന്റെ ഒഴിവിനെ കാത്തിരിക്കാനും മേലാ. അടിയങ്ങക്കു തന്നാനട്ടം. ഈ വാരം തന്നെ കൊയ്ത് മാറില്ലേൽ, മഴ കാണും തംമ്പ്രാ."

"അവരെ വിളിച്ചാൽ കൂലി കൂടുതൽ കൊടുക്കണ്ടേ?"

"അത് എൻ നോക്കിക്കോളാമെ തമ്പ്രാ. വലുതായിട്ടടിയന് തോഷം വന്നാൽ തമ്പ്രാൻ കാക്കണം."

ചിക്കുപായകളും മുറങ്ങളും എടുത്തു, ഒലാൻ അരികെ വന്നു മുരളിയോട് വാത്സല്യത്തോടെ ചോദിച്ചു. "തമ്പ്രാൻ കുഞ്ഞു ബരുന്നാ, അടിയന്റെ കുടീല്?"

അപ്പോൾ അപ്പുറത്തു കൊച്ചു ചെറുക്കൻ രാമനമ്മാവനോട് ചോദിക്കുന്നത് കേട്ടു. "തമ്പ്രാ ഒരൂട്ടം കേക്കട്ടെ, അവിടുത്തേക്ക് അലോഹ്യം തോന്നല്ല്. മ്മുടെ പറ്റി കിടക്കണ കണ്ടം, ഇരുനൂറു പറ, അടമനമഠക്കാരുടെ. പാലുശ്ശേരിലെ ജോർജ് മാപ്പിളയാ പാട്ടം. ഇപ്പം പറേണത് അതിനി മാപ്പിളേടെതാ, കൊടുക്ക വേണ്ടാന്ന്. നിയമം വന്നൂന്ന്. നേരാ തമ്പ്രാ?" അത് കേട്ട് മുരളിക്ക് സന്തോഷമായി. അവൻ മനസ്സിൽ പറഞ്ഞു. "എന്ത് കുന്തമായാലും വേണ്ടില്ല. അടമനമഠക്കാരുടെ കണ്ടം പോയല്ലോ? അതുമതി. അതുപോലെ എല്ലാം പോണം. പൂണൂൽ വരെ, അതാണിവന്മാർക്ക് ഇത്ര അഹങ്കാരം."

"അതേ, അങ്ങനെയൊക്കെ പറേന്നു. നിനക്കിപ്പോ എന്താണ്?" രാമൻ പിള്ള ചോദിച്ചു

"അങ്ങനേങ്കി ഇത്തറ, മാമ്മൂട്ട് തറ അടിയങ്ങൾക്ക് തരുവോ?"

"തരാല്ലോ."

"ബെറുതേ?"

"അതെങ്ങനെ? നിയമം എന്താന്നറിയട്ടെ."

"അത് മതി തമ്പ്രാ." കൊച്ചു ചെറുക്കൻ തൊഴുതു നിന്നു. ഒലാൻ പേടിച്ചു, ഒളിഞ്ഞു നിന്ന് കേൾക്കുന്നത് മുരളി കണ്ടു.

ശേഖരന്റെ കൂടെയാണ് കൊയ്ത്തു കാണാൻ പോയത്. രാവിലെ കാപ്പി കുടിയും കഴിഞ്ഞു ചെല്ലുമ്പോഴേക്കും, കൊയ്ത് ഏതാണ്ട് കാൽ ഭാഗം കഴിഞ്ഞിരുന്നു. പത്തു മുപ്പതു പെണ്ണുങ്ങൾ നിരന്നു നിന്ന് കൊയ്ത് പാട്ടും പാടി, കളിയും ചിരിയുമായി കൊയ്ത്താണ്.

"തിന്തിനം തോം തിന്തിനം തോം
വിരിപ്പ് കണ്ടം നിരന്നു പെണ്ണേ
വേഗം വന്നാൽ കൊയ്തെടുക്കാം
തിന്തിനം തോം തിന്തിനം തോം

വെയിലിറങ്ങും മുൻപ് കൊയ്തുമാറാം .
ചന്തമുള്ള ചിരുത പെണ്ണേ
ചന്തത്തിലങ്ങു കൊയ്തുമാറു."

വിളഞ്ഞു നിരന്ന കതിർക്കുലകൾ മഞ്ഞപ്പട്ടു വിരിച്ച കണ്ടങ്ങൾ. നെൽ നിരക്കും മുൻപ് കാണുന്നതാണ് മുരളിക്കിഷ്ടം. ഇളംകാറ്റിൽ സ്വർണ്ണക്കതിരുകളുമായി ഡാൻസ് കളിച്ചു നില്ക്കുന്ന നെല്ച്ചെടികൾ. പല വർണ്ണങ്ങളിലുള്ള മുണ്ട്, മുട്ടറ്റം കേറ്റിയുടുത്തു, ബ്ലൗസുമിട്ട് ചുറുക്കുള്ള ചെറുമി പെണ്ണുങ്ങൾ വെള്ളിപോലെ വായ്ത്തല തിളങ്ങുന്ന അരിവാൾ കൊണ്ട്, വായുവിൽ കൊള്ളിമീനുകൾ കൊണ്ടുവന്നു. അരുമയോടെ കതിർക്കുലകൾ കഴുത്തു നീട്ടിക്കൊടുത്തു. സുന്ദരി പെണ്ണുങ്ങളുടെ കൊഴുത്ത കണങ്കാലുകളുടെ ഭംഗി നോക്കി നിന്ന ചാത്തനെ, കള്ളച്ചിരിയോടെ, കടക്കണ്ണെറിഞ്ഞു ഒരുവൾ ചോദിച്ചു: "തമ്പ്രാക്കളുടെ നോട്ടം അനക്കും കിട്ടിയോടാ?"

അവൻ വല്ലാണ്ടായപ്പോൾ അവൾ "ബേഗം കറ്റയെടുത്തു പോകാനെക്കൊണ്ട് നോക്ക്."

ചാത്തൻ വേഗം നനഞ്ഞ കറ്റയെടുത്തു തിരിഞ്ഞു നോക്കാതെ നടന്നു. കൊയ്തെടുക്കുന്ന കറ്റകൾ ചുമന്നു കൊണ്ടുപോയി ഒലാന്റെ തറയിലാണ് അടുക്കി വക്കുന്നത്. ഒലാൻ എല്ലാവരെയും പ്രോത്സാഹിപ്പിച്ചു കൂടെയുണ്ട്. ഇടയിൽ ആരോ വലിയ കലത്തിൽ തയ്യാറാക്കി വച്ചിരിക്കുന്ന സംഭാരം പണിക്കാരി പെണ്ണുങ്ങൾക്കൊക്കെ കൊണ്ട് കൊടുക്കുന്നുണ്ട്. പത്തര മണിയായതോടെ ഒലാൻ വിളിച്ചു പറഞ്ഞു: "പകുതി പെണ്ണാളർ കേറിൻ. വരമ്പത്തു പുഴുക്കുണ്ട്. കഴിച്ചേച്ചു പോകാം. ബാക്കിയുള്ളോർക്ക് ഇബർ വന്നിട്ട് കേറാം."

മാമ്മൂട്ട് തറ എന്നാണ് തറയുടെ പേര്. സാധാരണ തറകളൊക്കെ പാടശേഖരത്തിന്റെ നടുക്കാണ്. മഴക്കാലത്ത് അതൊരു ദ്വീപ് പോലെയിരിക്കും. അവിടേക്ക് കൊതുമ്പുവള്ളത്തിലോ, ചങ്ങാടത്തിലോ അല്ലെങ്കിൽ കണ്ടത്തിലെ വെള്ളത്തിൽ കൂടി ഇറങ്ങി നടന്നോ പോകണം. വെള്ളം ശരിക്കും ഉയർന്നാൽ പിന്നെ ചെറുതോണി ഇല്ലാതെ പറ്റില്ല. ഇവിടെ റോഡിന്റെ പടിഞ്ഞാറാണ് തറ. ബാക്കി മൂന്നു വശവും കണ്ടം. തറ ഒരു വലിയ വൃത്താകൃതിയിലാണ്. റോഡിലേക്ക് മുട്ടി നില്ക്കുന്നത് വാല് പോലെ ഒരു ചെറിയ സ്ഥലം മാത്രമേയുള്ളു. തറയുടെ പടിഞ്ഞാറേപ്പുറത്തു കാലൊടിഞ്ഞ ചെറു ബഞ്ചിന്റെ ഒടിഞ്ഞ ഭാഗം മണ്ടപോയി വെട്ടിക്കളഞ്ഞ തെങ്ങിൻകുറ്റിയിലേക്കു എടുത്തു വച്ച്, തോളത്തെ തോർത്തിട്ടു നന്നായി തുടച്ചു, ഒലാന്റെ ഭാര്യ തേയി വിളിച്ചു.

"പാടത്തായിരുന്നു തമ്പ്രാൻകുഞ്ഞേ ഏനും, പെണ്ണും. അതാണ് ബരാഞ്ഞത്. ബന്നാട്ടെ ഈടെ ഇരിക്കാം."

മുറുക്കിച്ചുവന്ന കറുകറുത്ത പല്ലുകൾ കാട്ടി തേയി മനസ്സ് തുറന്നു ചിരിച്ചു. ഒലാന്റെ മോൾ കൊച്ചു പെണ്ണ് നാണിച്ചു നിന്നിട്ട് ചെറ്റക്കുള്ളിലേക്ക് കേറിപ്പോയി. കറുപ്പാണെങ്കിലും നല്ല അഴകുള്ളവൾ. ഇരിക്കുന്നി

ടത്തു നിന്നും പാടശേഖരം മൊത്തം കാണാം. രണ്ട് ആണുങ്ങൾ ചേർന്ന് കറ്റകൾ അടുക്കി വച്ചിരുന്നതിനടുത്തായി നീളമുള്ള കൊയ്ത്തുപായുടെ അളവ് നോക്കി രണ്ടു വശത്തും ഈരണ്ട് കുഴികൾ വീതം കുഴിച്ചു. മുളമുട്ടുകൾ കവട്ടകൾ മാതിരി നാട്ടി. മടൽ പൊളികൾ കൊണ്ട് നന്നായി കെട്ടിമുറുക്കി. കുടിലിന്റെ വശത്തുനിന്നും ഒലാന്റെ കൊച്ചുമോൾ ഞങ്ങളെ നോക്കി ചിരിച്ചു. പ്രാതൽ കഴിക്കാൻ കയറിയ പെണ്ണുങ്ങൾ ലോഹ്യം ചോദിച്ചു. എല്ലാവരോടും ലോഹ്യത്തിൽ ചിരിച്ചു. മുരളി വലിയ ഗമയിൽ ഇരന്നു.

തറയിൽ അതിരോട് ചേർന്ന് മൊത്തം മാവുകളും, കുടം പുളികളുമാണ്. പുളി നിറയെ കുടമണികൾ പോലെ തൂങ്ങി നില്ക്കുന്ന കായ്കൾ. നല്ല പഴുത്തതിന് മഞ്ഞയുടെ മുകളിൽ ഒരു ചെറിയ ബ്രൗൺ നിറം വരും. അവ ഒന്ന് ഞെക്കിയാൽ പൊട്ടും. നാരങ്ങാ ചാറുപോലെ നല്ല ജ്യൂസിയായ കാമ്പ്. പുളികലർന്ന മധുരം. കഴിക്കുമ്പോൾ ശ്രദ്ധിച്ചില്ലെങ്കിൽ കുരുക്കൾ വിഴുങ്ങിപ്പോകും. എന്നാലും കുഴപ്പമില്ല. എത്ര കഴിച്ചാലും മതിയാകില്ല. പക്ഷേ, കൂടുതൽ കഴിച്ചാൽ പല്ലുകളിൽ മഞ്ഞ കറ പിടിക്കും. അത് പോകണമെങ്കിൽ കുറെ ദിവസം എടുക്കും. ഉമിക്കരിയിട്ട് നല്ലവണ്ണം അമർത്തി തേക്കണം. അതുപോലെ നാട്ടുമാവ് നിറയെ കുലകുലകളായി മാങ്ങകൾ. താഴെ ഇരുന്ന് കാണാം ചിലതിലൊക്കെ മഞ്ഞരാശികൾ. പഴുത്തതാണവ. കറ്റയുമായി വന്ന ചാത്തനോട് ചോദിച്ചു "മാവേൽ എറിഞ്ഞോട്ടെ?"

"കുഞ്ഞിന് മാമ്പഴം വേണോ? കുടീൽ ഇരിപ്പുണ്ട്." പറഞ്ഞു തീരും മുൻപ് ഉറക്കെ വിളിച്ചു, "കൊച്ചു പെണ്ണേ. മാമ്പഴം ഉണ്ടേലെകൊണ്ടും എടുത്തോണ്ടും വാടി."

കേൾക്കാത്ത താമസം പെണ്ണ് മാങ്ങയും കൊണ്ട് വന്നു. അവൻ പറഞ്ഞു

"അല്ല എറിഞ്ഞിടുന്നതാ ഞങ്ങൾക്ക് ഇഷ്ടം. കഴിക്കാനല്ല."

ചാത്തൻ ചിരിച്ചു, "കുഞ്ഞു എറിഞ്ഞോ. ഇഷ്ടം പോലെ. കൊയ്യുന്ന പെണ്ണുങ്ങടെ നേരെ എറിയാണ്ടിരുന്നാൽ മതി. അതുപോലെ വല്യമ്പ്രാൻ ചീത്ത പറയാണ്ടും നോക്കിക്കോണം."

കൊയ്ത് തീരും മുൻപേ മടങ്ങി. മടങ്ങും മുൻപേ തേയി പറഞ്ഞു "നാളെ വാ തമ്പ്രാൻകുഞ്ഞേ, മെതി കാണാം. നല്ല പാട്ടൊക്കെ ഉണ്ടാകും. അടിയൻ നല്ല പഴുത്ത കൈതച്ചക്കയും, പേരക്കയും തരാം."

നേരെ നാട്ടിയ കാലുകളിൽ കുറുകെ വയ്ക്കുന്ന മുളയുടെ രണ്ട് വശങ്ങളിൽ പിടിച്ചാണ് മെതിക്കുക. അവനവൻ കൊയ്ത കറ്റകൾ തനിയെ വച്ചിട്ടുണ്ടാകും. അവ അവരവർ തന്നെയാണ് മെതിക്കുക. മെതിയെല്ലാം കഴിഞ്ഞു പതം അളക്കും. തലപ്പുലയൻ ഒലാന്റെയും കുടുംബത്തിന്റെയും ഒരു വിളവിന്റെ കാലം മുഴുവൻ ഉള്ള വേലക്കൂലി അന്നാണ് കൊടുക്കുക. വിളയുടെ മേന്മ അനുസരിച്ചാകും നേട്ടം. എത്ര മേനി വിളവുണ്ട് അതാണ് എല്ലാവരും നോക്കുക.100 മേനിക്കുമേൽ വിളയെടുത്തവരുണ്ട്.

അളവ് തുടങ്ങും മുൻപ് ഒലാന്റെ മൂത്തമോൻ കൊച്ചുചെറുക്കൻ പറഞ്ഞു:

"തമ്പ്രാ എട്ടിൽ ഒന്ന് പതം അളക്കണം".

"അതെന്താടാ അച്ഛൻ പറഞ്ഞല്ലോ എട്ടിന് ഒന്നാണെന്ന്. അത് നീയ് എട്ടിൽ ഒന്നാക്കിയാലെങ്ങനെ?" രാമൻ നായർ ഉടനെ തർക്കിച്ചു.

"മുണ്ടാണ്ടിരിയെട. തമ്പ്രാനറിയും. തമ്പ്രാൻ ഏന് ദോഷം ചെയ്യൂല്ല." ഒലാനുടനെ ഇടപെട്ടു മോന്റെ നേരെ കയർത്തു.

"അപ്പാ. അപ്പനൊന്നു മുണ്ടാണ്ടിരി. ദിപ്പോ, പറഞ്ഞില്ലേലെക്കൊണ്ട് ശരിയാവത്. ചുറ്റുമുള്ളതേ ഏനും ചോദിക്കണുള്ളൂ. ദേ ഈകൂട്ടരോട് ചോദിച്ചാലെക്കൊണ്ട്. പോണ കൊയ്ത്തിനെ അവിടൊക്കെ ഇങ്ങനെയാ കൊടുക്കുന്നെ."

"ഓ അതിനാണോ നീയിവരെ വച്ച് കൊയ്യിക്കാം എന്ന് പറഞ്ഞേ?"

"അല്ലമ്പ്രാ. ഇവിടെയും, കുരിശടിക്കപ്പുറത്തെ കണ്ടത്തിൽ ഈ കൂലി കൊടുത്തതാ." "ശരി, ശരി. അങ്ങനെയെങ്കിൽ അങ്ങനെ. എന്നാൽ ഇത് ഇപ്പോൾ പറയാതെ നേരത്തെ പറയുന്നതായിരുന്നു അതിന്റെ ന്യായം." പെട്ടെന്ന് പിണക്കമെല്ലാം തീർന്നു. എന്താണ് എട്ടിൽ ഒന്നും, എട്ടിന് ഒന്നും തമ്മിൽ വ്യത്യാസം?

ഭാർഗ്ഗവൻപിള്ള വീട്ടിനുള്ളിൽ ചില ചിട്ടകൾ വച്ചിരുന്നു. സന്ധ്യ ആയാൽ കുട്ടികൾ വരാന്തയിൽ, താഴെ ചമ്രം പടിഞ്ഞിരുന്നു, ഭസ്മക്കുറിയിട്ട് നാമം ജപിക്കണം. ചമ്രം പടിഞ്ഞിരിക്കാൻ മുരളിക്ക് വിഷമം ആയിരുന്നു. ആദ്യം സമ്മതിച്ചില്ലെങ്കിലും പിന്നീട് അവന് ഇളവ് കൊടുത്തു. കള്ളപ്പെട്ട് ചൊല്ലാതിരുന്നാൽ ശബ്ദം വച്ച് ആളെ പിടികൂടി ഇമ്പോസിഷൻ ചൊല്ലിക്കും. പെൺകുട്ടികൾ അകത്തെ മുറിയിലാണുറങ്ങുക. കിഴക്കേ ചരിപ്പിൽ പായകൾ വിരിച്ചു വേണം ആൺകുട്ടികൾ ഉറങ്ങാൻ. ഇതു മാതിരി ഓരോ നിയമങ്ങൾ വീട്ടിൽ എല്ലാവർക്കും ഉണ്ടായിരുന്നു. സത്യത്തിൽ ചരിപ്പല്ല, മൂന്ന് വശവും അരമതിലിന് മുകളിൽ അഴികൾ പാകിയ സാമാന്യം വലിയൊരു ഹാൾ ആണ്. അഴികൾക്ക് അടപ്പില്ല. അതുകൊണ്ട് നല്ല കാറ്റ് കിട്ടും. അതുപോലെ മഴപെയ്യുമ്പോൾ എറിച്ചിലും അടിക്കും. പുറത്തു നിലാവുണ്ട്. അതാണ് കൂടുതൽ കുഴപ്പം. പേടിപ്പെടുത്തുന്ന നിഴലുകൾ കണ്ട് പേടിച്ചു കിടക്കുമ്പോൾ രാജശേഖരൻ ഉരുണ്ട് അടുത്ത് വന്ന് മുരളിയുടെ ചെവിയിൽ പറഞ്ഞു. "എടാ വലിയൊരു സംഭവമുണ്ട്."

വെള്ളി മേഘങ്ങൾ

ഐഡന്റിറ്റി നഷ്ടപ്പെട്ടാൽ മനുഷ്യൻ വെറും ഒരു പേരുമാത്രമാണ്. ഒരു ലേബൽ. പച്ചമീൻ പൊതിഞ്ഞു കിട്ടിയ ഒരു കീറ് പേപ്പർ പോലെയോ, ഉപയോഗിച്ച് വലിച്ചെറിഞ്ഞ ഒരു ബസ് ടിക്കറ്റ് പോലെയോ, കൊഴിഞ്ഞു വീണ ഒരു കരിയിലപോലെയോ, ആർക്കും വേണ്ടാത്ത ഒരു വസ്തു!

ഐഡന്റിറ്റി നഷ്ടപ്പെട്ടാൽ മനുഷ്യൻ വെറും ഒരു പേരുമാത്രമാണ്. ഒരു ലേബൽ.

പച്ചമീൻ പൊതിഞ്ഞു കിട്ടിയ ഒരു കീറ് പേപ്പർ പോലെയോ, ഉപയോഗിച്ച് വലിച്ചെറിഞ്ഞ ഒരു ബസ് ടിക്കറ്റ് പോലെയോ, കൊഴിഞ്ഞു വീണ ഒരു കരിയിലപോലെയോ, ആർക്കും വേണ്ടാത്ത ഒരു വസ്തു!

താൻ ആരെന്നു സ്വയം തിരിച്ചറിയാൻ വയ്യാത്ത അവസ്ഥയോളം ദുരന്തം മറ്റൊന്നുമില്ല. ഒരു തിരിച്ചു വരവില്ലാത്ത വിധം അസ്തിത്വം നഷ്ടപ്പെട്ടുപോയവർ. സ്വന്തം മക്കൾക്കോ, അവർക്കു സ്വയമോ വേണ്ടാത്ത ജീവൻ. എന്തിനാണ് പിന്നെയുമൊരു കഷ്ടപ്പെടുത്തൽ? മറവി രോഗത്തിന്റെ പിടിയിൽ പൂർണ്ണമായി അമരും മുൻപ്, കഴിഞ്ഞ തവണ കണ്ടപ്പോൾ, ലക്ഷ്മിയമ്മയുടെ കണ്ണുകളിലേക്കു നോക്കിയിരിക്കുമ്പോൾ, മുറിഞ്ഞ വാക്കുകളിൽ, അവർ പറഞ്ഞത് മുരളി വ്യക്തമായി കേട്ടതാണ്. "മോനെ മുരളി വയ്യടാ. നീ ഈ ജീവന്റെ ചരടൊന്നു പൊട്ടിച്ചു താ. സഹിക്കാൻ വയ്യാത്ത വേദന."

സ്ട്രോക്ക് വന്ന് ഒരുവശം തളർന്നു വീഴുമ്പോൾ ആരും കൂടെയില്ലായിരുന്നു. സഹായി ഭാനുമതിയമ്മ പറഞ്ഞത്. "ലക്ഷ്മിയമ്മ കട്ടിലിലിരുന്ന് പേപ്പർ വായിക്കുന്നത് കണ്ടിട്ട് ഞാനൊന്ന് ബാത്ത് റൂമിൽ പോ

യിട്ട് വരാമെന്ന് പറഞ്ഞു, പോയി വരുമ്പോൾ കണ്ടത്, ലക്ഷ്മിയമ്മ ബോധമില്ലാതെ നിലത്തു കിടക്കുന്നു. ഇടതുവശം തളർന്ന് പോയി. വായ കോടിയും, കണ്ണുകളുടെ ദൃഷ്ടി വല്ലാതെയുമായിരുന്നു."

സഖാവ് ജങ്ഷനിലേക്ക് പോയിരുന്നു. അവർ പോയി അയലത്തുള്ളവരെ വിളിച്ചുകൊണ്ടുവന്നാണ് ലക്ഷ്മിയമ്മയെ കട്ടിലിൽ എടുത്തു കിടത്തുന്നത്. അപ്പോഴേക്കും ആരോ പോയി സഖാവിനെ വിളിച്ചു കൊണ്ട് വന്നു. അവരെല്ലാം കൂടി എടുത്തു സായിപ്പിന്റെ ഹോസ്പിറ്റലിൽ ചെല്ലുമ്പോൾ ജീവൻ നിലനിർത്തുക എന്നല്ലാതെ അവർക്കൊന്നും ചെയ്യാനില്ലായിരുന്നു. ഞായറാഴ്ച ആയതു കൊണ്ട് സ്പെഷ്യലിസ്റ്റ് ഡോക്ടർമാരും ഇല്ല. വൈകുന്നേരത്തോടെയാണ് സഹോദരിമാരും ഭർത്താക്കന്മാരും കേട്ടറിഞ്ഞു എത്തുന്നത്. അവരുണ്ടല്ലോ എന്നാണ് കല്ക്കത്തയിൽ നിന്നും തിരിക്കുമ്പോൾ മുരളി കരുതിയത്. വന്നു കണ്ടു ഡോക്ടറിനോട് സംസാരിക്കുമ്പോളാണ് അവന് കാര്യങ്ങളുടെ ഗൗരവം മനസ്സിലായത്. കൊണ്ടുവന്നപ്പോൾ ഡ്യൂട്ടി ഡോക്ടറുടെ പരിചരണം മാത്രമാണ് കിട്ടിയത്. പിന്നെ എഴുന്നേറ്റിട്ടില്ല. ഒരാഴ്ചത്തെ ആശുപത്രി വാസം. പിന്നെ വീട്ടിലേക്ക്. ഇപ്പോൾ ഒൻപതു മാസം കഴിഞ്ഞിരിക്കുന്നു. കുഞ്ഞളിയൻ, ഡോക്ടർ കുമാർ, മുരളിയോട് പറഞ്ഞത്

"ഹോസ്പിറ്റലിൽ കൊണ്ടു വന്ന ഉടനെ അവർ ഒരു ഇൻജെക്ഷൻ കൊടുത്തിരുന്നെങ്കിൽ ഒരുപക്ഷേ, തളർച്ചയിൽനിന്നും രക്ഷപ്പെടുമായിരുന്നു. നാല് മണിക്കൂറിനുള്ളിൽ ചെയ്താലേ ആ മരുന്നിന് ഗുണമുള്ളൂ. അതും ബ്ലോക്ക് ആണെങ്കിൽ മാത്രം. അതിന് ഡ്യൂട്ടി ഡോക്ടറിനെയും കുറ്റം പറയാൻ വയ്യ. സ്കാൻ എടുത്താൽ പോലും അന്നേരം അതിൽ ബ്ലോക്ക് തെളിയണമെന്നില്ല, സ്ട്രോക്ക് ആണോ, ഹെമറേജ് ആണോ എന്നറിയാതെ ആരും ആ ഇഞ്ചക്ഷൻ കൊടുക്കില്ല. ഇനി വാട്ടർ ബെഡ്ഡും, നഴ്സിങ് പരിചരണവും ഒക്കെയായി നമുക്ക് നല്ല പരിചരണം കൊടുക്കാമെന്നേയുള്ളു, എഴുന്നേറ്റു നടക്കുന്ന കാര്യം പ്രയാസമാണ്. ഡിമിൻഷ്യമൂലം അമ്മ പ്രതികരിക്കാത്തതുകൊണ്ട് ഫിസിയോ തെറാപ്പിസ്റ്റിനും കാര്യമായി ഒന്നും ചെയ്യാൻ പറ്റില്ല."

ഇൻഫെക്ഷൻമൂലം കൂടെ കൂടെയുള്ള കത്തീറ്റർ മാറ്റങ്ങൾ, അതിന്റെ വേദന വേറെ. പിന്നീട് ഡിമിൻഷ്യമൂലം, ബോധത്തിന്റെ, തിരിച്ചറിവിന്റെ, സന്തോഷത്തിന്റെയും, സങ്കടങ്ങളുടെ, പ്രതീക്ഷകളുടെ ലോകത്തിലേക്കുള്ള വാതിൽ കൊട്ടിയടയ്ക്കപ്പെട്ട ജീവന് ഇനി ഏതാണ് വാതിൽ? ഇനി വേദനയുടെ നാളുകൾ മാത്രം. ഒരു തിരിച്ചു വരവില്ല. സഹോദരിമാരും മറ്റു ബന്ധുക്കളുമൊക്കെയും എതിർത്തിട്ടും മുരളി മേഴ്സി കില്ലിങ്ങിന് അനുവാദം ചോദിച്ചു അന്യായം ഫയൽ ചെയ്യാൻ കാരണം മറ്റൊന്നുമല്ല. മരണത്തിനു വേണ്ടി കേഴുന്ന, വേദനകൊണ്ടു പുളയുന്ന മനസ്സുകൾ, ജീവനുകൾ! വീർപ്പിച്ചു വച്ചിരിക്കുന്ന ബലൂണിന്, ഒരു മുട്ടുപിൻ കൊണ്ട് ഒരു കുത്ത് കൊടുത്ത് ബന്ധിപ്പിച്ചു നിർത്തിയിരിക്കുന്ന കാറ്റിനെ തുറന്നുവിടും പോലെ, ഈ വിങ്ങുന്ന ജീവനെ എങ്ങനെ ഞാൻ

സ്വതന്ത്രമാക്കും? ജീവനുകളൊന്നും ഒളിച്ചിരിക്കുന്നത് വെള്ളാരം കല്ലുകളിലല്ല. അവയെല്ലാം മേലെ മാനത്താണ്. വെള്ളിമേഘം പോലെ, പഞ്ഞിക്കെട്ട് പോലെ അവ അവിടെ പാറിനടക്കുകയാണ്. ആടിപ്പാടി നൃത്തം ചെയ്യുകയാണ്. കണ്ടിട്ടില്ലേ? ദാ, ജനലഴികളിൽ കൂടെ പുറത്തേക്കു നോക്കിക്കോളൂ. വെള്ളിമേഘങ്ങളുടെ അലസ ഗമനം കാണാൻ പറ്റുന്നില്ലേ? ജീവനുകൾക്ക് വിട്ടു പോകാൻ പ്രയാസം വരുമ്പോൾ, മേഘച്ചുരുളുകൾ മാനം ഇറങ്ങി വരും. കൂട്ടുകാർ വന്ന് ജീവനെ കൈ വെള്ളകളിൽ താങ്ങി കൂട്ടിക്കൊണ്ട് പോകും. തോട് പൊട്ടിച്ചു പുറത്തു വരാൻ വെമ്പുന്ന ജീവന്, തള്ളക്കോഴി മുട്ടത്തോട് പൊട്ടിച്ചു കൊടുക്കും പോലെ. ഭൂമിയിലെ മക്കളെ ഓർത്തുള്ള മേഘങ്ങളുടെ വിതുമ്പലുകളാണ് മഴയായി പെയ്തിറങ്ങുന്നത്. അവരുടെ കൂടെ അമ്മയും ഉണ്ടോ? പുതിയ ആളെ കിട്ടിയ കൂട്ടുകാർ നൃത്തം തുടങ്ങിയോ?

ഇതും ഒരു വട്ടു തന്നെയല്ലേ? അമ്മ മരിച്ചിട്ടും അതാരോടും പറയാതെ, അമ്മ ഉയിരോടെ ഇരുന്നോട്ടെ, താൻ എത്തും വരെയെങ്കിലും. അമ്മ മരിച്ചെന്ന് പറഞ്ഞിട്ട് വേണോ തന്റെ ബുദ്ധിയും, സ്വപ്നങ്ങളും, മുഴുവൻ സമയവും കൊടുത്തു വളർത്തിയ കമ്പനിയിൽ അവധി കിട്ടാൻ? അതിന്റെ ആവശ്യമില്ല. വേണ്ട അമ്മയെന്റെ വ്യക്തിപരമായ നോവാണ്. എന്റെ മാത്രം സ്വകാര്യ വേദന. അതാർക്കും പങ്കിട്ടു നല്കാനാവില്ല. ഇളയ അളിയൻ വിളിച്ചു പറയുമ്പോൾ മുരളി ഇത്രയേ പറഞ്ഞുള്ളു, “ഞാൻ വരുന്നു”.

“ഞാൻ എപ്പോൾ ചെന്നാൽ എന്താണ്? എന്നോ മരിച്ചു കഴിഞ്ഞ അമ്മയ്ക്ക് ഇനി എന്ത് മരണം ബാക്കി? മരിച്ചു കഴിഞ്ഞാൽ അമ്മയ്ക്കിനി എന്നെ വേണ്ട. എനിക്ക് അമ്മയേയും. മരണം വേർപിരിയലിന്റെ കവലയാണ്. വഴി പിരിഞ്ഞു പോകണം. മരണത്തിനു മുൻപ് കൊടുക്കാൻ കഴിയാത്തതൊന്നും കർമ്മങ്ങളിൽ കൂടി കൊടുത്തു തീർക്കാനാവില്ല. അതോ നാട്ടുകാരേയും, വീട്ടുകാരെയും ബോദ്ധ്യപ്പെടുത്താൻ കേട്ടപാടെ ഫ്ളൈറ്റിൽ കയറി ചെല്ലണമായിരുന്നോ?”

“നോക്ക് മുരളി, മരണമെന്നത് മോചനമാണ്. എല്ലാ വികാര, വിചാരങ്ങളിൽനിന്നും ഉള്ള മോചനം. ആത്മാവ് എല്ലാം ഒന്ന് തന്നെയാണ്. ഒന്ന് ഒന്നിൽനിന്നും വ്യത്യസ്തമല്ല. എന്നാൽ അതിരിക്കുന്ന ഭൗതിക ശരീരം ഒന്നല്ല. ശരീരം തികച്ചും ഭിന്നമാണ്. നിറമോ, ആകൃതിയോ, പ്രകൃതിയോ, എന്തിന് ഒരു കോശം പോലും പൂർണ്ണമായി ഒന്നു പോലെയല്ലല്ലോ. ഒന്ന് പോലെ മറ്റൊന്നില്ല. അത് സയാമീസ് ഇരട്ടകൾ ആണെങ്കിൽ പോലും. നീയും, ഞാനും ഒന്നല്ല. നിന്റെ അമ്മയും, നീയും ഒന്നല്ല. ഓരോന്നും ഓരോ ശരീരങ്ങൾ. ശരീരങ്ങൾ ഓരോ സമയത്ത്, എവിടെ നിന്നോ വന്ന്, ഒന്നിച്ചു യാത്ര ചെയ്ത്, സുഖങ്ങളും ദുഃഖങ്ങളും പങ്കിട്ട്, പരസ്പരം പിരിയേണ്ടവർ. എന്നാൽ ആത്മാവ് ഒന്നാണ്. അതിന് ജാതിയോ മതമോ ഉച്ച നീചത്വങ്ങളോ ഇല്ല. ഈ ആശയം സ്വായത്തമാക്കുമ്പോൾ മുരളി, നിന്റെ ഭയങ്ങളും, സങ്കടങ്ങളും അസ്തമിക്കുന്നു.

ശേഷിക്കുന്നത് വിശ്വപ്രേമം, കരുണ, പരിപൂർണ്ണമായ സമാധാനം, വിശ്വം നിറയുന്ന ആനന്ദം, പരമാനന്ദം. ഓരോരുത്തർക്കും ഈ ലോകത്ത് എല്ലാ സുഖങ്ങളും, സന്തോഷങ്ങളും അനുഭവിച്ചു ജീവിക്കാനുള്ള അവകാശമുണ്ട്. ഓരോ ദിവസവും ജീവിതം ആസ്വദിക്കുകയാണ് വേണ്ടത്. അവസാനം പിരിഞ്ഞു പോകേണ്ടപ്പോൾ സുഖകരമായി പോകാൻ പറ്റിയാൽ നന്ന്. അല്ലെങ്കിലും പോയേ പറ്റു. പിന്നെന്തിന് പിരിയുമ്പോൾ ഈ അലമുറയും ബഹളവും എല്ലാം? സന്തോഷങ്ങളും, സുഖങ്ങളും അനുഭവിച്ച ശേഷം പരമമായ മോചനത്തിൽ ആനന്ദിക്കുകയല്ലേ വേണ്ടത്?" മീര എപ്പോഴും ഇങ്ങനെയാണ്. അവൾക്ക് എന്തിനും ഒരു ന്യായവും ഫിലോസഫിയും ഉണ്ട്.

"നിന്റെ ഒരു കൂട്ടുകാരന്റെ അച്ഛനോ, അമ്മയോ മരിച്ചു പോയെന്നു കരുതുക. അവിടെ ചെല്ലുമ്പോൾ നീ കരയാറുണ്ടോ? ഇല്ലല്ലോ. എന്ത് ചെയ്യും? 'അമ്മയുടെ മരണം ദുഃഖം തന്നെയാണ്. എന്നാൽ മരണം നമ്മുടെ കൈയിലല്ലല്ലോ. അമ്മ പ്രായമായല്ലേ പോയത്, കഷ്ടപ്പെട്ടില്ലല്ലോ. അതിൽ സന്തോഷിക്ക്.' ഇനി അഥവാ ചെറുപ്പത്തിൽ മരിച്ചാലോ, 'എന്റെ ആദരാഞ്ജലികൾ. എന്ത് ചെയ്യാൻ പറ്റും, നമുക്ക്. നല്ലവരെ ദൈവം നേരത്തെ വിളിക്കുന്നു.' അങ്ങനെ എന്തെങ്കിലും പറഞ്ഞു അയാളെ ആശ്വസിപ്പിക്കും. ശരിയല്ലേ? അത് തന്നെ സ്വന്തം കാര്യത്തിലും ചിന്തിച്ചാൽ എന്താണ് കുഴപ്പം? എന്തിനാണ് അവനൊരു ന്യായം, നിനക്കൊരു ന്യായം?"

"അങ്ങനെയെങ്കിൽ ആരോഗ്യമായി ഇരിക്കുമ്പോൾ ഒരു നിമിഷം കൊണ്ട് എല്ലാം അവസാനിപ്പിച്ച് മടങ്ങരുതോ? അപ്പോൾ വയസ്സുകാലത്തേ ഈ ദുര്യോഗം വേണ്ടായല്ലോ?" മുരളി അവളോട് തർക്കിച്ചു.

"മണ്ടച്ചാരേ. സത്യത്തിൽ നിനക്കൊന്നും അറിഞ്ഞുകൂടാ. മേലെ മാനത്ത്, ഭൂമിയിലെ സ്വർഗ്ഗം കാണാൻ പോകാൻ ജീവനുകൾ തമ്മിൽ മത്സരമാണ്. അതല്ലേ അവ ആകാശത്ത് ഒഴുകി നടന്നു തിരഞ്ഞു കൊണ്ടിരിക്കുന്നത്? അവയെല്ലാം ഇങ്ങോട്ട് വരാൻ തിരക്ക് കൂട്ടി നില്ക്കുമ്പോൾ അങ്ങോട്ട് പോകണമെന്നോ? കൊള്ളാം. ഇവിടെയല്ലേ സ്വർഗ്ഗം? നീയും ഞാനും ചേരുന്നതല്ലേ സ്വർഗ്ഗം? അല്ലാതെ സ്വർഗ്ഗം മേലാകാശത്തല്ല. ഇവിടെ ഈ ഭൂമിയിലാണ്. ദൈവവും ഇവിടെ തന്നെയാണ്. വിശന്നു തൊള്ള കീറി കരയുന്ന കുഞ്ഞിനെ എടുത്തു കൊണ്ട് വരുന്ന, മെല്ലിച്ച അമ്മയുടെ കൈയിൽ, അവനുള്ള അപ്പം വച്ചുകൊടുക്കുമ്പോൾ, അവരുടെ കണ്ണിലെ തെളിച്ചം, കാലിലെ വ്രണം പൊട്ടി ഒഴുകി, വേദന കൊണ്ട് ഞരങ്ങുന്ന, മക്കളുപേക്ഷിച്ച വൃദ്ധനെ താങ്ങി എടുത്തു മരുന്ന് കൊടുത്തു, സേവാസദനിൽ ആക്കുമ്പോൾ, അശക്തമായ കൈകളുയർത്തി അയാൾ നന്ദി പറയുമ്പോൾ, നീയാണ് ദൈവം. നീയിരിക്കുന്നിടമാണ് സ്വർഗ്ഗം.

ഫ്രണ്ട് അശുതോഷ് മുക്കർജിയുടെ അമ്മ മരിച്ചദിവസം അവന്റെ വീട്ടിൽ ചെന്നപ്പോൾ കണ്ടു. ബന്ധുക്കൾ സ്ത്രീകളെല്ലാം കരഞ്ഞു ക

ലങ്ങിയ കണ്ണുകളുമായി ചുറ്റും ഇരിക്കുന്നു. കൊച്ചുമോൾ, അശുതോഷിന്റെ മകൾ, വാരണാസിയിൽ മെഡിസിന് പഠിക്കുന്നവൾ, ഇപ്പോൾ വരുമെന്നും അമ്മൂമ്മ വളർത്തിയ മകളാണ്, അവളെങ്ങനെ ഈ സങ്കടം താങ്ങും, എന്നൊക്കെ ചിലർ വിലപിക്കുന്നുണ്ടായിരുന്നു. എല്ലാവരും കൊച്ചുമോൾക്കൊപ്പം വിലപിക്കാൻ തയ്യാറായി ഇരുന്നു. എന്നാൽ ഒരു കളർ ഫുൾ സ്ലീവ്‌ലെസ് ടോപ്പും, ഇറുങ്ങിയ പൈജാമയും ധരിച്ചെത്തിയ അവൾ കൂളായി ഉള്ളിൽ വന്നിട്ട്, അവിടെയിരുന്ന ചിലരോട് ലോഹ്യത്തിൽ കൈ കാട്ടിയിട്ട് അമ്മൂമ്മയുടെ കാല്ക്കൽ പോയിരുന്നു തൊഴുതു. അനന്തരം കരഞ്ഞു കലങ്ങിയ കണ്ണുകളോടെ ഇരുന്ന അവളുടെ അമ്മയുടെ അടുത്തേക്ക് പോയി. അലമുറയോ കരച്ചിലോ ഒന്നും ഉണ്ടായില്ല. കൂൾ. വളരെ കൂൾ. “അമ്മാ ട്രെയിൻ ലേറ്റായിരുന്നു.”

അവളെക്കണ്ടതും അവളുടെ അമ്മ അവളെ കെട്ടിപ്പിടിച്ചു കരച്ചിൽ വീണ്ടും തുടങ്ങി. “പോയല്ലോ. എല്ലാം പോയല്ലോ. രാവിലെ ചായ കുടിക്കുമ്പോൾ കൂടി നിന്നെപ്പറ്റി പറഞ്ഞു. നീ വന്നിട്ട് വേണം ഒരു പ്രാവശ്യം കൂടി ഡാർജിലിങ്ങിന് പോണമെന്ന്. ഇനി എങ്ങനെ പോകുമോ?” അവർ അലമുറയിട്ടു.

“അമ്മ, അമ്മ” എന്ന് പറഞ്ഞവൾ അമ്മയേ തോളത്തു തട്ടി ആശ്വസിപ്പിച്ചു. അല്പനേരത്തിനു ശേഷം അവർ കരച്ചിൽ നിർത്തിയപ്പോൾ അവൾ ബാഗെടുത്തു വക്കാനും മറ്റു കാര്യങ്ങൾക്കുമായി അകത്തേക്ക് പോയി. ആളുകൾ ഹതാശരായി. അവരെല്ലാം ഞെട്ടിപ്പോയി. അവർ പരസ്പരം ബംഗാളിയിൽ ആശങ്കകൾ പങ്കു വച്ചു. “ഈ കുട്ടിയെ വളർത്തിയ അമ്മൂമ്മയാണ് കിടക്കുന്നത്. അവർ മരിച്ചിട്ടും അവൾക്കു സങ്കടമില്ലെന്നോ? മെഡിസിൻ പഠിത്തം അവളെ നിഷ്ഠുരയാക്കിയോ?”

എന്താണ് സങ്കടം? എങ്ങനെയാണത് ദുഃഖം കാട്ടുക? കരഞ്ഞു വിളിച്ചു കൂവിയാണോ? അല്ലെങ്കിൽ ആരെയാണ് കാട്ടേണ്ടത്? എന്റെ അമ്മയെ ഞാൻ സ്നേഹിച്ചിരുന്നു എന്ന്, എന്റെ അമ്മ എന്നെ സ്നേഹിച്ചിരുന്നു എന്ന് ഞങ്ങൾ രണ്ടാളും ആരെ ബോദ്ധ്യപ്പെടുത്താനാണ്? എന്തിനു ബോദ്ധ്യപ്പെടുത്തണം? ഒരിക്കൽ കൈമോശം വരുമെന്ന് പൂർണ്ണമായി അറിഞ്ഞുകൊണ്ട്, കൈവശംവക്കുന്നത് വിട്ടുപോകുമ്പോൾ എന്തിന് വേവലാതിപ്പെടണം? എന്നേ കിട്ടിയ അമ്മയ്ക്ക് അറിയും ഒരു നാൾ അമ്മയ്ക്കോ, എനിക്കോ പരസ്പരം വിട്ടു പോകണമെന്ന്. കൂടിച്ചേർന്നതെല്ലാം വേർപിരിയേണ്ടത് നിയതിയുടെ അനിവാര്യതയാണ്. അപ്പോൾ വിട്ടുപോകൽ വേദനാജനകം ആകാതിരിക്കാൻ വഴി ഒരുക്കുകയല്ലേ വേണ്ടത്? മുരളി ഓർത്തു. ഇത്തരം മറവിരോഗങ്ങൾക്കൊന്നും ഇന്ത്യൻ കോടതികൾ മേഴ്സി കില്ലിങ് അനുവദിക്കില്ല എന്ന് അന്യായം ഫയൽ ചെയ്യുമ്പോഴേ വക്കീൽ പറഞ്ഞിരുന്നു. എന്നാലും ശ്രമിക്കാം എന്നേ കരുതിയുള്ളൂ. അമ്മയ്ക്കുവേണ്ടിയുള്ള കേസ് തോറ്റ ഈ മകന്റെ മനസ്സ് അമ്മയ്ക്ക് മനസ്സിലാകും. മുരളി സ്വയം ആശ്വസിച്ചു.

രാമൻ നായർ മലയായിൽനിന്നും വന്നതോടെ എല്ലാ കാര്യങ്ങളും

അദ്ദേഹമാണ് നോക്കുന്നത്. മൂത്ത സഹോദരങ്ങൾ സോമൻപിള്ളയ്ക്കും, അയ്യപ്പൻപിള്ളയ്ക്കും കൃഷിയിൽ ഒരു താല്പര്യവുമില്ല, ഇടപെടാറുമില്ല. സോമൻപിള്ളയുടെ രണ്ടു പെണ്മക്കളേയും സാവിത്രിയേയും സരളയേയും കെട്ടിച്ചയച്ചു. അവരുടെ ഭർത്താക്കന്മാർ ഒറീസയിൽ സ്റ്റീൽ പ്ലാന്റിലാണ് ജോലി ചെയ്യുന്നത്. അതുകൊണ്ട് തന്നെ അവരെല്ലാം ഒറീസയിലാണ്. ഓണത്തിന് വരുമ്പോഴാണ് മുരളി ചേച്ചിമാരേയും അവരുടെ കുഞ്ഞുങ്ങളെയും കാണാറ്. അയ്യപ്പൻപിള്ള അമ്മാവൻ, രാമൻ അമ്മാവന്റെ അനിയനാണ്. എന്നാൽ പുള്ളിയുടെ കല്യാണം രാമനമ്മാവന്റെ കല്യാണത്തിന് മുൻപേ നടന്നു. കാരണങ്ങൾ പലതാണ്. ഒന്ന് രാമനമ്മാവൻ അന്ന് മലയായിൽ ആയിരുന്നല്ലോ, ഉടനെ വരാൻ പറ്റുമായിരുന്നില്ല. സോമനമ്മാവന്റെ കുടുംബം കോന്നിക്ക് താമസം മാറിപ്പോയപ്പോൾ അമ്മൂമ്മയ്ക്ക് വീട്ടിൽ സഹായത്തിന് സ്ത്രീകളില്ലാതായി. വീട്ടിൽ കുഞ്ഞിക്കാലില്ലാതെ അപ്പൂപ്പന് വീർപ്പുമുട്ടി. കൂടാതെ അയ്യപ്പനമ്മാവന് ജോലി ഏറ്റുമാനൂർ എൽ പി സ്കൂളിൽ ആയിരുന്നല്ലോ. സ്കൂളിനടുത്തായിരുന്നു ജാനമ്മ അമ്മയുടെ വീട്. അമ്മാവൻ എന്തോ കാര്യത്തിന് അവരുടെ വീട്ടിൽ പോയതാണ്. പിന്നെ സ്കൂളിൽ പോകുമ്പോഴും വരുമ്പോഴുമെല്ലാം അവരുടെ പടിക്കലെത്തുമ്പോൾ അമ്മാവന്റെ നടപ്പു സ്പീഡ് കുറയും. അങ്ങനെ അയ്യപ്പൻ പിള്ള അമ്മാവൻ ജാനമ്മയെ കെട്ടി. നല്ല സ്നേഹമുള്ള സ്ത്രീയാണ്. ഭർത്താവു സ്ഥിരമായി ഏറ്റുമാനൂർവരെ യാത്ര ചെയ്യുന്നത് കണ്ട് സങ്കടം വന്നപ്പോൾ ഒരുനാൾ ജാനമ്മ അയ്യപ്പൻപിള്ളയോട് ചോദിച്ചു, "നിങ്ങളുടെ കഷ്ടപ്പാട് കാണുമ്പോൾ എനിക്ക് സങ്കടം. അതും എന്റെ വീട് അവിടെ കിടക്കുമ്പോൾ. എന്റെ വീടെന്നു പറഞ്ഞാൽ നിങ്ങളുടെ വീട്. നമുക്കവിടെ താമസിച്ചാലോ? സ്കൂളിൽ ബെല്ല് അടിച്ചിട്ട് വീട്ടിൽനിന്നും ഇറങ്ങിയാൽ മതി."

"അത് ശരിയാവില്ല. അച്ചിവീട്ടിൽ താമസം എന്നത് ശരിയാവില്ല."

"അത് നിങ്ങളുടെ പേരിൽ എഴുതി തരുന്നതിനും എന്റമ്മയ്ക്ക് പ്രയാസമില്ല. ഒരു വാക്ക് പറഞ്ഞാൽ മതി."

"വേണ്ട, ശരിയാവില്ല."

"ഇതാ നിങ്ങളുടെ ഒക്കെ കുഴപ്പം. കഷ്ടപ്പെട്ടോളൂ. എനിക്കെന്താ?"

എന്തായാലും രാമൻ നായർ വന്നപ്പോൾ അതിന് തീരുമാനമാക്കി. ജാനമ്മ, രാമൻ നായരെ സോപ്പിട്ടതാണെന്നും ഒരു ശ്രുതിയുണ്ട്. രാമൻ നായർ ചേട്ടനുവേണ്ടി വക്കാലത്തെടുത്തു. ഭാർഗ്ഗവൻപിള്ള സമ്മതിച്ചു. എന്തായാലും അയ്യപ്പനമ്മാവൻ രക്ഷപ്പെട്ടു. ഏറ്റുമാനൂരിൽ താമസമായി.

പോരുവഴിക്ഷേത്രത്തിന്റെ ജങ്ഷനിലാണ് മണിയന്റെ ചായക്കട. രാവിലെ അഞ്ചുമണിയോടുകൂടി മണിയൻ റോഡ്സൈഡിലെ ചായക്കട തുറക്കും. ഓല മേഞ്ഞു ചാണകം മെഴുകിയ ഒരു അടുക്കളയും വരാന്തയും. അതാണ് കട. കടയുടെ തൊട്ടു പുറകിലാണ് വീട്. അതുകൊണ്ട് ഇടയ്ക്കിടെ ഭാര്യയും, രണ്ട് പെൺമക്കളും വന്ന് സഹായിക്കും. അതിരാവിലെയാണ് കാളവണ്ടികളും ഉന്തുവണ്ടികളുമായി ആളുകൾ ചരക്കു

മായി ചങ്ങനാശേരി ചന്തയ്ക്കു പോകുക. അപ്പോൾ ചായയ്ക്കും ബോണ്ടയ്ക്കും നല്ല ഡിമാൻഡാണ്. മണിയന്റെ കട്ടൻ കാപ്പിയും, ചുക്ക് കാപ്പിയുമാണ് പ്രസിദ്ധം. വണ്ടിക്കാർക്കറിയാം യാത്രാമദ്ധ്യേ എവിടെയെല്ലാം എന്തെല്ലാം കിട്ടുമെന്ന്. വൈകുന്നേരം മണിയൻ പരിപ്പുവടയും സുഖിയനും ഇടും. എന്താണ് എന്നറിയില്ല അയാൾക്ക് ഉഴുന്നുവട കച്ചവടം ഇല്ല. തൊട്ടടുത്തുള്ള പലരും രാവിലെ മണിയന്റെ കടയിൽ വരും. മറ്റൊരു സ്പെഷ്യൽ കൂടി അയാൾക്കുണ്ട്. *മാതൃഭൂമി* പേപ്പർ. ഒരു കട്ടനും അടിച്ചു പത്രവും വായിച്ചു, നാട്ടുവിശേഷങ്ങളും പറഞ്ഞിരിക്കുന്നതിന്റെ ഒരു സുഖം അത് അനുഭവിച്ചറിയണം. രാവിലെ തന്നെ കട്ടനടിക്കാൻ ചന്ത്രോത്തെ നാണു നായരും പാങ്ങാട്ടെ നമ്പ്യാരും എത്തി.

"എടാ മണിയാ, നീ കേട്ടാരുന്നോ ആ ഇലഞ്ഞിക്കൽ രാമൻനായർ കോടഞ്ചേത്തിൽ പുരയിടം വാങ്ങിയെന്ന്?" നാണു നായർ ചോദിച്ചു

"ആരുടെ? നേര് മഠക്കാരുടെ പറമ്പോ?"

"അതേന്ന്. ആ ചെമ്പകശ്ശേരിൽ ഗോപാലപിള്ളയില്ലേ, നേര് മഠക്കാരുടെ പഴയ ശിങ്കിടി? അവനും രാമൻനായരും കൂടി ആ പറമ്പിൽ നില്ക്കുന്നത് കണ്ടു. വൈകിട്ട് മഠത്തിലെ മൂത്ത തിരുമേനി ചെമ്പകശ്ശേരിയുടെ വീട്ടിലേക്ക് പോകുന്നതും കണ്ടു."

"നാണുനായരേ നിങ്ങൾക്കെന്തിന്റെ കേടാ? അയാൾ വാങ്ങുന്നെങ്കിൽ വാങ്ങട്ടെ." നമ്പ്യാർ.

"അയാൾ ആ നേര് മഠക്കാരെ പറ്റിച്ചു വാങ്ങും." നാണുനായർക്ക് ഇലഞ്ഞിക്കൽ ഭാർഗ്ഗവൻ പിള്ളയെ പണ്ടേ കണ്ടൂടാ. ഇപ്പോൾ മോൻ രാമൻ നായരെയും എന്ന് നമ്പ്യാർക്ക് നന്നായി അറിയാം.

"ആരൊക്കെയാണ് ഇല്ലക്കാരുടെ ചെമ്പും വാർപ്പും കുട്ടകവും ഓട്ടുപാത്രങ്ങളും എല്ലാം ചുളുവിലക്ക് വാങ്ങിക്കൂട്ടുന്നതെന്ന് എല്ലാവർക്കും അറിയാം."

"നമ്പ്യാരതൊരു മുനവച്ച് പറഞ്ഞതാണല്ലോ?"

"അയ്യോ. അങ്ങനെ തോന്നിയോ? എന്നാൽ ഞാൻ വിട്ടേ."

"ഞാൻ അതല്ല ആലോചിക്കുന്നത് എത്ര പെട്ടെന്നാണ് ഗോപാലപിള്ള നേര് മഠക്കാരെ വിട്ട് രാമൻ നായരുടെ വാലായത്." മണിയൻ ഇടയ്ക്കു കയറി. "കക്ഷികൾ തമ്മിൽ പിണങ്ങിയാൽ അയാളുടെ കച്ചോടമാ മുടങ്ങുന്നത്."

"അച്ഛാ, പഞ്ചസാര." മണിയന്റെ ഇളയ മോളാണ്.

"അത് നീയാ പാട്ടയിൽ ഇട്ടേച്ചും പൊക്കോ." അവൾ അവരെ നോക്കി ലോഹ്യത്തിൽ ചിരിച്ചിട്ട് പോയി.

"ഇവളെത്ര വരെ പഠിച്ചു."

"നാലാം ക്ലാസ്."

"പിന്നെന്തേ വിട്ടില്ല?"

"ഓ, പെൺപിള്ളേര് പഠിച്ചിട്ട് ഇപ്പൊ എന്ത് ചെയ്യാനാ?"

"അത് സത്യം." നാണുനായർ പിന്താങ്ങി

"തന്നേമല്ല, അവൾ മണ്ടിയാ. രണ്ടിൽ രണ്ടുതവണ തോറ്റപ്പോൾ ഇനി പോകുന്നില്ലെന്ന് അവൾ പറഞ്ഞു. ഞാനും പറഞ്ഞു പോകണ്ടാന്ന്."

"എത്ര വയസ്സായി മണിയാ?"

മണിയൻ നാണുനായരെ ഒന്ന് ചരിഞ്ഞു നോക്കി, "ഇരുപത്താറ്."

"ഇനീം ചെക്കന്മാരെ വല്ലോം നോക്കണ്ടായോ?"

ആ ചോദ്യത്തിന് ഒത്തിരി അർത്ഥങ്ങളുണ്ട്. മൂത്തവളുടെ കെട്ടും കഴിഞ്ഞില്ല.

വീട്ടിലെ പഞ്ഞം പിള്ളേരുടെ വേഷത്തിലും ദേഹത്തും കാണാം എന്നത് സത്യം. കഴുത്തിലും കാതിലും പൊന്നൊന്നും ഇല്ലെന്നേയുള്ളു. രണ്ടു കുട്ടികളും പ്രായത്തേക്കാൾ വളർന്നിരിക്കുന്നു. നല്ല കൊഴുപ്പും, മുഴുപ്പും ഉള്ള ശരീരം. ഇല്ലാഞ്ഞിട്ടാകും ഉടുക്കുന്നത് മുണ്ടും ബ്ലൗസു മാണ്. നെഞ്ചത്തിടുന്ന ഈരെഴയൻ തോർത്ത് മാറത്തെ സമൃദ്ധിയിൽ തോറ്റുപോകുന്നു. നമ്പ്യാർക്ക് മണിയനോട് കഷ്ടം തോന്നി.

"നാണുനായർ വല്ലോരും ഉണ്ടേൽ പറ." മണിയൻ ഇരുത്തി മറുപടി കൊടുത്തു.

ഇനി കുഴപ്പമാണെന്ന് തോന്നി നാണുനായർ വലിഞ്ഞു. "ശരി, ഇന്ന് പറമ്പിൽ നടീലാണ്. ഞാൻ ചെല്ലട്ടെ."

നാണുനായർ പോയപ്പോൾ നമ്പ്യാർ പറഞ്ഞു: "മണിയാ നീ ഇയാൾ പറയുന്നതൊന്നും കാര്യമാക്കണ്ട. അതുപോലെ ഈ നാണുനായർക്കെന്താ രാമൻനായരോടിത്ര ദേഷ്യം?"

"അത് നേരത്തെ ഒരു അതിരുകേസിൽ ഭാർഗ്ഗവൻപിള്ള നാണുനായർക്കെതിരെ തീർപ്പു പറഞ്ഞു. അതാണ്."

"എന്ന് കരുതി?"

"ഇപ്പോൾ ഇതുമാതിരി പുരയിടം വാങ്ങാൻ പോരുവഴിയിൽ നായർ ഒഴികെ ആരുടെ കൈയിലാണ് പണം? ഞാൻ അറിഞ്ഞത് അവരെ സഹായിക്കാൻ വേണ്ടി മാത്രമാണ് അയാൾ അത് വാങ്ങിയതെന്നാണ്. ന്യായമായ വിലയും കൊടുത്തു എന്നാണ്. അതും നേര് മഠത്തിലെ പോറ്റി, "തെണ്ടത്തെ ഉള്ളൂ. വേറെ വഴിയില്ല. നായരും കൂടി കൈവിട്ടാൽ." എന്ന് കരഞ്ഞു പറഞ്ഞപ്പോൾ ആണത്രേ അയാൾ സമ്മതിച്ചത്."

രാവിലെ ഇലഞ്ഞിച്ചോട്ടിൽ പല്ല് തേച്ചു നില്ക്കുമ്പോൾ പേപ്പർകാരൻ ഗോപി, "അമ്മാവൻ കോടഞ്ചേത്തിൽ പുരയിടം വാങ്ങിയ ചെലവു എപ്പോഴാണ്," എന്ന് ചോദിച്ചതോടെ രാജശേഖരന്റെ സർപ്രൈസ് പൊട്ടി. പിള്ളേരെല്ലാം കൂടി രാജീവന്റെ നേതൃത്വത്തിൽ പുതിയ പുരയിടം കാണാൻ പോയി. കാടുപിടിച്ചു കിടക്കുന്നു. എല്ലാ ഇനം പാമ്പുകളും ഉള്ള സ്ഥലം. എന്നാലും എല്ലാവർക്കും ഇഷ്ടപ്പെട്ടു. സന്ധ്യക്ക് വിളക്ക് വച്ച് കുട്ടികളെല്ലാം സന്ധ്യാനാമം ചൊല്ലി കഴിഞ്ഞപ്പോഴേക്കും ചെമ്പകശ്ശേരി ഗോപാലപിള്ള വന്നു. നല്ലവണ്ണം അടിച്ചിട്ടുണ്ട്. അടുത്തോട്ടു പോകാൻ വയ്യ, അത്ര നാറ്റം. "കൊച്ചാട്ടൻ എന്തിനാ ആ വില പറഞ്ഞത്? അതൊത്തിരി കൂടിപ്പോയി. ഇതിന്റെ പകുതിയുടെ പകുതിക്ക് ഞാനിത് കച്ചോടം ആക്കിയേനെ."

"ആകട്ടെ നമുക്ക് നഷ്ടമുണ്ടോ?"

"അതില്ല. ന്യായമായ വില. അല്ല, ഞാൻ പറഞ്ഞത് അയാൾക്ക് വേറൊരു വഴിയുമില്ല. ഇന്ന് ഈ പോരുവഴിയിൽ ഇത്ര പണം മുടക്കാനും ഒരുത്തന്റെ കൈയിലും ഇല്ല. അപ്പോൾ നമ്മൾ പറയുന്ന വിലയ്ക്ക് അയാൾ സമ്മതിച്ചേനെ. തന്നേമല്ല അയാൾ കരഞ്ഞോണ്ട് പുറകെ നടക്കുവല്ലായിരുന്നോ?"

"ഗോപാലപിള്ളേ, എനിക്ക് ഈ വസ്തുവിൽ ഒരു മോഹവുമില്ല. ചുളുവിലക്ക് ആ പുരയിടം വാങ്ങാമായിരുന്നു, അതും അറിയാം. എന്നാൽ തകർന്നിരിക്കുന്നവന്റെ ചട്ടിയിൽ നിന്നും തട്ടിപ്പറിക്കരുത്. അത് പാടില്ല. പോരുവഴിയമ്മ സഹിക്കില്ല "

കേട്ടുകൊണ്ടിരുന്ന ഭാർഗ്ഗവൻപിള്ള പറഞ്ഞു "അതാണ്, അതിന്റെ ശരി."

ഇല്ലങ്ങളും മഠങ്ങളും വിട്ട ശിങ്കിടികൾ, ചെമ്പകശ്ശേരിൽ ഗോപാലപിള്ളയും, വടക്കെ മണ്ണൂരെ രാജനും, രാമൻനായരുടെ ഇടവും, വലവും നിന്നു. അദ്ദേഹം രാജാപ്പാർട്ടു ശരിക്കും ആസ്വദിച്ചു. സുഹൃത്തുക്കൾക്കൊക്കെ വാരിക്കോരി കൊടുത്തു. നാട്ടിലുള്ള എല്ലാ കുളങ്ങളും വർഷക്കണക്കിനു പാട്ടത്തിനെടുത്തു. അതിലെ മീൻ പിടിക്കുന്നത് ഒരു ഉത്സവം പോലെയാണ്. വലിയ ചെമ്പിലും കുട്ടകത്തിലും ഇനം തിരിച്ചു മീനുകളെ ഇട്ട് ദിവസങ്ങളോളും കറി വയ്ക്കും. കൊച്ചു മീനുകളെല്ലാം ശിങ്കിടികൾക്കും, നാട്ടുകാർക്കും നായർ വക ഫ്രീ. നല്ല ഇളം നാടൻ പൂവനെയാണ് രാമൻ നായർക്കു ഇഷ്ടം. അയാളെ പ്രീണിപ്പിക്കാൻ ചെമ്പകശ്ശേരിയും, മറ്റു ശിങ്കിടികളും അയൽവക്കങ്ങളിലെ പൂവനെയൊക്കെ വാങ്ങിക്കൊണ്ടു വന്നു. വില കൊടുക്കാൻ നായർക്ക് ഒരു മടിയുമില്ല. അതുകൊണ്ടു ഇടനിലക്കാരുടെ കീശ വീർത്തു

ആക്കുളത്തു കുളത്തിൽ മീൻ പിടിക്കാൻ നാലുപേരുണ്ടായിരുന്നു. മോട്ടോർ വച്ച് വെള്ളം അടിച്ചു വറ്റിക്കാൻ ഒന്നര മണിക്കൂറെടുത്തു. വെള്ളം വറ്റി തുടങ്ങുമ്പോഴേ മീനിന്റെ പുളപ്പു കാണാം. പിടിക്കാൻ വന്നവരുടെ കൂട്ടത്തിലെ ചെറുപ്പക്കാരൻ രാജൻ ഒറ്റാലുമായി നേരത്തെ കുളത്തിലിറങ്ങി. അയാൾ ഒറ്റാലൂന്നി വലിയൊരു വരാലിനെ പിടിച്ചു കരയിൽ നിന്ന രാമൻ നായരുടെ അരികിലേക്ക് എറിഞ്ഞു. "കൊച്ചാട്ടാ, പൊളപ്പൻ വരാലുകളുണ്ട്. അടുത്തിടെയൊന്നും ഇതിൽ മീൻ പിടിച്ചിട്ടില്ലെന്നു തോന്നുന്നു."

"ശരിയാ. എന്റെ ഓർമ്മയിൽ രണ്ടുമൂന്നു കൊല്ലമെങ്കിലും ആയിക്കാണും." കരയിലേക്കിട്ട വരാലിനെ കുട്ടകത്തിലിട്ടു കൊണ്ട് ചെമ്പകശ്ശേരി പറഞ്ഞു. മുരളിയും, രാജീവനും പോയി എത്തി നോക്കി. എവിടെ നിന്നോ അങ്ങോട്ട് വന്ന ചന്ത്രോത്തെ നാണുനായർ ഉടനെ ദേഷ്യപ്പെട്ടു.

"പിള്ളേരൊക്കെ ഇത്തിരി മാറി നില്ക്ക്. ചള്ള തെറിക്കും." എന്നിട്ട് രാമൻ നായരോടായി പറഞ്ഞു. "രാമൻ നായരേ, എങ്ങനെയുണ്ട്. വല്ലോം ഉണ്ടോ?"

"അവർ തുടങ്ങുന്നതേയുള്ളൂ. എന്തായാലും കാണാതിരിക്കില്ല."

"വില്ക്കാനുണ്ടേൽ പറേണെ. മുറ്റിയ വരാലോ മുഷിയോ ചേറുമീനോ ഉണ്ടെങ്കിൽ ഞാൻ എടുത്തോളാം."

"ഞാൻ വില്ക്കാറില്ല. പിള്ളേച്ചന് വേണമെങ്കിൽ കുറച്ചു കഴിഞ്ഞു വന്നാട്ടെ. വേണ്ടത് എടുത്തോണ്ട് പോകാം. പിന്നെ പിടുത്തക്കാർ ചിലപ്പോൾ അവരുടെ ഷെയർ വിറ്റേക്കും. അറിയില്ല."

"എന്നാൽ പിന്നെ അവരോട് മേടിക്കാം. അപ്പുറത്തു അല്പം കണ്ടം ഉണ്ട്. അങ്ങോട്ട് പോകാനായി ഇറങ്ങിയതാ." നാണുനായർ വലിഞ്ഞു.

അയാൾ പോയപ്പോൾ ചെമ്പകശ്ശേരി പറഞ്ഞു. "ചുമ്മാതാ കൊച്ചാട്ടാ. കുശുമ്പനാ. കണ്ടം പോലും. ആകെ മൂന്ന് പറ കണ്ടമാ, കൃഷിയും ഇല്ല. പറച്ചില് കേട്ടാൽ വലിയ ജന്മിയാണെന്നാണ് ഭാവം."

"കളയെടോ പോട്ടെ."

വെള്ളം വറ്റി. മീൻപിടുത്തക്കാർ വളരെ വേഗം ഒറ്റാലൂന്നി, മീനെ പെറുക്കി അവരുടെ കൂടിൽ ഇടാൻ തുടങ്ങി. പനമ്പ് കൊണ്ടുണ്ടാക്കിയ കൂടകൊട്ടകളുടെ വായ ചെറുതാണ്. പിടിക്കുന്ന മീനെ അതിൽക്കൂടി അകത്തിടും. അത് നിറയുമ്പോൾ കുട്ടകത്തിലിടും. നിമിഷങ്ങൾക്കുള്ളിൽ കുട്ടകം നിറഞ്ഞു. ചെമ്പകശ്ശേരി വേറെ കുട്ടകം എടുക്കാൻ ഇലഞ്ഞിക്കലേക്കോടി. ചെല്ലപ്പൻ എന്ന ഒരു വയസ്സനാണ് അവരുടെ ലീഡർ. അയാൾ ഒറ്റലൊന്നുമില്ലാതെ വലിയ മുഷിയേയും ചേറുമീനെയും പിടിച്ചു കരക്കെറിയുന്നത്, മുരളി വായ പൊളിച്ചു നിന്ന് കണ്ടു. രാജീവനും മീനെ പിടിക്കാൻ കൂട്ടത്തിൽ ഇറങ്ങി. അപ്പോൾ മുരളിയും ശേഖരനും കൂടെ കൂടി.

"കാരിയും മുഷിയും ഇഷ്ടം പോലുണ്ട്. അത് കുത്തും. കുത്തു വേണ്ടെങ്കിൽ കരക്ക് കയറിക്കോ. അതുപോലെ കല്ലുമുട്ടി കിടന്നു പുളയുകയാണ്. മുള്ള് കൊണ്ടെന്ന് പറയല്ല്. തന്നേമല്ല മേലെല്ലാം ചേറാകും." ചെല്ലപ്പൻ

അമ്മാവൻ പറഞ്ഞു "സാരമില്ല, പിള്ളേർക്ക് അതൊരു രസമല്ലേ."

മുരളിക്ക് ഇഷ്ടമായി. അവനും ഒന്നുരണ്ടെണ്ണത്തിനെ പിടിച്ചു. മൂന്ന് കുട്ടകങ്ങളിൽ വെള്ളത്തിലിട്ടു സൂക്ഷിച്ച മീനുകൾ കഴിച്ചു അവന് മടുത്തു. കുറെയൊക്കെ പലർക്കും കൊടുത്തു. പിന്നെയും ബാക്കി വന്നത് നെടുകെ കീറി വൃത്തിയാക്കി, ഉപ്പു പുരട്ടി, പനമ്പുകളിൽ വച്ച്, പെണ്ണുങ്ങൾ ഉണക്കി എടുത്തു. ഞാറ് പറിച്ചു നടും പോലെ ഒരു സംഭവം അവന്റെ ജീവിതത്തിൽ വരാനിരിക്കുന്നത് മുരളി അറിഞ്ഞില്ല.

പറിച്ചുനടീൽ

ഓരോ മനുഷ്യനും ഇവിടെ ജീവിക്കുന്നത് അവരവരുടെ ജീവിതമല്ല. അവരെ ചുറ്റിപ്പറ്റിയുള്ളവരുടെയോ അവരുടെ ബന്ധുക്കളുടെയോ ജീവിതമാണ്. കൂടുതലും അവരവർ സ്നേഹിക്കുന്നവരുടെ ജീവിതം. മറ്റുള്ളവർ പറയും പോലെ, ആഗ്രഹിക്കുന്നത് പോലെ, അവരുടെയെല്ലാം ഇഷ്ടങ്ങളും, ആഗ്രഹങ്ങളും നോക്കി, സ്വന്തം ഇഷ്ടങ്ങളും ആഗ്രഹങ്ങളും മാറ്റിവച്ച്. എന്തിനാണ് ഇത്ര സുന്ദരമായ ഒരു ജീവിതം ഓരോരുത്തരും മറ്റുള്ളവർക്ക് വേണ്ടി വൃഥാ പാഴാക്കിക്കളയുന്നത്

ജീവിതത്തിൽ ഒന്നിന്റെയും മുൻപിൽ ലക്ഷ്മിയമ്മ തലകുനിച്ചിട്ടില്ല. എന്തായാലും ഇലഞ്ഞിക്കൽ ഭാർഗ്ഗവൻപിള്ളയുടെ രക്തമല്ലേ? ഇളയ മകൾക്കാണ് ഭാർഗ്ഗവൻപിള്ളയുടെ മുഴുവൻ മനക്കരുത്തും കിട്ടിയിട്ടുള്ളത് എന്ന് പെണ്ണുങ്ങൾ അടക്കം പറയാറുണ്ട്. അവരുടെ കണ്ണുകളിലേക്ക് നോക്കുന്ന ആർക്കും അതിലെ അലിവിനടിയിൽ ഒളിച്ചിരിക്കുന്ന നിശ്ചയദാർഢ്യം വേഗം മനസ്സിലാകും. സൗമ്യമായി എന്നാൽ ഉറച്ചമനസ്സോടെ പറയുന്നത് ആ കണ്ണുകളിൽ നോക്കിയാൽ അറിയാം.

അധികം ദൂരയല്ലാതെ ഹരിജൻ കോളനിക്കരികെ, തട്ടാരു പറമ്പിൽ പത്തു സെന്റ് സ്ഥലം സഖാവ് നേരത്തെ തന്നെ വാങ്ങിയിരുന്നു. കുടുംബത്തിലെ താമസം ദുഃഖപൂർണ്ണമായപ്പോൾ ലക്ഷ്മിയമ്മ സഖാവിനോട് പറഞ്ഞു. “ഇവിടെ ഒന്നും കൊടുക്കാതെയുള്ള താമസം എനിക്കിഷ്ടമല്ല. വേഗം ഇവിടെ നിന്നും മാറണം.”

ഒരു സന്ധ്യാ നേരത്തു, ചാറ്റൽ മഴയ്ക്കിടെ കൈക്കുഞ്ഞായ മുരളി

യുമായി ഭർത്താവിന്റെ വീട്ടിൽനിന്നും പിണങ്ങിയിറങ്ങിയത് അവർ ഓർത്തു. ഇപ്പോൾ സ്വന്തം വീട്ടിൽ നിന്നും പോകാനവർക്ക് വേറെ എവിടെയും സ്ഥലമില്ല. സഖാവ് കുടുംബത്തിലെ ഷെയർ ഏതോ മാപ്പിളക്ക് വിറ്റാണ് പണം സ്വരൂപിച്ചത്. തികയാഞ്ഞത് മറ്റാരോടോ കടവും വാങ്ങി. ആവശ്യക്കാർ ഇല്ലാത്തതിനാൽ തട്ടാരു പറമ്പ് കുറച്ചു സഹായത്തിന് കിട്ടി. കോളനി അല്ലെങ്കിലും ഏതാണ്ട് പത്തു പതിനഞ്ചു കുടുംബക്കാർ ഒന്നിച്ചു താമസിക്കുന്നു. എല്ലാം പാവങ്ങൾ. വെളുത്തേടങ്ങളും സ്വർണ്ണ പണിക്കാരും മേശിരി പണിക്കാരും ഒക്കെ. സ്ഥലം വാങ്ങിയത് അറിഞ്ഞയുടൻ തന്നെ ഭാർഗ്ഗവൻപിള്ള ഇടപെട്ടു. "എടീ, വെളുത്തേടങ്ങളുടെ കൂടെ കഴിയാനാണോ നിന്റെ തീരുമാനം? അതങ്ങു കൊടുത്തിട്ടു വേറെ എവിടെയെങ്കിലും നോക്കാൻ പറ അവനോട്."

ഒരു തർക്കം വേണ്ടെന്നു കരുതി ലക്ഷ്മിയമ്മ പറഞ്ഞു "ശരി."

ഇലഞ്ഞിക്കലിൽ ഭാർഗ്ഗവൻപിള്ള വീട് ഭരിച്ചിരുന്നപ്പോൾ പ്രശ്നമുണ്ടായില്ല. ലക്ഷ്മിയമ്മ ഒന്നും കൊടുത്തില്ലേലും കുഴപ്പമില്ല. അച്ഛനാണല്ലോ. കൊടുത്താലും ഭാർഗ്ഗവൻപിള്ള വാങ്ങില്ല. അയ്യപ്പൻപിള്ള ഇലഞ്ഞിക്കൽ താമസിക്കുമ്പോൾ എന്തെങ്കിലുമൊക്കെ വാങ്ങി വന്നാൽ ഭാർഗ്ഗവൻപിള്ള ഒന്നും പറയില്ല, എന്നാൽ ലക്ഷ്മി വാങ്ങിയാൽ വഴക്കു പറയും. അയ്യപ്പൻപിള്ള പോയി. രാമൻ നായർ കാര്യങ്ങളൊക്കെ നോക്കാൻ തുടങ്ങിയതോടെ ലക്ഷ്മിയമ്മയ്ക്ക് വീർപ്പുമുട്ടി. സുഭദ്ര കുഞ്ഞമ്മയാണെങ്കിൽ വലിയ ധൂർത്തും ആണ്. പറച്ചിലുകളിൽ തേനും പാലും ഒഴുക്കിയെങ്കിലും അവരുടെ പ്രവൃത്തികളിൽ പലപ്പോഴും ഭർത്താവിന്റെ പണക്കൊഴുപ്പ് മുഴച്ചു നിന്നത് ലക്ഷ്മിയമ്മയ്ക്ക് ഇഷ്ടപ്പെട്ടില്ല. ഇളയ കുഞ്ഞു മൂത്രമൊഴിക്കുന്ന വസ്ത്രങ്ങൾ പോലും കഴുകിയെടുക്കാതെ പറമ്പിലേക്ക് വലിച്ചെറിയുന്ന രീതി. ദിനവും മീനും ഇറച്ചിയും ഒക്കെയായി ഉത്സവ മേളം. എന്തിനെങ്കിലും പണം എടുത്തു കൊടുത്താൽ, പെട്ടി ശരിയായി അടച്ചു വക്കാൻ പോലും ശ്രദ്ധിക്കാത്ത അനാസ്ഥ. കൂട്ടുകുടുംബത്തിൽ ഒരാൾ വാരിക്കോരി ചെലവഴിക്കുന്നതിന്റെ പങ്കുപറ്റി കഴിയാൻ ലക്ഷ്മിയമ്മയ്ക്ക് ആവില്ലല്ലോ. ഒന്നും കൊടുക്കാതെ ലക്ഷ്മിയമ്മയും മൂന്നു പിള്ളേരും തിന്നു സുഖിക്കുന്നു, എന്നൊരു തോന്നൽ നാത്തൂന്മാർക്ക് ഉണ്ടോ എന്ന് ലക്ഷ്മിയമ്മ പലപ്പോഴും സംശയിച്ചു. എന്നാൽ ഒരു പരാതിയോ പരിഭവമോ പ്രകടിപ്പിച്ചില്ല. സഹിക്കാൻ വയ്യാതായപ്പോൾ ഒരുനാൾ അവർ രാമൻനായരോട് പറഞ്ഞു: "കൊച്ചാട്ടാ, ഞങ്ങൾ തട്ടാരു പറമ്പിൽ പുരയിടത്തിലോട്ട് മാറിയാലോ? എന്നായാലും മാറണമല്ലോ."

"എടീ, അവിടെയിനി വീട് കെട്ടണ്ടേ? കെട്ടിയിട്ട് പോകാം. വരട്ടെ, നമുക്കാലോചിക്കാം."

"അവിടെ നമ്മുടെ ജോർജിന്റെ ഒരു ഔട്ട്ഹൗസ് കാലിയായി കിട

പ്പുണ്ട്. വാടകയ്ക്ക് തരാം എന്നയാൾ സമ്മതിച്ചു. എന്തേലും കൊടുത്താൽ മതി. അവിടെ നിന്ന് വീട് പണി നോക്കാനും സൗകര്യമുണ്ട്."

കൃഷ്ണപിള്ളയും സ്ഥലത്തില്ലല്ലോ, ഒറ്റയ്ക്ക് അവിടെങ്ങും പോയി നില്ക്കണ്ടാന്ന് പറഞ്ഞതൊന്നും ലക്ഷ്മിയമ്മ കേൾക്കാതെ വന്നപ്പോൾ രാമൻ നായർ പറഞ്ഞു: "അപ്പോൾ നീ എല്ലാം തീരുമാനിച്ചു കഴിഞ്ഞു? ശരി നിനക്കതാണ് ഇഷ്ടമെങ്കിൽ അങ്ങനെ നടക്കട്ടെ."

സംസാരം കേട്ട് നാത്തൂൻ, സുഭദ്രതങ്കച്ചി ഇറങ്ങി വന്നു. "എന്താ ലക്ഷ്മി നീ ഈ പറയുന്നത്? ഇല്ല, പോകാൻ ഞാൻ സമ്മതിക്കില്ല."

സോമൻപിള്ളയുടെ ഭാര്യ മീനാക്ഷിയമ്മയും അന്ന് വീട്ടിലുണ്ടായിരുന്നു. അന്ന് മുഴുവൻ ആങ്ങളമാരും, ഭാര്യമാരും പിന്തിരിപ്പിക്കാൻ ശ്രമിച്ചിട്ടും ലക്ഷ്മിയമ്മ വഴങ്ങിയില്ല.

നാത്തൂന്മാരുടെ യജമാനത്തി സ്വഭാവമോ, അച്ചിവീട്ടിൽ വരാനുള്ള മടികാരണം കുടുംബത്തിൽ കയറാത്ത കമ്യൂണിസ്റ്റ് കൃഷ്ണനോടൊത്തു ജീവിക്കാനുള്ള കൊതിയോ? എന്തായിരിന്നു ലക്ഷ്മിയമ്മയുടെ പിടിവാശിക്കു പിന്നിൽ? ഉഗ്ര പ്രതാപിയായ ഇലഞ്ഞിക്കൽ ഭാർഗ്ഗവൻപിള്ള എതിർത്തു. കുടുംബത്തിൽ എല്ലാവരും ഒന്നിച്ചു കഴിയുമ്പോൾ ഇളയവൾ മാത്രം തോന്ന്യവാസം തീരുമാനങ്ങൾ എടുക്കുന്നുവോ? "കണ്ട കമ്യൂണിസ്റ്റു തെണ്ടിയോടൊത്ത് പോയിട്ട് ഗതി കെട്ട് വന്നതല്ലേ? സ്വന്തം ചോരയല്ലേ എന്ന് കരുതി ഒരു വട്ടം ഞാൻ ക്ഷമിച്ചു. ഇനി എന്നെ ധിക്കരിച്ചു ഈ പടിയിറങ്ങിയാൽ മേലിൽ തിരിച്ചു വരല്ല്." ഭാർഗ്ഗവൻപിള്ള ഗർജ്ജിച്ചു.

"ഇല്ലച്ഛാ, പട്ടിണി കിടന്നു പിള്ളാരേം കൊന്ന്, വിഷം അടിച്ചാലും കൈ നീട്ടി ഞാനിവിടെ വരില്ല. അച്ഛനോ കുടുംബത്തിനോ മാനക്കേടും വരുത്തില്ല. ലക്ഷ്മിയും അച്ഛന്റെ ചോര തന്നെ. വാക്ക് മാറില്ല."

ഭാർഗ്ഗവൻപിള്ളയുടെ ഗർജ്ജനമൊന്നും നാരായണി അമ്മ വകവെച്ചില്ല. "നിങ്ങൾക്കെന്തോന്നിന്റെ സൂക്കേടാ മനുഷ്യാ? അവൾ പിണങ്ങി പോകുവല്ലല്ലോ. അവിടെ നിന്ന് വീട് പണി നോക്കാനല്ലേ?"

ഭാർഗ്ഗവൻപിള്ളയദ്ദേഹം പിന്നെ ഒന്നും പറഞ്ഞില്ല. ഇളയ മകളെ നന്നായി അടുത്തറിയുന്ന ആളാണ്.

"അവളുടെ അഹങ്കാരം കണ്ടില്ലേ? അയാൾക്കാണെങ്കിൽ കൈയിൽ പത്തു പൈസ ഇല്ല. ഇപ്പോൾ ആലപ്പുഴയെങ്ങാണ്ട് ഏതോ പണിയുണ്ട്. പറഞ്ഞിട്ടെന്താ? കിട്ടുന്നതെല്ലാം ആരേലും ചോദിച്ചാൽ എടുത്തു കൊടുക്കും. ഇവളെങ്ങനെ ജീവിക്കും? കണ്ടോ പത്തു ദിവസം കഴിയുമ്പോൾ വലിഞ്ഞു കയറി ഇങ്ങു വരും."നാത്തൂന്മാർ അടക്കം പറഞ്ഞു. നാത്തൂന്മാർ അടക്കം പറഞ്ഞ മറ്റൊരു കാര്യം രാമൻനായർ നേർപെങ്ങൾക്ക് രഹസ്യമായി പണം കൊടുത്തിട്ടുണ്ടാകും എന്നാണ്. അടുത്ത നാൾ ഒരു അത്ഭുതം നടന്നു. നാരായണി അമ്മയുടെ കരച്ചിലാണോ, അതോ ഭാർഗ്ഗവൻപിള്ളയുടെ ന്യായവിധിയോ അറിയില്ല. വീട്ടിലേക്ക് വന്ന സഖാ

വിനെ ആദ്യമായി ഭാർഗ്ഗവൻപിള്ളയദ്ദേഹം മുറിയിലേക്ക് വിളിപ്പിച്ചു. കല്യാണത്തിന് ശേഷം മരുമകനോടുള്ള ആദ്യ സംസാരം. സഖാവ് സാധാരണ വന്നാൽ ഇലഞ്ഞിക്കൽ തങ്ങില്ല. എവിടെയെങ്കിലും പോകണ്ടപ്പോൾ ലക്ഷ്മിയമ്മയെ വിളിക്കാനും, തിരികെ കൊണ്ട് വിടാനും അല്ലാതെ സഖാവ് ഇലഞ്ഞിക്കൽ വരാറില്ല. ഭാർഗ്ഗവൻപിള്ളയുമായി സംസാരവും ഇല്ല. പലപ്പോഴും അളിയന്മാർ സോമൻപിള്ളയോടും അയ്യപ്പൻപിള്ളയോടും മാത്രമാകും സംസാരം.

"എന്താ അച്ഛാ?"

"നീ ഇരിക്ക്."

"വേണ്ട, സാരമില്ല നിന്നോളം.".

ലക്ഷ്മിയമ്മ വാതിൽപുറകിൽ മറഞ്ഞു നില്ക്കുന്നുണ്ടായിരുന്നു. ചീത്തവിളിക്കാനോ വഴക്കു പറയാനോ ആണോ? നാരായണി അമ്മ ഒന്നും അറിയാത്തപോലെ എന്തോ എടുക്കാനെന്ന പോലെ മുറിയിലേക്ക് ചെന്നു.

"നിന്നോട് എനിക്ക് വിരോധമൊന്നുമില്ല. എന്തെങ്കിലും ആവശ്യമുണ്ടെങ്കിൽ എന്നോട് പറയണം." അതും പറഞ്ഞു ഒരു കടലാസു പൊതി കൈയിൽ കൊടുക്കാൻ ശ്രമിച്ചു.

"ക്ഷമിക്കണം. ഇല്ല അച്ഛാ. ഇത് വാങ്ങാൻ എനിക്കാവില്ല, ശരിയാവില്ല."

"ഞാൻ മനസ്സോടെ തരുന്നതാണ്. നിർബ്ബന്ധിക്കില്ല."

"വേണ്ടച്ഛാ. "

"ശരി. അങ്ങനെയാണ് തന്റെ തീരുമാനം എങ്കിൽ അങ്ങനെ. ഇന്ന് നല്ല നാളല്ല. പുതിയ താമസത്തിനു നന്നല്ല. നാളെ പോയാൽ പോരേ?"

"മതി. അതൊന്നും സാരമില്ല. ഞാൻ നാളെ വരാം."

കൂടിക്കാഴ്ച തീർന്നു. ലക്ഷ്മിയമ്മയുടെ കണ്ണ് നിറഞ്ഞു, തന്റെ ഭർത്താവിനോട് ഇന്നെങ്കിലും അച്ഛൻ സംസാരിച്ചല്ലോ, അതും ബഹുമാനത്തോടെ. മഞ്ഞുരുകാൻ ഇത്ര നാൾ വേണമായിരുന്നോ? കൃഷ്ണപിള്ള ലക്ഷ്മിയമ്മയുമായി സംസാരിച്ചിട്ട് പൂമുഖത്തേക്ക് പോയി. മുരളി ഒളിഞ്ഞു നിന്ന് നോക്കുകയായിരുന്നു.

"കൃഷ്ണാ, ഇപ്പോൾ ആലപ്പുഴയാണല്ലേ?" അതും പറഞ്ഞോണ്ട് രാമൻനായർ പനാമ സിഗരറ്റ് നീട്ടി

"അതേ. ബീഡിയാ ശീലം. ഇപ്പോൾ വേണ്ട."

"സാരമില്ല. ഒന്നാകാം." രാമൻനായർ നിർബ്ബന്ധിച്ചപ്പോൾ കൃഷ്ണപിള്ള അത് വാങ്ങി കത്തിച്ചു.

"നില്ക്കുന്നില്ലേ?"

"ഇല്ല. ഇന്ന് ജില്ലാകമ്മിറ്റി ഉണ്ട്. വൈകുമ്പോഴേക്ക് ചെല്ലണം."

രാമൻനായർ ചിരിച്ചിട്ട് ചോദിച്ചു, "ഇന്ന് ഷിഫ്റ്റിങ് ആയിരുന്നെങ്കിൽ പോകില്ലായിരുന്നല്ലോ. അപ്പോൾ സാരമില്ല."

"അത് ശരിയാണ്. പക്ഷേ, ഇന്നില്ലല്ലോ" കൃഷ്ണപിള്ളയും ചിരിച്ചു. "പോയില്ലെങ്കിലും കുഴപ്പമില്ല. എന്നാൽ പോയാൽ പലർക്കും ഗുണമുണ്ട്."

"കൃഷ്ണനോട് പറഞ്ഞു ജയിക്കാൻ എനിക്ക് പറ്റില്ല." രാമൻനായർ തോളത്തു തട്ടി ചിരിച്ചു. "നാളെ വരാം." കൃഷ്ണപിള്ള പോയി.

താമസം മാറുമ്പോൾ കൊണ്ടുപോകാനുള്ളത് വസ്ത്രങ്ങൾ മാത്രം. ലക്ഷ്മിയമ്മ അവ രണ്ട് ചെറിയ എയർബാഗുകളിലായി എടുത്തു വച്ചു. ചില പുസ്തകങ്ങൾ ഇരുന്നത് പ്രത്യേകം ഒരു ചാക്കിൽ വച്ചു കെട്ടി. ഒരുങ്ങുന്ന ചില സാധനങ്ങൾ, പൗഡർ, കണ്മഷി തുടങ്ങിയവ എല്ലാം പഴയ ഒരു വാനിറ്റി ബാഗിൽ എടുത്തു വച്ചു. തീർന്നു. ഇലഞ്ഞിക്കൽ നിന്നും പാചകത്തിനുള്ള ചില പാത്രങ്ങളും ഉരുളിയും ചെമ്പും ഓട്ടുവിളക്കുമൊക്കെ കൊണ്ടുപോകാനായി നാരായണി അമ്മ എടുത്തു വച്ചെങ്കിലും ലക്ഷ്മിയമ്മ അവയെല്ലാം സ്നേഹപൂർവ്വം നിരസിച്ചു. ഇപ്പോൾ പൊട്ടി വീഴും എന്നപോലെ നാരായണി അമ്മയുടെ കണ്ണുകൾ നിറഞ്ഞു നിന്നിരുന്നു. അവർക്കായിരുന്നു കടുത്ത സങ്കടം. "എങ്ങനെയാകുമോ എന്റെ കുട്ടി? ഭർത്താവ് നാട് നന്നാക്കാൻ നടക്കുകയല്ലേ?" എന്നാകും വെപ്രാളം.

"അമ്മേ, ഞാൻ ബോംബയ്ക്കൊന്നുമല്ല പോകുന്നത്. അടുത്ത ജങ്ഷൻ വരെ അത്രേയുള്ളു. അമ്മയ്ക്ക് പത്തു മിനിറ്റ് കൊണ്ട് നടന്നു വരാം." ലക്ഷ്മിയമ്മ പറഞ്ഞു.

"എടി ഇതെങ്കിലും കൊണ്ട് പോകൂ, ചായ എങ്കിലും അനത്തണ്ടേ? ഇനി എല്ലാം വാങ്ങി എപ്പോൾ ഒന്ന് താമസിക്കാനാണ്?" എന്ന് പറഞ്ഞു അവർ പാത്രങ്ങൾ മുന്നോട്ട് തള്ളി വച്ചു. ലക്ഷ്മിയമ്മ ചിരിച്ചു. "ഇപ്പോൾ വേണ്ടമ്മേ. അവിടെ ഇതൊന്നും വക്കാൻ സ്ഥലമില്ല. പിന്നീടാകട്ടെ."

ഒലാന്റെ മൂത്തമോൻ, കൊച്ചുചെറുക്കൻ സഹായത്തിനു വന്നിരുന്നു. എല്ലാം വാടകവീട്ടിൽ എത്തിക്കാൻ രാമൻനായർ കൊച്ചുചെറുക്കനെ ചുമതലപ്പെടുത്തി.

"തമ്പുരാട്ടി കുഞ്ഞുങ്ങളേം കൊണ്ട് പോയാട്ടെ. ങ്ങള് അങ്ങെത്തും മുമ്പ് ഏന് അങ്ങെത്തിക്കൊള്ളാം." കൊച്ചുചെറുക്കൻ ഉറപ്പ് കൊടുത്തു.

അയൽവീടുകളിലെ പെണ്ണുങ്ങളെല്ലാം വന്നിരുന്നു. വീട്ടിലെ സഹായികളും. ഒരു മരണവീട്ടിലെ പ്രതീതിയായിരുന്നു. എന്തോ ദുരന്തം സംഭവിച്ച പോലെ. എല്ലാവരുടേയും കണ്ണുകൾ നിറഞ്ഞിരുന്നു. ലക്ഷ്മിയമ്മ ഒരു കൂസലും ഇല്ലാതെ ചിരിച്ചു കളിച്ചു നിന്നു. എങ്കിലും സങ്കടമുണ്ടെന്ന് ആർക്കാണ് അറിയാത്തത്? അവർ എല്ലാവരോടും യാത്ര ചോദിച്ചു. രാജിലതയുടെ കൈയും പിടിച്ചുകൊണ്ട് ഇലഞ്ഞിയുടെ അവിടെ വരെ വന്നു. വല്ലാണ്ട് കരഞ്ഞ അവളെ സുഭദ്രയമ്മായി എടുത്തു. ലതയും കരഞ്ഞെങ്കിലും പടികഴിഞ്ഞപ്പോൾ ശരിയായി. ലതിക ചിരിച്ചും കൊണ്ട് ലക്ഷ്മിയമ്മയുടെ തോളത്തിരുന്നു. മുരളി അച്ഛനൊപ്പം മുൻപിൽ നടന്നു. ശേഖ

രനെയും രാജീവനെയും ഒക്കെ വിട്ട് പുതിയ വീട്ടിൽ ഒറ്റയ്ക്ക് കിടക്കുന്നത് ഓർത്തപ്പോൾ അവന് പേടി ഉണ്ടായിരുന്നു. അല്ലാതെ സങ്കടമൊന്നും വന്നില്ല.

ജോർജ് തൂമ്പയും മമ്മട്ടിയും കുട്ടകളും അങ്ങനെ വേണ്ടാത്ത സാധനങ്ങൾ വച്ചിരുന്ന ചരിപ്പാണ്. ലക്ഷ്മിയമ്മ നിർബ്ബന്ധിച്ചപ്പോൾ വേഗം തറയൊക്കെ സിമന്റിട്ട്, ജനലും വാതിലും വച്ച് അത് ഒരു മുറിയും അടുക്കളയുമായി മാറ്റി എടുക്കുകയായിരുന്നു. തനിയായിട്ട് കുളിമുറിയും കക്കൂസുമില്ല. പരസ്പരം സഹകരിച്ചു വീട്ടുകാരുടെ കുളിമുറിയും കക്കൂസും ഉപയോഗിക്കാം. ചരിപ്പിനു പുറകിലായി തെക്കുപുറത്താണ് ജോർജിന്റെ വീട്. രണ്ട് വീടിനും ഇടയിൽ കോമൺ മുറ്റം. മുറ്റത്തു തന്നെ നല്ല ഭംഗിയുള്ള അരമതിൽ കെട്ടിയ കിണർ. കിണറോട് ചേർന്ന് ഓടുപാകിയ കുളിമുറി. കക്കൂസ് വീടിനു പുറകിലാണ്. ഓലവച്ചു മറച്ചത്. എന്നാലും ഒരു കരുതൽ വേണം. മറ്റൊരാൾ കയറി വരരുതല്ലോ? അതിന് നല്ല വഴി, അകത്തുപോകുമ്പോൾ നമ്മുടെ എന്തെങ്കിലും ഒരു ഡ്രസ്സ്, പുറമെയുള്ളവർ കാണത്തക്കവണ്ണം മറയിൽ തൂക്കിയിടുകയാണ്. ജോർജ് പുത്തൻ പണക്കാരനാണ്. അടക്കയും പഞ്ഞിക്കയും കശുവണ്ടിയും കൊപ്രയുമൊക്കെ ലോക്കൽ വാങ്ങി ചങ്ങനാശ്ശേരി മാർക്കറ്റിൽ കൊടുക്കലാണ് പണി. നല്ല ലാഭമാണത്രെ. നാലു മക്കൾ. മൂത്തത് മൂന്നും പെണ്ണ്. മോൻ, മാത്യു ലേറ്റായി ഉണ്ടായതാണ്. മുരളിയേക്കാളും ഒരു വയസ്സ് മൂത്തത്.

കൃഷ്ണപിള്ള അത്യാവശ്യം സാധനങ്ങളൊക്കെ വാങ്ങാൻ പുറത്തു പോയി. ലിസ്റ്റ് തയ്യാറാക്കി കൊടുത്തു വിടുമ്പോൾ ലക്ഷ്മിയമ്മ തമാശയായി പറഞ്ഞു, "സഖാവേ എല്ലാം വേണേ, ഇന്നിങ്ങ് വരണേ. അല്ലാതെ വല്ലോരും വല്ല പ്രശ്നവും പറഞ്ഞു വിളിച്ചാൽ അവരുടെ പുറകെ, ആ വഴിക്കങ്ങ് പോകരുതേ."

സഖാവ് ചിരിച്ചു. ഉച്ച കഴിഞ്ഞപ്പോഴേക്കും കൊച്ചുചെറുക്കൻ ബാഗുകളുമായി എത്തി. വെളിയിൽ ചെന്ന് നോക്കുമ്പോൾ കണ്ടു, കൊച്ചുചെറുക്കൻ ഉന്തുവണ്ടിയുമായി ആണ് വന്നിരിക്കുന്നത്. അതിൽ രണ്ട് ചാക്കിൽ പലചരക്കും അരിയും അല്ലാതെ പത്തിരുപത്തഞ്ചു നാളികേരങ്ങൾ കുറച്ചു വിറകും പിന്നെ തടികൊണ്ടുള്ള ഒരു അരിപ്പെട്ടിയും. പെട്ടിക്ക് അരിയിടാൻ വലിയ ഒരു അറയും, പിന്നെ പലവ്യഞ്ജനങ്ങൾ സൂക്ഷിക്കാൻ കുറെ ചെറിയ അറകളും. അത് അമ്മൂമ്മ വീട്ടിൽ ഉപയോഗിച്ചിരുന്നതാണ്. എല്ലാം രാമൻനായരുടെ നിർദ്ദേശമാണത്രെ. അടുപ്പു കൂട്ടാനായി ഉറപ്പുള്ള മൂന്നു വെട്ടുകല്ലുകൾ ലക്ഷ്മിയമ്മ ജോർജിന്റെ ഭാര്യയോട് പറഞ്ഞു സംഘടിപ്പിച്ചു.

അടുത്ത ദിവസം നല്ലൊരു കറിക്കത്തി വേണമെന്ന് പറഞ്ഞപ്പോൾ കൃഷ്ണപിള്ളയാണ് കൊല്ലൻ മക്രോണിയെക്കൊണ്ട് ഉണ്ടാക്കിക്കാം

എന്ന് പറഞ്ഞത്. വീട്പണിക്കും ഒന്ന് രണ്ട് മമ്മട്ടിയും തൂമ്പയും വേണമല്ലോ. അങ്ങനെ അച്ഛനോടൊപ്പം മുരളിയും കൊല്ലൻ മക്രോണിയെ കാണാൻ പോയി. ആദ്യമായാണ് ഒരു പ്രമുഖ കാര്യത്തിന് അവൻ അച്ഛനോടൊപ്പം ഉത്തരവാദിത്വത്തോടെ പോകുന്നത്. അതിന്റെ ഗമ നടപ്പിലും ഉണ്ടായിരുന്നു. വീട്ടിന്റെ കിഴക്ക് പുറത്തു, തെക്കോട്ട് പോകുന്ന ഒരു ചെറിയ ഇടവഴി ഉണ്ട്. വടക്ക് വശത്താണ് മെയിൻ റോഡ്. കട മെയിൻ റോഡ് വക്കിലായതാണ് ജോർജിന് നേട്ടം. ഇറങ്ങിയ ഉടനെ കൃഷ്ണപിള്ള പറഞ്ഞു. "രണ്ട് പുരയിടം കഴിഞ്ഞാൽ നമ്മുടെ സ്ഥലമാണ്. നിനക്ക് കാണണ്ടേ?"

അവന് സന്തോഷമായി. "നമുക്ക് പോകാം."

കമ്യൂണിസ്റ്റു പച്ച കേറി കാടു പിടിച്ചു കിടക്കുകയാണ്. പുരയിടത്തിന്റെ നടുക്ക് നിറയെ ചക്കയുമായി വലിയൊരു പ്ലാവ്. പിന്നെ പിങ്ക് നിറത്തിൽ ആത്തപ്പഴവുമായി വലിയൊരു മരആത്ത. തെങ്ങുകളും കവുങ്ങുകളും പ്ലാവും ഒന്ന് രണ്ടു തേക്കും. അങ്ങിങ്ങു പേരകളും മറ്റു കൊച്ചു മരങ്ങളും. "പ്ലാവ് കൂഴയാ. എന്തായാലും വീട് വരുമ്പോൾ ഇതിനെ വെട്ടിയാലേ പറ്റു."

"നമുക്കിവിടെ നല്ല കുറെ മാവുകൾ വക്കണം" എന്നവൻ അച്ഛനോട് പറഞ്ഞു. അവിടെ നിന്നും ഇറങ്ങി അല്പദൂരം ചെന്നാൽ റെയിൽ വേപ്പാലമാണ്. ഇടവഴി അവിടെ തീരുന്നു. ആ ഭാഗമെല്ലാം തീർത്തും വിജനം. അവിടയെല്ലാം പുല്ലും കാടും കയറി കിടക്കുകയാണ്. അവൻ ശ്രദ്ധിച്ച കാര്യം റോഡിന്റെ കിഴക്ക് ഭാഗത്തെ പുരയിടം റോഡിൽ നിന്നും ഒരാൾ പൊങ്ങിയാണ് കിടക്കുന്നത്. തന്നെയുമല്ല ആ ഭാഗത്തു വീടുകളും കാണാനില്ല. അതെല്ലാം മാവേലിൽ വീട്ടുകാരുടെയാണ്. പോറ്റിമാരാണവിടെ താമസം. പത്തേക്കർ എങ്കിലും ഉണ്ടാകും.

റെയിൽവേപ്പാളവും വളരെ പൊങ്ങിയാണ്. കൃഷ്ണപിള്ള കൈപിടിച്ചുയർത്തി സഹായിച്ചു, അവൻ സാവധാനം കയറി. ആദ്യമായാണവൻ റെയിൽവേപ്പാളങ്ങൾ കാണുന്നത്. മെറ്റലുകൾക്ക് മുകളിൽ വലിയ തടികളിൽ ഉറപ്പിച്ചിരിക്കുന്ന കണ്ണെത്താ ദൂരത്തോളം നീണ്ടു കിടക്കുന്ന സമാന്തര പാതകൾ. പാളങ്ങൾ തീ പോലെ ചുട്ടു പൊള്ളുന്നു. "ഉച്ചയായിട്ടാണ് ചൂട്, അല്ലെങ്കിൽ തണുപ്പാണ്. നമ്മൾ പാളങ്ങളിൽ ഓടി നടക്കാൻ പാടില്ല. തീവണ്ടി വരുന്നത് വളരെ വേഗമാണ്. തട്ടിയാൽ പിന്നെ പൊടി പോലും കിട്ടില്ല. അതുകൊണ്ട് എപ്പോഴും മെറ്റൽ കിടക്കുന്ന സ്ഥലത്തു നിന്നും താഴെ ഇറങ്ങി ഒരു സൈഡിൽ കൂടിയേ പോകാവൂ." കൃഷ്ണപിള്ള മകന് പറഞ്ഞു കൊടുത്തു.

പാളത്തിന്റെ താഴെയുള്ള നടപ്പാതയിൽക്കൂടി പോകുമ്പോൾ കണ്ടു, ഇടതു വശത്തുള്ള വലിയ പറമ്പെല്ലാം മാവേലിൽ പോറ്റിമാരുടേതാണ്. ഒരു മുന്നൂറു മീറ്റർ കഴിഞ്ഞപ്പോൾ ഇടത് വശത്തായി വലിയ ഒരു ഓടിട്ട

കെട്ടിടം കണ്ടു. അതാണ് മാവേലിൽ പോറ്റിയുടെ വീട്. വീട് കഴിഞ്ഞതും മറ്റൊരു ഗ്രാവൽ റോഡ് കണ്ടു. അത് പാളങ്ങൾ മുറിച്ചു കടന്നു പോകുന്നു. ആ ഭാഗം റോഡും പാളങ്ങളും എല്ലാം ഒരേ നിരപ്പിലാണ്. തീവണ്ടികൾ കൂടുതൽ വരുമ്പോൾ ഇവിടെ ലെവൽ ക്രോസ് വരും. ഇവിടെനിന്നും ഇടത്തോട്ട് പോയാൽ പോരുവഴി ജങ്ഷനിൽ എത്താം. ശരിക്കും അതിലെയാണ് വരേണ്ടത്. വലത്തോട്ട് പോയാൽ മലഭാഗം. അവിടെ റോഡിന്റെ ഓരത്തിൽ റെയിൽവേ പാളങ്ങളുടെ വലത് വശത്തു, പുറമ്പോക്ക് സ്ഥലത്തു, ഒരു ചെറിയ ഓല ചരിപ്പ്. അതാണ് മക്രോണിയുടെ ആല. വായ നിറയെ നിന്ന മുറുക്കാൻ തുപ്പിയിട്ട് മക്രോണി എഴുന്നേറ്റു. ആദരവോടെ ചോദിച്ചു. "എന്താ സഖാവേ?"

പറഞ്ഞുകൊണ്ട് നിന്നപ്പോൾ ഒരു കരിവണ്ടി വലിയ ശബ്ദത്തോടെ കൂകിയാർത്തു വന്നു. "കണ്ണ് പൊത്തിക്കോ. കൽക്കരി പൊടികൾ കണ്ണിൽ വീഴാതെ." മക്രോണി പറഞ്ഞു. മുരളി കണ്ണുകൾ പാതിയടച്ചു കണ്ടു, തീവണ്ടിയെ, ആദ്യമായി.

"എനിക്ക് നല്ലൊരു കറിക്കത്തി വേണം, അതും വൈകിട്ടോടെ. ഞാൻ ഇവിടെ അടുത്ത് പുതിയ താമസം തുടങ്ങി. ജോർജിന്റെ കടയുടെ പുറകിലെ ചരുപ്പിൽ. ഇനി വീട് പണി തുടങ്ങണം. അതുകൊണ്ട് നല്ല രണ്ട് തൂമ്പയും, മമ്മട്ടിയും വേണം. അത് രണ്ട് ദിവസം കഴിഞ്ഞായാലും മതി."

"സഖാവ് പോയാട്ടെ. വൈകിട്ട് ഞാൻ അവിടെ കൊണ്ടുവരാം." മക്രോണി ഉറപ്പു തന്നു. തിരിച്ചു നടന്നപ്പോൾ നിരപ്പുള്ള റോഡിൽ കൂടിയാണ് അവർ പോയത്. വഴിക്കൊക്കെ ആൾക്കാർ സഖാവിനോട് കുശലം ചോദിക്കുന്നുണ്ടായിരുന്നു.

ജങ്ഷനിൽ എത്തിയപ്പോൾ കൃഷ്ണപിള്ള അവനെയും കൊണ്ട് പൊരിയന്റെ ചായക്കടയിൽ കയറി. മുൻവശത്തു ചില്ലലമാരിയിൽ തട്ടുകൾ നിറയെ വടയും, ബോണ്ടയും നെയ്യപ്പവും പുട്ടും പല നിറത്തിലുള്ള മടക്കുകളും അടുക്കി വച്ചിരിക്കുന്നു. പലതരത്തിലുള്ള പഴക്കുലകൾ തൂക്കിയിട്ടിരിക്കുന്നു. ദേശത്തെ ഏറ്റവും വലിയതും, വൃത്തിയുമുള്ള ചായക്കടയാണ്. പൊരിയനും, രണ്ടു അനിയന്മാരുമാണ് കടയിലെ കുക്കും സപ്ലെയറും മുതലാളിയും, എല്ലാം. തൂത്തു വൃത്തിയാക്കാൻപോലും പെണ്ണുങ്ങളില്ല. എല്ലാപ്പണിയും മൂന്നാളും കൂടി ചെയ്യും, അത്ര യോജിപ്പാണ്. "എന്തുണ്ട് സഖാവേ?"

ചായ കുടിച്ചോണ്ടിരുന്ന പണിക്കാരെല്ലാം എഴുന്നേറ്റ് കുശലം ചോദിച്ചു. ഇരിക്കാൻ കൈകൊണ്ടു ആംഗ്യം കാട്ടി സഖാവ്. "ആ മക്രോണിയെ കാണാൻ പോയതാ."

അപ്പോഴേക്കും പൊരിയൻ മുഖവും തുടച്ചു ഓടി വന്നു. "മോനാ?"

"അതേ."

കണ്ണാടി ചില്ലു അലമാരി തുറന്ന് ഒരു ചൂട് പരിപ്പുവട പൊരിയൻ മുരളിയുടെ കൈയിൽ കൊടുത്തു. "തിന്നോ. അച്ഛന് വലിയ ഇഷ്ടമുള്ള സാധനമാണ്."

വാങ്ങിക്കോളാൻ സഖാവ് ആംഗ്യം കാട്ടി. "ഇരിക്കുന്നില്ല പൊരിയാ. തിരക്കുണ്ട്." ഒന്നാലോചിച്ചിട്ട് പറഞ്ഞു, "ഒരു അഞ്ച് പരിപ്പുവടയും അഞ്ച് നെയ്യപ്പവും ഇങ്ങു പൊതിഞ്ഞു താ."

പിറ്റേന്ന് ഒൻപതു മണിയോടെ നാരായണി അമ്മ മടിയിൽ ഒളിപ്പിച്ച കൊഴുക്കട്ടയുമായി ഓടി വന്നു. നിറയെ ചക്കരയും തേങ്ങാപ്പീരയും നിറച്ച കൊഴുക്കട്ട.""പിള്ളാർക്ക് വെള്ളത്തിൽ പുഴുങ്ങിയ പുഴുക്കലരിയുടെ കൊഴുക്കട്ടയാണ് ഇഷ്ടം എന്നറിയാം. എന്നാലും ഇത്തിരി ശർക്കര ഇരുന്നത് കൊണ്ടാ ഇങ്ങനെ ചെയ്തത്."

ലക്ഷ്മിയമ്മ അത് വാങ്ങി ലതയുടെ കൈയിൽ കൊടുത്തിട്ട് തിരിയുമ്പോഴേക്കും നാരായണി അമ്മ പറഞ്ഞു "പിന്നെ വരാം. അങ്ങേര് അറിയാതെയാ വന്നത്. വിളി വരും മുൻപങ്ങു ചെല്ലട്ടെ...."

"ഇതെന്തോന്നാമ്മേ? അമ്മക്കെന്താ പറഞ്ഞിട്ട് വന്നാൽ?" കഥയും പറഞ്ഞു നില്ക്കാതെ അമ്മൂമ്മ ഓടി.

മക്രോണി വൈകുന്നേരം പറഞ്ഞ പോലെ വന്നില്ല. അടുത്ത ദിവസവും വന്നില്ല. രണ്ടാം പക്കം ലക്ഷ്മിയമ്മ ഓർമ്മിപ്പിച്ചു "ഞാൻ മുറുക്കാൻ ചെല്ലത്തിലെ കത്തികൊണ്ടാണ് ഇതുവരെ മാനേജ് ചെയ്തത്. എവിടെ? ഇപ്പോൾ കിട്ടും എന്ന് പറഞ്ഞ കറിക്കത്തി?"

"ഓ മറന്നു. ഇപ്പോൾ കത്തിയുമായി വരാം." അപ്പോഴാണ് കൃഷ്ണപിള്ള ആ കാര്യം ഓർത്തത്. ഉടനെ പോയി. ഏതാണ്ട് രണ്ടു മണിക്കൂർ കഴിഞ്ഞാണ് വന്നത്. വരുമ്പോൾ ഒരു ചിരി തെളിഞ്ഞു നിന്നു.

"എന്താണ് ഒരു പുഞ്ചിരി?"

"നീയൊരു പൂ ചോദിച്ചു. ഞാനൊരു പൂങ്കാവനം കൊണ്ട് വന്നു."

"കുഴയാതെ കാര്യം പറ."

"ടാൻ, റ്റടെ. നീ കറിക്കത്തി ചോദിച്ചു, ഞാൻ കത്തിയും, വെട്ടരിവാളും കൊണ്ട് വന്നു. എടി, നമ്മുടെ മഠത്തിലെ പഴയ കാര്യസ്ഥൻ കോയിക്കൽ രാമൻ നായർ പറയുമ്പോളല്ലേ അറിഞ്ഞത്. മക്രോണി ഒന്നാംതരം പണിക്കാരനാ, പക്ഷേ, അവനെക്കൊണ്ട് പണിയെടുപ്പിക്കണമെങ്കിൽ കൈയിൽ പിടിച്ചു ചെയ്യിക്കണം. ദാ നോക്ക് സൂപ്പർ കത്തിയും വെട്ടരിവാളും."

ലക്ഷ്മിയമ്മ കത്തി വാങ്ങി നോക്കി സർട്ടിഫിക്കറ്റും കൊടുത്തു. "ഗുഡ്. എന്താ അവിടിരുന്നു ചെയ്യിപ്പിക്കുകയായിരുന്നോ?"

"പിന്നല്ലാതെ. കണ്ടതും, സാറ് പൊയ്ക്കോ. വീട്ടിൽ എത്തുമ്പോഴേക്കും ഞാൻ അങ്ങെത്തും എന്നൊക്കെ പറഞ്ഞു നോക്കി. ഞാൻ വിട്ടില്ല.

ഓ സാരമില്ലെടോ. ഞാൻ ഇരിക്കാം. താൻ ബാക്കി പണി കൂടി ചെയ്തു കത്തി താ. അതില്ലാതെ പറ്റില്ല. എന്നും പറഞ്ഞു അവിടെ കണ്ട ഒരു കൊരണ്ടിയിൽ കയറി ഇരുന്നു. അയാളുടെ പെണ്ണുംപിള്ളയും സപ്പോർട്ട് ചെയ്തു. 'സഖാവ് ഇരിക്ക്. അല്ലേൽ നടക്കില്ല.'

കഥകളും പറഞ്ഞേ അയ്യാൾ ജോലി ചെയ്യൂ. ആരെങ്കിലും ഒരു മമ്മട്ടി കൈയ് ഉറപ്പിക്കാനോ, പിച്ചാത്തി കാച്ചാനോ വന്നാൽ കിട്ടുന്നതും കൊണ്ട് പണിയും കളഞ്ഞേച്ചു ഒറ്റ പോക്കാണ്. റോഡ് വളവിൽ തന്നെ തങ്കച്ചന്റെ കടേന്നു വാറ്റ് കിട്ടും. അതും അടിച്ചു വഴിയിൽ കിടക്കും. രാവിലെ പണിതാൽ പണിതു, ഉച്ച കഴിഞ്ഞാൽ പിന്നെ നാലുകാലിൽ നോക്കിയാൽ മതി. വെട്ടോത്തി ആർക്കോ വേണ്ടി പണിതതാണ്. അഡ്വാൻസും കൊടുത്തേച്ചു പോയിട്ട് ഒരു മാസമായി, സഖാവ് വേണേൽ കൊണ്ട് പൊക്കോ എന്നും പറഞ്ഞു തന്നതാ. പത്തു രൂപയും വാങ്ങി."

"അപ്പോൾ മമ്മട്ടിയും, തൂമ്പയും സ്വാഹാ അല്ലേ?"

"മിക്കവാറും. നമുക്ക് നോക്കാം."

"വേറെ കൊല്ലന്മാർ ആരും ഇല്ലേ?"

"അതല്ലേ കാര്യം. ഒന്ന് രണ്ടെണ്ണം ഉണ്ട്. പക്ഷേ, അവരു പണിതു തരുന്നതൊന്നും ഗുണമില്ല. അതല്ലേ അവനിത്രയും അഹങ്കാരം. അവനെ കാത്ത് നില്ക്കും എന്നറിയാം. പിന്നെ ഭേദം, ഒരു കറുമ്പൻ ഗോപാലനുണ്ട്. അവന് ആദ്യമേ മുഴുവൻ പൈസയും കൊടുക്കണം. പണിതു കിട്ടുന്നതിന് മൂർച്ചയുണ്ടേൽ ഭാഗ്യം. ആൾക്കാർ പറയുന്നത് ചില റെയിൽവേ ജോലിക്കാരുമായി മക്രോണി ചങ്ങാത്തത്തിലാണ്. അവർ വേണ്ടാത്ത ഉരുക്കു പ്ലേറ്റ് കൊടുക്കുന്നത് എടുത്താണിവൻ പണിയുന്നത്. അതാണ് ഇത്ര നല്ല ഉരുപ്പടികൾ എന്നാണ്."

മുരളി പറഞ്ഞു "അമ്മേ നമുക്ക് തൂമ്പയുമൊക്കെ മക്രോണിയെ കൊണ്ട് ചെയ്യിക്കാം.".

"എങ്ങനെ? നിനക്കാരെ അറിയാം? പോടാ ചെക്കാ."

"അപ്പുറത്തെ മാത്യു പറഞ്ഞു, ഇയാളുടെ ഒരു മോൻ അവന്റെ ക്ലാസിലാണ്. അവനോടു പറയാം."

കൃഷ്ണപിള്ളയും ലക്ഷ്മിയമ്മയും ചിരിച്ചു. രണ്ടു നാൾ കഴിഞ്ഞു അവൻ മാത്യുനൊപ്പം മക്രോണിയെ കാണാൻ പോയി. ചെന്നപ്പോഴേ മാത്യു ചെവിയിൽ മന്ത്രിച്ചു. "എടാ രാവിലെ തന്നെ അടിച്ചിട്ടുണ്ട്. സാരമില്ല, നമുക്ക് നോക്കാം."

മക്രോണി മുറുക്കാൻ കറ പിടിച്ച മോണ കാട്ടി വെളുക്കെ ചിരിച്ചു. "മോനെ തിരക്ക് കൊണ്ടാണ്. സമയം കിട്ടുന്നില്ല. എല്ലാവർക്കും ഇവിടെ തന്നാൽ അന്നേരം തന്നെ വേണം. എന്ത് ചെയ്യും?"

ചാരത്തിൽ കിടന്ന ഉലയുടെ മുൻവശം കവണകൊണ്ടിളക്കി, തീപൊടിക്കുന്ന കനൽ തപ്പിയെടുത്തു. അതിലേക്ക് ഒന്ന് രണ്ടു പൊടി ചിരട്ട

ക്കരി ഇട്ടു. എന്നിട്ടു സാവകാശം ഉലയുടെ മുള കൊണ്ടുള്ള നീളമുള്ള പിടി, വളരെ ശ്രദ്ധാപൂർവ്വം മുകളിലോട്ടും താഴോട്ടും ചലിപ്പിച്ചുകൊണ്ടിരുന്നു. അപ്പോൾ ഉലയുടെ മുൻപിലുള്ള ചെറിയ ദ്വാരത്തിൽ കൂടി ഒരാൾ ഊതുന്ന പോലെ കാറ്റ് വന്നു. അയാൾ ഉലയുടെ കമ്പു വേഗത്തിൽ ആട്ടാൻ തുടങ്ങി. കാറ്റ് കനലിനെ ജ്വലിപ്പിച്ചു. അതിലേക്ക് കല്ക്കരി കഷണങ്ങൾ ഇട്ടു കൊടുത്തു. കനലുകൾ കത്തി ജ്വലിക്കാൻ തുടങ്ങിയപ്പോൾ ചുറ്റും തീപ്പൊരി പറക്കാൻ തുടങ്ങി. മമ്മട്ടിയുടെ അളവിൽ മുറിച്ചെടുത്ത ഒരു റെയിവേ പ്ലേറ്റ് അയാൾ തീക്കനലിലേക്ക് പൂഴ്ത്തി വച്ച് കമ്പ് ശക്തിയായി ആട്ടാൻ തുടങ്ങി. ഇതിനിടയിൽ അയാൾ സഖാവിന്റെ പെരുമകൾ പറഞ്ഞു കൊണ്ടിരുന്നു. പാവങ്ങളെ സഹായിക്കുന്നതും, എല്ലാവരോടും സ്നേഹമായി ഇടപെടുന്നതും ഒക്കെ പറയുന്നുണ്ടായിരുന്നു. മുരളിക്ക് ഉലയിൽ കാറ്റടിക്കുന്ന രീതി വളരെ ഇഷ്ടമായി. "ഞാനൊന്ന് കമ്പു പിടിച്ചോട്ടെ?"

"അത്ര എളുപ്പമല്ല കുഞ്ഞേ. ചങ്കിനു പിടിക്കും."

മുരളി കമ്പെടുത്തു ആട്ടാൻ നോക്കി. ഒട്ടും സ്പീഡ് കിട്ടിയില്ല. അവനു മനസ്സിലായി ഉദ്ദേശിച്ചത് പോലെയല്ല. കട്ടിപ്പണിയാണ്. ഇത് കണ്ടോണ്ടാണ് അയാളുടെ ഭാര്യ ആലയിലേക്കു വന്നത്. അവരെ കണ്ടതും അയാൾ ആളങ്ങു മാറി. "എവിടെ പോയിരിക്കുവായിരുന്നെടി അറവാണിച്ചി."

അവരെ പുഴുത്ത ചീത്ത വിളിക്കാൻ തുടങ്ങി. ആ ദേശം മുഴുവൻ കേൾക്കുന്നത്ര ഉച്ചത്തിൽ. അവരുടെ അച്ഛനേയും പറഞ്ഞു. കൂട്ടത്തിൽ അരികെ കിടന്ന വിറകുകൊള്ളി എടുത്തു അവരെ എറിഞ്ഞു. അതവരുടെ പള്ളയ്ക്കാണ് കൊണ്ടത്. നന്നായി നൊന്തു കാണും. എന്നാൽ ഒന്നും സംഭവിക്കാത്ത പോലെ അവർ മുരളിയുടെ കൈയിൽ നിന്നും ഉലയുടെ കമ്പു വാങ്ങി.

"കുഞ്ഞേ ഇങ്ങു താ. ഞാൻ ചെയ്തോളാം" ഉലയിലേക്ക് ശക്തിയായി കാറ്റടിക്കാൻ തുടങ്ങി. കുട്ടികൾ രണ്ടാളും ഭയന്ന് പോയിരുന്നു.

എന്നാൽ അവരോടു വീണ്ടും പഴയപടി മനോഹരമായി ചിരിച്ചിട്ട് മക്രോണി പറഞ്ഞു, "മക്കൾ പോയിട്ട് ഒരു നാലു മണിയോടെ വാ. പറ്റിക്കാനല്ല. ഞാൻ ശരിയാക്കി വക്കാം."

രണ്ടാളും സ്ഥലം വിട്ടു. മാത്യു പറഞ്ഞു: "വൈകിട്ട് പോകണ്ട. നാളെ ഞായറാഴ്ചയല്ലേ? നമുക്ക് അയാൾ ആല തുറക്കുമ്പോഴേ പോകണം. പത്തു മണി."

അടുത്ത ദിവസം അവർ ചെല്ലുമ്പോൾ ഭാര്യയും, ഭർത്താവും വലിയ ലോഹ്യത്തിൽ എന്തോ പറഞ്ഞു ചിരിക്കുകയാണ്. തലേന്ന് ഇവരാണ് വഴക്കുണ്ടാക്കിയതെന്ന് തോന്നുകയേ ഇല്ല. "പൊക്കോളൂ, കൊണ്ടു വരാം" എന്നയാൾ പറഞ്ഞത് കാര്യമാക്കിയില്ല.

“കുഴപ്പമില്ല, ഞങ്ങൾ ഇരുന്നോളാം.” എന്ന് പറഞ്ഞവിടെ ഇരുന്നു. രണ്ടു മമ്മട്ടിയുമായി വീട്ടിൽ കയറി ചെല്ലുമ്പോൾ ഒരു യുദ്ധം ജയിച്ച സന്തോഷമായിരുന്നു മുരളിക്ക്.

സഖാവ് ജോലിക്കാരുമായി പോയി തട്ടാരു പറമ്പു തെളിച്ചു വൃത്തിയാക്കി. എന്നാൽ പണി തുടങ്ങാൻ വൈകി. സഖാവ് കണക്കാക്കിയ പണമൊന്നും കിട്ടിയില്ല. വാടകവീടുമായി അവരെല്ലാം വേഗത്തിൽ ഇണങ്ങി. ജോർജിന്റെ വീട്ടിലെ എല്ലാവരും നല്ല സ്നേഹമുള്ളവർ. ഒരു വീട് പോലെയാണ് അവിടെ കഴിഞ്ഞത്, ഏതാണ്ട് ഒരു കൊല്ലം. നാരായണിയമ്മ ആഴ്ചയിൽ ഒരിക്കലെങ്കിലും പലഹാരങ്ങളോ, എന്തെങ്കിലും സ്പെഷ്യലുകളുമായോ ഓടി വരും. രസം അവയെല്ലാം മടിയിൽ ഒളിപ്പിച്ചാണ് കൊണ്ട് വരുക. വേണ്ടമ്മേ എന്ന് പറഞ്ഞാൽ കേൾക്കില്ല. നാരായണി അമ്മൂമ്മ ഓടുമ്പോൾ കാതിലെ തോടകൾ രണ്ടും കിടന്നാടും. കാതുകൾ തൂങ്ങി തൂങ്ങി തോളിൽ തൊടാറായി. ഇതിനെല്ലാം പുറമെ നാരായണിയമ്മയ്ക്കിപ്പോൾ ഇത്തിരി കൂനും ആയിട്ടുണ്ട്. നേരെ നിവർന്ന് നടക്കാൻ പ്രയാസമാണ്. നട്ടെല്ലിന് അല്പം വളവായിട്ടുണ്ട്. അന്നൊക്കെ അതൊരു അസുഖമായി കാണാത്ത സമയമായതിനാൽ ആരുമത് ഗൗനിച്ചുമില്ല. സഖാവ് നാട്ടിൽ തന്നെയുള്ള ദിവസങ്ങൾ. ലക്ഷ്മിയമ്മ വളരെ സന്തോഷവതിയായിരുന്നു. മുരളി പഴയ സ്ഥലത്തെയും പുതിയ സ്ഥലത്തെയും കൂട്ടുകാരുമായി കളിച്ചു ചിരിച്ചു നടന്നു. അങ്ങനെയിരിക്കെ അവന്റെ ജീവിതം മാറ്റി മറിച്ച ഒരു സംഭവമുണ്ടായി.

പ്രാരാബ്ധങ്ങൾ

സ്വപ്നങ്ങൾ നേടാനുള്ളതാണ്. ജീവിച്ചിരിക്കുമ്പോൾ.
അല്ലെങ്കിൽ അവ കുന്നുകൂടി കിടക്കും ശ്മശാനങ്ങളിൽ.

പുതിയ സ്ഥലത്തു പരിചയക്കുറവായതു കൊണ്ട് മാത്യുവിനേയും വിളിച്ചാണ് മുരളി മുടിവെട്ടാൻ പോയത്. "സിലോൺ കട്ടിങ്. പ്രൊപ്രൈ: കറുപ്പയ്യ" പോരുവഴി ജങ്ഷനിൽ, തകര ബോർഡ് വച്ച ഒരു കൊച്ചു മുറി. വാതില്ക്കലെത്തുമ്പോഴേ ചെറിയൊരു പോക്കറ്റ് ട്രാൻസിസ്റ്ററിൽ നിന്നുമുള്ള പഴയ ഹിന്ദി പാട്ടുകൾ കേൾക്കാം. ഫാനും, ട്യൂബും ഉണ്ട്. കറങ്ങുന്ന വലിയ രണ്ട് മരക്കസേരകൾ. കസേരകൾക്ക് മുൻപിൽ വലിയൊരു കണ്ണാടി. പുറകിലും കണ്ണാടിയുണ്ട്, പിൻവശം കാണാൻ. കസേരയുടെ മുൻപിൽ ഭിത്തിയിൽ നെടുനീളത്തിൽ ഉറപ്പിച്ചിരിക്കുന്ന പലക, ഒരു ഡസ്ക് പോലെ. അതിൽ കത്രികകളും കുട്ടിക്കൂറ പൗഡർ ഡപ്പകളും ക്രീമിന്റെ ഡപ്പയും ഹെയർ ഓയിൽ കുപ്പിയും വെള്ളം ചീറ്റിക്കാനുള്ള വലിയ കുപ്പിയും കട്ടിങ്ങിനുള്ള കത്രികകളും ചീപ്പുകളും. പലകയുടെ താഴെ രണ്ട് ഡ്രോകളും പിടിപ്പിച്ചിട്ടുണ്ട്. അതിലാണ് വിലപിടിപ്പുള്ള വസ്തുക്കൾ, പുതിയ ബ്ലേഡ്, പൊട്ടിക്കാത്ത മറ്റൊരു കുട്ടിക്കൂറ പൗഡർ ടിൻ മുതലായവ വച്ചിരിക്കുന്നത്. പിന്നെ അന്നു കിട്ടിയ പണവും. ഭിത്തി നിറയെ സിനിമനടികളുടെ ഗ്ലാമർ കലണ്ടറുകൾ. കൂട്ടത്തിൽ എം ജി ആർ, ശിവാജി, ഗാന്ധിജി, നെഹ്റു എന്നിവരുടെയും കലണ്ടറുകൾ. ക്ഷേത്രവും പള്ളിയും മോസ്കും പടങ്ങൾ വച്ച് മതസൗഹാർദ്ദവും നടത്തിയിട്ടുണ്ട്. അവരെ നോക്കി ചിരിച്ചിട്ട്, കയറി ഇരിക്കാൻ കറുപ്പയ്യയുടെ മകൻ മാധവൻ കണ്ണുകൾ കാണിച്ചു. കറുപ്പയ്യക്ക് വയസ്സായി. മാധവനാണ് കട നടത്തുന്നത്. അകത്തുള്ള ചെറിയ ബഞ്ചിൽ രണ്ട് പേർ ഇ

പ്പോൾ തന്നെ ഇരിക്കുന്നുണ്ട്. മറ്റു രണ്ട് പേർ വരാന്തയിൽ നില്ക്കുകയാണ്. കറുപ്പയ്യയും, മാധവനും മുടി വെട്ടുകയാണ്. മുരളി ചോദിച്ചു, "നമുക്ക് പോയിട്ട് വന്നാലോ?"

കുട്ടികൾ പോകുമോയെന്ന് വിലയിരുത്തിയിട്ട് മാധവൻ പറഞ്ഞു, "ഇപ്പൊ തീരും. രണ്ടെണ്ണം ഷേവിങ് ആണ്."

അവർ വെളിയിലിറങ്ങി വരാന്തയിൽ നിന്നു. ആലും മാവും പുണർന്ന് നില്ക്കുന്നത് കണ്ടപ്പോൾ അവനോർത്തു, പോരുവഴി ജങ്ഷൻ എന്നതിന് പകരം ആൽമാവ് ജങ്ഷൻ എന്ന പേര് കൊടുക്കാമായിരുന്നു. ചായക്കടകൾ ഉണർന്നു. പറ്റുകാരൊക്കെ ചായയും കട്ടനും കുടിച്ചു പേപ്പർ വായിച്ചു സൊറ പറഞ്ഞിരിക്കുന്നു. കരിയിലക്കിളികളും കുരുവികളും കലപില ചിലച്ചു കൊണ്ട് പറന്നു നടക്കുന്നു. മാവേലിക്കരയ്ക്കുള്ള ജവാൻ ബസ് ആടിയാടി വരുന്നു. വയസ്സൻ ഫാർഗോ ബസ് വരുമ്പോൾ അതിന്റെ മുൻപിൽ മൂക്ക് പോലുള്ള എഞ്ചിൻ ഭാഗത്തെ ബോണറ്റുകൾ രണ്ട് വശത്തേക്കും അല്പം പൊങ്ങി അടഞ്ഞുകൊണ്ടിരിക്കും. കൈയാട്ടി രണ്ട് സൈഡിലും പോകുന്നവരെ വിളിക്കും പോലെ. ഗട്ടറിലൊക്കെ വീണ് ബസിന്റെ വരവ് കണ്ടാൽ നമുക്ക് തോന്നും, അതിന്റെ ഓരോ ഭാഗങ്ങളായി ഇപ്പോൾ ഇളകി വീഴുമെന്ന്. ഇടയിൽ അകത്തേക്ക് നോക്കിയപ്പോൾ കണ്ടു ഇനി ഒരാളേയുള്ളു. വയസ്സന്റെ ആള് പോയി. കസേര കാലി. എന്നാൽ കാത്തിരിക്കുന്ന ആൾ വയസ്സനെക്കൊണ്ട് വെട്ടിക്കുന്നില്ല. മാധവനാണ് സ്റ്റൈലൻ വെട്ടുകാരൻ. അതാണ് കാരണം. കറുപ്പയ്യ മാത്യുവിനെ വിളിച്ചു, മാത്യു പോകാൻ ആലോചിച്ചിട്ട് മുരളിയെ വിട്ടു. "നീ പോകു ആദ്യം."

മുരളി പോയിരുന്നു. വെളുത്ത മുണ്ട് ഒരു സൈഡിലേക്ക് മാറ്റി നന്നായി കുടഞ്ഞിട്ടു അവനെ കഴുത്തുചുറ്റി പുതപ്പിച്ചു. "അനങ്ങല്ലേ." എന്ന് പറഞ്ഞു പണി തുടങ്ങി. "ആരുടെ മോനാണ്?"

"സഖാവ് കൃഷ്ണന്റെ." അവൻ അഭിമാനത്തോടെ പറഞ്ഞു.

"ഓ. സഖാവിന്റെ മോനാ." കറുപ്പയ്യയും മാധവനും ഒരേപോലെയാ ചോദിച്ചത്. "നിങ്ങൾ ഇലഞ്ഞിക്കലല്ലേ?"

"അല്ല. ഇപ്പോൾ ജോർജ് മാപ്പിളയുടെ ചരിപ്പിലാണ്. തട്ടാരു പറമ്പിൽ വീട് വക്കാൻ പോകയാണ്." അവൻ ഗമയോടെ പറഞ്ഞു.

അവരവനെ സ്നേഹപൂർവ്വം നോക്കി. "ഞാൻ സഖാവിന്റെ ഫാനാ." അല്പം തമിഴ് കലർന്ന മലയാളത്തിൽ മാധവൻ പറഞ്ഞു. അവർ ശരിക്കും കോയമ്പത്തൂർകാരാണ്. അപ്പൻ ചെറുതിലെ ഇവിടെ വന്നു. വടക്കൻ കുറിയിൽ താമസമാണ്.

കറുപ്പയ്യ മുടി വെട്ട് തുടങ്ങിയെങ്കിലും പ്രധാന പണി മറ്റൊന്നായിരുന്നു. തുണി ചുറ്റുമ്പോഴും വെട്ടുമ്പോൾ മടിയിൽ വീഴുന്ന മുടി തട്ടിക്കളയുന്ന പോലെ സമർത്ഥമായി അയാൾ അവന്റെ കുട്ടനെ പലവട്ടം തലോടി. മുരളി പേടിച്ചെങ്കിലും കുട്ടന് പേടി വന്നില്ല. അവൻ ചാടി എഴുന്നേറ്റ് അയാളുടെ വിരലുകളെ കാത്തിരുന്നു. അവന്റെ വിറയലുകൾ അ

ടക്കാൻ മുരളി പാടുപെട്ടു. ഇതിനിടയിൽ മാത്യു, മാധവന്റെ അടുക്കൽ മുടി വെട്ടാൻ ആരംഭിച്ചിരുന്നു. തിരികെ പോകുമ്പോൾ മാത്യു ചോദിച്ചു "കിളവൻ എങ്ങനെ? സുഖിപ്പിച്ചോ?"

"അപ്പോൾ നീ അറിഞ്ഞോണ്ടാ എന്നെ അയ്യാളുടെ മുൻപിലോട്ടു തള്ളി വിട്ടത്?"

മാത്യു ചിരി തുടങ്ങി. "സത്യമായിട്ടും അല്ലടാ. സീറ്റ് കാലിയാകുമ്പോൾ വന്നു ഇരിക്കാൻ പറയുമ്പോൾ എതിർത്ത് പറയാൻ ആകുന്നില്ല. ഞാൻ കരുതി എന്നോടേ അങ്ങനെയുള്ളൂ. നിന്നോട് ഉണ്ടാകില്ലെന്ന്. സഖാവിന്റെ മോനല്ലേ?".

"കൊള്ളാം. ഞാൻ വിഷമിച്ചു പോയി."

"സാരമില്ലെന്ന്. ഇതും ഒരു രസമല്ലേ. ആരും അയാളുടെ അടുത്ത് ചെല്ലില്ല. കൈ വിറയ്ക്കുന്നതുകൊണ്ട് വെട്ടു ശരിയാകില്ല. തന്നേമല്ല പുതിയ കട്ടിങ്ങും സ്റ്റൈലും മാധവനല്ലേ അറിയൂ. കുട്ടികളെ ചാക്കിട്ടു പിടിക്കാനാണ് അയാളുടെ ഈ സൂത്രങ്ങൾ. അല്ലാതെ വേറെ കാരണമൊന്നുമില്ല. പോട്ടെ, പിഴച്ചോട്ടെ. നമുക്കും ഒരു സുഖം."

"ഞാൻ ഒരു ചെറിയ പണി കൊടുത്തിട്ടുണ്ട്."

"എന്താടാ?"

"അയാളുടെ മുടി വെട്ടുന്ന കത്രിക എടുത്തു വേസ്റ്റ് മുടിയുടെ കൊട്ടയിലിട്ടിട്ടുണ്ട്. കിടന്ന് തപ്പട്ടെ. അടുത്ത തവണ അയാൾ ഇങ്ങനെ ചെയ്താൽ ഇതിലും വലിയ പണി ഞാൻ കൊടുക്കും." മുരളി പറഞ്ഞു.

അത്തവണത്തെ ഓണത്തിന് മുറ്റത്ത് അത്തപ്പൂവിടാൻ അവനും, മാത്യുവും അടുത്ത വീട്ടിലെ ഗോപനും കൂടി തീരുമാനിച്ചു. മാത്യുന്റെ പെങ്ങന്മാരും ഒപ്പം കൂടി. ആ ചേച്ചിമാർ ഒരിക്കലും വീടിനു പുറത്തിറങ്ങില്ല. ഞായറാഴ്ചത്തെ പള്ളീൽ പോകാനല്ലാതെ മുറ്റത്തു പോലും കാണുന്നത് അപൂർവ്വം. വലിയ ചേച്ചിമാരായത് കൊണ്ട് മുരളിയെ അത്ര ഗൗനിക്കത്തുമില്ല. എന്നാൽ ജോർജിന്റെ ഭാര്യ മറിയാമ്മയും പിള്ളേരും ലക്ഷ്മിയമ്മയുമായി വലിയ ലോഹ്യത്തിലാണ്. ഗോപൻ മുരളിയുടെ ഒരു ക്ലാസ് താഴെയാണ്. അവനാണ് പറഞ്ഞത് കാടു പിടിച്ചു കിടക്കുന്ന ശിവക്ഷേത്രത്തിനുള്ളിൽ നിറയെ പൂക്കളാണ്. വെളുപ്പിന് പലരും വന്നു പറിക്കുന്നത് കൊണ്ട് അവരൊക്കെ വരും മുൻപ് നാലുമണിക്ക് പോകണം. അങ്ങനെ അവർ പോയി. മതിലിന് ആറടിപ്പൊക്കം. കിഴക്കേ ഗോപുരനടയിലെ മെഴുക്കും മണ്ണും പുരണ്ടു കിടക്കുന്ന കല്വിളക്കിൽ ചവുട്ടി ഗോപൻ ആദ്യം മതിലിന് മുകളിൽ കയറി, വഴി കാണിച്ചു. ചവുട്ടിക്കയറാൻ പാകത്തിന് വിളക്കുകൾ ഇല്ല. പലതും അടർന്നു പോയിരിക്കുന്നു. കരിങ്കൽ ഭിത്തികളിൽ പായലിന്റെ വഴുക്കലുമുണ്ട്. ഇരുട്ടായതിനാൽ ഒന്നും ശരിക്കു കാണാൻ വയ്യ. മുല്ലയുടെ മനം മയക്കുന്ന മണം. ഗോപൻ താഴേക്ക് ചാടി. "ചാടിക്കോ. കുഴപ്പമില്ല കുറച്ചു താഴ്ചയേ ഉള്ളു."

ചാടിയപ്പോൾ മനസ്സിലായി, മതിലിനോട് ചേർന്ന് ചുറ്റോട് ചുറ്റും രണ്ടടി പൊക്കത്തിൽ നാലഞ്ചടി വീതിയിൽ വരാന്ത പോലുണ്ട്, മൂന്ന്

വശം മുഴുവൻ. അവിടെയാണ് ചെടികളും വള്ളികളും കാടുപോലെ. നടുക്ക് ശ്രീകോവിൽ. ശ്രീകോവിലിന് ചുറ്റും തട്ടുകളായി വിളക്കുകൾ. മുൻപിൽ ഉയർത്തിക്കെട്ടിയ ഒരു ചെറിയ മണ്ഡപം. അതിൽ നന്ദിയുടെ കല്പ്രതിമ. ഇരുളും നിഴലും ചേർന്നുയർത്തിയ പേടിയുടെ മതിലുകൾ. മാത്യു അടുത്ത് വന്നു ചോദിച്ചു "എടാ ആരേലും കണ്ട് നീ ഏത് ജാതിയാണെന്ന് ചോദിച്ചാൽ?"

"എന്റെ കസിൻ ഹരി. കറുകച്ചാലിലുള്ളത്. പേടിക്കണ്ട, വലിയ വെട്ടമില്ലാത്തത് കൊണ്ട് ആരും അറിയാൻ പോകുന്നില്ല." നേരിയ വെട്ടത്തിൽ അകത്തെ പൂക്കളുടെ കലവറ കണ്ട് അവരെല്ലാം ഞെട്ടി. പലതരം ചെമ്പരത്തികൾ മുല്ല കൊട്ടക്കണക്കിന് അരളി കോളാമ്പിപ്പൂക്കൾ ശംഖുപുഷ്പം വെള്ളയും ,നീലയും പിച്ചി കുലകുലയായി, ചെത്തി പല നിറങ്ങൾ. ഒരു പത്തു കളങ്ങൾ ഇടാനുള്ളത്.

ഗോപൻ പറഞ്ഞു "നാളെ നമ്മുടെ പൂക്കളം മൂന്നിരട്ടി വലുതാക്കണം."

"വേഗം കിട്ടുന്നതൊക്കെ പറിച്ചോ." മുരളി ധൃതി കൂട്ടി. വീട്ടിൽ എല്ലാവരും ഞെട്ടിപ്പോയി "ഈശ്വരാ എന്തോരം പൂക്കൾ. എവിടുന്ന് കിട്ടി പിള്ളേരെ?"

പൂരാടത്തിന്റന്ന് രാവിലെ മുരളി ഇലഞ്ഞിക്കൽ പോയതാണ്. പോകാനിറങ്ങുമ്പോൾ മാത്യുവിനെ കണ്ടു. അവനും കൂടെ വരാമെന്ന് സമ്മതിച്ചു. അവൻ ആദ്യമായാണ് ഇലഞ്ഞിക്കലേക്ക് വരുന്നത്. അവിടെ ചെല്ലുമ്പോൾ ഓണക്കളികളുമായി രാജശേഖരനും രാജീവനും വാര്യത്തെ രാഘവനും വേറെ ചില പുതിയ കുട്ടികളും അവിടെയുണ്ട്. ഏതോ വീട്ടിൽ വിരുന്ന് വന്ന ബന്ധുക്കളാകും ആ കുട്ടികൾ. ഇവരെ കണ്ടതോടെ രാഘവൻ പറഞ്ഞു, "മുരളിയും, കൂട്ടുകാരനും വന്നല്ലോ, നമുക്ക് രണ്ടു ടീമായി കുറ്റിയും കോലും കളിക്കാം."

മുരളിക്ക് രാഘവനോടൊത്ത് കളിക്കാൻ ഇഷ്ടമില്ലെങ്കിലും 'വാടാ കളിക്കാം.' എന്ന് മാത്യുവും പറഞ്ഞപ്പോൾ അവനും ഇറങ്ങി. രാഘവൻ എതിർ ടീമാണ്. കളി നല്ല ആവേശത്തിൽ നില്ക്കുമ്പോൾ, മുരളി രാഘവന് നേരെ എറിഞ്ഞ കുറ്റി രാഘവൻ അടിച്ചകറ്റേണ്ടതാണ്. ആ അവസരത്തിൽ വളരെ അടുത്തു നിന്നും മുരളി കുറ്റി എടുത്ത് അതിശക്തമായി രാഘവന് നേരെ എറിഞ്ഞു. അവനത് പഴയ ദേഷ്യത്തിൽ അറിഞ്ഞുകൊണ്ട് ചെയ്തതാണ്. എന്നാൽ കളിക്കിടയിൽ സ്വാഭാവികമായി എറിഞ്ഞപോലെ അഭിനയിക്കുകയും ചെയ്തു. കുറ്റി ചെന്ന് കൊണ്ടത് രാഘവന്റെ കണ്ണിൽ. അത് അവന്റെ കണ്ണിൽ തറച്ചു കയറി. രാഘവൻ അലറിക്കരഞ്ഞു. കണ്ണിൽ നിന്നും ചോര കുടു കൂടെ ഒഴുകാൻ ആരംഭിച്ചു. രാഘവൻ തറയിൽ വീണു. പിള്ളേരെല്ലാം കൂടി അലമുറയിട്ടു. മേത്തു കൊള്ളണം അവനെ വേദനിപ്പിക്കണം എന്നേ മുരളിയും കരുതിയുള്ളൂ. കണ്ണിൽ കൊള്ളണം എന്ന് ഉദ്ദേശിച്ചിരുന്നില്ല. കളിക്കാൻ വന്ന പുതിയ കുട്ടികളിൽ ഒരാൾ പറയുന്നുണ്ടായിരുന്നു. "ഞാൻ കണ്ടതാണ്. അവൻ

മനഃപൂർവ്വം ചെയ്തതാണ്."

അത് കേട്ട് മുരളി പേടിച്ചു. മാത്യു അവന്റെ കൈകളിൽ പിടിച്ചു "വാടാ, വേഗം പോകാം."

രാജശേഖരനും അരികെ വന്നു പറഞ്ഞു "എടാ വേഗം പൊയ്ക്കോ. അവന്റെ അച്ഛനെങ്ങാനും വന്നാൽ പിന്നെ പ്രശ്നമാണ്."

മുരളിയും മാത്യുവും ജീവനും കൊണ്ടോടി. രാമൻ നായർ രാഘവനെക്കൊണ്ട് മെഡിക്കൽ കോളേജിലൊക്കെ പോയെങ്കിലും കണ്ണ് രക്ഷിക്കാനായില്ല. അങ്ങനെ അയാളുടെ ഇടത്തെ കണ്ണിന്റെ കാഴ്ച പോയി. പിന്നീട് പലപ്പോഴും ആരെങ്കിലും ഇതേപ്പറ്റി ചോദിച്ചാൽ മുരളി നന്നായി അഭിനയിച്ചു. പോരുവഴിയിൽ വെറുപ്പിന് സ്ഥാനമില്ല എന്നവന് നന്നായി അറിയാം. "ഞാൻ അറിഞ്ഞൊന്നും ചെയ്തില്ല. കുറ്റി അടിക്കാതെ അവന് പറ്റിയ അബദ്ധമാണ്. എന്റെ തെറ്റല്ല."

പുതിയ വീട്ടിൽ താമസം തുടങ്ങി ആറു മാസം കഴിഞ്ഞപ്പോൾ സഖാവ് കൃഷ്ണപിള്ളയ്ക്ക് കണ്ണൂരിൽ ഒരു സൊസൈറ്റിയിൽ സെക്രട്ടറി ആയി ജോലി കിട്ടി. ലക്ഷ്മിയമ്മയ്ക്ക് സഖാവിനെ ദൂരെ അയക്കണമെന്നേ ഇല്ലായിരുന്നു. എന്നാൽ സഖാവിനു ഒരു മാറ്റം ആവശ്യമായിരുന്നു. വീട്ടിലെ കാര്യങ്ങളും കൂടി നോക്കണമെന്ന ചിന്ത ഉദിച്ച കാലം. പാർട്ടിയും പറഞ്ഞു. സഖാവ് പോയി. ആദ്യമൊക്കെ കൃത്യമായി ഒരു തുക മണിയോർഡറുകൾ വന്നു. പിന്നെ വല്ലപ്പോഴുമായി. ലക്ഷ്മിയമ്മയ്ക്ക് മനസ്സിലായി ഇവിടെ തുടർന്നാൽ പറ്റില്ല. ആളെ വിട്ട് കൊച്ചു ചെറുക്കനെ വിളിപ്പിച്ചു. "എനിക്ക് നിന്റെ വീട് പോലൊരു കുഞ്ഞു ഓലക്കുടിൽ വേണം."

"അതെന്തിനിപ്പോ? രാമൻ കുഞ്ഞിനോട് പറഞ്ഞാലെക്കൊണ്ട് നല്ല വീട് തീർക്കത്തില്ലയോ?"

"വേണ്ട. അവരറിയണ്ട."

"ശരി തമ്പുരാട്ടി."

സഖാവ് കൊടുത്തതിൽ നിന്നും മിച്ചം പിടിച്ച രൂപയും, പിന്നെ ആരോ കൂട്ടുകാരോട് വാങ്ങിയ തുകയും ചേർത്ത് നാലഞ്ച് ദിവസം കൊണ്ട് സ്വന്തം സ്ഥലത്ത് ഒരു കൂര കെട്ടി. തറ മണ്ണിട്ട് പൊക്കി, ചാണകം മെഴുകി. ചുറ്റോടു ചുറ്റും മണ്ണ് കുഴച്ചു, രണ്ടടി പൊക്കത്തിൽ ഭിത്തി കെട്ടി. പാമ്പുകൾ ധാരാളമുള്ള സ്ഥലമാണ്, അതിനാലാണ് അല്പം ഉയരത്തിൽ ഭിത്തി കെട്ടിയത്. ചാത്തനും ഒലാന്റെ ഭാര്യയും മൂത്ത മരുമോളും കൂടി വന്നിരുന്നു. ഇതെല്ലാം കണക്കാക്കി ലക്ഷ്മിയമ്മ രണ്ടാഴ്ച മുൻപേ രാഘവൻ തണ്ടാനെ കൊണ്ട് പുരയിടത്തിലെ തെങ്ങിൽ നിന്നും പച്ചോല വെട്ടിച്ചു, മണിയൻപിള്ളയെ കൊണ്ട് എടുപ്പിച്ചു, പോറ്റിമാരുടെ ഉപയോഗിക്കാത്ത കുളത്തിൽ മുക്കി കെട്ടിയിട്ടിരുന്നു. ഓലകൾ അല്പം പതം വന്നാലെ പൊട്ടാതെ മെടയാൻ പറ്റൂ. ഓലകളെടുക്കാൻ പോയപ്പോൾ കൊച്ചു ചെറുക്കൻ പറയുകയും ചെയ്തു. "തമ്പുരാട്ടി എത്ര വേഗമാണ് കാര്യങ്ങളൊക്കെ പഠിച്ചത്."

പെണ്ണുങ്ങൾ ഓലകൾ മെടഞ്ഞു. ആണുങ്ങൾ പുരയിടത്തിലെ കവുങ്ങുകൾ വെട്ടി കൂരകെട്ടി ഓല മേഞ്ഞു. ലക്ഷ്മിയമ്മ ചിരിച്ചിട്ട് കൊച്ചു ചെറുക്കനോട് പറഞ്ഞു:

"ഇനി തമ്പുരാട്ടി വിളി വേണ്ട. ഞാൻ സഖാവിന്റെ ഭാര്യയാണ്. ഇലഞ്ഞിക്കൽ തറവാട്ടിലല്ല ഇപ്പോൾ. എന്റെ വീട്ടിൽ. വേണേൽ കുഞ്ഞെന്നു വിളിച്ചോ. പ്രായത്തിലും മൂത്തതല്ലേ നിങ്ങൾ?"

പണി നടക്കുമ്പോഴൊക്കെ ലക്ഷ്മിയമ്മ അവർക്കൊക്കെ മുറ്റത്തു അടുപ്പു കൂട്ടി കഞ്ഞിയും കപ്പ പുഴുങ്ങിയതും കൊടുക്കുമായിരുന്നു. അപ്പോഴെല്ലാം അവരോടൊത്തിരുന്നു കഴിക്കാനും അവർ ശ്രദ്ധിച്ചിരുന്നു. മുരളിയും പെങ്ങന്മാരും പ്ലേറ്റുമായി കൂടെ കൂടും. അതൊക്കെ കുട്ടികൾക്ക് വലിയ രസമായിരുന്നു.

അഞ്ചാംനാൾ എല്ലാ പണിയും കഴിഞ്ഞപ്പോൾ ലക്ഷ്മിയമ്മ സഖാവിന് വിശദമായി കത്തിട്ടു. "നമ്മൾ ഒരു കുഞ്ഞു വീട് വച്ചു. ഒരു പർണ്ണശാല. നല്ല ഭംഗിയുണ്ട്. ഒരു മുറിയും, അടുക്കളയും. മണ്ണ് ഭിത്തി, തറ ചാണകം മെഴുകി, കൂര ഓലമേഞ്ഞത്. തകര വാതിൽ. വാടക കാശ് ലാഭം. വേഗം വാ. കാണണ്ടേ?"

ലക്ഷ്മിയമ്മയും, മക്കളും വലിയ സന്തോഷത്തിലായിരുന്നു. കത്ത് പോസ്റ്റ് ചെയ്തിട്ട് എല്ലാവരും കൂടി ഇലഞ്ഞിക്കൽ വീട്ടിൽ പോയി എല്ലാവരോടും വിശേഷം പറഞ്ഞു.

"ഞാൻ വീട് വച്ചു. കൂലി പൈസ അല്ലാതെ പത്തു പൈസ ചെലവില്ലാതെ. അഞ്ചു നാൾ കൊണ്ട്."

"ഇത്രയും വേണമായിരുന്നോ? നിനക്ക് ഇങ്ങു പോന്നാൽ പോരായിരുന്നോ?" എന്ന് മാത്രമേ ഭാർഗ്ഗവൻ പിള്ള ചോദിച്ചുള്ളൂ.

രാമൻ നായർ "ശരി, ശരി നിന്റെ ഇഷ്ടം" എന്ന് പറഞ്ഞു നടന്നു പോയി. നാത്തൂന്മാർക്കു അവിടത്തെ കുഞ്ഞു കുടിലിൽ കഴിയുന്നത് നാണക്കേടാകുമല്ലോ. ലക്ഷ്മി അതൊന്നും കാര്യമാക്കിയില്ല.

"എപ്പോഴാടി അങ്ങോട്ട് മാറുന്നത്?" നാരായണി അമ്മൂമ്മ ചോദിച്ചു.

"നാളെ. എന്തോ സമയം നോക്കാനാ? എല്ലാ ദിവസവും നല്ലതു തന്നെ." ലക്ഷ്മിയമ്മ.

"നീയും കമ്യൂണിസ്റ്റു ആയോ?" നാരായണിയമ്മ ചിരിച്ചോണ്ട് ചോദിച്ചു.

പാലുകാച്ചിന് ഒരേ ഒരു അതിഥിയെ ഉണ്ടായിരുന്നുള്ളു. അതും പ്രതീക്ഷിക്കാഞ്ഞ ആൾ. ഭാർഗ്ഗവൻപിള്ള. സാക്ഷാൽ ഇലഞ്ഞിക്കൽ ഭാർഗ്ഗവൻപിള്ള. ആരും അറിയാതെ കൂട്ടുകാരൻ ചരുവിൽ നാറാപിള്ളയെയും കൂട്ടി ഗോപാലകൃഷ്ണ വൈദ്യന്റെ വീട്ടിലേക്കെന്ന് പറഞ്ഞു ഇറങ്ങിയതാണ് എന്ന് പിന്നീടറിഞ്ഞു. അച്ഛനെ കണ്ടു ലക്ഷ്മിയമ്മയുടെ കണ്ണ് നിറഞ്ഞു. ഭാർഗ്ഗവൻപിള്ള ഒരു ചായയും കുടിച്ചു വേഗം പോയി.

ലക്ഷിമിയമ്മ വേഗം തന്നെ അയൽപക്കക്കാരുമായി ചങ്ങാത്തത്തിലായി. എല്ലാവർക്കും ലക്ഷ്മിയമ്മയെയും, കുടുംബത്തിനെയും ഇഷ്ടമായി.

ചുറ്റിലുമുള്ള പാവങ്ങൾക്കിടയിൽ സമ്പന്ന കുടുംബമാണ് ലക്ഷ്മിയമ്മ യുടേത്. തട്ടാരുപറമ്പിലെ വീടുകൾക്ക് പുറകിലുള്ള വലിയ പുരയിടം പമ്പേശും മഠക്കാരുടേതാണ്. ഒരാഴ്ച കഴിഞ്ഞപ്പോൾ വീട്ടിൽ മറ്റൊരതി ഥി വന്നു. ഒരു നാടൻ പശുവും, അതിന്റെ കിടാവും. മൂരി ഗോപാലപിള്ള യാണ് കൊണ്ടുവന്നത്. "മാലൂരെ കേശവൻ നായരദ്ദേഹം വിളിപ്പിച്ചപ്പോൾ ഇതിനായിരിക്കുമെന്നറിഞ്ഞില്ല. ചെന്നപ്പോൾ പറഞ്ഞു ഗോപാലപിള്ളേ ഇതിനെ ഒന്ന് ലക്ഷ്മിയുടെ വീട്ടിൽ ആക്കണം. കടിഞ്ഞൂൽ പേറാണ്. പെറ്റിട്ടു ഒരു മാസമേ ആയുള്ളൂ. ഒരു അഞ്ചു രൂപയും കൈയിൽ വച്ചു തന്നു. ഇറങ്ങാൻ നേരം പറഞ്ഞു. താൻ സൗകര്യമായി ഒരു എരുത്തി ലും വച്ചു കൊടുക്കുക."

ചക്കര അമ്മാവന്റെ ഇങ്ങനെ ഒരു സഹായം ലക്ഷ്മിയമ്മ ഒരിക്ക ലും പ്രതീക്ഷിച്ചില്ല. അവരുടെ കണ്ണ് നിറഞ്ഞു. ലതയും ലതികയും ഓടിപ്പോയി കിടാവിനെ തൊട്ടു. അത് തുള്ളിച്ചാടി ഓടി. തള്ളപ്പശു ഉറക്കെ വിളിച്ചു. ലക്ഷ്മിയമ്മ ഗോപാലപിള്ളയ്ക്ക് ചായയും പുട്ടും കൊടുത്തു. "പഴമില്ല കൊച്ചാട്ടാ."

"ഓ സാരമില്ല." ഗോപാലപിള്ള നിറഞ്ഞു ചിരിച്ചു. അയാളുടെ ചിരി കാണാൻ നല്ല രസമാണ്. പിള്ളാര് ചിരിക്കും പോലെ. കളങ്കമില്ലാത്ത തുറന്ന ചിരി.

"ഇനി ഒരു തൊഴുത്ത് കെട്ടണം. പുറകെ ആകട്ടെ ചേട്ടാ." കൈയിൽ പൈസ ഇല്ലാത്തതുകൊണ്ട് ലക്ഷ്മിയമ്മ ഒഴിഞ്ഞു.

"അതിനു പൈസ ഒന്നും ആകില്ല. നമ്മുടെ രണ്ട് കവുങ്ങും രണ്ട് കെട്ട് ഓലയും മതി. ഞാൻ കെട്ടിത്തരാം. കുഞ്ഞൊന്നും തരേണ്ട." പശു വിനെ പടിഞ്ഞാറു പുറത്തുള്ള കുഞ്ഞു വരിക്ക പ്ലാവിൽ കെട്ടിയിട്ട്, ഗോപാ ലപിള്ള പോയി. പോകും മുൻപ് അതിനു കൊടുക്കേണ്ട കാടിയുടെയും പിണ്ണാക്കിന്റെയും കണക്കൊക്കെ പറയാൻ തുടങ്ങി. എല്ലാം കേട്ടിട്ട് ല ക്ഷ്മിയമ്മ പറഞ്ഞു: "വീട്ടിൽ പണ്ടേ പശുക്കൾ ഉള്ളതുകൊണ്ട് കുറെ യൊക്കെ അറിയാം കൊച്ചാട്ടാ."

ഉച്ചയ്ക്കും വൈകിട്ടും അയാൾ പശുവിനെ കറക്കാൻ വന്നു. വരു മ്പോൾ ഒരു കെട്ട് കച്ചിയും കൊണ്ട് വന്നു. "മൂരിക്ക് കൊടുക്കാൻ വച്ചി രുന്നതാണ്.".

"കൊച്ചാട്ടൻ കച്ചി കൊണ്ട് വന്നത് വലിയ സഹായമായി. ഇവിടെ വാങ്ങുമ്പോൾ തിരികെ എടുക്കാം."

മുരളിയും ലതയും പശുവിനെ തൊട്ടു തലോടി. ലതിക പേടിച്ചു നി ന്നതേയുള്ളൂ. ലക്ഷ്മിയമ്മ കറന്നു കിട്ടിയ പാലിൽ നിന്നും കുറച്ചു അയാൾ ക്കും കൊടുത്തു.

"ആദ്യ ദിവസമല്ലേ. കൊച്ചാട്ടാനും കുറച്ചിരിക്കട്ടെ. കുറച്ചു ദിവസ ത്തേക്ക് കൊച്ചാട്ടൻ പശുവിന്റെ കാര്യം നോക്കണം. അപ്പോഴേക്കും എല്ലാം ശരിയാക്കാം. കൂട്ടത്തിൽ എനിക്കൊരു കോഴിക്കൂടും വാങ്ങിത്ത രണം."

"ആയിക്കോട്ടെ. എരുത്തിലിന് ധൃതി വക്കണ്ട. മഴയ്ക്ക് മുൻപ് മതി. അതുവരെ അവളീ പ്ലാവിന്റെ ചോട്ടിൽ നിന്നോളും." എന്നിട്ടു തിരിഞ്ഞു പശുവിനെ തലോടിക്കൊണ്ട് ചോദിച്ചു "ഇല്ലിയോടി?"

അത് തലയാട്ടിയത് എല്ലാവർക്കും ഇഷ്ടമായി. വേഗം തന്നെ ഗോപാലപിള്ള ചന്തയിൽ നിന്നും ഒരു കോഴിക്കൂട് വാങ്ങിക്കൊണ്ടു വന്നു. അത് ഓലകെട്ടി മേഞ്ഞതും അയാൾ തന്നെ. "കുഞ്ഞേ കോഴിയെ വളർത്തുന്നത് കൊള്ളാം രാത്രി മറക്കാതെ കൂട്ടിൽ പിടിച്ചിട്ടോണം. ഇവിടൊക്കെ കുറുക്കനും, കീരിയും, മരപ്പട്ടിയും ഉണ്ട്."

ലക്ഷ്മിയമ്മ രണ്ട് പിടക്കോഴികളെ വാങ്ങി. ലതയ്ക്കും ലളിതയ്ക്കും വളരെ സന്തോഷമായി. അവർ എപ്പോഴും പശുക്കിടാവിന്റെ പിറകിലും, കോഴികളുടെ പിറകിലുമായി കളിച്ചു നടന്നു. ആദ്യ സെറ്റ് മുട്ടകൾ കുറച്ചെടുത്തു ലക്ഷ്മിയമ്മ കുട്ടികൾക്ക് പൊരിച്ചും പുഴുങ്ങിയും കൊടുത്തു.

"നമുക്ക് മുട്ടകൾ അടവച്ചു നോക്കാം അമ്മയ്ക്ക് മുൻ പരിചയമൊന്നും ഇല്ല. നോക്കട്ടെ?"

"കുറെ മുട്ടയല്ലേ. പോയാൽ പോട്ടെ. സാരമില്ല." മുരളിയും സപ്പോർട്ട് ചെയ്തു.

അടവക്കണ്ട വഴിയെല്ലാം ലക്ഷ്മിയമ്മ വെളുത്തേടത്തു പൊന്നമ്മയോടു ചോദിച്ചറിഞ്ഞു. പൂവനുള്ള പിട ഇടുന്ന മുട്ടയേ വിരിയൂ. വെളുത്തേടത്തെ പൊന്നമ്മയോടും വടക്കേലെ ശാന്തമ്മയോടും കുറച്ചു മുട്ടകൾ വാങ്ങി. അല്പം ഉമിയിട്ട് നിരത്തിയ കൊട്ടയിൽ മുട്ടകൾ അടുക്കി വച്ച ശേഷം, രണ്ടുമൂന്ന് ചിരട്ടക്കരിയും ലക്ഷ്മിയമ്മ അതോടൊപ്പം വച്ചു. എന്തെങ്കിലും അശുദ്ധ ഗ്യാസ് ഉണ്ടായി കുഞ്ഞുങ്ങൾ ചാവാതിരിക്കാൻ വേണ്ടിയാണത്. അതിനു ശേഷം പൊരുന്ന കോഴിയെ മുട്ടയുടെ മുകളിൽ എടുത്തു വച്ചു. കുട്ട അടച്ചു. "നമ്മുടെ ജോലി കഴിഞ്ഞു. കോഴി സന്തോഷത്തോടെ മുട്ടകൾ വിരിയാൻ കാത്തിരിക്കും. രണ്ടു ദിവസത്തിൽ ഒരിക്കൽ നമുക്കിനി കോഴിയെ വെളിയിൽ ഇറക്കി തീറ്റയും, വെള്ളവും കൊടുക്കണം. അല്ലെങ്കിൽ അത് ചിലപ്പോൾ പട്ടിണി കിടന്നു ചത്തു പോകും."

പുറത്തിറക്കുന്ന കോഴിയെ ഒന്ന് നന്നായി ഓടിക്കണം. അത് അപ്പിയിട്ടു വരുമ്പോഴാണ് തീറ്റയും വെള്ളവും കൊടുക്കേണ്ടത്. ഓടിക്കേണ്ട ജോലി മുരളിക്കാണ്. ഇരുപത്തൊന്ന് ദിവസം കഴിഞ്ഞപ്പോൾ രാവിലെ കുട്ടയുടെ അടപ്പു പൊക്കുമ്പോൾ എല്ലാവരുടേയും ഹൃദയം മിടിക്കുന്നുണ്ടായിരുന്നു. എന്താകും? രണ്ടു മൂന്നു കുഞ്ഞുങ്ങൾ വിരിഞ്ഞു. ഏഴെട്ടു മുട്ടയിൽ ചെറിയ പൊട്ടലുകൾ ഉണ്ട്. അതെല്ലാം എടുത്തു ലക്ഷ്മിയമ്മ പൊട്ടൽ വലുതാക്കി. സേഫ്റ്റിപിൻ കൊണ്ട് തോട് ചെറുതായി പൊട്ടിക്കുമ്പോൾ മുരളിക്കായിരുന്നു ടെൻഷൻ. "എന്തമ്മേ ഇത്? അത് ചത്ത് പോകും അമ്മ അതവിടെ വച്ചേ."

ചിരിച്ചിട്ട് ലക്ഷ്മിയമ്മ മുട്ടകൾ കോഴിയുടെ അടിയിൽ, പൊട്ടൽ മുകളിലേക്ക് ആക്കി വച്ചു. കുട്ടികളെല്ലാം സന്തോഷത്തോടെ അമ്മയ്ക്ക്

ചുറ്റും ഇരുന്നു. വൈകുന്നേരമായപ്പോഴേക്കും മുട്ടകളൊക്കെ മിക്കവാറും വിരിഞ്ഞു. രണ്ടു മൂന്നു മുട്ടകൾ കുലുങ്ങുന്നുണ്ടായിരുന്നു. "അവയെല്ലാം ചീമുട്ടകളാണ്. അവ വിരിയില്ല." ലക്ഷ്മിയമ്മ പറഞ്ഞു. പിന്നീട് ഓരോ കുഞ്ഞുങ്ങളെയും എടുത്തു അതിന്റെ ചുണ്ടിന്റെ ഭാഗത്തുള്ള ഒരു ചെറിയ ചർമ്മം നഖം കൊണ്ട് നുള്ളിക്കളഞ്ഞു. ലതിക ഒരു കുഞ്ഞിനെ കൈയിലെടുത്തു. ലക്ഷ്മിയമ്മ അവയ്ക്ക് ഒരു നുള്ള് മഞ്ഞൾ പൊടി കലക്കിയ വെള്ളവും പൊടിയരിയും കൊടുത്തു. തള്ളക്കോഴി കുഞ്ഞുങ്ങളുമായി പുതിയ ലോകത്തേക്കിറങ്ങി. കുട്ടികൾക്ക് സന്തോഷമായി.

ഗോപാല പിള്ളയെ വിട്ട് ജങ്ഷനിലെ ബേബിയുടെ ചായക്കടയിൽ ബാക്കിയുള്ള പാല് വില്ക്കാൻ ഇടപാട് ചെയ്തു. ആദ്യ കുറെ ദിവസങ്ങൾ കറന്ന പാൽ വീട്ടിലേക്കു എടുത്ത ശേഷം ബാക്കി അയാൾ തന്നെ കടയിൽ കൊണ്ടുപോയി കൊടുത്തു. അതിനുശേഷം കുറെ ദിവസങ്ങൾക്ക് ശേഷം ആ ജോലി ലക്ഷ്മിയമ്മ മുരളിയെ ഏല്പിച്ചു. ഒട്ടും ഇഷ്ടമില്ല എങ്കിലും അതവന് ചെയ്യേണ്ടിവന്നു. പലപ്പോഴും പാലുമായി കടവാതിക്കൽ അയാളുടെ കൈയൊഴിയാൻ അവന് കാത്തു നില്ക്കേണ്ടി വന്നു. അയാളത് മനഃപൂർവ്വം ചെയ്യുന്നതായി പലപ്പോഴും അവന് തോന്നി.

പിന്നെയും രണ്ടു മാസം കഴിഞ്ഞു, സഖാവ് കൃഷ്ണപിള്ള അവധിയിൽ വന്നപ്പോൾ ലക്ഷ്മിയമ്മയോട് പറഞ്ഞു: "എടി നരകയാതന അനുഭവിക്കുന്ന എത്ര ജീവിതങ്ങളാണെന്നോ അവിടെ? ജോലിയും കൂലിയും ഇല്ലാതെ എത്ര പട്ടിണിപ്പാവങ്ങൾ. ആരെങ്കിലും അരി മേടിക്കാൻ, അല്ലെങ്കിൽ കൊച്ചിന് ജ്വരമാ. ആശുപത്രിയിൽ പോകാൻ പണമില്ല എന്ന് പറയുമ്പോൾ എങ്ങനെയാ കേട്ടിരിക്കുക? അടിച്ചമർത്തുന്ന മുതലാളി വർഗ്ഗം. നേരാംവണ്ണം കൂലി പോലും കൊടുക്കില്ല. ചില മിടുക്കന്മാർ മുതലാളിമാർ, കമ്യൂണിസ്റ്റ് പാർട്ടിയിൽ തന്നെ അംഗത്വം എടുത്തു, നേതാക്കന്മാരെ സ്വാധീനിച്ചു വിലസുന്നുണ്ട്. ആട്ടിൻ തോലിട്ട ചെന്നായ്ക്കളെപ്പോലുള്ള ഇതിൽ ചിലർ നാളെ നേതൃസ്ഥാനത്തും എത്തിക്കൂടാഴികയില്ല. അതുപോലെ ചില സ്ഥാനമോഹികളും. പ്രസ്ഥാനത്തോട് സ്നേഹമുണ്ടായിട്ടല്ല. അവരുടെ നേട്ടങ്ങളാണ് ലക്ഷ്യം. പ്രസ്ഥാനത്തിനെ ഒറ്റിക്കൊടുക്കാൻ എന്നും ചിലർ ഉണ്ടാകുമല്ലോ? അതോർക്കുമ്പോൾ നമുക്കൊക്കെ എന്ത് സുഖം. കേറി കിടക്കാൻ ഒരു കൂര എങ്കിലുമുണ്ടല്ലോ."

"പിന്നെ വലിയ സുഖമല്ലേ? പശുവും കോഴികളും ഉള്ളത് കൊണ്ട് പട്ടിണിയില്ല. എന്നാൽ കൂരയെപ്പറ്റി എനിക്ക് അഭിമാനമേയുള്ളു."

"ആശാരി, മൂശാരി, കൊത്തൻ, ഇങ്ങനെ ചില കൂട്ടരൊക്കെ ഇപ്പോൾ പേർഷ്യയിൽ പോയി തുടങ്ങിയിട്ടുണ്ട്. കൂടുതലും മുസ്ലിംസ് ആണ്. അവിടെ നല്ല ശമ്പളം കിട്ടുമത്രേ. അതിനും ഏജന്റിന് പണം കൊടുക്കണം. വലിയ തുകയാണ് ചോദിക്കുന്നത്. ഇരുപതിനായിരം മുതൽ മുപ്പതിനായിരം വരെ ആകുമത്രേ. ജോലി ചെയ്യുന്ന കമ്പനിയുടെ മുതലാളി പറഞ്ഞു "പണം ഒന്നും കൃഷ്ണൻ തരേണ്ട. അയാളുടെ മകന് പേർഷ്യയിൽ എന്തോ കട ഉണ്ട്. അവിടെ കടയിൽ കണക്കെഴുത്തു പണി

ക്കു ഇഷ്ടമാണെങ്കിൽ കൊണ്ടുപോകാം എന്ന്. എന്തോ എനിക്ക് മാത്ര മായി രക്ഷപ്പെടാൻ താല്പര്യം തോന്നുന്നില്ല. അല്ലെങ്കിൽ ചിലപ്പോൾ എന്നെ കൊണ്ടുള്ള ശല്യം ഒഴിവാക്കാനാകും."

"വേണ്ട രക്ഷപ്പെടേണ്ട. ഞങ്ങൾക്ക് നിങ്ങളിപ്പോൾ കണ്ണൂരാണെ ങ്കിലും പേർഷ്യയിലാണെങ്കിലും എല്ലാം ഒരുപോലെ. നാട്ടിൽ നില്ക്കാൻ പറഞ്ഞാൽ നിങ്ങൾ കേൾക്കില്ലല്ലോ." ലക്ഷ്മിയമ്മ ചിരിച്ചു.

അവർ ഒരിക്കലും കൃഷ്ണപിള്ളയെ കുറ്റം പറയില്ല. കൃഷ്ണപിള്ള ശരിയുടെ പര്യായമാണെന്നാണ് അവർ എന്നും വിശ്വസിച്ചിരുന്നത്. രണ്ടു ദിവസം കഴിഞ്ഞു കമ്മ്യൂണിസ്റ്റ് കൃഷ്ണപിള്ള പോയി. ലക്ഷ്മിയമ്മയു ടെ ജീവിതം പിന്നെയും കഷ്ടപ്പാടുകളിലേക്ക്. പിന്നെ കുറെ നാളേക്ക് കൃഷ്ണപിള്ളയെ കണ്ടില്ല. ഇടയ്ക്കൊക്കെ മണിയോർഡർ വരും. ഒരു ദിവസം മുരളി സ്കൂളിൽ നിന്നും വരുമ്പോൾ ലക്ഷ്മിയമ്മ റോഡിലേ ക്ക് കണ്ണും നട്ട് ഉമ്മറപ്പടിയിലിരിക്കുന്നു. യാന്ത്രികമായി കാലുമാറ്റി കയ റിപ്പോകാൻ ഇടം കൊടുത്തു. അപ്പോഴാണ് അവൻ ശ്രദ്ധിച്ചത്, അമ്മയു ടെ മടിയിൽ ഒരു ഇൻലൻഡ് കിടക്കുന്നു. ബുക്ക് വച്ചിട്ട് കളിക്കാൻ പോ കാനായി ഓടി വരുമ്പോൾ അവൻ ചോദിച്ചു, "അച്ഛന്റെ കത്താണോ അ മ്മേ?"

"അല്ല. എന്റെ ഒരു പഴയ കൂട്ടുകാരിയുടെ."

തിരികെ വരുമ്പോൾ ഓർത്തു അമ്മ അതുപറയുമ്പോഴും എങ്ങോ നോക്കി ഇരിക്കുകയായിരുന്നു. തന്നെ നോക്കുക പോയിട്ട് "എടാ സന്ധ്യ ആകും വരെ കളിച്ചോണ്ടു നില്ക്കല്ലേ. പശുക്കൾക്ക് വൈക്കോലും കാ ടിയും കൊടുക്കണം. വേഗം വരണം" അങ്ങനെയുള്ള സ്ഥിരം ഡയലോ ഗുകളൊന്നും വന്നില്ല.

കൗതുകത്തിന് അവൻ അമ്മയുടെ അരിപ്പെട്ടി തുറന്നു നോക്കിയ പ്പോൾ കത്ത് അരിക്കുള്ളിൽ പൂഴ്ത്തി വച്ചിരിക്കുന്നു. ലക്ഷ്മിയമ്മയങ്ങ നെയാണ്. ഒളിപ്പിക്കേണ്ടതൊക്കെ തല്ക്കാലം അരിയിൽ പൂഴ്ത്തി വക്കും. പിന്നീട് സൗകര്യം പോലെ ഭദ്രമെന്നു തോന്നുന്ന മറ്റെവിടെയെങ്കിലും. കത്ത് കൃഷ്ണപിള്ളയുടേതായിരുന്നു.

"ലക്ഷ്മി എന്നെപോലെയുള്ള സഖാക്കളൊന്നും കല്യാണമേ കഴി ക്കരുതായിരുന്നു. തെറ്റിപ്പോയി. നിന്നെക്കൂടി ഈ കഷ്ടപ്പാടിലേക്കും ദുരി തത്തിലേക്കും വലിച്ചിഴച്ചു. ഇവിടുത്തെ ബീഡി, നെയ്ത്തു തൊഴിലാളി കളുടെയും, കർഷക തൊഴിലാളികളുടെയും ദുരിതം പറഞ്ഞാൽ തീരി ല്ല. ആരും സഹായത്തിനില്ലാത്ത പാവങ്ങൾ. ഇവിടം വിട്ടാലും ഇതുപോ ലെ മറ്റൊരിടം. അല്ലാണ്ട് എനിക്കൊരു കുടുംബ ജീവിതം ഇല്ല. ഇതൊ ക്കെ കണ്ടില്ലാന്നു നടിക്കാൻ എനിക്ക് പറ്റുന്നില്ല. എന്റെ ജീവിതം നിന ക്ക് മനസ്സിലാകുന്നുണ്ടോ?" വായിച്ചു തിരികെ വെക്കുമ്പോൾ ലക്ഷ്മിയ മ്മ പുറകിൽ. "അച്ഛനവിടെ ആകെ പ്രയാസമാണെന്ന് തോന്നുന്നു. അ താണ് ഇത്ര സെന്റിമെന്റ്സ് ഒക്കെ. അല്ലാതെ വേറെ കാര്യമൊന്നും ഇല്ല. ആട്ടെ നീയെന്നു മുതലാണ് സി ഐ ഡി പണി തുടങ്ങിയത്?"

എന്തോ പറഞ്ഞു മുരളി തടി തപ്പി. അവന് ഉറപ്പായിരുന്നു. അമ്മയ്ക്ക് നല്ല വിഷമം ഉണ്ട്. പുറമെ ശാന്തത കാട്ടുന്നു എന്നേയുള്ളു. അച്ഛൻ വരുമ്പോൾ ചോദിച്ചാലോ എന്നിങ്ങനെ ആലോചിക്കുമ്പോഴേക്കും ലക്ഷ്മിയമ്മ പറഞ്ഞു, "അച്ഛൻ വരുമ്പോൾ നീയിതൊന്നും ചോദിക്കരുത്. അനിയത്തിമാരോട് പറയുകയും വേണ്ട. നീയുമങ്ങ് മറന്നേക്കൂ." ലക്ഷ്മിയമ്മ എന്നും കൃഷ്ണപിള്ളയുടെ സൈഡ് ആണ്. കൃഷ്ണപിള്ളയാണ് ശരി എന്ന പക്ഷം. കഥകളുടെ ഗുരുസാഗരം ചക്കരയമ്മാവൻ അവനെ തേടുന്നത് മുരളി അറിഞ്ഞില്ല.

ചക്കരയമ്മാവൻ

ചെറുതും നിസ്സാരമെന്നു തോന്നുന്നതുമായ കാര്യങ്ങളിലാണ് ജീവിതത്തിലെ സന്തോഷവും സൗന്ദര്യവും ഇരിക്കുന്നത്. അത് കാണാൻ കഴിവുള്ളവർ ഈ ജീവിതം ആഘോഷിക്കുന്നു. സത്യത്തിൽ ജീവിതം ലളിതവും രസകരവുമാണ്. മനുഷ്യൻ അതിനെ ആവശ്യമില്ലാതെ പ്രയാസമേറിയതും സങ്കീർണ്ണവുമാക്കുന്നു.

നട്ടപ്പാതിരയ്ക്കാണ് കൊച്ചു ചെറുക്കൻ വന്ന് കതകിന് മുട്ടുന്നത്.

"തമ്പ്രാ, തമ്പ്രാ. അടിയനാണെ."

"എന്താടാ?"

"കതക് തുറക്ക് തമ്പ്രാ, ഒരൂട്ടം കാര്യമുണ്ട് തമ്പ്രാ." കൊച്ചു ചെറുക്കൻ വിളിച്ചു.

അപ്പൂപ്പൻ അറിയാതിരിക്കാൻ വേണ്ടി അവൻ വന്ന് തട്ടിയത് തെക്കേ അറയുടെ ജനലാണ്. അവനറിയാം രാമൻ നായർ തെക്കേ അറയിലാണ് കിടക്കുന്നത് എന്ന്. സുഭദ്ര തങ്കച്ചിയാണ് കള്ള് കുടിച്ചു പൂസായി കിടന്ന രാമൻ നായരേ ഉണർത്തുന്നത്.

"എന്താടാ, എന്ത് പറ്റി?" മുണ്ട് വാരിച്ചുറ്റി കതക് തുറന്ന് രാമൻ നായർ ചോദിച്ചു.

"ആ മാമ്പാട്ട് ജേക്കബ് കുഞ്ഞു ശരിയല്ല തമ്പ്രാ. തമ്പ്രാനറിയാമല്ലോ ആ ചിരുത പെണ്ണിന്റെ കാര്യം."

"എന്താ കാര്യം പറ നീ?"

കൊച്ചു ചെറുക്കൻ നിന്ന് പരുങ്ങി. സുഭദ്ര തങ്കച്ചി അകത്തോട്ടു കേറി പോയി.

"അവൻ കുടീ വന്നു ശല്യം ചെയ്തു. തമ്പ്രാനതൊന്നു കേക്കണം."

"ചോദിക്കാം. നേരം വെളുക്കട്ടെ നീ പോയി കിടക്കു."

"അതല്ല തമ്പ്രാ, ഇപ്പോ അയിനൊരു തീർപ്പു ബേണം തമ്പ്രാ."

"ഈ നട്ടപ്പാതിരക്കോ? നിനക്ക് വെളിവില്ലേ?"

"ഏൻ, അവനെ കുടീല് കെട്ടീട്ടിരിക്കുവാ."

"ങേ!"

"അതെ തമ്പ്രാ. ഓൻ നമ്മ കിടന്നുറങ്ങുമ്പം കുടീ കേറി. അയ്യോ ആരാണ്ടെന്നെന്ന് പറഞ്ഞു കൊച്ചുപെണ്ണ് അലറി വിളിച്ചപ്പം ഞങ്ങ ചാടി എണീറ്റ്. വെട്ടം തെളീച്ചപ്പം കാണാം അവളവന്റെ കുരുന് പിടിച്ചു വച്ചേക്കണ്. ഓടാണ്ടിരിക്കാനേ കൊണ്ട്. അടിയൻ രണ്ട് പൊട്ടിച്ചു. പിന്നെ കിണറ്റു പാളേന്റെ കയറു കൊണ്ട് കുടീല് കെട്ടിയിട്ടേക്കണ്. രണ്ടുമൂന്നെണ്ണം കൊടുക്കേം ചെയ്തു. അപ്പ പറഞ്ഞു മാപ്പു ചൊല്ലി ബിട്ടേക്കാം. അത് ശരിയാകില്ല തമ്പ്രാ. തമ്പ്രാ വന്ന് തീർപ്പാക്കണം."

"അവൻ കിടന്ന് അമറില്ലേ?"

"ബേയിൽ തുണി കേട്ടീട്ടുണ്ട്."

"ശരി. നില്ല് ഞാൻ വരാം."

രാമൻ നായർ അകത്തോട്ടു വന്നപ്പോൾ സുഭദ്രാമ്മ ചോദിച്ചു

"എന്തുവാ ആ ചിരുത പെണ്ണിന്റെ കാര്യം?"

"മാമ്പാട്ട് ജേക്കബ്, ആ ചെക്കൻ പെഴയാ. അവൻ ആ തഴ നെയ്യുന്ന കാളിയുടെ മോളെ കെട്ടിക്കോളാമെന്നു പറഞ്ഞു പറ്റിച്ചു ഗർഭിണിയാക്കി. ആ ചെമ്പകശ്ശേരി കിഴക്കേലെ തോട്ടിനപ്പുറം നേര് മഠക്കാർക്കു കാടു പിടിച്ചു കിടക്കുന്ന കുറച്ചു സ്ഥലമുണ്ട്. അവിടെയായിരുന്നു സമാഗമം. ആരൊക്കെയോ മിന്നായം പോലെ കണ്ടിട്ടുണ്ട്. യക്ഷിയാണ് എന്നൊക്കെ കഥകൾ കേട്ടിട്ടില്ലേ? ആ യക്ഷിയാണ് ചിരുത."

രാമൻ നായർ ചിരിച്ചു.

"എന്നിട്ടെന്തായി?"

"എന്താകാൻ? അവനൊഴിഞ്ഞു. ഞാനാണ് ആ കേസ് തീരുമാനമാക്കിയത്. പോരുവഴിയിലെ എന്റെ ആദ്യ കേസ്. ഇവളെ കെട്ടാൻ ആർത്തിപിടിച്ചു നടന്ന അനന്തിരവൻ ചെക്കൻ ഏറ്റെടുക്കാമെന്ന് പറഞ്ഞു. ഭാഗ്യം. അതുകൊണ്ട് എന്റെ ജോലി എളുപ്പമായി. അല്ലേൽ കാണാമായിരുന്നു തന്തേടേം, മോന്റേയും കഥ തീരുന്നത്. തന്ത കുറെ പണം പെണ്ണിന്റെ വീട്ടുകാർക്ക് കൊടുത്തു."

"അല്ലെങ്കിൽ എന്ത് ചെയ്യുമായിരുന്നു?"

"പാർട്ടിക്കാരെ ഇടപെടുത്താൻ പറഞ്ഞേനെ."

"പാർട്ടിക്കാർ ഇടപെട്ടാൽ എന്ന ആകാനാ? ഇവരപ്പോഴും പണം കൊടുത്തു ഒതുക്കും." "നിനക്കറിയാൻ വയ്യാഞ്ഞിട്ടാണ്. കൃഷ്ണപിള്ള സ്ഥലത്തുണ്ടെങ്കിൽ പിന്നെ പറയുകയും വേണ്ട."

രാമൻ നായർ ചെല്ലുമ്പോൾ ഒലാൻ വെളിയിലുണ്ട്. വിളക്കെല്ലാം കെടുത്തിയിട്ട് അകത്തുമാത്രം ഒരു കൊച്ചു വിളക്ക്.

"തമ്പ്രാ ഇവനെ ഒറ്റ വീശിന് ഞാൻ കൊന്നേനെ. അപ്പൻ ഇടയിൽ കേറി വീണത് കൊണ്ടാ...." ഒലാന്റെ ഇളയ മോൻ ചാത്തൻ വിറച്ചു കൊണ്ട് നില്ക്കുന്നു.

അപ്പോഴും അരിവാൾ അവന്റെ കൈയിലുണ്ട്. പെണ്ണ് കിടന്ന് ഏങ്ങലടിക്കുന്നു. ഒലാന്റെ കെട്ടിയോൾ തേയി അരിവാളുമായി ജേക്കബ്ബിന്റെ അരികെ കാവലുണ്ട്. നായരെ കണ്ടതോടെ അവർ അലമുറയിട്ട് കരയാൻ തുടങ്ങി.

"നിങ്ങള് മുണ്ടാണ്ടിരി തള്ളേ, ബഹളമുണ്ടാക്കാതെ. തമ്പ്രാ വന്നില്ലേ?" എന്ന് പറഞ്ഞു കൊച്ചു ചെറുക്കൻ അവരെ ശാസിച്ചു.

"എന്താ കുഞ്ഞേ, നീയിങ്ങു വന്നേ, ചോദിക്കട്ടെ. ഇവൻ ഇതിന് മുൻപെങ്ങാനും ലോഹ്യം കൂടി വന്നിട്ടുണ്ടോ?" രാമൻ നായർ കൊച്ചു പെണ്ണിനെ അരികെ വിളിച്ചു ചോദിച്ചു. അവളൊന്നും പറയാതായപ്പോൾ രാമൻ നായർ അവളെ കൂട്ടി വെളിയിൽ പോയി ചോദിച്ചു "പറ. അവൻ നിന്നോട് ഇഷ്ടം കൂടി വന്നിട്ടുണ്ടോ?"

"ഉണ്ട്. റോഡിൽ കൂടി സൈക്കിളിൽ പോകുമ്പോൾ മണിയടിക്കും. എന്നെ നോക്കി ചിരിക്കും. മാമ്പാട്ടെ കുഞ്ഞല്ലേ എന്ന് കരുതി ഞാൻ ചിരിക്കും. അത്രേയുള്ളു."

"പറ, എന്നിട്ട്? സത്യം അറിയട്ടെ."

"ഒരിക്കൽ ഞാൻ റേഷൻ വാങ്ങി വരുമ്പോൾ പുറകെ വന്ന് ചന്തിക്ക് ഒരടിയും തന്നിട്ട് നമുക്കൊന്ന് കാണണം എന്ന് പറഞ്ഞു. ഞാൻ പേടിച്ചു പോയി. മിണ്ടാതെ നടന്നു. ആരോ വരുന്ന കണ്ട് അയാൾ പോയി. അതിന് ശേഷം കൂട്ടില്ലാതെ കടയിൽ പോകില്ല."

"നിങ്ങൾ തമ്മിൽ അപ്പോൾ ഇഷ്ടത്തിലൊന്നും അല്ല?"

"അല്ല."

"ശരി നീ പൊക്കോ." രാമൻ നായർ കൊച്ചു ചെറുക്കനോട് കെട്ടഴിക്കാൻ പറഞ്ഞു.

"കൊച്ചാട്ടാ, രക്ഷിക്കണം ഞാനൊന്നും ചെയ്തില്ല."

"പിന്നെ എന്തിനാടാ ചെറ്റ പൊക്കി കേറിയത്? സംഗീതം പഠിപ്പിക്കാനാണോ? ഇപ്പോഴല്ലേടാ ഒരു കേസ് തീർന്നത്. എത്ര ആയാലും നീ പഠിക്കില്ലേ?"

രാമൻനായർ ചാത്തനോട് പറഞ്ഞു: "നീ പോയി ഇവന്റെ അപ്പനെ കൂട്ടിക്കൊണ്ട് വാ. ഇലഞ്ഞിക്കൽ രാമൻനായർ വിളിക്കുന്നു. മാമ്മൂട്ട് തറയിലുണ്ട് എന്ന് പറയണം. ഇടങ്കോലിട്ടാലോ വരാതിരുന്നാലോ ചെക്കന്റെ ജീവൻ വേണേൽ പത്തു നിമിഷത്തിനകം വരണം എന്ന് പറയുക."

സുഭദ്രതങ്കച്ചി കിടന്നിരുന്നെങ്കിലും പോയ കാര്യങ്ങൾ അറിയാഞ്ഞിട്ട്

അവർക്ക് ഉറക്കം വന്നില്ല. നായർ കഥ പറഞ്ഞു. “അവർ തങ്ങളിൽ ഇഷ്ടത്തിലൊന്നുമല്ല. ചെറ്റപൊക്കൽ ശ്രമം തന്നെ. സിഗരറ്റു ലൈറ്ററിൽ ആളെ കണ്ടുപിടിച്ചു, ചൂടാക്കി വെളിയിൽ കൊണ്ടുവരാമെന്ന പ്ലാൻ ആയിരുന്നു. അഥവാ ആരെങ്കിലും ഉണർന്നാൽ ഓടി രക്ഷപ്പെടാമെന്നു കരുതിയിട്ടുണ്ടാകും. രണ്ടോ, മൂന്നോ പേരെ തള്ളിക്കളഞ്ഞു ഓടാൻ നല്ല കായബലം ഉള്ളവനാണ്. ഇതേ ടെക്നിക് ഇവൻ പലേടത്തും നേരത്തെ ഇറക്കിയിട്ടുണ്ടാകും. ഇതുവരെ ആരും പിടിച്ചില്ല എന്നേയുള്ളു. അവളാണ് മിടുക്കി. മർമ്മത്തു പിടിച്ചപ്പോൾ പുള്ളിക്ക് ഒന്നും ചെയ്യാനാവാതെ പോയി.”

“അവസാനം എന്തായി?”

“കേസ് വേണ്ടാന്ന് ഓലൻ. കൊച്ചിനും പേടി. പിന്നീട് വഴിയിലെങ്ങാനും ഉപദ്രവിക്കുമോ എന്ന്. അതൊന്നും ഉണ്ടാവില്ലെന്ന് ഞാൻ ഉറപ്പു കൊടുത്തു. അവന്റപ്പൻ ആദ്യം ചില ഉടായിപ്പുകളൊക്കെ ഇറക്കി. അവൾ വിളിച്ചു വരുത്തിയതാണെന്നും, മനഃപ്പൂർവം അവരെ ചീത്തയാക്കാനുള്ള ശ്രമമാണെന്നും പള്ളിക്കാരെ ഇടപെടുത്തും എന്നൊക്കെ. എവിടെ? രാമൻ നായരോടാണ് കളി. ആർക്കും കേസ് വേണ്ടാത്തത് കൊണ്ട് ഞാനൊരു തീർപ്പു പറഞ്ഞു. ഒന്ന്. അവൻ ഉപദ്രവിക്കാനുള്ള ഉദ്ദേശ്യത്തോടെ ഉള്ളിൽ കയറി അവളെ പിടിച്ചു. അത് വീട്ടുകാർ മാപ്പാക്കി. ഇനി മേലിൽ ഇത്തരം വൃത്തികേടുകൾ ആവർത്തിക്കില്ല എന്നൊരു സത്യവാങ്മൂലം അപ്പനും മോനും കൂടി കൊടുക്കണം. രണ്ടാമത് ഓലക്കുടിൽ ആയതു കൊണ്ടാണല്ലോ അവൻ നിസ്സാരമായി ഉള്ളിൽ കയറിയത്. അതുകൊണ്ട് ജേക്കബിന്റെ അപ്പൻ ഒരു മുറിയും അടുക്കളയുമായി ഒരു കെട്ടുറപ്പുള്ള വീട് ഇവർക്ക് വച്ചു കൊടുക്കണം. ഇഷ്ടിക ഭിത്തിയും മേല്ക്കൂര ഓടും. പണിക്ക് കൊച്ചു ചെറുക്കനും ചാത്തനും ശ്രമദാനം കൊടുക്കണം.”

“സമ്മതിച്ചോ?”

“അതൊന്നും പറ്റില്ല. വേണേൽ മാപ്പു പറയാം” എന്നായി അപ്പൻ. ഞാൻ സമ്മതിച്ചു പോരുവഴിയമ്മയുടെ മുൻപിൽ വന്ന് നാട്ടുകൂട്ടം മുൻപേ, അച്ഛനോ, മകനോ മാപ്പു പറഞ്ഞാൽ മതി. വേറൊന്നും വേണ്ട.”

“സൂപ്പർ അത് കൊള്ളാം. എന്നിട്ട്?”

“ഞാൻ പറഞ്ഞ പോലെ, വീട് പണി നാളെ തുടങ്ങും”

“നിങ്ങൾ ആള് കൊള്ളാമല്ലോ. ഇലഞ്ഞിക്കൽ ഭാർഗ്ഗവൻ പിള്ളയുടെ പിൻഗാമി.”

രാമൻ നായർ കോളർ ഉയർത്തി വച്ചു ചിരിച്ചു, ഒരു പനാമായെടുത്തു കത്തിച്ചു.

ആട്ടിയ നല്ല ശുദ്ധമായ വെളിച്ചെണ്ണ വാങ്ങാനാണ്, മുരളിയേയും കൂട്ടി ലക്ഷ്മിയമ്മ ഇറങ്ങിയത്. പോരുവഴിയമ്മയുടെ വളവും കഴിഞ്ഞ്,

ഇലഞ്ഞിക്കലോട്ടുള്ള ഇടവഴിയിലോട്ടു തിരിയാതെ, ഏതാണ്ട് അഞ്ചാറ് വീട് നേരെ ചെന്നപ്പോൾ കറിയാച്ചന്റെ വീട് കണ്ടു. വീടൊക്കെ ചെറുത്. എന്നാൽ മുറ്റം വൃത്തിയാക്കി അതിൽ തേങ്ങാ പൊട്ടിച്ചത് മലർത്തി ഉണങ്ങാൻ വച്ചിരിക്കുന്നു. മുറ്റം നിറയെ തേങ്ങാമുറികൾ. ഒരു വശത്തു ചിക്കുപായയിട്ടു അതിൽ ഉണങ്ങി ചീകിയ തേങ്ങാപ്പൂളുകൾ. അവർ പടിക്കലോട്ടു കയറിയപ്പോൾ ഒരു നാടൻ പട്ടി കുരച്ചു. കറിയാച്ചൻ ഇറങ്ങി വന്നു. "അല്ല, ലക്ഷ്മിയോ?"

"എടാ, ഇടങ്ങഴി വെളിച്ചെണ്ണ വേണം."

"ഇപ്പോൾ ലിറ്റർ ആയിട്ടുണ്ട്."

"എന്നാൽ ഒരു ലിറ്റർ."

തിരികെ വരുന്ന വഴി ലക്ഷ്മിയമ്മ പറഞ്ഞു. "കറിയാച്ചൻ എന്റെ കൂടെ ആശാൻ പള്ളിക്കൂടത്തിൽ പഠിച്ചിട്ടുണ്ട്. പിന്നെ ഒന്നാം ക്ലാസിലും. അവന്റെ ശരിക്കുള്ള പേര് എം ഓ സ്കറിയ എന്നാണ്. ചേർന്നിട്ട് ഒരാഴ്ച കഴിഞ്ഞു പഠിത്തം നിർത്തി. അപ്പന്റെ കൂടെ അണ്ടിക്കച്ചവടം തുടങ്ങി. ആൾക്കാരിട്ട പേരാണ് കറിയാച്ചൻ. പോരുവഴിയമ്മയുടെ മുൻപിലെ ചുമടു താങ്ങിയുടെ അവിടെയിരുന്നു അണ്ടിയും പുന്നക്കയും മരോട്ടിക്കായും ഒക്കെ എടുക്കുമായിരുന്നു. ഇപ്പോൾ പ്രധാനം കൊപ്ര കച്ചവടമാണ്. നല്ല അദ്ധ്വാനിയാണ്. രണ്ട് ആൺപിള്ളേരുള്ളതും നല്ല അദ്ധ്വാനികൾ. അല്ലേലും ഈ ക്രിസ്ത്യാനി പിള്ളേർ നല്ല അദ്ധ്വാനികളാണ്."

"ഞാൻ കണ്ടിട്ടുണ്ട്. രണ്ടു തടിയന്മാർ. ഫുട്ബോളോക്കെ കളിക്കും. ജോയിയും, ജോസും." മുരളി പറഞ്ഞു.

മാലൂരെ കേശവൻനായർ സാർ യു പി സ്കൂളിലെ ഹെഡ് മാസ്റ്റർ ആയിരുന്നു. നാരായണി അമ്മയുടെ മൂത്ത സഹോദരൻ. ഓർമ്മയുള്ളപ്പോൾ മുതൽ കേട്ടറിയുന്നതും വിളിച്ചിട്ടുള്ളതും ചക്കര അമ്മാവൻ എന്നായിരുന്നു. എല്ലാവരും അങ്ങനെ ആയിരുന്നു വിളിച്ചിരുന്നത്. കുട്ടികളിട്ട പേരാണ്. കാരണം കുറെ നാളായി കുട്ടികളാണ് അദ്ദേഹത്തിന്റെ കൂട്ടുകാർ. അവർക്ക് കഥകൾ പറഞ്ഞു കൊടുക്കലാണ് വിനോദം.

നാട്ടിലെ ന്യായാധിപൻ, അറിവുള്ളവൻ, ജ്ഞാനിയായ മനുഷ്യൻ. ന്യായാന്യായങ്ങൾ കിറുകൃത്യം. ബന്ധുവോ ശത്രുവോ വിഷയമല്ല. ലാഭമോ നഷ്ടമോ നോക്കില്ല. ജാതിയോ മതമോ ചിന്തിക്കില്ല. ആളുകൾ തർക്കങ്ങൾ തീർപ്പാക്കാൻ എത്തുമായിരുന്ന വീട്. പെങ്ങൾ നാരായണിയെ അന്യദേശക്കാരൻ ഭാർഗ്ഗവൻപിള്ളയ്ക്ക് കല്യാണം കഴിച്ചു കൊടുത്തതോടെ എല്ലാം മാറി മറിഞ്ഞു.

ഭാർഗ്ഗവൻപിള്ള അധികം ദൂരയല്ലാതെ ക്ഷേത്രം കോട്ടൂർകാരുടെ മൂന്നേക്കർ സ്ഥലം വാങ്ങി ഇലഞ്ഞിക്കൽ തറവാട് പണിതപ്പോൾ മാലൂരെ താവഴി ആയിട്ടേ നാട്ടുകാർ കണ്ടുള്ളു. എന്നാൽ മാലൂർ കേശവൻ നായർ സാറിന് തീർക്കാൻ പറ്റാഞ്ഞ ഒരു അതിർത്തിത്തർക്കം ഭാർഗ്ഗ

വൻപിള്ള വിളിച്ചു വരുത്തി തീർത്തു കൊടുത്തു. തർക്കങ്ങൾക്ക് അനാവശ്യമായി ഇടങ്കോലിട്ടു നിന്ന ചട്ടമ്പി വാസു എന്ന അവരുടെ ബന്ധു മാലൂർ പടിക്കൽ പോയി വിരട്ടിയ പോലെ, തർക്ക പരിഹാര യോഗം നടക്കുമ്പോൾ ഇലഞ്ഞിക്കൽ തറവാട് വാതില്ക്കലും വന്നു നിന്ന് വിരട്ടി.

"ഇത് ഞങ്ങളുടെ കുടുംബ കാര്യമാ. ഞാനും കുടുംബത്തിലെ അംഗമാ. പിള്ള ഇതിൽ ഇടപെടേണ്ട. പ്രത്യേകിച്ച് വരത്തന്മാർ. കേശവൻ നായർ സാറു കൂടി വിട്ട കേസാണ്. വിട്ടേര്. അതാ നിങ്ങടെ തടിക്കും നല്ലത്."

ഭാർഗ്ഗവൻപിള്ള വാസുവിനെ അടുത്തേക്കു വിളിപ്പിച്ചു. ചാരുകസേരയിൽ രണ്ടുകാലുകളും കസേര കൈകളിൽ പൊക്കി വച്ച് നീണ്ടു നിവർന്നു കിടക്കുകയായിരുന്നു ഭാർഗ്ഗവൻപിള്ള. "എന്താ വാസു, അടുത്ത് വരൂ. പ്രശ്നം പറഞ്ഞാട്ടെ?"

വാസുവിന് രണ്ടു കൂട്ടരും റൗഡി ഫീസ് പണം കൊടുക്കണം അല്ലാതെ പ്രശ്നം തീരേണ്ട എന്നതാണ് കാര്യം എന്ന് ഭാർഗ്ഗവൻപിള്ള ആദ്യമേ തിരക്കി അറിഞ്ഞിരുന്നു. മാത്രമല്ല രണ്ടു കൂട്ടർക്കും മറ്റു നാട്ടുകാരെപ്പോലെ വാസുവിനെ പേടിയാണെന്നും. വാസു പറയാനായി വാ തുറക്കാൻ തുടങ്ങും മുൻപേ ഭാർഗ്ഗവൻപിള്ള അയാളുടെ നാഭിക്ക് ആഞ്ഞു ചവുട്ടി. വാസു തെറിച്ച് അഞ്ച് അടി ദൂരെ വീണു. അവിടെ കിടന്നു പുളഞ്ഞു. വായിലെ മുറുക്കാൻ ചാറ് കോളാമ്പിയിലേക്ക് തുപ്പിയിട്ടു പിള്ളയദ്ദേഹം ആഞ്ഞു ആട്ടി.

"ഭാ, തന്തേല കഴുവറടമോനെ. ഇനി ഈ പ്രശ്നത്തിൽ നീ തലയിട്ടാൽ നിന്നെ ഞാൻ തട്ടും." കേട്ട് നിന്നവരെല്ലാം ഞെട്ടിപ്പോയി. അന്നാണ് ഭാർഗ്ഗവൻപിള്ളയദ്ദേഹത്തിന്റെ കഴുവറടമോനെ വിളി നാട്ടുകാർ ആദ്യമായി കേൾക്കുന്നത്. അയാളുടെ തനി സ്വരൂപം നാട്ടുകാരും നാരായണി അമ്മയും അറിയുന്നത്. അന്നത്തോടുകൂടി വാസുവിനെ പിന്നെ ആ നാട്ടിൽ ആരും കണ്ടിട്ടില്ല. വാസു നാട് വിട്ടു പോയി.

പിന്നെ, പിന്നെ നാട്ടുകാർ പ്രശ്നങ്ങളും തർക്കങ്ങളും തീർക്കാൻ ഇലഞ്ഞിക്കൽ തറവാട്ടിലേക്ക് വരാൻ തുടങ്ങി. മാലൂർ കേശവൻനായർ അപ്രസക്തനായി. ആദ്യ പ്രാവശ്യം താൻ പരാജയപ്പെട്ടിടത്തു തന്റെ കുഞ്ഞു പെങ്ങളുടെ ഭർത്താവ് വിജയിച്ചത് അറിഞ്ഞു കേശവൻനായർ അഭിമാനത്തോടെ പെങ്ങളോട് പറഞ്ഞു:

"അവൻ മിടുക്കനാടി. തന്റേടി. ന്യായം ചെയ്തുവല്ലോ. നന്ന്. ഇത്രടം ഒന്ന് വരാൻ അവനോടു പറയു."

നാരായണി അമ്മ പോയി ഭർത്താവിനോട് പറഞ്ഞു. എന്നാൽ ഭാർഗ്ഗവൻപിള്ള ഉടനെയൊന്നും മാലൂരേക്ക് പോയില്ല. കുറെ ദിവസം കഴിഞ്ഞു ചെന്നപ്പോൾ അതിന്റെ പ്രസക്തിയും പോയി. അത് കുറെ നാൾ ഒരു കരടായി കേശവൻനായർ സാറിന്റെ മനസ്സിൽ കിടന്നു. പിന്നത് അ

ദ്ദേഹം വിട്ടു കളഞ്ഞു. കേശവൻനായർ സാറിനെ നാട്ടുകാർ മറന്നു. ഭാർഗ്ഗവൻപിള്ള പ്രമാണിയായി നാട് മുഴുവൻ പ്രസിദ്ധനായി.

എന്നും മീനും കോഴി ഇറച്ചിയും ശീലമാക്കിയ ഭാർഗ്ഗവൻപിള്ള ആരോഗ്യകാര്യത്തിൽ വളരെ ശ്രദ്ധാലു ആയിരുന്നു. ശിങ്കിടികളായി ചിലരൊക്കെ കൂടെ കൂടാൻ ശ്രമിച്ചെങ്കിലും ആരെയും കൂടെ കൂട്ടിയില്ല. എന്നും വൈകുന്നേരങ്ങളിൽ ഒറ്റയ്ക്ക് ഖാദിയുടെ പുളിയിലക്കരയൻ ഡബിൾ മുണ്ടുമുടുത്തു, വലിയൊരു ഈരിഴയൻ തോർത്തും തോളിലിട്ട് വായ നിറയെ മുറുക്കാനും ചവച്ചു, തല ഉയർത്തിപ്പിടിച്ചു കാണുന്നവരോടെല്ലാം ചിരിച്ചും ലോഹ്യം പറഞ്ഞുമുള്ള ആ നടത്തം രാജകീയം തന്നെ ആയിരുന്നു. സായാഹ്ന സവാരി ആറു മണിയോടെ ദേവീക്ഷേത്രത്തിനു മുന്നിൽ അവസാനിക്കും. അവിടെ അമ്പലനടയിൽ ആൽമരത്തിന് ചുറ്റും കെട്ടിയിട്ടുള്ള കരിങ്കൽത്തറയുടെ മുകളിൽ കയറി ഇരിക്കും. കാണുന്നവരോടൊക്കെ പ്രായഭേദമെന്യേ ലോഹ്യത്തിൽ ചിരിക്കും. ദീപാരാധനയ്ക്കു അല്പം മുൻപ് അമ്പലത്തിൽ പ്രവേശിച്ചു, പോരുവഴിയമ്മയുടെ സന്നിധിയിൽ കൈകൾ കൂപ്പി കണ്ണടച്ച് ഒരു നില്പാണ്. ആ നില്പ് തന്നെ ഒന്ന് കാണേണ്ടതാണ്. രാജകീയം. നിറമോ! നല്ല അമേരിക്കൻ ഗോതമ്പു പോലെ വെളുത്തു ചുവന്ന്. സുന്ദരനെന്നു പറഞ്ഞാൽ പോരാ, അതിസുന്ദരൻ. അയാൾ റോഡിൽ കൂടി പോകുമ്പോൾ പെണ്ണുങ്ങളൊക്കെ ജനാലയിടയിൽ കൂടി ഭാർഗ്ഗവൻപിള്ളയെ ആരാധനയോടെ ഒളിച്ചു നിന്ന് കാണുമായിരുന്നു. അവർക്കൊക്കെ നാരായണിയോട് അസൂയ തോന്നി. ഇപ്പോൾ സ്ഥിരമായ കാലുകഴപ്പും വാതത്തിന്റെ അസുഖവും കൊണ്ട് പുറത്തെങ്ങും സഞ്ചാരമില്ല. പഴയ പ്രൗഢിയെല്ലാം കൊച്ചുമക്കളോട് പറയുമ്പോൾ മാത്രം. തീർത്തും അവശൻ. കഴുവറടമോനെ വിളിക്ക് മാത്രം കുറവില്ല. ദേഷ്യം വന്നാലും, സ്നേഹം വന്നാലും.

എന്തായാലും കൊള്ളാം നാട്ടുകാരൊക്കെ മിക്കവാറും ചക്കരയമ്മാവനെ മറന്നു. ഓണത്തിനും വിഷുവിനും മറ്റു വിശേഷാൽ ദിവസം മാത്രം ചുറ്റുമുള്ള വീട്ടുകാർ ചക്കരയമ്മാവനെ കാണാൻ വന്നു. ആര് വന്നാലും വിഷുക്കൈനീട്ടം കൊടുക്കുക അദ്ദേഹത്തിന്റെ ശീലമായിരുന്നു. കുട്ടികളെങ്കിൽ ചേർത്ത് നിർത്തി ഒരു അനുഗ്രഹവും. രാമനമ്മാവൻ മലേഷ്യയിൽനിന്നും വന്ന ശേഷം രാജീവനും രാജശേഖരനും ഒത്തു മാലൂരിൽ പോയി ചക്കരയമ്മാവനെ കണ്ട ഓർമ്മയേ ഉള്ളു. അതിനു മുൻപ് അവിടെ പോയ ഓർമ്മകളൊന്നും ഇല്ല.

പടിപ്പുര കടന്ന് ചെല്ലുമ്പോൾ വിശാലമായ മുറ്റം, മണൽ വിരിച്ചു, അരികുകൾ വരിയൊത്ത് ഇഷ്ടികകൾ വച്ച്, വേർതിരിച്ചു ഭംഗിയാക്കിയിരിക്കുന്നു. അരികുകൾ തോറും നന്ത്യാർവട്ട ചെടികൾ പൂത്തുലഞ്ഞു നില്ക്കുന്നു. അവക്ക് പിന്നിൽ പല വിധത്തിലുള്ള ചെമ്പരത്തികളും അരളിച്ചെടികളും. ഇടയിൽ സാമാന്യം വലിയൊരു കിളിമരം നിറയെ പടർന്നു

കിടക്കുന്ന മുല്ല. മുല്ലപ്പൂ മണത്തിൽ മയങ്ങി ചെല്ലുമ്പോൾ കണ്ടു. കടഞ്ഞെടുത്ത തെങ്ങിൻ തൂണുകൾ താങ്ങി നിർത്തുന്ന വിശാലമായ വരാന്തയുടെ പടിഞ്ഞാറേ സൈഡിലുള്ള ചാരുകസേരയിൽ മെല്ലിച്ച മനുഷ്യനെ. ശ്രദ്ധിച്ചുനോക്കിയാലേ ചാരുകസേരയുടെ ഉള്ളിലെ ചെറിയ മനുഷ്യനെ കാണാനാകൂ. രണ്ടു ഉരുളൻ കമ്പുകൾ കൊരുത്തിട്ടതിൽ കോർത്ത തുണി ശീലയാണ് ചാരുകസേരയുടെ ഇരിക്കുന്നതോ കിടക്കുന്നതോ ആയ ഭാഗം. അതിൽ ചുരുണ്ടു കൂടി കിടന്നുറങ്ങാൻ നല്ല സുഖമാണ്. അമ്മയുടെ വലിയമ്മാവനാണ്. അതുകൊണ്ടു ഞങ്ങൾ കുട്ടികളും വലിയമ്മാവനായി കണ്ടാൽ മതി അല്ലെങ്കിൽ ചക്കരയമ്മാവൻ എന്ന് വിളിച്ചാൽ മതിയെന്ന് പോരും മുൻപേ ലക്ഷ്മിയമ്മ, മുരളിയോട് പറഞ്ഞിരുന്നു.

ചക്കരയമ്മാവൻ വിവാഹം കഴിച്ചിട്ടില്ല. ബ്രഹ്മചാരിയാണ് പോലും. മറ്റൊരു സഹോദരി ദേവകിയും കുടുംബവുമാണ് ഇപ്പോൾ തറവാട്ടിൽ താമസം. അവരുടെ ആൺമക്കൾ രണ്ടുപേർ കുടുംബവുമായി രാജസ്ഥാനിൽ ആണ്. ദേവകിയമ്മൂമ്മയുടെ മൂത്ത മോനും, ഒരു മോളും ആണ് ഇപ്പോൾ കുടുംബമായി വീട്ടിലുള്ളത്. ഏറ്റവും ഇളയവൾ മായമ്മ കല്യാണത്തിന് ശേഷം പത്തിയൂരുള്ള ഭർത്താവിന്റെ വീട്ടിലേക്ക് പോയി. ആകെ എട്ടു പേരായിരുന്നു പോലും. മൂന്നു കുട്ടികൾ ചെറുപ്പത്തിലേ മരിച്ചു. ദേവകി അമ്മൂമ്മ സുഖമില്ലാതെ കിടപ്പാണ്.

മൊത്തം വെള്ള തലമുടിയാണെങ്കിലും ചക്കരയമ്മാവന്റെ മുടിയൊന്നും കൊഴിഞ്ഞിട്ടില്ല. കണ്ണുകൾക്ക് മേലെ വീണു കിടക്കുന്ന നീണ്ട നരച്ച പുരികം പൊന്തിച്ച് കണ്ണുകൾ പ്രയാസപ്പെട്ടു തുറന്നു ഞങ്ങളെ നോക്കി. അപ്പോഴേക്കും അകത്തു നിന്നും കടന്നുവന്ന ദേവകി അമ്മൂമ്മയുടെ മൂത്ത മരുമോൾ ശാരദ പറഞ്ഞു: “അമ്മാവാ ലക്ഷ്മിയുടെ മോൻ മുരളിയും, മലേഷ്യയിൽനിന്നും വന്ന രാമന്റെ മക്കളും ആണ്. അമ്മാവന് മുരളിയെ അറിയില്ലേ? നമ്മുടെ മായമ്മയല്ലേ അവന്റെ വളർത്തമ്മ? കുഞ്ഞായിരുന്നപ്പോൾ അവൾ എപ്പോഴും അവനെ എടുത്തോണ്ട് ഇവിടെ കൊണ്ടുവരുമായിരുന്നില്ലേ? അമ്മാവൻ മറന്നോ? അമ്മാവനറിയാം. ഇവരിപ്പോൾ തട്ടാരു പറമ്പിൽ താമസം ആയ ശേഷം ചെക്കനെ കാണാറേ ഇല്ല.” എന്നിട്ട് ഞങ്ങളോടായിട്ട് പറഞ്ഞു: “അമ്മാവന് കണ്ണിനു ഇത്തിരി കാഴ്ച കുറവാ. പാട ഉണ്ട്. ഡോക്ടറിനെ കാണാം എന്ന് പറഞ്ഞാൽ കേൾക്കില്ല. തെങ്ങിൻ പൂങ്കുല കുഴമ്പും ഇട്ട് നടക്കുകയാണ്.”

“മുരളി ഇങ്ങു അടുത്ത് വന്നേടാ. ഒന്ന് കാണട്ടെ. നീ ഇപ്പോൾ എത്രാം ക്ലാസിലാണ്.”

“നാലിൽ”

“നന്നായി പഠിക്കണം. നിന്റെ അമ്മ നന്നായി പഠിക്കുമായിരുന്നു. ഇന്റർമീഡിയറ്റ് കഴിഞ്ഞിട്ടും പഠിക്കണം എന്നവൾ ആശിച്ചെങ്കിലും കഥ

കൾ മാറിപ്പോയല്ലോ." ചക്കര അമ്മാവൻ അമ്മയുടെ, അച്ഛനോടൊപ്പം ഉള്ള ഒളിച്ചോട്ടവും, കല്യാണക്കഥകളും ആണ് ഉദ്ദേശിച്ചതെന്ന് അന്ന് അറിയില്ലായിരുന്നു. അന്നത്തെ കൂടിക്കാഴ്ച ചക്കരയമ്മാവനുമായുള്ള കഥകളുടെ വലിയൊരു ലോകം തുറക്കലാണെന്ന് അന്ന് മുരളി അറിഞ്ഞില്ല. വെളിപാടുകളുടെ തുടക്കമാണെന്ന് അറിഞ്ഞില്ല

"ശരി. നിങ്ങളും ഇങ്ങു വന്നേ, ഒന്ന് കാണട്ടെ. എന്താണ് രണ്ടാളുടെയും പേര്."

രാജീവനും രാജശേഖരനും അടുത്ത് ചെന്ന് പേര് പറഞ്ഞു. അവർ അകത്തോട്ട് കടക്കാൻ തുടങ്ങുമ്പോൾ ചക്കരയമ്മാവൻ വീണ്ടും വിളിച്ചു. "മക്കൾ ഇങ്ങു വന്നെടാ."

അപ്പോൾ ശാരദാമ്മ പറഞ്ഞു: "ഗ്യാസ് മുട്ടായി തരാനാകും." എന്നിട്ടു അമ്മാവനോടായി പറഞ്ഞു "അമ്മാവാ, കൊച്ചു പിള്ളേരല്ലേ? അവർക്കു ഗ്യാസ് മിട്ടായി കൊടുക്കണ്ട."

"നീ പോടീ." ജൂബ്ബയുടെ കീശയിൽ നിന്നും പേപ്പറിൽ പൊതിഞ്ഞ കവർ വളരെ ശ്രദ്ധാപൂർവ്വം അഴിച്ചു. പത്തു പന്ത്രണ്ടു വട്ടത്തിലുള്ള അല്പം പച്ച നിറം കലർന്ന പാൽ നിറത്തിലുള്ള മിഠായികൾ. എല്ലാവർക്കും ഓരോന്ന് തന്നു. വായിലിട്ടപ്പോൾ സുഖകരമായ ഒരു എരിച്ചിലും. "ശീ" എന്നൊരു ശബ്ദം അറിയാതെ വന്നു.

"രസമാ. പതുക്കെ കഴിച്ചോ. പോകും മുൻപ് വന്നേച്ചു പോ" എന്ന് പറഞ്ഞു ചക്കരയമ്മാവൻ മൃദുവായി ചിരിച്ചു. ആദ്യമായിരുന്നു ഗ്യാസ് മുട്ടായി കഴിക്കുന്നത്. നല്ല രസം. വായിൽ ഒരു തരം എരിച്ചിലും, ഇളം മധുരവും.

"വാ പിള്ളേരെ. നല്ല പുഴുക്കലരിയുടെ കൊഴുക്കട്ടയും, കാന്താരി ചമ്മന്തിയുമുണ്ട്. കഴിച്ചേച്ചു പോ." ശാരദാമ്മയുടെ കൂടെ നടക്കുമ്പോൾ രണ്ടു കുട്ടികൾ കൂടെ കൂടി. ആൺകുട്ടി മുരളിയേക്കാൾ മൂത്തതാണ്. പെൺകുട്ടി ഇളയതും. കുട്ടികൾ ലോഹ്യത്തിൽ ചിരിച്ചു.

"ഇവൾ രതി, നാത്തൂന്റെ മോളാണ്. രതി മൂന്നിൽ. നിന്റെ സ്കൂളിൽ തന്നെ. നാത്തൂൻ പ്രസവിച്ചു കിടക്കുകയാണ്. ഇനി രണ്ടു നാൾ കൂടി കഴിഞ്ഞേ അറയിൽനിന്നും പുറത്തു വരൂ. മറ്റേത് എന്റെ മോൻ, രവി. നീ അറിയത്തില്ലേടാ ഇവരെ?"

"പിന്നെ എനിക്കറിയാം."

"അതെങ്ങനെ ലക്ഷ്മി പുറത്തു വിട്ടാലല്ലേ, പിള്ളേർക്ക് അടുത്തുള്ള കുടുംബത്തിലേക്കെങ്കിലും പോകാനൊക്കുകയുള്ളു. അല്ലേടാ? പിന്നൊരു കാര്യം. അവളെങ്ങനെ വിടും? തരം കിട്ടിയാൽ നീ വല്ലവരുടെയും കൂടെ കറങ്ങി എവിടെങ്കിലും പോകില്ലേ? പിന്നെ നാട്ടുകാർ മുഴുവൻ നിന്നെ തേടി നടക്കണം."

അതും പറഞ്ഞവർ കളിയാക്കി ചിരിച്ചു.

അവനു മനസ്സിലായി അന്ന് രാഘവന്റെ കൂടെ പോയ കാര്യമാണ്. നാണക്കേട്. രതി പറ്റിക്കൂടി ചോദിച്ചു. "അതെന്താ ചേട്ടാ."

പെണ്ണ് കുറച്ചു നേരമായി കൂട്ടുകൂടാൻ നോക്കുന്നത് അവനു മനസ്സിലായിരുന്നു. മൈൻഡ് ചെയ്യാഞ്ഞതാണ്. വിഷയം മാറ്റാൻ അവൻ ചോദിച്ചു. "രവിയേട്ടൻ എത്രാം ക്ലാസിലാണ്?"

"ഇവൻ ഏഴിലാണ്. നിങ്ങളുടെ സ്കൂളിൽ. അടുത്ത കൊല്ലം ടൗണിൽ." ശാരദാമ്മ പറഞ്ഞു. അപ്പോഴേക്കും കൊഴുക്കട്ടയും കൈയിലെടുത്തു രവിയും രാജീവനും രാജശേഖരനും പുറത്തേക്കു ഓടിയിരുന്നു. ശാരദാമ്മ "എടാ പിള്ളേരെ കാപ്പി കുടിച്ചേച്ചു പോ" എന്ന് പറഞ്ഞത് അവർ ഗൗനിച്ചില്ല. എഴുന്നേല്ക്കാനൊരുങ്ങുമ്പോൾ ശാരദാമ്മ പറഞ്ഞു. "മോനെ, നീയ്യെങ്കിലും കാപ്പി കുടിച്ചേച്ചു പോ. ഞാൻ എടുത്തു കഴിഞ്ഞു."

അവരുടെ സ്നേഹവായ്പിനു മുൻപിൽ കാപ്പി വാങ്ങി കുടിക്കുമ്പോൾ ശാരദാമ്മ പറഞ്ഞു. "നിനക്ക് ദേഹാസകാലം കരപ്പൻ പിടിച്ചു ഇരിക്കുന്ന സമയം. ഗോപാലകൃഷ്ണ കണിയാരുടെ എണ്ണ ചെറുചൂടോടെ തേച്ചു കുളിപ്പിക്കണം. ഇഞ്ച വച്ച് തേച്ചു ഉരച്ചു കുളിപ്പിക്കണം. എന്നിട്ടു വേണം തൈലം പൂശാൻ. പൊറ്റയെല്ലാം പോയില്ലേൽ വേഗം കരിയില്ല. കുളിപ്പിക്കുമ്പോൾ നിന്റെ നിലവിളി ഇവിടിരുന്നാൽ കേൾക്കാം. മായമ്മയ്ക്ക് സഹിക്കില്ല. അവൾ ഇവിടെ നിന്ന് ഓടും. നിന്റെ അമ്മയുടെ കൈയിൽ നിന്നും നിന്നെ എടുത്തോണ്ട് ഇവിടെ കൊണ്ടുവന്നു, ഇവിടിരുത്തി കുളിപ്പിച്ച് മരുന്നെല്ലാം പുരട്ടി വാലിട്ട് കണ്ണൊക്കെ എഴുതി പൗഡറൊക്കെ ഇട്ട് ഒരുക്കി സുന്ദരനാക്കി തിരികെ കൊണ്ട് ചെല്ലും. വല്ലോം ഓർക്കുന്നുണ്ടോടാ?"

ഇല്ലെന്നു തലയാട്ടി.

"മായമ്മയെ ഓർമ്മയുണ്ടോ? ശരിക്കും അവളാ നിന്റെ വളർത്തമ്മ. ലക്ഷ്മി പെറ്റെന്നേ ഉള്ളു. കെട്ടിച്ചു വിടും വരെ അവളായിരുന്നു നിന്നെ എടുത്തോണ്ട് നടന്നത്. ഇപ്പോഴും മായമ്മ വരുമ്പോഴൊക്കെ നിന്നെപ്പറ്റി ചോദിക്കും. നിങ്ങൾ തട്ടാരു പറമ്പിൽ പോയത് കൊണ്ടാ അവൾക്കു കാണാൻ പറ്റാത്തത്."

മുരളിക്ക് രക്ഷപ്പെട്ടാൽ മതിയെന്നായിരുന്നു. "എടി, വാ നമുക്ക് കളിക്കാൻ പോകാം" രാജിയെയും വിളിച്ചു മുരളി പുറത്തു ചാടി. വടക്കേ മുറ്റത്തിറങ്ങിയതും രാജീവനെയും കൂട്ടരെയും ആണ് തേടിയത്. "അവന്മാർ എവിടെ പോയി?"

"എനിക്കറിയാം. തറ പുരയിടത്തിൽ തുമ്പിയെ പിടിക്കാൻ പോയതാകും. വാ നമുക്കും പോകാം."

അവളുടെ പുറകെ പോയി. അവളാണ് അവിടമെല്ലാം മുരളിക്ക് കാട്ടിക്കൊടുത്തത്. രണ്ടേക്കറോളും വരുന്ന പുരയിടത്തിന്റെ കിഴക്കേ അറ്റം

കാടു പിടിച്ചു കിടക്കുന്നു. കമ്യൂണിസ്റ്റു പച്ചകളും ആവണക്കിൻ ചെടികളും വള്ളിപടർപ്പുകളും കഴിഞ്ഞാൽ വലിയൊരു കാവ്. അങ്ങോട്ട് നടക്കുമ്പോൾ അവൾ പറഞ്ഞു "ഏട്ടാ. അവിടെ പോകണ്ട. സർപ്പക്കാവാണ്. വിളക്ക് വയ്ക്കാൻ വലിയമ്മ മാത്രമേ പോകു."

പുരയിടത്തിനു വടക്കും, കിഴക്കും നെടുനീളത്തിൽ വീതി കുറഞ്ഞു റിബൺ പോലെ തറ പുരയിടമാണ്. അവിടം പുരയിടത്തിനേക്കാൾ അല്പം താഴ്ന്നാണ് കിടക്കുന്നത്. അതിനും അപ്പുറം വിശാലമായ വിരിപ്പ് കണ്ടം. തറ പുരയിടം കറ്റ കൊയ്ത് വയ്ക്കാനും മറ്റുമാണ്. തറ പുരയിടത്തിൽ കിഴക്കേ അറ്റം വലിയൊരു ആഞ്ഞിലി മരം, നിറയെ ആഞ്ഞിലി ചക്കകളുമായി. കോഡെഞ്ചോത്തിൽ പുരയിടത്തിൽ ഇത്തരം രണ്ടുമൂന്ന് ഉണ്ട്. അവനോർത്തു.

"ആഞ്ഞിലിപ്പഴം നല്ല രുചി ഉണ്ടത്രേ, "ചെറുമന്റെ ചെക്കൻ പറഞ്ഞു. അമ്മയും അമ്മാവനും ഒന്നും അത് തിന്നാൻ സമ്മതിക്കില്ല. വയറു വേദന എടുക്കുമത്രേ."

രതി സങ്കടം പറഞ്ഞു. തറയുടെ വടക്കേ ചരുവിലേക്കിറങ്ങിയപ്പോൾ കണ്ടു, വലിയ രണ്ടു പന മരങ്ങൾ. "ഇതിന്റെ ഓലയാണ് ആശാൻ പള്ളിക്കൂടത്തിൽ, ആശാൻ കുട്ടികൾക്ക് എഴുത്തോലയായി കൊടുക്കുന്നത്." രതി കലപില ചിലയ്ക്കുന്നുണ്ടായിരുന്നു.

ദേശത്തിലന്ന് ഒരു ആശാൻ പള്ളിക്കുടമേയുള്ളു. കുഞ്ഞുകുഞ്ഞാശാന്റെ പള്ളിക്കൂടം. കുടിപ്പള്ളിക്കൂടമെന്നും പറയാറുണ്ട്. പള്ളിക്കൂടമെന്ന് പറയുമ്പോൾ തറ മണ്ണിട്ട് പൊക്കി പൂഴിമണൽ വിരിച്ച ഒരു തറ. നാല് തൂണുകൾ നാട്ടി കവുങ്ങിൻ അലകോ, ഈറയോ പാകി, കൂരപോലെ ഓല മേയും. ഏതാണ്ട് ഒരു ചെറിയ ബെഡ്റൂമിന്റെ വലിപ്പം. ഭിത്തികളില്ല. പൊക്കവും കുറവ്, നടുക്ക് ആശാന് തല ഉയർത്തി നില്ക്കാം. കുട്ടികൾക്ക് ഇരിക്കാൻ ആശാൻ കൈതോല തടുക്കുകൾ കൊടുക്കും. തറ അല്പം മണ്ണിട്ട് പൊക്കിയിരിക്കുന്നത്, മഴക്കാലത്ത് ചെറിയ മഴക്കൊക്കെ സ്കൂളിൽ വെള്ളം കയറാതിരിക്കാനാണ്. വലിയ മഴ വന്ന് വെള്ളം കയറിയാൽ പൂഴിമണ്ണ് ചാക്കുകളിൽ വാരിവച്ചു, ആശാൻ, സ്കൂളിന് മഴ തീരും വരെ അവധി പ്രഖ്യപിക്കും. എഴുതി പഠിക്കുന്നത് പൂഴി മണലിലാണ്. ആശാൻ ഓലയിൽ എഴുത്താണി കൊണ്ട് അക്ഷരങ്ങൾ മനോഹരമായി എഴുതിത്തരും. ഗൃഹപാഠം. അത് വീട്ടിൽവന്നു മണലിൽ എഴുതി പഠിച്ചിട്ട്, ഒരു കാലി ഓലയുടെ ഒരു വശം മുഴുവൻ നാരായം കൊണ്ടെഴുതി വേണം അടുത്ത ദിവസം ചെല്ലാൻ. അല്ലേൽ ആശാൻ സൈക്കിളിൽ കേറ്റും. സൈക്കിളിൽ കേറ്റുക എന്ന് പറഞ്ഞാൽ, കുട്ടി നിക്കറിന്റെ ഇത്തിരി അകത്തു കുഞ്ഞു തുടയുടെ ഇത്തിരി കനമുള്ള ഭാഗത്തു ആശാൻ തള്ള വിരലും ചൂണ്ടു വിരലും ചേർത്ത് പിടിച്ചു രസിച്ചു തിരുമ്മുന്ന ഒരു ട്രിക്കാണ്. പെൺകുട്ടികളാണെങ്കിൽ പാവാട പൊക്കില്ല.

പാവടയ്ക്കുള്ളിലേക്ക് അല്പം കൈയ് ഇട്ടു തുടയുടെ പുറകിൽ നടുക്കായി തിരുമ്മും. അപ്പോൾ നമ്മൾ അറിയാതെ കാല് പോക്കും. സൈക്കിളിൽ കയറും പോലെ. മുരളി ഒരു പ്രാവശ്യമേ കേറിയുള്ളൂ, അതേ ഭീകരമായ അനുഭവം ആയതുകൊണ്ട് അവൻ പാഠങ്ങൾ കൃത്യമായി പഠിച്ചു. സ്ലേറ്റൊക്കെ അന്ന് വലിയ ആർഭാടമായിരുന്നു.. ഒന്നാം ക്ലാസിലാണ് സ്ലേറ്റ് കിട്ടുക. ബുക്കിന്റെ കാര്യം പറയുകയേ വേണ്ട.

മുരളിയെ അത്ഭുതപ്പെടുത്തിയത് മറ്റൊന്നായിരുന്നു. പന നിറഞ്ഞു കിടക്കുന്ന കുരുവിക്കൂടുകൾ. തലങ്ങും, വിലങ്ങും ചിലച്ചുകൊണ്ട് പറന്നുയരുന്ന കൊച്ചു കുരുവികൾ. പനയോലയുടെ തുഞ്ചത്ത് നേർത്ത നാരുകളിൽ വിദഗ്ദ്ധമായി നെയ്തെടുത്ത താഴറ്റം കുഴൽ പോലെ തുറന്ന മനോഹരമായ കൂടുകൾ. ഒന്നും രണ്ടുമല്ല. നൂറുകണക്കിന്.

"കുരുവി കൂടു കെട്ടുന്നതും നോക്കി ഇരുന്നാൽ സമയം പോകുന്നത് അറിയില്ല." അവൾ അവന്റെ ദേഹത്തോട് ഒട്ടി നിന്ന് ഒരു കൂട്ടിനുള്ളിൽ നിന്നും തല എത്തിനോക്കുന്ന കുഞ്ഞു കുരുവിയെ കാട്ടിക്കൊടുത്തു. മുരളിയുടെ കണ്ണുകൾ കുരുവി കുഞ്ഞിനെ തേടുമ്പോൾ അവളുടെ ഉടൽ അവന്റെ ചൂട് തേടുകയായിരുന്നു. ഒരു കൈ കൊണ്ട് അവൾ അവനെ കൂടുതൽ ചേർത്ത് പിടിച്ചു വിരൽചൂണ്ടി കാട്ടിക്കൊടുത്തു. "ദോ, അവിടെ നോക്ക് മുരളിയേട്ടാ."

"ചെറുതും, നിസ്സാരമെന്നു തോന്നുന്നതുമായ കാര്യങ്ങളിലാണ്
ജീവിതത്തിലെ സന്തോഷവും, സൗന്ദര്യവും ഇരിക്കുന്നത്.
അത് കാണാൻ കഴിവുള്ളവർ ഈ ജീവിതം ആഘോഷിക്കുന്നു.
സത്യത്തിൽ ജീവിതം ലളിതവും രസകരവുമാണ്.
മനുഷ്യൻ അതിനെ ആവശ്യമില്ലാതെ പ്രയാസമേറിയതും സങ്കീർണ്ണവുമാക്കുന്നു."

ചക്കരയമ്മാവൻ ചെവിയിൽ മന്ത്രിച്ചതവൻ കേട്ടു.

കുരുവികൾ

എല്ലാവർക്കും എല്ലാ ജീവജാലങ്ങൾക്കും ഈ ഭൂമിയിൽ സന്തോഷത്തോടെ ജീവിക്കാൻ അവകാശമുണ്ട്. അതിനാണ് അവ ഈ ഭൂമിയിൽ ജന്മമെടുക്കുന്നത്. അങ്ങനെ ജീവിക്കാൻ അവയ്ക്ക് സ്ഥലമുണ്ട്, വിഭവങ്ങളുമുണ്ട്.

കുരുവികൾ കൂടുകൾ നെയ്തെടുക്കുന്നത് നോക്കിയിരിക്കാൻ മുരളിക്ക് വലിയ ഇഷ്ടമായിരുന്നു. മനോഹരമായ, എത്ര കാറ്റടിച്ചാലും താഴെ വീഴാത്ത കൂടുകൾ. പനയോലയുടെ തുഞ്ചത്താണ് കൂടു ഉണ്ടാക്കുക. നേർത്ത ഒരു നാരിൽ ഞാന്ന് കിടന്ന്, ആൺകുരുവിയും പെൺകുരുവിയും മാറി മാറി ചെറിയ നാരുകൾ കൊണ്ട് വന്നു കൊരുത്തെടുക്കുന്നു. ഇത് കാണുമ്പോൾ, ചെറുമി പെണ്ണുങ്ങൾ കൈതഓല കൊണ്ട് തഴപ്പായ നെയ്തെടുക്കുന്നതെത്ര നിസ്സാരം. വെളിപാടുകളുടെ ചക്രവർത്തി ചക്കര പറയും:

"ലക്ഷ്യമാണ് ഏറ്റവും വലിയ ലഹരി. അത് തലയ്ക്ക് പിടിച്ചാൽ പാതകളിലെ ദുർഘടങ്ങളൊന്നും ഒരു പ്രശ്നമല്ല. മാർഗ്ഗത്തിലെ തടസ്സങ്ങളൊന്നും ഒരു വിഷയമല്ല."

കൂടുകൾ കാറ്റത്താടി കളിക്കുമ്പോൾ ഇപ്പോൾ താഴെ വീഴും എന്ന് തോന്നും. എന്നെങ്കിലും ഒരു കുരുവിക്കൂട് താഴെ വീഴും അപ്പോൾ എടുക്കാം എന്ന് കരുതി പല പ്രാവശ്യം അതിനു കീഴെ വൃഥാ കാത്തിരുന്നിട്ടുണ്ട്. ദേശത്തു കുരുവിക്കൂട് ചക്കര അമ്മാവന്റെ ഈ തറയിൽ മാത്രമേ ഉണ്ടായിരുന്നുള്ളു. കുരുവിക്കൂട് കാണാൻ വേണ്ടി മാത്രം അതിനു ശേഷവും പല വട്ടം അവിടെ പോയിട്ടുണ്ട്. അന്നൊക്കെ കുരുവിക്കുഞ്ഞുങ്ങളെ വളർത്തണം എന്നൊക്കെ മോഹിച്ചിരുന്നു.

രവിയെയും രാജീവനെയും രാജശേഖരനെയും അവിടെങ്ങും

കണ്ടില്ല. രതിയാണ് ചൂണ്ടിക്കാണിച്ചത് അവർ കണ്ടത്തിന്റെ നടുക്ക് ചാലിന്റെ സൈഡിൽ നില്ക്കുന്നു. വേറെ ആരൊക്കയോ ഉണ്ട്. "നമുക്കും പോകാം." മുരളി ചോദിച്ചു

"ഞാൻ ഇല്ല. കണ്ടത്തിൽ ഇറങ്ങിയാൽ അമ്മ തല്ലും."എന്ന് പറഞ്ഞു രതി ഓടിപ്പോയി. മുരളി കണ്ടത്തിന്റെ വരമ്പേ അവർക്കു നേരെ നടന്നു. വഴുക്കലും അട്ടകളും ഉണ്ട്. ചെരുപ്പ് നനയാതെ, വീഴാതെ സർക്കസിലെ പോലെ നടക്കുന്നത് കണ്ട് രാജശേഖരൻ വിളിച്ചു, "ഓടി വാടാ. കൈകൊണ്ട് മീനെ പിടിക്കുന്നത് കാണാം."

അവൻ തന്നെ വിളിക്കാതെ പോയതിൽ നീരസം ഉണ്ടായിരുന്നു. എവിടെയും അവനായിപ്പോൾ കൂട്ട്. രാജീവൻ രണ്ടു വയസ്സിനു മൂത്തതായതു കൊണ്ട് അല്പം അകലം ഉണ്ട്. എന്നാൽ അവർ തങ്ങളിൽ ചേട്ടൻ, അനിയൻമാരെ പോലെ അല്ല. എല്ലാ കുരുത്തക്കേടുകളും രഹസ്യങ്ങളും ഒന്നിച്ചാണ്. ഈ വിളിയോടെ മുരളിയുടെ പിണക്കമെല്ലാം പോയി.

ചെല്ലുമ്പോൾ മീൻപിടുത്തക്കാർ രണ്ടുപേരേയുള്ളു. അമ്മാവന് കുളത്തിൽ പിടിക്കാൻ വന്ന ആൾക്കാർ അല്ല. ഒറ്റാലില്ലാതെ കൈകൾ കൊണ്ട് തപ്പിപ്പിടിക്കുകയാണ്. കൂടുതലും കാരിയും മുശിയും. രണ്ടും പൊത്തിലാണത്രെ. കുത്തുകയും ചെയ്യും. അതുകൊണ്ടു വളരെ സൂക്ഷിച്ചു തലയ്ക്കു പിടിക്കണം. വരാൽ, കല്ല് മുട്ടി, പള്ളത്തി, പരൽ, ആരകൻ എന്നിവയും ഉണ്ട്. ഒന്നുമില്ലാതെ കൈകൊണ്ട് പിടിക്കുകയാണെങ്കിലും അവർക്ക് കാര്യമായി മീൻ കിട്ടുന്നുണ്ടായിരുന്നു. മിടുക്കന്മാർ. ചാല് പൊതുവിലുള്ളതായതുകൊണ്ടും ലേലം എടുക്കാതെ മീൻ പിടിക്കുകയായതുകൊണ്ടും ആണ് അവർ ഒറ്റാല് കൊണ്ടുവരാതിരുന്നത്. തിരികെ വരുമ്പോൾ ചക്കരയമ്മാവൻ ഉറക്കമായിരുന്നു. ശാരദാമ്മ പറഞ്ഞു: "അമ്മാവന് ഉച്ച ഉറക്കം പതിവാ. കിടക്കും മുൻപ് മുരളി നാളെ ഇത്രടം ഒന്ന് വരണം എന്ന് പറഞ്ഞു."

ഇറങ്ങും മുൻപ് രവി അവരുടെ നിലവറ കാണാൻ വിളിച്ചു. അച്ഛൻ വഴക്കു പറയും എന്ന് ശാരദാമ്മ തടഞ്ഞെങ്കിലും റാന്തലും കത്തിച്ചു വന്നു. "മണ്ണെണ്ണ വിളക്കുമായി പോകണ്ട. കെട്ടുപോയാൽ പ്രയാസമാണ്. എടാ സൂക്ഷിച്ചു പോണേ."

അറയുടെ പുറകിലെ രണ്ടടി മാത്രമുള്ള ചെറുവാതിൽ തുറന്നു താഴേക്കുള്ള ഏണിപ്പടികൾ രവിയാണ് കാണിച്ചുതന്നത്. അവൻ റാന്തലുമായി ഇറങ്ങി താഴെ ചെന്നിട്ടു വിളക്ക് കാട്ടി തന്നു. "കുനിഞ്ഞു സൂക്ഷിച്ചു ഇറങ്ങണം. മറിഞ്ഞു വീഴണ്ട. ഞാൻ ആദ്യം ഇറങ്ങാം."

എട്ടടിയോളം ഉയരമുള്ള ഭൂഗർഭ അറ. വാതിലും ജനലും ഇല്ല. കുറ്റാകുറ്റിരിട്ടു. ഇരുട്ടിൽ രതി അവന്റെ കൈകളിൽ മുറകെപ്പിടിച്ചു. പതിയെ പറഞ്ഞു: "എനിക്ക് പേടിയാ."

ഒരു മൂലയിൽ ചേനയും തേങ്ങയും കാച്ചിലും കൂട്ടി ഇട്ടിരിക്കുന്നു. ആദ്യമായായിരുന്നു, ഇലഞ്ഞിക്കലെ പിള്ളേർ നിലവറ കാണുന്നത്. സാമാന്യം നല്ലൊരു മുറി. എന്നാൽ പകൽ പോലും ഉള്ളിൽ ഇരുട്ട്. വിളക്കി

ല്ലാതെ ഒന്നും കാണാൻ പറ്റില്ല.

"വാഴക്കുലയും, ചക്കയും ഒക്കെ ഇതിന്റെ അകത്തു വച്ചാൽ വേഗം പഴുക്കും. പക്ഷേ, കുട്ടികളെ അകത്തു കയറുന്നതിൽനിന്നും വിലക്കിയിരിക്കുകയാണ്. അതാ നേരത്തെ അമ്മ ദേഷ്യപ്പെട്ടത്. അറിയാതെ ഇതിന്റകത്തു പെട്ടാൽ ചത്ത് പോകുകയേ ഉള്ളു. വായു സഞ്ചാരമില്ലല്ലോ." രവി പറഞ്ഞു.

"അകത്തു സർപ്പമുണ്ടോ?"

"അതൊന്നുമില്ല. എന്നാൽ അറിയാനൊക്കത്തില്ല. തറ തുരന്ന് വന്നാൽ ഒന്നും ചെയ്യാൻ പറ്റില്ല."

'അയ്യോ പാമ്പെന്നു' പറഞ്ഞു രതി മുരളിയെ കെട്ടിപ്പിടിച്ചു. അതാരും കണ്ടില്ല. എല്ലാവരും പേടിച്ചു പോയി. രവി റാന്തൽ കാട്ടിയപ്പോളല്ലേ കാച്ചിലിന്റെ വള്ളിയെന്തോ കാലിൽ തടഞ്ഞതായിരുന്നു..

മാമ്പുഴ പാപ്പിയുടെ ഭാര്യ ചിന്നമ്മ ലക്ഷ്മിയമ്മയെ കാണാൻ വന്നു. "ലക്ഷ്മിക്കുഞ്ഞു അത്രടം ഒന്ന് വരണം. അപ്പുറത്തെ വീട്ടുകാരുമായി എന്നും അതിർത്തിത്തർക്കമാ കുഞ്ഞേ. അവിടൊരു പെണ്ണുമ്പിള്ളയുണ്ട് അതിര് മാന്തലാണ് പണി."

"പാപ്പിമാപ്പിള അവരോട് ചോദിക്കില്ലേ?"

"അതിയാൻ നേരേയാണേൽ എനിക്ക് ഈ ഓടേണ്ട കാര്യം വല്ലോം ഉണ്ടോ? കുഞ്ഞു പറ. നേരം വെളുത്താൽ ഒരു തൂമ്പയുമായി ആ പെണ്ണുമ്പിള്ള ഇറങ്ങും. അതിരിലൊക്കെ മാവും കശുമാവും നടുകയാണെന്നാ പറച്ചിൽ, പണി അതിര് മാന്തലും. അതിയാൻ നല്ല പട്ടയും അടിച്ചോണ്ട് അരമതിലിലിരുന്നു അവളേം നോക്കി ഇളിച്ചോണ്ടിരിക്കും. അവടെ ഒരു തെറിച്ച പെണ്ണ് ഉണ്ട്. അവളാ എല്ലാറ്റിന്റെയും പിന്നിൽ."

"അതിനിപ്പോൾ ഞാൻ വന്നിട്ട് എന്ത് ചെയ്യാനാണ്? അച്ഛനോടോ, കൊച്ചാട്ടനോടോ പറയാം."

"അതൊന്നും വേണ്ട. കുഞ്ഞൊന്നു വന്നു ഞായം പറഞ്ഞാൽ അവർ പേടിക്കും. അത് മതി."

അങ്ങനെ ലക്ഷ്മിയമ്മ ഞായം പറയാൻ പോയി, കൂടെ മുരളിയും. തയ്യൽക്കാരൻ അച്യുതൻ പിള്ളയുടെ കടയുടെ അവിടെനിന്നും തെക്കോട്ടുള്ള ഇടവഴിയിൽ കൂടി കുറെ ദൂരം ചെന്നപ്പോൾ സാമാന്യം വലിയൊരു പുഞ്ചക്കണ്ടം. ഒന്നൊരയാൾ വെള്ളമുണ്ട്. അവിടെനിന്നാൽ കാണാം, ഏതാണ്ട് മുന്നൂറ് മീറ്റർ അകലെ നാലു വശവും വെള്ളത്തിൽ മുങ്ങി നില്ക്കുന്ന മാമ്പുഴ തറ. പുഞ്ചക്കണ്ടത്തിനു ഇടതു വശം റോഡ് നിരപ്പിൽ മറ്റൊരു കണ്ടമുണ്ട്. അവിടെയാണ് കൊയ്ത്തു കഴിയുമ്പോൾ പിള്ളേർ ഫുട്ബോൾ കളിക്കുന്നത്. ഇക്കരെ നിന്ന് ചിന്നമ്മ നീട്ടി കൂകി "കൂയ്, കൂയ്. പാപ്പിച്ചായോ കൂയ്."

രണ്ടു തവണ കൂകിയപ്പോൾ മറു കൂകലും ആളും അക്കരെ വന്നു. പാപ്പി കൊതുമ്പുവള്ളവുമായി വന്ന് അവരെ അക്കരെ കൊണ്ട് പോയി.

മുരളി പേടിച്ചുവിറച്ചാണ് വള്ളത്തിൽ ഇരുന്നത്. ആ തറയിൽ ആകെ രണ്ടു വീടെ ഉള്ളു. ഈറനണിഞ്ഞ തറയുടെ ഒരു സൈഡിൽ പാപ്പി യുടെ താറാവിൻക്കൂട്. കൂടൊന്നുമല്ല വട്ടത്തിൽ രണ്ടടി പൊക്കത്തിൽ നാട്ടിയിട്ടുള്ള കുറ്റികളിൽ ചുറ്റി എടുത്തിരിക്കുന്ന നൈലോണിന്റെ വല കൊണ്ടുള്ള ഒരു വേലി. ഒരു വശത്തു വാതിലുണ്ട്. പകലെല്ലാം താറാവ് കണ്ടത്തിൽ. സന്ധ്യയോടു കൂടി താറാവിൻപ്പറ്റത്തെ തെളിച്ചു കൂട്ടിൽ കേറ്റും. കൊതുമ്പു വള്ളത്തിൽ ഒന്ന് ചുറ്റിയടിച്ചാൽ മതി അവ കരയ്ക്ക് കേറിക്കൊള്ളും. രണ്ട് നാടൻ പട്ടികളുണ്ട്. അവയേയും അഴിച്ചു വിടും. അവരാണ് കാവല്ക്കാർ. പുരയിടത്തിൽ അതിരിന്റെ അവിടേക്കാണ് നേരേ പോയത്. അപ്പോഴേക്കും അടുത്ത വീട്ടുകാർ ഇറങ്ങി വന്നു. വീട്ടുകാരൻ സാബുവും, ഭാര്യ സൂസിയും ഇറങ്ങി നിന്ന് ലക്ഷ്മിയമ്മയേ നോക്കി ചിരിച്ചു "എന്തുണ്ട് ചേച്ചി വിശേഷം?"

"ചിന്നമ്മേ ഇത് നിങ്ങടെ മോൻ സാബുവല്ലേ?" ലക്ഷ്മിയമ്മ അന്തിച്ചു നിന്നു.

"അതേ. മൂത്ത സന്തതി. അവൻ പെണ്ണ് കെട്ടിയപ്പോൾ സ്വന്തം ഭാഗം വേണമെന്ന് പറഞ്ഞു. കൊടുത്തു. വീട് വച്ചപ്പോൾ അവന്റെ അമ്മായിയ മ്മയും കൂടെ ഇങ്ങു പോന്നു. അന്ന് മുതൽ മാന്തലാണ് പണി."

അപ്പോഴേക്കും ഇളയവൻ ബാബുവും ഇറങ്ങി വന്നു. ബാബു ലക്ഷ് മിയമ്മയുടെ അരികെ വന്നു പറഞ്ഞു: "ചേച്ചി അച്ചായനുമായി യാതൊരു പ്രശ്നവുമില്ല."

ബാബു സാബുവിനെയും വിളിച്ചു ലക്ഷ്മിയമ്മയുമായി മാറി നിന്ന് സംസാരിച്ചു. മുരളി രഹസ്യം പിടിച്ചു. "ചേച്ചി അപ്പച്ചനും സൂസിയുടെ അമ്മച്ചിയുമായി എന്തോ ലോഹ്യം ഉണ്ടെന്ന് അമ്മച്ചിക്ക് അങ്ങ് സംശയം. അതാണ് ഇതിന്റെ ഗുട്ടൻസ്. അല്ലാതെ ഒരു കാര്യവുമില്ല."

പിന്നെ സംഗതികൾ ശരവേഗത്തിൽ തീർന്നു. ലക്ഷ്മിയമ്മ സൂസി യുടെ അമ്മച്ചിയെയും ചിന്നമ്മയെയും വിളിച്ചു തറയുടെ കിഴക്കേ അതി രിലേക്കു നടന്നു. ബാബു മുരളിയെ വിളിച്ചു അകത്തു കൊണ്ടുപോയി താറാവ് മപ്പാസും ചൂട് പാലപ്പവും കൊടുത്തു. അപ്പോഴേക്കും സാബു വും കുറെ താറാവ് മുട്ട പുഴുങ്ങിയതുമായി വന്നു. മുരളി അവന്റെ ജീവി തത്തിൽ ഇത്ര സ്വാദോടെ താറാവ് മപ്പാസ്സ് കഴിച്ചിട്ടില്ല. കഴിച്ചു കഴിഞ്ഞ പ്പോഴേക്കും പെണ്ണുങ്ങൾ മൂന്നും ചിരിയും കളിയുമായി തിരികെ വന്നു. വള്ളത്തിൽ കയറുമ്പോഴേക്കും, സാബു രണ്ട് പൂവൻ താറാവുമായി വ ന്നു. അവരെത്ര നിർബ്ബന്ധിച്ചിട്ടും ലക്ഷ്മിയമ്മ അതിന് വാങ്ങിയില്ല.

"ചേച്ചി പൊക്കോളു. സാബു അങ്ങ് കൊണ്ട് വരും." സൂസിയുടെ അമ്മച്ചി പറഞ്ഞു. ലക്ഷ്മിയമ്മ ചിരിച്ചിട്ട് പറഞ്ഞു. "അവിടെങ്ങാനും ഇ തുമായി വന്നാൽ അവന് അടി കിട്ടും. പിന്നൊരു കാര്യം എനിക്ക് വള്ളം പേടിയാ. ഇനി എന്നെ വള്ളത്തിൽ കേറ്റല്ലേ." ചിന്നമ്മ നാണത്തോടെ ചിരിച്ചു.

ഇലഞ്ഞിക്കൽ അറയും നിരയും തട്ടിൻപുറവും പത്തായപ്പുരയും

ഉരൽപ്പുരയും എല്ലാം ഉണ്ടെങ്കിലും നിലവറയില്ല. മുരളി ചോദിച്ചു "എന്താ അപ്പൂപ്പാ നമുക്ക് നിലവറയില്ലാത്തത്?"

ഒരു മറു ചോദ്യമായിരുന്നു ആദ്യം, "എന്താ ഇപ്പോൾ ഇങ്ങനെ ഒരു ചോദ്യം?"

"അല്ല, അറയുള്ളടിത്തൊക്കെ നിലവറയും ഉണ്ടല്ലോ. ഇവിടെ അറ മാത്രമേയുള്ളു."

"ഇയാൾക്ക് എത്ര വീടറിയാം? എടാ മണ്ടച്ചാരെ, അറയുള്ള വീടുകൾ തന്നെ ദേശത്തു അഞ്ചോ ആറോ മാത്രം. പിന്നല്ലേ?"

"അല്ല. മാലൂർ ഉണ്ടല്ലോ."

"ചക്കരയാകും എല്ലാം കാട്ടിയതു അല്ലേ?" മുഖം ഗൗരവമായി. "നിനക്കെന്താ അറിയേണ്ടത്?"

"ഒന്നുമില്ല. അല്ല.... ഞാൻ കരുതി അപ്പൂപ്പൻ വലിയ വീടും എല്ലാം ഉണ്ടാക്കിയപ്പോൾ നിലവറയും ഉണ്ടാക്കാമായിരുന്നു." നിന്ന് പരുങ്ങിയപ്പോൾ അദ്ദേഹം അരികെ വിളിച്ചു ചേർത്തിരുത്തി.

"മുരളി. നിന്നോട് പറയാം. മറക്കാൻ ആഗ്രഹിക്കുന്ന ഒരു കഥയാണ്. എനിക്കൊരു കുഞ്ഞനിയത്തി ഉണ്ടായിരുന്നു. 'ഭാർഗ്ഗവി' എനിക്കന്നു വയസ്സ് പത്ത്. അവൾക്ക് ഏതാണ്ടൊരു അഞ്ചു വയസ്സ് കാണും. ഞങ്ങൾക്ക് വലിയ സ്വത്തൊന്നും ഇല്ല. പണവും ഇല്ല. അടുത്തുള്ള മറ്റൊരു നായർ വീട്ടിൽ ഞങ്ങൾ കളിക്കാൻ പോകാറുണ്ട്. അവിടത്തെ പിള്ളേരുമായി നല്ല കൂട്ടാണ്. അവരുടെ വീട്ടിൽ നിലവറ ഉണ്ട്. ഒളിച്ചുകളിയാണ് പ്രധാനം. നിലവറയിൽ പിള്ളാരൊക്കെ ഒളിക്കാറുണ്ട്. അന്നും ഒളിച്ചു കളിച്ചു. ഇടയിൽ അവൾ പറഞ്ഞു "ഏട്ടാ ഞാൻ പോണു. അപ്പുറത്തെ ലീലേടെ വീട്ടിൽ പോകുന്നു."

അവൾ പോയിട്ടുണ്ടാകുമെന്നു ഞാൻ കരുതി. ആ കളിയും കഴിഞ്ഞു ഞാനും വീട്ടിൽ പോയി. കുറെ കഴിഞ്ഞു അമ്മ ചോദിച്ചു "എടാ ഭാർഗ്ഗവി എവിടെ? കുറെ നേരമായി അവളെ കാണുന്നില്ലല്ലോ."

"ലീലേടെ വീട്ടിൽ പോയി."

സന്ധ്യ ആയിട്ടും കാണാഞ്ഞപ്പോൾ അമ്മ ചോദിച്ചു: "എടാ എന്താ അവൾ താമസിക്കുന്നേ? സാധാരണ ഇത്രേം വൈകാറില്ലല്ലോ. നീ പോയെന്നു നോക്കിയേ."

തിരക്കി ചെല്ലുമ്പോൾ അവിടെ ചെന്നിട്ടേ ഇല്ല. കളിച്ചു കൊണ്ടിരുന്ന നായർ വീട്ടിലെ കുട്ടികളും നാട്ടുകാരും എല്ലാവരും ദേശം മുഴുവൻ തേടി നടന്നു, തോട്ടിലും കിണറിലും വെള്ളം നിറഞ്ഞു കിടക്കുന്ന പുഞ്ചക്കണ്ടത്തിലും എല്ലാം. പിള്ളേരെ പിടുത്തക്കാർ വല്ലോം പിടിച്ചു കൊണ്ടുപോയോ എന്നൊക്കെ നാട്ടുകാർ സംശയിച്ചു. അന്ന് ഏതോ തമിഴ് ഭിക്ഷക്കാർ അവിടൊക്കെ ഉണ്ടായിരുന്നുപോൽ. രാത്രി മുഴുവൻ എല്ലാവരും ദേശം അരിച്ചു പെറുക്കി. അച്ഛൻ സ്ഥലത്തെ പൊലീസ് സ്റ്റേഷനിൽ പരാതി കൊടുത്തു. അവളെമാത്രം കണ്ടില്ല. രണ്ട് നാൾ കഴിഞ്ഞു നായർ വീട്ടിലെ ജോലിക്കാരി കറിവെക്കാൻ ചേനയെടുക്കാൻ നിലവറ

യിലിറങ്ങിയപ്പോഴാണ് അറിയുന്നത്. അപ്പൂപ്പന്റെ കണ്ഠമിടറിയോ? ഭാർഗ്ഗവൻപിള്ളയ്ക്ക് കരയാനും അറിയാമോ? കരഞ്ഞില്ല. ഒന്ന് ചുമച്ചു. ജനലിൽ കൂടി ദൂരേക്ക് നോക്കിയിരുന്ന് പറഞ്ഞു: "അവൾ പോയി. കളികഴിഞ്ഞു പോരുമ്പോൾ നായർ വീട്ടിലെ തുറന്നു കിടന്ന നിലവറ വാതിൽ ഞാനാണ് അടച്ചത്. അതൊന്നു തുറന്ന് നോക്കാൻ എനിക്ക് തോന്നിയതും ഇല്ല. അന്നൊക്കെ കരുതിയിരുന്നു അവളെ കൊന്നത് ഞാനാണെന്ന്. അന്ന് വെറുത്തതാണ് നിലവറകൾ. ഇന്നറിയാം. ഓരോ നിയോഗങ്ങൾ." ഉഗ്രപ്രതാപി ഭാർഗ്ഗവൻപിള്ളയുടെ മറ്റൊരു മുഖം

രാജശേഖരനാണ് ആ രഹസ്യം മുരളിയോട് പറഞ്ഞത്. "എടാ നമ്മുടെ പൊട്ടനമ്മാവനില്ലേ. അദ്ദേഹമാണ് രവിയുടെ അച്ഛൻ. ദേവകിയമ്മൂമ്മയുടെ മൂത്ത മോൻ. രതിയുടെ അമ്മാവൻ."

ഞെട്ടിപ്പോയി. ഒരിക്കലും മാലൂരെ വീട്ടിനുള്ളിൽ വച്ച് കണ്ടിട്ടേയില്ല. എപ്പോൾ കണ്ടാലും കണ്ടത്തിൽ പണിക്കാരോടൊപ്പം നീണ്ട ഒരു ഒറ്റത്തോർത്തുമുടുത്തു ചേറിൽ ആകും. മാലൂരെ ഏതോ ബന്ധു എന്നല്ലാതെ ഒന്നും അറിയില്ലായിരുന്നു. സംസാരിക്കുമ്പോൾ വിക്കുള്ള, എന്നാൽ പാട്ട് പാടുമ്പോൾ വിക്കില്ലാത്ത മനുഷ്യൻ. തറയിൽ ഇരിക്കുമ്പോൾ, ചാലിൽ നിന്നും കണ്ടത്തിലേക്ക് പറയും, ചക്രവും വെച്ച് വെള്ളം തേകി കേറ്റുമ്പോൾ, ഇടയ്ക്കിടെ നല്ല ഈണത്തിലുള്ള ഹിന്ദി പാട്ടുകൾ ഉറക്കെ പാടുന്നത് കേൾക്കാം.

"ബാഹാരോം ഫൂൽ ബർസാ വോ, മേരാ മഹ്ബൂബാ ആയാ ഹൈ
ഹവാവോ രാഗ് നീ ഗാവോ, മേരാ മഹ്ബൂബാ ആയാ ഹൈ
ഓ ലാലി ഫൂൽ കി മെഹന്ദി, ലഗാ ഇൻ, ഗോരെ ഹതോ മേം
ഉത്തർ ആ ഐ ഘട്ട കാജൽ, ലഗാ ഇൻ പ്യാരി ആംഖോ മേം....."

എല്ലാവരോടും ചിരിച്ചു നടക്കും. സംസാരം കുറവ്. തന്റെ വിക്ക് ഒരു കുറവായി കൊണ്ട് നടക്കുന്ന പാവം. "സ്കൂളിൽ വിട്ടിട്ട് കൂട്ടുകാർ കളിയാക്കുന്നു എന്നും പറഞ്ഞു ഒന്നാം ക്ലാസിലെ പഠിത്തം നിർത്തിയ മനുഷ്യൻ. ചക്കര അമ്മാവനൊക്കെ അടിച്ചും വഴക്കു പറഞ്ഞും സ്നേഹിച്ചും ഒക്കെ പഠിപ്പിക്കാൻ നോക്കിയതാ. എല്ലാവരും സുല്ല് പറഞ്ഞതല്ലാതെ പഠിപ്പു മാത്രം നടന്നില്ല. ചെറുപ്പത്തിലേ പാടത്തിറങ്ങിയതാ. അതാണ് പുള്ളിയുടെ ലോകം. ദൈവം അനുഗ്രഹിച്ചു പുള്ളി വേല ചെയ്ത് കുടുംബത്തിൽ കൊണ്ടുവരേണ്ട കാര്യമില്ല. എന്നാൽ പൊട്ടനമ്മാവന് കണ്ടവും കൃഷിയും അല്ലാതെ മറ്റൊരു ലോകമില്ല." രാജശേഖരൻ പറഞ്ഞു

അവൻ രണ്ടാമത്തെ രഹസ്യവും പൊട്ടിച്ചു, "ഭാര്യ ശാരദാമ്മയോട് വലിയ സ്നേഹവും ശൃംഗാരവും ആണ്, ആരും കാണാത്തപ്പോൾ. മറ്റുള്ളവരുടെ മുൻപിൽ വലിയ ഗൗരവക്കാരൻ. ചിലപ്പോഴൊക്കെ ആശാന് വലിയ സങ്കടം വരുമ്പോൾ തളർന്നു കിടക്കുന്ന അമ്മയുടെ, അതായതു ദേവകി അമ്മൂമ്മയുടെ കട്ടിലിനരികെ തറയിൽ ചെന്നിരിക്കും പോലും. ആരും അരികെയില്ലെന്നു ഉറപ്പുവരുത്തി സങ്കടം പറഞ്ഞു കരയും. എല്ലാ

വരും പൊട്ടനെന്നു വിളിക്കുന്നു എന്നതാണ് ഒരേ ഒരു സങ്കടം. അമ്മൂമ്മയ്ക്ക് കൈയും കാലും കൃഷ്ണമണികൾ പോലും അനക്കാൻ ആവില്ല. എന്നാൽ മോൻ സങ്കടപ്പെടുമ്പോൾ കട്ടിലിൽ ഇരിക്കുന്ന പൊട്ടനമ്മാവന്റെ കൈകളിൽ തൊടുമത്രേ."

ഈ കാര്യം രവിയാണ് രാജശേഖരനോട് പറഞ്ഞത്.

"അമ്മയും മകനും തമ്മിൽ വല്ലാത്തൊരു ആത്മബന്ധമാണ്." ചുരുക്കത്തിൽ പൊട്ടനമ്മാവൻ പൊട്ടനല്ല. എല്ലാം അറിയുന്നുണ്ട്, മനസ്സിലാകുന്നുണ്ട്, ഒറ്റക്കുറവേയുള്ളു. സംസാരത്തിൽ വിക്ക്. ബാക്കിയെല്ലാം നോർമൽ. വിക്കിന്റെ അപകർഷതാബോധം ഇത്തിരി കൂടുതലായതുകൊണ്ട് എല്ലാവരിൽനിന്നും ഒഴിഞ്ഞുമാറുന്നു. പാടത്തെ പണിക്കാർ ബഹുമാനം കൊടുക്കുന്നതുകൊണ്ട് അവർക്കൊപ്പം കൂടുന്നു. അത്ര തന്നെ. താനും തരം കിട്ടുമ്പോഴൊക്കെ കളിയാക്കിയതിൽ മുരളിക്ക് ജാള്യത തോന്നി. അതുകൊണ്ടാണ് അടുത്ത തവണ പൊട്ടനമ്മാവനെ അടുത്ത് കിട്ടിയപ്പോൾ അവൻ ചോദിച്ചത്, "അമ്മാവൻ ഈ ഇരട്ടപ്പേര് വിളിക്കുന്നവരെ രണ്ടു ചീത്ത പറയാത്തതെന്താണ്?"

ഒരു ചിരിയും ഉച്ചത്തിലൊരു വിക്കിയുള്ള മറുപടിയും. 'എന്തിനാടോ? ഒരു പേരിലെന്തിരിക്കുന്നു.' ഒരു കണ്ണിറുക്കും നടപ്പും. ചക്കര അമ്മാവൻ പറയും പോലെ ഫിലോസഫി.

തട്ടാരു പറമ്പിൽ താമസം തുടങ്ങിയതോടെ മുരളിയുടെ എന്നും ഇലഞ്ഞിക്കൽ പോകുന്ന ശീലം കുറഞ്ഞു വന്നു. മറ്റൊരു കാരണം രാഘവനെ നേരിടുന്ന പേടിയുമാണ്. കണ്ണ് പൊട്ടിയ സംഭവത്തിനുശേഷം അവൻ കഴിവതും രാഘവനെ ഒളിച്ചാണ് ഇലഞ്ഞിക്കൽ ഭാഗത്തേക്ക് പോയിരുന്നത്. പുതിയ സ്ഥലത്തു പുത്തൻ കൂട്ടുകാർ ഉണ്ടായി, മാത്യുവും ഗോപനും പമ്പേശും മഠത്തിലെ നീലകണ്ഠനും കോൺട്രാക്ടർ കുട്ടൻ പിള്ളയുടെ മകൻ അജിയുമൊക്കെ. ഇലഞ്ഞിക്കൽ താമസിക്കുമ്പോൾ കൂടുതലും ഇഷ്ടം തുമ്പിയെക്കൊണ്ട് കല്ല് എടുപ്പിക്കൽ, ചെറിയ കറുകനാമ്പുകൾ തുമ്പിയുടെ വാലിൽ കുത്തിക്കയറ്റി പറപ്പിക്കൽ, ഏഴുമ്പുല്ലു വാൾപ്പയറ്റുകൾ. പുൽച്ചാടികളെ തൂപ്പു കൊണ്ടടിച്ചു കൊല്ലൽ, നീറിനെയും, എറുമ്പിനേയും ഒന്നിച്ചു തീപ്പെട്ടിക്കൂടിൽ അടച്ചുവെക്കൽ, ഇല വള്ളത്തിൽ കയറ്റി ഉറുമ്പിനെ പാത്രത്തിലെ വെള്ളത്തിൽ വെക്കൽ, ഒരു കണക്കിന് നോക്കുമ്പോൾ ഒരു തരം ക്രൂര വിനോദങ്ങളായിരുന്നു അവയെല്ലാം. ചെറു ജീവികളുടെ ജീവനെടുത്തുള്ള, കുത്തി നോവിക്കുന്ന കളികൾ. എത്ര പെട്ടെന്നാണ് മാറി മറിഞ്ഞത്. ഇടവഴിയിലുള്ള കുറ്റിയും കോലും സ്കൂൾ ഗ്രൗണ്ടിലുള്ള ഫുട്ബോൾ കളിയും ശീട്ടുകളികളും അവൻ ശരിക്കും ആസ്വദിച്ചു. പുതിയ മറ്റു ചില കളികളും ഗോപൻ പഠിപ്പിച്ചു, ഒന്ന് ഒരിക്കലും കൂട്ടിമുട്ടാത്ത റെയിൽവേ പാളങ്ങളിൽ കൈകൾ കൂട്ടിപ്പിടിച്ചു വീഴാതെയുള്ള ഓട്ടം, പാളങ്ങളിൽ ബാലൻസ് ചെയ്ത് ആരാണ് കൂടുതൽ ദൂരം ഓടുക എന്നുള്ള മത്സരം. അതുപോലെ പാളങ്ങളിൽ ചെവിവച്ചു എത്രവരെ എണ്ണുന്നതിനുള്ളിൽ ട്രെയിൻ വരും എന്ന

പ്രവചനങ്ങൾ. റെയിൽവേ ചാലിൽ ചൂണ്ടയിടൽ, മഴക്കാലമായെങ്കിൽ ചാലിലും കണ്ടങ്ങളിലും, ഇടത്തോടിലും എല്ലാം പച്ചീർക്കിൽ വച്ച് കുരുക്കുണ്ടാക്കി പുളവനെ പിടിച്ചു തല്ലിക്കൊല്ലൽ. പാമ്പുകളെ പത്തല് കൊണ്ട് തല്ലിക്കൊല്ലൽ അങ്ങനെ എന്തെല്ലാം കളികൾ

മീര എപ്പോഴും പറയും, ആഹാരത്തിനല്ലാതെ മറ്റൊരു ജീവിയുടെ ജീവനെടുക്കാൻ പാടില്ല. അതെത്ര നിസ്സാര ജീവിയായാലും. അത് പാപമാണ്. അറിയാതെ കുട്ടിക്കാലത്തു ചെയ്തവ പൊറുക്കാം. എന്നാൽ തിരിച്ചറിവ് വന്നു കഴിഞ്ഞാൽ ഒട്ടും പാടില്ല. എല്ലാവർക്കും എല്ലാ ജീവജാലങ്ങൾക്കും ഈ ഭൂമിയിൽ സന്തോഷത്തോടെ ജീവിക്കാൻ അവകാശമുണ്ട്. അതിനാണ് അവ ഈ ഭൂമിയിൽ ജന്മമെടുക്കുന്നത്. അങ്ങനെ ജീവിക്കാൻ അവയ്ക്ക് സ്ഥലമുണ്ട്, വിഭവങ്ങളുമുണ്ട്.

കോയിപ്പുറത്തു വിലാസിനിയും ഭാമയും ശോഭയും ഒക്കെ എപ്പോഴും ലക്ഷ്മിയമ്മയെ കാണാൻ വരുമായിരുന്നു. വന്നാൽ അടുക്കളയിലോ അല്ലെങ്കിൽ പശുവിന് കച്ചി ഇട്ടു കൊടുക്കാനോ കാടി കലക്കി കൊടുക്കാനോ അതിനെ ഒന്ന് കറക്കാനോ അങ്ങനെ എന്തെങ്കിലും ഒരു സഹായം ചെയ്തിട്ടു മാത്രമേ പോകുമായിരുന്നുള്ളു. ലക്ഷ്മിയമ്മയും അവരെ കൂടപ്പിറപ്പുകളെ പോലെ കണ്ടു. എന്തെങ്കിലുമൊക്കെ കഴിക്കാൻ കൊടുക്കാതെ വിടില്ല. രസം രണ്ടു കൂട്ടരും കൂടി വീട്ടിൽ വന്നാൽ ഉറപ്പ്, ആരുടെയെങ്കിലും അമ്മ മുറ്റത്തു ഇറങ്ങി നിന്ന് ഉറക്കെ തന്റെ മോളെ വിളിക്കും, എന്തോ അത്യാവശ്യം ഉള്ളപോലെ. എന്നാൽ ഒറ്റക്കാണെങ്കിൽ ഒരു പ്രശ്നവുമില്ല. എത്ര നേരം കഴിഞ്ഞാലും ആരും തിരിഞ്ഞു പോലും നോക്കില്ല. പിള്ളേർ തന്നെ പറയും:

" ചേച്ചി, ശോഭേച്ചിയും കൂടി ഞങ്ങടെ കൂടെ ഉണ്ടെങ്കിലെ ശോഭേച്ചിയുടെ അമ്മക്കോ, ഞങ്ങളുടെ അമ്മക്കോ പ്രശ്നമുള്ളു. പുറമെ കാണിക്കുന്ന ഈ സ്നേഹവും അടുപ്പവും ഒക്കെയെ ഉള്ളു. രണ്ടിനും പരസ്പരം കണ്ടുകൂടാ. അച്ഛനെ പേടിച്ചു മിണ്ടുന്നില്ലെന്നേ ഉള്ളു."

"ആലോചനകളൊക്കെ എന്തായെടി?"

"പെണ്ണ് കാണാൻ വരുന്ന ചെറുക്കന്മാർ മൂരിയെയും മുട്ടനെയും കണ്ട് പേടിച്ചു ഓടും. ഈ അച്ഛനൊട്ടു മനസ്സിലാകത്തുമില്ല. പുള്ളി പറയുന്നത് സ്ത്രീധനം കുറവായതു കൊണ്ടാണ് ചെറുക്കൻമാർ ഓടുന്നതെന്നാണ്."

"എടാ, നീ ഈ കയ്യാലയിൽ കയറി അകത്തോട്ടൊന്നു നോക്കിയേ. പറമ്പു മുഴുവൻ പലതരം മാവുകളാണ്, നിറയെ പഴുത്ത മാങ്ങകളും." ഗോപൻ വിളിച്ചു.

മുരളി കയ്യാലയിൽ വലിഞ്ഞു കയറി. "ദോ ആകാശം മുട്ടുന്ന ആ നാട്ടുമാവുണ്ടല്ലോ അത് നിറയെ കുല കുലയായി മാങ്ങയാണ്. ഏതെല്ലാം നാട്ടു മാങ്ങകൾ ഞാൻ കഴിച്ചിരിക്കുന്നു. അതൊന്നും ഇതിനോളം വരില്ല. ഈ മാവിൽ നിന്നും പഴുത്തു വീണ ഒരെണ്ണം നീ ഒന്ന് ഈമ്പി കഴിച്ചാട്ടെ. പറിച്ചു പഴുപ്പിച്ചതാകരുത്. പൊന്നു മോനെ, ആ മധുരം ഒരു കാ

ലവും നീ മറക്കില്ല. കാറ്റത്തു താഴെ വീഴുന്നവ മാത്രം പെറുക്കിയാൽ കുട്ടക്കണക്കിന് കിട്ടും. എന്ത് ചെയ്യാനാണ്. കാറ്റടിക്കുമ്പോൾ അവിടത്തെ വയസ്സൻ ഉണ്ടപ്പോറ്റി, ഒരു തോർത്തും ഉടുത്തോണ്ട് പുരയിടത്തിൽ കാവലുണ്ടാകും. അയാൾക്ക് പൊക്കം കുറവായതു കൊണ്ടാണ് പിള്ളേർ ഉണ്ടപ്പോറ്റി എന്ന് വിളിക്കുന്നത്. എപ്പോഴും കോണാൻ കാട്ടി നടക്കുന്നതുകൊണ്ട്, ചില പിള്ളേർ കോണോൻ പോറ്റി എന്നും വിളിക്കും. പൊഴിയുന്ന പഴുത്ത മാങ്ങകൾ എല്ലാം അയാൾ ജോലിക്കാരെ കൊണ്ട് പെറുക്കി എടുപ്പിക്കും. അവർക്കും ഒന്ന് കൊടുക്കുകേല. തെണ്ടി. എന്നും ഉച്ചക്ക് പഴമാങ്ങ പുളിശ്ശേരിയെ കഴിക്കൂ. അതിനാണ്. ബാക്കിയുള്ളത് വലിയ ചീന ഭരണികളിൽ ഉപ്പിലിട്ടു വയ്ക്കും. സീസൺ പോകുമ്പോൾ കഴിക്കാൻ."

ഗോപൻ പറഞ്ഞതെത്ര ശരി. അതിന് രണ്ടാം പക്കം തന്നെ അവൻ ആ നാടൻ മാങ്ങാ കൊണ്ടുവന്ന് തന്നു, ഒന്നല്ല, പത്തെണ്ണം. ലതയും, ലതികയും, ലക്ഷ്മിയമ്മയും ചോദിച്ചു. "എവിടുന്നു കിട്ടി. ഇത് കൊള്ളാം."

മുരളി കിട്ടിയ ഇടം പറഞ്ഞില്ല. പറഞ്ഞാൽ കുഴപ്പമാണ്. ഒരു ദിവസം മഴയ്ക്ക് മുൻപായി നല്ല കാറ്റടിക്കാൻ തുടങ്ങിയപ്പോൾ ഗോപൻ ഓടി വന്നു വിളിച്ചു. "എടാ മാവേലിൽക്കാരുടെ മാവിന്റെ മൂട്ടിൽ പോയാലിപ്പോൾ ഇഷ്ടം പോലെ മാമ്പഴം കിട്ടും. നീയും വാ."

നാടൻ മാങ്ങാ ചീമ്പിക്കുടിക്കുന്നതിന്റെ സ്വാദോർത്തപ്പോൾ മുരളിയും ഗോപന്റെ കൂടെ പോയി. കാറ്റടിക്കുമ്പോൾ ഉണങ്ങിയ കരിയില കൊഴിയും പോലെ മാവിൽനിന്നും പഴുത്ത മാങ്ങകൾ തൊരു, തൊരാ കൊഴിയാൻ തുടങ്ങി. രണ്ടാളും ഓടി നടന്ന് പെറുക്കിക്കൂട്ടി. മാങ്ങകൾ അപ്പോഴും വീണുകൊണ്ടിരിക്കുകയാണ്. പെട്ടെന്നാണ് അടുത്ത് നിന്നും മാവേലിൽ പോറ്റിയുടെ ഗർജ്ജനം. കൈയിൽ കിട്ടിയതുകൊണ്ട് ഗോപൻ ഓടി. മുരളിക്ക് സാധിച്ചില്ല. അയാളുടെ കൂടെ പട്ടിയുണ്ടേൽ ഓടുന്നവരെ അത് കടിക്കും എന്ന സംശയവും മനസ്സിൽ ഉണ്ടായിരുന്നു. മുരളി വിഷണ്ണനായി നിന്നു. ഒറ്റത്തോർത്ത് ഉടുത്തുനിന്ന മാവേലിൽ ഉണ്ട പോറ്റിയുടെ കോണകം ആടുന്നത് അവൻ കണ്ടു. "ഏതാടാ നീ?"

"ദോ. ആ വീട്ടിലെയാ."

"സഖാവിന്റെ വീടല്ലേ അത്?"

"സഖാവിന്റെ മോനാ."

"ഓടി പൊക്കോ. സഖാവറിഞ്ഞാൽ നിനക്ക് അടി കിട്ടും."

ഓടാൻ തുടങ്ങുമ്പോൾ അയാൾ സ്നേഹപൂർവ്വം പറഞ്ഞു. "മാങ്ങകളും കൊണ്ട് പൊക്കോ." അയാൾ തന്നെ അവിടെ കിടന്ന രണ്ട് തേക്കിലകൾ കുമ്പിൾ കുത്തി അത് നിറയെ മാങ്ങകൾ അവന് കൊടുത്തു. "ആ പന്നപിള്ളേരുടെ കൂടെയൊന്നും കൂട്ട് കൂടരുത്. ഇയാൾക്ക് മാങ്ങാ വേണ്ടപ്പോൾ മുൻവശത്തു കൂടി മഠത്തിൽ വന്നാൽ മതി, കേട്ടോ."

ദേശക്കാരെ മുഴുവൻ സന്തോഷിപ്പിച്ചു കൊണ്ട് സൈക്കിൾ യജ്ഞക്കാർ വന്നു. അവർ പോരുവഴി ജങ്ഷനിൽ ഉള്ള പുറമ്പോക്ക് സ്ഥല

ത്തു കൂടാരം കെട്ടി. റോഡിനോട് ചേർന്ന് ഏവർക്കും കാണും വിധം, വട്ടത്തിൽ കുറെ സ്ഥലം നിരപ്പാക്കി, നടുക്ക് വലിയൊരു മുള കുഴിച്ചിട്ടു. അതിന് ചുറ്റും വൃത്തത്തിൽ ഒരാൾ പത്തു ദിവസം സൈക്കിളിൽ കറങ്ങും, രാവും പകലും നോക്കാതെ. ഉറക്കം പോലും സൈക്കിളിൽ, നടുക്കുള്ള മുളയിൽ ചാരി നിന്നുകൊണ്ടാണ്. ദാമോദരൻ ആശാനും അയാളുടെ ഭാര്യയും, മോളും പിന്നെ മറ്റു രണ്ട് ആൺകുട്ടികളും ആണ്, നടുക്കുള്ള സ്ഥലത്തു കൊച്ചു കൊച്ചു ഇന്ദ്രജാലങ്ങളും സർക്കസുകളും കാട്ടുക. എന്നും വൈകിട്ട് അഞ്ച് മണിയോടെ പരിപാടികൾ തുടങ്ങും. ശനിയും ഞായറും മുഴുവൻ ദിവസം പരിപാടിയുണ്ട്. തുടങ്ങിയത് ഞായറാഴ്ചയാണ്. ടിക്കറ്റ് ഒന്നും വേണ്ട. പരിപാടികൾ ഇഷ്ടപ്പെട്ടാൽ സംഭാവനകൾ കൊടുത്താൽ മതി. കൊടുക്കുന്നവരുടെ പേരുകൾ അവർ കോളാമ്പിയിൽ കൂടി വിളിച്ചു പറയും. പേര് പറയേണ്ടെങ്കിൽ പറയാതെയും കൊടുക്കാം. ശരിക്കും മുരളിക്കും കൂട്ടുകാർക്കും മറ്റുള്ളവരെപ്പോലെ അതൊരു ദൃശ്യ വിരുന്നായിരുന്നു. രാത്രി പത്തു മണിവരെ വിവിധ കലാപരിപാടികൾ കാണും. സർക്കസുകൾക്കിടയിൽ ഡിസ്കോ ഡാൻസ് ഉണ്ടാകും. കൂട്ടത്തിൽ ഒരു പയ്യൻ കോമാളി വേഷം കെട്ടി തമാശകൾ കാട്ടും. എല്ലാ ദിവസവും അവസാന പരിപാടിയാണ് കേമം. ഒരു നാൾ ഒന്ന് വീതം. നെഞ്ചിൽ ഉരൽ വച്ചു ഇടങ്ങഴി നെല്ല് കുത്തിയെടുക്കൽ, നിലത്തു കിടന്നിട്ട് വലിയൊരു മുളയുടെ മുകളിൽ വച്ചിരിക്കുന്ന മൂന്ന് വാളുകൾ ദേഹത്ത് കൊള്ളാതെ തലയോട് ചേർത്ത് മൂന്ന് വശത്തായി വീഴ്ത്തൽ, മുടിയിൽ കെട്ടി കാർ ഇരുന്നൂറു മീറ്റർ വലിക്കൽ, മണ്ണിനടിയിൽ തല പന്ത്രണ്ട് മണിക്കൂർ കുഴിച്ചിടീൽ, കണ്ണ് കെട്ടി മോട്ടോർ സൈക്കിൾ ഓടിക്കൽ, നെഞ്ചത്ത് പലക വച്ചിട്ട് അതിന് മുകളിൽ ഒരു പാറക്കല്ല് വച്ച് കൂടം കൊണ്ട് അടിച്ചു പൊട്ടിക്കൽ അങ്ങനെ എന്തെല്ലാം കോരിത്തരിപ്പിക്കുന്നതും, വീർപ്പടക്കി കാണേണ്ടതുമായ ഇനങ്ങൾ. എല്ലാ ദിവസവും ആളുകൾ സംഭാവനയായി കൊടുക്കുന്ന കോഴി, ഏത്തക്കുല, സ്റ്റീൽ പാത്രങ്ങൾ, ഒരു കുപ്പി ഫോറിൻ ലിക്വർ, ഒരു കുപ്പി കള്ള് എന്നിവയുടെയൊക്കെ ലേലവും ഉണ്ടാകും. വീട്ടുകാരൊക്കെ കുട്ടികളുമായി കൂട്ടത്തോടെ വന്ന് പരിപാടികൾ കാണുകയും, സംഭാവനകൾ കൊടുക്കുകയും ചെയ്തു.

ആദ്യ ദിവസം മുരളി ഒരു രൂപ കൊടുത്തു, കോളാമ്പിയിൽ കൂടി പേര് പറയിപ്പിച്ചു. അന്ന് വീട്ടിൽ ചെന്നപ്പോൾ ലക്ഷ്മിയമ്മ അവനോട് പറഞ്ഞു: "മോനെ സംഭാവന കൊടുക്കുന്നത് വലതു കൈ കൊണ്ടാണെങ്കിൽ അത് ഇടതു കൈ അറിയരുത്."

അതിന് ശേഷം അവൻ കൊടുത്ത പൈസകളൊക്കെ അവർ വിളിച്ചു പറഞ്ഞത് ഇങ്ങനെ "പേര് പറയാനിഷ്ടപ്പെടാത്ത ഒരു പിഞ്ചു സഹോദരൻ, പിഞ്ചു ബാലൻ ഇത്ര രൂപ സംഭാവന തന്നു. നന്ദി." അവർ പോയപ്പോൾ മുരളിക്ക് വലിയ സങ്കടമായി. അതിലും വലിയ സങ്കടങ്ങൾ അവനെ കാത്തിരിക്കുന്നത് പാവം അറിഞ്ഞില്ല.

മഴ

ഭയക്കാൻ ഒരാളും ഇല്ലാതെ വരുകയും ഇരുളിന്റെ മറവും കിട്ടിയാൽ മനുഷ്യനോളം നീചൻ ആരുണ്ട്? വെളിച്ചമാണ് അവനിലെ കാടത്തത്തെ കടിഞ്ഞാണിട്ട് നിർത്തിയിരിക്കുന്നതെന്ന് ആർക്കാണ് അറിയാത്തത്?

അങ്ങനെയിരിക്കെ ഒരുനാൾ നേരം വെളുത്ത് മുരളി നോക്കുമ്പോൾ ഉണ്ട്, കൃഷ്ണപിള്ള വീട്ടിൽ കിടന്നുറങ്ങുന്നു. അർദ്ധരാത്രി വന്നത്രെ. ലക്ഷ്മിയമ്മയും അത്ഭുതപ്പെട്ടു പോയി. ഒരു സൂചന പോലും കൊടുത്തില്ല. അവർ ആകെ സന്തോഷത്തിലാണ്. രാവിലെ തന്നെ കോഴിക്കറിയൊക്കെ ഉണ്ടാക്കാനുള്ള പരിപാടിയാണ്. കോഴിയെ കൊല്ലാനും, ഒരുക്കാനുമൊക്കെയായി ഗോപാലപിള്ളയെ വിളിക്കാൻ മുരളിയെ പറഞ്ഞു വിടുമ്പോൾ ലക്ഷ്മിയമ്മ പറഞ്ഞു: "മോനെ, അച്ഛൻ ഒരു കൂട നിറയെ സപ്പോട്ട പഴം കൊണ്ടുവന്നിട്ടുണ്ട്. വേണമെങ്കിൽ എടുത്തു കഴിച്ചോ".

"സപ്പോട്ടയോ അതെന്താണ്?" പാതി വഴി പോയ മുരളി തിരികെ വന്ന് പഴുത്തതൊന്നു പൊട്ടിച്ചോണ്ടാണ് ഗോപാലപിള്ളയുടെ വീട്ടിലേക്കു ഓടിയത്. ആദ്യമാണ് സപ്പോട്ട കാണുന്നത്. എന്തൊരു മധുരമായിരുന്നു അതിന്. അത്ര മധുരത്തോടെ സപ്പോട്ട പിന്നൊരിക്കലും കഴിച്ചിട്ടില്ല.

ഓഫീസിൽ കാന്റീനിൽ ലേറ്റ് ആയി ഇരുന്ന് മുരളി ലഞ്ച് കഴിക്കുമ്പോൾ, പെട്ടെന്ന് മൗസമി ചാറ്റർജി കടന്നു വന്നു. പേർസണൽ അസിസ്റ്റന്റ്. അവരുടെ ട്രേഡ് മാർക്ക് പുഞ്ചിരിയോടെ, ഒരു കവർ നിറയെ സപ്പോട്ട എടുത്തു വച്ചിട്ട് പറഞ്ഞു, "സാബ്, വീട്ടിൽ ഉണ്ടായതാണ്. പഴവും പച്ചയും എല്ലാം ഉണ്ട്. പതുക്കെ, പതുക്കെ പഴുക്കുന്ന മുറയ്ക്ക് കഴിക്കാം. നല്ല സ്വീറ്റ് ആണ്."

"വേണ്ട. ഞാൻ ഇതൊന്നും ഇപ്പോൾ കഴിക്കാറില്ല. മറ്റാർക്കെങ്കിലും കൊടുത്തോളു. കുട്ടികൾക്കൊക്കെ ഇഷ്ടമാകും."

"കുട്ടികൾക്കേ ഇഷ്ടം ഉള്ളു? എങ്കിൽ സാബിന് ഒരു കുട്ടിയാകാൻ പറ്റില്ലേ? അത്ര പ്രായമൊന്നും ആയില്ലല്ലോ." മൗസമി മധുരമായി ചിരിച്ചു. അയാൾ തിരിച്ചു ചിരിച്ചു, ക്യാബിനിലേക്കു പോയി. അതായിരുന്നു തുടക്കം.

മുരളി ഇപ്പോഴും ഓർക്കുന്നു. ഒരു ഞായറാഴ്ച ക്വാർട്ടേഴ്സിൽ ഇരിക്കുമ്പോൾ അവൾ കയറി വന്നു. "താനെന്താ ഈ വഴിയൊക്കെ? ആര് പറഞ്ഞു ഇതെന്റെ ക്വാർട്ടേഴ്സ് ആണെന്ന്?"

ആശ്ചര്യപ്പെട്ടപ്പോൾ പതിവ് കലപില ചിരിയോടെ അവൾ "എന്റെ പൊന്നു സാറെ, ഒന്നുമല്ലേൽ സാറിന്റെ പ്രൈവറ്റ് സെക്രട്ടറി അല്ലേ ഞാൻ? എന്റെ ബോസിന്റെ ക്വാർട്ടേഴ്സ് അറിയില്ലെന്ന് വച്ചാൽ മോശമല്ലേ?"

"ശരി. പറയു. എങ്ങനെ കണ്ടുപിടിച്ചു?"

"ആദ്യം നല്ല ഒരു കപ്പ് ചായ. എവിടാ കിച്ചൺ? ഞാനുണ്ടാക്കാം." അനുവാദത്തിന് കാത്തു നില്ക്കാതെ അവൾ അകത്തേക്ക് പോയി. മൗസമി ചാറ്റർജി ചായ കൂട്ടുമ്പോൾ സാരിയുടെ വശങ്ങളിൽ കൂടി അവനവളുടെ, വരമ്പ് പിടിച്ചു, ഭംഗിയാക്കിയ ഞാറ്റടി പോലെ, ഒതുങ്ങിയ അരക്കെട്ട് കണ്ടു. ശ്വാസത്തോടൊപ്പം ചെറുതായി താളത്തിൽ അനങ്ങുന്ന കരിമ്പിൻ പൂവിന്റെ നിറമുള്ള അണിവയർ കണ്ടു. പയർ മണിയുടെ പൊട്ട് പോലുള്ള പൊക്കിളുകൾ കണ്ടു. അവയിൽ നിന്നും താഴേക്കിറങ്ങുന്ന എഴുമ്പുല്ലു പോലുള്ള നനുത്ത ചെമ്പൻ രോമങ്ങൾ കണ്ടു. എല്ലാം മീരയുടേത് പോലെ. ചായ എല്ലാരും ഉണ്ടാക്കും. എന്നാൽ മൗസമിയുടെ ചായ ഒന്ന് വേറെ തന്നെ. അതിൽ അവൾ കടലോളം സ്നേഹം കൂടി ചേർത്ത് തരുമ്പോൾ ഒരു സിപ്പും എടുത്തു, മുരളി കണ്ണടച്ചങ്ങനെ കിടക്കും. എന്താ ചായയുടെ ഒരു മണം! ഇഞ്ചി മാത്രമേ അവൾ കൂടുതലായി ഇട്ടൊള്ളു. എന്നാൽ കടുപ്പവും രുചിയും ഇപ്പോഴും നാവിൽ. വൈകുന്നേരമാണ് തിരികെ പോയത്. അന്നാണ് ആദ്യമായി അവളുടെ മുൻപിൽ മുരളി കുട്ടി ആയത്. പിന്നീട് പലപ്പോഴും അവളുടെ മുൻപിൽ കുട്ടി ആയി എന്നുള്ളത് സത്യം. എന്നാൽ ഒരിക്കലും കുട്ടിയെ കെട്ടിയിടണമെന്ന് അവൾ കരുതിയില്ല. അവളുടെ കഥകളൊന്നും പറഞ്ഞിട്ടുമില്ല. എന്ത് ചോദിച്ചാലും പറയുന്നത്. "കഥകൾ വായിച്ചു രസിക്കേണ്ടതാണ്. അത് കഴിഞ്ഞു തീർത്തും മറന്നു കളയണം. കഥാപാത്രങ്ങളെ തേടിപ്പോകരുത്. കഥയെല്ലാം തീർത്തും മാറിയിട്ടുണ്ടാകും."

"ഭയക്കാൻ ഒരാളും ഇല്ലാതെ വരുകയും, ഇരുളിന്റെ മറവും കിട്ടിയാൽ മനുഷ്യനോളം നീചൻ ആരുണ്ട്? വെളിച്ചമാണ് അവനിലെ കാടത്തത്തെ കടിഞ്ഞാണിട്ട് നിർത്തിയിരിക്കുന്നതെന്ന് ആർക്കാണ് അറിയാത്തത്?" എപ്പോഴും ഫിലോസഫി അടിക്കുന്ന മീരയുടെ മുൻപിൽ ഷൈൻ ചെയ്യാൻ മുരളി ചക്കരയമ്മാവൻ പറഞ്ഞത് വെറുതെ ഒന്ന് പറഞ്ഞതാണ്.

"മനസ്സിന്റെ ഉള്ളറകൾ കണ്ടവർ ആരുമില്ല എന്ന് ഞാൻ സമ്മതി

ക്കുന്നു. എന്നാൽ നിനക്കെങ്ങനെ മനുഷ്യനെ നീചനെന്നു വിളിക്കാൻ ആകും. അവൻ ചെയ്യുന്നതെല്ലാം അവന്റെ ഇഷ്ടങ്ങളാണ്. അവന്റെ ജന്മ വാസന, ഇൻസ്റ്റിൻട്. മറ്റൊരാൾക്ക് ഇഷ്ടമാണെങ്കിൽ അവൻ എന്ത് ചെയ്താലും തെറ്റല്ല. അതുകൊണ്ടു നീചൻ എന്ന് വിളിക്കരുത്."

മൗസമി ചാറ്റർജിയുടെ ചോദ്യം ബാക്കി നില്ക്കുന്നു. എന്തുകൊണ്ട് തനിക്കൊരു കുട്ടിയാകാൻ പറ്റില്ല? കുട്ടികളെപ്പോലെ ചിന്തിക്കാൻ പറ്റില്ല? അപ്പോൾ എന്തും ചെയ്യാം, പേടിക്കണ്ട. ഉത്തരവാദിത്വങ്ങളുമില്ല. അപ്പോൾ ചിരിയുടെ മുഖംമൂടി അണിഞ്ഞു നടക്കുന്ന മാധുരി ഘോഷിന്റെ മുഖം രണ്ടു കൈകളിലുമായെടുത്തു ചോദിക്കണം. എന്താണ് നിന്റെ ദുഃഖം? എന്തിനാണ് നീയെന്നോട് സാബ് ഞാനും കൂടെ വരണോ എന്ന് ചോദിച്ചത്? നിനക്കെന്നോട് ഇഷ്ടമാണോ? പ്രേമം? അതോ, അമ്മയ്ക്ക് സുഖമില്ല എന്ന വാർത്ത കേട്ട് സഹജീവിയോടു തോന്നിയ അലിവോ? ഒന്നും തന്നെ തിരികെ പ്രതീക്ഷിക്കാതെ ഒരു മനുഷ്യൻ മറ്റൊരു മനുഷ്യന് കൊടുക്കുന്ന സ്നേഹം. മുരളിയുടെ മനസ്സ് നിസ്വാർത്ഥമായ സ്നേഹം കൊണ്ട് വീർപ്പുമുട്ടി.

കോഴിയെ കൊല്ലാൻ വിളിക്കാൻ ചെല്ലുമ്പോൾ മുറുക്കാൻ ചാറ് ഒലിച്ചിറങ്ങിയ മുഖത്തു നിറയെ ചിരി വാരിയണിഞ്ഞ് ഗോപാലപിള്ള സ്ഥിരം ചോദ്യം ചോദിച്ചു. "അച്ഛൻ വന്നു അല്ലേ മോനെ? എന്നുവരെ ഉണ്ട്?"

മൂരി ഗോപാലപിള്ളയെ പൊതുവെ അന്നാട്ടിൽ ആണുങ്ങൾക്കാർക്കും അത്ര പിടുത്തമായിരുന്നില്ല. എന്താ കാരണമെന്ന് ഇന്നും അറിയില്ല. എന്നാൽ പെണ്ണുങ്ങൾക്കൊക്കെ ഇഷ്ടവുമായിരുന്നു. രണ്ടു കെട്ടി, രണ്ടിലും കൂടെ പത്തു പിള്ളേരുടെ അച്ഛൻ. രണ്ടു ഭാര്യമാർക്കും അടുത്തടുത്ത് രണ്ടു വീട് കെട്ടി കൊടുത്തു വളരെ സൗഹാർദ്ദപൂർവ്വം കഴിയുന്നു. ഒരേ പുരയിടം. അക്കാലത്തു പുരയിടങ്ങൾ തമ്മിൽ മതിലുകൾ കെട്ടി തിരിച്ചിരുന്നില്ല. നാലുകോണിലും ഓരോ സർവ്വേക്കല്ലു കാണും. പിന്നെ കൺകോണുകൊണ്ട് അതിരു തിരിച്ചു അങ്ങ് കഴിയും. എന്നാൽ ഗോപാലപിള്ളയുടെ വീടുകൾ തമ്മിൽ ആ അതിരും ഇല്ല, പിള്ളേര് തമ്മിലും ഭാര്യമാർ തമ്മിലും. ആദ്യ ഭാര്യയിലെ മൂത്ത മകളുടെ കൊച്ചും, രണ്ടാം ഭാര്യയുടെ ഇളയ കൊച്ചും തമ്മിൽ രണ്ടു ദിവസത്തെ വ്യത്യാസമേയുള്ളു. ഇതൊക്കെ പറഞ്ഞു പെണ്ണുങ്ങൾ കളിയാക്കുമ്പോൾ വയസ്സാം കാലത്തും സുന്ദരനായ ഗോപാലപിള്ള ചിരിക്കും. ഗോപാലപിള്ളയുടെ തൊഴിലിനെപ്പറ്റി മാത്രമേ ആദ്യ ഭാര്യയിലെ പട്ടാളക്കാരൻപയ്യന് നീരസമുള്ളൂ. ഓരോ പ്രാവശ്യവും അവധിക്കു വരുമ്പോൾ ഈ കാര്യം പറഞ്ഞു ആ വീട്ടിൽ വലിയ വഴക്കു നടക്കും.

ആടിനെയും, പശുവിനെയും ചേർപ്പിക്കുകയാണ് അയാൾക്ക് പണി. വലിയ ആന പോലെയുള്ള മൂരിക്കുട്ടനും മുട്ടനാടും ആണ് ഗോപാലപിള്ളയുടെ വർക്കിങ് ക്യാപിറ്റൽ. കൂടെക്കൂടെ അവയെ മാറ്റി പുതിയവയെ കൊണ്ടുവരും. അയാളുടെ മുറ്റത്തു ചെല്ലുമ്പോഴേ ഒരു തരം 'മുഷട്' മണമാണ്. മതിലുകളില്ലാത്തതിനാൽ നാട്ടുകാരെല്ലാം കാണത്തക്കവണ്ണം

തിരുമുറ്റത്താണ് ഇവയുടെ പണിപ്പുര. വാവടുക്കുമ്പോൾ സിനിമക്കൊട്ട കയിലെപ്പോലെ അവിടെ ആൾക്കൂട്ടമുണ്ടാകും. വീടിന്റെ കിഴക്കു വശത്തെ മുറ്റത്തു ഒരു മുക്കാലി കെട്ടി വച്ചിട്ടുണ്ട്. കൊണ്ടുവരുന്ന പശുക്കളെ ഇതിൽ കയറ്റി കെട്ടിയിടും. പിന്നീട് അവയ്ക്ക് സൈഡിലേക്ക് ചാടി മാറാൻ പറ്റില്ല. ചില പശുക്കൾ പേടിച്ചു കിടന്നു കളയും. അങ്ങനെ സംഭവിക്കാതിരിക്കാൻ പശുക്കളെ മുക്കാലിയിൽ കെട്ടിയ ശേഷം അയാൾ അവയുടെ വയറിനു താഴെ മറ്റൊരു തടിക്കഷണം കുറുക്ക് വച്ച് മുക്കാലിയുമായി ബന്ധിക്കും. അതോടെ പിന്നവ അനങ്ങില്ല. ഗോപാലപിള്ള കാളയെ ചാടിക്കുമ്പോൾ പൊട്ടനെ പോലെ ചിരിച്ചു കൊണ്ട് ആദ്യ ഭാര്യയിലെ മോൻ മണിയൻപിള്ള ഈൗത്ത ഒലിപ്പിച്ചു കൂടെയുണ്ടാകും, സഹായി ആയിട്ട്. ഒരു മുപ്പത്തഞ്ചു വയസ്സുണ്ടാകും. മെല്ലിച്ചു ഈൗത്തയും ഒലിപ്പിച്ചു കുട്ടികളുടെ മനസ്സുമായി ഒരു സാധു. ആരെന്തു പറഞ്ഞാലും കേൾക്കും. കഴിക്കാൻ കൊടുത്താൽ മതി. കാള ശരിക്ക് ചാടിയില്ലെങ്കിൽ പശുവിനെ കൊണ്ട് വരുന്നവരോട് ഉറക്കെ വിളിച്ചു പറയും. "കൊച്ചാട്ട, ചേച്ചീ അവന്റെ കള്ളച്ചാടലായിരുന്നെ. ഒന്നൂടെ ചാടിക്കാൻ പറ അപ്പനോട്."

ആൾക്കാർ പോയിക്കഴിയുമ്പോൾ ഗോപാലപിള്ള മോനെ കവളൻ മടലുകൊണ്ട് ഓടിച്ചിട്ട് തല്ലും. എന്നാലുമവൻ അടുത്ത പശു വരുമ്പോൾ ഇളിച്ചു കൊണ്ട് ചെല്ലും, കാളയുടെ രണ്ടാം കയർ പിടിക്കാൻ. ഗോപാലപിള്ള മോന് മുത്തം കൊടുക്കും. ആൾക്കാർ ചിലരൊക്കെ കാപ്പി കുടിക്കാൻ മണിയൻപിള്ളയ്ക്ക് ടിപ്പ് കൊടുക്കും.

ഒരു ഞായറാഴ്ച ദിവസം മുരളി അടുക്കളയിൽ അമ്മയോടൊത്തു നില്ക്കുമ്പോൾ വടക്കുപുറത്തെ വാതിലിൽ മുട്ട് കേട്ടു. കതകു തുറക്കുമ്പോൾ ഗോപാലപിള്ള മുറുക്കാൻ ഒലിക്കുന്ന മോണ കാട്ടി ചിരിച്ചു. "അമ്മയില്ലേ മോനെ?" അമ്മയെത്തിയപ്പോൾ പരുങ്ങിയുള്ള അയാളുടെ ചോദ്യം. "ലക്ഷ്മിക്കുഞ്ഞേ ഒരു നൂറു രൂപ കടം തരാമോ? രണ്ടാഴ്ച കഴിഞ്ഞു തരാം. അണ്ണാച്ചി പുതിയ മൂരിയേയും കൊണ്ട് വന്നു നില്ക്കുന്നു."

"അതിനിപ്പോൾ ഒന്ന് ഇല്ലേ?"

"അവനു പണി എടുക്കാൻ വലിയ മടി. ഇതിപ്പോൾ നല്ലൊരു ഇനമാ. നില്ക്കുന്നതിനെയും കൊടുത്തു, അഞ്ഞൂറ് രൂപ കൂടി ചോദിക്കുന്നു. ബാക്കി എന്റെ കൈയിൽ ഉണ്ട്." അയാൾ വിഡ്ഢിച്ചിരിയും ചിരിച്ചു നിന്നു.

"പോടാ പോയി വല്ലോം പഠിക്ക്" എന്ന് പറഞ്ഞു ലക്ഷ്മിയമ്മ മുരളിയെ ഓടിച്ചു വിട്ടു.

വൈകിട്ട് ലക്ഷ്മിയമ്മയാണ് പറഞ്ഞത്. അച്ഛനിനി ഉടനെ പോകില്ല. ശമ്പളക്കൂടുതലിന് തൊഴിലാളികൾ സമരം തുടങ്ങിയപ്പോൾ മുതലാളി ഫാക്ടറി ലോക്ഡൗൺ ചെയ്തതാണ് കാരണം. എന്നാൽ രണ്ടു ദിവ

സം കഴിഞ്ഞു സ്കൂളിൽ നിന്നും വരുമ്പോൾ അറിഞ്ഞു, പാർട്ടിയാഫീസിൽ നിന്നും കമ്പി വന്നു. ഫാക്ടറിയിൽ കുഴപ്പങ്ങളായി. ആരോ സെക്യൂരിറ്റി ക്യാബിനു തീയിട്ടു. മുതലാളി പൊലീസിനെ വച്ച് രാത്രിയിൽ തന്നെ സംശയമുള്ളവരുടെ വീട്ടിൽ കയറി പിടിച്ചോണ്ട് പോയി തല്ലിച്ചതച്ചു. ഇതെല്ലാം കേട്ട് സഖാവിനു ഇരിപ്പുറയ്ക്കുമോ? സഖാവ് പോയി. വീണ്ടും പഴയ പടി. കുറച്ചു നാളേക്ക് കൃഷ്ണപിള്ളയുടെ വിവരമൊന്നുമില്ല. പിന്നെ അറിഞ്ഞു ലോക്ഡൗൺ എല്ലാം കഴിഞ്ഞു. എന്നാലും മുതലാളിക്കിപ്പോൾ കൃഷ്ണപിള്ളയോട് ഒരു ലോഹ്യവുമില്ല. സമരക്കാരുടെകൂടെ കൂടിയത് തന്നെ കാരണം. "സാരമില്ല. നമുക്ക് ആരുടെയും ഓശാരം ഒന്നും വേണ്ട. വേലയെടുത്താണ് കഴിയുന്നത്. ഒരുത്തനെയും പേടിക്കണ്ട." ലക്ഷ്മിയമ്മയ്ക്ക് ഉറപ്പായിരുന്നു.

മഴ ഓർമ്മകളുടെ പെയ്തിറങ്ങലാണ്. ഭയപ്പാടിന്റെ ഇരുണ്ട ദിനങ്ങളാണ്. പട്ടിണിയുടെ, വിശപ്പിന്റെ കറുത്ത ദിവസങ്ങളാണ്. മോഹഭംഗങ്ങളുടെ മൗനരോദനമാണ്. പ്രതീക്ഷയുടെ സൂര്യകിരണങ്ങളാണ്. സ്നേഹത്തിന്റെ രാഗഭാവമാണ്. സാന്ത്വനത്തിന്റെ തലോടലാണ്. ഓരോരുത്തർക്കും ഓരോ ഓർമ്മകളാണ് മഴ. ഓരോ ഭാവമാണ്. ഓരോ അനുഭവമാണ്. മഴ പോരുവഴിയിലെ മനുഷ്യരുടെ ജീവിതവുമായി ചേർന്നു നില്ക്കുന്നു.

നിറയെ തുരുത്തുകളും തറകളുമായി പടർന്നു കിടക്കുന്ന വിരിപ്പും പുഞ്ചയുമായുള്ള പാടശേഖരങ്ങൾ. ആകാശകാഴ്ചയിൽ വലിയൊരു മാങ്ങാ പോലെ കാണുന്ന ദേശത്തിനെ, പല ആകൃതിയിലുള്ള മാങ്ങാപൂളുകൾ പോലെ, മുറിച്ചിടുന്ന ചെറുതോടുകളും ചാലുകളും. കുറെ കർഷകരും ഏറെ കൂലിപ്പണിക്കാരും. അന്നന്നത്തേടം കഷ്ടപ്പെട്ട് സ്വരുക്കൂട്ടുന്നവർ. നെല്ലും നാട്ടുവിളകളുമാണ് നട്ടെല്ല്. മഴ ചതിച്ചാൽ തകരുന്ന നാട്. കാലം തെറ്റിയുള്ള വെള്ളം ഏറ്റ് കാരണം, പണ്ടേ പൊട്ടനമ്മാവൻ കരിമ്പ് കൃഷി നിർത്തി. ചക്ക് പൊളിച്ചു കളഞ്ഞു. അവിടെ കമ്പോസ്റ്റു കുഴിയുണ്ടാക്കി. കൃത്യമായി പറഞ്ഞാൽ ശാരദാമ്മയ്ക്ക് രവിയുണ്ടായ കൊല്ലം തന്നെ. നഷ്ടമായിരുന്നു. അടുപ്പിച്ചു രണ്ട് കൊല്ലം. ഒരു കൊല്ലം തുള്ളി വെള്ളം കിട്ടാതെ കുളത്തിൽ നിന്നും പറയ്ക്കു കോരി വിള നനച്ചു, വലഞ്ഞു. അങ്ങനെ നിർത്തിയതാണ്. ഒന്നോ രണ്ടോ പേർ കുറച്ചു കാലംകൂടി കരിമ്പുകൃഷി ചെയ്തത് മുരളി കണ്ടിട്ടുണ്ട്, ആരും അറിയാതെ വടക്കേലെ മുരളികൃഷ്ണനും രാജശേഖരനുമായി പോയി, ആരാന്റെ കണ്ടത്തിലെ കരിമ്പ് കട്ടൊടിച്ചു തിന്നതും ഓർമ്മയുണ്ട്.

ഗ്രാവൽ റോഡുകളും ഇടറോഡുകളും ഇടവഴികളും വെട്ടുവഴികളും വരമ്പുകളും ദേശക്കാരെ വീട്ടുകാരെ പരസ്പരം ചേർത്ത് പിടിച്ചു. ഒരു പ്രായം കഴിഞ്ഞാൽ പരസ്പരം അറിയാത്തവരായി ദേശത്ത് ആരും തന്നെയില്ല. ആദ്യമായി കണ്ടലുടനെ അറിയില്ലെങ്കിൽ ചോദ്യമായി "എവിടുത്തെയാ? പാലമൂട്ടിലെ പ്രഭാകരന്റെ മോനല്ലേ? നെല്ലിക്കൽ പാപ്പിയുടെ മോളല്ലേ? ഏതാ കൊച്ചെ എവിടുത്തെയാ?" അത്ര സ്നേഹവും കരുത

ലുമുള്ള ദേശക്കാർ. കുശുമ്പും അസൂയയും പാരവയ്പും ഇല്ലെന്നല്ല. എല്ലാ കുബുദ്ധികളും സൂത്രങ്ങളും ഉണ്ട്. അടിയാനും ജന്മിയും ഇല്ലെന്നല്ല, പണക്കാരനും പട്ടിണിക്കാരനും ഇല്ലെന്നല്ല. എന്നാലും ജാതിയും മതവും മറന്ന്, പരസ്പരം സ്നേഹിച്ചവർ. വീട്ടിൽ തീ പുകഞ്ഞിട്ട് രണ്ടു ദിവസമായി എന്ന് പറഞ്ഞു ആരേലും ഏതെങ്കിലും വീട്ടിൽ കയറിച്ചെന്നാൽ, ഉള്ളതിന്റെ വിഹിതം കൊടുത്തിരിക്കും. അല്ലേൽ ഇരുന്നാഴി കുത്തരിയോ പൊടിയരിയോ കൊടുത്തിരിക്കും. അല്ലേൽ രണ്ടു മൂട് കപ്പയോ കാച്ചിലോ ചെമ്പോ എന്തെങ്കിലും പിഴുതു കൊടുക്കും. ഒരു പിടി ഉപ്പോ, രണ്ടു സ്പൂൺ പഞ്ചസാരയോ, ഒരു സ്പൂൺ കാപ്പിപ്പൊടിയോ പരസ്പരം ചോദിക്കാനും ആർക്കും മടിയില്ലാത്ത കാലം. മാസക്കണക്കിനു വാങ്ങി വക്കാൻ പാങ്ങില്ലാത്തവർ, ശീലവുമില്ല. കഷ്ടപ്പാടും ദാരിദ്ര്യവും അറിയാത്ത വീടുകളില്ല. എങ്കിലും എല്ലാരും ഹാപ്പി. എന്നാൽ മഴ തെറ്റിയാൽ, മഴ ചതിച്ചാൽ പോരുവഴിയിലെ മക്കളുടെ കണക്കുകൾ തെറ്റും. ജീവിതം തെറ്റും. പിന്നെ എല്ലാം പോരുവഴിയമ്മയുടെ കൈകളിലാണ്.

തട്ടാരു പറമ്പിൽ വന്ന ശേഷമുള്ള ആദ്യ മഴ. സ്കൂൾ തുറന്നിട്ട് ഒരാഴ്ചയായിക്കാണും. ഒരു ഞായറാഴ്ച. ലക്ഷ്മിയമ്മ മഹിളാ സമാജത്തിൽ പോയിരിക്കുന്നു. പോരുവഴിയമ്മയുടെ അടുത്തുള്ള കരയോഗക്കെട്ടിടത്തിലെ കൊച്ചു ഹാളിലാണ് സമാജം കൂടുക. ഏതാണ്ട് മുപ്പതോളം വീട്ടമ്മമാരുടെ ഒരു കൂട്ടം. ലക്ഷ്മിയമ്മയാണ് സമാജം സ്ഥാപക പ്രസിഡണ്ട്. വനിതകൾക്ക് തയ്യൽ, എംബ്രോയിഡറി, കോഴി വളർത്തൽ, പശു വളർത്തൽ, കര കൗശല വസ്തുക്കൾ നിർമ്മാണം എന്നിവയിലൊക്കെ ട്രെയിനിങ് കൊടുക്കൽ, സ്ത്രീകളുടെ മൊത്തത്തിലുള്ള ഉന്നമനം ഇതൊക്കെയാണ് ഉദ്ദേശ്യങ്ങൾ. തുടങ്ങിയിട്ട് നാല് മാസങ്ങളെ ആയിട്ടുള്ളു. എങ്കിലും പല കാര്യങ്ങളും അവർ ഇതിനകം ചെയ്തിരിക്കുന്നു. എല്ലാം ലക്ഷ്മിയമ്മയുടെ മിടുക്ക്. ആദ്യമൊക്കെ ഒന്നിനും ആരും വരില്ലായിരുന്നു. കരകൗശല വസ്തുക്കളുടെ നിർമ്മാണം, മെഴുകുതിരി നിർമ്മാണം എന്നൊക്കെ പറഞ്ഞാൽ ആർക്കും യാതൊരു താല്പര്യവുമില്ല. പലരെയും വീട്ടിൽ നിന്ന് വെളിയിൽ വിടില്ല. പുറത്തു ഇറങ്ങി നടക്കുന്ന, അഭിപ്രായം പറയുന്ന പെണ്ണുങ്ങൾ, അഹങ്കാരികൾ, പിഴച്ചത് എന്ന് കരുതുന്ന കാലം. ലക്ഷ്മിയമ്മ വീട് വീടാന്തരം കയറി കാര്യങ്ങൾ പറഞ്ഞു മനസ്സിലാക്കിയപ്പോൾ പെണ്ണുങ്ങൾ തയ്യാർ. പിന്നെ അവരുടെ ഭർത്താക്കന്മാരേയും കാര്യങ്ങൾ പറഞ്ഞു മനസ്സിലാക്കി, സ്ത്രീകളെ സമാജത്തിൽ ചേർക്കാൻ അവർ വളരെ പാടുപെട്ടു. ഭാർഗ്ഗവൻപിള്ളയുടെ മോൾ, മാലൂർ കേശവൻ നായർ സാറിന്റെ അനന്തിരവൾ, രാമൻ നായരുടെ സഹോദരി, സഖാവിന്റെ ഭാര്യ എന്നൊക്കെ കണ്ടാണ് പലരും കൂടെ വന്നത്. ആളുകൾ കൂടിയപ്പോൾ പൊതുവെയുള്ള എതിർപ്പ് കുറഞ്ഞു. താലൂക്ക് സംഘത്തിന്റെ സഹായം കൂടി ആയപ്പോൾ എല്ലാം ഭംഗിയായി.

ചെന്ന് വിളിച്ചപ്പോഴേ പാങ്ങാട്ടെ നമ്പ്യാർ പറഞ്ഞു, "കുഞ്ഞേ നല്ല

കാര്യം. ഇത് പോലെ എന്തെങ്കിലും വന്നാലേ ഈ പെണ്ണുങ്ങളുടെ മുഖത്തു വെട്ടമടിക്കു."

അപ്പോഴേക്കും അയാളുടെ ഭാര്യ പത്മിനി ഇറങ്ങി വന്നു "ഞാനുണ്ട് ലക്ഷ്മിയെ, എന്തിനും." പറഞ്ഞത് മാത്രമല്ല മറ്റു വീടുകളിൽ പോകാൻ അവരും കൂടെ ഇറങ്ങി. തെക്കേ മാണിക്കത്തെ മീനാക്ഷിയും കുമ്പഴയിലെ മേരിയും വീടുകളിൽ എല്ലാം കേറാനും കാര്യങ്ങൾ നോക്കാനും എപ്പോഴും ലക്ഷ്മിയമ്മയോടൊപ്പം നിന്നു. പാറേൽ ഗ്രേസിക്കുട്ടിയും ആരിഫ മൻസിലിൽ റംലത്തു ബീവിയും യഥാക്രമം സെക്രട്ടറിയും ഖജാൻജിയും ആയി. ആണുങ്ങൾ മിക്കവരും ഉള്ളാലെ ഇഷ്ടപ്പെട്ടില്ലെങ്കിലും കൊച്ചു, കൊച്ചു കൂട്ടത്തിൽ കളിയാക്കുന്നതല്ലാതെ പരസ്യമായി പറഞ്ഞില്ല. നേതാവ് ഇലഞ്ഞിക്കൽ നിന്നായിപ്പോയില്ലേ? സ്വാതന്ത്ര്യത്തിന് ഒരു അവസരം കാത്തിരുന്ന സ്ത്രീകൾ ലക്ഷ്മിയമ്മയെ വാഴ്ത്തി.

എന്നാൽ ചന്ത്രോത്തെ നാണു നായരുടെ ഭാര്യ സൗദാമിനി കണ്ടവരോടൊക്കെ പറഞ്ഞു: "എന്റപ്പാ, പുതിയൊരു പരിഷ്കാരം കൊണ്ട് ചിലർ ഇറങ്ങിയിട്ടുണ്ട്, പെണ്ണുങ്ങളെ ഉദ്ധരിക്കാനാണത്രെ. ഉദ്ധരിക്കുന്നത് റോഡേ പോകുന്ന ആണുങ്ങൾക്കാ. ഞാനൊന്നും പറേന്നില്ല. ഓരോ തട്ടിപ്പാണെന്നേ."

മൂന്നു, നാലു ദിവസമായി മഴ ലക്ഷണമുണ്ടായിരുന്നു. പെയ്തിരുന്നില്ല. മാനം ഇരുണ്ടു തുടങ്ങിയത് പെട്ടെന്നാണ്. നിമിഷങ്ങൾക്കകം ഇരുട്ടു പോലെയായി. രാവിലെ ഒരു പതിനൊന്നു മണി ആയിട്ടില്ല. പശു ഉച്ചത്തിൽ അമറാൻ തുടങ്ങി. അതുപോലെ അടുത്തുള്ള വീടുകളിലെ ആടുമാടുകളും. ഗോപാലപിള്ളയുടെ മൂരിയും മുട്ടനാടും അനങ്ങിയില്ല. അവർ അനങ്ങണമെങ്കിൽ ഗോപാലപിള്ളയുടെ സിഗ്നൽ വേണം. അവ കെട്ടിയിരുന്ന കുറ്റിയിൽ വട്ടം കറങ്ങി നിന്നതേയുള്ളൂ. കോയിപ്പുറത്തെ പട്ടിയുടെ കുരയും കേൾക്കാം. ഒരുതരം ഓരിയിടലാണത്. കാക്കകളും കുയിലുകളുമൊക്കെ നീട്ടി വിളിക്കുന്നുണ്ട്. ചീവീടുകളുടെ ചിലപ്പ് കാതുകളിൽ വീഴുന്നുണ്ട്. കരത്തവളകളുടെ ബാന്റ് മേളം തുടങ്ങിക്കഴിഞ്ഞു. ഒരാൾ പാടാൻ തുടങ്ങുമ്പോൾ അവിടെയും, ഇവിടെയും ഒക്കെ കൂട്ട് പാട്ടുകൾ കേൾക്കാം. എവിടെ പമ്മി ഇരിക്കുന്നു എന്ന് കണ്ടുപിടിക്കാൻ പ്രയാസം. ചൊറിയൻ തവളകളും പച്ചത്തവളകളും ഈർപ്പമുള്ള മണ്ണിനും കല്ലിനും ഇടയിൽ ഒളിച്ചിരിക്കും. ദേഹം മുഴുവൻ ചൊറി പിടിച്ച പോലെ കുരുക്കൾ. ഒരുപക്ഷേ, കുട്ടിക്കാലത്തു ചൊറിയുമായി കുറെ കഷ്ടപ്പെട്ടത് കൊണ്ടാകാം. മുരളിക്ക് പണ്ട് മുതലേ തവളകളെ ഇഷ്ടമല്ല.

"മൃഗങ്ങൾക്കും പക്ഷികൾക്കുമൊക്കെ മഴ വരുന്നതിന് വളരെ മുൻപേ അക്കാര്യം അറിയാൻ സാധിക്കും. പശുക്കളൊക്കെ ചെവി വട്ടം പിടിക്കുന്നത് കണ്ടിട്ടില്ലേ? കാറ്റിന്റെ ഹുങ്കാരവും മേഘങ്ങളുടെ പകർച്ചയുമൊക്കെ അവയ്ക്ക് വേഗം മനസ്സിലാകും." നാരായണി അമ്മൂമ്മ പറഞ്ഞിട്ടുണ്ട്. ഇത്തരത്തിൽ ഒരു ഭീകരമായ അവസ്ഥ അവൻ അതുവരെ അറിഞ്ഞിട്ടില്ല. പ്രത്യേകിച്ച് കൂട്ടു കുടുംബത്തിൽ എല്ലാവരുമൊത്ത് ഇ

രിക്കുമ്പോൾ. അതും സാമാന്യം വലിയൊരു വീടിന്റെ സുരക്ഷിതത്വത്തിൽ ഇരിക്കുമ്പോൾ, പുറത്തെ കോലാഹലം ഒന്നും അറിയില്ല. മുരളിക്ക് പേടി വരുന്നുണ്ടായിരുന്നു. ഇത്രനാൾ കണ്ടിട്ടില്ലാത്തതുപോലെ, പെട്ടെന്ന് ഇരുൾ മൂടിയിരിക്കുന്നു. ഇടി വെട്ടുമോ മിന്നലടിക്കുമോ? കഴിഞ്ഞ മഴയ്ക്ക് മലഭാഗത്തെ കോരൻ കുറവൻ നാട്ടുമാവിന്റെ മൂട്ടിൽ മരിച്ചു കിടന്ന കഥ കേട്ടത് മുതലാണ് ആ പേടി തുടങ്ങിയത്. അയാളുടെ ശരീരം കത്തിക്കരുവാളിച്ചിരുന്നു. മിന്നലടിച്ചതാണ്. ചിലരൊക്കെ മാടൻ അടിച്ചു കൊന്നതാണെന്നും പറയുന്നുണ്ടായിരുന്നു. മാടൻ വലിയൊരു തീഗോളം പോലെ ഉരുണ്ടു വരും. വന്ന് ഒരടിയും പോക്കുമാണ്. അടിയേറ്റില്ലെങ്കിൽ പിന്നെ ഉടനെയൊന്നും അയാൾക്കൊരാപത്തും വരില്ല പോൽ.

"മുരളി, പേടി മോശം സംഗതിയൊന്നും അല്ല. സത്യത്തിൽ ഒരളവിനു വേണം താനും, അത് നിങ്ങൾക്ക് ഗുണമേ ചെയ്യൂ. അത് നിങ്ങൾ വളർത്തുന്ന ഒരു നായയെ പോലെയാണ്. അതിന്റെ നിയന്ത്രണങ്ങൾ നിങ്ങളുടെ കൈയിലാണെങ്കിൽ അത് നിങ്ങളുടെ മിത്രമാണ്. ഗുണപ്രദമാണ്. അപകടങ്ങളെപ്പറ്റി നിങ്ങൾക്ക് മുന്നറിയിപ്പ് തരും. എന്നാൽ അനുസരണ ഇല്ല, അതിന് മേൽ നിങ്ങൾക്ക് നിയന്ത്രണം ഇല്ല, എങ്കിൽ അത് നിങ്ങളെ തന്നെ ഉപദ്രവിക്കും. അങ്ങനെ വന്നാൽ അതിനെ തുരത്തി ഓടിക്കണം. അല്ലേൽ ചവുട്ടി പുറത്താക്കണം. പേടിയെയും അതിരുവിട്ടാൽ എടുത്തു വെളിയിൽ കളയണം."

മീരയ്ക്ക് ഇഷ്ടമുള്ള വിഷയമാണെങ്കിൽ ചുറ്റും ഇരിക്കുന്നവരെ പഠിപ്പിച്ചേ അവൾ അടങ്ങു. അയാൾക്ക് ചിരി വന്നു.

"പൊട്ടിക്കൊച്ചേ, എനിക്ക് അത്തരം പ്രശ്നങ്ങൾ ഒന്നുമില്ല".

ലക്ഷ്മിയമ്മ കഴുകി ഉണങ്ങാൻ പുറത്തു മുറത്തിൽ വച്ചിരുന്ന പച്ചരി, മുരളി എടുത്തു അകത്തു വച്ചു. വെളിയിൽ കളിച്ചു കൊണ്ടിരുന്ന അനിയത്തിമാരെയും വിളിച്ചകത്തു കയറ്റി മുൻവാതിൽ അടച്ചു. മണ്ണെണ്ണ വിളക്ക് കത്തിച്ചു വച്ചു. അതിന്റെ വെട്ടത്തിൽ ഏതോ പേപ്പറിന്റെ മുറിയെടുത്തു, അനിയത്തി ലത, വായിക്കാൻ ആരംഭിച്ചു.

"നിങ്ങൾ വെളിയിൽ ഇറങ്ങരുത്. മുറ്റത്തു മറ്റെന്തെങ്കിലും ഇരിപ്പുണ്ടോന്നു നോക്കിയേച്ചു വരാം."

അവൻ പുറത്തിറങ്ങി. എത്ര പെട്ടെന്നാണ് അന്തരീക്ഷം മാറിയത് എന്ന് ചിന്തിക്കുമ്പോഴേക്കും ആർത്തലച്ചു മഴത്തുള്ളികൾ അവന്റെ മേലെ വീണു. പുതുമണ്ണിന്റെ മദമണത്തിനായി അവൻ മൂക്ക് പിടിച്ചു. തുള്ളികളുടെ ഊക്കിൽ മണ്ണിൽ നിന്നും ഒരു സെക്കന്റ് പൊടിയുയർന്നു. മണ്ണിന്റെ മദച്ചൂര് കിട്ടി. എന്നാലത് പതിവിനു വിരുദ്ധമായി പെട്ടെന്നു അടങ്ങി. അത്ര ശക്തമായ മഴയായിരുന്നു. മുൻവശത്തു ഇടറോഡിനപ്പുറം മാവേലിക്കാരുടെ പുരയിടത്തിലെ കൂറ്റൻ നാട്ടുമാവ് ആടി ഉലയുന്നു. നിലം തൊട്ടു പടർന്നു കിടക്കുന്ന പേരക്ക മാവിന്റെ രണ്ട് കൊമ്പുകൾ ഒടിഞ്ഞു വീണു. തെങ്ങുകളും, കവുങ്ങുകളുമൊക്കെ വട്ടത്തിൽ കറങ്ങു

ന്നതു കണ്ടാൽ ഇപ്പോൾ ഒടിഞ്ഞു വീഴും എന്ന് തോന്നും. അവനു പേടി തോന്നി. എന്നാൽ അവയൊന്നും ഇങ്ങോട്ടു വീഴുകയില്ലെന്നു കണ്ടപ്പോൾ, വേഗം തിരിഞ്ഞു സ്വന്തം സ്ഥലത്തോട്ടു നോക്കി. ഒക്കെ ഇടത്തരം തെങ്ങുകളാണ്. കുഴപ്പമില്ല. വലിയ കവുങ്ങു നാലഞ്ച് ഉണ്ടായിരുന്നത് വീട് വെക്കാൻ വെട്ടിയിരുന്നല്ലോ. ഇനിയുള്ളത് പടിഞ്ഞാറേ അതിരിലാണ്. അവയൊന്നും വീടിനു മുകളിൽ വീഴില്ല. അവനു സമാധാനമായി. നനഞ്ഞു കൂമ്പി, കൂനിക്കൂടി നില്ക്കുന്ന കോഴികൾ. പശു പേടിച്ചു കെട്ടിയിരുന്ന മരത്തിനു ചുറ്റും കറങ്ങുന്നുണ്ടായിരുന്നു. ഓടി തുള്ളിക്കളിച്ചിരുന്ന കിടാവ് അടുത്ത് വന്നതോടെ അവളുടെ അമറലും കറങ്ങലും നിന്നു. രണ്ടാളും പ്ലാവിൻ മൂട്ടിൽ ഒതുങ്ങി നിന്നെങ്കിലും നനയുകയാണ്. മഴച്ചീളുകൾ മുള്ളു പോലെ വീഴുമ്പോൾ അവൾ തല കുനിച്ചു, ഇടയ്ക്കിടെ ചെവികൾ ആട്ടിയാട്ടി നിന്നു. പാവം അത് നിന്നു നനയുകയാണ്. വന്നിട്ട് മാസങ്ങളായെങ്കിലും ഇതുവരെ എരുത്തിൽ ആയിട്ടില്ല. അവൾക്കുമൊരു വീട് കെട്ടണം. അമ്മ വരുമ്പോൾ പറയണം. അവൻ മനസ്സിൽ ഓർത്തു.

"ഏട്ടാ പേടിയാ. കയറി വാ" അനിയത്തിമാർ വിളിച്ചു.

കാറ്റിന്റെ ഹുങ്കാരം. പുരപ്പുറത്തു മഴത്തുള്ളികളുടെ ചെണ്ടകൊട്ട്. മുഖത്തിനു മുകളിൽക്കൂടി ആരോ നേർത്ത തുണിയിട്ടു മൂടിയ പോലെ. മഴ ഉടനെ നില്ക്കുന്ന കോളില്ല. ഉണങ്ങിയ ഓലമടലൊക്കെ പറന്നു വീഴുന്നുണ്ടായിരുന്നു. നോക്കി നില്ക്കെ വടക്കേലെ ശാന്തേച്ചിയുടെ മുറ്റത്തെ വലിയ മുരിങ്ങ ശബ്ദത്തോടെ ഒടിഞ്ഞു വീണു. മാവേലി മഠക്കാരുടെ വേലിക്കു നിരത്തി നട്ടിരുന്ന പച്ച കൊന്നകളിൽ പലതും പിഴുതു വീണിരുന്നു. മഴയുടെ ഇത്തരമൊരു മുഖം അവൻ ഇന്നു വരെ കണ്ടിരുന്നില്ല. അമ്മ ഒന്ന് വന്നിരുന്നെങ്കിൽ. എപ്പോൾ വരുമോ ആവോ? അകത്തു കയറിയ അവൻ തലതോർത്തി മേല് തുടച്ചിട്ട് അനിയത്തിമാരെ ചേർത്തു പിടിച്ചിരുന്നു. അവരും അവനോടു ഒട്ടിയിരുന്നു. ലത അപ്പോഴും അവൾക്കു കിട്ടിയ പേപ്പർ കൈകളിൽ മുറുകെ പിടിച്ചിരുന്നു. പുറത്തു മഴ കനക്കുന്ന ശബ്ദം കേൾക്കാമായിരുന്നു. ആരോ കല്ല് വലിച്ചെറിയും പോലെ പുരപ്പുറത്തു ശബ്ദം കേൾക്കാം. അവൻ എഴുന്നേറ്റ് പതുക്കെ മുൻവശത്തെ ചെറ്റവാതിൽ അല്പം തുറന്നു വെളിയിലേക്കു നോക്കിയിരുന്നു. പുറത്തു പറമ്പിലൊക്കെ അവിടെയും ഇവിടെയും വെള്ളം കെട്ടി നില്ക്കുന്നു. മുൻപിലത്തെ ഇടവഴിയുടെ കിഴക്ക് പുറത്തു മാത്രമേ ഓടയുള്ളു. അത് നിറഞ്ഞു വെള്ളം റോഡിലേക്ക് കയറിത്തുടങ്ങി. റോഡ് പുരയിടങ്ങളെക്കാൾ രണ്ടു മൂന്നടി താഴ്ന്നാണ് അതാണ് റോഡിൽ വേഗം വെള്ളം പൊങ്ങുന്നത്. പുരയിടങ്ങളിൽ വീഴുന്ന വെള്ളം കൂടി അങ്ങോട്ടാണ് ചെല്ലുന്നത്. നോക്കിയിരിക്കെ റോഡിലെ വെള്ളനിരക്ക് ഉയരുന്നത് കാണാം. റോഡ് നിറഞ്ഞു വെള്ളം പുരയിടത്തിൽ ഉയരാൻ തുടങ്ങിയത് വളരെ വേഗമാണ്. വീടിനു ചുറ്റും ചെളിവെള്ളം കെട്ടിക്കിടപ്പുണ്ട്. വീടിന്റെ തറ അരയടി പൊങ്ങിയാണ്. ഇപ്പോൾ കുഴപ്പമില്ല. മഴ തുടർന്നാൽ അകത്തേക്ക് വെള്ളം കയറും. ഒരു നേരിയ വിറയൽ മനസ്സിൽ

കൂടി പോയി. ഒന്നും സംഭവിക്കുകയില്ല. വന്നാൽ അപ്പോൾ എന്തെങ്കിലും ചെയ്യാം. അവൻ സ്വയം സമാധാനിച്ചു. അമ്മ എങ്ങനെ വരും? റോഡിൽക്കൂടി വരണമെങ്കിൽ മുട്ടറ്റം വെള്ളത്തിൽക്കൂടി വരണം. അല്ലെങ്കിൽ സ്കൂൾ മുറ്റത്തു കൂടി, രമേശന്റെ പുരയിടത്തിൽ കൂടി, പോയിപ്പുറത്തെ പുരയിടങ്ങളിൽ കൂടി കയറി വേണം വരാൻ. മുരളി അച്ഛനെ ഓർത്തു. ഇപ്പോൾ എവിടെയാകും സഖാവ്, എന്താണ് ഇവിടെയെങ്ങാനും ജോലിക്കു ശ്രമിക്കാത്തത്? പൈസ അയക്കാത്തത്? അതല്ലേ അമ്മക്കിത്ര കഷ്ടപ്പാട്? അവന് അച്ഛനോട് ദേഷ്യം തോന്നി. ഒരു പക്ഷേ, ഇവിടെ ജോലി കിട്ടാഞ്ഞിട്ടാണെങ്കിലോ? അതോർത്തപ്പോൾ വേഗം ദേഷ്യം പോയി. അവൻ അതെല്ലാം മറന്നു, മഴയെ നോക്കി ഇരുന്നു.

മഴയുടെ രൗദ്രഭാവം മാറിയിരിക്കുന്നു. ഇപ്പോൾ ദേഷ്യമെല്ലാം അടങ്ങി ഒരേ താളത്തിലുള്ള പെയ്ത്താണ്. അമ്പലത്തിലെ ചെണ്ടവിദ്വാൻ അച്യുതമാരാർ താളം കൊട്ടി പാടും പോലെ. മഴത്തുള്ളികൾ വീഴുമ്പോൾ തറയിലെ മണ്ണ് തുള്ളിക്കളിക്കുന്നു. മാരാരുടെ ചെണ്ടക്കിടയിൽ ചിഞ്ചിലം പോലെ, തുള്ളികൾ വീഴുമ്പോൾ തെറിക്കുന്ന ചെറു ജലകണങ്ങൾ. വെള്ളത്തുള്ളികൾ വീഴുമ്പോൾ ഡാൻസ് കളിച്ചു നില്ക്കുന്ന വാഴയിലകൾ. കറുത്തിരുണ്ട് നിന്നവ ഈറനണിഞ്ഞു പച്ചരാശി വീണ്ടെടുത്ത്, തുടുത്തു നാണം കുണുങ്ങി നില്ക്കുന്നു. അവന്റെ മുഖത്തൊരു പുഞ്ചിരി വിടർന്നു. അല്പം മുൻപ് വരെ കോപിച്ചവളാണ്. മുഖം കറുപ്പിച്ചവളാണ്. ഭയപ്പെടുത്തിയവളാണ്. ഇപ്പോൾ കണ്ടില്ലേ തന്നെ തലോടും പോലെ, സാന്ത്വനിപ്പിക്കും പോലെ. അതുവരെ മഴ കണ്ടിട്ടും, നനഞ്ഞിട്ടും ഉണ്ടെങ്കിലും അവൻ മഴയെ അറിഞ്ഞിരുന്നില്ല. നെഞ്ചിലേറ്റിയിരുന്നില്ല. കൊതിച്ചു കാത്തിരുന്നിട്ടില്ല. സ്നേഹിച്ചിട്ടില്ല. വെറുത്തിട്ടേയുള്ളു. മുരളി മഴയെ പ്രേമിക്കാൻ തുടങ്ങി. ഇപ്പോൾ മീര കഴിഞ്ഞാൽ അടുത്ത പ്രേമം മഴയോട്.

ശിക്ഷാകാലം

***ക**ഷ്ടപ്പാടുകളും, സങ്കടങ്ങളും വരുമ്പോൾ മനുഷ്യൻ മറ്റുള്ളവരെ അറിയാനും, സ്നേഹിക്കാനും തുടങ്ങും. പൊട്ടൻ പരീതിന്റെയും ചപ്ലാച്ചി കുതിരയുടെയും കഥ പറഞ്ഞപ്പോൾ ചക്കരയമ്മാവൻ പറഞ്ഞത്.*

"കഷ്ടപ്പാടുകളും, സങ്കടങ്ങളും വരുമ്പോൾ മനുഷ്യൻ മറ്റുള്ളവരെ അറിയാനും സ്നേഹിക്കാനും തുടങ്ങും." പൊട്ടൻ പരീതിന്റെയും ചപ്ലാച്ചി കുതിരയുടെയും കഥ പറഞ്ഞപ്പോൾ ചക്കരയമ്മാവൻ പറഞ്ഞത്. അമ്മാവന്റെ കഥകളേറെയും ഉണ്ടാക്കി കഥകളാണെന്ന് കുറെ കഴിഞ്ഞാണ് അറിഞ്ഞത്. എന്നാലും നമ്മളെ ത്രസിപ്പിച്ചു മുള്ളേൽ നിർത്തി കഥപറയാൻ ചക്കരയമ്മാവന് ഭയങ്കര കഴിവാണ്. വാ പൊളിച്ചിരുന്നു പോകും. ഇത് ഇടവപ്പാതി കാലം. കള്ളകർക്കിടകം. എന്നാൽ പോരുവഴിക്കാർക്ക് ഇത് കർക്കിടകമല്ല. "ശിക്ഷാകാലം." വെള്ളപ്പൊക്കവും പട്ടിണിയും ദുരിതങ്ങളും അനുഭവിക്കേണ്ട കാലം. കച്ചാലനും കല്ലിച്ചനും സുഖസമൃദ്ധിയിൽ സ്വയം തല്ലിത്തല്ലി നശിച്ചതിന്റെ ഓർമ്മപ്പെടുത്തൽ. ഓരോ ശിക്ഷാകാലത്തിലും പോരുവഴിയിൽ രണ്ട് ജീവൻ പോകും. ഇത്തവണ ആര്? അറിയില്ല. മറ്റൊരു വെളിപാട്.

ചാണകം മെഴുകിയ നിലത്തു മുരളി നീണ്ടു നിവർന്നു കിടന്നു. പിന്നെ തലയുയർത്തി മഴയെ നോക്കി കമഴ്ന്നു കിടന്നു. കുഞ്ഞനിയത്തി ലതിക അവന്റെ പുറത്തു കയറി ഇരുന്നു.

"മോൾക്ക് മഴ ഇഷ്ടമാണോ?"

"ങ്ും."

അവൻ അവളെയും കൊണ്ട് മുറ്റത്തിറങ്ങി. രണ്ടാളും മഴയിൽ കുളിച്ചു നിന്നു. മുഖത്തേക്ക് വീഴുന്ന സൂചികുത്തുകൾ പോലെയുള്ള മഴ

നൂലുകൾ തട്ടിക്കളിച്ചു. തറയിൽ കെട്ടി നിന്ന ചെളിവെള്ളം കുഞ്ഞു മോളുടെ നേരെ തട്ടിത്തെറിപ്പിച്ചു. അവളും തിരികെ അങ്ങനെ ചെയ്യാനുള്ള ശ്രമമായി. മഴ നനയാതെ കേറിവരാൻ ലത വിളിച്ചു പറയുന്നുണ്ടായിരുന്നു. മുരളി കൊച്ചുമോളെ നോക്കി കണ്ണിറുക്കി. രണ്ടാളും വീണ്ടും കളി തുടങ്ങി. നനഞ്ഞു കുളിച്ചു.

അന്ന് വൈകുന്നേരം വരെ തോരാതെ മഴ പെയ്തു. ഉച്ചയ്ക്ക് ശേഷം വളരെ മൃദുവായി, എന്നാൽ ഇടയ്ക്കൊക്കെ വീശിയടിച്ചും. ഉച്ച ഊണിന് ശേഷം ഒരു തോർച്ച വന്നപ്പോൾ കുട്ടികൾ പുറത്തിറങ്ങി ചുറ്റും നോക്കി നടന്നു. തെക്കേ അതിരിൽ നിന്ന വലിയ തേക്കിന്റെ ഇലകൾ നിലത്തു കിടന്നത് കുടയാക്കി, അവർ മുൻപിലെ ഇടറോഡിലെ വെള്ളം നോക്കി നിന്നു. വെള്ളം കണ്ട് അനിയത്തിമാർ ആർത്തലച്ചപ്പോൾ മുരളി പറഞ്ഞു. "നിങ്ങളാരും റോഡിലേക്കിറങ്ങേണ്ട, ഞാൻ മെയിൻ റോഡു വരെ പോയി നോക്കീട്ടു വരാം."

തിരികെ വന്ന അവൻ തന്റെ വിജ്ഞാനങ്ങൾ വിളമ്പി. "മിക്കവാറും എല്ലാവരുടെയും വാഴകളും മുരിങ്ങകളും പപ്പായ മരങ്ങളും ഒക്കെ പിഴുതു വീണു. നമ്മുടെ മാത്യുവിന്റെ അതിരിൽ നിന്ന ആ വലിയ പ്ലാവ് പകുതി റോഡിലും ബാക്കി അവരുടെ പടിഞ്ഞാറെ പുറത്തോട്ടുമായി വീണു കിടപ്പുണ്ട്. അല്പം തെറ്റിയിരുന്നെങ്കിൽ വീടിന്റെ പുറത്തോട്ട് ഒരു വലിയ കമ്പ് വീഴുമായിരുന്നു. ഭാഗ്യം."

"നമ്മൾ താമസിച്ചിരുന്ന വീട്ടിലെയോ?"

"അതെ. പിന്നെ ഗോപന്റെ വീട്ടിലെ തെക്ക് പുറത്തു നിന്ന നാലഞ്ച് ഊരിപെരുമരങ്ങൾ അവരുടെ ചരിപ്പിന്റെ പുറത്തോട്ട് ചാഞ്ഞു കിടപ്പുണ്ട്."

"അയ്യോ അവർ പാവങ്ങളല്ലേ?" ലതിക.

"എടി മഴയ്ക്ക് പാവങ്ങളും പണക്കാരുമുണ്ടോ?"

"കൊച്ചാട്ടൻ റോഡിൽ പോയോ?"

"എങ്ങനെ പോകാൻ? മുട്ടറ്റം വെള്ളമല്ലേ? പ്ലാവും കുറുക്കു കിടക്കുന്നു. ഞാൻ പിന്നെ മാത്യുവിന്റെ കയ്യാലയിൽ പിടിച്ചു കയറി മുള്ളുവേലിക്കിടയിൽ കൂടി നുഴഞ്ഞു അവരുടെ മുറ്റത്തു കൂടി റോഡിൽ പോയി നോക്കി. എല്ലാരും അവിടുണ്ട്. മാത്യുവിന്റെ അമ്മയും പെങ്ങന്മാരും. റോഡിലെ വെള്ളം പൊങ്ങുന്നതും നോക്കി നില്ക്കുവാണ്."

മെയിൻ റോഡിൽ നിന്നും നമ്മുടെ ഇടറോഡിലേക്ക് ഉള്ള വെള്ളമെല്ലാം വന്നു ചാടുകയാണ്. എന്തൊരു കുത്തൊഴുക്കാണെന്ന് അറിയാമോ? ഇവിടം വരെ മുട്ടറ്റം വെള്ളമേയുള്ളൂ. ഇവിടുന്ന് തെക്കോട്ട് റെയിൽ വേ പാലത്തിന്റ അവിടേക്ക് താഴ്ന്നു കിടക്കുന്നതുകൊണ്ട് അരയറ്റം വെള്ളമുണ്ട്." എന്നിട്ട് മുരളി വല്യേട്ടൻ ചമഞ്ഞു അവരോട് പറഞ്ഞു "പിള്ളേരെ ചാറ്റൽ നനയാതെ അകത്തു പോയിരിക്ക്, ഞാൻ നമ്മുടെ മരം വല്ലോം പിഴുതു പോയോന്ന് നോക്കട്ടെ." മുരളി പുരയിടത്തിന്റെ പുറകോട്ടു പോയി. കൊച്ചു ചെറുക്കൻ നട്ട വാഴയിൽ രണ്ടെണ്ണം ചരിഞ്ഞു. വേറെ കുഴപ്പമൊന്നും ഇല്ല.

ലക്ഷ്മിയമ്മ അടുത്ത ദിവസം തന്നെ ഗോപാലപിള്ളയോട് പശുവിന് എരുത്തിൽ കെട്ടാൻ ശട്ടം കെട്ടി. അയാൾ എവിടെ നിന്നോ മെടഞ്ഞ ഓലകൾ വാങ്ങി രാവിലെ തന്നെ എരുത്തിൽ കെട്ടി. കെട്ടുമ്പോൾ തന്നെ മഴ ചെറുതായി പെയ്യുന്നുണ്ടായിരുന്നു. രണ്ടാഴ്ച കഴിഞ്ഞു അത്രയും ഓല തിരിച്ചു കൊടുത്താൽ മതി. അത് തേയിയെ വച്ച് മെടയിച്ചു എടുക്കാം എന്ന് ലക്ഷ്മിയമ്മ പറഞ്ഞു. തല്ക്കാലത്തേക്ക് തറയിലെ ഈർപ്പത്തിൽ നിന്നും രക്ഷപെട്ട്, പശുവിന് കിടക്കാനായി. അയാളുടെ വീട്ടിൽ നിന്നും രണ്ടു പഴയ വീപ്പ പലകകളും, രണ്ടു മൂന്ന് കീറിയ അരിച്ചാക്കുകളും കൊണ്ട് വന്നു. അതുകൊണ്ട് വെളുമ്പിക്കും ചക്കരയ്ക്കും നനയാതെ കിടക്കാം. ചക്കര പശുക്കിടാവാണ്. ലതികയിട്ട പേരാണ്.

"ഒരു തോർച്ച വരട്ടെ, അപ്പോൾ തറയൊന്നു ഉയർത്തിക്കെട്ടി നമുക്ക് ശരിയായ തൊഴുത്തു കെട്ടാം കുഞ്ഞേ" എന്ന് പറഞ്ഞയാൾ പോയി.

പിന്നെ രണ്ടു നാളേക്ക് മഴയൊന്നു ശമിച്ചെങ്കിലും അത് പൂർവ്വാധികം ശക്തിയോടെ വരാനുള്ള തുടക്കമായിരുന്നു. മൂന്നു ദിവസത്തോളം തോരാതെ നിന്നുള്ള പെയ്ത്ത്. പിന്നെ ഇടക്കൊക്കെ ഒന്ന് പമ്മിയെങ്കിലും ചാറ്റൽ കിനിയുന്നുണ്ടായിരുന്നു. ഇടയ്ക്കൊക്കെ ശക്തമായ കാറ്റും.

"ലക്ഷ്മിയേടത്തി, പമ്പേശും മഠത്തിൽ റേഡിയോവിൽ പറഞ്ഞതാ, കിഴക്കൻ മലകളിൽ ഉരുളുകൾ പൊട്ടി. പമ്പയും അച്ചൻ കോവിലും ആറുകൾ കര കവിഞ്ഞു ഒഴുകുന്നു. അതുപോലെ മാന്നാർ, ചെങ്ങന്നൂർ, തിരുവല്ല, കുട്ടനാട് പാടശേഖരങ്ങൾ മുഴുവൻ വെള്ളത്തിലാണത്രെ." പമ്പേശും മഠത്തിൽ ജോലിക്കു പോകുന്ന വേലന്റെ വീട്ടിലെ ജാനകി വീട്ടിലാരോ വിരുന്നു വന്നപ്പോൾ, ഇത്തിരി കാപ്പിപ്പൊടി വാങ്ങാൻ വന്നപ്പോൾ ലക്ഷ്മിയമ്മയോടു പറഞ്ഞതാണ്.

പകൽ മുഴുവൻ ഇരുൾ പരന്നപോലെ. പകലെന്നില്ല, രാത്രിയെന്നില്ല, ഇടതടവില്ലാതെ മഴ. ശക്തി കുറവെങ്കിലും തോരാത്ത മഴ. നേരം പുലർന്നിട്ടും മഴയ്ക്കൊരു ശമനവും കാണാതെ വന്നപ്പോൾ ലക്ഷ്മിയമ്മയ്ക്ക് ഇരിക്കപ്പൊറുതിയില്ലാതായി. മലമ്പ്രദേശങ്ങളിലൊക്കെ ഉരുൾ പൊട്ടിയെന്നും, എവിടൊക്കെയോ ഡാമുകൾ തുറന്നു വിട്ടെന്നുമുള്ള കഥകൾ നിത്യവും. "മുരളി, നീയാ ഗോപാലൻ കൊച്ചാട്ടനെ ഒന്ന് വിളിച്ചിട്ടു വാ."

"അമ്മേ കുടയില്ലല്ലോ?"

ഒരു മിനിറ്റെന്ന് പറഞ്ഞു പിച്ചാത്തിയുമായി പുറത്തേക്ക് പോയ ലക്ഷ്മിയമ്മ വേഗം ഒരു വാഴക്കൈ വെട്ടിക്കൊണ്ട് വന്നു പറഞ്ഞു. "മോനെ ഇതും പിടിച്ചോണ്ട് പോയിട്ട് വാ. ഉച്ചി നനയാതെ നോക്കിക്കോ." അതും പറഞ്ഞവർ സാരിത്തുമ്പ് കൊണ്ട് സ്വന്തം തല തോർത്തി.

ഗോപാലപിള്ള വന്നപ്പോൾ ലക്ഷ്മിയമ്മ ചോദിച്ചു "കൊച്ചാട്ടൻ ഒന്ന് ജങ്ഷൻ വരെ പോയി പടിഞ്ഞാട്ടൊക്കെ എന്താണ് വിശേഷം എന്ന് ഒന്ന് അറിഞ്ഞു വരാമോ?"

"ഇലഞ്ഞിക്കലെ കാര്യമാണോ?"

"അല്ല, അതൊക്കെ നോക്കാൻ അവിടെ ആളുണ്ട്. മാമ്പാട്ട് കോളനി,

ചെമ്പകശ്ശേരിൽ തെക്ക് കോളനി, പിന്നെ കുമ്പഴ ഹരിജൻ കോളനി, വടക്കു വലിയ പള്ളിക്കടുത്തുള്ള സെറ്റിൽമെന്റ് കോളനി അവിടെയൊക്കെ വെള്ളം കേറീട്ടുണ്ടാകും. അവരൊക്കെ എവിടെ? എന്താ സ്ഥിതി? എന്നൊന്ന് തിരക്കി വരാമോ? കുടയുണ്ടോ കൊച്ചാട്ടന്റെ കൈയിൽ?"

"ഭാമയുടെ കൈയിൽ കമ്പി ഒടിഞ്ഞതൊന്നുണ്ട്. പോയിട്ട് വരാം." ഗോപാലപിള്ള പോയി. കൂട്ടിലിട്ട വെരുകിനെപ്പോലെ ലക്ഷ്മിയമ്മയുടെ മനസ്സ് പിടഞ്ഞതാരും കണ്ടില്ല.

"അമ്മേ അച്ഛന്റെ കണ്ണൂരിലും വെള്ളപ്പൊക്കമുണ്ടാകുമോ?" ലത ചോദിച്ചു.

"അറിയില്ല."

"അച്ഛനെന്ന് വരും?"

"അറിയില്ല."

"അമ്മയെന്താ ഇങ്ങനെ, ചോദിക്കുമ്പോൾ?"

"എന്താടി? എന്താണ് നിനക്കിപ്പോൾ അറിയേണ്ടത്?"

"അമ്മയെന്തിനാണ് ദേഷ്യപ്പെടുന്നത്?"

പെട്ടെന്ന് മുരളി ഇടയ്ക്ക് കയറി. "ലതേ നീ കുറച്ചു നേരം ഒന്ന് മിണ്ടാണ്ട് ഇരിക്ക്. ആ പാട്ടവിളക്കിൽ അല്പം മണ്ണെണ്ണ ഒഴിക്ക്."

ലക്ഷ്മിയമ്മ കുടിലിന്റെ തകര വാതിൽ മാറ്റി ആകാശത്തേക്ക് നോക്കി നിന്നു. ഗോപാലപിള്ള കൊണ്ടുവന്നത് അത്ര നല്ല വാർത്തകളായിരുന്നില്ല. "അച്ചൻ കോവിലാറ്റിന്റെയും, പമ്പയാറിന്റെയും കരകൾ കവിഞ്ഞൊഴുകി. പാടശേഖരങ്ങളും, റോഡുകളുമൊക്കെ വെള്ളത്തിലാണ്. മെയിൻ റോഡിന് വടക്കേപ്പുറത്തുള്ള പാടങ്ങളിലൊക്കെ പമ്പയിലെ വെള്ളം മിനിട്ടുവച്ചു കയറിക്കൊണ്ടിരിക്കുകയാണ്. റോഡിന് തെക്കേ പാടങ്ങളിലൊക്കെ അച്ചൻ കോവിലിലെ വെള്ളം കൂടി മെഴുവേലി വഴി കയറി വരുന്നുണ്ട്. അവിടൊക്കെയുള്ള കോളനികളിലൊക്കെ വെള്ളം കയറിത്തുടങ്ങി. വെള്ളം കയറിയ തറകളിലെ ആളുകളൊക്കെ ബന്ധുവീടുകളിലേക്ക് പോയി. ഇന്ന് കൂടി പെയ്താൽ എല്ലാ കോളനികളും മുങ്ങും. പണിയില്ലാത്തതുകൊണ്ട് അവുത്തുങ്ങളെല്ലാം പട്ടിണിയിലാണ്. പൊരിയന്റെ ചായക്കടയിൽ താറാമുട്ടയുമായിവന്ന ജോയ് മാപ്പിള പറഞ്ഞത് അവരുടെ തറയിൽ പകുതി വെള്ളം കയറി. തിരിച്ചു ചെന്നാലുടനെ താറാക്കളെയും തെളിച്ചു അവരെല്ലാം കൂടി ബുധനൂരിൽ അളിയന്റെ വീട്ടിലേക്കു മാറുകയാണെന്നാണ്. അയാൾ പറയുന്നത് ഹരിജൻ കോളനിയിൽ ആർക്കൊക്കെയോ അതിസാരം പിടിച്ചു എന്നാണ്. തേയി എന്നൊരു സ്ത്രീ മരിച്ചു. മലഭാഗത്തു മരം തലയിൽ വീണ് രണ്ടുപേർ മരണപ്പെട്ടു. മാമ്പാട്ട് തെക്കേൽ താമസിച്ചിരുന്ന ചാന്നാൻ കേശുവിനും വയറിളക്കമാണ്."

ഇതെല്ലാം കേട്ട പാടെ ചാറ്റൽ മഴ വകവെക്കാതെ കുടപോലുമി

ല്ലാതെ ഇറങ്ങിപ്പോയതാണ് ലക്ഷ്മിയമ്മ. പോകും മുൻപ് മുരളിയെ വിളിച്ചു പറഞ്ഞു. "ഡപ്പയിൽ അവലിരുപ്പുണ്ട്. നിനക്ക് നനയ്ക്കാനറിയാമല്ലോ. ഇത്തിരി തേങ്ങാ തിരുമ്മിയിട്ട്, അല്പം പഞ്ചസാരയുമിട്ട് ഉച്ചയ്ക്ക് പിള്ളാർക്ക് കൊടുക്കണം. ബാക്കിയുണ്ടേൽ നീയും കഴിച്ചോ. കാപ്പിപ്പൊടി ടിന്നിൽ കാണും. കാപ്പികൂടി ഇട്ടോ." മുരളി മിഴിച്ചു നിന്നപ്പോൾ അവനെ തറപ്പിച്ചു നോക്കി പിള്ളേർ കേൾക്കാതെ ശബ്ദം താഴ്ത്തി പറഞ്ഞു "നീ സഖാവ് കൃഷ്ണന്റെ മോനാണ്. മറക്കരുത്."

ലക്ഷ്മിയമ്മ മഹിളാ സമാജം പെണ്ണുങ്ങളുടെ അടിയന്തര യോഗം വിളിച്ചു കൂട്ടി. ഏഴെട്ടുപേർ മാത്രമേ വന്നൊള്ളൂ. എല്ലാവരെയും ചെന്ന് വിളിക്കാനും സാധിച്ചില്ല.

"നമ്മൾ ഇത്ര പേർ മതി. ദേശം മുഴുവൻ പ്രളയക്കെടുതിയിലാണ്. കോളനിയിലൊക്കെ വെള്ളം കയറിക്കഴിഞ്ഞു. പോകാനിടമില്ലാത്തതു കൊണ്ട് പാവങ്ങൾ അവിടെ കഴിയുകയാണ്. ആർക്കൊക്കെയോ വയറ്റിളക്കവുമായി. ഇനി അതിസാരവും കൂടി പടർന്നു പിടിച്ചാൽ ഒത്തിരി പേർ മരിക്കും. നമ്മൾ എന്തെങ്കിലും ചെയ്യണ്ടേ?"

"നമുക്ക് എന്ത് ചെയ്യാൻ പറ്റും?" മീനാക്ഷിയമ്മ ചോദിച്ചു.

"നമുക്ക് പറ്റാത്തതൊന്നും ഇല്ല."

"തീർച്ചയായും നമ്മൾ എന്തെങ്കിലും ചെയ്യണം. വീട്ടിൽ വന്നു കൊണ്ടിരുന്ന ആ നാണിയുടെ വീടും വെള്ളത്തിലാണ്. അങ്ങേർക്കു മഴയായതുമുതൽ പണിയുമില്ല. വീട്ടിൽനിന്നും വല്ലോം കൊടുത്താലേ നാലു വയർ കഴിയു." നമ്പ്യാരുടെ ഭാര്യ പത്മിനി പറഞ്ഞു.

ഒരുരുത്തരും അവരവരുടെ അറിവുകളും പരിഹാരങ്ങളും പങ്കു വച്ചു. യോഗ തീരുമാനമനുസരിച്ചു അവർ കരയോഗ സെക്രട്ടറിയെ ചെന്ന് കണ്ടു. വീടുകളിൽ വെള്ളം കയറി ഒഴിപ്പിക്കുന്നവരെ തല്ക്കാലം കരയോഗ കെട്ടിടത്തിൽ താമസിപ്പിക്കാൻ സമ്മതം വാങ്ങി. പിന്നെല്ലാം ശരവേഗത്തിലായിരുന്നു. വെള്ളത്തിൽ മുങ്ങിയ കുടുംബങ്ങളെ കരയോഗ കെട്ടിടത്തിൽ കൊണ്ട് വന്നു താമസിപ്പിച്ചു. അവർക്ക് വേണ്ടി ഭക്ഷണം ഒരുക്കാൻ പ്രമുഖരുടെ വീടുകളിൽ പോയി പണവും, അരിയും മറ്റു വസ്തുക്കളും ശേഖരിച്ചു. അവർക്ക് വേണ്ടി ഉപയോഗയുക്തമായ പഴയ വസ്ത്രങ്ങൾ ശേഖരിച്ചു. ലക്ഷ്മിയമ്മയ്ക്കൊപ്പം റംലത്തു ബീവിയും പാറേൽ ഗ്രേസിക്കുട്ടിയും മാണിക്കത്തെ മീനാക്ഷിയും കുമ്പഴയിലെ മേരിയും കൂടി ഇറങ്ങി പ്രവർത്തിച്ചപ്പോൾ എല്ലാം വേഗം സാദ്ധ്യമായി. പാങ്ങാട്ടെ പത്മിനി, വാതത്തിന്റെ അസുഖമായതുകൊണ്ട് വീടുകൾ കയറാൻ വരാൻ വയ്യ, സമാജത്തിലിരുന്ന് കാര്യങ്ങൾ നോക്കാമെന്ന് പറഞ്ഞു. ലക്ഷ്മിയമ്മ ചാന്നാൻ കേശുവിനെ കൂട്ടി ടൗണിലെ ഗവൺമെന്റ് ആശുപത്രിയിലെ ഡോക്ടറിനെ കാണാൻ പോയി. പരിശോധിച്ച ഡോക്ടർ പറഞ്ഞത് ടൈഫോയ്ഡാണ്, എല്ലാവരും സൂക്ഷിക്കണം എന്നാണ്. എല്ലാവരെയും കൂട്ടിക്കൊണ്ടുവരാനുള്ള അസൗകര്യം വിവരിച്ചു, പകർച്ചവ്യാധികൾക്ക് കൊടുക്കാനുള്ള അത്യാവശ്യം മരുന്നുകളും മറ്റും കുറിച്ച്

വാങ്ങി ലക്ഷ്മിയമ്മ അവ മെഡിക്കൽ സ്റ്റോറിൽനിന്നും വാങ്ങി വന്നു. ചെറുപ്പക്കാരനായ ജൂനിയർ ഡോക്ടർ അത്യാസന്ന നിലയിലുള്ളവരെ വീടുകളിൽ വന്ന് നോക്കാമെന്ന് സമ്മതിച്ചു. ലക്ഷ്മിയമ്മയും കൂട്ടുകാരും ഓരോ കോളനിയിലും പോയി അസുഖം പടരാതിരിക്കാനുള്ള വഴികൾ പറഞ്ഞു കൊടുത്തെങ്കിലും ആര് സൂക്ഷിക്കാൻ? പലർക്കും വേഗത്തിൽ അതിസാരം പടർന്നു പിടിച്ചു. സുഖമില്ലാത്തവരെ ആശുപത്രിയിൽ എത്തിക്കാൻ ആണുങ്ങളുടെ സഹായം തേടി.

"ബാക്കിയുണ്ടേൽ നീയും കഴിച്ചോ" മുരളി ഓർത്തു. എന്നും ഇങ്ങനെയാണ്. മൂത്തവനായി പോയില്ലേ? കുറ്റവും, ശിക്ഷയും എന്നും മൊത്തമായി തനിക്ക്. മറ്റു കാര്യങ്ങൾ വരുമ്പോൾ ഔട്ട്. ഭക്ഷണവും അങ്ങനെ തന്നെ. സഖാവിന്റെ മോനാണെന്ന്! മറക്കണ്ടാന്ന്. പോരെ? വയറ് നിറഞ്ഞല്ലോ? സഖാവ് എന്താണ് തരുന്നത്? ഈ വീട്ടിൽ ജനിക്കണ്ടായിരുന്നു. ഒരു ഒൻപതു വയസ്സുകാരന് കൂടുതൽ എന്ത് മനസ്സിലാകാനാണ്? അവന് അമ്മയോട് കടുത്ത ദേഷ്യം തോന്നി. ഇലഞ്ഞിക്കൽനിന്നും കിളിച്ചുണ്ടൻ മാങ്ങാ പറിക്കാം, അതും ഉപ്പുപരലും മതി. വേണ്ട, അവലിന്റെ ബാക്കിക്ക് കാത്ത് നില്ക്കുന്നില്ല. അനിയത്തിമാർക്ക് അവൽ തയ്യാറാക്കി വച്ചിട്ട്, ലക്ഷ്മിയമ്മ പോയതിന്റെ പുറകെ മുരളി ഇലഞ്ഞിക്കൽ തറവാട്ടിലേക്ക് ഇറങ്ങി. വഴിയിലെല്ലാം വെള്ളമാണ്. മെയിൻ റോഡിലെത്തിയപ്പോൾ കണ്ടു, ജങ്ഷനിൽ മുട്ടറ്റം വെള്ളം. നല്ല ഒഴുക്കും ഉണ്ട്. സൂക്ഷിച്ചില്ലെങ്കിൽ ബാലൻസ് തെറ്റി വീഴും. മുരളി പാദങ്ങൾ ഉറപ്പിച്ചു പതുക്കെ നീങ്ങി. കടകളെല്ലാം വെള്ളത്തിലാണ്. ആളുകളൊക്കെ വെള്ളം കാണാൻ പൊരിയന്റെ പൊക്കമുള്ള കടയിൽ കൂടി നില്പുണ്ട്. ഒരു ആറിന്റെ നടുക്ക് തറകെട്ടിയ ആൽമാവ്, പാടശേഖരങ്ങളുടെ ഇടയിലുള്ള തുരുത്തു പോലെ. പോരുവഴിയുടെ ചരിത്ര ബോർഡ് കാറ്റിൽ കിടന്നാടുന്നു. കറുത്ത ബോർഡിൽ അവസാനത്തെ വരി.

1965 ജൂലൈ - ആഗസ്ത് - കള്ളക്കർക്കിടകം - "പോരുവഴിയുടെ ശിക്ഷാകാലം."

എഴുതിക്കഴിഞ്ഞു ഉണങ്ങാൻ സമയം കിട്ടിയിട്ടുണ്ടാവില്ല. വെളുത്ത അക്ഷരങ്ങൾ ഒലിച്ചിറങ്ങിയിരിക്കുന്നു. കറുപ്പയ്യയുടെ കറങ്ങും കസേര കറങ്ങാനാവാതെ വെള്ളത്തിൽ. വിരൽവണ്ണം കൂടി ഉയർന്നാൽ വെള്ളത്തിന് കസേരയിൽ കയറി ഇരിക്കാം. അയാൾ കടയിൽനിന്നും സാധനങ്ങൾ ഓരോന്ന് എടുത്തു മാറ്റുകയാണ്. ചിലതൊക്കെ കടയിൽ തന്നെ പൊക്കമുള്ള ഭാഗത്തേക്ക് മാറ്റി വെക്കുന്നുണ്ട്.

"ഈ ഒഴുക്കിനിടയിൽ നീയെങ്ങനെ കടയുടെ വാതിൽ തുറന്നെടാ?" രാവിലെ തന്നെ അടിച്ചു ഫിറ്റായി, ജങ്ഷനിൽ മുട്ടിനു മുകളിൽ വെള്ളത്തിൽ നിന്നു കൊണ്ട് കൊല്ലൻ മക്രോണി വിളിച്ചു ചോദിച്ചു.

"അത് പിന്നെ തട്ടിയല്ലേ. ഓരോ പലകയായി എടുക്കാമല്ലോ. വാതിലല്ലല്ലോ."

"ഓ, അത് ന്യായം." മക്രോണി കൈയെടുത്തു ആംഗ്യംകാട്ടി ചിരിച്ചു. അതോടെ ബാലൻസ് തെറ്റി, അയാൾ വെള്ളത്തിൽ വീണു.

"ദോ, മക്രോണി ഒഴുകിപ്പോന്നേ" കറുപ്പയ്യയുടെ മകൻ മാധവൻ വിളിച്ചു കൂകി. പൊരിയന്റെ കടയിൽ കട്ടൻ കുടിച്ചു കഥ പറഞ്ഞു നിന്ന ആശാരി രാഘവൻ ഓടിപ്പോയി മക്രോണിയെ പൊക്കി എടുത്തു നേരെ നിർത്തി. ഊർന്നു പോയ മുണ്ടില്ലാതെ പിറന്ന പടി നിന്ന മക്രോണി കൈകൾ കൊണ്ട് നാണം പൊത്തി.

"തനിക്കൊരു കോണോം എങ്കിലും ഉടുക്കരുതോ?" വെള്ളത്തിൽ ഒഴുകിപ്പോയ മുണ്ടെടുത്തു കൊടുത്തുകൊണ്ട് രാഘവൻ ആശാരി ചോദിച്ചു

"ഉണ്ടായിരുന്നു സത്യം. അത് ആദ്യം ഒഴുകി പോയി, കഴിഞ്ഞ വെള്ളപ്പൊക്കത്തിന്." മക്രോണി മുറുക്കാൻ ചവച്ച ചുവന്ന മോണ കാട്ടി ചിരിച്ചു.

എല്ലാം കണ്ട പപ്പട അക്കാൾ വാ പൊത്തി ചിരിച്ചു. വരാന്തയിൽ നിന്നും അകത്തോട്ട് കയറിപ്പോയി. ബേബിയും കട മുഴുവൻ തുറന്നിട്ടില്ല. രണ്ടു തട്ടി മാത്രമേ എടുത്തിട്ടുള്ളു. സ്ഥിതിഗതികൾ നോക്കാൻ വന്നതാണ്. കടയ്ക്കുള്ളിൽ രണ്ടടി വെള്ളമുണ്ട്. കടയുടെ മുൻപിലുള്ള തട്ടിലാണ് ചായയുടെ സമോവർ വച്ചിരിക്കുന്നത്. ചായ അടിക്കുന്നത് ഈ തട്ടിലാണ്. ഇന്ന് കടയില്ല.

മക്രോണിയുടെ പ്രകടനം ഇഷ്ടപ്പെടാഞ്ഞ മുരളി വേഗം ജങ്ഷനിൽ നിന്നും തിരിഞ്ഞു പടിഞ്ഞാറോട്ട് നടന്നു. ജങ്ഷനിലെ അത്ര വെള്ളം റോഡിന്റെ പടിഞ്ഞാറോട്ടില്ല. പതുക്കെ നടന്നു പോകാം. നിക്കറിന്റെ താഴ്‌വശമെല്ലാം ഇതിനകം നനഞ്ഞിരുന്നു. ടാറിട്ട റോഡ് കാണാനേയില്ല. റോഡിനിരുവശത്തുമുള്ള വീടുകളെല്ലാം ഒരടിയോളം വെള്ളത്തിലാണ്. പള്ളീലച്ചന്റെ വീട്ടിലും, കൂട്ടുകാരൻ രമേശന്റെ, തട്ടാരു വീട്ടിലുമെല്ലാം വെള്ളം കയറി. സ്കൂൾ കെട്ടിടം പൊക്കിക്കെട്ടിയതാണ്. നടുക്കുള്ള ഗ്രൗണ്ടും പണ്ടേ മണ്ണടിച്ചു പൊക്കി ഇട്ടിരിക്കുന്നതാണ്. അതുകൊണ്ടു അവിടെ വെള്ളം കയറിയിട്ടില്ല. സ്കൂളിന് പടിഞ്ഞാറുള്ള ഇടവഴിയും ശിവക്ഷേത്രവും അമ്പലക്കുളവും മെയിൻ റോഡും എല്ലാം ഇപ്പോൾ ഒന്നിച്ചു കിടക്കുകയാണ്. അടിയൊഴുക്കും ഉണ്ട്. കാലുതെറ്റിയാൽ ഒഴുകിപ്പോയി അമ്പലക്കുളത്തിൽ വീണാൽ പിന്നെ നോക്കണ്ട.

സ്കൂളിന്റെ മുൻപിലും റേഷൻ കടയുടെ മുൻപിലും, പോരുവഴിയമ്മ മുക്കിലും റോഡിന്റെ സൈഡിൽ, വെള്ളം ഇല്ലാത്ത ഭാഗത്തു പച്ചക്കപ്പയും കാച്ചിലും കൂട്ടിയിട്ട് കച്ചവടം നടക്കുന്നുണ്ടായിരുന്നു. കണ്ടത്തിലും കരയിലും കൃഷി ചെയ്യുന്ന വിളകൾ ആവശ്യത്തിന് മേലുള്ളത്, ചന്തയിൽ വിറ്റിട്ട് ആവശ്യമുള്ള മറ്റ് സാധനങ്ങൾ വാങ്ങുകയാണ് ദേശവാസികളുടെ പതിവ്. വെള്ളം കെട്ടിക്കിടന്നതോടെ പറമ്പിലേയും പാടത്തെയും വിളകൾ നശിച്ചു പോയ അവർ എന്ത് ചെയ്യാനാണ്. കപ്പ, കാച്ചിൽ ഇവയൊക്കെ കൂടുതൽ നാൾ വെള്ളത്തിൽ നിന്നാൽ പട്ടു

പോകും. അതാണ് കിട്ടുന്നതാകട്ടെ എന്ന് കരുതി പറിച്ച്, റോഡിൽ കൊണ്ട് വില്പനയ്ക്കിട്ടിരിക്കുന്നത്.

അതുപോലെ റേഷൻ കടയുടെ മുൻപിൽ മീൻ കച്ചവടവും. മത്തിയും അയലയും. ഇതെല്ലാം വെള്ളപ്പൊക്കത്തിന്റെ സ്പെഷ്യൽ കച്ചവടങ്ങളാണ്.

പോരുവഴിയമ്മ ക്ഷേത്രവും പരിസരവുമെല്ലാം വെള്ളത്തിലാണ്. ക്ഷേത്രത്തിനു മുൻപിൽ റോഡിന്റെ വളവിൽ രാത്രിയാത്രക്കാർക്ക് വെളിച്ചം പകരുന്ന കല്‌വിളക്ക് ആറ്റുവെള്ളത്തിൽ നില്ക്കുന്ന മരക്കുറ്റി പോലെ. ഇലഞ്ഞിക്കൽ തറവാട്ടിലേക്കുള്ള ഇടവഴിയിലും, ഇരുവശത്തുമുള്ള പുരയിടങ്ങളിലും മുട്ടറ്റം വെള്ളം ഉണ്ടായിരുന്നു. ചെറിയ ഒഴുക്കും. മുരളി നിക്കർ ഉയർത്തിപ്പിടിച്ച് വളരെ കഷ്ടപ്പെട്ടാണ് അവിടെ എത്തിയത്. ഇലഞ്ഞിക്കൽ മുറ്റം അല്പം പൊങ്ങിയാണ് കിടക്കുന്നത്. എന്നാലും മുറ്റത്തു അരയടി വെള്ളമുണ്ട്. വീട്ടിലേക്കു വെള്ളം കയറിയിട്ടില്ല. ഇലഞ്ഞി പൂർണ്ണമായി വെള്ളത്തിലാണ്. പറമ്പ് മുറ്റത്തിനേക്കാൾ ഒന്നര അടിയോളം താഴ്ചയിലാണ്. അവിടെ മുട്ടറ്റം വെള്ളമുണ്ട്. മുറ്റത്തു വച്ചേ മുരളി കണ്ടു, രാമനമ്മാവനും ചരുവിൽ നാറാപിള്ളയും അയല്പക്കത്തെ ഗോപാലപിള്ളയും, അയ്യപ്പൻപിള്ള അമ്മാവനും എല്ലാവരും കൂടി വരാന്തയിലിരുന്ന് മഴക്കെടുതികളുടെ ചർച്ചയിലാണ്. അവനെ കണ്ടതും അവന്റെ നേരെയായി. “എന്തിനാടാ ഇത്ര വെള്ളം പൊങ്ങി നില്ക്കുമ്പോൾ നീയിങ്ങോട്ട് വന്നത്?” രാമനാമ്മാവനാണ് തുടങ്ങി വച്ചത്. ഉടനെ മറ്റുള്ളവരും ഏറ്റുപിടിച്ചു.

“അത് ശരിയാ. നാടൊട്ടുക്ക് വെള്ളപ്പൊക്കത്തിൽ വിരണ്ടിരിക്കുമ്പോൾ നീയെന്തിനാടാ ഇങ്ങനെ ഇറങ്ങി നടക്കുന്നത്?“ അയൽപക്കത്തെ ഗോപാലപിള്ള സപ്പോർട്ടിന് വന്നു.

“പോട്ടെന്നേ. അവനും കാര്യങ്ങളൊക്കെ പഠിക്കട്ടെ. ഒന്നും അല്ലേലും സഖാവിന്റെ ചോരയല്ലേ? വീട്ടിലൊക്കെ വെള്ളം കയറിയോ മുരളി?” ചരുവിൽ നാറാപിള്ള.

“ഇല്ല. ഞങ്ങളുടെ പുരയിടം പൊങ്ങിയാണ് കിടക്കുന്നത്.” മുരളി

ഒലാനും കൊച്ചുചെറുക്കനും അവിടെയുണ്ടായിരുന്നു. തറ വെള്ളത്തിനടിയിലാണ്. കൈയിലെടുക്കാവുന്നതും എടുത്തു അവർ താമരശ്ശേരിക്കാരുടെ വീടിനു മുൻപിൽ പുതുതായി തുടങ്ങിയ പള്ളി തിണ്ണയിലാണ് കിടക്കുന്നത്. പള്ളീലച്ചൻ പറഞ്ഞു അവിടെ കിടന്നോളാൻ. വേറെയും മൂന്ന് നാലു കൂട്ടരുണ്ട്. കഞ്ഞി വക്കാൻ നെല്ലും തേങ്ങയുമൊക്കെ വാങ്ങാൻ വന്നവരാണവർ. നാരായണി അമ്മൂമ്മ ഒരു പറ നെല്ലും പത്തു തേങ്ങയും പിന്നെ വിത്തിനിട്ടിരുന്ന കാച്ചിലും ചേനയുമൊക്കെ എടുത്തു കൊടുത്തു. ഭാർഗ്ഗവൻപിള്ള അപ്പൂപ്പനാണ് വേറെയില്ലാത്തതുകൊണ്ട് വിത്തിനിട്ടവ എടുത്തുകൊടുക്കാൻ പറഞ്ഞത്. ഒലാനും കുടുംബവും നന്ദി പറഞ്ഞു പോയി.

“എടാ ഇത് തിന്നോ.” അമ്മൂമ്മ മടിയിൽ ഒളിപ്പിച്ചു കൊണ്ടുവന്ന

ഒരു കൊഴുക്കട്ട അവന് നേരെ നീട്ടി. നല്ല വിശപ്പുണ്ടായിരുന്നു. ഒന്ന് അറച്ചിട്ടു അത് വാങ്ങി രണ്ടു കടിക്ക് അകത്താക്കി. അമ്മൂമ്മ ഇങ്ങനെ ഒളിപ്പിച്ചു കൊണ്ടുവരുന്നത് അവനിഷ്ടമല്ല. പറഞ്ഞാലും കേൾക്കില്ല. അമ്മൂമ്മ അങ്ങനെയേ ചെയ്യൂ.

മുരളി സൂത്രത്തിൽ അകത്തോട്ട് പോയി. ശേഖരനെയും കൂട്ടി പടിഞ്ഞാറേ പുറത്തു കൂടി മുറ്റത്തു ചാടി. അവനേയും കൂട്ടി വടക്കേലെ പുഞ്ചയിലെ വെള്ളക്കെട്ട് കാണാൻ പോയി. ഇലഞ്ഞിക്കൽ പടിക്കപ്പുറം വടക്കോട്ട് ഒറ്റ വീട്ടുകാരേയുള്ളു. അത് നാരായണി അമ്മൂമ്മയുടെ ബന്ധക്കാരാണ്. അവിടേക്കുള്ള റോഡ് അല്പം കൂടി താഴ്ന്നാണ്. റോഡ് അവിടെ തീരും അതിനപ്പുറം വടക്കേടത്തു പുഞ്ച. ആണ്ടിലൊരിക്കലേ കൃഷിയുള്ളു. ബാക്കി സമയമത്രയും അവിടൊക്കെ വെള്ളമായിരിക്കും. ഇപ്പോൾ വെള്ളം പൊങ്ങിയതോടെ റോഡും ആ ഭാഗങ്ങളെല്ലാം പൂർണ്ണമായി വെള്ളത്തിനടിയിലാണ്. കൂടാതെ നല്ല ഒഴുക്കും. ഈ പുഞ്ച കടന്നു വേണം താറാവ് ജോയിയുടെ തറയിലേക്ക് പോകാൻ. റോഡിൽക്കൂടി പോയാൽ വല്ലാത്ത ഒഴുക്കായതിനാൽ പറമ്പിൽക്കൂടി പോയി വടക്കേലെ പുരയിടത്തിന്റെ അതിരിൽ രാമൻ നായർ പുതുതായി കെട്ടിയ മുള്ളുവേലി ചാടിയാണ് രണ്ടാളും പോയത്. വെള്ളത്തിൽ പാമ്പുകളുണ്ടോന്ന് പേടിയുണ്ടായിരുന്നു. ശേഖരൻ തീർത്തു പറഞ്ഞു. “എടാ സർപ്പം വെള്ളത്തിൽ കിടക്കില്ല. പെട്ടുപോയാലേ ഉള്ളു. അങ്ങനെ ആണെങ്കിലും അവ ഏതെങ്കിലും കമ്പിൽ ചുറ്റി തലപൊക്കിയേ കിടക്കൂ. പക്ഷേ, പുളവന്മാർ ഇഷ്ടം പോലെ കാണും. സാരമില്ല.” അത് സത്യമായിരുന്നു വടക്കേലെ മുറ്റത്തു ചെല്ലും വരെ മൂന്ന് പുളവന്മാരെ അവർ കണ്ടു. വടക്കേലെ മുറ്റത്തും മുട്ടറ്റം വെള്ളം ഉണ്ട്. അവിടത്തെ അമ്മൂമ്മ മുരളിയെക്കൂടി കണ്ടതോടെ രണ്ടാളെയും വിളിച്ചു. “പിള്ളേരെ ഇങ്ങോട്ടു വാ മക്കളെ. നിങ്ങളുടെ അമ്മൂമ്മയുടെ അനിയത്തി ആണെടാ ഞാൻ. അതെങ്ങനാ അവളീ പിള്ളാരെയൊന്നും ഇങ്ങോട്ടു വിടുകേലല്ലോ.”

അത് കേട്ട് കുട്ടികൾ പരുങ്ങി വരാന്തയിലോട്ടു കയറി. സത്യത്തിൽ അത് മുരളിക്ക് ഒരു പുതിയ അറിവായിരുന്നു. ശേഖരന് നേരത്തെ അറിയാമായിരുന്നു. അവൻ ചെവിയിൽ അടക്കം പറഞ്ഞു: “നാരായണി അമ്മൂമ്മ പിണക്കത്തിലാണ്. നമ്മൾ ഇവിടെ വന്നെന്നറിഞ്ഞാൽ വഴക്കു പറയും.”

അപ്പോഴേക്കും അമ്മൂമ്മയുടെ അനിയത്തി ഭാർഗ്ഗവി, നല്ല മഞ്ഞ നിറമുള്ള, ഏത്തൻ കപ്പ ചൂടോടെ ചുട്ടു കൊണ്ട് വന്നു. മുരളി കടിക്കാൻ തുടങ്ങുമ്പോൾ അവർ ഒരു കീറ് വാഴയില കൊടുത്തു. “പൊട്ടിച്ചു ഇതിൽ വച്ച് കഴിക്കൂ. അല്ലേൽ വായ പൊള്ളും.”

അവിടത്തെ രാജുകൃഷ്ണനൻ വാഴപ്പിണ്ടി ചങ്ങാടവുമായി, കണ്ടത്തിലെ വെള്ളത്തിലായിരുന്നു എന്നറിഞ്ഞു ശേഖരൻ ധൃതി വച്ചു. “കളഞ്ഞേച്ചു വാടാ, വാ പോകാം.”

എന്താ രുചി, കപ്പയ്ക്ക്. പട്ടിണി ആയിരുന്ന മുരളി ആർത്തിയോടെ

കപ്പ കഴിച്ചു, ഒരു ഗ്ലാസ് പച്ചവെള്ളവും വാങ്ങി കുടിച്ചു, അവസാന കഷ ണവും കൈയിലെടുത്തു, എഴുന്നേറ്റു. മുറ്റത്തെ വെള്ളത്തിലേക്കിറങ്ങു മ്പോൾ വല്യമ്മയുടെ മോൾ പറഞ്ഞു:

"മുറ്റവും, റോഡും, കണ്ടവും ചേർന്ന് കിടക്കുകയാണ്. റോഡ് അഞ്ചടി താഴ്ചയിലാണ്. ഓർമ്മ വേണം. തിരിച്ചറിയില്ല. സൂക്ഷിക്കണം. നല്ല അടിയൊഴുക്കും ഉണ്ട്. നീന്തറിയില്ലെങ്കിൽ പറമ്പിനു വെളിയിൽ പോകരുത്."

നല്ല ഒഴുക്കുണ്ട്. മുരളി പുരയിടത്തിലെ തെങ്ങിൽ പിടിച്ചു നിന്നു. ശേഖരൻ, രാജുകൃഷ്ണന്റെ കൂടെ ചങ്ങാടത്തിൽ തുഴഞ്ഞു നീങ്ങി. അ വന് നീന്തലറിയാം. മുരളി പഠിച്ചിട്ടില്ല. പെട്ടെന്ന് അനിയത്തിമാർ അവ ന്റെ മനസ്സിലേക്ക് കയറി വന്നു. അവർ തനിച്ചാണ്. വെള്ളം പൊങ്ങി യാൽ? അവൻ രാജശേഖരനെ വിളിച്ചു പറഞ്ഞു: "എടാ ഞാൻ പോണു."

കനത്ത മനസ്സുമായി മുരളി മടങ്ങി. ഇലഞ്ഞിക്കൽ മുറ്റം കടന്നു റോഡിലേക്കിറങ്ങുമ്പോൾ രാജി വരാന്തയിൽ നിന്നും വിളിച്ചു ചോദിച്ചു "ഏട്ടാ പോകുവാണോ?"

അവളെ നോക്കി ചിരിച്ചിട്ട് അവൻ കൈയാട്ടി കാണിച്ചു "അതെ."

ക്ഷേത്രവളവും കഴിഞ്ഞു മുന്നോട്ട് പോയപ്പോൾ പെട്ടെന്ന് മഴ കനത്തു. അവൻ ഓടി മണിയന്റെ ചായക്കടയിൽ കയറി. കടയിൽ മണി യനും ഭാര്യയും മാത്രം. വരാന്തയിൽ നിന്നപ്പോൾ "അകത്തോട്ടു കേറി ഇരിക്ക്, മഴ നനയാതെ." എന്ന് പറഞ്ഞു അയാളുടെ ഭാര്യ ബഞ്ച് തുടച്ചു. അവൻ ബഞ്ചിൽ കയറി മഴയും നോക്കി ഇരുന്നു.

"ലക്ഷ്മിയമ്മയുടെ മോനല്ലേ?" മണിയൻ

"അതെ." മഴയും നോക്കി മുരളി വെപ്രാളത്തോടെ നിന്നു.

മണിയനും ഭാര്യ തങ്കമ്മയും അവരുടെ ലോകത്തേക്ക് തിരിച്ചു പോയി. പ്രാരാബ്ധങ്ങളുടെ ലോകത്തേക്ക്. ഒരു പയ്യൻ അവിടെ ഇരിക്കു ന്നത് മറന്നു. മനുഷ്യരിങ്ങനെയാണ്. കടുത്ത സങ്കടമോ ദുഃഖമോ ഒക്കെ വരുമ്പോൾ ചുറ്റും ഇരിക്കുന്നവരെയൊക്കെ മറക്കും. നാണം മറക്കും. മീര എപ്പോഴും ഈ കാര്യം പറയാറുണ്ട്.

"മഴ ഇങ്ങനെ പോയാൽ! ലോകാവസാനമാണോ?"

"കലികാലമല്ലേ തങ്കമ്മേ. കുറെയൊക്കെ നശിക്കും. നശിച്ചേ പറ്റൂ. പുരാണത്തിൽ പറയുന്നതൊക്കെ നടന്നേ പറ്റൂ."

"അത് എന്തേലുമാകട്ടെ. കൊച്ചുങ്ങളുടെ കാര്യം ഓർത്തിട്ടാ ഒരു സമാധാനവുമില്ലാത്തത്. ഇതീന്ന് വല്ലോം കിട്ടിയിട്ട് മൂത്തവളെ അയക്കാ മെന്നു തോന്നുന്നില്ല. എങ്ങനേലും അവളെ കെട്ടിച്ചു വിട്ടാൽ വരുന്ന ചെ ക്കന്റെ കാല് പിടിച്ചെങ്കിലും മറ്റവൾക്കും ആരേയേലും തപ്പാമായിരുന്നു."

"ശരിയാകുമെടി. ഒന്നല്ലെങ്കിൽ മറ്റൊരു വഴി തെളിയും."

"ഓ, വഴി തെളിയുമ്പഴേക്കും കൊച്ചിന് മൂക്കിൽ കൂടി പല്ലുവരും."

"എല്ലാം ഓരോ പരീക്ഷണങ്ങളാണ്. പോരുവഴിയമ്മ തന്നെ ഒരു വഴി കാട്ടിത്തരും." മണിയൻ കുടിക്കാൻ കട്ടനിട്ടു. കൂട്ടത്തിൽ അയാൾ

മുരളിക്കും ഒരു ഗ്ലാസ് എടുത്തു.

"അയ്യോ എനിക്ക് വേണ്ട. എന്റേൽ പണമില്ല."

"അത് സാരമില്ല. തണുപ്പല്ലേ കുടിച്ചോ. ചൂട് കട്ടൻ നല്ലതാ."

"കുടിച്ചോ മോനെ." തങ്കമ്മയും നിർബ്ബന്ധിച്ചു.

ഒരു കവിൾ കുടിച്ചു. മഴ കനക്കുകയാണ്. ദൈവമേ! പിള്ളേർ തനിയെ ആണല്ലോ? രണ്ടാമത്തേത് തൊണ്ടയിൽ നിന്ന് ഇറങ്ങിയില്ല. അത് തുപ്പിയിട്ട് ഗ്ലാസ് ബഞ്ചിൽ വച്ചവൻ പറഞ്ഞു: "ഞാൻ പോണു." അവർ പറഞ്ഞതിന് കാതുകൊടുക്കാതെ പെരുമഴയത്ത് അവനിറങ്ങിയോടി. ഓട്ടത്തിനിടയിൽ ക്ഷേത്രംകോട്ടൂർ മഠത്തിന്റെ പടിക്കൽ ഒരു പുതിയ കച്ചവടക്കാരനെ കണ്ട് മുരളിയുടെ മനസ്സ് പിടഞ്ഞു. മഠത്തിലെ ശ്രീഹരി ഭട്ടതിരിപ്പാട്! ചിരിച്ചുകൊണ്ട് നില്ക്കുന്നു. പാതി വിളഞ്ഞ കുറെ ചേനകൾ മുൻപിൽ കൂട്ടിയിട്ടിരിക്കുന്നു.

അഭയാർത്ഥി ക്യാമ്പ്

എല്ലാ ജീവികളിലും ഉള്ള ആത്മാവ് ഒന്ന് തന്നെയാണ്. ഒരേ പോലെ ശ്രേഷ്ഠം. അല്ലാതെ മനുഷ്യന്റെ ആത്മാവ് പുഴുവിന്റേതിനേക്കാൾ ശ്രേഷ്ഠമൊന്നുമല്ല. ഇഹത്തിൽ ലൗകികസുഖങ്ങളെല്ലാം ഭൗതികസുഖങ്ങളെല്ലാം അനുഭവിച്ചു സന്തോഷമായി കഴിയാനാണ് ഈശ്വരൻ ഓരോ ജന്മത്തെയും ഭൂമിയിലേക്ക്. അയക്കുന്നത്. ഇത് ലളിതമായി അറിയുന്നവർ സന്തോഷമായി ജീവിക്കുന്നു.

മിനിറ്റ് വച്ച് വെള്ളം ഏറുന്നത് കണ്ടു പകച്ച ആളുകൾ എടുക്കാവുന്നതെല്ലാം എടുത്ത്, കുഞ്ഞു കുട്ടി, ആടുമാടുകളോടെ വന്നതോടെ കരയോഗ കെട്ടിടത്തിൽ സ്ഥലമില്ലാതായി. കോളനികളിൽ നിന്നുള്ളവരുടെ വരവ് കൂടി ആയപ്പോൾ അഭയാർത്ഥികളുടെ ഇടയിലും പരസ്പരം പോരായി. അവനവന്റെ നിലനില്പാണല്ലോ പ്രധാനം. ലക്ഷ്മിയമ്മ പോയി സ്കൂൾ ഹെഡ് മാസ്റ്ററിനേയും അധികാരികളെയും കണ്ട് സ്കൂൾ അഭയാർത്ഥി കേന്ദ്രം ആക്കാനുള്ള അനുവാദം വാങ്ങി വന്നു.

"ഈ കേന്ദ്രം ജാതിയും മതവും മറ്റു യാതൊരു ഉച്ചനീചത്വങ്ങളും ഇല്ലാത്ത ഇടമാണെന്നും എല്ലാവർക്കും തുല്യ അവകാശമാണെന്നും എല്ലാവരും സ്വയം വോളന്റിയേഴ്സ് ആയി, എല്ലാവരുടെയും സുഖത്തിനും, സന്തോഷത്തിനും വേണ്ടി നിലകൊള്ളുകയുമാണ് വേണ്ടത്." ലക്ഷ്മിയമ്മ ക്യാമ്പിന്റെ നിലപാട് വ്യക്തമാക്കി.

ആടുമാടുകളെ ഗ്രൗണ്ടിലെ മരങ്ങളിൽ കെട്ടാനും മഴ കനക്കുമ്പോൾ നനയാതെ ഒരു ബ്ലോക്കിന്റെ വരാന്തയിൽ കെട്ടാനും തീരുമാനമായി. അവയ്ക്ക് തീറ്റ കൊടുക്കാനും അവയുടെ കാര്യങ്ങൾ നോക്കാനും പ്ര

ത്യേകം ടീമിനെ ഏർപ്പെടുത്തി. സ്കൂളിന്റെ ഒരു മൂലയിൽ, കൂടുതൽ കുഴി കക്കൂസുകൾ നിർമ്മിച്ച് മറകെട്ടിയെടുത്തു. മഴ കാരണം സ്കൂളിന് ഗവണ്മെന്റ് അവധിയായിരുന്നു. സ്കൂളിൽ സമൂഹ അടുക്കള, കുട്ടികളുടെ പരിചരണവും ശുചീകരണവും പകർച്ചവ്യാധികൾ വരാതിരിക്കാനുള്ള മുൻകരുതലുകൾ എന്നിങ്ങനെ ഉത്തിരവാദിത്വങ്ങൾ എല്ലാം ഓരോരുത്തർക്കായി വീതിച്ചു നല്കി. ഗ്രേസിക്കുട്ടിയും റംലത്തു ബീവിയും, മീനാക്ഷിയും മേരിയും പത്മിനിയമ്മയും എല്ലാവരും ഓരോരോ ഉത്തരവാദിത്വങ്ങൾ ഏറ്റെടുത്തു. കൂടാതെ കോളനികളിൽനിന്നും വന്ന പുലയപ്പെൺകുട്ടികളും, എല്ലാ ജോലികളിലും മുന്നോട്ട് വന്നതോടെ ക്യാമ്പ് വളരെ സജീവമായി. എല്ലാത്തിനും ലക്ഷ്മിയമ്മയുടെ നേതൃത്വവും. സ്ത്രീകളുടെ ബലവും, കഴിവും നാട്ടുകാർ അറിഞ്ഞു.

രാമൻ നായർ കുടുംബത്തു നിന്നും അരിയും, തേങ്ങയും ചേനയും കാച്ചിലുമൊക്കെ കൊച്ചു ചെറുക്കൻ വശം കൊടുത്തയച്ചു. സ്ത്രീകളുടെ പ്രവർത്തനങ്ങളിൽ ആകൃഷ്ടരായി ആണുങ്ങളും രംഗത്തിറങ്ങി, അവർക്കു സപ്പോർട്ട് കൊടുത്തു. ആദ്യം മടിച്ചു നിന്നവർ പോലും അവസാനം സഹകരിച്ചു, സഹായിച്ചു. ഏറ്റവും വലിയ അത്ഭുതം രണ്ടു ദിവസം കഴിഞ്ഞപ്പോൾ ചന്ത്രോത്തെ നാണു നായരുടെ ഭാര്യ സൗദാമിനിയമ്മ വന്നതാണ്. "ലക്ഷ്മീ, നീ ചെയ്യുന്നത് പുണ്യം. അങ്ങേരു ഓരോന്ന് പറഞ്ഞപ്പോൾ ഞാൻ വിശ്വസിച്ചു പോയി. അതാണ്. ചേട്ടനും ഇപ്പോൾ മാറിപ്പോയി. വരാൻ ചമ്മി നില്ക്കുകയാണ്."

"അയ്യോ അങ്ങനൊന്നും ഇല്ല ചേച്ചി, ചേച്ചിയും വരുമെന്ന് എനിക്കറിയാമായിരുന്നു." ലക്ഷ്മിയമ്മ അങ്ങനെ പറഞ്ഞതോടെ അവർക്കും സന്തോഷമായി.

ലക്ഷ്മിയമ്മ മഹിളാ സമാജത്തിന്റെ താലൂക്ക് ഓഫീസുമായി ബന്ധപ്പെട്ടു സഹായത്തിന് ശ്രമിച്ചപ്പോൾ അമേരിക്കൻ ഗോതമ്പും സൂചി ഗോതമ്പും പാൽപ്പൊടിയും എണ്ണയും കിട്ടി. അന്നാട്ടുകാർ അപ്പോഴാണ് ശരിക്കും ഗോതമ്പിനെപ്പറ്റി അറിയുന്നത്. നല്ല വെളുത്തു തുടുത്തു, ആനക്കൊമ്പിന്റെ നിറത്തിലുള്ള ഗോതമ്പ്. റേഷൻ കടയിൽ തവിട്ടു നിറത്തിലുള്ള ചെറിയ ഗോതമ്പ് വരുമായിരുന്നെങ്കിലും ആരും വാങ്ങാത്തതിനാൽ റേഷൻ കടയുടമ ചന്ദ്രൻപിള്ള ഗോതമ്പ് അങ്ങനെ കടയിൽ എടുക്കാറില്ലായിരുന്നു. മിനിമം കോട്ട എടുത്താൽ തന്നെ അതപ്പോൾത്തന്നെ റേഷൻ മൊത്തക്കച്ചവടക്കാരന് മറിച്ചു വില്ക്കുകയായിരുന്നു. ആർക്കും ഇത് ആവശ്യമില്ല, പരാതിയുമില്ല. ലക്ഷ്മിയമ്മ തന്നെ ക്യാമ്പിൽ ചപ്പാത്തിയും പൂരിയും ഉണ്ടാക്കുന്നത് കാട്ടിക്കൊടുത്തു. ചപ്പാത്തി പരത്താൻ പെണ്ണുങ്ങളെ പഠിപ്പിച്ചു. അതുവരെ ഗോതമ്പ് കഞ്ഞി മാത്രമേ അവർ കണ്ടിട്ടുള്ളു. കുട്ടികൾക്ക് കളികളും സ്ത്രീകൾക്ക് കരകൗശല പരിശീലനവും വിനോദങ്ങളും. ജനങ്ങൾ ജാതിയും മതവും മറന്നു ഒന്നായി. സങ്കടത്തിനിടയിലും ക്യാമ്പിൽ സന്തോഷം ഉണർന്നു. എല്ലാവരും ആണുങ്ങളും പെണ്ണുങ്ങളും പ്രായക്കൂടുതൽ ഉള്ളവരും അവരെ

ലക്ഷ്മിയേടത്തി എന്ന് വിളിക്കാൻ തുടങ്ങി. അങ്ങനെ ലക്ഷ്മിയമ്മ നാട്ടുകാരുടെ ലക്ഷ്മിയേടത്തിയായി.

കൊച്ചു കുട്ടിയാണെങ്കിലും മുരളിയും കൂടുതൽ സമയവും സഹായവുമായി ക്യാമ്പിൽ തന്നെ ഉണ്ടായിരുന്നു. നാട്ടുകാരൊക്കെ കൈയയച്ചു സഹായിച്ചു. ക്യാമ്പിൽ വന്നശേഷം അകത്തു മരണങ്ങൾ ഒന്നും ഉണ്ടായില്ലെങ്കിലും പുറത്തു എല്ലാവരെയും സങ്കടപ്പെടുത്തി രണ്ടു മരണങ്ങൾ നടന്നു. ചക്കരയമ്മാവൻ മരിച്ചു. രാവിലെ ഒരു ദോശയും കഴിച്ചു, ചായയും കുടിച്ചു ചാരുകസേരയിൽ കിടന്ന് പുസ്തകം വായിക്കുകയായിരുന്നു. ഇടയിൽ മോരും വെള്ളം കുടിക്കുന്ന ശീലം ഉണ്ട്. അതുമായി ശാരദാമ്മ ചെന്ന് വിളിക്കുമ്പോൾ ഉണർന്നില്ല. ഉറങ്ങുകയാകും ശല്യപ്പെടുത്തണ്ടന്ന് കരുതി, പിന്നെ വിളിക്കാതെ ശാരദാമ്മ പോയി. ഒരു മണിക്കൂർ കഴിഞ്ഞു ചെന്ന് നോക്കുമ്പോഴും അതേ കിടപ്പ്. ഇടത്തെ കൈ കസേരത്തുണിയുടെ വശത്തുകൂടി തൂങ്ങി കിടക്കുന്നത് കണ്ടു, സംശയത്തോടെ കുലുക്കി വിളിച്ചപ്പോൾ ഒരു വശത്തേക്ക് മറിഞ്ഞു. പോക്കറ്റിലെ ഗ്യാസുമുട്ടായികൾ ചോണനുറുമ്പുകൾ തിന്നു തുടങ്ങിയിരുന്നു. "അയ്യോ എന്റെ അമ്മാവൻ പോയേ. എനിക്കിനി ആരുമില്ലേ. അയ്യോ. എനിക്ക് വയ്യായെ."

ശാരദാമ്മയുടെ അലമുറ കേട്ടാണ് പടിഞ്ഞാറ്റെക്കാരും, നാട്ടുകാരുമൊക്കെ ഓടിച്ചെല്ലുന്നത്. അങ്ങനെ ദേശത്തെ പ്രധാന വിദ്വാനെയും നീതിമാനെയും ന്യായാധിപനെയും ദേശക്കാർക്ക് നഷ്ടമായി. മുരളിക്ക് അവന്റെ പ്രിയപ്പെട്ട കഥാകാരനെയും. കുരുവികളെ കാണാനും, കഥകൾ കേൾക്കാനുമായി പോയ എണ്ണമറ്റ ദിവസങ്ങൾ. ആരുമറിയാതെ മുരളി വിങ്ങിപ്പൊട്ടി.

"ജീവന്റെ രഹസ്യവും തേടി നടക്കുന്ന മനുഷ്യർ. അത് തേടി നടന്ന് ജീവിക്കാൻ മറന്നുപോകുന്നവർ. ഇനി ഒരു വിദ്വാനുണ്ട്. മരണത്തിന്റെ പൊരുൾ തേടി നടന്നു. കാലന്റെ അടുക്കൽ വരെ ചെന്നു. ഉപനിഷത്തിലുണ്ട്. വാജാശ്രവിസിന്റെ പുത്രൻ നചികേതസ്സ്. ഇതിലൊന്നും ഒരു കാര്യവുമില്ല. ആർക്കും മനസ്സിലാകാത്ത വലിയ തത്ത്വങ്ങളൊന്നും ജീവിതത്തിൽ ഇല്ല.

"എല്ലാ ജീവികളിലും ഉള്ള ആത്മാവ് ഒന്ന് തന്നെയാണ്. ഒരേ പോലെ ശ്രേഷ്ഠം.

അല്ലാതെ മനുഷ്യന്റെ ആത്മാവ് പുഴുവിന്റേതിനേക്കാൾ ശ്രേഷ്ഠമൊന്നുമല്ല.

ഇഹത്തിൽ ലൗകികസുഖങ്ങളെല്ലാം ഭൗതികസുഖങ്ങളെല്ലാം അനുഭവിച്ചു.

സന്തോഷമായി കഴിയാനാണ് ഈശ്വരൻ ഓരോ ജന്മത്തെയും ഭൂമിയിലേക്ക് അയക്കുന്നത്. ഇത് ലളിതമായി അറിയുന്നവർ സന്തോഷമായി ജീവിക്കുന്നു.

മരണത്തെ അവർ ഭയപ്പെടുന്നുമില്ല. അതൊരു അനിവാര്യതയാണ

ല്ലോ. എന്നാൽ കൂടുതൽ പേരും ജീവിതത്തെ സങ്കിർണ്ണമാക്കുന്നു. ഇന്നലെകളെപ്പറ്റി സങ്കടപ്പെട്ട്, നാളെയെപ്പറ്റി ആശങ്കപൂണ്ട്, വേവലാതിപൂണ്ട്, ഇന്ന് ജീവിക്കാൻ മറന്നു പോകുന്നു."

നചികേതസ്സിന്റെ കഥയ്ക്കിടയിൽ ചക്കരയമ്മാവൻ പറഞ്ഞത്.

"നീതിമാന്റെ സ്വച്ഛന്ദമായ മരണം." ആളുകൾ പറഞ്ഞു. രണ്ടാമത്തെ മരണം ചായക്കട മണിയന്റേതാണ്. ചായ അടിച്ചു നിന്നപ്പോൾ സ്വപ്നങ്ങളുടെയും പ്രതീക്ഷകളുടെയും പിടിത്തം വിട്ട്, കുഴഞ്ഞു വീണായിരുന്നു മരണം. നാലു സെന്ററിൽ ഒരു കൊച്ചു ചായക്കടയും അടുക്കളയും ഒരുമുറിയുമായി കൊച്ചൊരു ചരിപ്പും രണ്ടിനുമിടയിൽ നാലു മൂട് ചേനയും അവയുടെ സൈഡിൽ നട്ട എട്ടു മൂട് കാച്ചിലും ചായക്കടയിലെ ചില്ലലമാരിയും പത്തുപന്ത്രണ്ടു ചായ ഗ്ലാസുകളും കടയിലെ ഉൾപ്പെടെ എട്ടോ പത്തോ പഴയ അലുമിനിയപ്പാത്രങ്ങളും, പിന്നെ തഴയുടെ മൂന്ന് കിടക്കപ്പായകളും മാത്രം സ്ഥാവര ജംഗമ വസ്തുക്കൾ ഉള്ള പരേതന്റെ ബന്ധുക്കൾ, മൂന്ന് മുതിർന്ന പെണ്ണുങ്ങൾ, ദേശത്തിന്റെ ചങ്കുപറിയും പോലെ കരഞ്ഞിട്ട്, ഇപ്പോൾ റോഡിലേക്ക് കണ്ണും നട്ട് നിർവ്വികാരരായി ഇരിക്കുന്നു. ആ ഇരുപ്പ് വളരെക്കാലം മുരളിയെ മുറിപ്പെടുത്തി. പിന്നീട് അമ്മയുടെ അടികൾ കിട്ടുമ്പോൾ അവൻ ഇവരുടെ ഇരുപ്പ് ഓർക്കും. അതോടെ അവന്റെ സങ്കടം അല്പം കുറയും.

തോർച്ചയുള്ളപ്പോൾ ലതയും ലതികയും മുന്നിലെ ഇടവഴിയിലെ വെള്ളത്തിൽ കടലാസ് വള്ളങ്ങളുണ്ടാക്കി കളിച്ചു. വള്ളങ്ങളിൽ ചെറിയ ഉറുമ്പുകളെ പിടിച്ചിട്ട് യാത്രക്കാരാക്കി അവരെ ബോംബെക്ക് അയച്ചു. എന്നാൽ വള്ളങ്ങൾ വേഗം മുങ്ങി, യാത്രക്കാർ വെള്ളത്തിൽ കൈകാലിട്ടടിക്കുന്നത് കണ്ട അവർ യാത്രക്കാർക്ക് പകരം ഇല നുറുക്കുകളും പൊടി കല്ലുകളും ചരക്കുകളായി കയറ്റി അയച്ചു. അവ അതിലും വേഗത്തിൽ മുങ്ങുന്നത് കണ്ട്, വിഷമിച്ചു നില്ക്കുമ്പോൾ പോയിപ്പുറത്തെ മണിയൻ പിള്ളയാണ് കാട്ടിക്കൊടുത്തത്. "വെള്ളത്തിൽ ഊത്തയുണ്ട്. ചെറിയ മീനുകൾ, പരൽ. നമുക്ക് പിടിക്കാം"

കുട്ടികൾക്ക് ഉത്സാഹമായി. ലത ഉള്ളിൽ പോയി എല്ലാവരും കുളിക്കുന്ന ഈരെഴയൻ തോർത്തുമായി വന്നു. മണിയൻപിള്ളയും ലതയും ചേർന്ന് തോർത്ത് വച്ച് പരലുകളെ പിടിച്ചു. ആദ്യത്തെ മീനിനെ കിട്ടിയപ്പോൾ കുട്ടികൾക്ക് സ്വർഗ്ഗം കിട്ടിയ സന്തോഷമായിരുന്നു. "ഇതിനെ നമുക്ക് വളർത്താം ചേച്ചി." ലതിക തുള്ളിച്ചാടി

അന്ന് കിട്ടിയ അഞ്ചു പരലുകളെയും അവർ ഒരു കുപ്പിയിലെ വെള്ളത്തിലിട്ട് നിധി പോലെ സൂക്ഷിച്ചു. മുരളി വന്നപ്പോൾ കാട്ടിക്കൊടുത്തു. അടുത്ത ദിവസം ഊത്ത പിടിക്കാൻ രണ്ട് ടീമായി. മണിയൻപിള്ളയും ലതയും. മുരളിയും ലതികയും. രണ്ടാം ദിവസവും തോർത്ത് ചേറിലിട്ടു നശിപ്പിച്ചപ്പോൾ ലക്ഷ്മിയമ്മ തോർത്ത് നിരോധിച്ചു. ലതിക കരഞ്ഞപ്പോൾ അവർ പകരമായി കീറിയ കൈലിയുടെ ഒരു കഷണം കൊടുത്തു.

ലക്ഷ്മിയേടത്തിക്ക് ഊണും ഉറക്കവുമില്ലാത്ത നാളുകൾ. ഈ ദിവസങ്ങളത്രയും വീട്ടിലെ സ്ഥിതി കഷ്ടമായിരുന്നു. ലതയും മുരളിയും കൂടിയാണ് കഞ്ഞി വച്ചിരുന്നത്. ആദ്യമൊക്കെ അടുത്ത വീട്ടിലെ ശോഭേച്ചിയായിരുന്നു ചമ്മന്തിയും എന്തെങ്കിലും ഒരു കൂട്ടാനും വച്ചിരുന്നത്. പിന്നീട് ചുറ്റുമുള്ള പെണ്ണുങ്ങളൊക്കെ വന്നു. ലക്ഷ്മിയേടത്തിയുടെ വീട്ടിൽ എന്തെങ്കിലും സഹായിക്കാൻ അവർ മത്സരിക്കുകയായിരുന്നു. കൂട്ടത്തിൽ ഒരുനാൾ തെക്കേ വീട്ടിലെ വെളുത്തേടത്തി പൊന്നമ്മ വന്ന് സങ്കടപ്പെട്ടു പറഞ്ഞു. "ഞാൻ വച്ചാൽ കുഞ്ഞുങ്ങൾ കഴിക്കുമോ എന്ന് സംശയിച്ചാണ് വരാതിരുന്നത്. ഒന്നും തോന്നല്ലേ."

ലതയാണതിനു മറുപടി പറഞ്ഞത്: "പൊന്നമ്മയമ്മേ അങ്ങനെ വല്ലോം ഉണ്ടോ. ഞങ്ങൾക്ക് സന്തോഷമേയുള്ളൂ."

അവർ പെട്ടെന്ന് ലതയെ തിരുത്തി "പൊന്നമ്മയമ്മയല്ല, പൊന്നമ്മ"

"അതു കൊള്ളാം. പ്രായത്തിന്റെ മൂപ്പെന്നു ഒന്നില്ലേ? പൊന്നമ്മയമ്മയ്ക്ക് എന്റമ്മേടെ പ്രായമില്ലേ?" ലത.

"അയ്യോ, നമ്മക്കിതൊന്നും കേൾക്കാൻ വയ്യേ, ഞമ്മള് പോണേ." അവർ തലയ്ക്ക് കൈയും വച്ച് ഓടിപ്പോയി. ഇവൾ ഇത്രയ്ക്ക് വളർന്നോ എന്നർത്ഥത്തിൽ മുരളി അനിയത്തിയെ നോക്കി.

ഒരു ദിവസം സ്കൂളിലെ ക്യാമ്പിൽ പോയി തിരികെ വരുമ്പോൾ ലത വീട്ടുമുറ്റത്തു ഭയന്ന് നില്ക്കുന്നു. "കൊച്ചാട്ടാ, ഞാനും ലളിതയും വെളിയിൽ നിന്നും കളിക്കുകയായിരുന്നു. ഇടയ്ക്കു ഞാൻ വെള്ളം കുടിക്കാൻ അകത്തു കയറി. കാല് മുന്നോട്ടു വച്ചപ്പോൾ എന്തോ സീൽക്കാരം കേട്ട്. നോക്കുമ്പോൾ ഒരു പാമ്പ് പത്തി വിടർത്തി നില്ക്കുന്നു. പേടിച്ചു, എന്ത് വേണമെന്നറിയാതെ നില്ക്കുമ്പോഴേക്കും മറ്റൊരു പാമ്പ് ഇതുമായി യുദ്ധമായി. രണ്ടും അകത്തുണ്ട്. കൊച്ചാട്ടൻ വരുമെന്ന് കരുതി പേടിച്ചു വെളിയിൽ നില്ക്കുകയാണ്."

മുരളി വേഗം പോയി ഗോപാലപിള്ളയെ വിളിച്ചു വന്നു. അയാളാണ് കാട്ടിക്കൊടുത്തത്. വലിയ ശംഖുവരയൻ ചെറിയ മൂർഖനെ പകുതിയോളം വിഴുങ്ങിക്കഴിഞ്ഞു. "ശബ്ദമുണ്ടാക്കാതെ നിന്നോളൂ. ഒന്ന് മറ്റൊന്നിനെ വിഴുങ്ങുകയാണ്. ഇപ്പോൾ അടിച്ചാൽ ചിലപ്പോൾ രണ്ടും കൂടി തിരിയും. തീറ്റ കഴിയുമ്പോൾ അനങ്ങാൻ പറ്റില്ല. അപ്പോൾ ഒറ്റ അടി. നടുക്കണ്ടം മുറിയണം. തലക്കടിക്കുമ്പോൾ കൊണ്ടില്ലേൽ കുഴപ്പമാണ്. അവൻ തിരിഞ്ഞു കൊത്താൻ വഴിയുണ്ട്. പാമ്പുകൾക്ക് നടുവ് മുറിഞ്ഞാൽ, അല്ലെങ്കിൽ ഒടിഞ്ഞാൽ പിന്നെ ഇഴയാൻ ആവില്ല." ഗോപാലപിള്ള പറഞ്ഞു.

മൂന്നാഴ്ചയോളം ക്യാമ്പ് പ്രവർത്തിച്ചു. വെള്ളം ഇറങ്ങിയെങ്കിലും സമാജത്തിന്റെ പണി തീർന്നില്ല. പലരുടെയും കുടിലുകൾ തകർന്നിരുന്നു. അതെല്ലാം പുനർനിർമ്മിക്കണം. വിളകൾ നഷ്ടപ്പെട്ടവർക്ക് സർക്കാരിൽ നിന്നും കിട്ടാനുള്ള ആനുകൂല്യങ്ങൾ എന്തെല്ലാം എന്ന് കണ്ടു പിടിച്ചു

നേടിയെടുക്കണം. ഗവൺമെന്റ് ഹോസ്പിറ്റലിലെ ഡോക്ടർ രോഗികളെ നോക്കാൻ ക്യാമ്പിൽ വന്നിരുന്നു. ക്യാമ്പ് അവസാനം അയാൾ പറഞ്ഞു:

"മാഡം, നിങ്ങളെ ഞാൻ സമ്മതിച്ചിരിക്കുന്നു. ഞാൻ പോലും ഇവിടെ കുറഞ്ഞത് ഒരു പത്തു മരണം എങ്കിലും സംശയിച്ചിടത്തു ഒന്നുപോലും ഉണ്ടായില്ല എന്ന് മാത്രമല്ല ടൈഫോയിഡ് പകരാതെ നിങ്ങൾ എത്ര കരുതലോടെയാണ് തടഞ്ഞത്. റിയലി ഗ്രേറ്റ്." "നന്ദി ഡോക്ടർ. ഞങ്ങളുടെ മാത്രം മിടുക്കല്ല. നിങ്ങളുടെ നിർദ്ദേശങ്ങളും അഭിപ്രായങ്ങളും ഞങ്ങൾ നടപ്പാക്കിയെന്നേയുള്ളു."

മഴയത്ത് ഒലിച്ചിറങ്ങിയ പെയിന്റ് തുടച്ചു, വീണ്ടും വെളുത്ത പെയിന്റിൽ പോരുവഴിയുടെ ചരിത്ര ബോർഡിൽ, ആർട്ടിസ്റ്റ് രാജൻ എഴുതി വച്ചു.

1965 ജൂലൈ മുതൽ ആഗസ്ത് - പോരുവഴിയുടെ ശിക്ഷാകാലം - വെള്ളപ്പൊക്കം .

സ്കൂളിൽ ക്യാമ്പ് - ലക്ഷ്മിയേടത്തിയും, മഹിളാ സമാജവും മുൻകൈയെടുത്തു.

12.8.1965 - പോരുവഴിയുടെ ന്യായാധിപൻ, കഥാകാരൻ ചക്കര അമ്മാവൻ ഓർമ്മയായി.

വൈകുന്നേരം ചെറിയ ചാറ്റൽ മഴയത്താണ് നാരായണി അമ്മൂമ്മ വന്നത്. കൂന് കൂടിക്കൂടി വരുന്നുണ്ട്. ഏഴ് പോലെയാണിപ്പോൾ ഇരിക്കുന്നത്. തൂങ്ങിക്കിടന്ന മടിശീല അഴിച്ചു കുറെ ചക്കവരട്ടിയും ചക്ക ഉപ്പേരിയും എടുത്തു നീട്ടി. "ദാ മക്കളെ എടുത്തോ. കഴിഞ്ഞ ദിവസം നമ്മുടെ വരിക്കപ്ലാവിൽ നിന്നും ആനപോലെ രണ്ട് ചക്കകൾ വെട്ടിയിട്ടിരുന്നു. ഒന്ന് വറത്തു. ഒന്ന് വരട്ടി." പിന്നെ ലക്ഷ്മിയമ്മയോടായി പറഞ്ഞു, "നിന്നെപ്പറ്റി ആൾക്കാർ നല്ലത് പറയുമ്പോൾ മനസ്സ് നിറഞ്ഞു. എനിക്കിനി എന്തോ വേണമെടി? എന്നാൽ എന്റെ കുഞ്ഞിന് ഈ കുടിലിൽ കിടക്കാനാണ് യോഗം എന്ന് കാണുമ്പോൾ സഹിക്കാൻ പറ്റുന്നില്ല."

"അതിന് എനിക്കിവിടെ കുഴപ്പമൊന്നുമില്ലല്ലോ."

"എന്നോട് പറയണ്ട. കൃഷ്ണപിള്ള എന്തിയേടി? അവനിനി എന്ന് വരും? വരുമ്പോൾ രണ്ട് മുറിയിൽ അടിച്ചുറപ്പുള്ള ഒരു വീട്. അത് മതി. അവൻ നേരെയായിരുന്നേൽ ഈ കുഴപ്പം വല്ലോം ഉണ്ടോ?"

"അമ്മ ഏട്ടനെ വിട്ടേര്. എനിക്കും പിള്ളേർക്കും പരാതിയില്ല."

"അല്ലെടി... എത്ര നാൾ ഈ കൂരയിൽ കിടക്കാനാണ് നിന്റെ ഉദ്ദേശ്യം?"

"എത്രയും നേരത്തെ ഒരു കൊച്ചു വീട് പണിയണം."

"അതിന് നിന്റെ കൈയിൽ എവിടെയാ പണം?"

"കുറച്ചൊക്കെ ഉണ്ട്. ബാക്കി ഉണ്ടാക്കണം. ഉണ്ടാകും."ലക്ഷ്മിയമ്മ അമ്മയോട് ചിരിച്ചു.

"ഇത് നീ വിറ്റെടുത്തോ. നാലര പവനെങ്കിലും കാണും. വാങ്ങുമ്പോൾ അഞ്ചായിരുന്നു. കുറെയൊക്കെ തേഞ്ഞു പോയിട്ടുണ്ടാകും.

എന്റെ കൈയിൽ വേറൊന്നും ഇല്ല." നാരായണിയമ്മ കാതിലെ 'തോട' ഊരി ലക്ഷ്മിയമ്മയുടെ നേരേ നീട്ടി.

"എനിക്കെന്തിന്? എനിക്ക് വേണ്ടമ്മേ. അമ്മയുടെ കാതിൽ കിടക്കട്ടെ."

"കാതിൽ ഇനി ഇടാൻ പറ്റില്ല. നോക്ക്. കാത് സൈക്കിൾ ടയർ പോലെ ആയി. ഇടത്തേത് എപ്പോൾ മുറിഞ്ഞു രണ്ട് വള്ളി പോലെയാകും എന്നറിയില്ല. ഇനി എന്തായാലും ഞാൻ ഇടുന്നില്ല. നീ വച്ചോ." ലക്ഷ്മിയമ്മ സ്വീകരിക്കാതെ വന്നപ്പോൾ അവരത് ലതയുടെ കൈയിൽ പിടിപ്പിച്ചേല്പിച്ചു. "ഞാനിത് അച്ഛനോട് പറഞ്ഞിട്ടുണ്ട്. എടി, അച്ഛന്റെ കൈയിൽ ഇപ്പോൾ പണമൊന്നും ഇല്ല. കൃഷി എല്ലാം രാമനല്ലേ? അവന്, നോക്കി കണ്ട് തരാനൊന്നും അറിയില്ല. ചോദിച്ചാൽ ഒരു മടിയും ഇല്ലാതെ തരും. അവനോട് ഞാനൊന്ന് പറയാൻ അവസരം കിട്ടുന്നുമില്ല. ആരേലും കൂടെ കാണും. ഒറ്റയ്ക്ക് കിട്ടിയാലോ? അയാൾ ദേശം മുഴുവൻ കേൾക്കും പോലെയല്ലേ സംസാരം. സുഭദ്ര അറിയണ്ട എന്ന് കരുതിയാണ്. അല്ലേൽ പിന്നെ നീ ഇറങ്ങിപ്പോന്നതിന് എന്താ വില?"

മഴക്കാലം കഴിഞ്ഞപ്പോൾ ഒരു സൂചനയും തരാതെ സഖാവ് കൃഷ്ണപിള്ള കയറി വന്നു. സഖാവ് എല്ലാവർക്കും തുണിയും, പലഹാരവും കൊണ്ടു വന്നിരുന്നു. ലക്ഷ്മിയമ്മയുടെ സന്തോഷം കണ്ട് മുരളിക്കും ആശ്വാസമായി. രണ്ടു ദിവസം കഴിഞ്ഞപ്പോൾ ആശാരി രാമന്റെ മൂത്ത മോൻ രാഘവൻ കിണറിന് സ്ഥാനം കാണാൻ വന്നു. "സഖാവിന് ഇതിലൊന്നും വിശ്വാസം കാണില്ല എന്നറിയാം. എന്നാലും ഞങ്ങടെ രീതിക്ക് ചെയ്യാമല്ലോ അല്ലേ?"

സഖാവ് ചിരിച്ചു. "എല്ലാം അതിന്റെ നിയമത്തിനു ചെയ്തോളൂ." എന്ന് ലക്ഷ്മിയമ്മ അനുവാദം കൊടുത്തു. ആശാരി രാഘവൻ തൂശനില വെട്ടിയിട്ട് തുഞ്ചം കിഴക്കോട്ടു തിരിച്ചു വച്ച്, അതിൽ നിലവിളക്ക് കൊളുത്തി വച്ചു. ഗണപതിക്ക് ഒരുക്കിവച്ചു, സാമ്പ്രാണിയും കത്തിച്ചു വച്ചു. ശേഷം പൂജ നടത്തി, കർപ്പൂരം ഒഴിഞ്ഞു. ലക്ഷ്മിയമ്മ കൈകൂപ്പി നില്ക്കുന്നുണ്ടായിരുന്നു. കുട്ടികളും അമ്മയോടൊപ്പം കൈകൂപ്പി നിന്നു. കുട്ടികളോട് മാറിനില്ക്കാൻ പറഞ്ഞിട്ട് രാഘവൻ പുരയിടത്തിന്റെ കിഴക്കേ അറ്റത്തു സൂര്യനെ നോക്കി നിന്നു. അനന്തരം തന്റെ മുഴക്കോലെടുത്തു തലയ്ക്കു ചുറ്റും മൂന്നു തവണ ചുഴറ്റി തിരിഞ്ഞു നോക്കാതെ പിന്നോട്ട് എറിഞ്ഞു. മുഴക്കോൽ കുത്തുന്ന സ്ഥലം നോക്കിക്കോളാൻ മറ്റുള്ളവരോട് പറഞ്ഞിരുന്നു. സ്ഥലം മാർക്ക് ചെയ്ത് അതിനു ചുറ്റം ഒരു വലിയ വൃത്തം വരച്ചു. "ഇതാണ് സ്ഥാനം. ഇവിടെ കുത്തിക്കോളൂ."

"കിണറു കുത്തിക്കഴിഞ്ഞാൽ നമ്മൾ വീട് പണി തുടങ്ങുകയാണ്. അച്ഛൻ കുറച്ചു പണം കൊണ്ടു വന്നിട്ടുണ്ട്." ലക്ഷ്മിയമ്മ മുരളിയോട് അടക്കം പറഞ്ഞു. അമ്മ നിറഞ്ഞു ചിരിക്കുന്നത് അവൻ കണ്ടു.

കിണറു പണിക്കാരൻ വന്നിരുന്നു. അയാളും കൂട്ടാളികളും കൂടി ബലമുള്ള മൂത്ത ഒരു കവുങ്ങു വെട്ടിക്കൊണ്ടു വന്നു. അവരുടെ ചില

പൂജകൾക്ക് ശേഷം മടൽപ്പൊളി മുറിച്ചെടുത്തു അതിൽ ഒരു അലകാണി കുത്തിയിറക്കി മദ്ധ്യം നിർണ്ണയിച്ചു കുഴിക്കേണ്ട സ്ഥലം വൃത്തത്തിൽ വരച്ചിട്ടു. അതിനു ശേഷം കിണറു കുത്താൻ ആരംഭിച്ചു. ഒരാൾ താഴ്ച കഴിഞ്ഞപ്പോൾ ചീങ്ക കണ്ടു. രണ്ട് കവുങ്ങുമുറികൾ മണ്ണ് ഇടിയാതെ കുഴിയുടെ ഒരു വശത്തിട്ടു കൂട്ടിക്കെട്ടി. അരികു ഇടിയാതെ ചവുട്ടി നില്ക്കാനാണത്. പിന്നീട് വശങ്ങളിൽ രണ്ട് മുറികൾ കുഴിച്ചിട്ട്, കുറുക്ക് മറ്റൊരു മുറി വച്ചുകെട്ടി, വലിയ മരക്കപ്പിയിട്ട്, വള്ളിക്കൊട്ടയിൽ ചക്കരക്കയറു കെട്ടി, കുഴിമണ്ണ് വലിച്ചു കയറ്റി. പന്ത്രണ്ടാം നാൾ വെള്ളം കണ്ടപ്പോൾ പൂജ നടത്തി, പഴക്കുലയും ഉതിർത്തു. പിന്നീട് പൊട്ടക്കുഴിയും കുഴിച്ചു കരയ്ക്ക് കയറി. പത്തു ചിരട്ടയുടെ കരി കിണറ്റിൽ ഇട്ടു. ഒരു തൊട്ടി വെള്ളം ലക്ഷ്മിയമ്മയെ കൊണ്ട് കോരിച്ചു, എല്ലാവർക്കും കുടിക്കാൻ അല്പം വെള്ളം വീതം കൊടുത്തു. ഓലകൊണ്ട് കിണറ് മൂടിയിട്ടു. സഖാവിനോട് പറഞ്ഞു.

"പതിനാലു കോലേ കുഴിച്ചൊള്ളൂ. ഇത് മതി. ഇഷ്ടം പോലെ വെള്ളമുണ്ട്. നല്ല അടി ഊറ്റാണ്. ഇപ്പോൾ തന്നെ രണ്ട് അരിഞ്ഞാണം നിറഞ്ഞു. രണ്ടു നാൾ കഴിയുമ്പോഴേക്ക് കിണറ് നിറയും. ഒരു കാലവും വറ്റില്ല. ഇന്നൊരു നാൾ വെള്ളം എടുക്കണ്ട. നാളെ രാവിലെ മുതൽ വെള്ളം എടുക്കാം. കൈയോടെ വശം കെട്ടി ബലപ്പെടുത്തണം. അതുപോലെ ആരും വീഴാതെയും നോക്കണമല്ലോ."

വീടുപണി തുടങ്ങുന്ന ദിവസം ഇലഞ്ഞിക്കൽ നിന്നും നാരായണി അമ്മയും രാമൻ നായരും അയ്യപ്പൻപിള്ളയും വന്നിരുന്നു. പതിവ് പോലെ നാരായണി അമ്മ എന്തോ പലഹാരവും കൈയിൽ പൊതിഞ്ഞു പിടിച്ചാണ് വന്നത്. വന്നതേ അത് ലതികയേ ഏല്പിച്ചു. ഭാർഗ്ഗവൻപിള്ളയദ്ദേഹം കിടപ്പിലാണത്രെ. കഴിഞ്ഞ മഴക്കാലത്ത് കാലുകഴപ്പും മുട്ട് വേദനയും കലശലായിരുന്നത്രെ. മുരളിയും കുറച്ചു ദിവസങ്ങളായി അങ്ങോട്ട് പോയിട്ട്. അതുകൊണ്ട് വിവരങ്ങൾ ഒന്നും അറിഞ്ഞിരുന്നില്ല. സഖാവും, അളിയന്മാരും പുരയിടം ചുറ്റി നടന്നു കണ്ട് എന്തൊക്കെയോ സംസാരിക്കുന്നുണ്ടായിരുന്നു. ലക്ഷ്മിയമ്മ എല്ലവർക്കും കാപ്പിയും ഞാലിപ്പൂവൻ പഴവും കൊടുത്തു. വീട്ടിലെ വാഴ കുലച്ചതാണ്.

വീടിനു സ്ഥാനം കാണാനും കുറ്റിയടിക്കാനും രാമൻ ആശാരിയും, മൂത്ത മോൻ രാഘവനും കൂടിയാണ് വന്നത്. അവർ കയ്യാളെ വിളിച്ചു കുറ്റി അടിക്കാൻ വേണ്ട കുറ്റികളും ഇഴക്കയറും തയ്യാറാക്കി വെക്കാൻ പറഞ്ഞു. "സഖാവ് വീട്ടിൽ വന്നു വിളിച്ചത് കൊണ്ട് മാത്രം വന്നതാണ്. ഇപ്പോൾ ഞാനെങ്ങും പോകാറില്ല. തീരെ വയ്യ. നടക്കാനൊക്കെ വലിയ പ്രയാസമാണ്."

"അറിയാം. രാമനാശാരി വന്നതിൽ വളരെ സന്തോഷം."

"എനിക്ക് എട്ട് ആൺ മക്കളാണ്. ഇളയവൻ ഒഴികെ എല്ലാരും ഈ പണിയിലാ. ഇവനാണ് മൂത്തത്, രാഘവൻ. മിടുക്കനാണ്. തനിയെ പ

ണിയൊക്കെ എടുത്തു ചെയ്യും. ഇവൻ നോക്കിക്കൊള്ളും. ഒന്നും പേടിക്കണ്ട." രാമൻ ആശാരി

"പേടിയൊന്നും ഇല്ല. എന്നാലും എല്ലാം മൂത്താശാരി തന്നെ വന്നു നിന്ന് ശരിയാക്കി തരണം." രാമൻ നായർ പറഞ്ഞു.

"ഏറ്റെന്നേ." ഗണപതിക്കും, വിശ്വകർമ്മാവിനും പൂജ നടത്തി രാമനാശാരി വീടിന് സ്ഥാനം കണ്ടു, കുറ്റിയും അടിച്ചു. "അടുത്ത വ്യാഴാഴ്ചയാണെങ്കിൽ കട്ടിളവയ്പ്പിന് അത്യുത്തമം. അതിന് മുൻപ് വാനം വെട്ടണം. പ്രധാന കട്ടിളയും തയ്യാറാകണം. തടിയുണ്ടെങ്കിൽ കട്ടിള രണ്ട് ദിവസം കൊണ്ട് പണിയാം."

വാനം വെട്ടൽ കൊച്ചു ചെറുക്കനും ഏറ്റു. അങ്ങനെ പണി തുടങ്ങി. പുരയിടത്തിൽ നിന്ന ഒരു തേക്കും ഒന്ന് രണ്ടു പ്ലാവുകളും വെട്ടി. നടുക്ക് നിന്ന വലിയ പ്ലാവ് വെട്ടിയപ്പോൾ അമ്മയ്ക്ക് ഒരു പ്രയാസമുണ്ടായിരുന്നു. എങ്കിലും അത് വെട്ടാതെ പറ്റില്ലല്ലോ എന്നോർത്ത് സമാധാനിച്ചു. കരിങ്കല്ല് അടിത്തറ കെട്ടിയതെല്ലാം ചെളിമണ്ണ് കുഴച്ചാണ്. രണ്ടു മുറിയും ഒരു വരാന്തയും ഊണ് മുറിയും അടുക്കളയും. കുളിമുറി മുൻവശത്തെ കിണറിന്റെ വടക്ക് വശത്തും, കക്കൂസ് പുരയിടത്തിന്റെ പടിഞ്ഞാറേ അതിരിന് അടുത്തും. അടുത്ത മഴയ്ക്ക് മുൻപ് പണി തീർക്കണം എന്ന് കൃഷ്ണപിള്ള അവരോടു പറഞ്ഞെങ്കിലും ആശാരിപ്പണി ഉഴപ്പായിരുന്നു. പ്രധാന കട്ടിള സമയത്തു വച്ചു. ബാക്കിയുള്ളതിന് സ്ഥലംവിട്ട് കട്ട കെട്ടുകയായിരുന്നു. ദിവസവും അതിരാവിലെ ആശാരിമാരുടെ വീട്ടിൽ പോയി അവരെ പിടികൂടി വന്നാലേ അവർ വരുകയുള്ളു എന്ന സ്ഥിതി. കാരണം ഇവർക്ക് മറ്റു രണ്ടു മൂന്നു സ്ഥലത്തു കൂടി പണിയുണ്ട്. ആര് വന്ന് പിടികൂടുന്നുവോ അവരുടെ കൂടെ പോകുന്നതാണ് ഇവരുടെ പതിവ്. കൃഷ്ണപിള്ള രാഘവനാശാരിയെ തേടിപ്പോകുമ്പോൾ മുരളിയും കൂടെ പോയി.

റെയിൽവേ ട്രാക്കിന് തെക്കു പുറത്തുള്ള ആശാരിപ്പറമ്പിൽ ആകെയുള്ള മുപ്പതു സെന്റിൽ നാലു വീടാണ്. എല്ലാം ഓല മേഞ്ഞ് മണ്ണ് കുഴച്ചു കെട്ടിയ ഒറ്റമുറി വീടുകളാണ്. രണ്ടാമൻ കല്യാണം കഴിച്ചില്ല. ഒന്നാമനും മൂന്നാമനും നാലാമനും പ്രത്യേകം പൊറുതിയാണ്. പെണ്ണുങ്ങൾ ചേരാത്തതാണ് കാരണം. തന്നേമല്ല കുടുംബത്തിൽ സ്ഥലക്കുറവും ഉണ്ടല്ലോ. വടക്കേപ്പുറത്തു കിഴക്കായിട്ടാണ് കെട്ടി മറയ്ക്കാത്ത കിണർ. ഒരു തെങ്ങിൻ തടി ചരിച്ചു കുഴിച്ചിട്ടു, അതിൽ ഒരു കപ്പി പിടിപ്പിച്ചിട്ടുണ്ട്. എല്ലാ വീടിനും കൂടി ഒരു കിണർ. കിണറിൽ വെള്ളം കോരാൻ വരുമ്പോഴും പെണ്ണുങ്ങൾ തമ്മിൽ ലോഹ്യമില്ല. പിന്നൊരു കാര്യം അപ്പനും മക്കളും തമ്മിൽ ഒരു പ്രശ്നവുമില്ല. എന്ന് മാത്രമല്ല അപ്പൻ പറയുന്നതിന് അപ്പുറമില്ല. സന്ധ്യ കഴിഞ്ഞാൽ അപ്പനും മക്കളും ഒന്ന് കൂടും. മൊത്തത്തിൽ വീട്ടിൽ വാങ്ങി വച്ച് ഒന്നിച്ചടിക്കലാണ് പതിവ്. അപ്പനാണ് ഒഴിച്ച് കൊടുക്കൽ. തണ്ണി അടിച്ചു കഴിഞ്ഞാൽ ചേട്ടനനിയന്മാർ വീടുകളുടെ നടുവിലുള്ള, നടുമുറ്റത്തിരുന്ന് പാട്ടും കഥകളുമായി കുറെ നേരം ഇ

രിക്കും. അല്ലെങ്കിൽ റാന്തൽ കത്തിച്ചുവച്ചു കുറച്ചുനേരം ചീട്ടുകളി. ഭാര്യമാർ എന്തെങ്കിലും കൊറിക്കാൻ കൊണ്ട് കൊടുക്കും. അപ്പോഴും പെണ്ണുങ്ങൾ തമ്മിൽ വലിയ ഉരിയാടാൽ ഇല്ല. ചേട്ടാനിയന്മാർ തമ്മിൽ അത്ര യോജിപ്പാണ്.

ഇങ്ങനെ ഒരു കുടുംബം ലോകത്ത് ഇവർ മാത്രമാകും. നാട്ടുകാർ പറയുന്നത് രാമനാശാരി മക്കളെയെല്ലാം പണി പഠിപ്പിച്ചെങ്കിലും നാലുകെട്ടിനും വലിയ വീടുകൾക്കും കൂരയ്ക്കു കൂടം പിടിക്കാനുള്ള സൂത്രങ്ങൾ പറഞ്ഞു കൊടുത്തിട്ടില്ല അതുകൊണ്ടാണ് പിള്ളേര് ഇപ്പോഴും അയാൾ പറയുന്നതും കേട്ട് വാലാട്ടി നില്ക്കുന്നത് എന്നാണ്. ഏറ്റവും ശ്രദ്ധേയം അപ്പന്റെയും, മക്കളുടെയും മുഖം നിറഞ്ഞു നില്ക്കുന്ന ചിരിയും വിധേയ ഭാവവും ആണ്. 'കുഞ്ഞ്, അവിടുന്ന്' എന്നേ എല്ലാവരെയും വിളിക്കുകയുള്ളു. അവരുടെ കഥകൾ മുരളിക്ക് എന്നും അത്ഭുതമായിരുന്നു. പല ദിവസം ചെന്നപ്പോൾ, അവൻ രാമൻ ആശാരിയുമായി ചങ്ങാത്തത്തിലായി. അയാൾ ഇങ്ങോട്ട് ചങ്ങാത്തത്തിലായി എന്നതാണ് സത്യം. അയാൾക്ക് നന്നായി നാടൻ കവിതകൾ ചൊല്ലാനറിയാം. മുറുക്കാൻ ചാറ് തുപ്പിയിട്ട് രാമനാശാരി നല്ല ഈണത്തിൽ പാടി.

"നേരം വെളുത്തില്ലേ ചെക്കല്ലു വിട്ടില്ല
നെയ്യനുറുമ്പു വഴി വെയ്ച്ചില്ല
കാട്ടിച്ചിലന്തി വല നൂത്തില്ല
പൂക്കാത്തെറ്റി നിവർന്നതുമില്ല
തമ്പുരാൻ വന്നു വിളിക്കയല്ലാണോ
യ്യോന്റെ പാവി നീ കേട്ടു കൊള്ളേണേ"

പാട്ട് നിർത്തി തുറന്നു ചിരിച്ചിട്ട് അയാൾ പറഞ്ഞു. "കൊയ്ത്തുപാട്ടാണേ. ന്നാ, പ്പോ രാമനാശാരിയുടെ സ്ഥിതിയും ഇതാ."

ഒരു ദിവസം മുരളി ചോദിച്ചു: "നിങ്ങളൊക്കെ എന്തിനാണ് ഇങ്ങനെ കള്ളം പറയുന്നത്? ഒരു ദിവസം പണിക്കു വരില്ലെങ്കിൽ അത് പറഞ്ഞാൽ പോരെ? എന്തിനാണ് ആളുകളെ കളിപ്പിക്കുന്നത്?"

"കളിപ്പിക്കുന്നില്ല കുഞ്ഞേ. കള്ളം പറയുന്നും ഇല്ല. വരാൻ തന്നെയാണ് ഉദ്ദേശ്യം. എന്നാൽ നമുക്ക് ഒരാളോടും പറ്റില്ല എന്ന് പറഞ്ഞു ശീലമില്ല. അപ്പന്റെ കാലം മുതൽ അങ്ങനെയാണ്. മക്കളെ പഠിപ്പിച്ചതും അതാണ്. തേടി വരുന്നവരോട് എങ്ങനെയാ പറ്റില്ല എന്ന് പറയുക. നമ്മൾ വിശ്വകർമ്മാക്കളല്ലേ? എന്ന് പറഞ്ഞാൽ വിശ്വം സൃഷ്ടിക്കേണ്ടവർ. ആര് വിളിച്ചാലും പോണം."

"അപ്പോൾ വാക്ക് പറഞ്ഞവരോട് അത് തെറ്റിക്കലല്ലേ?"

"തെറ്റിക്കുന്നില്ലല്ലോ. നമ്മൾ അവർക്കുള്ള ഗൃഹവും പണിയുന്നു. പിന്നെ സമയം കറങ്ങുന്നു. അത് നമ്മുടെ വരുതിയിലല്ലല്ലോ. അത്രയേ എനിക്ക് അറിയൂ." അതും പറഞ്ഞയാൾ നിഷ്കളങ്കമായി ചിരിച്ചു. അടുത്ത ദിവസം രാഘവൻ ആശാരി വശം രാമൻ ആശാരി മുരളിക്ക് ഒരു സമ്മാനം കൊടുത്തയച്ചു. ചരട് വലിച്ചു വിട്ടാൽ സല്യൂട്ട് അടിക്കുന്ന മരപ്പാവ.

വീട് പണിയുടെ അവസാന ദിവസവും അവൻ രാമനാശാരിയുടെ അത്ഭുതം കണ്ടു, പെരുന്തച്ചനെ പോലെ. ഒരു ദിവസം പോലും രാമനാശാരി പണിക്ക് വന്നില്ല. എല്ലാം പണിതത് മക്കളായിരുന്നു. അവസാന ദിവസവും അയാൾ വന്നിരുന്നില്ല. കഴുക്കോലുകളും ഉത്തരങ്ങളും വളയങ്ങളുമെല്ലാം പല നീളത്തിലും അളവിലും പണിത് അടുക്കിവച്ചത് കാണാൻ തന്നെ നല്ല ചന്തമായിരുന്നു. കൂടം പിടിക്കുന്ന ദിവസം രാമനാശാരിയുടെ മക്കളെല്ലാം രാവിലെ തന്നെ എത്തി. വെയിലുറയ്ക്കും മുൻപേ പണി തീർക്കാൻ. അന്ന് എല്ലാവർക്കും വളരെ സന്തോഷമുള്ള ദിവസമായിരുന്നു. ആശാരിമാർ മൂന്നുപേർ തട്ടിൽ കയറി. ബാക്കിയുള്ളവർ രാഘവനാശാരിയുടെ നിർദ്ദേശപ്രകാരം ഓരോ ഉത്തരങ്ങളും കഴുക്കോലുകളും തട്ടിലേക്ക് എടുത്തു കൊടുത്തു. സഹായത്തിനു ഒന്ന് രണ്ടു പണിക്കാരുമുണ്ടായിരുന്നു. ലക്ഷ്മിയമ്മ എല്ലാവർക്കും ഭക്ഷണം കൊടുക്കാമെന്ന് തലേന്നേ പറഞ്ഞിരുന്നു. കഴുക്കോലുകൾ ഒട്ടുമുക്കാലും മുകളിൽ കയറ്റി. വളരെ പെട്ടെന്ന് സന്തോഷമെല്ലാം പോയി. മുകളിൽ കയറ്റിയ ചില കഴുക്കോലുകൾ താഴെ ഇറക്കി, വേറെ ചിലത് എടുത്തു കൊടുത്തു. ഈ കൊടുക്കലും ഇറക്കലും പല പ്രാവശ്യമായി. അവരുടെ ടെൻഷൻ വളരെ വ്യക്തമായിരുന്നു. കുറെ ആയപ്പോൾ സഖാവ് ചോദിച്ചു. "എന്താ രാഘവാ, വല്ല പ്രശ്നവുമുണ്ടോ? ഉണ്ടേൽ വേഗം മൂത്താശാരിയെ വിളിക്ക്. സമയം കളയാതെ. ഉച്ചയ്ക്ക് ശേഷം തീർച്ചയായും മഴ കാണും. തുലാവർഷമാണ്. ഞാൻ പറയേണ്ടല്ലോ."

അമ്മയ്ക്കും വെപ്രാളമായി. ഊണ് സമയമായിട്ടും ഒന്നും ആയിട്ടില്ല. അവർ പറഞ്ഞതനുസരിച്ചു പണി എപ്പോഴേ തീരേണ്ടതായിരുന്നു. "ശരി എല്ലാവരും വന്ന് ഊണ് കഴിക്കു. അത് കഴിഞ്ഞാകാം ബാക്കി."

അവരാരും ഇറങ്ങിയില്ല. വീണ്ടും ചില കഴുക്കോലുകൾ ഇറക്കി, പുതിയ തുളകൾ ഇട്ടു, മുകളിൽ കയറ്റി. എന്നിട്ടും ഒന്നും ശരിയായില്ല. അമ്മ നിർബ്ബന്ധിച്ചപ്പോൾ അവസാനം മൂന്നു പേർ കഴിക്കാനെത്തി. അപ്പോഴേക്കും ആരോ പോയി രാമനാശാരിയെ വിളിച്ചു കൊണ്ട് വന്നു. അയാൾ ചില കഴുക്കോലുകളൊക്കെ താഴെ ഇറക്കാൻ പറഞ്ഞു. എല്ലാറ്റിന്റെയും വെട്ടുകളും കുതകളും തുളകളുടെ അകലവും എല്ലാം പരിശോധിച്ചു. ഒരു പത്തു മിനിറ്റ്. ചിലതിലൊക്കെ പുതിയ വെട്ടും കുതകളും ഇടാൻ പറഞ്ഞു. ചിലതിന്റെ കോണിപ്പും നീളവും പണിത് മാറ്റാൻ പറഞ്ഞു. ചിലതിലെ തുളകൾ മാറ്റി ഇട്ടു. എല്ലാറ്റിനും നമ്പർ മാറ്റി ഇട്ടു. പിന്നെ ഏണി വരുത്തി തട്ടിന് മുകളിൽ കഷ്ടപ്പെട്ടു കയറി. ഊണ് കഴിച്ചിട്ട് ആകാം എന്ന് പറഞ്ഞത് അയാൾ ചിരിച്ചു കൊണ്ട് നിരസിച്ചു. നിർദ്ദേശങ്ങളുമായി രണ്ടു മണിക്കൂർ. കൂടം പിടിച്ചു താഴെ ഇറങ്ങി. മുരളി എല്ലാം നോക്കി താഴെ നില്ക്കുകയായിരുന്നു. മാറ്റി പണിത് കൂടം പിടിച്ചപ്പോൾ കഴുക്കോലുകൾ പരസ്പരം യോജിപ്പിക്കുന്നതൊക്കെ നിസ്സാരം. അടിച്ചു കയറ്റുന്ന ചതുര വളയങ്ങൾ കഴുക്കോലിന്റെ തുളകളിൽ കൂടി കൃത്യമായി കയറിപ്പോയി.

ലക്ഷ്മിയമ്മയുടെ വലിയൊരു സ്വപ്നം അന്നവിടെ യാഥാർത്ഥ്യമായി. പുറം തേച്ചില്ലായെങ്കിലും അകമൊക്കെ കുമ്മായം പൂശി എടുത്തു. കുളിമുറി വെട്ടുകല്ല് കെട്ടി ഉണ്ടാക്കിയെങ്കിലും മേല്ക്കൂര കെട്ടിയിരുന്നില്ല. വാതിൽ, തകരം വാങ്ങി പട്ടിക വച്ചുണ്ടാക്കി. അത്യാവശ്യം ഉപയോഗിക്കാം. കക്കൂസും അതുപോലെ. എങ്കിലും എല്ലാവർക്കും സന്തോഷമായി. സഖാവ് ആരോടോ കടം വാങ്ങിയതാണ് പണം. അതെല്ലാം നേരത്തെ തീർന്നു. പിന്നെ അമ്മാവന്മാർ കൊടുത്തതും ലക്ഷ്മിയമ്മയുടെ മുട്ട, പാൽ ലാഭങ്ങളും തീർന്നു. അവസാനം അടുത്തുള്ള കോ-ഓപ്പറേറ്റീവ് സൊസൈറ്റിയിൽ ഒരു കുറി ചേർന്ന് പിടിച്ച ചിട്ടിപ്പണവും കൂടി വച്ചാണ് ഇത്രയും ആക്കിയത്. കക്കൂസിലിരുന്ന് മുരളി നീലാകാശം കണ്ടു. മേലെ പറന്ന കാക്കകൾ അവനെ നോക്കി ചിരിച്ചു.

തമ്പിച്ചേട്ടൻ

അടിക്കുന്നവൻ അറിയണമെന്നില്ല, അടി കൊള്ളുന്നവന്റെ വേദന. പക്ഷേ, ആണിക്കറിയാം ലാടത്തിനും പിന്നെ മക്രോണിക്കും.

കേറിത്താമസം കഴിഞ്ഞു ഒരാഴ്ച കഴിഞ്ഞപ്പോൾ സഖാവ് കണ്ണൂരിന് മടങ്ങിപ്പോയി. വീണ്ടും സഖാവ് കൃഷ്ണപിള്ള മക്കൾക്ക് ഒരു ഓർമ്മയായി. എപ്പോൾ വരും എന്നറിയില്ല. എപ്പോഴെങ്കിലും വന്നാലായി. ലക്ഷ്മിയമ്മ ഒരിക്കലും പരാതി പറഞ്ഞില്ല. അവർ കോഴി വളർത്തലും പശു പരിപാലനവും മഹിളാ സമാജം പ്രവർത്തനങ്ങളുമായി എപ്പോഴും സജീവമായി. ആൾക്കാരുടെ പ്രശ്നങ്ങളും കഷ്ടപ്പാടുകളും ദുരിതങ്ങളും സങ്കടങ്ങളും കണ്ടും കേട്ടും അറിഞ്ഞു, ലക്ഷ്മിയമ്മ കൂടുതൽ കരുത്തയായി. നാട്ടുകാർക്ക് ഇലഞ്ഞിക്കലെ ലക്ഷ്മിയേടത്തി എന്നും പരിഷ്കാരിയാണ്. കഴിഞ്ഞ വെള്ളപ്പൊക്ക സമയത്തു സ്കൂളിലെ ക്യാമ്പിൽ കഴിഞ്ഞവരൊക്കെ ചപ്പാത്തിയും പൂരിയും ഉണ്ടാക്കൻ പഠിച്ചു. അതിനും അവർ കടപ്പെട്ടിരിക്കുന്നത് ലക്ഷ്മിയമ്മയോട്. നാട്ടിലെ സൗന്ദര്യ റാണിയും, എല്ലാവർക്കും സുസമ്മതയും. ഇന്റർ വരെ പഠിച്ചവർ അക്കാലത്തു അപൂർവ്വം. എളിമയായിരുന്നു ലക്ഷ്മിയമ്മയുടെ മുഖമുദ്ര. ചുരുക്കത്തിൽ ലക്ഷ്മിയേടത്തി ദേശത്തെ സൂപ്പർ ഹീറോ ആയി.

വരവ് ചെലവിനു തികയാതെയായപ്പോൾ ലക്ഷ്മിയമ്മ പശുക്കൾക്കുള്ള പിണ്ണാക്കും കച്ചിയും വാങ്ങൽ നിർത്തി. “നീയൊരു കാര്യം ചെയ്യൂ, ആ പമ്പേശും മഠക്കാരുടെ പുരയിടത്തിൽ നല്ല കറുകപ്പുല്ലുണ്ട്. പോയി പറിച്ചോണ്ടു വാ. പശൂന് നല്ല പാലും കിട്ടും. കച്ചിക്കും, പിണ്ണാക്കിനും അമ്മേടേൽ കാശില്ല മക്കളെ” ലക്ഷ്മിയമ്മ മുരളിയോട് പറഞ്ഞു

“എനിക്ക് വയ്യ, വല്ല പറമ്പിലും പോയി പുല്ലു പറിച്ചു വരാൻ. ഞാൻ എന്താ കാലിച്ചെറുക്കനാണോ? വേണേൽ നമ്മുടെ പറമ്പിലെ പറിക്കാം.”

"ആ പണകപ്പുറത്തെ സോമൻകുട്ടനെ കണ്ടിട്ടില്ലേ നീയ്യ്? ഡിഗ്രിക്കാരനാണ്. നിന്നെകാട്ടിലും എട്ടുവയസ്സിന്റെയെങ്കിലും മൂപ്പുണ്ട്. അതെല്ലാം ശരി. എന്നാൽ എന്തെല്ലാം പണികളാണോ അവൻ ചെയ്യുന്നത്? പുരയിടത്തിലെ കൃഷിയെല്ലാം അവൻ സ്വന്തമാണ്. കണ്ടത്തിൽ നിന്നും കള പറിച്ചു തലച്ചുമടായി കൊണ്ടുവരുന്നത് കാണണം. കൊയ്ത് കൊണ്ടുവരുന്ന നെല്ലെല്ലാം ഉണക്കി വാരി പത്തായത്തിൽ ആക്കുന്നതും, ചെമ്പിൽ പുഴുങ്ങി ഉണക്കി തലച്ചുമടായി മില്ലിൽ കൊണ്ടുപോയി കുത്തിച്ചു വരുന്നതെല്ലാം ആ കൊച്ചനാ. അവനോന്റെ ജോലി ചെയ്യുന്നതിന് എന്തോ നാണിക്കാനാ? കക്കുകയും മോഷ്ടിക്കുകയും അല്ലാതുള്ള എന്ത് ജോലിക്കും അന്തസ്സുണ്ട്."

"അയാൾ ഉന്തുവണ്ടിയേലാ കൊണ്ടുപോകുന്നത്. ഉന്തുവണ്ടി വാടകയ്ക്ക് എടുക്കാൻ എന്നേ സമ്മതിക്കുകേലല്ലോ."

ലൈൻബസും കാളവണ്ടികളും സൈക്കിളുകളുമല്ലാതെ മറ്റു വണ്ടികൾ അധികം നിരത്തിലില്ലാത്ത കാലം. ജോലിക്കാരാണ് ഉന്തുവണ്ടികളിൽ ചുമടുമായി പോകുന്നത്. അതൊന്ന് വലിച്ചു പോകണം എന്നത് സൈക്കിൾ ടയറും ഉരുട്ടി നടന്ന കാലം മുതലുള്ള മുരളിയുടെ വലിയൊരു ആഗ്രഹമായിരുന്നു. ഉന്തുവണ്ടികൾ ഓടിക്കുക എന്നല്ല, വലിച്ചു പോകുക എന്നാണ് പറയുക.

"കൊള്ളാം. നീയാണോ ഉന്തുവണ്ടി വലിക്കുക? എടാ ആകുന്ന കാര്യം ആലോചിക്കൂ. ഇപ്പോൾ നീ പോയി പുല്ല് പറിച്ചോണ്ടു വാ." ലക്ഷ്മിയമ്മ ഉറപ്പിച്ചു പറഞ്ഞു. അവൻ അറച്ചു നിന്നപ്പോൾ ലക്ഷ്മിയമ്മ അവന്റെ തോളത്തു പിടിച്ചു. "നമുക്ക് സ്വത്തൊന്നും ഇല്ല. കുടുംബത്തിൽ നിന്ന് എനിക്ക് ഒന്നും തരില്ല. കഷ്ടപ്പെട്ടാലേ ജീവിക്കാനാകു. ഓർത്തോ. നിന്റെ താഴെ രണ്ട് പെൺപിള്ളേരാണ്."

താൻ ഇക്കണ്ട പണികളെല്ലാം എടുത്താലും അമ്മയ്ക്കൊരിക്കലും തൃപ്തിയാകില്ല. മുരളി ഓർത്തു. തനിക്കൊരിക്കലും സ്നേഹമോ, ലാളനയോ അമ്മയിൽ നിന്നോ, അച്ഛനിൽ നിന്നോ കിട്ടിയിട്ടില്ല. ലക്ഷ്മിയമ്മയ്ക്ക് താനെന്നും മുതിർന്ന കുട്ടിയായിരുന്നു. കുട്ടികൾ ലതയും, ലതികയും മാത്രം. തനിക്ക് ജോലികൾ മാത്രം. ഇപ്പോൾ ഇനി പുല്ല് പറിക്കാൻ പോകണം. കൂട്ടുകാരൊക്കെ കാണും. നാണക്കേട്. സഖാവിന് പിന്നെ ഒന്നിനും നേരമില്ല. മുരളിയുടെ കണ്ണ് നിറഞ്ഞു. ആരും കാണാതെ അവനത് തൂത്തു കളഞ്ഞു. ചുരുക്കത്തിൽ പണകപ്പുറത്തെ സോമൻകുട്ടൻ ഒരേ സമയം അവന്റെ ആരാധ്യപുരുഷനും, ശത്രുവുമായി.

പോരുവഴിയുടെ നോട്ടീസ് ബോർഡിൽ മൂന്ന് പുതിയ വാർത്തകൾ വന്നു.

11.1.1966 – പ്രീയങ്കരനായ പ്രധാനമന്ത്രി ലാൽ ബഹാദൂർ ശാസ്ത്രി അന്തരിച്ചു.

24.1.1966 – ഇന്ത്യയുടെ ആദ്യ വനിതാ പ്രധാനമന്ത്രിയായി നെഹ്റുവിന്റെ മകൾ ഇന്ദിര ഗാന്ധി അധികാരത്തിൽ വന്നു.

7.2.1966 - പോരുവഴിയമ്മയുടെ ക്ഷേത്രക്കുളം വൃത്തിയാക്കി പടി കെട്ടാൻ തീരുമാനിച്ചു.

മാലൂർ പാടത്തു നിന്നും പുല്ലു പറിക്കാനായി പോകുമ്പോഴായിരുന്നു മുരളി ആ കാഴ്ച കണ്ടത്. കാളവണ്ടിക്കാരൻ ദാമുവിന്റെ കാളയെ ഈ രണ്ടു കാലുകൾ കൂട്ടിക്കെട്ടി റോഡിന്റെ ഓരത്തു കിടത്തിയിരിക്കുന്നു. ദാമുവും മറ്റു രണ്ടുപേരും കാളയ്ക്ക് ചുറ്റും നില്ക്കുന്നു. മക്രോണി കാളയുടെ കുളമ്പുകളുടെ താഴെയായി ഒരു ചെറിയ ഇരുമ്പു പ്ലേറ്റ്, ആണി വച്ച് അടിച്ചു കേറ്റുകയാണ്. അത് കിടന്ന കിടപ്പിൽ കുതറുന്നുണ്ട്.

"കാളക്ക് നോവില്ലേ?"

"അതൊന്നും അറിയാൻ പാടില്ല. കുളമ്പല്ലേ? നോവുന്നുണ്ടാവില്ല."

"എന്തിനാണ് ഇങ്ങനെ ചെയ്യുന്നത്?"

"മനുഷ്യൻ ചെരിപ്പിടുന്ന പോലെ എന്ന് കണ്ടാൽ മതി. റോഡേ ഭാരം വലിച്ചു പോകുമ്പോൾ നോവാതിരിക്കാൻ വേണ്ടിയാണ് എന്ന് കരുതിക്കോളൂ." ദാമു പറഞ്ഞു. മുരളി നോക്കി നിന്നു. തുമ്പിയുടെ വാലിൽ കറുക നാമ്പ് കുത്തിക്കയറ്റും പോലെ. പണി കഴിഞ്ഞെഴുന്നേറ്റ മക്രോണി മുറുക്കാൻ തുപ്പിയിട്ടു മുരളിയോട് പറഞ്ഞു.

"അടിക്കുന്നവൻ അറിയണമെന്നില്ല, അടി കൊള്ളുന്നവന്റെ വേദന. പക്ഷേ, ആണിക്കറിയാം, ലാടത്തിനും, പിന്നെ മക്രോണിക്കും."

അയാൾ വ്യംഗ്യമായി ചിരിച്ചു, ദാമുവിന്റെ കൈയിൽ നിന്നും തുട്ടുകളും വാങ്ങി പോയി. മക്രോണിയുടെ ചിരി കണ്ടപ്പോൾ ചക്കരയമ്മാവൻ അവന്റെ ചെവിയിൽ മന്ത്രിച്ചു.

"ചിലപ്പോഴൊക്കെ കണ്ണീർ പറയാത്തൊരു സന്തോഷത്തിന്റെ സൂചനയാകാം. അതുപോലെ പുഞ്ചിരി നിശ്ശബ്ദമായ ഒരു വേദനയുടെ ലക്ഷണവും."

ഇതിനിടയിൽ സമാജത്തിൽ ആവശ്യക്കാർക്കെല്ലാം ബ്ലോക്കുവഴി ഹാച്ചറിയിൽ നിന്നും അൻപത് വീതം വയിറ്റ് ലഗോൺ കോഴിക്കുഞ്ഞുങ്ങളെ കൊടുത്തു. കൂടു കെട്ടാൻ സഹായ ധനവും. അതിനെ ലക്ഷ്മിയമ്മയും വാങ്ങി. കൂട്ടത്തിൽ മറ്റൊരാൾക്ക് കിട്ടിയ കുഞ്ഞുങ്ങളെയും അവർ ലക്ഷ്മിയമ്മയ്ക്ക് കൊടുത്തു. എല്ലാത്തിനെയും കൂട് കെട്ടി വളർത്തണം. അഴിച്ചുവിടാൻ പാടില്ല. അതിനു വേണ്ടി പണിക്കാരനെ വിളിച്ചു. ലക്ഷ്മിയമ്മ ബ്ലോക്ക്കാർ പറഞ്ഞ പ്രകാരം വെട്ടുകല്ലും നെറ്റും ഇട്ട് നല്ലൊരു കൂടു കെട്ടി. കോഴിക്കുഞ്ഞുങ്ങൾക്കു തീറ്റ കൊടുക്കുന്ന ജോലിയെല്ലാം ലതയും ലതികയും സന്തോഷത്തോടെ ഏറ്റെടുത്തു. അതുപോലെ പശുവിനെയും ആടിനെയും വാങ്ങാനെല്ലാം സർക്കാർ സഹായ ധനം കിട്ടാൻ തുടങ്ങി. ഇതെല്ലാം കൂടാതെ സംഘത്തിലെ സ്ത്രീകളെല്ലാം കൂടി ചേർന്ന് ഒരു കുറിയും തുടങ്ങി. ചുരുക്കത്തിൽ ദേശത്തെ പാവങ്ങളായ കുടുംബങ്ങൾക്കൊക്കെ സമാജം വലിയൊരു സഹായമായി. കൃത്യമായി പണമയക്കാൻ ഭർത്താവിന് സാധിക്കാതെ വന്നപ്പോൾ വീട്ടിലെ ചെലവുകൾ കൂടി, നില്ക്കക്കള്ളിയില്ലാതെ വന്നപ്പോൾ ലക്ഷ്മിയമ്മ ആടുകൃ

ഷിയും കൂടി തുടങ്ങി. അതും ഗോപാലപിള്ളയുടെ ഒത്താശയോടെ ആണ്.

അക്കാലത്തു തമിഴ്നാട്ടിൽനിന്നും ആട് കച്ചവടക്കാർ ആടുകളുടെ വലിയ കൂട്ടവുമായി കച്ചവടത്തിനിറങ്ങും. അവയെ നടത്തിയാണ് ഓരോ ദേശത്തുകൂടി ഇവർ കൊണ്ടുപോകുക. വഴിയിൽ കൃത്യമായ താവളങ്ങളിൽ കുറെ മണിക്കൂറുകൾ തമ്പടിക്കും. അടുത്ത തവണ എന്നാണ് വരികയെന്ന് ഓരോ തവണയും പറയും. ഇരുട്ടിയാൽ അതാതു സ്ഥലത്തുള്ള താവളങ്ങളിൽ അന്തി ഉറങ്ങും. ആടുകൾക്കും വിശ്രമമാകും. ക്യാമ്പ് ചെയ്യുന്ന സ്ഥലത്തേക്ക് ആവശ്യക്കാർ വരും. ആരേലും ആവശ്യപ്പെട്ടാൽ ഇവർ ആടുകളുമായി വീടുകളിലേക്കും ചെല്ലും. കറവ നിന്ന ആടുകളെയും കുട്ടികളെയും അവർ വാങ്ങും. പകരം കറവയുള്ളതിനെ തരും. പ്രസവിച്ചയുടനെ ആടുകൾക്ക് വില കൂടുതലാണ്. കറവ വറ്റിയത് ആണെങ്കിൽ സഹായത്തിനു കിട്ടും. ലക്ഷ്മിയമ്മ അങ്ങനത്തെ ഒരാടിനെ വാങ്ങി. നല്ല ഇനമാണ്. ചന പിടിച്ചാൽ ലാഭമാണ്. അക്കാര്യം ഗോപാലപിള്ള ഏറ്റു. നല്ലയിനം മുട്ടാട് അയാൾക്കുണ്ടല്ലോ. ഇതുപോലെ പശുക്കളുമായും കച്ചവടക്കാർ വരാറുണ്ട്.

വീട്ടിലേക്കു കൊണ്ടുവന്ന മൂന്നു ആടുകളിൽ നിന്നാണ് ലക്ഷ്മിയമ്മയും ഗോപാലപിള്ളയും ചേർന്ന് ഇഷ്ടപ്പെട്ടതിനെ തെരഞ്ഞെടുത്തത്. കറുപ്പും വെളുപ്പും നിറമുള്ള നെറ്റിയിൽ വെളുപ്പിൽ കറുത്ത ചുട്ടിയുള്ള, താടിയിൽ രണ്ട് കിങ്ങിണിയുള്ള സുന്ദരിക്കുട്ടി. ആടിന്റെ കൊമ്പൊക്കെ പരിശോധിച്ച്, കൊമ്പിലെ വരപ്പാട് കാട്ടി ഗോപാലപിള്ള ലക്ഷ്മിയമ്മയ്ക്ക് ഉറപ്പുകൊടുത്തു കടിഞ്ഞൂൽ പേറ് കഴിഞ്ഞേയുള്ളു. ഉറപ്പാണ്. അകിടിന്റെ വലുപ്പം കാട്ടിക്കൊടുത്തു അയാൾ പറഞ്ഞു. "ജമ്നാ പ്യാരി ഇനമാണ്." രാവിലെ രണ്ട് ഇടങ്ങഴിയിൽ കുറയില്ല. ആടിന് ഇടങ്ങഴി പാലെന്നു പറഞ്ഞാലേ അത് വളരെ നല്ലതാണ്. കുട്ടികൾക്കെല്ലാം ആടിനെ ഇഷ്ടമായി. ഒരു ഇടങ്ങേറുമില്ല. നല്ല മര്യാദക്കാരി. ആ ഒരൊറ്റ ആടിൽനിന്നും എത്ര ആടുകളെയാണ് ലക്ഷ്മിയമ്മ വളർത്തിയെടുത്തത്.

ആടിനെ വാങ്ങി കുറച്ചു ദിവസങ്ങൾ കഴിഞ്ഞ ഉടനെയാണ് വിറകു കച്ചവടവും തുടങ്ങിയത്. ആര് കൊടുത്ത ഐഡിയ ആണെന്നറിയില്ല. സത്യത്തിൽ അതുകൊണ്ടാണ് ലക്ഷ്മിയമ്മ രക്ഷപ്പെട്ടത്. കൈയിൽ പണമില്ലാഞ്ഞത് കൊണ്ട് സമാജത്തിൽ നിന്നും ലോൺ എടുത്താണ് ആദ്യ ലോഡ് ഇറക്കിയത്. രണ്ടാമത്തെ ലോഡ് തീർന്നതോടെ ലക്ഷ്മിയമ്മയുടെ കടമെല്ലാം തീർന്നു. അന്നൊക്കെ ഗ്യാസ് ഇല്ലാത്തതുകൊണ്ട് വിറകിന് നല്ല ഡിമാൻഡ് ആയിരുന്നു. വലിയ ബെൻസ് ലോറിയിൽ കൊണ്ട് വരുന്ന കാട്ടുവിറക്, മരുത്, വേങ്ങ, ആഴാന്ത ഇവയൊക്കെ ഒരു ലോഡ് വിലയ്ക്ക് മേടിച്ചിട്ട് ഓല ഷെഡ് കെട്ടി അതിൽ സൂക്ഷിക്കും. വിറകു കീറിക്കഴിഞ്ഞാൽ പിന്നെ നനയരുത്. മരപ്പട്ടികയും ചക്കരക്കയറും ഉപയോഗിച്ച് തട്ടുകളുണ്ടാക്കി വലിയ ത്രാസും ഉണ്ടാക്കണം. അതാത് ദിവസം വിറക് കീറിയിട്ടു തരാൻ ഒരാളെ കൂലിക്കും വച്ചു. ആദ്യമൊക്കെ കീറുന്ന ആള് തന്നെയാണ് വിറക് തൂക്കി കൊടുത്തിരുന്നത് എങ്കിലും പി

ന്നീട് അതും ലക്ഷ്മിയമ്മ തന്നെ ചെയ്യാൻ തുടങ്ങി. വീട്ടുകാരെ കൂടാതെ ചായക്കടക്കാരും സ്ഥിരമായി വിറക് വാങ്ങാൻ വന്നതോടെ കച്ചോടം നന്നായി. എല്ലാവരോടും ലക്ഷ്മിയമ്മ നന്നായി പെരുമാറി. കുടുംബക്കാർക്കൊക്കെ ലക്ഷ്മിയമ്മയുടെ രീതികളോടും ബിസിനസിനോടും അനിഷ്ടങ്ങൾ ഉള്ളത് അവർ ഗൗനിച്ചില്ല.

ലതയും ലതികയും കരഞ്ഞു കെഞ്ചിയപ്പോൾ ലക്ഷ്മിയമ്മ പണ്ടാരത്തെ മണികണ്ഠന്റെ വീട്ടിൽ നിന്നും ഒരു ജോഡി വെള്ള മുയലിനെ വാങ്ങി. അതിന് പുല്ലു കൊടുക്കലും, കൂടൊരുക്കലും എല്ലാം രണ്ടാളും സന്തോഷപൂർവ്വം ഏറ്റെടുത്തു. മുരളി സ്കൂളിൽപോയി കൂട്ടുകാരെയൊക്കെ തന്റെ മുയലുകളേയും വാത്തകളേയും താറാവ് കുഞ്ഞുങ്ങളെയും കോഴികളെയും സുന്ദരക്കുട്ടപ്പന്മാർ ആട്ടിൻ കുട്ടികളെയും പുള്ളി പശുക്കിടാവിനെയുമൊക്കെ കാണാൻ ക്ഷണിച്ചു. വീട്ടിൽ വരുന്ന മൃഗങ്ങളെല്ലാം വേഗമാണ് പെറ്റു പെരുകുന്നത്. സാധാരണ ആടിന് ഒന്നോ, രണ്ടോ കുട്ടികളാണ്. എന്നാൽ ലക്ഷ്മിയമ്മയുടെ ആട് മൂന്ന് കുട്ടികളെയാണ് പ്രസവിച്ചത്. രണ്ട് പെണ്ണും ഒരു മുട്ടനും. മൂന്നാം മാസം മുയൽ പ്രസവിച്ചു, എലിക്കുഞ്ഞുങ്ങൾ പോലെ അഞ്ചു കുട്ടികൾ. അത് പോലെ അവർ രണ്ടു വാത്തകളേയും, പത്തു പന്ത്രണ്ട് താറാവ് കുഞ്ഞുങ്ങളെയും അടവച്ച് വിരിയിച്ചെടുത്തു. എല്ലാം കൂടി കുട്ടികൾക്ക് നല്ല ഉത്സവമായി. ഇവയെ ഒക്കെ കാണാനും ലക്ഷ്മിയമ്മയുടെ കുട്ടികളുമായി കളിക്കാനുമായി അയൽവക്കത്തെ കുട്ടികളൊക്കെ എപ്പോഴും അവരുടെ വീട്ടിലായി.

ലക്ഷ്മിയമ്മ പറയുന്ന അഭിപ്രായമൊന്നും മുരളിക്ക് അച്ഛനെപ്പറ്റിയില്ല. സഖാവ് കൃഷ്ണപിള്ള ഒരിക്കലും ദേഷ്യപ്പെട്ടിട്ടില്ല. ഓമനിച്ചിട്ടും ഇല്ല. അല്ലെങ്കിൽ തന്നെ ഒരു വിരുന്നുകാരനെ പോലെയായിരുന്നല്ലോ കൃഷ്ണപിള്ള. ഇടയ്ക്കിടെ പ്രത്യക്ഷപ്പെടുന്ന പൂർണ്ണചന്ദ്രനെ പോലെ. അതുപോലും നിശ്ചിത ദിവസങ്ങളിൽ വരും, കാത്തിരുന്നാൽ കാണാം. ഇത് അതുപോലുമില്ല. ചിരിയോ തമാശയോ ഒന്നും ഇല്ല. ശാന്തമായ രീതി.

“മക്കളെ എങ്ങനെയുണ്ടെടാ പഠിത്തം? അമ്മേ സങ്കടപ്പെടുത്തരുതേ” ഒരു മക്കളെ വിളി അതാണ് കൃഷ്ണപിള്ളയുടെ ട്രേഡ് മാർക്ക്. കഴിഞ്ഞു കഥയൊക്കെ. പുന്നാരിക്കൽ ഒരിക്കലും അറിഞ്ഞിട്ടില്ല. പുന്നാരിക്കണം എന്ന് ഒരിക്കലും തോന്നിയിട്ടുമില്ല എന്ന് പറഞ്ഞാൽ കള്ളമാണ്. ഇരിക്കുന്നിടത്തല്ല, ഒരിക്കലും കൃഷ്ണപിള്ളയുടെ മനസ്സ് എന്ന തോന്നലായിരുന്നു എപ്പോഴും. പലപ്പോഴും മിഴികൾ എങ്ങോ ദൂരെ ആയിരിക്കും. ഒരിക്കൽ വീട്ടിൽ കട്ടിലിൽ കിടക്കുമ്പോൾ കൊച്ചനിയത്തി ലതിക കൂടെ കയറി അച്ഛന്റെ താടിക്ക് പിടിച്ചു കളിക്കുമ്പോൾ മുരളി അരികിലോട്ട് ചെന്നു. ചിരിച്ചു കൊണ്ട് അവനെ നോക്കി. “വാടാ, ഇവിടെ വന്നിരിക്ക്.”

കണ്ണുകളുടെ ആഴം കാണണം. അതിൽ കനിവാണോ നിസ്സഹായ

തയാണോ, അതോ തീരുമാനിച്ചുറച്ചവന്റെ ശൗര്യമാണോ പതുങ്ങിയിരിക്കുന്നത്? ഒരിക്കലും അറിയാൻ സാധിച്ചിട്ടില്ല. ഒരിക്കൽ എന്തോ വലിയ സന്തോഷത്തിലിരിക്കുമ്പോൾ അരികെ വിളിച്ചു പറഞ്ഞു: "നാളെ മുതൽ ന്യൂസ് പേപ്പർ ഇടാൻ പറഞ്ഞിട്ടുണ്ട്. ദിവസവും പേപ്പർ വായിക്കണം. സത്യം പറയാൻ ധൈര്യം കാട്ടണം. അച്ഛൻ തെറ്റ് ചെയ്താലും, അത് തെറ്റെന്നു പറയാൻ പേടിക്കരുത്. ആളുകളുടെ കണ്ണിൽ നോക്കി സംസാരിക്കണം."

ഒരുപക്ഷേ, കൃഷ്ണപിള്ള ആരെന്ന് ചോദിച്ചാൽ ഈ വാചകങ്ങൾ പറഞ്ഞാൽ മതിയാകുമെന്ന് തോന്നുന്നു.

"നിനക്ക് ചതുരംഗം പഠിക്കണോ? പണ്ട് രാജാക്കന്മാരൊക്കെ കളിച്ച കളിയാണ്. ഇത് കളിച്ചാൽ നല്ല ബുദ്ധിയൊക്കെ കിട്ടും." മറ്റൊരിക്കൽ പെട്ടെന്ന് ചോദിക്കുകയായിരുന്നു.

"പഠിക്കാം...." എന്ന് പറഞ്ഞു തീർന്നതും ചുമയുമായി കിടന്ന ആൾ ഷർട്ടും ഇട്ട് വെളിയിൽ പോയി. തിരികെ തമ്പുരാൻ കൊടുത്ത പഴയൊരു ചതുരംഗ പലകയും തടിയിൽ കൊത്തിയെടുത്ത കരുക്കളുമായാണ് വന്നത്. "ഇത്തിരി പഴയതാണ്. തമ്പുരാൻ ഒരു ദിവസം നിന്നേ കൂട്ടി വരാൻ പറഞ്ഞിട്ടുണ്ട്, ചതുരംഗം കളിക്കാൻ." ഒരുതരം മങ്ങിയ മഞ്ഞയും നരച്ച കറുപ്പും കരുക്കൾ. കുതിരയും ആനയും തലയുടെ രൂപം കൊണ്ടറിയാം. ബാക്കിയുള്ളത് പേരുമായി സാമ്യമില്ല. മുരളി വേഗം നീക്കങ്ങളൊക്കെ പഠിച്ചു, എന്നാലും കളി തുടങ്ങി അരമണിക്കൂറിൽ കൃഷ്ണപിള്ള എന്നും അവനെ തോല്പിക്കുമായിരുന്നു. ചതുരംഗത്തിന് ഇപ്പോഴത്തെ ചെസ്സ് കളിയിൽ നിന്നും അല്പം മാറ്റങ്ങളൊക്കെ ഉണ്ട്. ചെസ്സിന്റെ അത്രയും സ്പീഡിൽ പോകില്ല. റാണിക്ക് ചെസ്സിലെപ്പോലെ പവർ ഇല്ല, ആനയ്ക്കും. ബിഷപ്പ് അല്ല ആന. റൂക് അല്ല തേര്. പോൺ അല്ല കാലാൾ. പിന്നെയും ചില വ്യത്യാസങ്ങൾ ഒക്കെ ഉണ്ട്. കളിക്കാൻ നല്ല ഇഷ്ടം തോന്നി. കുറെ ദിവസങ്ങൾ കളിച്ചപ്പോൾ കുറെ ഐഡിയകൾ ഒക്കെ കിട്ടി. ആദ്യ രണ്ടുമൂന്നു ദിവസമേ കൃഷ്ണപിള്ള കളിച്ചൊള്ളു. പിന്നെ പെങ്ങന്മാരോടൊത്ത് കളിക്കാൻ പറഞ്ഞു. എന്നാലവർക്കാർക്കും ചതുരംഗം കളിക്കാൻ ഇഷ്ടമുണ്ടായിരുന്നില്ല. ചുരുക്കത്തിൽ ചതുരംഗം കളി മുട്ടി.

ലക്ഷ്മിയമ്മ വീട് വച്ച് കഴിഞ്ഞപ്പോൾ ആ ഇടറോഡിൽ പടിഞ്ഞാറ് വശത്തെ വലിയ വീട് ലക്ഷ്മിയമ്മയുടേതായി. ബാക്കിയുള്ളതെല്ലാം ഒറ്റ മുറി വീടുകളായിരുന്നു. എല്ലാം തന്നെ മൺഭിത്തികളും ഓലമേഞ്ഞതും. എല്ലാവരും ധരിച്ചു വച്ചിരിക്കുന്നത് ലക്ഷ്മിയമ്മ ഇലഞ്ഞിക്കലെയാണ്, അതുകൊണ്ട് തന്നെ സ്വത്തും സൗകര്യവും ഉള്ളവളും. എന്ത് പ്രയാസമുണ്ടെങ്കിലും അവർ ഓടി വരുന്നത് ലക്ഷ്മിയമ്മയുടെ അടുക്കലാണ്. ലക്ഷ്മിയമ്മയും കൈയിൽ എന്തുണ്ടെങ്കിലും കൊടുത്തു പോന്നു. മുരളി അടുക്കളയിൽ നില്ക്കുമ്പോളാണ് വെളുത്തേടത്തി പൊന്നമ്മ വരുന്നത്, നേരം വെളുത്തതേയുള്ളു.

"കുഞ്ഞേ ഇത്തിരി തീ തരുമോ?"

"എന്താണ്?"

"അല്ല കുഞ്ഞേ, ഇത്തിരി തീ തരുമോ? തീപ്പെട്ടി തീർന്നു.".

ലക്ഷ്മിയമ്മ വേഗം തീപ്പെട്ടി എടുത്തു കൊടുത്തു.

"ഇതെടുത്തോളു. ഞാൻ വേറെ വാങ്ങിച്ചോളാം."

"വേണ്ട കുഞ്ഞേ. ഈ തൊണ്ടിലോട്ട് അഞ്ചാറ് കനൽ വച്ച് തന്നാൽ മതി." പൊന്നമ്മ നിർബ്ബന്ധം പിടിച്ചു, കനലുമായി പോയി. മുരളിക്ക് ചിരി വന്നു.

."എന്താ അമ്മേ ഇത് തീയ് കടമായോ?"

"എടാ അങ്ങനെ പറയരുത്. ആളുകൾക്ക് ഓരോരോ കഷ്ടങ്ങളുണ്ട്."

"പഞ്ചസാരയോ കാപ്പിപ്പൊടിയോ ഇടങ്ങഴി അരിയോ, ഒരു ഗ്ലാസ് പാലോ ഇതൊക്കെ അറിയാം. എന്നാൽ തീയ്?"

"മോൻ ചെല്ല്. വളരുമ്പോൾ നിനക്ക് മറ്റുള്ളവരുടെ ബുദ്ധിമുട്ടൊക്കെ ശരിക്കും മനസ്സിലാകും."

ശനിയാഴ്ച നേരം പുലർന്നപ്പോൾ കുറെ സഖാക്കൾ വീട്ടിൽ വന്നു. അഞ്ചാറ് പേരുണ്ട്. കിഴക്കൻ ഭാഗത്തുള്ളവരാണ്. മുരളിക്ക് അതിലേറെയും ആളുകളെ അറിയില്ല. കൃഷ്ണപിള്ള അവർക്ക് നിർദ്ദേശങ്ങൾ കൊടുക്കുന്നത് കണ്ടു. അവർ എവിടെ നിന്നോ കവുങ്ങിൻ കഴകളും ഓലയുമൊക്കെ കൊണ്ടുവന്നു. പെട്ടെന്ന് മുറ്റത്ത് ഒരു പന്തലിട്ടു. ഒൻപത് മണിയായതോടെ സ്ത്രീകളും പുരുഷന്മാരുമായി പത്തമ്പത് ആളുകൾ എത്തി. അപ്പോഴേക്കും മുരളി കാര്യങ്ങൾ ലക്ഷ്മിയമ്മയോടു ചോദിച്ചറിഞ്ഞിരുന്നു. താലൂക്കിലെ കുറെ ബ്രാഞ്ചുകൾ വിളിച്ചുള്ള പാർട്ടി സ്റ്റഡി ക്ലാസാണ്. രണ്ടു ദിവസം ഉണ്ടാകും. നേതാക്കന്മാർ ക്ലാസെടുക്കാൻ ഉടനെ എത്തും.

പത്തുമണിയോടെ ഒരു കാറിൽ രണ്ടു മൂന്ന് പേർ വന്നിറങ്ങി. അപ്പോഴേക്കും വന്നവരെല്ലാം കൂടി മുദ്രാവാക്യം വിളിച്ചു വന്നവരെ സ്വാഗതം ചെയ്തു. അന്നാദ്യമായാണ് അവൻ ഇൻക്വിലാബ് സിന്ദാബാദ്. കമ്യൂണിസ്റ്റു പാർട്ടി സിന്ദാബാദ് എന്നൊക്കെ കേൾക്കുന്നത്. മുഷ്ടികൾ ചുരുട്ടി ആവേശപൂർവ്വമുള്ള അവരുടെ മുദ്രാവാക്യം വിളികൾ കേട്ടപ്പോൾ മുരളിക്ക് കാലിൽ നിന്നും രോമാഞ്ചം കയറുന്നത് പോലെ തോന്നി. രണ്ടു ദിവസവും ഇടയ്ക്കൊക്കെ മണിയൻപിള്ള വന്നു. പന്തലിന് വെളിയിൽ കിണറ്റിൻകരയിൽ നിന്ന് യോഗം നോക്കി നില്ക്കും. കുറെ നേരം നിന്നിട്ട് പോകും. രണ്ടാം ദിവസം മണിയൻപിള്ള വന്നപ്പോൾ അയാൾക്കും ആഹാരം കൊടുത്തു.

മുറ്റം നിറയെ ആളുകൾ. എല്ലാവരും നിലത്തു വിരിച്ച വലിയ ചിക്കുപായകളിൽ ഇരുന്നു. യോഗം ആരംഭിക്കുമ്പോൾ ആദ്യം മുന്നോട്ട് വന്നത് തയ്യൽക്കാരൻ അച്യുതൻ പിള്ളയാണ്. അപ്പോഴാണ് മുരളി അയാളെ കാണുന്നത്. അയാൾ വന്നു എല്ലാവർക്കും സ്വാഗതം പറഞ്ഞു. പിന്നീട് സഖാവ് കൃഷ്ണപിള്ള ക്ലാസുകളുടെ പ്രാധാന്യത്തെപ്പറ്റി വളരെ

ചുരുക്കി സംസാരിച്ചിട്ട് ബാലഗോപാലൻ തമ്പിയെ ക്ലാസെടുക്കാൻ ക്ഷണിച്ചു. ഇ എം എസ് സർക്കാരിന്റെ കാർഷിക ബില്ലുകളുടെ, വിദ്യാഭ്യാസ ബില്ലുകളുടെ നേട്ടങ്ങളുടെ കാര്യങ്ങളൊക്കെ സൂചിപ്പിച്ചിട്ടു വിമോചന സമരത്തിൽ കൂടി ആ സർക്കാരിനെ താഴെയിട്ട രാഷ്ട്രീയ സാഹചര്യങ്ങളെക്കുറിച്ചും ഒക്കെ വിവരിച്ചിട്ട് നിലവിലെ രാഷ്ട്രീയ സാഹചര്യത്തിൽ ഓരോ സഖാക്കളുടെയും കടമകളെക്കുറിച്ച് പറഞ്ഞു. പിന്നീടാണ് ശരിക്കുള്ള ക്ലാസിലേക്ക് തിരിഞ്ഞത്. യോഗം തുടങ്ങുമ്പോൾ തന്നെ, രണ്ടു മൂന്ന് പേർ ഇത്രയും പേർക്ക് വേണ്ട ഭക്ഷണം തയ്യാറാക്കാനുള്ള അരി, തേങ്ങാ, പച്ചക്കറികൾ ഇവയുമായി വന്നു. പുരയിടത്തിന്റെ വടക്കേപ്പുറത്തു, അടുപ്പു കൂട്ടി പാചകത്തിന്റെ പണികളും തുടങ്ങി. അവയൊക്കെയും പാർട്ടി മെമ്പേഴ്സിന്റെയും, ബന്ധുക്കളുടെയും കൈയിൽ നിന്നും സഖാക്കൾ പോയി ഫ്രീയായി സ്വീകരിച്ചു കൊണ്ടുവന്നതായിരുന്നു.

ഉച്ചയ്ക്ക് ഊണിന് പിരിഞ്ഞപ്പോൾ സഖാവ് കൃഷ്ണപിള്ള അതിഥികളുമായി വീട്ടിനുള്ളിൽ വന്ന് അവരെ ലക്ഷ്മിയമ്മയ്ക്ക് പരിചയപ്പെടുത്തി. "ബാലഗോപാലൻ തമ്പി. തമ്പിച്ചേട്ടൻ. മാവേലിക്കര കൊട്ടാരത്തിലെയാ. രാജാവായി ഇരിക്കേണ്ട ആളാണ്. സ്വത്തെല്ലാം പാർട്ടിക്ക് കൊടുത്തു. ജീവിതവും. കല്യാണവും കഴിച്ചില്ല. അതുകൊണ്ടു തമ്പിച്ചേട്ടനെ ഞങ്ങൾ ഇങ്ങെടുത്തു. ജില്ലാ സെക്രട്ടറിയാണ്."

തമ്പിച്ചേട്ടൻ ചിരിച്ചുകൊണ്ട് വിനയത്തോടെ തൊഴുതു. മെലിഞ്ഞുണങ്ങിയ ഒരു കൊച്ചു മനുഷ്യൻ. ഒരു എഴുപത് വയസ്സ് വരും. എന്നാലും നല്ല ചുറുചുറുക്ക്. ചിരിച്ചപ്പോൾ മുരളി കണ്ടു, മുൻവശത്തെ നാല് പല്ലുകളും ഇല്ല.

"തോമസ്, താലൂക്ക് സെക്രട്ടറി."

"കണ്ടിട്ടില്ലെന്നേയുള്ളു. ഓരോ സഖാക്കളെയും പേരുകൊണ്ടറിയാം."

ലക്ഷ്മിയമ്മ രണ്ടു പേരെയും തൊഴുതു. മുരളി ചിരിച്ചു കൊണ്ട് നിന്നപ്പോൾ തമ്പിച്ചേട്ടൻ അരികെ വിളിച്ചു. "പേരെന്താണ്?"

"മുരളി."

"എത്രാം ക്ലാസ്സിൽ?"

"അഞ്ചിൽ."

"ഏത് സ്കൂൾ?"

"പോരുവഴി ഗൺമെന്റ് യു പി സ്കൂൾ."

"നമ്മുടെ വർമ്മയല്ലേ കൃഷ്ണാ, അവിടെ എച്ച് എം?"

"അതേ."

"അയാളുടെ ജ്യേഷ്ഠൻ പുന്നപ്ര വയലാർ സമരത്തിലാണ് പോയത്. എന്ത് നല്ല മനുഷ്യനായിരുന്നു."

"ലക്ഷ്മി, നിനക്കറിയോ, തമ്പിച്ചേട്ടനും ആ സമരത്തിൽ ഉണ്ടായിരുന്നു. തലനാരിഴക്കാ ജീവൻ കിട്ടിയത്. അന്ന് പൊലീസുകാർ ഇടിച്ച

സ്മാരകമാ ആ നാല് പല്ലുകൾ."

"ഉവ്വോ?"

അതൊന്നും സാരമില്ല എന്ന് കൈകൊണ്ട് ആംഗ്യം കാട്ടി തമ്പിച്ചേട്ടൻ പറഞ്ഞു: "എന്നാൽ കൃഷ്ണാ, നമുക്ക് വൈകണ്ട. ഉച്ചയ്ക്ക് കൃഷ്ണൻ എടുക്കൂ. ഞാൻ നാളെ തുടരാം."

"ഞാൻ എപ്പോഴുമുണ്ടല്ലോ. എന്നും, അതല്ലേ പണി. സഖാവ് വല്ലപ്പോഴും വരുമ്പോൾ അവർ കേൾക്കട്ടെന്നേ."

രണ്ടാം നാൾ ക്ലാസും കഴിഞ്ഞു എല്ലാരും പിരിഞ്ഞപ്പോൾ ഏഴുമണിയായി. ഏഴുമണിക്ക് തമ്പിച്ചേട്ടനുള്ള അവസാന ബസ് പോകും. തമ്പിച്ചേട്ടൻ അന്ന് വീട്ടിൽ തങ്ങി. അടുത്ത നാളാണ് പോയത്. ഇപ്പോൾ എണ്ണക്കാട്ടിൽ പെങ്ങളുടെ വീട്ടിലാണ് അദ്ദേഹത്തിന്റെ അന്തിയുറക്കം. തമ്പിച്ചേട്ടൻ വീട്ടിൽ തങ്ങിയത് എല്ലാവർക്കും സന്തോഷമായി. പ്രത്യേകിച്ച് കുട്ടികൾക്ക്. രാത്രി ഊണ് കഴിഞ്ഞിരിക്കുമ്പോൾ തമ്പിച്ചേട്ടൻ മുരളിയോട് കുശലങ്ങൾ ചോദിച്ചിരുന്നു. പെട്ടെന്ന് എന്തോ ഓർത്തപ്പോൾ "മുരളി ഇവിടെ വായനശാലയുണ്ടോ?"

"ഇല്ല."

"അതെന്താ? വേഗം ഒന്ന് തുടങ്ങണം. കൂട്ടുകാരെയൊക്കെ കൂട്ടി എവിടെയെങ്കിലും പൊതുവായിട്ടുള്ള മുറിയിലോ, അതില്ലെങ്കിൽ ആരുടെയെങ്കിലും ഔട്ട് ഹൗസിലൊ തുടങ്ങുക."

"അതിനു പുസ്തകങ്ങൾ വാങ്ങാനും അലമാരയുമൊക്കെ പണം വേണ്ടേ?"

"എടോ, നിങ്ങൾ കുറേപേർ ഇറങ്ങിയാൽ നടക്കാത്തത് വല്ലോം ഉണ്ടോ? വീട്ടുകാർ തന്നെ പഴയ ഷെൽഫുകളും പുസ്തകങ്ങളും ഒക്കെ തരും. പിന്നെ കുറെ കാശ് പിരിച്ചെടുക്കൂ. വില കുറച്ചു നല്ല പുസ്തകങ്ങൾ വാങ്ങാൻ ഞാനും സഹായിക്കാം. പരിചയക്കാരൊക്കെ ഉണ്ട്. അല്ല, നിന്റെ അച്ഛന് ധാരാളം ബന്ധങ്ങളുണ്ട്. അച്ഛനോട് പറഞ്ഞാൽ മതിയല്ലോ." "ശരി. നാളെ തന്നെ കൂട്ടുകാരോടൊക്കെ പറയാം."

"പറഞ്ഞാൽ പോരാ, നടക്കണം. ഒരു ദേശത്തിന്റെ ആത്മാവ് എന്ന് പറയുന്നത് അവിടത്തെ ആളുകളുടെ മനസ്സാണ്. നല്ല പുസ്തകങ്ങളാണ് നല്ല ഒരു തലമുറയെ വാർത്തെടുക്കുന്നത്. പുസ്തകങ്ങൾ വായിക്കാത്ത തലമുറ ഒരു ദേശത്തിന്റെ ശാപമാണ്." കൃഷ്ണപിള്ള കുളി കഴിഞ്ഞു വന്നപ്പോൾ തമ്പിച്ചേട്ടൻ, "കൃഷ്ണാ, ഇവർക്ക് ഒരു വായനശാല ഇല്ലാത്രേ. ഇയ്യാൾ ഇവിടെ ഉണ്ടായിട്ടും എന്ത് പറ്റി?"

"ഞാനതിനെപ്പറ്റി ചിന്തിച്ചിരുന്നു. ഇറങ്ങിയില്ലെന്നേ ഉള്ളു."

"ഇനിയിപ്പോൾ ചെറു സെറ്റ് ചെയ്യട്ടെ. സപ്പോർട്ട് ചെയ്താൽ മതി."

മണിയന്റെ ഭാര്യ തങ്കമ്മ ചായക്കട തുറന്നു. മണിയൻ പോയ ശേഷം പൂട്ടിക്കിടന്നതാണ്. രണ്ടു മക്കളും അവർക്കൊപ്പം കൂടി. പാങ്ങാട്ടെ നമ്പ്യാർ കട തുറന്നതു കണ്ടു, കടയിൽ ചെന്നു. "സന്തോഷമായി തങ്കമ്മേ. എന്തായാലും ജീവിതം മുന്നോട്ട് പോണമല്ലോ."

"ലക്ഷ്മിയേടത്തി ഉള്ളതുകൊണ്ട് കട തുറന്നു. കടമാണ്. എന്നാലും കിട്ടിയല്ലോ. വനിതാ സമാജം ചിട്ടി തുടങ്ങി. അതിൽ നിന്നുള്ള കടം."

"ആ കൊച്ച് കുറെ നല്ല കാര്യങ്ങൾ നിശ്ശബ്ദമായി ചെയ്യുന്നുണ്ട്."

"ശരിയാ ചേട്ടാ."

പഴയതിനേക്കാൾ കൂടുതൽ ആളുകൾ കടയിൽ കയറാൻ തുടങ്ങി. എപ്പോഴും മക്കളും അമ്മയും തിരക്കിലായി.

"കട്ടനും ചുക്ക് കാപ്പിയും മണിയന്റെ അത്ര പോരാ. എന്നാൽ തങ്കമ്മേടെ ബോണ്ടയും പരിപ്പുവടയും സൂപ്പർ" അവർ ചായ അടിക്കാൻ തിരിഞ്ഞപ്പോൾ ചന്ത്രോത്തെ നാണു നായർ അടുത്തിരുന്ന വഴിപോക്കൻ കാളവണ്ടിക്കാരനോട് കണ്ണിറുക്കി വ്യംഗ്യത്തോടെ പറഞ്ഞു. അയാൾ മൈൻഡ് ചെയ്തില്ല. നാണു നായർ ആവർത്തിച്ചപ്പോൾ,

"പോ, പുല്ലേ! വേറെ പണിയില്ലേ?" എന്ന് ചോദിച്ചു, ചാട്ടയുമായി അയാൾ എഴുന്നേറ്റു. "ചേച്ചി എത്രയായി?"

കാളവണ്ടിക്കാരനറിയില്ലല്ലോ, നാണു നായർ നാട്ടിലെ പ്രമാണിയാണെന്ന്. നാണുനായർക്ക് അത് ക്ഷീണമായി, കാരണം വേറെ ഒന്ന് രണ്ടു പേരും അയാളെ ചീത്ത പറഞ്ഞത് കേട്ടല്ലോ. ആഗതന്റെ തണ്ടും തടിയും കണ്ട് നാണു നായർ ഒന്നും അറിയാത്ത പോലെ പേപ്പറിൽ തല താഴ്ത്തി. ബോണ്ടയും പരിപ്പുവടയും, സുഖിയനും ചില്ലലമാരിയിൽ നിറഞ്ഞു. എപ്പോഴും അലമാരിയിൽ ചൂട് പലഹാരങ്ങൾ നിറഞ്ഞിരുന്നാലേ ആളുകൾ കയറു എന്ന് തങ്കമ്മക്ക് ആര് പറഞ്ഞു കൊടുത്തു എന്നറിയില്ല. കച്ചോടം പൊടി പൊടിച്ചു. മാസം തീരും മുൻപ് മൂത്ത കൊച്ചിന് മുപ്പത്തി രണ്ടാം വയസ്സിൽ ആലോചനയുമായി ഒരു പയ്യൻ വന്നു. അവൻ പട്ടാളത്തിന്റെ യൂണിഫോമിന്റെ മാതിരി പച്ച നിറമുള്ള ഒരു ജാവ മോട്ടോർ സൈക്കിളിൽ കടയുടെ മുൻപിൽ ചായ കുടിക്കാൻ നിർത്തിയതാണ്. മൂത്ത മോൾ ചായയുടെ കൂടെ സുഖിയൻ വിളമ്പിയിട്ട് മോട്ടോർ സൈക്കിൾ കാണാൻ പോയി. അതിനെ തൊട്ട് തലോടി നിന്നപ്പോൾ അയാൾ ചോദിച്ചു. "ഇവളെ, എനിക്ക് കെട്ടിച്ചു തരുമോ?"

നേരെയുള്ള ചോദ്യം തങ്കമ്മക്കും മോൾക്കും ബോധിച്ചു. "തരാം, പക്ഷേ, കൂടെ തരാനൊന്നും ഇല്ല, പൊന്നും പണവും."

"പെണ്ണിനെ ചോദിച്ചവന് പെണ്ണ് മതി, പൊന്ന് വേണ്ട."

തങ്കമ്മ റോഡിലോട്ട് ഇറങ്ങി നിന്ന്, പടിഞ്ഞാട്ട് പോരുവഴിയമ്മയെ നോക്കി തൊഴുതു. തിരിച്ചു കേറി വന്നു ചോദിച്ചു. "നീയെന്റെ മോളെ പൊന്നു പോലെ നോക്കുമെന്ന് എന്താ ഉറപ്പ്?"

"എനിക്ക് ചോദിക്കാനും പറയാനും ആരുമില്ല. അത് തന്നെ."

മോൾ രഹസ്യമായി തങ്കമ്മയോട് പറഞ്ഞു "അമ്മേ, എനിക്കിതു മതി. ആണൊരുത്തനാണെന്ന് ബോദ്ധ്യമായി. അങ്ങനെയുള്ളോൻ ചതിക്കില്ല."

പയ്യൻ ദൂരെയൊന്നുമല്ല. എണ്ണക്കാട്ടുകാരൻ. പട്ടാളക്കാരനാണ്. ഒറ്റ പുത്രൻ. അപ്പനും പട്ടാളക്കാരനായിരുന്നു. പത്തു കൊല്ലം മുൻപ് മരിച്ചു പോയി. അവൻ പട്ടാളത്തിൽ ചേർന്ന വർഷം, അമ്മ മറ്റാരുടെയോ കൂടെ നാട് വിട്ടു. അങ്ങനെ ആ കെട്ട് നടന്നു. പോരുവഴി അമ്മയുടെ മുൻപിൽ കുഞ്ഞൊരു കല്യാണം. എല്ലാം കൂടി ഒരമ്പത് പേർ. ആഹാരമൊക്കെ മഹിളാ സമാജം പ്രവർത്തകർ ശ്രമദാനമായി ചെയ്തു കൊടുത്തു.

മകം തിരുനാൾ തമ്പുരാൻ

മരണക്കിടക്കയിൽ മനുഷ്യൻ സങ്കടപ്പെടുക എടുത്ത പ്രശ്നങ്ങളെപ്പറ്റിയാകില്ല. എടുക്കാതെ പോയ പ്രശ്നങ്ങളെപ്പറ്റിയാകും. നേരിട്ട ഭയങ്ങളെപ്പറ്റിയാകില്ല, നേരിടാതെ പോയ ഭയങ്ങളെപ്പറ്റിയാകും.

ഒരവധിക്കാലത്ത് സഖാവ് കൃഷ്ണപിള്ള നാട്ടിൽ വന്ന ദിവസം. ഉച്ചയോടടുത്ത സമയം. കറുത്ത ഒരു ഉണ്ട മനുഷ്യൻ സഖാവിനെ തേടി വന്നു. "തമ്പുരാൻ പറഞ്ഞു, സഖാവ് അവിടെവരെ ഒന്ന് വരാൻ."

വിളി പ്രതീക്ഷിച്ചിരുന്ന പോലെ കൃഷ്ണപിള്ള ഷർട്ട് എടുത്തിട്ട് റെഡി ആയി. മുരളി ചോദിച്ചു: "അച്ഛാ എന്നേക്കൂടി കൊണ്ടുപോകാമോ?"

കൃഷ്ണപിള്ള സംശയിച്ചു ചോദിച്ചു: "എന്താടാ." ഉടനെ തന്നെ പുഞ്ചിരിച്ചിട്ടു പറഞ്ഞു, "വാ, തമ്പുരാനും എപ്പോഴും നിന്നെപ്പറ്റി ചോദിക്കാറുണ്ട്."

അങ്ങനെ മുരളി അടമന മഠത്തിലേക്ക് പോയി. രാജകൊട്ടാരവും തമ്പുരാനെയും പരിവാരങ്ങളെയും കാണാൻ. പണ്ട് വിവാഹത്തിന് പോയി അപമാനിതനായ സ്ഥലമാണ്. ക്ഷണിച്ചു വരുത്തിയിട്ട് ജാതി പറഞ്ഞു അവഹേളിച്ചു വിട്ട സ്ഥലം. അന്ന് കൊട്ടാരവും ചുറ്റുപാടും ഒന്നും കണ്ടില്ല. മുറ്റത്ത് പന്തലിട്ട് കെട്ടിയടച്ചു വിതാനിച്ച ഇടത്തായിരുന്നല്ലോ വിവാഹം. ഒത്താൽ ഈ മഹാനായ തമ്പുരാനോട് അന്ന് ചെയ്ത കാര്യം ശരിയായോ എന്നും ചോദിക്കാം. മറ്റൊരു ഗൂഢമായ ആലോചന കൂടി മനസ്സിൽ ഉണ്ടായിരുന്നു. തന്നോട് ചെയ്തതിന് പകരമായി അയാളെ ചതുരംഗത്തിൽ തോല്പിക്കണം.

തെക്കൻകൂർ മഹാരാജാവ് ഇരുന്നൂറ് വർഷം മുൻപ് തെങ്കാശിയിൽ

നിന്നും ബ്രാഹ്മണരുടെ അധിപതിയായി കൊണ്ടുവന്ന് അധികാരം കൊടുത്തു ദേശാധിപതിയായി വാഴ്ത്തിയ കുടുംബമാണ്. കരം പിരിവും, മരണ ശിക്ഷയുൾപ്പെടെയുള്ള വിധിതീർപ്പും, മറ്റു അധികാരങ്ങളും കൊടുത്തു വാഴിച്ച രാജപരമ്പര. കൊട്ടാരം വിചാരിപ്പുകാരനും മാസപ്പടിയും ശിപായിമാരും ഒരിക്കലും മറ്റു ദേശങ്ങളിലെപ്പോലെ അഴിഞ്ഞാടാൻ വിടാതിരുന്ന നീതിബോധം ഉണ്ടായിരുന്ന കുടുംബം. കമ്യൂണിസ്റ്റുകൾ ദേശസ്നേഹികൾ എന്നറിഞ്ഞു നിരോധനകാലത്തെല്ലാം ഒളിത്താവളം ഉൾപ്പെടെ സംരക്ഷണം ഒരുക്കിയ കുടുംബം.

മെയിൻ റോഡ് തുടങ്ങുന്നിടത്ത് തന്നെ വലിയൊരു ഗോപുര വാതിൽ ഉണ്ടായിരുന്നു. അതിൽ എഴുതിവച്ചിരിക്കുന്നു, അടമനമഠം. എന്നാൽ എല്ലാം പായൽ പിടിച്ചു വൃത്തികേടായി കിടക്കുന്നു. ഗോപുരം കടന്നപ്പോഴേ മനസ്സിലായി. പുസ്തകങ്ങളിൽ നിന്നും മനസ്സിൽ കിട്ടിയ കൊട്ടാരങ്ങൾ പോലെ ഒന്നും ഇല്ല. പടിഞ്ഞാറേ ഗോപുരവാതിൽ കടന്നു നീണ്ടു നിവർന്നു കിടക്കുന്ന മുറ്റത്തിന്റെ കിഴക്കേ അറ്റത്ത്, പടിഞ്ഞാറ് ദർശനമായാണ് കൊട്ടാര അമ്പലം. കച്ചാലനും കല്ലിച്ചനും പ്രതിഷ്ഠിച്ച അതേ ശില തന്നെ. മഠത്തിലുള്ളവർ ദേവിഭദ്ര എന്ന് വിളിക്കുന്നു. അതേയുള്ളു വ്യത്യാസം. ദേവിഭദ്രയും പോരുവഴിയമ്മയും മുഖാമുഖം നോക്കി ഒരേ നേർവരയിലാണെന്നാണ് വിശ്വാസം. കൊട്ടാരത്തിൽ ഭദ്രയുടെ ശ്രീകോവിലിൽ നിന്നും ദീപം തെളിച്ചാണ് നാല്പത്തൊന്ന് ചിറപ്പിന് പോരുവഴിയമ്മയുടെ പൂജകൾ തുടങ്ങുക.

വടക്ക് പുറത്ത് ഒരു ഇരുനില കെട്ടിടം നീണ്ടു നിവർന്നു കിടക്കുന്നു. ഇതിനെ പണ്ട് 'പാപ്പര' എന്നാണ് പറഞ്ഞിരുന്നത്. ഇതാണ് കൊട്ടാര ഹാൾ. ഇവിടെയാണ് വിശേഷാൽ ദിവസങ്ങളിൽ തിരുവാതിരയും നൃത്തങ്ങളും നടക്കുക. രാജാവ് നാട്ടുകാരെയും പ്രമാണിമാരെയും ഒക്കെ കണ്ടിരുന്ന സ്ഥലവും, നാട്ടു പ്രശ്നങ്ങൾക്ക് തീർപ്പു കൊടുത്തിരുന്നതുമായ സ്ഥലവുമാണ്. ക്ഷേത്രത്തിന്റെ തെക്കായി നടുവിലെ 'പെര.' കൂടുതൽ സമയവും രാജാവും കുടുംബാംഗങ്ങളും ഇവിടെയാണ് ഇരിക്കുക. ഇവിടെ നിന്നും എല്ലായിടത്തേക്കും പോകാം. ഇതിന്റെ തെക്കേയറ്റം 'കോൺപുര' എന്നാണ് അറിയപ്പെട്ടിരുന്നത്. ക്ഷേത്രത്തിന് വടക്ക് കിഴക്കേ അറ്റം വലിയ അടുക്കള. കിണറിനോട് ചേർന്ന് ചെറിയ അടുക്കള. നടുമുറ്റവും അടുക്കളയിൽനിന്നും വെള്ളം കോരാവുന്ന വലിയ തടിക്കപ്പികളിട്ട കിണറും. അല്പം വേറെ മാറിനില്ക്കുന്ന വടക്കേ കെട്ട്. അല്ലേൽ വടക്കേ മഠം. ചെറുപ്പക്കാർ ആൺകുട്ടികൾ കൂടുതലും ഇവിടെയായിരുന്നു. രാജാവും, ബന്ധുക്കളുമായി എത്രയോ ആളുകൾ ഒന്നിച്ചു താമസിച്ചിരുന്ന കൊട്ടാരം. ഇവിടെയിപ്പോൾ മകം തിരുനാൾ തമ്പുരാനും കുടുംബവും മാത്രം. ശാഖകൾ ഓരോന്നായി വീതവും വാങ്ങി പോയിരിക്കുന്നു. മാസങ്ങളായി തുറക്കാതെ അടച്ചിട്ടിരിക്കുന്ന മുറികൾ. വടക്കേ കെട്ട് തന്നെ സാമാന്യം വലിയൊരു വീടിനേക്കാൾ വലുത്. ജീർണ്ണത തല പൊക്കാൻ തുടങ്ങിയത് പ്രകടം. ഇടയ്ക്കൊക്കെ പൊട്ടിയ ഓടു

കൾ, അടർന്ന ഭിത്തികൾ. പൊളിഞ്ഞ വരാന്ത. കെട്ടിടത്തിന് ചുറ്റും പുല്ലും പോച്ചയും മാറാലകളും. വടക്കേ കെട്ടിന്റെ അരമതിലിനോട് ചേർന്ന് വലിയൊരു എരിക്കിൻ ചെടി പടർന്നു പന്തലിച്ചു നിറയെ പൂക്കളുമായി നില്ക്കുന്നു. കുലകളായി തൂങ്ങി നില്ക്കുന്ന ഇവയെ പൂക്കളെന്ന് വിളിക്കുന്നതിലും നല്ലത് കായകൾ എന്നാണ്. ലൈറ്റ് പിങ്ക് നിറത്തിൽ കാണാൻ ഭംഗിയുള്ള മണമില്ലാത്ത പൂക്കൾ. ശ്മശാനങ്ങളിലാണ് സാധാരണ എരിക്കിൻ പൂക്കൾ കാണാറ്. വീടുകളിൽ വളർന്നു വരുകയാണെങ്കിൽ വീട്ടുകാർ പൊതുവെ അത് പിഴുത് കളയും. ഇവിടെ പിഴുത് കളയാനും ആരും ഇല്ല. ഒരു വേള കണ്ടിട്ടും, ഓ എന്തിനാ അതവിടെ നിന്നോട്ടെ എന്ന ഉദാസീനതയും ആകാം. ഗതികേട്. മുരളിക്ക് ആദ്യമായി അവരോട് സങ്കടം തോന്നി.

കൊട്ടാര പാപ്പരയുടെ, ഹാളിന്റെ രണ്ടാം നിലയിലെ മേല്ക്കൂരയിലെല്ലാം അമ്പലപ്രാവുകളുടെ കൂട്ടമാണ്. അവയുടെ ചിറകടികളും, കുറുകലുകളും. അവന് പണ്ടേ പ്രാവുകളെ ഇഷ്ടമാണ്. എവിടെ നിന്നെങ്കിലും പ്രാവുകളെ കിട്ടിയിരുന്നെങ്കിൽ അവയെ വളർത്താമെന്നവൻ മോഹിച്ചിട്ടുണ്ട്. ഇരുനില കെട്ടിടത്തിന്റെ താഴത്തെ നിലയിലിപ്പോൾ ഖാദിയുടെ ഫാക്ടറി ആണത്രേ. അവിടെ മാത്രമേ ആളനക്കമുള്ളൂ. തറികളിൽ ആളുകൾ ജോലി ചെയ്യുന്നത് തുറന്നിട്ട ജനാലകളിൽ കൂടെ കാണാം. തമ്പുരാന്റെ മേൽനോട്ടത്തിൽ കുറെ നായർ പ്രമാണിമാരെല്ലാം കൂടി തുടങ്ങിയ മില്ലാണത്രെ. കോപ്പറേറ്റീവ് സൊസൈറ്റി. തമ്പുരാനാണ് പ്രസിഡണ്ട്. അദ്ദേഹത്തിന്റെ ഒഴിഞ്ഞു കിടന്ന കെട്ടിടം ഫ്രീയായി മില്ലിന് കൊടുത്തതാണ്. സൊസൈറ്റി തുടങ്ങാനുള്ള സഹായമെല്ലാം സഖാവാണ് ഒരുക്കിക്കൊടുത്തത്. പെട്ടെന്ന് അടുത്തുള്ള വാതിലിൽ കൂടി സഖാവ് കൃഷ്ണപിള്ള അകത്ത് കടന്നു. മുരളി അച്ഛന്റെ കൂടെ വാല് പോലെ നിന്നു. പെണ്ണുങ്ങൾ ചർക്കകളിൽ നൂല് പിരിക്കുന്നതും ആണുങ്ങൾ കോറത്തുണി നെയ്യുന്നതും സഖാവ് അവന് കാട്ടിക്കൊടുത്തു. ഹാളിനു വെളിയിൽ വടക്ക് പുറത്തെ മുറ്റത്ത് വലിയ ഡ്രമ്മുകളിൽ നിറങ്ങൾ കൂട്ടി വച്ചിരിക്കുന്നു. ചുവപ്പും നീലയും പച്ചയും പിങ്കും എല്ലാം. കോറത്തുണികളിൽ ചായം മുക്കാനാണ്. പണിക്കാർ അവനെ നോക്കി ചിരിച്ചു. അവനും. എല്ലാവരും കൃഷ്ണപിള്ളയോട് ബഹുമാനപൂർവ്വം സംസാരിക്കുന്നത് കണ്ട് വലിയ ഗമയോടെ അതിലെ നടന്നു. സഖാവ് കൃഷ്ണപിള്ള അത്ര നിസ്സാരനല്ലെന്ന് മനസ്സിലായി. അപ്പോഴേക്കും കൃഷ്ണപിള്ള വന്ന ന്യൂസ് പോയിട്ടുണ്ടാകും അകത്തെ മുറിയിൽ നിന്നും തമ്പുരാൻ ഇറങ്ങി വന്നു. മുരളിയുടെ ഉള്ളിലെ രാജാവ് തലയും കുത്തി വീണു. ഒരു ആഡംബരവും ഇല്ല. ഒരു ഖാദി മുണ്ടും അരക്കയ്യൻ ഷർട്ടും. തോളത്തൊരു മുഷിഞ്ഞ തോർത്തും. നെറ്റിയിലൊരു ചന്ദനക്കുറി പോലുമില്ല. ഇതോ രാജാവ്! എന്നാൽ മുഖം നിറഞ്ഞു നില്ക്കുന്ന മന്ദഹാസം. അത് തന്നെയാണ് സ്ഥായിയായ ഭാവം എന്ന് പെട്ടെന്ന് മനസ്സി

ലാകും. "എങ്ങനെ കൃഷ്ണ, നമ്മുടെ മില്ലൊക്കെ? കൊള്ളാമോ? ആരാ ഇത്, മോനാ? എന്താ മോന്റെ പേര് ?"

മുരളി പേര് പറഞ്ഞിട്ട് മുറ്റത്തേക്കിറങ്ങി. നേരെ നോക്കിയാൽ അല്പം പൊങ്ങി നില്ക്കുന്ന, തടിയിൽ അലങ്കാര വാതിലുകളൊക്കെയുള്ള അമ്പലം. ഗോപുരവാതിൽ കടന്നപ്പോൾ ദൂരെ നിന്ന് കണ്ട കെട്ടിടം തന്നെയാണ്. കൊട്ടാരം കുടുംബ ക്ഷേത്രം. മീൻ ചെതുമ്പലുകൾ അടുക്കിവക്കും പോലെയാണ് അമ്പലത്തിന്റെ മേല്ക്കൂരയിലെ ഓടുകൾ. കൊട്ടാരത്തിലെ എല്ലാ എടുപ്പുകളുടെയും മേല്ക്കൂരകൾ അത്തരം ഓടുകൾ ആണ്. പായല് പിടിച്ച്, പച്ചയും കറുപ്പും കലർന്ന നിറം. എന്നാൽ കണ്ടാലറിയാം ആരോ അടുത്തിടെ ക്ഷേത്ര മേല്ക്കൂരയിലെ പായലുകളൊക്കെ തൂത്ത്, അതിനു ഒരു പുത്തൻ നിറം കൊടുത്തിട്ടുണ്ട്. ക്ഷേത്ര മേല്ക്കൂരയ്ക്ക് മാത്രം മറ്റുള്ളവയെക്കാളും പൊക്കം കുറവാണ്. അതുപോലെ വാതിൽ പാളികളിലെ മാറാലകളൊക്കെ തൂത്തു വൃത്തിയാക്കിയിരിക്കുന്നു. ക്ഷേത്രത്തിന്റെ വാതിൽപ്പടിയിൽ പൂജാപാത്രങ്ങൾ കഴുകി വച്ചിരിക്കുന്നു. ഒരു ഓട്ടു മൊന്തയിൽ വെള്ളവും.

ഇവിടെ നിന്നാണ് എല്ലാ വർഷവും പോരുവഴിയമ്മ ക്ഷേത്രത്തിലെ നാല്പത്തിയൊന്നാം ചിറപ്പിനും, നൂറ്റൊന്നു കലം എതിരേല്പിനും ആറാട്ട് എഴുന്നള്ളത്ത് പോകുക. അത് ദേശത്തിന്റെ ഏറ്റവും പ്രധാന ഉത്സവമാണ്. ജാതി, മത ഭേദമെന്യേ എല്ലാ വിഭാഗക്കാരും പങ്കെടുക്കുന്ന ഉത്സവം. കൊട്ടാര ക്ഷേത്രത്തിലെ വിളക്കിൽ നിന്നും ദീപം പകർന്നു അതുമായാണ് ഘോഷയാത്ര പുറപ്പെടുക. ഇതേ ദീപത്തിൽനിന്നും നാളം തെളിച്ച് താലപ്പൊലിയുമായി നാട്ടിലെ കുട്ടികളും, സുന്ദരിമാരുമെല്ലാം വരിയായി റോഡിനിരുവശവുമായി നില്ക്കും. രാവിലെ 9 മണിയോടുകൂടി കൊട്ടാരം ക്ഷേത്രത്തിൽ നിന്നും പുറപ്പെടുന്ന ഘോഷയാത്ര, എഴുന്നള്ളത്ത്, ജീവിത, താലപ്പൊലി, അമ്മൻകുടം, ചെണ്ട. തകിൽ, വാദ്യമേളങ്ങളോടെയും ഗജവീരന്മാരുടെ അകമ്പടിയോടെയും ഏതാണ്ട് നാല് മണിക്കൂർ എടുത്ത്, ഉച്ചയ്ക്ക് ഒരു മണിയോടെയാകും ക്ഷേത്രത്തിലെത്തുക. ഓരോ നൂറടിയിലും ഘോഷയാത്ര നിർത്തി മേളക്കൊഴുപ്പ് ഉണ്ടാകും. ആ താളത്തിൽ നാല് പോറ്റിമാരെടുക്കുന്ന ജീവിത തുള്ളും. ജീവിതയ്ക്ക് നല്ല ഭാരമായതിനാൽ മാറ്റക്കാരായി അന്യദേശങ്ങളിൽനിന്നും ക്ഷേത്ര പൂജാരിയുടെ ബന്ധുക്കളെ സ്പെഷ്യലായി വരുത്തും. അമ്മൻകുടക്കാരുടെ തുള്ളൽ ബഹുകേമമാണ്. സ്ഥിരമായി ദീപാരാധനയ്ക്ക് ചെണ്ടമേളം നടത്തുന്ന അച്യുതമാരാരുടേയും കൂട്ടുകാരുടേയും സ്പെഷ്യലായി വരുത്തിയിട്ടുള്ള തകിൽ വാദ്യക്കാരുമായുള്ള മത്സരിച്ചുള്ള മേളമാണ് ഏറ്റവും രസകരം. ആളുകൾ അവർക്കൊപ്പം ചേർന്ന് താളം പിടിച്ചു തുള്ളുമ്പോൾ മത്സരം കടുക്കും. കുരവയിടീലും ആർപ്പുവിളികളും കൂടിയാകുമ്പോൾ ഉത്സവം കെങ്കേമം. അന്നത്തെ ദിവസം ഉത്സവത്തിൽ പങ്കെടുക്കാൻ ദേശത്തെ എല്ലാ വീട്ടിലെയും ദൂരെയുള്ള ബന്ധു മിത്രാദികളൊക്കെ കാലേക്കൂട്ടി എത്തിയിരിക്കും. എല്ലാ വീടുകളിലും അന്ന് ഓ

ണം പോലെ ഒരു ഉത്സവപ്രതീതിയാണ്. കുട്ടികൾക്കൊക്കെ അന്ന് ഫുൾ ഫ്രീഡം ആണ്. അമ്പലപ്പറമ്പിലും വഴി വാണിഭക്കാർക്കിടയിലും, കുലുക്കികുത്തുകാർക്കിടയിലുമായി അവർ മേളിച്ചു നടക്കും. വലിയ ചേട്ടന്മാർക്കൊക്കെ പെൺപിള്ളേരെ പഞ്ചാരയടിച്ചു നടക്കാൻ എളുപ്പം സാധിക്കുന്ന ദിവസങ്ങൾ. വളയും ചാന്തും പൊട്ടും ഒക്കെ മേടിച്ചു കൊടുക്കലും, ഈന്തപഴം, ഐസ് ക്രീം തീറ്റി ഇവയൊക്കെയും അന്നാണ് സാധിക്കുക.

കുടുംബ ക്ഷേത്രത്തിന് വശങ്ങളിലും, പുറകിലുമായി മറ്റു ചില കെട്ടിടങ്ങൾ. അവയൊക്കെ ഒറ്റനിലകളായിരുന്നെങ്കിലും, ഒരു ആൽമരം വിരിഞ്ഞു പന്തലിച്ചു നില്ക്കുന്നത് പോലെ, കാണാൻ നല്ല ചന്തമായിരുന്നു. അല്ലെങ്കിൽ ചിറകു വിരിച്ചു നില്ക്കുന്ന വലിയൊരു കടവാവൽ പോലെ. കെട്ടിടങ്ങൾക്കു ചുറ്റും മുട്ടറ്റം ഉയരത്തിൽ കെട്ടിയ വരാന്തകൾ ഉണ്ടായിരുന്നു. കെട്ടിടങ്ങളൊക്കെ വേണ്ട രീതിയിൽ പരിപാലിക്കുകയോ പെയിന്റ് ചെയ്തു സൂക്ഷിക്കുകയോ ചെയ്യുന്നില്ല എന്ന് ഒറ്റ നോട്ടത്തിൽ തന്നെ മനസ്സിലാകും. അവയുടെ കഴുക്കോലുകളുടെ മുഖത്തുള്ള അലങ്കാരപ്പലകകളൊക്കെ പലയിടത്തും പൊട്ടിപ്പൊളിഞ്ഞോ, ദ്രവിച്ചോ കാണാമായിരുന്നു. വരാന്തയുടെ മുകളിലുള്ള മച്ചിന്റെ, സീലിങ് പലകകൾ ഇടയ്ക്കൊക്കെ പൊളിഞ്ഞു കിടന്നിരുന്നു. ചിലയിടത്തെ ഓടുകളൊക്കെ പൊട്ടിയും കാണാം. വരാന്ത പൊട്ടിപ്പൊളിഞ്ഞത് സിമന്റ് വച്ച് അടച്ചത്, പൊട്ടു വച്ചതുപോലെ. ആകെ ശ്രദ്ധക്കുറവുണ്ടെങ്കിലും കെട്ടിടങ്ങളൊക്കെച്ചേർന്ന് ആളൊഴിഞ്ഞ ഏതോ പഴയ ക്ഷേത്ര മുറ്റത്തു നില്ക്കും പോലെ അവനിൽ ആഹ്ലാദം പകർന്നു. വിശാലമായ മുറ്റം നിറയെ സ്വർണ്ണം പോലെ വെട്ടിത്തിളങ്ങുന്ന മണൽ.

കെട്ടിടത്തിന്റെ തെക്കു വശത്തു, മുകളിലേക്ക് ചാഞ്ഞു നില്ക്കുന്ന കിളിച്ചുണ്ടൻ മാവു നിറയെ, പിങ്കും മഞ്ഞയും ഇടകലർന്ന മാങ്ങകൾ തൂങ്ങിക്കിടപ്പുണ്ടായിരുന്നു. വലിയ മുറ്റത്തിന് വശങ്ങളിലായി നിരയൊത്തു വച്ച നല്ല പ്രായമായ രാജമല്ലി ചെടികൾ ഉണ്ടായിരുന്നു. പല നിറങ്ങളിൽ.അവയിലേക്ക് പടർന്നു കയറിയിരുന്ന ശംഖുപുഷ്പച്ചെടികളിൽ നിറയെ വെള്ളയും നീലയും പൂക്കൾ. മറ്റേതു ചെടികളെക്കാൾ അവനെ വിസ്മയിപ്പിച്ചിട്ടുള്ളത് വർഷം മുഴുവൻ പൂത്തുലഞ്ഞു നില്ക്കുന്ന രാജമല്ലി തന്നെയാണ്. അതിനോളം സൗന്ദര്യം മറ്റൊന്നിനുമില്ല. അവ ദേശത്ത് ആവോളം ഉണ്ടായിരുന്നു. പ്രത്യേകിച്ചും നമ്പൂതിരി ഇല്ലങ്ങളിൽ. രാജമല്ലികൾക്കു പുറകിലായി കുലകളായി ചുവന്ന പൂക്കളുള്ള ഒരു വലിയ അശോകത്തെറ്റി. ക്ഷേത്രത്തിനു നേരെ നിന്നിരുന്ന പാരിജാതത്തിലേക്ക് പടർന്നു കയറിയ മുല്ലവള്ളികൾ പൂത്തുലഞ്ഞു കിടക്കുന്നു. എന്നാൽ ഇവയ്ക്കൊന്നിനും പരിചരണം കൊടുക്കാൻ ഒരു പെൺകുട്ടി ഇല്ലാത്ത വീട് പോലെ, എല്ലാം അനാഥമായി കിടക്കുന്നു. ഇത്തരം തണുത്തുറഞ്ഞ അനാഥത്വം ഉണർത്തുന്ന ശാന്തമായ സ്ഥലങ്ങളെന്നും അവനിൽ ആഹ്ലാദം ഉണർത്തിയിരുന്നു.

നിറയെ പൊടിയുമായി തമ്പുരാന്റെ കറുത്ത ഹെറാൾഡ് കാർ പോർ

ച്ചിൽ കിടന്നിരുന്നു. ദേശത്തെ കാറുള്ള ഏക വ്യക്തി തമ്പുരാനാണ്. കാറിന്റെ ചുറ്റും നടന്നു നോക്കുമ്പോൾ അവിടേക്കുവന്ന തമ്പുരാന്റെ ചോദ്യം, "ഇയാൾക്ക് കാർ ഇഷ്ടമായോ?" പിന്നെ കൃഷ്ണപിള്ളയോടാ യിട്ട്, "ഇവിടുത്തെ ആളുടെ ഒരാഗ്രഹം. കൃഷ്ണനറിയുമല്ലോ? ഇപ്പോഴ ത്തെ സ്ഥിതിയിൽ ഇത്തിരി കടന്ന ആഗ്രഹമാണ്. എന്നാലും നടക്കട്ടെ എന്ന് കരുതി. പഴയ ഇമ്പാല കൊടുത്തിട്ടു ഇത് വാങ്ങിയെന്നേ ഉള്ളു. ഞാനധികം പുറത്തു പോകാറില്ല. ഒരു തരത്തിൽ ആർഭാടം എന്ന് കൂട്ടി ക്കൊള്ളു." എന്നിട്ട് സ്വയം രസിച്ചു ചിരിച്ചു.

റോഡിൽ നിന്നാൽ ഇവയൊന്നും കാണുകയേ ഇല്ല. തമ്പുരാൻ വരാ ന്തയിൽ നിന്നും അകത്തേക്ക് കയറി. കൂടെ കയറാൻ തുടങ്ങുമ്പോൾ അച്ഛൻ വിലക്കി. എന്നിട്ട് പതുക്കെ പറഞ്ഞു. "വിളിച്ചിട്ടു പോകാം. സാധാ രണ എല്ലാവരും ഈ മുറ്റത്തു നില്ക്കുകയേ ഉള്ളു. പ്രമാണിമാർ കൂടി യാൽ വരാന്ത വരെ. അച്ഛന് അകത്തു പോകാം. ചങ്ങാതി ആണല്ലോ. നീയും കൂടി ഉള്ളത് കൊണ്ട് വിളിച്ചിട്ടു പോകാം."

ഉടനെ തന്നെ തമ്പുരാൻ തിരിഞ്ഞു വന്നു: "എന്താ കൃഷ്ണാ അ വിടെ നിന്നത്? ഞാൻ വിളിക്കണം എന്നുണ്ടോ?"

കൃഷ്ണപിള്ള ഒന്നും പറഞ്ഞില്ല ചിരിച്ചതേയുള്ളു. വിശാലമായ ഹാൾ. നല്ല മിനുസമായ പിങ്ക് നിറമുള്ള ഭംഗിയുള്ള തറയ്ക്ക് കറുപ്പ് ബോർഡർ. കൊത്തുപണിയുള്ള വലിയ കസേരകൾ ഭിത്തിയോട് ചേർ ത്ത് വരിയായി ഇട്ടിരിക്കുന്നു. എന്നാൽ കുഷ്യനുകൾ അലങ്കരിച്ച വെൽ വെറ്റ് തുണികൾ, നിറം കെട്ട് പിഞ്ചിയും പറിഞ്ഞും ഇരുന്നു. ഹാളിനു തെക്കു വശത്തായി തിളങ്ങുന്ന കറുപ്പ് നിറമുള്ള വ്യാളി മുഖം ഒക്കെ കൊത്തിവച്ചിട്ടുള്ള, ഈട്ടിയിൽ തീർത്ത വലിയൊരു ചാരുകസേര. അ തിനടുത്തായി നല്ല ഭംഗിയുള്ള ഒരു സ്റ്റൂളും അതിൽ മുറുക്കാൻ ചെല്ലവും. പഴയ കുറെ ഫോട്ടോകൾ ഭിത്തിയിൽ നിരനിരയായി വച്ചിരിക്കുന്നു. പഴയ രാജാക്കന്മാർ പോലുണ്ട്. തമ്പുരാൻ എന്തോ എടുക്കാനായി അകത്തേക്ക് പോയി. കൃഷ്ണപിള്ള ഹിന്ദു പേപ്പർ വായിച്ചിരുന്നു. അകത്തോട്ടുള്ള വാതലിൽ കൂടി നോക്കിയപ്പോൾ നടുമുറ്റം കണ്ടു. അങ്ങോട്ട് ഇറങ്ങാൻ തുടങ്ങുമ്പോൾ കൃഷ്ണപിള്ള വിലക്കി. "അപ്പുറത്തോട്ടൊന്നും ആരും പോകാറില്ല. നീയിങ്ങു പോര്."

തമ്പുരാൻ അകത്തു പോയി ഓട്ടു ടംബ്ലറിൽ രണ്ടാൾക്കും സേമിയ പായസവുമായി വരുമ്പോൾ, അവിടെ പടിഞ്ഞാറേ ഭിത്തിയിൽ ഉറപ്പിച്ചി രുന്ന ഒരു സ്റ്റാൻഡിൽ ഇരുന്ന റേഡിയോ നോക്കി കാണുകയായിരുന്നു മുരളി. സാമാന്യം വലുതാണ്. മർഫി. ബ്രൗണും കറുപ്പും കലർന്ന പല കകൊണ്ടുള്ള ബോഡി. ശബ്ദം കിട്ടുന്ന ഭാഗത്തു മങ്ങിയ സ്വർണ്ണ മഞ്ഞ നിറത്തിലുള്ള വെൽവെറ്റ് തുണി.

"തനിക്ക് റേഡിയോ പാട്ട് കേൾക്കണോ? ഏർപ്പാടാക്കാം." അക ത്തോട്ടു നീട്ടി വിളിച്ചു. "സുഭദ്രേ, ഒന്ന് വന്നാട്ടെ ഒരതിഥിയുണ്ട്."

അപ്പോൾ വശത്തെ കതകു തുറന്ന് അതിസുന്ദരിയായ ഒരു സ്ത്രീ

ഇറങ്ങി വന്നു. ഇരുട്ടുമുറിയിൽ പ്രകാശം ചൊരിയുന്ന നിലവിളക്കു പോലെ. ഏതോ വലിയ രാജകുടുംബത്തിലെയാണ്. ഇതുപോലെ ക്ഷയിച്ചു കൊണ്ടിരിക്കുന്ന ഒരു കുടുംബത്തിൽ പെട്ടു പോയി എന്നേയുള്ളു. മുഖത്തെ ഐശ്വര്യം മാത്രമേയുള്ളു. ധരിച്ചിരിക്കുന്ന വസ്ത്രങ്ങളൊക്കെ വിലകുറഞ്ഞതാണ്. അവർ മുഖം നിറയെ ചിരിയുമായി ചോദിച്ചു, "സഖാവിന്റെ മകനാ? മുരളിയല്ലേ?"

അവന്റെ അറിവിൽ രാജകുടുംബത്തിലെ സ്ത്രീകൾ അന്യരുടെ മുൻപിൽ വെറുതെ വരില്ല. അപ്പോൾ ഇവിടെ, അച്ഛനോടുള്ള ബഹുമാനം എത്രയാണെന്ന് അവനു മനസ്സിലായി. അതിന്റെ ഗമയിൽ അങ്ങനെ ഇരിക്കുമ്പോൾ,

"ഇയാൾക്ക് നീ ആ റേഡിയോയിൽ ഒരു പാട്ടു ഇട്ട് കൊടുക്ക്." തമ്പുരാൻ പറഞ്ഞു

സുഭദ്ര തമ്പുരാട്ടി അവനെ നോക്കി ചിരിച്ചിട്ട് റേഡിയോ ട്യൂൺ ചെയ്യാൻ തുടങ്ങി.

"കാട്ടുചെമ്പകം പൂത്തുലയുമ്പോൾ
കടമ്പു മരം തളിരണിയുമ്പോൾ
കണ്ണാടിപ്പുഴ തെളിയുമ്പോൾ
കാണാപ്പൈങ്കിളി പാടുമ്പോൾ
കരളിൽ മാത്രം കണ്ണീരരുവി"

"ആരുടെ പാട്ടെന്നറിയാമോ?" തമ്പുരാൻ പുഞ്ചിരിച്ചു.

"ഇല്ല."

"ശ്രീകുമാരൻ തമ്പി എഴുതി ദേവരാജൻ മാഷ് ഈണം കൊടുത്ത്, എ എം രാജ പാടിയത്."

"എടാ, തമ്പുരാൻ വലിയൊരു സംഗീത പ്രേമിയാണ്." കൃഷ്ണപിള്ള മകനോട് പറഞ്ഞു. എന്നാൽ മുരളിയുടെ മനസ്സ് പാട്ടിലായിരുന്നില്ല.

"ശ്രീകുമാരൻ തമ്പി സാറൊരിക്കൽ ഇവിടെ വന്നിട്ടുണ്ട്. കൃഷ്ണന് അറിയാമോ?"

"ഉവ്വോ?"

"അതെ. ഇവിടിരുന്നു, ഈ പാട്ട് പാടി കേൾപ്പിച്ചിട്ടുണ്ട്." തമ്പുരാൻ പിന്നെ മുരളിയോടായി ചോദിച്ചു. "പഠിത്തമൊക്കെ എങ്ങനെ?"

പെട്ടെന്ന് മുരളി ശബ്ദം താഴ്ത്തി ചോദിച്ചു "ചതുരംഗം കളിച്ചാലോ?"

"ഓ, കൃഷ്ണൻ പറഞ്ഞിരുന്നല്ലോ, മോനെ ചതുരംഗം പഠിപ്പിച്ചു എന്ന്. ഞാൻ മറന്നു പോയി. എന്താ ഒരു കൈ നോക്കുന്നോ?"

മുരളി ചിരിച്ചു സമ്മതം മൂളിയപ്പോൾ തമ്പുരാൻ പലകയും, കരുക്കളും എടുക്കാനായി തിരിഞ്ഞു. മുരളി കളിച്ചുകൊണ്ടിരുന്നപ്പോൾ കൃഷ്ണപിള്ള പുറത്തേക്കിറങ്ങി.

"നാടൊട്ടുക്കും കമ്യൂണിസ്റ്റുകാരെ തിരുവിതാംകൂർ പൊലീസ് തപ്പി നടന്ന കാലത്തു തന്റെ അച്ഛൻ ഇവിടത്തെ തട്ടിന് മുകളിലാണ് ഒളിച്ചിരു

ന്നത്. കൊട്ടാരത്തിൽ ഒരു കുഞ്ഞും അറിയാതെ വടക്കേ പുരയുടെ തട്ടിന് മുകളിൽ. എനിക്കുള്ള ആഹാരത്തിന്റെ ഒരു പങ്കു അവനും. ഞങ്ങൾ രണ്ടാളും അപ്പോൾ വിദ്യാർത്ഥികളാണ്. ഒന്നിച്ചു പഠിച്ചെങ്കിലും എന്റെ ഇംഗ്ലീഷ് ഗുരു അവനാ. വല്ലോം അറിയുവോ? കൃഷ്ണൻ പറഞ്ഞു തന്നിട്ടുണ്ടോ? അയാൾ പറയില്ല. താൻ പോയി അമ്മയോട് ചോദിക്ക്. ലക്ഷ്മിക്ക് അറിയുന്നുന്നത്ര ആർക്കും അറിയില്ല."

മുറുക്കാൻ സ്വയം കൂട്ടുന്നതിനിടയിലും തമ്പുരാൻ ആസ്വദിച്ച് ചിരിക്കുന്നുണ്ടായിരുന്നു. കഥ പറയാനായിരുന്നു തമ്പുരാന് ഉത്സാഹം. ഒരു പക്ഷേ, കൊച്ചു പയ്യനോട് എന്ത് കളി എന്ന് മനസ്സിൽ കണ്ടിട്ടുണ്ടാകും. കളിച്ചു കൊണ്ടിരുന്നപ്പോൾ ലേശം കറുത്തിട്ട്, എന്നാലും നല്ല അഴകുള്ള ഒരു സ്ത്രീ അവിടം അടിച്ചു തളിക്കാൻ വന്നു..

"പിന്നാകട്ടെ, അപ്പുറത്തൊക്കെ തീർത്തിട്ട് വാ" എന്ന് പറഞ്ഞു തമ്പുരാൻ അവരെ മടക്കി അയച്ചു. പോകും മുൻപ് അവർ തന്നെ നോക്കി ലോഹ്യത്തിൽ വല്ലാത്ത ഒരു ചിരി ചിരിച്ചത് മുരളിക്ക് മനസ്സിലായി.

അദ്ദേഹത്തെ തോല്പിച്ചു കേമനാകാം എന്നൊക്കെ ആയിരുന്നു ഗൂഢ ആഗ്രഹം. എന്നാൽ തമ്പുരാൻ ഏതാനും നീക്കങ്ങൾക്കൊടുവിൽ മുരളിയെ തോല്പിച്ചു. "കൃഷ്ണാ, ഇവൻ മിടുക്കനാ. നല്ല കുറച്ചു നീക്കങ്ങൾ ഉണ്ടായി. തന്റെ ട്രിക്കുകൾ ഒക്കെ പറഞ്ഞു കൊടുക്കണം." എന്നിട്ട് മുരളിയോടായി തമ്പുരാൻ പറഞ്ഞു, "തന്റെ അച്ഛൻ ഒരു പുലിയാ. ദേശക്കാർ ആരെ വേണേലും എനിക്ക് തോല്പിക്കാം. എന്നാൽ കൃഷ്ണൻ! രക്ഷയില്ല. ചിലപ്പോളൊക്കെ ഞാൻ ജയിക്കും. ഒരു പക്ഷേ, അയാൾ തോറ്റു തരുന്നതാകും."

വെളിയിൽ ഇറങ്ങുമ്പോൾ കണ്ടു, അടിച്ചു തളിക്കാൻ വന്ന സ്ത്രീയോട് മുറ്റത്തെ മാവിൻ ചോട്ടിൽ വച്ച് വീട്ടിൽ വന്ന കറുത്ത ഉണ്ട മനുഷ്യൻ കുശുകുശുക്കുന്നു. അതവന് ഇഷ്ടമായില്ല. വഷളൻ. അപ്പോഴും ആ സ്ത്രീ അവനെ നോക്കി വല്ലാത്ത ഒരു ചിരി ചിരിച്ചു. അവനവരോട് ഇഷ്ടം തോന്നി.

"നിനക്ക് വീട്ടിലേക്കുതന്നെ പോകാൻ അറിയാമല്ലോ? എന്നാൽ പൊക്കോളൂ. ഞാൻ കുറച്ചു കഴിഞ്ഞു വരാം." കൃഷ്ണപിള്ള പടി വരെ വന്നിട്ട് തിരിച്ചു പോയി.

മുരളി അല്പം നടന്നു തിരിഞ്ഞു നോക്കുമ്പോൾ, അതേ സ്ത്രീ കൃഷ്ണപിള്ളയുടെ അടുത്ത് നിന്ന് സംസാരിക്കുന്നു. പിന്നീട് കൊട്ടാരത്തിൽ ചതുരംഗം കളിക്കാൻ പോയപ്പോഴൊക്കെ അവർക്കായി അവിടൊക്കെ കണ്ണുകൾ തപ്പി. കണ്ടിട്ടില്ല. എന്നാൽ ഒരിക്കൽ തമ്പുരാനുമായി കളിച്ചിരുന്നപ്പോൾ പുറത്തു നിന്ന് കൊട്ടാരത്തിലേക്കു കയറി വന്ന അവർ അവനെ കടന്നാണ് ഉള്ളിലേക്ക് കയറിപ്പോയത്. അന്നവർ ചിരിച്ചില്ല. ഒരു ലോഹ്യവും കാണിച്ചില്ല. അവനെ കാണാതിരിക്കാൻ വഴിയില്ല. എന്ത് പറ്റി എന്നാലോചിക്കുമ്പോഴേക്കും അവർ തിരികെ ഇറങ്ങി വന്നു, വേഗം പുറത്തേക്കു നടന്നു. അവൻ തിരഞ്ഞു നോക്കുമ്പോൾ മു

റ്റത്തു നിന്ന് എവിടെ നിന്നോ കടന്നു വന്ന സഖാവ് കൃഷ്ണപിള്ളയുടെ കൈകൾ കൂട്ടിപ്പിടിച്ചു കരയുന്നു. തന്റെ നോട്ടം കണ്ടാവണം തമ്പുരാൻ പറഞ്ഞു, “പൊട്ടിയാ, ചുമ്മാ കൊച്ചു കാര്യങ്ങൾക്കൊക്കെ കരച്ചിൽ. സാര മില്ല. താനതൊന്നും കാര്യമാക്കണ്ട. അരശ്. താൻ തോറ്റു!” അരശെന്ന് പറഞ്ഞാൽ ഇപ്പോഴത്തെ ചെക്ക്.

കൃഷ്ണപിള്ളയും അവരും ഒത്തിരി നേരം അവിടെ നിന്ന് സംസാ രിക്കുന്നത് അവനു മനസ്സിലായി. എന്തിനാണ് അവർ അത്ര സ്വാതന്ത്ര്യ ത്തോടെ അച്ഛന്റെ കൈകളിൽ പിടിച്ചത്? എന്താണ് അച്ഛനവരോട് ഒത്തി രി നേരം സംസാരിക്കാനുള്ളത്? രണ്ടാളും മറ്റുള്ളവർ ശ്രദ്ധിക്കാത്ത പോ ലെ ഒഴിഞ്ഞു നിന്നാണല്ലോ സംസാരിച്ചത്? തൊഴിൽ പ്രശ്നമോ അങ്ങ നെയെന്തെങ്കിലുമാണെങ്കിൽ ഇങ്ങനെ പരുങ്ങി നിന്ന് സംസാരിക്കണ്ടാ യല്ലോ? ആരാണെന്ന് എങ്ങനെ അറിയും? അച്ഛനോട് എങ്ങനെ ചോദി ക്കും? അതവന്റെ ഉള്ളിൽ ഒരു മുള്ളു പോലെ കിടന്നു.

പിന്നൊരിക്കൽ കല്യാണിയെപ്പറ്റി ചോദിക്കുമ്പോൾ, തമ്പുരാന്റെ ഡ്രൈവർ പറഞ്ഞു:

“ഓ കല്യാണിയോ? കേശവന്റെ ഭാര്യ. അവൾ പെഴയാണ്. അവർ ഇവിടെ നിന്നൊക്കെ പോയി. തമ്പുരാൻ വേറെ എവിടെയോ അവർക്കി ത്തിരി സ്ഥലം കൊടുത്തിട്ടുണ്ട്. ഇപ്പോൾ രണ്ടാളും അവിടെയാ. അവൾ ക്കൊരു കൊച്ചുമൊക്കെ ആയി. കൊച്ചിനെയും കൊണ്ട് ഇടയ്ക്കൊക്കെ ഇവിടെ വരും. സങ്കടം പറയുമ്പോൾ തമ്പുരാൻ കാശു കൊടുക്കുമെന്ന റിയാം. കള്ള കൂട്ടങ്ങൾ.”

കേശവനോട് ഏറ്റവും വിരോധം തോന്നിയ ദിവസം. എങ്ങനെയാണ് ഈ വിരൂപിയായ മനുഷ്യന് അവരെ പോലെ ഒരു സുന്ദരി സ്ത്രീയെ കിട്ടിയത്?

അടുക്കള വാതിലിൽ മുട്ട് കേട്ട് കതകു തുറന്നപ്പോൾ ഗോപാലപി ള്ള. അയാൾ ഇടയ്ക്കൊക്കെ വന്നു ലക്ഷ്മിയമ്മയോട് മുറുക്കാൻ വാ ങ്ങാൻ പണം ചോദിക്കുന്നത് മുരളി കാണാറുണ്ടായിരുന്നു. ലക്ഷ്മിയമ്മ ഒന്നും പറയാതെ കൊടുക്കും. കൂട്ടത്തിൽ കഴിക്കാൻ എന്തെങ്കിലും ഇരി പ്പുണ്ടെങ്കിൽ അതും എടുത്തു കൊടുക്കും. “വേണ്ട കുഞ്ഞേ ഇപ്പോൾ കഴിച്ചതേയുള്ളു.” എന്ന് അന്തസ്സ് പറഞ്ഞിട്ട് അയാൾ അത് കഴിക്കാറും ഉണ്ട്.

“പ്രായമുള്ള മനുഷ്യനല്ലേ? അഭിമാനിയുമാ. ഒന്നും കഴിച്ചു കാണില്ല. അല്ലേൽ പിന്നെ ഇരുന്നു കഴിക്കുമോ? പോട്ടെ.” ലക്ഷ്മിയമ്മ പറയും.

“ആ ബക്കറ്റ് ഇങ്ങു തന്നേ മുരളി. പശുവിനെ കുളിപ്പിച്ചിട്ടു വരാം.”

“ഞാൻ രാവിലെ കുളിപ്പിച്ചായിരുന്നു കൊച്ചാട്ടാ.” മുരളി പറഞ്ഞു.

“എന്നാൽ ഉച്ചക്കുള്ളത് കറന്നിട്ട് വരാം.”

“സമയമായില്ല ഞാൻ കറന്നോളം.” അയാളെ ഒഴിവാക്കാനായി മു രളി വേഗം പറഞ്ഞു. ഇപ്പോൾ പശുവിനെ കുളിപ്പിക്കുന്നതും, പാല് കറ ക്കുന്നതും മുരളിയാണ്.

ഗോപാലപിള്ള കാര്യത്തിലേക്ക് വന്നു. "ലക്ഷ്മിക്കുഞ്ഞേ, ചില്ലറ വല്ലോം ഉണ്ടോന്ന് നോക്കിയേ? ഇത്തിരി ളാപ്പാണം പൊയില വാങ്ങാനാ."

പണം കൊടുത്തിട്ട് ലക്ഷ്മിയമ്മ പറഞ്ഞു: "കൊച്ചാട്ടാ അവന് പശുക്കളെ കുളിപ്പിക്കുന്നതും അവയ്ക്ക് തീറ്റ കൊടുക്കുന്നതും ഒക്കെ ഇഷ്ടമാ."

അയാൾ പോയി കഴിഞ്ഞു ലക്ഷ്മിയമ്മ മുരളിയോട് പറഞ്ഞു. "പാവമാ മോനെ, നിവർത്തിയില്ലാത്തോണ്ടാ. പുകയിലക്കും മറ്റും, പിള്ളേരുടെ മുൻപിൽ കൈ നീട്ടാൻ ഇഷ്ടമില്ലാഞ്ഞിട്ടാണ്. വാർദ്ധക്യം ഇങ്ങനെ ഒക്കെയാണ്."

എന്തായാലും കൊള്ളാം പിന്നെ പുള്ളി പണം ചോദിച്ചു വരാതായി. വല്ലപ്പോഴും വന്നാലായി. എന്നാൽ മക്കളൊക്കെ എപ്പോഴും ഇടയ്ക്കിടെ വരും.

അങ്ങനെ പോരുവഴിയിലെ ആദ്യ വായനശാല തുറന്നു. "അറിവിന്റെ കൂടാരം." ആളുകളുടെ വലിയ സഹകരണമായിരുന്നു. സൗകര്യമുള്ള മിക്കവാറും എല്ലാ വീട്ടുകാരും പഴയ പുസ്തകങ്ങളോ പുതിയത് വാങ്ങാൻ പണമോ കൊടുത്തു. ചിലർ പഴയ ഷെൽഫുകളും ബഞ്ചുകളും കസേരകളും മേശയും ഒക്കെ കൊടുത്തു. എന്തായാലും ആവശ്യത്തിനുള്ള സാധനങ്ങളൊക്കെ കിട്ടി. സഖാവിന്റെ സുഹൃത്ത് ഉണ്ടായിരുന്നതുകൊണ്ട് കോട്ടയം എൻ ബി എസിൽ നിന്നും പുതിയ പുസ്തകങ്ങൾ നല്ല വിലക്കുറവിൽ കിട്ടി. എൻ ബി എസ് മാനേജർ ഗ്രന്ഥശാല വകുപ്പിന്റെ സബ്സിഡി കിട്ടാനുള്ള വഴികളും പറഞ്ഞു കൊടുത്തു. നമ്പ്യാർ രക്ഷാധികാരിയായി ഭാരവാഹികളെയും തെരഞ്ഞെടുത്തു. പമ്പേശും മഠത്തിലെ നീലകണ്ഠൻ പ്രസിഡന്റും തട്ടാരുവീട്ടിൽ രമേശൻ സെക്രട്ടറിയും മാലൂർ വീട്ടിലെ രതി ഖജാൻജിയുമായി. ഇവരിൽ ആരെങ്കിലും ഒരാൾ എന്നും പുസ്തകങ്ങൾ പേരെഴുതിവച്ചു കൊടുക്കാൻ, എന്നും വായനശാലയിൽ ഉണ്ടാകണമെന്നും തീരുമാനമായി. മറ്റുള്ളവർ മുന്നോട്ടു വരട്ടെ എന്ന് തീരുമാനിച്ചു മുരളി മനഃപൂർവ്വം പുറകോട്ടു ഒഴിഞ്ഞു നിന്നു. ഭാരവാഹികളെല്ലാം കുട്ടികളായിരുന്നതുകൊണ്ട് സ്കൂൾ വിട്ട ശേഷം അഞ്ച് മണി മുതൽ ഏഴ് മണി വരെയായിരുന്നു പുസ്തക വിതരണ സമയം. രക്ഷാധികാരി നമ്പ്യാർ പൊതുയോഗത്തിൽ, വായനശാലയ്ക്കു വേണ്ടി മുരളി നടത്തിയ ശ്രമങ്ങളെ പുകഴ്ത്തി പറഞ്ഞു. ഈ വാർത്ത പോരുവഴിയുടെ ബോർഡിൽ വരാനായി പ്രായപൂർത്തിയായ അഞ്ച് പേർ പേപ്പറിൽ എഴുതി വക്കണം എന്നും തീരുമാനിച്ചു. രണ്ടു ദിവസം കഴിഞ്ഞു മുരളി ബോർഡിൽ വാർത്ത ഉണ്ടോ എന്നറിയാൻ പോയി നോക്കി.

6.3.1967 തിങ്കളാഴ്ച - ഇ എം എസ് വീണ്ടും അധികാരത്തിൽ വന്നു.

അതിന്റെ തൊട്ടു താഴെ എഴുതിക്കണ്ടത് വായിച്ചു അവൻ പുളകിതനായി.

17.5.1967 ബുധനാഴ്ച - പോരുവഴിയിലെ ആദ്യ വായനശാല തുറന്നു.

'അറിവിന്റെ കൂടാരം.' രക്ഷാധികാരി - പാങ്ങാട്ടെ നമ്പ്യാർ, പ്രസിഡന്റെ - പമ്പേശും മഠത്തിലെ നീലകണ്ഠൻ, സെക്രട്ടറി - തട്ടാരുവീട്ടിൽ രമേശൻ, ഖജാൻജി - മാലൂർ വീട്ടിൽ രതി. വായനശാലയ്ക്കു വേണ്ടി മുൻകൈയെടുത്തു പ്രവർത്തിച്ചത് - ഇലഞ്ഞിക്കൽ മുരളി.

മുരളി പുരയിടത്തിന്റെ പടിഞ്ഞാറേ അതിരിനോട് ചേർന്ന് സ്വയം മുളപ്പിച്ചെടുത്ത പറങ്കിമാവിൻ തൈകൾ നട്ടുകൊണ്ടിരുന്നപ്പോൾ കണ്ടു, ഭാമേടത്തിയുടെ വീട്ടുമുറ്റത്ത് മൂന്നാല് പിള്ളേർ കുടു കുടു കളിക്കുന്നു, ഇന്നത്തെ കബഡി. ഭാമേച്ചി അവിടിരുന്നു വിളിച്ചു "മുരളി വാടാ."

അവർ നിർബ്ബന്ധിച്ചപ്പോൾ അവൻ അവർക്കൊപ്പം കളിക്കാൻ ഇറങ്ങി. കളിക്കിടെ മുരളി വീണു. ഭാമ കയറി കാലിൽ പിടിച്ചതാണ്. മുട്ട് പൊട്ടി. "അയ്യോ ചോരയുണ്ടല്ലോ." അവർ കാല് കഴുകാൻ വെള്ളം എടുക്കാൻ പോയി.

"മുരളി, ഈ അരമതിലിൽ കയറി ഇരിക്ക്. എല്ലാരും പൊയ്ക്കോടാ." പിള്ളേർ ഓടിപ്പോയി. ഭാമയേടത്തി കാല് കഴുകി, "നടക്കാമോടാ? ഇത്തിരി വേദന സാരമില്ല."

"കുഴപ്പമില്ല. വേദനയൊക്കെ പോയി."

"ഞാനൊന്നു തടവാം." ഭാമേടത്തി മുട്ടിന് മുകളിൽനിന്നും കീഴോട്ട് എന്ന ക്രമത്തിൽ തടവിക്കൊടുത്തു. ഇടയിൽ പലവട്ടം കൈകൾ നിക്കറിനുള്ളിൽ കൂടി പായിച്ചു കുട്ടനെ തൊട്ടു. ഒരു തവണ അതിനെ തഴുകി വിട്ടു. മുരളി വല്ലാതായി. പേടിച്ചു അനങ്ങാതെ ഇരുന്നു. ഓടിപ്പോകാൻ തുടങ്ങിയപ്പോൾ അവർ പിടിച്ചു നിർത്തി

"ദേ, മുട്ട് മുഴച്ചു." എന്ന് കള്ളം പറഞ്ഞു വീണ്ടും തഴുകി, ഇത്തവണ ശരിക്കും എല്ലാം കൂടി ചേർത്ത് പിടിച്ചു. പിന്നെ കുട്ടനെ ചുറ്റിപ്പിടിച്ചു. കൂട്ടത്തിൽ അവനെ നോക്കി വല്ലാണ്ട് ഒരു ചിരിയും. "അകത്തു പോകാം."

അവന് വേദനയെടുത്തു. "ഞാൻ പോട്ടെ? അമ്മ വഴക്കു പറയും."

അവരുടെ സമ്മതത്തിന് കാത്തിരിക്കാതെ അവൻ ഇറങ്ങിയോടി. അതിനു ശേഷം ഭാമയേടത്തി വരുമ്പോൾ മുരളി ഒഴിഞ്ഞു നടന്നു.

തിരിച്ചറിവുകൾ

മനുഷ്യർ ജന്മനാ നല്ലവരാണ്. സ്നേഹവും ദയയുമുള്ളവർ. പ്രലോഭനങ്ങളും സമ്മർദ്ദങ്ങളും മൂലം അവൻ തെറ്റ് ചെയ്യാറുണ്ട്. അത് അവന്റെ ജന്മസ്വഭാവമല്ല. അത് മാറുക തന്നെ ചെയ്യും. ചക്കര അമ്മാവൻ വന്ന് ചെവിയിൽ മന്ത്രിച്ചു.

"മനുഷ്യർ ജന്മനാ നല്ലവരാണ്. സ്നേഹവും ദയയുമുള്ളവർ. പ്രലോഭനങ്ങളും സമ്മർദ്ദങ്ങളും മൂലം അവൻ തെറ്റ് ചെയ്യാറുണ്ട്. അത് അവന്റെ ജന്മ സ്വഭാവമല്ല, അത് മാറുക തന്നെ ചെയ്യും." ചക്കര അമ്മാവൻ വന്ന് ചെവിയിൽ മന്ത്രിച്ചു. മുരളിക്ക് അത് അനുസരിക്കാമായിരുന്നു. എന്നാൽ അവനത് ചെയ്തില്ല.

"ദേഷ്യമാകാം, വെറുപ്പ് പാടില്ല. അത് ആദ്യം ശത്രുവിനെയും പിന്നീട് നിങ്ങളെയും കൊല്ലും. അത് പോരുവഴിയുടെ ചരിത്രം കൂടിയാണ്." മുരളി അതും ഓർത്തില്ല. ദേഷ്യം വന്നാൽ അവന് പകയാണ്.

"പാല് വേണ്ട. മുഴുവൻ വെള്ളമാണ്." ചായക്കടക്കാരൻ ബേബി പറഞ്ഞു. എല്ലാവരും കേട്ടു. മുരളി ഞെട്ടിപ്പോയി. തൊലി ഉരിഞ്ഞു പോയി. പാലുമായി തിരിച്ചു പോയി.

"ലക്ഷ്മിക്ക് പാലിൽ വെള്ളം ചേർത്ത് കൊടുക്കേണ്ട കാര്യമില്ല. ഇത്രനാളും വാങ്ങി അനുഭവിച്ചിട്ട് അയാൾ പറഞ്ഞത് ശരിയായില്ല. സത്യവുമല്ല. വേറെ എന്തെങ്കിലും കാര്യം കാണും. പോട്ടെ. ഗോപാലപിള്ളയെ വിട്ട് പൊരിയന് വേണോന്ന് ചോദിക്കാം." ലക്ഷ്മിയമ്മ പറഞ്ഞു.

രണ്ട് ദിവസം കഴിഞ്ഞു, അവൻ പശുവിനെ കുളിപ്പിച്ചു കൊണ്ടിരിക്കുമ്പോൾ മണിയൻപിള്ള ഈത്ത ഒലിപ്പിച്ചോണ്ട് പറഞ്ഞു: "ആ ബേബി മാപ്പിളയുടെ ചായ ഉണ്ടാക്കുന്ന സമോവർ, ആരോ തല്ലിച്ചുളുക്കി. റോ

ഡിൽ കിടക്കുന്നു. കടവരാന്തയിലുള്ള ചായത്തട്ടിൽ ചങ്ങലയിൽ പൂട്ടിയിട്ടിരുന്നതാണ്. അങ്ങനെ വേണം. അല്ലേലും അയാൾ പന്നനാണ്." മുരളി ഗൂഢമായ ചെറു ചിരിയോടെ പശുവിന്റെ പുറം ചകിരിയിട്ട് ഉരച്ചു.

പാടത്ത് പൊലി അളന്നു കഴിഞ്ഞാൽ പുലയന്റെയും പറയന്റെയും പതം അനുസരിച്ചുള്ള നെല്ലെല്ലാം ഒരു കടയിലേക്കാണ് പോകുന്നത്. റേഷൻകട ചന്ദ്രൻപിള്ളയുടെ അടുത്തേക്ക്. ദേശത്തു വേറെ ആവശ്യക്കാർ ആരും ഇല്ല. കടക്കാരൻ അളവിലും തൂക്കത്തിലും പറ്റിക്കും, കൂടാതെ മോശം അരിയും ഗോതമ്പും തന്നു വിടും എന്ന് പറഞ്ഞു എന്നും ലക്ഷ്മിയമ്മയായിരുന്നു റേഷൻ വാങ്ങാൻ പോയിരുന്നത്. മറ്റു കുടുംബക്കാർ പെണ്ണുങ്ങളൊന്നും ഇങ്ങനെ റേഷൻ കടയിൽ പോയി കാവൽ നിന്ന് വാങ്ങാറില്ല മോശമാണ് എന്ന് പറഞ്ഞു മുരളി വഴക്കുണ്ടാക്കി. അപ്പോൾ അവർ പറഞ്ഞു: "നീ പൊക്കോ. എന്നാൽ ഓർത്തു വച്ചോളു. ഒരാളുടെ വ്യക്തിത്വം അയാളുടെ ഒരു ജാടകളിലുമല്ല. അയാളുടെ നിലപാടുകളിലാണ്. മഹത്ത്വം അയാൾ നേടിയ അംഗീകാരങ്ങളിലല്ല. അയാൾ അതെത്രമാത്രം അർഹിക്കുന്നുണ്ട് എന്നതിനെ ആശ്രയിച്ചാണ്. മനസ്സിലായോ?"

"അമ്മ എന്തായാലും പോകണ്ട, ഞാൻ പോകാം." അങ്ങനെ പിന്നെ റേഷൻ കടയ്ക്കുള്ള പോക്ക് മുരളി ഏറ്റെടുത്തു. എന്തായാലും രണ്ടുമൂന്നുതവണ റേഷൻ വാങ്ങാൻ പോയതോടെ അവന് കാര്യങ്ങളൊക്കെ മനസ്സിലായി. റേഷനൊപ്പം ചന്ദ്രൻപിള്ളയ്ക്ക് പല സൈഡ് ബിസിനസുകളുമുണ്ട്. സീസൺ അനുസരിച്ചു കശുവണ്ടി, കുരുമുളക്, നെല്ല്. കൊയ്ത്തു കാലത്തു ചുളു വിലയ്ക്ക് വാങ്ങുന്ന നെല്ലെല്ലാം സൂക്ഷിച്ചു വച്ച് റേഷൻ മൊത്ത വ്യാപാരിയുടെ മോന് കൊടുക്കും. അവന് ചങ്ങനാശ്ശേരി മാർക്കറ്റുമായി നല്ല ബന്ധമുണ്ട്. വില കുറച്ചാണെങ്കിലും എല്ലാവരും പിള്ളേച്ചന് തന്നെ നെല്ല് കൊടുക്കും. കൊടുത്തില്ലേൽ പിള്ളേച്ചൻ പാര പണിയും. റേഷൻ വാങ്ങാൻ ചെല്ലുമ്പോൾ ഈ ആഴ്ചത്തെ കോട്ട, അരി, ഗോതമ്പ്, മണ്ണെണ്ണ എന്നിങ്ങനെ എന്തെങ്കിലും വന്നില്ല എന്നൊരു കാച്ചങ്ങു കാച്ചും. വന്നവന്റെ ഏറ്റവും ആവശ്യമുള്ള സാധനം ഇല്ലെന്നാകും അറിയിപ്പ്. ചാക്കിൽ ഇരിക്കുന്നല്ലോ എന്ന് ചോദിച്ചാൽ കൂളായുള്ള മറുപടി വരും: "എടാ ചാത്താ, തോമസ്സെ, അത് കഴിഞ്ഞാഴ്ച വാങ്ങാനുള്ളവരുടെ സ്റ്റോക്കാണ്."

തന്നെയുമല്ല അവർക്കും അന്നന്നുള്ള നെല്ല് കൊടുത്താലേ അരിയും സാധനങ്ങളും വാങ്ങാൻ പറ്റു. അതിന് അവിടെയും ഇവിടെയും ഓടിനടക്കാൻ പറ്റില്ലല്ലോ. ചന്ദ്രൻപിള്ള ചെറുപ്പത്തിൽ പട്ടാളത്തിലായിരുന്നത് കൊണ്ട് കിട്ടിയ റേഷൻ കടയാണ്. കൂട്ടത്തിൽ കള്ള് കച്ചവടവും ഉണ്ടെന്നാണ് ആളുകൾ അടക്കം പറയുന്നത്. എല്ലാ മാസവും പിള്ളേച്ചൻ പോയി കോട്ട വാങ്ങും. കൂട്ടുകാരുടേതും ചിലപ്പോൾ സഹായ വിലയ്ക്ക് വാങ്ങും. അതെല്ലാം ആവശ്യക്കാർക്ക് കൊള്ളവിലയ്ക്ക് രഹസ്യ വില്പനയാണ്. ആളും തരവും നോക്കിയിട്ടു കുഴപ്പമില്ല എന്ന് ഉറപ്പുണ്ടായാലേ

കൊടുക്കൂ. ഏറ്റവും രസം. പിള്ളേച്ചൻ വൈകിട്ട് ഏതാണ്ട് എട്ടുമണിയോടെ കട അടയ്ക്കും. പിന്നെ തൊട്ടപ്പുറത്തുള്ള തയ്യൽക്കാരൻ അച്യുതൻ പിള്ളയുടെ ഒറ്റ മുറിവീടിന്റെ ചരുപ്പിൽ കൂട്ടുകാരുമൊത്തു ഒരു കൂടലുണ്ട്. അവിടെ കൂടുതലും നാടൻ വാറ്റാണ്. എങ്കിലും ഇടയ്ക്കിടെ പട്ടാളവും അടിക്കാറുണ്ട്. വിതരണം ചന്ദ്രൻപിള്ള വക. എന്നാൽ പുറത്തു വില്ക്കുന്ന റേറ്റ് കിട്ടാതെ കുപ്പി പൊട്ടിക്കില്ല ചന്ദ്രൻപിള്ള. കൂട്ടത്തിൽ പങ്ക് ഇടാൻ തണ്ടാൻ രാഘവൻ, സൈക്കിൾ ഷോപ്പ് സുകുമാരൻ, താറാവ് ജോയ് എന്നിവരും ഉണ്ടാകും. കാര്യമിതൊക്കെയാണെങ്കിലും സ്വന്തം വീട്ടിലിരുന്നു അടിക്കാൻ ചന്ദ്രൻപിള്ളയ്ക്ക് ധൈര്യമില്ല. വീട്ടുകാരത്തിയെ വലിയ പേടിയാണ്. വീട്ടിലെങ്ങാനും കുപ്പി പൊട്ടിച്ചാൽ എല്ലാം കൂടെ എടുത്തു പുറത്തു കളയും എന്നവർ ഭയപ്പെടുത്തിയിട്ടുണ്ട്. ഒരിക്കലങ്ങനെ ചെയ്ത് വലിയ വഴക്കായി, നാട്ടുകാരെല്ലാം അവരുടെ നാക്കിന്റെ നീട്ടമറിഞ്ഞു. അയാൾ നാണം കെട്ട് പോയി. എന്നാൽ വില്ക്കാനുള്ളത് ഒളിപ്പിച്ചു വെക്കാനാണെങ്കിൽ, ദൈവം തമ്പുരാൻ പോലും കാണാത്തിടത്ത് ഒളിപ്പിച്ചു വയ്ക്കാൻ അവർ സമർത്ഥയാണ്.

ഈ അടുത്തകാലത്ത് ചന്ദ്രൻപിള്ള റേഷൻകടയുടെ പുറകിൽ സാമാന്യം നല്ലൊരു വീട് വച്ചു. ആളുകൾ പറയുന്നത് ഇനിയിപ്പോൾ റേഷൻ അരിയും ഗോതമ്പുമെല്ലാം ഒളിപ്പിക്കാൻ സൗകര്യമായി എന്നാണ്. കൂടാതെ റേഷൻ കടമുറിയുടെ സൈഡിൽ റോഡ് ഫേസ് ചെയ്ത് മറ്റൊരു മുറിയും കെട്ടി, അവിടെ പലവ്യഞ്ജന കച്ചോടവും തുടങ്ങി. അവിടെ ഭാര്യയാണ് മുതലാളി. റേഷൻ കടയിൽ നല്ലരിയും ഗോതമ്പും ഇല്ലേലും മറ്റേ കടയിൽ എല്ലാം കിട്ടും. എല്ലാവർക്കും ചന്ദ്രൻപിള്ളയുടെ സൂത്രങ്ങളൊക്കെ അറിയാം. എന്നാൽ പരാതി പറയാൻ ആർക്കും ധൈര്യമില്ല.

തണ്ടാൻ രാഘവനും റോഡ് സൈഡിൽ തന്നെയാണ് താമസം. റേഷൻകടയുടെ എതിരിൽ അയാൾക്കൊരു നാലു സെന്റ് പുരയിടമുണ്ട്. അതിൽ ഒരു കൊച്ചു പുരയും. ദേശത്തു ഏഴെട്ടു തണ്ടാന്മാരുണ്ടെങ്കിലും അല്പമെങ്കിലും നേരും നെറിയും ഉള്ളത് അയാൾക്കാണ്. തേങ്ങയിടാൻ വരുമെന്ന് പറഞ്ഞാൽ തൊണ്ണൂറു ശതമാനവും അയാൾ എത്തും. അടിക്കടി തലകറക്കം അനുഭവപ്പെടാൻ തുടങ്ങിയതോടെ അയാളിപ്പോൾ അങ്ങനെ പണിക്കു പോകില്ല. ഒഴിവാക്കാനാവാത്ത ആരെങ്കിലുമാണെങ്കിൽ മാത്രമേ ഏണി എടുക്കൂ. ഒറ്റമുള ഏണിയുമായല്ലാതെ അയാളെ കാണാൻ തുടങ്ങിയത് അടുത്തിടെയാണ്. അല്ലെങ്കിൽ എപ്പോൾ കണ്ടാലും തോളത്തൊരു ഏണി കാണാം. മുരളിയുടെ വീട്ടിലും തേങ്ങയിടാൻ വരുന്നത് രാഘവനായിരുന്നു. ലക്ഷ്മിയമ്മ പറഞ്ഞു മുരളി ചെന്ന് വിളിക്കുമ്പോൾ രാഘവൻ സ്നേഹത്തോടെ ചിരിക്കും." "ഞാനങ്ങു വന്നോളാം. കുഞ്ഞു പൊക്കോളൂ."

വീട്ടിലെത്തുമ്പോഴേക്കും രാഘവൻ എത്തിയിട്ടുണ്ടാകും. രാഘവന് വലിയൊരു സങ്കടമുണ്ട്. അടിച്ചു പൂസാകുമ്പോൾ രാഘവനെന്നും പ

റഞ്ഞു കരയുന്ന സങ്കടമാണിത്. ഒരു മോളുള്ളത് നല്ല വെളുപ്പ് നിറമാണ്. ഭാര്യയും രാഘവനും കരിവീട്ടി നിറവുമാണ്. മറ്റുള്ളവർ എന്തെങ്കിലും പറഞ്ഞു സമാധാനപ്പെടുത്തി വിടും. ഇതവസാനം നാട്ടിൽ മുഴുവൻ പാട്ടായതോടെ അയാളുടെ മോൾ പകലൊക്കെ വെളിയിൽ ഇറങ്ങാതെയായി.

ഇതൊക്കെയാണെങ്കിലും ഗ്രൂപ്പിലെ കരുത്തൻ തയ്യൽക്കാരൻ അച്യുതൻപിള്ളയായിരുന്നു. കിട്ടുന്ന പത്രങ്ങളൊക്കെ എത്ര തിരക്ക് പണിയാണെങ്കിലും അയാൾ വായിക്കും. അതുകൊണ്ട് വലിയ പഠിത്തമില്ലെങ്കിലും പൊതു വിജ്ഞാനം നന്നായി ഉണ്ടായിരുന്നു. അതുപോലെ രാഷ്ട്രീയബോധവും. കമ്യൂണിസവും, സോഷ്യലിസവും ഒക്കെ വിശദീകരിക്കാനും മിടുക്കൻ. കടയിൽ ആര് ചെന്നാലും എന്തെങ്കിലും വിഷയത്തിൽ ഒരു ക്ലാസ് പ്രതീക്ഷിക്കാം. ബ്ലൗസ് നന്നായി തയ്ക്കുന്ന തയ്യൽക്കാരെ കിട്ടാൻ വലിയ പ്രയാസമാണ്. ഇവിടെയാണ് അച്യുതൻപിള്ളയുടെ മിടുക്ക്. ബ്ലൗസ് തയ്ക്കാൻ അച്യുതൻപിള്ള കഴിഞ്ഞേ മറ്റൊരാൾ ഉള്ളു എന്ന് പെണ്ണുങ്ങൾ ഒന്നടങ്കം പറയാൻ തുടങ്ങി. ഒരാളുടെ അളവ് ഒരിക്കൽ എടുത്താൽ മതി. പിന്നെ അവരെ തലയൊന്നു പൊക്കി നോക്കി ഒരേ ഒരു നോട്ടം. അതിൽ അയാൾ അവരുടെ മൊത്തം അളവും മനസ്സിൽ എടുത്തിരിക്കും. എന്ന് കരുതി ആഭാസ നോട്ടങ്ങളൊന്നും ഇല്ല. വളരെ മാന്യൻ. അതുകൊണ്ടുതന്നെ പല പെൺകുട്ടികളും അയാളുടെ കടയിൽ തയ്യൽ പഠിക്കാൻ മോഹിച്ചു ചെന്നു. ഇവിടെ ഇരിക്കാൻ സ്ഥലമില്ല എന്ന പതിവ് ഉത്തരത്തിൽ അയാൾ എല്ലാവരെയും മടക്കി അയച്ചു. ഈ മറുപടി കേൾക്കുമ്പോൾ രണ്ട് സഹായികളും മുഖം കുനിച്ചു, ശബ്ദമുണ്ടാക്കാതെ ചിരിക്കും. പിള്ളേർ പോയിക്കഴിയുമ്പോൾ അച്യുതൻപിള്ള സഹായികളെ ആക്കി ചിരിക്കും.

"ഞാൻ ആ കൊച്ചിനോട് വെറുതെ പറഞ്ഞതാണ്. സത്യത്തിൽ നിങ്ങളെ പേടിച്ചിട്ടാണ്."

അതോടെ അവർ ചിരി നിർത്തി പണിയിൽ മുഴുകും. അവർ രണ്ടാളും അന്യദേശത്തുനിന്നും വരുന്നവരാണ്. അതിനും ഒരു രഹസ്യമുണ്ട്. കള്ളുകുടി ക്ലബ്ബിൽ അയാൾ തന്നെ പൊട്ടിച്ച രഹസ്യമാണ്. "കട്ടിങ്ങാണ് തയ്യലിന്റെ മർമ്മം. കട്ടിങ്ങാറിയാമെങ്കിൽ ഏതു കണ്ണുപൊട്ടനും നല്ല തയ്യൽക്കാരനാകാം. ഇവിടുത്തുകാരെ കട്ടിങ് പഠിപ്പിച്ചാൽ പത്തു ദിവസം കഴിയുമ്പോൾ എന്നെ തെറിയും പറഞ്ഞു, രണ്ട് ചവിട്ടും തന്നിട്ട് അടുത്ത ദിവസം അവളുമാർ എന്റെ കടയുടെ മുൻപിൽ മറ്റൊന്ന് തുടങ്ങി എന്നെ വെല്ലു വിളിക്കും. എന്റെ കഞ്ഞിയിൽ പാറ്റയിടും. അത് വേണ്ട. ഇത് ദൂരെ ദേശത്തുകാരല്ലേ. പൊയ്ക്കോളും."

അച്യുതൻപിള്ളയ്ക്ക് ഏഴുമക്കളാണ്. ഒരു കൊല്ലം പോലും പതിവ് തെറ്റിക്കാതെ ആറെണ്ണം. പിന്നെ ഭാര്യ സഹികെട്ട് ബഹളം വച്ചപ്പോൾ അച്യുതൻപിള്ള പോയി വന്ധീകരണം നടത്തി. അന്നത്തെ സർക്കാർ ആനുകൂല്യമായ ബക്കറ്റും വീട്ടിൽ കൊണ്ട് വന്നു. രൂപയുടെ കാര്യം അ

യാൾ വീട്ടിൽ പറഞ്ഞില്ല. എന്നാൽ രണ്ട് കൊല്ലം കഴിഞ്ഞപ്പോൾ, അയാളുടെ ഭാര്യ വീണ്ടും ഗർഭിണിയായി. വന്ധീകരണ കഥ അറിയുന്നവർ സംശയത്തോടെ നോക്കാനാരംഭിച്ചപ്പോൾ അച്യുതൻ പിള്ള കള്ളി പൊട്ടിച്ചു. കൊച്ച് അയാളുടേതാണ്. അയാൾ വന്ധീകരണം ഒന്നും നടത്തിയില്ല. ഭാര്യയെ പറ്റിച്ചതാണ്. എന്തായാലും കൊള്ളാം, ആ കൊച്ചിപ്പോൾ ഒന്നാം ക്ലാസിലാണ്.

ഇപ്പോൾ സഹായികൾ ആരുമില്ല. അതുകൊണ്ട് നാട്ടിലെ പെൺകുട്ടികൾക്ക് തയ്യല് പഠിക്കാം. അയാളിപ്പോൾ രണ്ടു പെൺകുട്ടികളെ പഠിപ്പിക്കുന്നുണ്ട്. മുരളിയോട് അച്യുതൻപിള്ളയ്ക്ക് വലിയ കാര്യമാണ്. അവനെ കണ്ടാൽ അയാൾ ചിരിക്കും. കുശലം ചോദിക്കും. ഹൈസ്കൂളിൽ ചേർന്ന ശേഷം ആണ് ഇത്തരം അംഗീകാരങ്ങളൊക്കെ.

ഒരു സുപ്രഭാതത്തിൽ പേപ്പർ ഇടുന്ന മാധവൻ ന്യൂസ് കൊണ്ട് വന്നു. “നമ്മുടെ അച്യുതൻപിള്ളയുടെ മോൻ കേശവന്റെ കല്യാണമാണ്. പെണ്ണ് പുലിയൂർ നിന്ന്. വെറും രണ്ട് കിലോമീറ്റർ ദൂരെ. പ്രേമവിവാഹം. പെണ്ണിന്റെ വീട്ടിലെ പശുവിനെ കുളമ്പ് രോഗത്തിന് ചികിത്സിക്കാൻ, ഡോക്ടറുടെ കൂടെ പോയ പരിചയമാണ് അവന്. വീട്ടുകാർ ചേർന്ന് നടത്തിക്കൊടുക്കുകയാണ്. ഈഴവത്തി. പെണ്ണ് തയ്യൽക്കാരി ആയതു കൊണ്ട് അച്യുതൻ പിള്ളയ്ക്ക് എതിർപ്പില്ല.

“എടാ ചെറുക്കന് പണി വല്ലോം ഉണ്ടോ?” ലക്ഷ്മിയമ്മ ചോദിച്ചു.

“പുലിയൂർ മൃഗാശുപത്രിയിൽ പ്യൂൺ കം ശിങ്കിടി പണി. അവിടത്തെ ഡോക്ടറുമായുള്ള അവന്റെ പരിചയത്തിൽ കിട്ടിയതാണ്. സ്ഥിരം പണിയൊന്നുമില്ല. താല്ക്കാലിക പണി. സ്ഥിരമാകുമെന്നൊക്കെയാണ് അവൻ പറയുന്നത്. പക്ഷേ, അവർക്കൊരു കണ്ടിഷൻ ഉണ്ട്. ഒറ്റ പുത്രി ആയതു കൊണ്ട് ചെറുക്കൻ, അവിടെ അവരുടെ കൂടെ താമസിക്കണം.”

“അതും ഒരു കണക്കിന് നോക്കുമ്പോൾ നല്ലതാണ്. ഇവിടെ, ഇവരുടെ വീട്ടിൽ എവിടാ സ്ഥലം? ആ പിള്ളേരെല്ലാം സകല സമയവും കടത്തിണ്ണയിലല്ലേ. ഒറ്റമുറിയിൽ തന്തയും തള്ളയും എല്ലാം കൂടി എങ്ങനെ കിടക്കും?” ലക്ഷ്മിയമ്മ ചോദിച്ചു.

“ചേച്ചിയെ വിളിക്കാൻ എന്തായാലും വരും. അവൻ എന്നോട് രാവിലെ പറഞ്ഞതാണ്.” മാധവൻ തിരക്ക് കൂട്ടി പോയി.

“കൊച്ചു പയ്യനല്ലേ? അവന് ഏതാണ്ടൊരു പത്തിരുപത്തിരണ്ടു വയസ്സല്ലേ കാണു. ഇത്തിരി കഴിഞ്ഞു മതിയാരുന്നു ഈ പ്രാരാബ്ധങ്ങൾ.” ലക്ഷ്മിയമ്മ ആത്മഗതം പറഞ്ഞു.

“കേശവന് ഇപ്പോൾ വയസ്സ് ഇരുപത്തി രണ്ട് കഴിഞ്ഞതേയുള്ളു. എന്നാലും ഒരു വീടൊക്കെ നോക്കാൻ അവൻ മിടുക്കനാണ്. ആദ്യമൊക്കെ നാട്ടുകാർ കൊടുക്കുന്ന കൈമടക്ക് മാത്രമായിരുന്നു വരുമാനം. എന്നാലിപ്പോൾ ഡോക്ടറുടെ സഹായത്തോടെ കോൺട്രാക്ട് സ്റ്റാഫ് എന്നെന്തോ പറഞ്ഞു ശമ്പളവും ഉണ്ട്. ആശുപത്രി വക സൈക്കിളും

കിട്ടി. തനിയെ കുത്തിവയ്പൊക്കെ കൊടുക്കാൻ അവൻ മിടുക്കനാണ്." വൈകിട്ട് കള്ളുകമ്പനി കൂടിയപ്പോൾ അച്യുതൻപിള്ള കൂട്ടുകാരോട് മേനി പറഞ്ഞു.

പെണ്ണ് ഈഴവ ആണെന്നറിഞ്ഞപ്പോൾ, പതിവ് അന്തികൂട്ടായ്മയിൽ അന്തിക്കള്ളും അടിച്ചു പൂസായി സുകുമാരൻ പറഞ്ഞു. "അവൾ സ്നേഹമുള്ളവളായിരിക്കും. ഈഴവ പെണ്ണുങ്ങൾ സ്നേഹിക്കുന്ന ആളിന് ചങ്കു പറിച്ചു കൊടുക്കും. കുടുംബത്തെയും പൊന്നു പോലെ നോക്കും. നിങ്ങളുടെ ഭാര്യക്കും ഒരു സഹായമാകും കണ്ടോ?"

"കണ്ടോ അവന്റെ വർഗ്ഗബോധം. എടാ കൂവ, ഞാൻ ഒരു കമ്യൂണിസ്റ്റാ. എനിക്കെല്ലാരും ഒരുപോലെയാ. ജാതിയും, മതവും ഒന്നും എനിക്ക് പ്രശ്നമില്ല. ഉണ്ടോടാ ജോയ്, നീ പറ?"

"ഇല്ലേ, ഇല്ല. പിള്ളേച്ചന് ജോയ് ആണേലും, സുകുമാരനാണേലും, ചാത്തനായാലും ഒന്ന് പോലെ. സത്യം. അതുകൊണ്ടല്ലേ പിള്ളേച്ചന് വേണ്ടി എന്റെ ചങ്കു വേണേലും ഞാൻ പറിച്ചു കൊടുക്കും." ജോയ് കൊട്ടൂടി ഓസിൽ അടിച്ചിട്ട് നല്ല പിമ്പിരി ആയി പറഞ്ഞു.

"മതി മതി. പതപ്പിച്ചത്. എന്നാലും നീ പറഞ്ഞത് സത്യം. നീ സ്നേഹമുള്ളവനാ." അച്യുതൻ പിള്ള ചിരിച്ചു.

"ഇതൊക്കെയല്ലേ പിള്ളേ, നമ്മുടെ ഒക്കെ ഒരു സന്തോഷം." സുകുമാരൻ സപ്പോർട്ട് ചെയ്തു.

ദേശത്തു പുതുതായി വന്ന വ്യവസായമാണ്. സൈക്കിൾ റിപ്പയറിങ് കട. സൈക്കിൾ ടയർ പഞ്ചർ ഒട്ടിക്കലും റിപ്പയറിങ് പണികളും കൂടാതെ സൈക്കിൾ വാടകയ്ക്ക് കൊടുക്കലും. സവാരി സൈക്കിൾ മണിക്കൂറിനു ഇരുപത്തഞ്ചു പൈസ. പഠിക്കാനാണെങ്കിൽ കുഞ്ഞു സൈക്കിൾ ഒരെണ്ണം ഉണ്ട്. വാടക കൂടുതലാണ്. മണിക്കൂറിന് അമ്പതു പൈസ. നാട്ടിൽ സൈക്കിൾ സ്വന്തമായി ഉള്ളവർ ചുരുക്കം. സൈക്കിളൊക്കെ ആയി വരുന്നതേയുള്ളു. കൂടുതലും അറ്റ്ലസ് സൈക്കിളുകൾ. ബി എസ് എ മോഡൽ ഒന്നുരണ്ട് പേർക്ക് ഉണ്ട്. ഇംഗ്ലണ്ട് റാലി സൈക്കിൾ മായിക്കലെ ജോണിക്കുട്ടിക്കു മാത്രമേയുള്ളു. അവന്റെ അളിയൻ ബോംബേന്നു കൊണ്ട് വന്നതാണ്. അതിന്റെ പച്ച കലർന്ന കറുപ്പ് നിറത്തിന് എന്തൊരു തിളക്കമാണെന്നോ. അതിന്റെ ഡയനാമോയും സൂപ്പർ. ഹെഡ് ലൈറ്റിന് എന്തൊരു വെളിച്ചമാണെന്നോ? ഇതുവരെ സൈക്കിളിന് എന്തെങ്കിലും റിപ്പയർ വന്നാൽ അഞ്ച് കിലോമീറ്റർ ദൂരെ ടൗണിൽ കൊണ്ടുപോയായിരുന്നു റിപ്പയർ ചെയ്തിരുന്നത്. ഇനിയിപ്പോൾ പോരുവഴി മെയിൻ ജങ്ഷനിലെ സുകുമാരന്റെ കട വരെ പോയാൽ മതി. അടിച്ചു നല്ല ഫിറ്റായപ്പോൾ സുകുമാരൻ പറഞ്ഞു. "എനിക്കൊരു സങ്കടമുണ്ട്."

"എന്താടാ നിന്റെ സങ്കടം? എന്നോട് പറ, അല്ല ഞങ്ങളോട് പറ, ഞങ്ങൾ മാറ്റിത്തരും." താറാവ് ജോയ് പറഞ്ഞു.

"ദേശത്തെ ആദ്യ സൈക്കിൾ ഷോപ്പ് ആണേ ഞാൻ തുടങ്ങിയത്? പുത്തൻ കമ്പനി സൈക്കിൾ, ഞാൻ കൂട്ടിക്കൊടുക്കുന്നത് കൊണ്ട്

നാട്ടാർക്ക് എത്ര രൂപ ലാഭമാണെന്ന് അറിയാമോ? അറ്റ്ലസ്, ഹീറോ, ബി എസ് എ. നല്ല സൊയമ്പൻ ഇംഗ്ലണ്ട് റാലി സൈക്കിൾ വേണേലും ഞാൻ എന്റെ കടേൽ കൂട്ടിത്തരും. എന്നാൽ ആരെങ്കിലും പോരുവഴിയുടെ ചരിത്രത്തിൽ എന്റെ കാര്യം എഴുതി ചേർത്തോ? ഇല്ലല്ലോ. നിങ്ങളൊക്കെ എന്തോ കൂട്ടുകാരാണ്?"

"നേരാ. അവൻ പറഞ്ഞത് ന്യായം." റേഷൻ കട ചന്ദ്രൻപിള്ള പറഞ്ഞു. എല്ലാവരും അത് ശരി വച്ചു. രണ്ടു ദിവസം കഴിഞ്ഞപ്പോൾ പോരുവഴിയുടെ ചരിത്രത്താളിൽ ദേശത്തെ ആദ്യ സൈക്കിൾ കടയുടെ ചരിത്രം ചേർക്കപ്പെട്ടു.

സുകുമാരൻ പരിചയമുള്ളവർക്കേ സൈക്കിൾ വാടകയ്ക്ക് കൊടുക്കു. അതും ഒരു മണിക്കൂറിന്റെ ചാർജ്ജ് മുൻകൂർ കൊടുത്താൽ മാത്രം. കൊണ്ടുപോയി എന്തെങ്കിലും കേടാക്കിയാൽ അത് സുകുമാരൻ ശരിയാക്കികൊള്ളും, അതിന്റെ പൈസ കൂടി അങ്ങ് കൊടുക്കണമെന്നേയുള്ളൂ. സുകുമാരന് നല്ല വരുമാനമാണെന്ന് എല്ലാവർക്കും മനസ്സിലായത്, അയാൾ ജങ്ഷനിൽ കട നിന്ന രണ്ടു സെന്റ് വലിയ വില കൊടുത്തു സ്വന്തമാക്കിയപ്പോളാണ്. മുരളി സൈക്കിൾ പഠിച്ചതും അത്യാവശ്യം അവിടെയും ഇവിടെയും പോകുന്നതെല്ലാം സുകുമാരന്റെ കടയിൽ നിന്ന് സൈക്കിൾ കൂലിക്ക് എടുത്താണ്. കാര്യമിതൊക്കെ ആണെങ്കിലും പണിയുണ്ടെങ്കിൽ സുകുമാരനെ കൂട്ടുകാർക്കു കിട്ടില്ല. പണി വിട്ടുള്ള കളിക്കൊന്നും അയാളില്ല. അതുപോലെ എത്ര കുടിച്ചാലും ഒരു പ്രശ്നവും ഉണ്ടാക്കില്ല. പകരം ചിരിക്കും. സുകുമാരൻ ചിരിച്ചാൽ ഫുൾ ലോഡ് എന്നർത്ഥം.

കൂട്ടത്തിൽ അപ്രസക്തൻ താറാവുകാരൻ ജോയ് മാപ്പിളയാണ്. കാരണം പലപ്പോഴും ഷെയർ ഇടാൻ അയാളുടെ കൈയിൽ സ്ഥിര വരുമാനം ഒന്നുമില്ല. കൂടാതെ താറാവുമായി അലച്ചിലാണെങ്കിൽ, സീസൺ അനുസരിച്ചു ഓരോ സ്ഥലത്താകും ക്യാമ്പ്. കൊയ്ത്തു കഴിഞ്ഞ പാടങ്ങളാണ് താറാവ് മേയുന്ന പ്രധാന സ്ഥലം. മാന്നാറും തിരുവല്ലയും ചങ്ങനാശേരിയും കുട്ടനാടും എല്ലാം ജോയിയുടെ സ്ഥിരം താവളങ്ങൾ ആണ്. ഓസിലുള്ള അടി കൂടുതലായതിനാൽ ചിപ്സ്, അച്ചാറുകൾ ഒക്കെ വാങ്ങാൻ പലപ്പോഴും അയാളെ ആകും വിടുക. വയസ്സ് നാല്പത്തിയഞ്ച് മാത്രമേയുള്ളുവെങ്കിലും ജോയിയുടെ വായിൽ ഒരു പല്ലുമില്ല. ചെറുപ്പത്തിലേ പല്ലുകളൊക്കെ പലതും കേടുള്ളതും ബലമില്ലാത്തതും ആയിരുന്നു. മോണകൾക്കു പഴുപ്പ് ബാധിച്ചതോടെ ബാക്കിയെല്ലാം ഡോക്ടർമാർ പറഞ്ഞതനുസരിച്ചു എടുത്തു കളഞ്ഞു. എന്നാൽ കൂട്ടുകാർ പറയുന്നത് ഓതറ ശാന്ത എന്നൊരു അഭിസാരിക ജോയിച്ചായന്റെ പണം അടിച്ചുമാറ്റുമ്പോൾ സ്നേഹപൂർവ്വം ഓരോന്നായി പറിച്ചെടുത്തതാണെന്നാണ്.

മുരളി ബേബിയുടെ കടയിൽ നിന്നും പാലിന്റെ പഴയ കിട്ടാനുള്ള കാശ് വാങ്ങാൻ പോയതാണ്. ജങ്ഷനിൽ ചെന്നപ്പോൾ വലിയ ആൾ

ക്കൂട്ടം. പപ്പട അക്കാൾ മണിയൻപിള്ളയോട് തട്ടിക്കയറുന്നു. അയാളുടെ മടിക്കുത്തിൽ പിടിച്ചിട്ടുണ്ട്. "ക്ഷമ പറയാതെ ഞാൻ നിന്നേ വിടില്ല."

"ഞാൻ പറയില്ല." എന്ന് മണിയൻപിള്ളയും.

ആളുകളൊന്നും പറയുന്നില്ല. ആരോ അക്കാളിനോട് ചോദിച്ചു: "എന്താ ചേച്ചി കാര്യം?"

അവർ അയാളെ ആട്ടി "ഫ്ഭാ. ചേച്ചി നിന്റെ തള്ളയാടാ. അവളോട് പോയി ചോദിക്ക്. ഒരുത്തൻ അന്വേഷിക്കാൻ വന്നിരിക്കുന്നു?"

അവരുടെ നാക്ക് പപ്പടക്കെട്ട് പോലെയാണ്. കെട്ടഴിച്ചു വിട്ടാൽ ചുറ്റിനും ചിതറും. അതുകൊണ്ട് മറ്റാരും ഒന്നും മിണ്ടിയില്ല. എല്ലാവരും നിന്ന് കാഴ്ച കാണുകയാണ്. ആര് ജയിക്കും? സംഭവം നിസ്സാരം. മണിയൻപിള്ള അക്കാളോട് ചോദിച്ചു, "അരക്കെട്ട് തരാമോ അക്കാളേ? ഒന്ന് കാച്ചാനാ."

സംഭവം നീണ്ടു പോകുന്നത് കണ്ടു കൂട്ടത്തിൽ നിന്ന പണ്ടാരത്തെ മണികണ്ഠൻ മുന്നോട്ട് ചെന്നു. അക്കാളിന്റെ അയൽവാസിയാണ്. മാന്യൻ. അക്കാളിനെ ഒരു പൊടി നോട്ടമുള്ളവൻ. അവന്റെ കടി അക്കാളിന് നന്നായറിയാം. അകന്ന ബന്ധുവും അയൽവാസിയും ആയതുകൊണ്ട് ഒന്നും പറയാനും വയ്യ. "അവനെ കൊണ്ട് ക്ഷമ പറയിക്കാം. നിങ്ങളേതായാലും അയാളുടെ മുണ്ടേന്ന് പിടി വീട്. അതഴിഞ്ഞാൽ അടിയിലൊന്നും കാണില്ല. അതാകും അടുത്ത പ്രശ്നം."

"അത് ന്യായം." കൂട്ടത്തിൽ ആരോ ഒളിച്ചു നിന്ന് പറഞ്ഞു.

"തന്നേമല്ല, അയാളുടെ ചെക്കനെ പിടിച്ചു വച്ചിരിക്കുന്നത് മൂരി ഗോപാലപിള്ളയെങ്ങാനും അറിഞ്ഞാൽ ഇതിവിടെങ്ങും നില്ക്കില്ല." മറ്റൊരാളും മുഖം കാട്ടാതെ പറഞ്ഞു. അക്കാൾ പിടി വിട്ടു.

"ശരി അവനെക്കൊണ്ട് ക്ഷമ പറയിക്കു." അക്കാൾ മണികണ്ഠനോട് പറഞ്ഞു.

"നീ പറ. ഞാൻ പറയില്ല." മണിയൻപിള്ള മണികണ്ഠനോട് പറഞ്ഞു. എന്നിട്ട് മണിയൻപിള്ള ഓടി. ഓട്ടത്തിൽ വിളിച്ചു പറഞ്ഞു. "നീ പറഞ്ഞിട്ടല്ലേ, ഞാൻ അങ്ങനെ ചോദിച്ചേ?"

എല്ലാവർക്കും എല്ലാം മനസ്സിലായി.

"കള്ളൻ. ചുമ്മാതെ പറയുകയാണെന്നേ." മണികണ്ഠൻ നല്ല പിള്ള ചമഞ്ഞു.

"ഫ്ഭാ! എല്ലാവനും ഇങ്ങു വാടാ. ഇപ്പോൾ തരാം." അക്കാൾ ഒന്ന് നിർത്തി, മണികണ്ഠനെ ദഹിപ്പിക്കും പോലെ നോക്കി പറഞ്ഞു "പപ്പടക്കെട്ട്!"

പോരുവഴിയമ്മയുടെ നാല്പത്തൊന്നു ചിറപ്പ് നടക്കുമ്പോൾ നാട്ടിലെ ഒട്ടുമുക്കാൽ വീട്ടുകാരും സന്ധ്യക്ക് മുൻപായി കുളിച്ചു ശുദ്ധതയോടെ ക്ഷേത്രത്തിൽ വരും. ചിലർ കുടുംബസഹിതം, ടോർച്ചുമൊക്കെയായി. കാരണം, ഇടവഴിയിലൊക്കെ ഇഴജന്തുക്കളുടെ ശല്യമുണ്ട്. പ്രത്യേകിച്ച് നാല്പതാമത്തെയും, നാല്പത്തിഒന്നാമത്തെയും ചിറപ്പിന് എല്ലാവരും

നേരത്തെ വരും. നാല്പതാമത്തെ ചിറപ്പ് രാമൻനായർ വകയാണ്. നാല്പത്തൊന്നാമത്തെ ചിറപ്പും നൂറ്റൊന്ന് കലം പൂജയും, ജീവിത ഉത്സവുമെല്ലാം നാട്ടുകാരുടെ വകയാണ്. ഉത്സവ ദിവസം പോലെ പടക്കവും ഒക്കെയായി വളരെ ആർഭാടമായാണ് രാമൻനായർ അയാളുടെ ചിറപ്പ് നടത്തുക. ശ്രീ കോവിലിന് മുൻപിൽ ഇരുവശത്തുമായി അഞ്ചടി പൊക്കമുള്ള വാഴപ്പിണ്ടികൾ കുഴിച്ചിടും. ഇത് അമ്പലത്തിന് പുറത്തും, ജങ്ഷൻ വരെ കുഴിച്ചിടും. മൊത്തം നൂറു പിണ്ടികളെങ്കിലും കാണും. പിണ്ടികൾക്കു നടുവിലായി ബഞ്ചുകൾ ഇട്ടിട്ട്, ഓരോ ബഞ്ചിലും മൂന്നു വലിയ നിലവിളക്കുകൾ വീതം വെക്കും. അമ്പലത്തിലെ വിളക്കുകൾ തികയാതെ വരുമ്പോൾ വീടുകളിൽനിന്നും ശേഖരിക്കും. അതാത് ദിവസം ചിറപ്പ് നടത്തുന്നവരാണ് ഇതെല്ലാം ചെയ്യുക. കൊണ്ടുവന്ന വിളക്കുകൾ ദീപാരാധന കഴിഞ്ഞാൽ തിരികെ കൊണ്ടു കൊടുക്കണം. പിണ്ടികളുടെ അകവശത്തു മൂന്നും, നാലും തട്ടായി, വഴുകച്ചീളുകൾ വളച്ചുകുത്തി, ചിരാത് പോലുള്ള വിളക്കുകൾ വക്കും.

ഉന്തുവണ്ടിയും കൂലിക്കെടുത്തു, അടുത്തുള്ള ബന്ധുവീടുകളിലൊക്കെ പോയി വാഴ കണ്ടെത്തി പിണ്ടികൾ കൊണ്ടുവരാൻ പിള്ളേർക്കൊക്കെ എന്ത് സന്തോഷമാണെന്നോ? ഉന്തുവണ്ടി ഓടിക്കൽ സൂക്ഷിച്ചു ചെയ്തില്ലേൽ നെഞ്ചത്തിടി കൊണ്ട് താഴെ വീഴും. അപകടവും ഉണ്ടാകും. റോഡിലൊക്കെ കുണ്ടും കുഴിയും കല്ലുകളും ഉണ്ടാകും. അതിലെങ്ങാനും അറിയാതെ പെട്ടാൽ വണ്ടി പെട്ടെന്ന് വെട്ടിത്തിരിയും, അവനവനു അപകടം, കൂടെ നടക്കുന്നവർക്കും. രാജീവൻ കൂടെ ഉണ്ടെങ്കിൽ ഒരിക്കലും ഡ്രൈവിങ് കിട്ടില്ല എന്ന് രാജശേഖരനും മുരളിക്കും നന്നായി അറിയാം. അതുകൊണ്ട് ഉന്തുവണ്ടി എടുക്കുമ്പോൾ അവർ രാജീവനെ വിളിക്കില്ല. ചിരാതുകൾ വച്ച് കഴിഞ്ഞാൽ എണ്ണ ഒഴിക്കൽ, തിരിയിടൽ, വിളക്ക് തെളിക്കൽ, എണ്ണ തീർന്നാൽ ഇടയ്ക്കിടെ നിറയ്ക്കൽ, ദീപാരാധന തുടങ്ങും മുൻപ് ചെണ്ടമേളത്തിൽ താളമാറ്റം അറിഞ്ഞു, വിളക്കുകൾക്കിടയിലുള്ള വാഴപ്പോളകളിൽ വച്ചിരിക്കുന്ന കർപ്പൂരം കത്തിക്കണം. വാഴപ്പിണ്ടികൾക്ക് ആളൊന്നു എന്ന കണക്കിൽ ചെറുസെറ്റ് കർപ്പൂരം കത്തിക്കാൻ തയ്യാറായി നില്പുണ്ടാകും. എല്ലാ വിളക്കുകളും കൊളുത്തി കഴിഞ്ഞു ജങ്ഷനിൽനിന്നും നോക്കുമ്പോൾ അതെന്തൊരു കാഴ്ചയാണെന്നോ?

പിണ്ടികൾ കുഴിച്ചിട്ട് വിളക്കുകൾ നിരത്തിക്കഴിഞ്ഞാൽ പിന്നെ മെയിൻ റോഡിലോട്ട് മുട്ടുന്ന അമ്പലത്തിന്റെ സൈഡിൽ കൂടിയുള്ള ഗ്രാവൽ റോഡിൽ കൂടി വണ്ടികൾ പോകില്ല. വണ്ടികളും അന്ന് അങ്ങനെ ഇല്ലല്ലോ. ദീപാരാധന കഴിഞ്ഞാൽ ജനം പിരിഞ്ഞു പോകും. ആ സമയത്താണ് ആളുകൾ തമ്മിൽ സൗഹൃദങ്ങൾ കൂടുതൽ വരുക. പെണ്ണുങ്ങൾ കൂടി നിന്ന് വിശേഷങ്ങൾ പറഞ്ഞു വീട് പിടിക്കുമ്പോൾ ഒൻപതു പത്തു മണിയാകും. അതുപോലെ ആണുങ്ങളും അമ്പലമുറ്റത്തും, കരയോഗത്തിന്റെ മുൻപിലും റോഡിലുമായി സൊറ പറഞ്ഞു നില്പു

ണ്ടാകും. ദീപാരാധന കൃത്യം ആറു നാല്പത്തിഅഞ്ചിനാണ് എന്ന് ഓർക്കണം. ദീപാരാധന കഴിഞ്ഞാൽ ശ്രീകോവിലിനു മുൻപിൽ ചെല്ലുന്നവർക്ക് കടും പായസമോ തെരളിയോ കീറ്റിലയിലോ കൈവെള്ളയിലോ കിട്ടും. പായസം വാങ്ങുമ്പോൾ സൂക്ഷിക്കണം. ചുട്ടുപൊള്ളുന്ന ചൂട് കാണും. അമ്പലമുറ്റത്തെ നില്ക്കുന്നത് തന്നെ അന്നാട്ടുകാർക്ക് വലിയൊരു ആശ്വാസമാണ്. പോരുവഴിയമ്മ സ്വന്തം അമ്മയെപ്പോലെയാണ്. എല്ലാവരും സങ്കടങ്ങൾ ഇറക്കി വക്കുന്നതും പരിഹാരം തേടുന്നതും ഈ നടയിലാണ്.

പല പാർട്ടിക്കാരും അതിരാവിലെ മുതൽ വീട്ടിൽ വന്നു പോകുന്നുണ്ടായിരുന്നു. കൃഷ്ണപിള്ളയും രാവിലെ മുതൽ പോരുവഴി ജങ്ഷനിൽ പോയും വന്നും ഇരുന്നു. ചിലർ കമ്പുകളിലും, മുളയിലും പാർട്ടി കൊടി കെട്ടി വീട്ടിൽ കൊണ്ട് വച്ചിരുന്നു.

"പാർട്ടി സമ്മേളനമാണ്. ആലപ്പുഴ മുനിസിപ്പൽ ഗ്രൗണ്ടിൽ. സംസ്ഥാന സമ്മേളനം. ഇവിടെനിന്നും രണ്ട് ലോറികൾ നിറയെ ആൾക്കാർ പോകുന്നു. ഇ എം എസ്, എ കെ ജി, രണദിവെ ഒക്കെ പ്രസംഗിക്കുന്നുണ്ട്." ലക്ഷ്മിയമ്മ പറഞ്ഞു

"ഞാനും പൊക്കോട്ടെ." മുരളി ചോദിച്ചു

"പോടാ ചെക്കാ. നാലു മണിക്ക് നഗരം ചുറ്റി പ്രകടനം. അത് കഴിഞ്ഞു വൈകിട്ടാണ് സമ്മേളനം. ഇതെല്ലാം കഴിഞ്ഞു ഏതാണ്ട് രാത്രി രണ്ട് മണിയോടെയേ അവരെല്ലാം വരൂ. നടന്ന് നിന്റെ ഊപ്പാട് വരും. അതുപോലെ ഉറങ്ങാനും പറ്റില്ല."

"സാരമില്ല. രസമല്ലേ?"

"രസമോ? ഇത് ഇല്ലാത്തവന്റെ സമരമാ. രസത്തിനല്ല " ലക്ഷ്മിയമ്മ അങ്ങനെയൊക്കെ പറഞ്ഞെങ്കിലും സഖാവിനോട് അവനു വേണ്ടി ശുപാർശ ചെയ്തു. കൂട്ടം തെറ്റിപ്പോകാതെ മറ്റു സഖാക്കളുടെ കൂടെ നിന്നോളാം എന്ന കണ്ടീഷനിൽ സഖാവ് സമ്മതിച്ചു. അങ്ങനെ മുരളിയും സമ്മേളനത്തിന് പോയി, കഥയറിയാതെ.

രണ്ട് ലോറികൾ രാവിലെ ഒമ്പതു മണിക്ക് മുൻപേ പോരുവഴി ജങ്ഷനിൽ വന്നു. സഖാക്കൾ പലർ ചേർന്ന് അതിൽ മുളകൾ കെട്ടിയുറപ്പിച്ചു, ആളുകൾക്ക് പിടിച്ചു നില്ക്കാൻ. ലോറിയിൽ കോളാമ്പിയൊക്കെ വച്ച് കെട്ടിയിരുന്നു. കണ്ടു പരിചയമുള്ള മുഖങ്ങൾ ഉണ്ടെങ്കിലും പലരുടെയും പേരറിയില്ലായിരുന്നു. എന്നാൽ വളരെവേഗം എല്ലാവരും ഒരു കുടുംബം പോലെയായി. സഖാവിന്റെ മകനെന്നറിഞ്ഞു എല്ലാവരും അവനോട് സ്നേഹമായി ഇടപെട്ടു. അതിന് മറ്റൊരു കാര്യം കൂടിയുണ്ടായിരുന്നു, ലോറിയിൽ കുട്ടിയായി അവൻ മാത്രമേ ഉണ്ടായിരുന്നുള്ളു. വണ്ടി എടുത്തതേ വലിയ മുദ്രാവാക്യം വിളികളോടെയായിരുന്നു. ആദ്യമൊക്കെ ഒരു കാഴ്ചക്കാരനെപ്പോലെ നിന്നിട്ട് ലോറിയുടെ പുറകിൽ കെട്ടി ഉറപ്പിച്ച മുളയിൽ പിടിച്ചു മറ്റുള്ളവർക്കൊപ്പം അവനും തൊണ്ട പൊട്ടുമാറുച്ചത്തിൽ "ഇൻക്വിലാബ് സിന്ദാബാദ്" വിളിച്ചു, അർത്ഥം അറിയാതെ. വ

ഴിയിലൊക്കെ വിപ്ലവഗാനങ്ങളും മുദ്രാവാക്യം വിളികളുമായി ഇതേപോലെ കൊടിവച്ച ലോറികൾ ആളുകൾ നിറഞ്ഞു പോകുന്നതവൻ കണ്ടു. എല്ലാവരും വലിയ ആവേശത്തിലായിരുന്നു. ആ മുദ്രാവാക്യം വിളികൾ തീർന്നത് പ്രകടനം കഴിഞ്ഞു സമ്മേളനം തുടങ്ങിയതോടെയാണ്. ഒരു ജനസമുദ്രം തന്നെ. ചുവന്ന കൊടികൾ നഗരിയെ ഒരു രക്തവർണ്ണക്കടലാക്കി. ഇ എം എസ്, എ കെ ജി ഇവരുടെയൊക്കെ പ്രസംഗം കേട്ട് ആവേശം കൊണ്ട് മുരളി ഉറപ്പിച്ചു താനൊരു കമ്യൂണിസ്റ്റാകും.

ചൈന അമ്മാവൻ

ആണിനും പെണ്ണിനും കാമ മോഹത്തോടല്ലാതെ ഒരിക്കലും സ്നേഹിക്കാനാവില്ല. അത് സൃഷ്ടിയുടെ തമാശയും സത്യവും സ്വകാര്യവുമാണ്. അങ്ങനെയാണ് വേണ്ടത്. പ്രകൃതി അതാണ് പറയുന്നത്. അതാണ് നടക്കുന്നതും ശരിയും.

മുരളി ചൂട് ചായ മൊത്തി കുടിച്ചുകൊണ്ട് മീരയുടെ കണ്ണുകളിൽ നോക്കി ഇരുന്നു. അവൾ ഊറിച്ചിരിക്കുന്നുണ്ടായിരുന്നു. "എന്താടാ?".

"നീ അനങ്ങല്ലേ. എന്റെ കണ്ണുകളിൽ നോക്കി വെറുതെ ഇരുന്നാൽ മതി."

"എന്താ ഇത് വരെ കാണാത്ത പോലെ? ഒരു ശൃംഗാരം?"

"ഇഷ്ടപ്പെട്ട പെണ്ണിന്റെ കണ്ണിൽ നോക്കി എത്ര നേരമിരുന്നാലും ബോറടിക്കില്ല. സമയവും പോകുന്നതറിയില്ല. അല്ലേ?"

"എല്ലാ കാമുകന്മാരും പറയുന്നതാണ്. എന്നാൽ കുറെ കഴിയുമ്പോൾ കുസൃതികൾ തുടങ്ങുമല്ലോ. അന്നേരം കണ്ണുകളും നോട്ടവും ഒക്കെ എവിടെ പോകുമോ ആവോ? കുറച്ചു നേരം കണ്ണുകളിൽ നോക്കി വെറുതെ ഇരിക്കാം എന്ന് പെണ്ണ് കരുതിയാലും അവൻ സമ്മതിക്കുമോ?"

"നീയെന്താ പറയുന്നത്?"

"ഇതെല്ലാം ആപേക്ഷികമാണ് മുരളി. അതിന് ആണിനും പെണ്ണിനും ഉള്ളിൽ പരസ്പരം കരുണ, കരുതൽ, അലിവ്, മതിപ്പ്, ബഹുമാനം, സ്നേഹം എല്ലാം വേണം. പരസ്പരം മനസ്സിലാക്കാനും പൂരകമാകാനും കഴിയണം. എല്ലാ കുറവുകളോടെയും കുഴപ്പങ്ങളോടെയും അംഗീകരിക്കാനും കഴിയണം. വ്യക്തിപരമായ ഇഷ്ടങ്ങളെയും, അനിഷ്ടങ്ങളെയും അംഗീകരിക്കണം. എല്ലാറ്റിനും ഉപരി നല്ല സൗഹൃദം വേണം. എടുത്തു

പറയാം സൗഹൃദം വേണം. അങ്ങനെയെങ്കിൽ എത്ര നേരം വേണമെങ്കിലും നിനക്കെന്റെ കണ്ണുകളിൽ നോക്കി ഇരിക്കാനാകും. പക്ഷേ, നിനക്കത് പറ്റില്ല. നമ്മുടെ ഇടയിലെ ഈ സ്നേഹത്തിനും അതിന്റേതായ ലാഭേച്ഛ ഉണ്ട്, ആഗ്രഹങ്ങൾ ഉണ്ട്, സ്വാർത്ഥ താല്പര്യങ്ങൾ ഉണ്ട്."

"അങ്ങനെ ഇല്ല, ഞാൻ നിന്നെ ജീവന് തുല്യം സ്നേഹിക്കുന്നു, എന്റെ സ്നേഹം വെറും മാംസനിബദ്ധമല്ല. നീയിങ്ങനെയാണോ കരുതിയത്?"

"മുരളി കം ഓൺ, ട്രസ്റ്റ് മീ. ഇത്തരം കറകളഞ്ഞ, യാതൊരു കാമവിചാരവുമില്ലാത്ത സ്നേഹം. ഇതൊക്കെ പറയാൻ കൊള്ളാം. മനസ്സിന്റെ ആഗ്രഹങ്ങളാണ്. അത് നടപ്പില്ല. എന്നെങ്കിലും കീഴടക്കി, ആസ്വദിച്ച്, വെറുത്തു, വേർപിരിഞ്ഞേ മതിയാകു. അല്ലെങ്കിൽ ആചാരാനുഷ്ഠാനങ്ങളുടെ തടവറകളിൽ, കീഴടങ്ങലിന്റെ തണുപ്പനുഭവിച്ചു, മറ്റൊരിടം ശാന്തിതാവളമായി കണ്ടെത്തുംവരെ, ജന്മത്തിന്റെ നിയോഗമായി കണ്ട് വിധിയോട് സമരസപ്പെടുകയേ നിവർത്തിയുള്ളു. ഇത് നിന്റെയോ എന്റെയോ കുറ്റമല്ല. നമ്മുടെ മനസ്സിന്റെ സൃഷ്ടിയുടെ രഹസ്യം അങ്ങനെയാണ്. കോടാനുകോടി ഞരമ്പുകളുടെ പ്രകമ്പനങ്ങൾ എപ്പോഴും നിന്റെ നിയന്ത്രണത്തിൽ അല്ലല്ലോ?"

ആണിനും പെണ്ണിനും കാമ മോഹത്തോടല്ലാതെ ഒരിക്കലും സ്നേഹിക്കാനാവില്ല. അത് സൃഷ്ടിയുടെ തമാശയും സത്യവും സ്വകാര്യവുമാണ്. അങ്ങനെയാണ് വേണ്ടത്. പ്രകൃതി അതാണ് പറയുന്നത്. അതാണ് നടക്കുന്നതും, ശരിയും. സത്യത്തിൽ അത് ആസ്വദിക്കുകയാണ് വേണ്ടത്. അതുകൊണ്ട്, ആണ്, പെണ്ണിനെ എന്നവണ്ണം നീയെന്നെ തീക്ഷ്ണമായി സ്നേഹിക്കു, പ്രേമിക്ക്. എന്റെ സിരകളിലെ തീയ് അണയ്ക്ക്. അല്ലാതെ കീഴടക്കി നിന്റേത് മാത്രമായി അടിമയാക്കി വയ്ക്കാതെ."

"നീയെന്താ ഈ പറയുന്നത്?"

"ഇവിടെ പ്രേമമെന്നാൽ, സ്നേഹമെന്നാൽ പങ്കാളിയെ തന്റേതു മാത്രമാക്കി വക്കലല്ലേ? പങ്കാളി സ്വതന്ത്രമായി ചിന്തിക്കാൻ പാടില്ല. തന്റെ ഇഷ്ടങ്ങളും ആഗ്രഹങ്ങളും അനുസരിച്ചു ജീവിക്കണം. മറ്റാരെയും സ്നേഹിക്കാൻ പാടില്ല. ഇതല്ലേ, ആണായാലും പെണ്ണായാലും എല്ലാ കമിതാക്കളുടെയും മനസ്സിലിരിപ്പ്? എന്നോടത് വേണ്ടാട്ടോ."

"നീ എന്തൊക്കെയാണ് മീര പറയുന്നത്?"

"പ്രേമത്തിൽ അനിവാര്യമായ വേർപിരിയിൽ, ഒരു നാൾ ഉണ്ടായേ മതിയാകു. കാരണം അത് വെറും പ്രേമം മാത്രമാണ്. സൗഹൃദമല്ല. എന്നാൽ സൗഹൃദങ്ങൾ മരണം വരേയ്ക്കും സാദ്ധ്യമാണ്. കാരണം പറഞ്ഞല്ലോ. പ്രേമത്തിൽ ഇടയിലുള്ള സ്പേസ് പരസ്പരം കൊടുക്കാറില്ല. എന്നാൽ സൗഹൃദത്തിൽ അത് എപ്പോഴും ഉണ്ടുതാനും. രണ്ടാളും ചേർന്നിരിക്കുമ്പോഴും പരസ്പരം കൊടുക്കുന്ന ആ കൊച്ചു സ്ഥലം, ഈ ലോകത്തിനോളം വലുതാണ്. രണ്ടാളുടെയും മനസ്സുകൾക്ക് പറന്നു നടക്കാൻ ഈ ലോകം മുഴുവൻ കിട്ടുകയാണ്. അത് രണ്ടാളെയും ആഹ്ലാദ

പ്പെടുത്തും. പരസ്പരമുള്ള സ്നേഹത്തിന്റെ തലങ്ങൾ വളർന്നു വികസിക്കും. അതിനു ആഴവും പരപ്പും കൂടും. എന്നാൽ ആ ഇടം നഷ്ടപ്പെടുമ്പോൾ ഒരുവൻ കിണറ്റിലെ തവള പോലെ കുണ്ടിൽ ഒടുങ്ങും. മനസ്സ് മുരടിച്ചു, കണ്ണുകളിലെ സൂര്യൻ നഷ്ടപ്പെട്ട് ഇരുട്ടിന്റെ തടവറയിൽ ആയിപ്പോകും."

മീര പറയുന്നതിലും ചില കാര്യങ്ങളുണ്ട്, മുരളി ആലോചിക്കുകയായിരുന്നു.

"മുരളി നിന്റെ ഒരു സുഹൃത്ത് നിന്റെ സ്കൂട്ടർ എടുത്തുകൊണ്ട് പോയി അപകടം ഉണ്ടാക്കി. അയാൾ വന്ന് ഈ കാര്യം പറയുമ്പോൾ നീയെന്താ ചെയ്യുക. സ്കൂട്ടർ പോയെങ്കിലും സാരമില്ല, നിനക്കൊന്നും പറ്റിയില്ലല്ലോ. സമാധാനമായി. വണ്ടി പോയെങ്കിൽ പോട്ടെ. എന്ന് അയാളെ സമാധാനിപ്പിക്കും അല്ലേ?

ഇതേ കാര്യം ഭാര്യ കൊണ്ട് പോയപ്പോഴാണെങ്കിൽ അതവളുടെ അശ്രദ്ധയാണ്, അഹങ്കാരമാണ്, ഓവർ സ്പീഡാണ് ഇതൊക്കെയാകും പ്രതികരണങ്ങൾ. വഴക്കു പറച്ചിലും കുറ്റപ്പെടുത്തലുകളും ഇനി മേലിൽ വണ്ടി എടുക്കണ്ട എന്ന വിലക്കുകളും ചിലപ്പോൾ അടിയും. ബാക്കി കഥകൾ പറയാതിരിക്കുകയാകും ഭേദം. കാരണം സുഹൃത്തിനോട് സൗഹൃദവും ഭാര്യയോട് അധികാരവും. ശരിയല്ലേ? എനിക്കതു വേണ്ട. വേണ്ടത് സൗഹൃദം."

"എനിക്ക് നിന്നെ മതി." മുരളി ചിരിച്ചു.

സീറ്റിൽ ചാരി ഇരുന്ന അവനെ ചരിച്ചു കിടത്തി, കൂടെ ഇരുന്ന്, അവന്റെ കവിളുകളിൽ മുഖമുരസി മദാലസയായി അവൾ ചോദിച്ചു.

"നിനക്കെന്നേ പ്രേമിക്കാമോ, സൗഹൃദം നിലനിർത്തി. എനിക്ക് പൂർണ്ണ സ്വാതന്ത്ര്യം തന്ന്?"

"പറ്റും"

"നിനക്കെന്നെ പ്രാവുകളെ പോലെ സ്നേഹിക്കാനാകുമോ? കണ്ടിട്ടില്ലേ, മണിക്കുറുകൾ അവ മുട്ടിയുരുമ്മി കുറുകി, കുറുകി ഇരിക്കുന്നത്?"

മുരളി ഞെട്ടി, ഈ ചോദ്യം ആദ്യം ചോദിച്ചത് രതിയാണ്. "നിനക്കെന്നെ ഈ കുരുവികളെ പോലെ സ്നേഹിക്കാനാകുമോ?" സ്കൂളിൽ പഠിക്കുന്ന കാലം. അവളന്ന് അഞ്ചിലോ ആറിലോ? പതിവ് പോലെ കുരുവികളേയും, അവയുടെ മനോഹരമായ കൂടുകളേയും കണ്ടത്തിന്റെ നോക്കെത്താ ദൂരത്തോളമുള്ള പച്ചപ്പിന്റെ മനോഹാരിതയും ചേറുമണമുള്ള ഇളം കാറ്റ് ആസ്വദിക്കാനായും പോയതാണ്. പലപ്പോഴും മാലൂരെ വീട്ടിൽ കയറാതെ പറമ്പിന്റെ സൈഡിലുള്ള നടപ്പാതയിൽ കൂടി നേരെ അവരുടെ തറയിൽ ഇറങ്ങുകയാണ് പതിവ്. അതിനുശേഷമേ ചക്കരയമ്മാവന്റെ കഥകൾ കേൾക്കാൻ പോകാറുള്ളൂ. തറയുടെ അതിരിലാണല്ലോ കരിമ്പനയും ആഞ്ഞിലിയുമെല്ലാം. തറയിൽ കറുകപ്പുല്ലുകളുടെ മുകളിൽ മലർന്നു കിടന്നാൽ, ആഹാ, ലോകമെത്ര മനോഹരം! ഒരു വ

ശത്തു ഇരുന്നാൽ പറമ്പിന്റെ അതിരിലുള്ള കൊന്നത്തെങ്ങിനെക്കാട്ടിലും ഉയരമുള്ള കരിമ്പനയും അതിൽ നിറഞ്ഞാടിക്കളിക്കുന്ന കുരുവിക്കൂടുകളും. ഏതെങ്കിലും ജോഡി കുരുവികൾ എപ്പോഴും ഒരു കൂടെങ്കിലും നെയ്യുന്നുണ്ടാകും. മറുവശത്തു കണ്ണെത്താ ദൂരത്തോളം പാടശേഖരം. എന്ത് സുഖകരമായ ഏകാന്തത. ആരെങ്കിലും കണ്ടത്തിലേക്കിറങ്ങാൻ ആ വഴി വന്നാലായി. അല്ലേൽ തീർത്തും വിജനം. മാലൂർ പുരയിടത്തിനപ്പുറം, പുരയിടങ്ങളോ താമസമോ ഇല്ല. വിരിപ്പ് കണ്ടമാണ്. കൂടുതലും ആ വഴിക്ക് വരുക പൊട്ടനമ്മാവൻ ആണ്. ചോദിക്കും. "എന്താടാ ഇവിടെ ഇരിക്കുന്നത്?" എന്തെങ്കിലും പറഞ്ഞാൽ മതി, പൊയ്ക്കോളും.

ചെല്ലുമ്പോൾ രതിയും, രവിയും മടക്കു കട്ടിൽ കൊണ്ടുവച്ച് അതിൽ ഇരിക്കുകയായിരുന്നു. രവി എന്തോ വീക്കിലി വായിച്ചിരിക്കുമ്പോൾ അവൾ കല്ലുകൾ എറിഞ്ഞും, ഉറക്കെ ശബ്ദമുണ്ടാക്കിയും തത്തകളെ ഓടിക്കുകയായിരുന്നു. പാടം വിളഞ്ഞു കതിരുകൾ ചാഞ്ഞാൽ കിളികളുടെയും വയൽ തത്തകളുടെയും വരവായി. എവിടെ നിന്നറിയില്ല, അവ കൂട്ടമായി വന്നു ഇറങ്ങിയാൽ കതിരൊന്നും ബാക്കി കാണില്ല. ഇടക്കാലത്തു മുഞ്ഞ എന്നൊരു ജീവിയുടെ ശല്യമുണ്ടായിരുന്നു. അവ പതിനായിരക്കണക്കിന് പറന്ന് വന്ന് പാടത്തിറങ്ങിയാൽ എല്ലാം ഒരു മണിക്കൂറിൽ തീരും. അവയെ ഓടിക്കാൻ തലപ്പുലയന്റെ മക്കളോ ഭാര്യയോ ആരെങ്കിലും ഉണ്ടാകും. എന്നാലും ജന്മി ശ്രദ്ധിക്കണമല്ലോ.

മുരളിയെ കണ്ടതും "എടാ നീയിത്തിരി നേരം ഇവളുടെ കൂടെ ഇവിടെ ഇരുന്നു കിളിയെ ഓടിക്ക്. ഞാനിപ്പോൾ വരാം" എന്ന് പറഞ്ഞു മറുപടി കാക്കാതെ രവി ഓടിപ്പോയി. കട്ടിലിൽ അവൾക്കൊപ്പം ഇരിക്കുമ്പോൾ, ഓർക്കാപ്പുറത്തായിരുന്നു ആ ചോദ്യം.

"മുരളിയേട്ടാ, ഏട്ടനെന്നേ ഈ കുരുവികളെപ്പോലെ സ്നേഹിക്കാനാകുമോ?" അവളുടെ ചോദ്യം കേട്ട് മുരളി അവളെ സംശയത്തോടെ നോക്കി.

"എന്താ പെണ്ണേ. ഞാൻ നിന്നെ സ്നേഹിക്കുന്നുണ്ടല്ലോ. എങ്ങനാണ് ഈ കുരുവികളെപോലെ സ്നേഹിക്കുക?"

"അത്, പിന്നെ.." ഒരു നാണമൊക്കെ കാട്ടി അവൾ പറഞ്ഞു.

"ചുണ്ടൊക്കെ ഉരുമ്മി, ദേഹമൊക്കെ മുട്ടിച്ചു,"

"അയ്യേ! പോ പെണ്ണേ, കുഴയാതെ." മുരളി അവൾ പറഞ്ഞത് ഗൗരവമായി എടുക്കാതെ വന്നപ്പോൾ, രതി മുരളിയെ പ്ലാസ്റ്റിക് വരിഞ്ഞ മടക്കു കട്ടിലിലേക്ക് തള്ളിയിട്ട്, മുകളിൽ കയറി കിടന്നു ചോദിച്ചു

"പറയേട്ടാ. ഏട്ടനെന്നേ ഈ കുരുവികൾ സ്നേഹിക്കും പോലെ സ്നേഹിക്കാമോ? എപ്പോഴും കൂടെ പറന്ന്, കൊക്കൊരുമ്മി, കളിയും ചിരിയുമായി, ഇവ ജീവിക്കും പോലെ. നമുക്കും ഇതുപോലെ ഒരു ചെറിയ കൂടൊരുക്കണം." പിന്നീട് അവൾ, അവന്റെ മുഖം നിറയെ ഉമ്മകൾ കൊണ്ട് മൂടി.

ആളനക്കമില്ലാത്ത നേരുമാക്കാരുടെ പത്തേക്കർ പറമ്പിനു അരി

ഞാണമിട്ടു പോകുന്ന തോടിനു കുടപിടിച്ചു നില്ക്കുന്ന കൈതക്കാടുകളും നട്ടുച്ചയ്ക്ക് പോലും സൂര്യപ്രകാശം കടക്കാത്ത കാട്ടുവള്ളികൾ പടർന്നു കിടക്കുന്ന പറമ്പും തോട്ടിൽ കുളിച്ചീറനണിഞ്ഞ് മാമ്പാട്ട് ജേക്കബ്മോനെ ആവാഹിച്ചു കൊണ്ടുവരുന്ന യക്ഷിയും. കോടഞ്ചേത്തിൽ പുരയിടത്തിൽ മണിക്കൂറുകളോളം മാറാടുന്ന സർപ്പങ്ങളും അമ്മയുടെ കഥകളിലെ നന്മ നിറഞ്ഞ രാജകുമാരന്റെ കഥകളും അമ്മുമ്മയുടെ നാടും നാട്ടാരും കല്ലെറിഞ്ഞു കൊന്ന വഴിപിഴച്ച താത്രിക്കുട്ടിയുടെ ദീനരോദനങ്ങളുടെ കഥകളും അവന്റെ മനസ്സിൽ മിന്നി മറഞ്ഞു. "രതി ഇതൊന്നും വേണ്ട, ശരിയല്ല" അവനവളെ തള്ളി മാറ്റാൻ ഒരു ശ്രമം നടത്തി

"എന്നെ ഇഷ്ടമല്ലേ? കള്ളം പറയല്ലേ? എനിക്കറിയാം ഏട്ടനെന്നെ ഇഷ്ടമാ. ഓരോ തവണ മുരളിയേട്ടൻ വീട്ടിൽ വരുമ്പോഴും എന്നെ ഒളിഞ്ഞു നോക്കുന്നതും എന്റെ കൂടെ ഇരിക്കാൻ സൂത്രങ്ങൾ ഇറക്കുന്നതും എനിക്കറിയാം. സത്യം പറ എന്നേ ഇഷ്ടമല്ലേ?" അവളുടെ വിരലുകൾ നാഗങ്ങളായി അവനെ ചുറ്റിപ്പിടിച്ചു. ശ്വാസത്തിന്റെ മദച്ചൂട് ദേഹം പൊള്ളിച്ചു. സീൽക്കാരങ്ങൾ സിരകളെ ഉണർത്തി. പല്ലുകൾ മൃദുവായി അവന്റെ കവിളുകളിൽ അമർന്നു. അന്നാദ്യമായാണ് മീരാബെന്നിന്റെ സാമീപ്യം അവൻ അറിഞ്ഞത്. തന്റെ 'ഇണ'. മുരളിയുടെ പെണ്ണ്. ഒരു മായപോലെ ഇണയുടെ മണം, രൂപം. അവനെ വശ്യമായി നോക്കുന്ന കണ്ണുകൾ. എന്നാൽ ഒന്നും തെളിവോടെ കാണാൻ സാധിക്കുന്നില്ല. എല്ലാം മഴനൂലിന് പിന്നിൽ ഒളിഞ്ഞിരിക്കുന്നപോലെ. വർഷങ്ങളായി തനിക്കറിയാവുന്ന ഒരാൾ. മുഖം തിരിച്ചറിയാനാകുന്നില്ല. എന്നാലും ഒരാൾ വളരെ ചേർന്ന് നിന്ന് പ്രേമത്തോടെ തന്നെ നോക്കുന്നുണ്ട്. ആരാണ് നീ? മീരാബെൻ!

"ആദമിന് ഹവ്വയെപ്പോലെ ഓരോ ആണിനും ഒരു പെണ്ണുണ്ട്. എത്ര വൈകിയാലും അവർ കണ്ടെത്തുക തന്നെ ചെയ്യും. ആത്മാവുകൾ പരസ്പരം കണ്ടെത്തുന്നതോടെ ജീവിതം സന്തോഷപ്രദമാകും, സ്വർഗ്ഗതുല്യമാകും." ചക്കര അമ്മാവൻ, മുരളിയുടെ ചെവിയിൽ മന്ത്രിച്ചു. ഇവളോ മുരളിയുടെ പെണ്ണ്? ഇവളോ മീരാബെൻ? മുരളിയുടെ ഞരമ്പുകൾ വലിഞ്ഞു മുറുകി. അവനവളെ ചേർത്ത് പിടിച്ചു. അവളുടെ കഴുത്തിന് പിന്നിൽ ചുംബിച്ചു. അവളുടെ വിയർപ്പിന്റെ രൂക്ഷമായ ഗന്ധം അവന് ചന്ദനമണം പോലെ ആസ്വാദ്യമായി. തറപ്പുരയിടത്തിന്റെ പൊത്തുകളിൽ വസിക്കുന്ന കീരി കുടുംബവും മാളങ്ങളിൽ കഴിയുന്ന എലികളും കുറ്റിക്കാടുകളിൽ ഒളിച്ചിരിക്കുന്ന സർപ്പങ്ങളും ഇറങ്ങി വന്ന് അവരുടെ തമ്പുരാട്ടിയെ എത്തി നോക്കി. പൊടുന്നനെ രാഘവന്റെ രൂപം മനസ്സിൽ തെളിഞ്ഞു. അവന്റെ കൈവിരലുകൾ പാമ്പിൻ കുഞ്ഞുങ്ങളെപ്പോലെ തുടകൾക്കിടയിൽ ഇഴയുന്നപോലെ. നേരുമഠക്കാരുടെ പറമ്പിലെ ഭയപ്പെടുത്തിയ ഒരോർമ്മ. വേഗം കൈകൾ തട്ടി മാറ്റി മുരളി ചാടി എഴുന്നേറ്റു.

"ഏട്ടാ" രതിയുടെ പരിഭവത്തോടെയും, ദേഷ്യത്തോടെയുള്ള വിളി കാതുകളിൽ വീണില്ല. എക്കാലവും ഓർത്തു നൊമ്പരപ്പെടുമായിരുന്ന

ഒരിക്കലും മറക്കാനാവാത്ത ഒരു വേദനയിൽ നിന്നുള്ള മോചനമാണത് എന്ന് അന്നവൻ അറിഞ്ഞില്ല. രാഘവൻ അവന് കനിഞ്ഞു കൊടുത്ത ഒരു കനിവ്. ഒരു നിമിത്തം. അങ്ങനെ ഒരു ഉപകാരമേ ജീവിതത്തിൽ രാഘവനെക്കൊണ്ട് ഉണ്ടായിട്ടുള്ളൂ.

അന്നും ഇന്നും എന്നും ഇണ എന്ന ബോധം മനസ്സിൽ ഉദിച്ച നാൾ മുതൽ ഒരേ മുഖമായിരുന്നു മനസ്സിൽ. മീരാബെൻ. അവളെത്തേടിയുള്ള തിരച്ചിലായിരുന്നു. എന്നാൽ മീര മാത്രം ഒളിച്ചു നടന്നു. പൂർണ്ണ രൂപം കാട്ടാൻ എത്ര നാളത്തെ തേടൽ. ഇളം കാറ്റിൽ മന്ദമായി ഉലഞ്ഞാടുന്ന ഞാറ്റടി കണ്ടം തിങ്ങിനിറഞ്ഞു നില്ക്കുന്ന ഞാറുപോലെ അല്ലെങ്കിൽ വിളഞ്ഞു പഴുത്തു നില്ക്കുന്ന, അന്തിവെയിലിൽ സ്വർണ്ണം പോലെ വെട്ടിത്തിളങ്ങുന്ന കതിർക്കുലകൾ പോലെ മീര. സ്നേഹം എന്ന് പറയാൻ ഒന്ന് മാത്രം. മീരാബെൻ. എന്നാൽ അവളിപ്പോൾ പറയുന്നത് കേട്ടില്ലേ? "ആണിനും പെണ്ണിനും കാമത്തോടെയല്ലാതെയുള്ള സ്നേഹമില്ലെന്ന്." അത് തെറ്റെന്ന് തെളിയിക്കണം. നോക്കാം. അത് മാത്രമോ മനുഷ്യനെ പറ്റി എന്തൊക്കെയാണ് അവൾ പറയുന്നത്.

"ഫിലോസഫി വിളമ്പി കേമനാകുന്ന മനുഷ്യൻ സ്വകാര്യ നിമിഷങ്ങളിൽ വെറും സ്വാർത്ഥനാണ്. വിശപ്പടക്കി കഴിഞ്ഞാൽ ഇണയെ തേടുന്ന വെറും ജന്തുവാണ് മനുഷ്യൻ."

നാട്ടുകാർക്ക് പൊതുവായി രണ്ട് അമ്മാവന്മാരുണ്ടായിരുന്നു. ചൈന അമ്മാവനും ഇരുങ്ങിലേത്തു നീലാണ്ടപിള്ള അമ്മാവനും. ചൈന അമ്മാവൻ ആജാനുബാഹു, ഒരു ആറര അടി ഉയരം. എന്നാൽ അഞ്ചരയേ പറയു. കാരണം മുതുകു വില്ലുപോലെ വളഞ്ഞു കൂനിയാണ് നടപ്പ്. എന്ന് കരുതി പ്രായമായി നടുവ് വളഞ്ഞതൊന്നും അല്ല. കുട്ടിക്കാലത്തേ ആശാന് അല്പം കൂനുണ്ടത്രേ. ഇത് മാത്രമല്ല പ്രത്യേകത. മുഖം കണ്ടാൽ ചൈനക്കാരന്റെ പോലെ വിളറി വെളുത്ത്, അവിടെയും, ഇവിടെയും തൂങ്ങി. കണ്ണുകൾ എന്നാൽ ചൈനക്കാരുടെ പോലെയല്ല. തവളയുടെ പോലെ ഉരുണ്ട് തള്ളി നില്ക്കും. കവിളിൽ ശരിക്കുള്ള രോമമൊന്നും ഇല്ല. അവിടെയും ഇവിടെയും ഓരോന്ന്. മീശയും ഒന്നോ രണ്ടോ എണ്ണം. നീളത്തിൽ രണ്ടു വശത്തും തൂങ്ങിക്കിടക്കും. "ഊശാന്താടി." ആകെ ഒരു കോമാളി ലുക്ക്. ആൾ ശുദ്ധൻ എന്ന് പറഞ്ഞാൽ പോരാ, പരമ ശുദ്ധൻ. ഒരു നാല്പതു വയസ്സ് കാണും. കൊച്ചുപിള്ളേർ പോലും നേരെ നിന്ന് ചൈന അമ്മാവൻ എന്ന് വിളിക്കും. ഒന്നും വഴക്ക് പറയില്ല. കുട്ടികളെങ്കിൽ എന്ത് വേണം മക്കളെ എന്ന് സ്നേഹത്തോടെ ചോദിക്കും. മദ്ധ്യവയസ്സായതോടെ ആരെങ്കിലും കൂട്ടത്തിൽ വച്ച് അങ്ങനെ വിളിക്കുന്നത് അത്ര പിടുത്തമല്ല. ചിലരോട് ദേഷ്യപ്പെടും.

പോരുവഴിമുക്കിൽ ചായക്കടയാണ്.

ഭാര്യ യശോദ സുന്ദരിയാണ്. ആരും രണ്ടാമതൊന്ന് നോക്കും. നല്ല കളർ, നല്ല ഉയരം. അലസമായ വസ്ത്രധാരണം. ഉറവിയിൽ കൂടി വരുന്ന വെള്ളം ഒഴുക്കുള്ള ചാലിൽ വീഴുമ്പോൾ കേൾക്കുന്ന കളകളാരവം

പോലെയുള്ള ചിരി. പിടിച്ചിരുത്തുന്ന നോട്ടം. അതാകാം ചേച്ചി വർഷാ വർഷം പ്രസവിക്കും. ഇപ്പോൾ തന്നെ പിള്ളേർ ഏഴര. ഏഴു വെളിയിലും അര അകത്തും. എപ്പോൾ ചെന്നാലും പുള്ളിക്കാരി കടയിൽ കാണും. രാവിലെ ചായ അടിയും പലഹാരങ്ങൾ ഉണ്ടാക്കലും. ഉച്ച കഴിഞ്ഞാൽ അരിയും ഉഴുന്നും ആട്ടൽ. അത് കഴിഞ്ഞാൽ വടപ്പരിപ്പ് അരയ്ക്കൽ. ചേച്ചി ആട്ടുകല്ലിൽ ആട്ടുന്നതു ഒന്ന് കാണേണ്ട കാഴ്ചയാണ്. ദേഹം മൊത്തം ഒന്ന് ആടി ഇളകി വയറൊക്കെ ഒന്ന് കുലുങ്ങി ചിരിച്ചും, കാലൊക്കെ നീട്ടിയും കുറുക്കിയും. എന്ന് കരുതി ആഭാസമായി ഒന്നും ഇല്ല. ആരെങ്കിലും അഭ്യാസവുമായി ചെന്നാൽ കുറിക്കു കൊള്ളുന്ന നോട്ടത്തിൽ ഇരുത്തും. അതും ഒത്തില്ലെങ്കിൽ സ്നേഹപൂർവ്വം നല്ല ഒരു ഡയലോഗ്. “പിള്ളേച്ചാ, ചേച്ചിയുടെ നടുവ് വെട്ടൊക്കെ പോയില്ലേ, പിന്നെന്താ? ഒരു കാര്യം ചെയ്യൂ, ഒരു പുടവ വാങ്ങി വച്ചോളു, ചേച്ചിക്കും, ഇവിടെ പിള്ളേരുടെ അച്ഛനും സമ്മതമാണെങ്കിൽ നമുക്ക് ഇതങ്ങു നടത്താം.”

അതോടു കൂടി അയാൾ ജീവനും കൊണ്ട് ഓടിയിട്ടുണ്ടാകും. ചേച്ചിയെ കടയിൽ കണ്ടില്ലേൽ അതിനർത്ഥം നാട്ടുകാർക്കറിയാം ചേച്ചി പ്രസവിക്കാൻ പോയിരിക്കുന്നു. എന്ന് കരുതി എങ്ങും പോകാറില്ല. വീട്ടിൽ തന്നെ. എല്ലാം സുഖ പ്രസവം. ആദ്യമൊക്കെ വയറ്റാട്ടി നാണിത്തള്ള വരുമായിരുന്നു. ഇപ്പോൾ അവർക്കു പ്രായമായി. മൂന്നാമത്തേത് മുതൽ പേറെടുപ്പു യശോദ സ്വയമാണ്. അസുഖമുണ്ടെന്ന് തോന്നുന്ന ദിവസം ചൈന അമ്മാവനോട് പറയും. “ഇന്ന് കടയ്ക്ക് പോണ്ട.”

അഥവാ പോയാലും ഓരോ അരമണിക്കൂറിലും അമ്മാവൻ കടയ്ക്ക് പുറകിലുള്ള വീട്ടിലോട്ട് ഒന്ന് ഓടും. കുഴപ്പമില്ലെങ്കിൽ തിരിച്ചു പോകും. എങ്ങനെയായാലും ഒരു രണ്ടു മണിക്കൂർ മുൻപ് യശോദാമ്മ അമ്മാവന്റെ കണം കൈ എത്തിപ്പിടിച്ചു പറയും. “നില്ല്, കുറച്ചു വെള്ളം തിളപ്പിച്ച് വച്ചേക്കു. പിന്നെ അലമാരിയിൽ നല്ല ശുദ്ധമായ തുണി ഉണ്ട്. അതിങ്ങെടുത്തോ?”

ചൈന അമ്മാവൻ എല്ലാം അടുപ്പിച്ചിട്ട് ചോദിക്കും: “എടി ആ കാർത്യാനിയമ്മയെ വിളിച്ചാലോ? മാമ്പാട്ട് പടി വരെ പോണം, സൈക്കിളിൽ കൊണ്ട് വരണം എന്നേയുള്ളു. ആരെയേലും വിടാം.”

“വേണ്ടെന്നേ അരിയാട്ടുന്ന ഉടലാണ്. പിന്നെ നിങ്ങളെയും താങ്ങുന്നില്ലേ? ഒന്നും വേണ്ടന്നേ. എല്ലാം ശരിയാകും.” യശോദ ശബ്ദമുണ്ടാക്കാതെ ചിരിക്കും.

“നിനക്ക് ഉറപ്പാണോ?”

“ശരിക്കും വേദന തുടങ്ങുമ്പം ഞാൻ കൈ കാട്ടുമ്പോ, കുഞ്ഞിനെ പതുക്കെ നിങ്ങളൊന്ന് വലിച്ചു എടുക്കണം, അത്രേയുള്ളു.”

സമയത്തിന് മുൻപ് അവർ പിള്ളേരെയെല്ലാം റോഡിൽ കളിക്കാൻ പറഞ്ഞു വിടും. അമ്മയുടെ കരച്ചിൽ കേട്ട് അവർ പേടിക്കാതിരിക്കാനാണിത്. “എല്ലാരും റോഡിൽ പോയി കളിച്ചോളിൻ. അച്ഛൻ വന്ന് വിളിക്കും വരെ ഒരാളും വീട്ടിലോട്ട് വരരുത്.”

"അമ്മേ വെള്ളം കുടിക്കണേലോ?"

"കടേന്ന് എടുത്തു കുടിച്ചോണം."

"അമ്മ പറഞ്ഞിട്ടില്ലേ കടയിൽ പോകരുതെന്ന്?"

"ഇന്ന് പോകാം. ഇന്ന് മാത്രം."

അതോടെ പിള്ളേർ ഓടിപ്പോകും. കൈക്കുഞ്ഞിനെ ചൈന അമ്മാവൻ എടുക്കണം. പേറ് സമയമടുത്തു, പിള്ളേരെയെല്ലാം ഒന്നിച്ചു റോഡിൽ കളിക്കുന്നതും കണ്ടാൽ നാട്ടുകാർ പറയും. "യശോദയുടെ പേറ് സമയമായി."

കടയിൽ സ്ഥിരമായി കഴിക്കാൻ വരുന്ന മാത്തൻ മാപ്പിള നിറവയറോടെ അരിയാട്ടുന്ന അവരെ കണ്ടപ്പോൾ പകുതി തമാശയും പകുതി പ്രോത്സാഹനവും ആയി പറഞ്ഞു: "യശോദാമ്മയുടെ ഊര് ഇത്തിരി കടുപ്പമാ. ഈ സമയത്തും ഇങ്ങനെയിരുന്നു അരിയാട്ടുന്ന ധൈര്യം അപാരം."

അവരത് കോംപ്ലിമെന്റായി കണ്ട് പ്രതികരിച്ചു: "പോ, അച്ചായാ, എല്ലാറ്റിനും പണം വേണ്ടേ? എത്ര വയർ കഴിയണം. കൂടുതൽ ചെലവ് വന്നാലത് നിങ്ങളുടെ ഇഡ്ഢലിയുടെ വില കൂട്ടും."

അപ്പോൾ അയാളുടെ ചോദ്യം അരികെ ഇളിഭ്യച്ചിരിയുമായി നില്ക്കുന്ന ചൈന അമ്മാവനോടായി. "എന്തുവാടാ ഇത്? സർക്കാർ എന്തെല്ലാം വഴികൾ പറഞ്ഞു തരുന്നുണ്ട്. നോക്കരുതോ?"

"കള പിള്ളേച്ചാ, ദൈവം തരുന്നതല്ലോ."

"പിന്നെ, പിന്നെ ഇപ്പോൾ ദൈവമായി കുറ്റക്കാരൻ? നീയൊന്നും അറിഞ്ഞില്ല അല്ലേ?"

അല്പം കൂടി സ്വാതന്ത്ര്യമുള്ള പേപ്പർകാരൻ മാധവൻ ഒരു സ്റ്റെപ്പു കൂടി കടന്നു പറഞ്ഞു. "ഇനി ഇതാവർത്തിച്ചാൽ, ഞങ്ങളെല്ലാം കൂടി നിന്നെ പിടിച്ചുകെട്ടി കൊണ്ടുപോയി ഓപ്പറേഷൻ ചെയ്യിച്ചിട്ടു, ബക്കറ്റും, ആയിരം രൂപയും ഞങ്ങൾ വാങ്ങും."

അക്കാലത്തു ഫാമിലി പ്ലാനിങ് ഡിപ്പാർട്ട്മെന്റ്, കുടുംബാസൂത്രണ ഓപ്പറേഷൻ ചെയ്യുന്നവർക്ക് കൊടുക്കുന്ന ആനുകൂല്യങ്ങളാണ് ആയിരം രൂപയും ഒരു പ്ലാസ്റ്റിക് ബക്കറ്റും മറ്റു ചില വസ്തുക്കളും.

യശോദച്ചേച്ചി ആട്ടിയെടുക്കുന്ന മാവുകൊണ്ടുള്ള ഇഡ്ഢലിയും ദോശയും ദേശത്തു പ്രസിദ്ധമായിരുന്നു. ഒപ്പം ചമ്മന്തിയും. ചമ്മന്തിയിലെ ചേരുവകൾ എന്തെന്ന് ഓരോരുത്തരും ഊഹിച്ചു പറയും. "ഇഞ്ചി, ചെറുള്ളി, ജീരകം, ഉലുവ."

എന്നിങ്ങനെയൊക്കെ. അതിനൊക്കെ കള്ളച്ചിരിയോടുള്ള യശോദേച്ചിയുടെ മറുപടിയാണ് രസം. "പൊന്നു മോനെ, വേറെ എന്തേലും ചോദിച്ചോ, ചിലപ്പോ ചേച്ചി തന്നെന്നിരിക്കും, എന്നാൽ ഇത് മാത്രം ചോദിക്കരുത്, നമ്മുടെ ട്രേഡ് സീക്രട്ടാണ്."

പൂപോലുള്ള ഇഡ്ഢലി മറ്റു വീട്ടമ്മമാരുടെ ഉറക്കം കെടുത്തുന്നതായിരുന്നു. സ്വന്തം വീട്ടിൽ നിന്നും ഇഡ്ഢലിയോ ദോശയോ കഴിക്കാത്ത

നാട്ടിലെ പല കേമൻ നായന്മാരൊക്കെ, യശോദേച്ചിയുടെ കടയിലെ രണ്ടു തടി ബഞ്ചുകളിൽ സീറ്റിനു വേണ്ടി കാത്തു നിന്നു. പിന്നെ നല്ല ചൂട്, കല്ല് കടിക്കാത്ത, സുഖിയനും നെയ്യപ്പവും. കൂടെ ചൈന അമ്മാവന്റെ 'സൊയമ്പൻ' ചായയും. പില്ക്കാലത്തു മണിയൻ കട തുടങ്ങിയെങ്കിലും ചൈന അമ്മാവനെ അതൊട്ടും ബാധിച്ചില്ല. അമ്മാവന്റെ സ്പെഷ്യൽ ചായയും സുഖിയനും നെയ്യപ്പവും ദോശയും ഇഡ്ഡലിയും പിന്നെ വളരെ, വളരെ പേരെടുത്ത ചമ്മന്തിയും വേറെയാർക്കും ഉണ്ടാക്കാൻ പറ്റില്ലല്ലോ.

ഒരുനാൾ മുരളിയും യശോദേച്ചിയുടെ കടയിലെ ഇഡ്ഡലിയും ചമ്മന്തിയും കഴിച്ചിട്ടുണ്ട്, അമ്മയറിയാതെ ശേഖരന്റെ കൂടെ അമ്പലത്തിലെ ചിറപ്പിന്റന്ന് രാത്രി ചങ്ങനാശ്ശേരി അരവിന്ദാക്ഷൻ നായരുടെ രാവണവധം ബാലെ കാണാൻ പോയപ്പോൾ. ബാലേക്കിടയിൽ ശേഖരനാണ് വിളിച്ചത്. "എടാ വിശക്കുന്നു. നമുക്ക് ചൈന അമ്മാവന്റെ കടേന്ന് ഇഡ്ഡലി കഴിക്കാം."

ചിറപ്പ് കാലത്തു ഇത് പതിവാണ്. യശോദേച്ചിയും, ചൈന അമ്മാവനും ചിറപ്പുകാലം മുഴുവൻ ക്ഷേത്രത്തിന് തൊട്ടു പുറത്തു റോഡ് സൈഡിൽ തല്ക്കാല ചായക്കട തുടങ്ങും. രാത്രിയിൽ കലാപരിപാടികൾ കാണാൻ വരുന്നവരുടെ തിരക്കുമൂലം അവർക്കു നല്ല കൊയ്ത്തുകാലമാണ്. എന്നാൽ യശോദേച്ചിയുടെ കൈപ്പുണ്യം അധികകാലം അനുഭവിക്കാൻ നാട്ടുകാർക്ക് യോഗമുണ്ടായില്ല. ഇടിത്തീ പോലെയാണ് ആ വാർത്ത നാട്ടുകാർ കേട്ടത്. യശോദേച്ചി കടയിൽ നിന്ന നില്പിൽ മറിഞ്ഞു വീണു മരിച്ചു. ആശുപത്രിയിൽ കൊണ്ട് ചെന്നത് ശവമായിരുന്നത്രേ. ഏതാണ്ട് ഒരാഴ്ചയായി അവർക്കു പനി ഉണ്ടായിരുന്നുപോലും. ശ്വാസം മുട്ടലും, ശരീര വേദനയും ഒക്കെ. സാരമില്ല എന്നും പറഞ്ഞു അവിടത്തെ പണിയത്രയും അവർ തന്നെ ചെയ്തു. പനി കടുത്തിട്ടും ഡോക്ടറിനെ കാണാനോ മരുന്ന് കഴിക്കാനോ ഗൗരവം കാട്ടിയില്ല. മഞ്ഞപ്പിത്തമായിരുന്നത്രെ. ചൈനഅമ്മാവനാണ് തകർന്നു പോയത്. സദാ ചിരിച്ചു നടന്ന അയാൾ പിന്നെ കട തുറന്നിട്ടേയില്ല. കടയുടെ വാതില്ക്കൽ ഒറ്റ കുത്തിയിരിപ്പായിരുന്നു, ഇരുട്ടുവോളം. മൂത്തമോൻ വന്ന് വിളിച്ചു. "അച്ഛാ വീട്ടിൽ പോകാം."

"നീ പൊക്കോ."

ഇരുട്ട് കൂടി ഭയമായപ്പോൾ പിള്ളേരെല്ലാം കൂടി വന്ന് വീണ്ടും വിളിച്ചു. "അച്ഛാ ഞങ്ങൾക്ക് പേടിയാ, അച്ഛൻ വീട്ടിലോട്ട് വാ."

"പൊക്കോ. വരാം."

പിന്നെ അയൽവക്കത്തെ ശ്രീധരൻപിള്ളയേയും കൂട്ടി വന്ന് പിള്ളേർ വിളിക്കുമ്പോൾ രാത്രി പതിനൊന്നു കഴിഞ്ഞു. ചൈന അമ്മാവൻ കുറ്റാകുറ്റിരുട്ടിൽ കടയുടെ മുൻപിൽ അതേ സ്ഥാനത്തു തന്നെ ഇരിക്കുകയായിരുന്നു.

"വരാം. ഇത്തിരിനേരം കൂടി കഴിയട്ടെ." എന്ന് പറഞ്ഞതല്ലാതെ അയാൾ അവിടെനിന്നും എഴുന്നേറ്റില്ല. അടുത്തനാൾ വൈകുന്നേരം വരെ

അയാൾ അതേ ഇരിപ്പു ഇരുന്നു. ഇതിനിടെ റോഡേ പോയവർ ചിലരൊക്കെ പോയി വിളിച്ചെങ്കിലും ചൈന അമ്മാവൻ ഒന്നും മിണ്ടിയില്ല.

"ശരി അല്പനേരം ഇരുന്നോട്ടെ. അത് കഴിയുമ്പോൾ ശരിയാകും." എന്ന് പറഞ്ഞവർ പോയി.

പറക്കമുറ്റാത്ത പിള്ളേരാണ് കൂടുതലും. അടുത്തുള്ള കാർത്തിച്ചേച്ചിയും, കുടുംബവുമാണ് അവർക്കു ഭക്ഷണം കൊടുത്തത്.വൈകുന്നേരത്തോടെ ചൈന അമ്മാവന്റെ മൂത്ത രണ്ട് ആണ്മക്കളും കൂടി ഇലഞ്ഞിക്കൽ ഭാർഗ്ഗവൻപിള്ളയെ കാണാൻ ചെന്നു. "അച്ഛനൊന്നും മിണ്ടുന്നില്ല. കടയും തുറക്കുന്നില്ല. ഒരേ ഇരിപ്പാണ് ആഹാരവും കഴിക്കുന്നില്ല. അപ്പൂപ്പനൊന്ന് വരണം. അപ്പൂപ്പൻ പറഞ്ഞാൽ അച്ഛനൊരുപക്ഷേ കേൾക്കും."

പ്രശ്നങ്ങൾ കുരുക്കഴിക്കാനും തീർക്കാനും ആളുകൾ ഇലഞ്ഞിക്കലേക്കു വരുകയാണ് പതിവ്. ഇന്ന് വരെ ഭാർഗ്ഗവൻപിള്ള എങ്ങോട്ടും പോയിട്ടില്ല. അന്നാദ്യമായി വയ്യാതിരുന്നിട്ടും ഭാർഗ്ഗവൻപിള്ള വിശറിയും ഊന്നുവടിയുമായി അവരോടൊപ്പം ഇറങ്ങി. ചൈന അമ്മാവന്റെ ചായക്കടയിലേക്കാണ് പോയത്. ഇവർ പോകുന്നത് കണ്ടവരൊക്കെ പുറകെ കൂടി. പടിക്കൽ ചെല്ലുമ്പോഴേക്കും പത്തു പതിനഞ്ചു പേരുണ്ടായിരുന്നു. കട പൂട്ടി പടിക്കൽ ഇരുന്ന ചൈന അമ്മാവൻ ഭാർഗ്ഗവൻപിള്ള അദ്ദേഹത്തെ കണ്ടു. എഴുന്നേറ്റു.

"എടാ നോക്കിയേ, ഈ പിള്ളേർ വയ്യാത്ത എന്നെ വിളിക്കാൻ വന്നതെന്തിനാ? എന്താടാ നീ കട തുറക്കാത്തത്? ഈ കുഞ്ഞുങ്ങൾക്ക് ഇനി നീയല്ലാതെ ആരെങ്കിലും ഉണ്ടോ? അവരെങ്ങനെ ജീവിക്കും? നീ തളർന്നാൽ പിന്നെ ഈ പിള്ളേർ എന്ത് ചെയ്യും? നോക്ക് അവൾ നല്ലവളായതുകൊണ്ടാ ദൈവം നേരത്തെ വിളിച്ചത്. അങ്ങനെ സമാധാനിക്കണം. അതാണ് വേണ്ടത്. വേറെ വഴിയില്ല. വീട്ടിൽ പോയി കുളിച്ചിട്ടു വന്നു കട തുറക്ക്."

ചൈന അമ്മാവൻ ഒന്നും മിണ്ടാതെ തല കുലുക്കി നിന്നു. പോകും മുൻപേ ഭാർഗ്ഗവൻപിള്ള ഇരുന്നൂറ് രൂപ അയാളുടെ കൈയിൽ വച്ച് കൊടുത്തു. "സാധനങ്ങൾ വല്ലോം വേണമെങ്കിൽ മേടിക്കു." എന്നിട്ടു തിരിഞ്ഞു പിള്ളേരോട് പറഞ്ഞു,

"നിങ്ങൾ കൂടി ക്ലാസില്ലാത്ത സമയം അച്ഛനെ സഹായിക്കണം, കേട്ടോ."

അടുത്ത ദിവസം തന്നെ അയാൾ കട തുറന്നു. പിള്ളേരും സഹായത്തിനു കൂടി. എന്നാൽ പിറ്റേന്ന് കേട്ട വാർത്ത ഞെട്ടിക്കുന്നതായിരുന്നു. ചൈന അമ്മാവനെ കാണാനില്ല. എവിടെപ്പോയെന്നു ആർക്കും പിടിയില്ല. കട തുറന്ന ശേഷം മൂത്ത മോനെ വിളിച്ചു പറഞ്ഞു. "എടാ കൈയിലുള്ളതും എല്ലാം കൂടി രണ്ടായിരം രൂപയുണ്ട്. അമ്മയുടെ അക്കൗണ്ടിൽ സൊസൈറ്റിയിൽ പതിനായിരം രൂപ വേറെയുമുണ്ട്. പാസ്ബുക്കുമായി ചെന്ന് സൊസൈറ്റി സെക്രട്ടറിയോട് പറഞ്ഞാൽ അത് എപ്പോൾ വേണേലും കിട്ടും. ഇനി കട നീ നടത്തു. സ്കൂളിൽ പോകണ്ട. ഇളയ പി

ള്ളേർ പോകട്ടെ. അമ്മ പോയതിൽ പിന്നെ അച്ഛന് ഒരു സുഖവുമില്ല. ഞാൻ എന്റെ കുടുംബത്തിൽ ഒന്ന് പോയിട്ട് വരാം.”

നേരം വെളുത്തു നോക്കുമ്പോൾ പയ്യന്റെ കട്ടിലിൽ ഒരു കത്ത്.

“അച്ഛൻ പോകുന്നു. ഇനി തിരിച്ചു വരില്ല. തിരക്കി വരണ്ട. എങ്ങോട്ടെന്നറിയില്ല. യാത്ര.”

പിള്ളേരെല്ലാം കൂടി അലമുറയിട്ടു കരഞ്ഞു. നാട്ടുകാരെല്ലാം ചെന്ന് സഹതാപം കാട്ടി. ചിലരൊക്കെ അതും ഇതും പതം പറഞ്ഞു സങ്കടപ്പെട്ടു. രണ്ടു നാൾ കഴിഞ്ഞു എല്ലാവരും എല്ലാം മറന്നു. പിന്നെയും കട അടഞ്ഞു. മൂത്ത പിള്ളേർ രണ്ടെണ്ണം എന്തോ കൂലിപ്പണിക്ക് പോകാൻ തുടങ്ങി. ചൈന അമ്മാവനെ എല്ലാവരും മറന്നു. നാടും മറന്നു.

മുരളിയെ വല്ലാണ്ട് പിടിച്ചു കുലുക്കിയ ഒരു സംഭവം ആയിടയ്ക്ക് നടന്നു.

ഗോപാലൻ

***പാ**ടത്ത് ചെറുമൻ ചേറിൽ കുളിച്ചു പട്ടിണി കിടന്ന് നൂറു മേനി കൊയ്യുമ്പോൾ മെതി കഴിഞ്ഞു ജന്മിയും പാട്ടക്കാരനും പൊലി അളന്ന് പുന്നെല്ലുമായി പോകും. പുലയന്റെ പിള്ളേർ ആരെങ്കിലും മെതിക്കപ്പുറത്ത് അടർന്ന് വീണ കതിരുകളും കറ്റയിൽനിന്നും തറയിൽ ഊരിപ്പോയ കതിരുകളും ചേർത്ത് അരക്കറ്റ കെട്ടിയെടുത്താൽ അത് വാങ്ങി പോകുന്ന ജന്മികളും കുറവല്ല.*

"കൊച്ചാട്ടാ, ഈ ഇ എം എസ് മന്ത്രിസഭയുടെ കാർഷിക പരിഷ്കാരങ്ങൾ കൊണ്ടാണോ ഈ കൊട്ടാരങ്ങളൊക്കെ, അടമന മഠവും, നേര്മഠവും ഒക്കെ തകർന്നു പാപ്പരായത്?"

കടയിൽ തയ്യൽ പഠിക്കാൻ വന്ന പെൺകുട്ടി, ബട്ടൺ പിടിപ്പിക്കുന്ന കൂട്ടത്തിൽ തയ്യൽക്കാരൻ അച്യുതൻ പിള്ളയോട് ചോദിച്ചു.

"അങ്ങനെയും പറയാം. എന്നാൽ പ്രധാനം, അവരൊന്നും മെയ്യനങ്ങി ജോലി ചെയ്തിട്ടില്ല. ചെയ്യാൻ റെഡിയുമല്ല. അതല്ലേ മൂലകാരണം?"

"കൊച്ചാട്ടൻ കാര്യം പറഞ്ഞു താ. ന്യായം പറയാതെ."

മുരളി അച്യുതൻപിള്ളയുടെ കടയിൽ നിക്കർ തുന്നിയത് വാങ്ങാൻ ചെന്നതാണ്.

അച്യുതൻപിള്ളയ്ക്ക് ആവേശം കയറി. പ്രസംഗം തുടങ്ങി. "അങ്ങനെയെങ്കിൽ ആദ്യം ആ ബില്ലിന് മുൻപുള്ള കാലത്തെപ്പറ്റി അറിയണം. നേരത്തെ എല്ലാ സ്വത്തും രാജാവിന് അവകാശപ്പെട്ടതായിരുന്നു. അതിനെ പണ്ടാരവക സ്വത്ത് എന്നാണ് പറയുക. അതിന്മേലുള്ള അവകാശം മൂന്ന് രീതിയിലാണ് രാജാവ് കൊടുത്തിരുന്നത്. രാജാവത് മേലാളന്മാർക്ക് പാട്ടത്തിന് കൊടുത്തിരുന്നു. അതിനെ പണ്ടാരപ്പാട്ടം എന്ന് വി

ളിച്ചിരുന്നു. അതുപോലെ രാജാവ് ബ്രഹ്മദയങ്ങൾക്കു അല്ലെങ്കിൽ ബ്ര ഹ്മസ്വത്തിന് എന്ന പേരിൽ ബ്രാഹ്മണന്മാർക്ക് കരമൊഴിവായി സ്ഥല ങ്ങൾ കൊടുത്തിരുന്നു. മൂന്നാമത് ക്ഷേത്രങ്ങൾക്കും, ദേശത്തിലെ മാന്യ ന്മാർക്കും ഇതുപോലെ രാജാവ് ഭൂമി കരമൊഴിവായും പാട്ടത്തിനും കൊ ടുത്തിരുന്നു. എന്നാൽ ഒരിടത്തും ആർക്കും ഭൂമിയുടെ അവകാശമില്ല. ഇങ്ങനെ മൂന്നു രീതിയിൽ ഭൂമി കിട്ടി അനുഭവിച്ചു വന്ന ജന്മിമാരും പ്രമാ ണിമാരും എല്ലാവരും അടിയാനെയും അധകൃതനെയും വച്ചു കൃഷി ചെ യ്യിച്ചു.

എങ്ങനെയായാലും ഭൂമിയിൽ ശരിക്കും കൃഷി ചെയ്തു പൊന്ന് വി ളയിച്ച കീഴ് ജാതിക്കാരനും അധകൃതനും ഭൂമിയില്ല. കോരന് കുമ്പി ളിൽ കണ്ണീര് മാത്രം. പാടത്ത് ചെറുമൻ ചേറിൽ കുളിച്ചു പട്ടിണി കിടന്ന് നൂറു മേനി കൊയ്യുമ്പോൾ, മെതി കഴിഞ്ഞു ജന്മിയും, പാട്ടക്കാരനും പൊലി അളന്ന് പുന്നെല്ലുമായി പോകും. പുലയന്റെ പിള്ളേർ ആരെങ്കി ലും മെതിപ്പുറത്ത് അടർന്ന് വീണ കതിരുകളും, കറ്റയിൽനിന്നും തറ യിൽ ഊരിപ്പോയ കതിരുകളും ചേർത്ത് അരക്കറ്റ കെട്ടിയെടുത്താൽ അത് വാങ്ങി പോകുന്ന ജന്മികളും കുറവല്ല.

ഒരിക്കൽ കൊച്ചുചെറുക്കൻ പറഞ്ഞത് അവനോർത്തു

“പട്ടിണി കിടന്ന് തമ്പിച്ച വയറ്റിന് ഒരു തംബ്ലർ കഞ്ഞിവെള്ളം കൊ ണ്ട് വയറ് നിറയും. അല്ലേലും പച്ചവെള്ളമായാലും മതി. അതിന്റുടെ ഒ രു പച്ചമാങ്ങേന്റെ പൂളോ ഒരു പച്ചപ്പുളിയോ ഇത്തിപ്പോരം ഉപ്പും കിട്ടി യാലെക്കൊണ്ട് കുശാൽ. ശീലമായി പോയി തമ്പ്രാ. എന്നുമെച്ചു പിള്ളേർക്ക് കൊടുക്കണ്ടേ? അവറ്റെടെ ഒട്ടിയ ബെയറിന് തഴമ്പ് വീണി ട്ടില്ലല്ലാ. ചേറു ബെട്ടി, മടേം പിടിച്ച, ബാരമ്പു പിടിച്ച, തേകൊട്ടല് ചാലീ ന്നും ബെള്ളം തേമ്പി ഞാറു നനച്ച പെലേന്, പാതിരാത്രി മൊനമ്പി കത്തുന്ന റാന്തലിന്റെ ബെട്ടത്തിൽ ചക്രം ചവിട്ടി കണ്ടം നിറച്ച പെലേന് കുടീ തീ പുകഞ്ഞില്ലേലെന്താ?”

പിന്നെ സ്വയം സമാധാനിക്കും പോലെ അയാൾ പറഞ്ഞു “അപ്പൻ പറേന്നതു നമ്മ നട്ടു ബളർത്തിയ നെൽച്ചെടികൾ കാണുമ്പം, നോക്കി തന്തോഷത്തോടെ തലയാട്ടണില്ലേ? ഓരോ ചോടും പൊട്ടി കണ്ണുകൾ ബരണില്ലേ? നെല്ല് തഴച്ചു നിക്കണത് കാണുമ്പോള്ള തന്തോഷം. ഇതി നും മേലെ എന്ത് സൊഗമാ പെലെന്?”

ഇഷ്ടമുള്ള വിഷയമായത് കൊണ്ട് മുരളി ശ്രദ്ധിച്ചു നിന്നു. അച്യു തൻ പിള്ള ശിഷ്യയോട് പറഞ്ഞു “നീ ശ്രദ്ധിച്ചു കേട്ടോളു. അൻപത്തേ ഴിൽ കേരളത്തിൽ ആദ്യ നിയമസഭ അധികാരത്തിൽ വന്നു. സഖാവ് ഇ എം എസിന്റെ നേതൃത്വത്തിൽ, ആദ്യ കമ്യൂണിസ്റ്റു മന്ത്രിസഭ. തിരഞ്ഞെ ടുപ്പിൽ കൂടി കമ്യൂണിസ്റ്റുകൾ അധികാരത്തിൽ വന്ന ലോകത്തിലെ ആ ദ്യ സംസ്ഥാനം. അധികാരത്തിൽവന്ന മന്ത്രിസഭ ആറാം ദിവസം, തൊ ള്ളായിരത്തി അൻപത്തിയേഴു ഏപ്രിൽ പതിനൊന്നിന് അവരുടെ ഐ തിഹാസികമായ കുടി ഒഴിപ്പിക്കൽ നിരോധന നിയമം കൊണ്ടു വന്നു.

അതിൻ പ്രകാരം പാട്ടക്കുടിയാനെ, അവന്റെ പാട്ടഭൂമിയിൽനിന്നും ഒഴിപ്പിക്കാൻ പാടില്ല. അതിന് ശേഷം കൊണ്ട് വന്ന കാർഷിക ബന്ധ ബില്ല് നിയമസഭയിൽ പാസാക്കി ഗവർണർക്ക് അയച്ചു. ഗവർണർ അംഗീകരിച്ചിട്ട് അത് രാഷ്ട്രപതിയുടെ അംഗീകാരത്തിന് റെഫർ ചെയ്തു. അന്ന് അംഗീകാരം കിട്ടാഞ്ഞ ആ ബില്ലിലെ പല കാര്യങ്ങളും പിന്നീട് വന്ന സർക്കാരുകൾ, കോൺഗ്രസ് ഉൾപ്പെടെ പല സമയത്തായി നടപ്പാക്കി.

പാട്ടക്കുടിയാന് കൈവശ ഭൂമിയിൽ അവകാശം കിട്ടും ഭൂമിക്ക് പരിധി നിശ്ചയിക്കും പരിധിക്കു മേലുള്ളത് സർക്കാർ മിച്ച ഭൂമിയായി ഏറ്റെടുക്കും മിച്ചഭൂമി ഭൂമിയില്ലാത്തവർക്ക് വിതരണം ചെയ്യും എന്നിങ്ങനെ നാലു കാര്യങ്ങളായിരുന്നു ബില്ലിൽ ഉണ്ടായിരുന്നത്. ബില്ലിലെ വ്യവസ്ഥ പ്രകാരം പതിനഞ്ചു ഏക്കറിന് മുകളിലുള്ളവ മിച്ചഭൂമിയായി കണ്ട് സർക്കാർ കണ്ടുകെട്ടും. എന്നാൽ എസ്റ്റേറ്റുകളാണെങ്കിൽ ഭൂമിക്ക് പരിധിയില്ല.

ഭൂപരിഷ്കരണ നിയമത്തോടെ കേരളത്തിലെ ഭൂമിയുടെ അവകാശങ്ങളിൽ കാര്യമായ മാറ്റങ്ങൾ വന്നു. കുടി ഒഴിപ്പിക്കൽ നിരോധന നിയമം കൊണ്ടുവന്നതോടെ പാട്ടഭൂമി കൈവശം വച്ചിരുന്ന ആരും അവ വിട്ടുകൊടുത്തില്ല, അത് എത്ര ഏക്കർ ഉണ്ടെങ്കിലും.

ഇവിടെയാണ് നമ്മുടെ മഠങ്ങൾ പെട്ട് പോയത്. ഭൂമി പാട്ടത്തിന് കൊടുക്കാതെ സ്വയം കൃഷി ചെയ്തവർ രക്ഷപ്പെട്ടു. അവർക്ക് കൈവശം പതിനഞ്ച് ഏക്കർ കിട്ടി. ബാക്കി അവർ ഇഷ്ടക്കാരുടെയും ബന്ധുക്കളുടെയും പേരിൽ എഴുതി വച്ചു. അതുകൊണ്ട് മാവേലിൽ മഠവും, അതുപോലെയുള്ള മഠങ്ങളും രക്ഷപ്പെട്ടു. ചില വിദ്വാന്മാർ രഹസ്യ ബന്ധമുള്ള നാട്ടിലെ സുന്ദരികളായ പെണ്ണുങ്ങളുടെയും പേരിൽ എഴുതിവച്ചു. അത് എന്തിനാണെന്ന് ഞാൻ പറയുന്നില്ല. ക്ഷേത്രം കോട്ടൂർ മഠം, തൃക്കുന്നത്ത് മഠം, അടമന മഠം, നേര് മഠം ഇവരൊക്കെ ഒറ്റ രാത്രി കൊണ്ട് പാപ്പരായി. അവരൊക്കെ താമസിച്ചിരുന്ന നാലുകെട്ടും അല്ലെങ്കിൽ എട്ടുകെട്ടും അത് ഇരുന്ന കുറച്ചു സ്ഥലവും, ഏറിയാൽ മുപ്പതോ നാല്പതോ സെന്റ് സ്ഥലമൊഴികെ ബാക്കിയെല്ലാം പാട്ടത്തിന് കൊടുത്തിരുന്നല്ലോ. അതെല്ലാം കൈവിട്ടു പോയി. അവരുടെയെല്ലാം യുവാക്കൾക്ക് മറ്റ് ജോലികൾക്കു പോകാനുള്ള അറിവോ മനസ്സോ ഉണ്ടായില്ല. വീട്ടിലിരുന്നു സൊറ പറഞ്ഞു, സുഖിച്ചു ജീവിച്ച ജന്മങ്ങൾ. 'അർമാദിച്ചു' കഴിഞ്ഞ അവർ എങ്ങനെ അന്തസ്സ് വിട്ട് സാധാരണക്കാരോടൊപ്പം അതും കീഴ്ജാതിക്കാരോടൊപ്പം ജോലി ചെയ്യും. പമ്പേശും മഠം പിടിച്ചു നിന്നത് അവിടത്തെ യുവാക്കൾ പഴയ ആഢ്യത്വം പറഞ്ഞു വീട്ടിലിരിക്കാതെ മറ്റ് ജോലികൾ തേടി പോയതുകൊണ്ടാണ്.

അതുപോലെ ക്ഷേത്രഭൂമികൾ കൈവശം വച്ച് കൃഷി ചെയ്തിരുന്ന നായർ പ്രമാണിമാർ അവയൊന്നും വിട്ടു കൊടുത്തില്ല. ദൈവങ്ങളും പാപ്പരായി. നമ്മുടെ നാട്ടിലെ പ്രമാണിമാരും മോശമല്ല. വരുമാനങ്ങൾ ഇല്ലാതായതോടെയാണ് നമ്മുടെ പോരുവഴിയമ്മയൊഴികെ, സുബ്രമ

ണ്യൻ, ശിവൻ, അയ്യപ്പൻ ഇവരുടെ ക്ഷേത്രങ്ങൾ പൂട്ടി പോയത്. ഇതൊന്നും പരസ്യമായി പറയാനൊക്കില്ലല്ലോ."

"പണി ചെയ്യാനൊരു കൂട്ടർ, വെറുതെ ഇരുന്നു തിന്നാൻ മറ്റൊരു കൂട്ടർ" ഇതായിരുന്നു പഴയകാലത്തെ സ്ഥിതി.

തന്റെ ജന്മദിനത്തിലാണ് ഈ നിയമം വന്നത് എന്നത് മുരളി ആരോടും പറഞ്ഞില്ല. അച്യുതൻപിള്ള മുരളിയുടെ മനസ്സിൽ തീ കോരിയിട്ടു. ഇത്രനാളും അടക്കി ഭരിച്ചു, പെട്ടെന്ന് ഒരു നാൾ പട്ടിണിയിലായ തമ്പുരാനോ, അതോ വർഷങ്ങളായി അടിച്ചമർത്തപ്പെട്ട പട്ടിണിയിൽ കഴിഞ്ഞ ഒരു വിഭാഗം ജനങ്ങൾ പൊതു ധാരയിലേക്ക് അല്പമെങ്കിലും വരുന്നതോ ഏതാണ് ശരി? ഏതാണ് ന്യായം?

രതി ഇപ്പോൾ മുരളിയുടെ ദേഹത്ത് തൊട്ടു സംസാരിക്കാറില്ല. അവൾ പെട്ടെന്ന് മുതിർന്ന കുട്ടികൾ പെരുമാറും പോലെ അവനോട് ഇടപെടാൻ തുടങ്ങി. ഒരുപക്ഷേ, അന്നത്തെ അവന്റെ പെരുമാറ്റം അവൾക്ക് അപ്രതീക്ഷിതമായ ഒരടി ആയിക്കാണും. അല്ലെങ്കിൽ അവന്റെ മനസ്സിലേക്ക് കയറാനുള്ള വഴി കുറെ കൂടി അകന്നു നിന്ന് സ്നേഹിക്കുമ്പോഴാകും എന്നവൾക്ക് തോന്നിക്കാണും. "മുരളിയേട്ടാ, മുരളിയേട്ടൻ മാടത്തയെ വളർത്തുന്നെന്ന് കേട്ടല്ലോ? എന്നെ ഒന്ന് കൊണ്ട് കാണിക്കാമോ? അഴിച്ചു വിട്ടാൽ പറന്നു പോകുമോ?"

"നിന്നോട് ആര് പറഞ്ഞു?"

"രവിയേട്ടൻ."

"എടി, അത് കുഞ്ഞാണ്. പപ്പും പൂടയുമൊന്നും ശരിക്കു വന്നിട്ട് പോലുമില്ല. കൂട്ടിലിട്ടാ വളർത്തുന്നത്. കൈയിലെടുത്തോണ്ടു വരാറായില്ല. എപ്പോഴും കൈയിലിട്ടു വിരകിയാൽ അത് ചത്തുപോകും."

"ശരി, എന്താ അതിന് കൊടുക്കുന്നത്?"

"അതിനിഷ്ടം വിട്ടിലുകളാണ്."

"ങേ! പാലും, പഴവുമല്ലേ?"

"അത് തത്തക്കാണ് കൊച്ചെ. ഇതിനും കൊടുക്കാം. എന്നാൽ ഇഷ്ടം വിട്ടിലുകളാണ്."

"ഈ തറയുടെ കിഴക്ക് പുല്ലുള്ളിടത്തു ധാരാളം ഉണ്ട്. നമുക്ക് പോയി പിടിക്കാം." അവൾക്ക് ഉത്സാഹമായി. പശുവിന് പുല്ലു പറിക്കാൻ വന്നതായിരുന്നു അവൻ. മാലൂർ വടക്കേ വിരിപ്പ് കണ്ടത്തിലെ വരമ്പേൽ ധാരാളം കളയുണ്ട്. അതുപോലെ മാലൂർ കിഴക്ക് പുറത്തെ പുരയിടത്തിൽ ധാരാളം കറുകപ്പുല്ലും. ഇവിടെ വന്നാൽ വേഗം ചാക്ക് നിറയെ പുല്ലു കിട്ടും. ഒപ്പം കുരുവിക്കൂടുകളും കാണാം. പിന്നെ തറയിൽ നിന്നുള്ള മനോഹരമായ കാഴ്ചകളും. കിഴക്ക് പുറത്തെ പുരയിടത്തിൽ ഒറ്റയ്ക്ക് പോകാറില്ല. വിഷപ്പാമ്പുകളുള്ള സ്ഥലമാണ്. എന്തെങ്കിലും പറ്റിയാൽ കൂടെ ആളില്ലെങ്കിൽ കുഴപ്പമാണ്. രതി കൂടി ഉള്ളതു കൊണ്ടവൻ പറഞ്ഞു. "നമുക്ക് കിഴക്കേ പുരയിടത്തിൽ പോയാലോ? അവിടാകു

മ്പോൾ നീ വിട്ടിലിനെ പിടിക്കുന്ന നേരം കൊണ്ട് എനിക്ക് ഒരു ചാക്ക് പുല്ലും പറിക്കാം."

മുരളിക്ക്, പോയിപ്പുറത്തെ വെളുത്ത ബാലൻ കൊടുത്ത മാടത്തയാണ്. പോയിപ്പുറത്ത് ഏതാണ്ട് പത്ത് വീടുകളോളം ഉണ്ട്. അതിൽ രണ്ടിടത്തായി രണ്ടു ബാലന്മാർ ഒരേ പ്രായത്തിൽ. തിരിച്ചറിയാൻ സൗകര്യത്തിന് നാട്ടുകാർ കൊടുത്ത പേരാണിത്. കാരണം ഒരാൾ വെളുത്തതും, മറ്റേയാൾ കറുത്തതും. കറുത്ത ബാലന് കഴിഞ്ഞ വർഷം പട്ടാളത്തിൽ ജോലി കിട്ടി പോയി. വെളുത്ത ബാലനും പട്ടാളത്തിൽ ചേരാൻ ശ്രമിക്കുന്നുണ്ട്. എല്ലാം ഓക്കേ ആണെങ്കിലും അയാൾക്ക് ഭാരം കുറവായതു കൊണ്ട് കഴിഞ്ഞ പ്രാവശ്യം കിട്ടിയില്ല. ഇപ്പോൾ തടി കൂടാൻ ദിവസവും മുളപ്പിച്ച പയറും, കടലയും, ഒക്കെ കഴിക്കുകയാണ്. വെളുത്ത ബാലന് ബീഫും ചിക്കനും ഇഷ്ടമല്ല. കണ്ടാലും, സ്വഭാവവും പോറ്റി പിള്ളേരെ പോലെയാണ്. അയാൾക്ക് തത്തയും മൈനയും അണ്ണാൻ കുഞ്ഞും പത്തുപതിനഞ്ച് മുയലുകളും ഉണ്ട്. അയാളുടെ തത്തയും, മൈനയുമൊക്കെ ചൂളമടിക്കുകയും ചില വാക്കുകളൊക്കെ പറയുകയും ചെയ്യും. എത്ര ദിവസം കെഞ്ചി കേട്ടിട്ടാണെന്നോ മണ്ടപോയ തെങ്ങിൽ കയറി എടുത്ത മാടത്തയെ അയാൾ മുരളിക്ക് കൊടുത്തത്.

ബാലന് വേഗം ജോലി കിട്ടാൻ അന്നൊക്കെ മുരളി പ്രാർത്ഥിക്കുമായിരുന്നു. കാരണം അവൻ ഒരുനാൾ ബാലനെ കൊണ്ട് സത്യം ചെയ്യിച്ചിരുന്നു, അയാൾക്ക് ജോലി കിട്ടി പോയാൽ കിളികളെ എല്ലാം അവന് കൊടുക്കാം എന്ന്. എന്നാൽ വെളുത്ത ബാലൻ വാക്ക് പാലിച്ചില്ല. അയാൾക്ക് പട്ടാളത്തിൽ ജോലികിട്ടി എന്നറിഞ്ഞു ചെന്ന് ചോദിച്ചപ്പോൾ ബാലൻ പറഞ്ഞത്, "അയ്യോ. എടാ മറന്നു പോയി. കിളികളെ ഒക്കെ തുറന്നുവിട്ടു. പറന്നു നടക്കേണ്ടവയല്ലേ? കൂട്ടിലിട്ട് നമ്മൾ എന്തെല്ലാം കൊടുത്താലും കാര്യമില്ല. അതിന്റെ സ്വാതന്ത്ര്യം നമ്മൾ കെടുത്തുന്നത് ദോഷമാണ്."

"അപ്പോൾ മുയലുകളോ?"

"നീയത് ചോദിച്ചില്ലല്ലോ. അല്ലെങ്കിൽ തന്നെ ഇപ്പോൾ നിനക്ക് മുയലുകളുണ്ടല്ലോ. അത് എനിക്ക് ജോലി ശരിയാക്കി തന്ന ആൾക്ക് കൊടുത്തു." മുരളിക്ക്, ബാലനോട് അന്നല്പം ദേഷ്യം തോന്നി.

രതി കൂടെയുണ്ടെങ്കിലും അവന് സർപ്പത്തിനെ നല്ല പേടിയുണ്ടായിരുന്നു. അവിടെയെല്ലാം ശംഖുവരയനും മൂർഖനും അണലിയുമൊക്കെ ഉള്ള സ്ഥലമാണ്. ഒരു പക്ഷേ, രാജവെമ്പാല വരെ കാണാം. നേരിട്ടു കണ്ടാൽ തല്ലിക്കൊല്ലാം. എന്നാലറിയാതെ ചവുട്ടി അവ കൊത്തിയാലോ? അതുകൊണ്ട് അവൻ കൈയിലിരുന്ന കമ്പുകൊണ്ട് പൊങ്ങി നില്ക്കുന്ന കാട്ടു ചെടികളെയും കമ്യൂണിസ്റ്റ് പച്ചയെയും കറുക പുല്ലുകളെയും, അടിച്ചും, ശബ്ദമുണ്ടാക്കിയും ആയിരുന്നു മുന്നോട്ടു പോയിരുന്നത്.

"പാമ്പുകൾക്ക് ചെവി കേൾക്കില്ല, തറയിൽ ചലനങ്ങൾ ഉണ്ടായാൽ, പക്ഷേ, അറിയാൻ പറ്റും." പണ്ട് രാഘവൻ പറഞ്ഞതാണ്. അപ്പോഴാണ്

അവൻ കണ്ടത്. പുരയിടത്തിന്റെ കിഴക്കേ ചരുവിനടുത്ത്, നല്ല പൊക്കമുള്ള ഏഴുമ്പുല്ലുകൾക്കിടയിൽ, ആരോ രണ്ടുപേർ നില്ക്കുന്നു. ഒറ്റ നോട്ടത്തിൽ കാണില്ല. സൂക്ഷിച്ചു നോക്കിയാലും, അവർ അനങ്ങിയാൽ മാത്രമേ കാണാൻ പറ്റൂ. ഒരു പെണ്ണും ചെറുക്കനും. പയ്യനെ അവന് ഒറ്റ നോട്ടത്തിൽ മനസ്സിലായി. അവന്റെ കൂടെ പഠിക്കുന്ന ഒന്നാം വാര്യത്തെ ദാസന്റെ, കോളേജിൽ പഠിക്കുന്ന മൂത്ത ജ്യേഷ്ഠൻ. അവൻ നോക്കി നില്ക്കുന്നത് രതിയും കണ്ടു. അതുവരെ ചലപില ചിലച്ചു കൊണ്ടിരുന്ന രതി പെട്ടെന്ന് നിശ്ശബ്ദയായി. ശബ്ദം താഴ്ത്തി അവൾ പറഞ്ഞു. "നമുക്ക് പോകാം."

"ആരാടി ആ പെണ്ണ്?"

"ഓ, ഞാൻ എപ്പോഴും അവരെ കാണാറുണ്ട്. ദോ, ആ തറയിലെ വീടില്ലേ? അവിടുത്തെയാണ് പെണ്ണ്. ചെറുക്കൻ ആരാന്നറിയില്ല." അവൾ നിസ്സാരവല്ക്കരിച്ചു.

"ശരി." തിരിച്ചു നടക്കുമ്പോൾ അവൻ കരുതി അവൾ അവന്റെ കൈകളിൽ പിടിക്കുമെന്ന്. ഒന്നും ഉണ്ടായില്ല.

"ഇതിപ്പോൾ ആരോടും പറയാൻ നില്ക്കണ്ട." ഒരു മുതിർന്ന കുട്ടി പറയുമ്പോലെ അവൾ ഉപദേശിച്ചു. അവൻ അത്ഭുതത്തോടെ അവളെ നോക്കി.

മുരളിയുടെ ഏഴാം ക്ലാസിലെ ഓണപ്പരീക്ഷയുടെ ആദ്യ ദിവസം. നേരം വെളുത്ത ഉടനെ തന്നെ വാർത്ത കൊണ്ട് വന്നത് ന്യൂസ് പേപ്പർ ഇടുന്ന മാധവൻ. മുറ്റമടിക്കുകയായിരുന്ന ലക്ഷ്മിയമ്മ പേപ്പർ വാങ്ങാൻ ചെന്നപ്പോൾ ലക്ഷ്മിയമ്മയോട് അയാൾ പറയുന്നത് മുറിയിലിരുന്നാണവൻ കേട്ടത്. "ചേച്ചി, വാര്യത്തെ പുറകിലുള്ള തറയിലെ പെണ്ണ് നാണിയെ അറിയുമോ?"

"ഒന്നാം വാര്യത്തെ വീട്ടിൽ ജോലിക്ക് നില്ക്കുന്ന സ്ത്രീയല്ലേ?"

"അതെ. അവരുടെ മോൾ, സുശീലയുടെ ശവം അവരുടെ വീടിനപ്പുറത്തെ ചാലിൽ പൊങ്ങിക്കിടക്കുന്നു. ആളുകളൊക്കെ കൂടിയിട്ടുണ്ട്. പൊലീസും വന്നിട്ടുണ്ട്. വരമ്പത്തൂടെ പോയപ്പോൾ കാല് തെറ്റി എങ്ങാണ്ട് ചാലിൽ വീണതാകാം, ആ ഭാഗത്ത് വലിയ താഴ്ചയും ചുഴിയുമൊക്കെ ഉണ്ട്. എന്നൊക്കെയാണ് വീട്ടുകാരും, പൊലീസും പറയുന്നത്. പിന്നെ നാട്ടുകാർ പലവിധമല്ലേ? പെണ്ണിന് ഗർഭമാണെന്നും ആരോ പിഴപ്പിച്ചതാണെന്നും പറയുന്നവരും ഉണ്ട്. ആർക്കെങ്കിലും ഒരു സങ്കടമുണ്ടായാൽ എവിടെയും കാണുമല്ലോ കഴുകന്മാർ? പോസ്റ്റ്മോർട്ടം കഴിയുമ്പോൾ ഇവനൊക്കെ അടങ്ങിക്കൊള്ളും. ആ തന്ത, ഗോപാലൻ, കൊച്ചിന്റെ ശവവും കണ്ടിട്ട് നെല്ലിനടിക്കാനിരുന്ന ഫ്യൂരിഡാൻ എടുത്ത് കുടിച്ചു. അയാളെയും കൊണ്ട് ഒരു സെറ്റ് ഗവൺമെന്റ് ആശുപത്രിയിലേക്കും പോയിട്ടുണ്ട്. രക്ഷപ്പെട്ടാൽ ഭാഗ്യം. തള്ളയും, ഇളയ നാല് പിള്ളേരും അവിടെ നെഞ്ചത്തടിച്ചു കരയുന്നുണ്ട്. അതും പൊടിപ്പിള്ളേർ. ഉരിയയും നാഴിയും ഇടങ്ങഴിയുമായി. അവസാനത്തേത് മാത്രം ഒരു കരച്ചിലുമില്ല.

ഒക്കത്തിരിക്കുവല്ലേ? അതിനൊന്നും മനസ്സിലായിട്ടില്ല. ഇതിന്റെ ഇളയ ത്തുങ്ങളാണ്. എല്ലാം പെൺപിള്ളേർ. അയാളും കൂടി തട്ടി പോയാൽ ഈ പിള്ളേർ എങ്ങനെ ജീവിക്കുമോ എന്തോ? അടുക്കള പണിക്കു പ്പോ യാൽ എന്തോ കിട്ടാനാ? വാര്യത്ത് നിന്നും കിട്ടുന്ന പകർച്ചയല്ലേയുള്ളു. അല്ലാതെ ശമ്പളം ഒന്നും ഇല്ലല്ലോ. കണ്ടാൽ സഹിക്കുകേല. സഖാവ് ഉ ണ്ടായിരുന്നെങ്കിൽ ഇക്കാര്യങ്ങളിൽ എല്ലാം അവർക്ക് ഒരു സഹായം കി ട്ടുമായിരുന്നു."

"കഷ്ടമായിപ്പോയി. സഖാവ് കണ്ണൂരിൽ ആണ്." ലക്ഷ്മിയമ്മ സ ങ്കടം പറഞ്ഞു.

മാധവൻ ഇങ്ങനെയാണ്. പേപ്പർ ഇടുന്നതോടൊപ്പം നാട്ടിലെ വാർ ത്തകളും എത്തിച്ചു തരും. എന്നാൽ ഒന്ന് പറയണം, നല്ലവനാണ്. ആ രെപ്പറ്റിയും ദോഷം പറയില്ല.

മാലൂരെ പുരയിടത്തിൽ നിന്നും കണ്ട കാഴ്ചയായിരുന്നു മുരളിയുടെ മനസ്സിൽ. വാര്യത്തെ ദാസന്റെ ജ്യേഷ്ഠനും ആ പെൺകുട്ടിയും. സ്കൂ ളിൽ ചെന്ന ഉടനെ അവൻ ദാസനെ അവിടെയൊക്കെ തേടി. അയാൾ പ രീക്ഷയ്ക്ക് വന്നില്ല. അല്ലെങ്കിൽ തന്നെ വീട്ടിലെ വേലക്കാരിയുടെ മോൾ മരിച്ചാൽ അയാൾ എങ്ങനെ പരീക്ഷയ്ക്ക് വരും. ആരും നാണിയുടെ മോളുടെ മരണത്തെപ്പറ്റി ഒന്നും പറഞ്ഞില്ല. പരീക്ഷ കഴിഞ്ഞു വെളി യിൽ ഇറങ്ങുമ്പോൾ രമേശ് വിളിച്ചു, "എടാ പോയി നോക്കാം."

മരണം കാണാൻ അവന് ഇഷ്ടമല്ലായിരുന്നു. എന്നാൽ ഒഴിയാൻ പ റ്റാഞ്ഞതിനാൽ കൂടെ പോയി. തറയിലേക്ക് പോകുന്നത് വാര്യത്തെ മുറ്റ ത്തുകൂടി ആണെന്നവന് അറിയാമായിരുന്നു. അല്ലെങ്കിൽ പിന്നെ രണ്ടു ഫർലോങ് പോയി വലത്തോട്ട് വഴി ചുറ്റി പോകണം. വാര്യത്തെ പറ മ്പിൽക്കൂടി പോകുമ്പോൾ ദാസന്റെ ജ്യേഷ്ഠൻ എന്തെടുക്കുകയാണെ ന്ന് അറിയാമല്ലോ എന്നൊരു ഗൂഢ ഉദ്ദേശ്യം കൂടി അവന് ഉണ്ടായിരുന്നു. അങ്ങോട്ടു പോകുമ്പോൾ ആരെയും വാര്യത്തെ മുറ്റത്ത് കണ്ടില്ല. ആ രോ അകത്ത് സംസാരിക്കുന്നതും റേഡിയോയിൽ വാർത്തയും കേൾ ക്കാമായിരുന്നു. എല്ലാം സാധാരണ പോലെ. ഗോപാലന്റെ തറയിൽ ചി ലരൊക്കെ കൂടി നില്പുണ്ടായിരുന്നു. അവരുടെ ബന്ധുക്കൾ. നാട്ടുകാ രെല്ലാം പിരിഞ്ഞു പോയി. ബോഡി വൈകുന്നേരത്തോടെ കൊണ്ടുവരും. വന്നാലുടനെ തറയിൽ അടക്കും. വാര്യത്തെ തറയാണ്. അവിടെ അട ക്കിക്കൊള്ളാൻ അവർ അനുവാദം കൊടുത്തു.

"പെണ്ണിന് നീന്താനറിയില്ല" എന്ന് അമ്മ പറഞ്ഞതോടെ അപകട മരണം എന്ന് പറഞ്ഞു പൊലീസ് പോയത്രേ. ആർക്കും പരാതിയുമില്ല. മടങ്ങുമ്പോൾ എന്തോ മുരളിക്ക് വലിയൊരു ഭാരം ആയിരുന്നു മനസ്സിൽ. വാര്യത്തെ ദാസന്റെ ജ്യേഷ്ഠൻ ഹരിയുമായുള്ള അടുപ്പത്തെപ്പറ്റി ആ രും പറഞ്ഞു കേട്ടില്ല. ആർക്കും ഒന്നും അറിയില്ല എന്ന് തോന്നുന്നു. ആ രോടെങ്കിലും പറഞ്ഞാലോ, കുറഞ്ഞപക്ഷം രമേശിനോടെങ്കിലും എന്ന വൻ ഓർത്തു. എന്നാൽ രമേശിനെ വിശ്വസിക്കാൻ കൊള്ളില്ല. അവൻ

ഓടിനടന്നു എല്ലാവരോടും പറയും. ചിലപ്പോൾ താൻ പറയാത്തത് കൂടി പറയും. പിന്നീട് പൊലീസ് വന്നു തന്നോടും വേണ്ടാത്ത ചോദ്യങ്ങളൊക്കെ ചോദിക്കും. "ഇതിപ്പോൾ ആരോടും പറയാൻ നില്ക്കണ്ട.' എന്ന രതിയുടെ വാക്കുകളും അവനോർത്തു. അടുത്തനാൾ അറിഞ്ഞു. ഗോപാലൻ അപകട നില തരണം ചെയ്തു. എന്നാൽ ആത്മഹത്യാ ശ്രമത്തിനു കേസ് ഉണ്ട്. അത് സാരമില്ല താൻ നോക്കിക്കൊള്ളാം എന്ന് വാര്യത്തെ മൂത്ത മരുമോൻ വക്കീൽ വിജയൻ ഏറ്റത്രേ.

എന്നാൽ പ്രശ്നം മറ്റൊന്നാണ്. പോസ്റ്റ്മോർട്ടം റിസൾട്ട് വന്നപ്പോൾ, പെണ്ണ് മൂന്നു മാസം ഗർഭിണി ആണത്രേ. അതാണ് എല്ലാവർക്കും അത്ഭുതം. അവളെപ്പറ്റി ആർക്കും ഒരു മോശമായ അഭിപ്രായം ഇല്ല. അവളുടെ അമ്മയ്ക്ക് ഈ കാര്യം വിശ്വസിക്കാനേ പറ്റുന്നില്ല. "പെണ്ണിന് ചാഞ്ചാട്ടമുണ്ടായാൽ ഒരമ്മയ്ക്ക് അതറിയാം. എന്നാൽ എന്റെ കുഞ്ഞിന് അങ്ങനെ ഒരു പ്രശ്നവും ഇല്ല. എനിക്ക് ഉറപ്പാണ്. പരിശോധിച്ചവർക്ക് തെറ്റിയതാകാം."

കരച്ചിലിനിടയിൽ അവർ ആണയിട്ട് പറഞ്ഞു. തിരിച്ചു വന്ന ഗോപാലനും അത് തന്നെ പറഞ്ഞു.

പൊലീസ് വീണ്ടും വന്നു. അവർ വീട്ടുകാരുടെയും ബന്ധുക്കളുടെയും അയൽപക്കക്കാരുടെയും മൊഴികൾ എടുത്തു. കൂട്ടത്തിൽ വാരിയത്തും ചെന്നു. എല്ലാവരുടെയും സ്റ്റേറ്റ്മെന്റുകൾ വാങ്ങി പോയി. ഗോപാലൻ പണിക്കു പോകലൊക്കെ നിർത്തി. എപ്പോഴും ചാലിനരികെ, അയാളുടെ മോളുടെ ശരീരം കണ്ട സ്ഥലത്ത് പോയി നില്ക്കും. ഒരു പിരിപോയവനെ പോലെ, അവിടെയെല്ലാം എന്തെങ്കിലും തെളിവുകൾ ഉണ്ടോന്ന് പരിശോധിക്കും. പിന്നെ ആ വെയിലത്ത് തന്നെ കുത്തിയിരിക്കും. അവിടെ നിന്നും ഗോപാലന് ഒന്നും കിട്ടിയില്ല. ആരോ തന്റെ കുഞ്ഞിനെ പിഴപ്പിച്ചു കൊന്നു, അതും തന്റെ കൺവെട്ടത്തിനുള്ളിൽ നിന്നുകൊണ്ട് എന്ന സത്യം അയാൾക്ക് ഉൾക്കൊള്ളാനായില്ല. രാത്രികാലങ്ങളിൽ കുടിലിൽ കിടന്നിട്ട് അയാൾക്ക് ശ്വാസം മുട്ടി. ഉറങ്ങാനായില്ല. അപ്പോൾ പുറത്തിറങ്ങി ആകാശം നോക്കി കിടന്നു. എന്നിട്ടും ഉറക്കം വരാതാകുമ്പോൾ അയാൾ ഉച്ചത്തിൽ അവൾക്കിഷ്ടമുള്ള പാട്ടുകൾ പാടാൻ ആരംഭിച്ചു. അരൂപിയായി ആരോ വന്നു തന്റെ കൊച്ചിന്റെ കഴുത്തിന് പിടിച്ചു ഞെക്കുന്ന സ്വപ്നം ഒരു പതിവായി. ഗോപാലന്റെ പാട്ട് തറയും വാര്യത്തെ പുരയിടവും കടന്ന് ഇങ്ങു ടാറിട്ട റോഡുവരെ കേൾക്കാം നേർത്ത ഒരു വീണ കമ്പിയിൽ ദുർബ്ബലമായ വിരലുകൾ അപശ്രുതി മീട്ടും പോലെ. പാതിരാത്രി രാവേറെ ചെല്ലുമ്പോൾ ചെമ്പോത്തുകൾ ഉറങ്ങാനാരംഭിക്കുമ്പോൾ ചരക്കുമായി പോകുന്ന കാളവണ്ടിക്കാർ ഗോപാലന്റെ മുറിയുന്ന നേർത്ത ഈരടികൾ കേട്ട് ഞെട്ടി ഉണർന്ന് കാളകളെ കുണ്ടിക്ക് ചവുട്ടി വേഗം കൂട്ടും. ഏതോ ദുരാത്മാവ് ചോരയ്ക്ക് ദാഹിക്കുകയാണെന്ന് അവർ ഭയപ്പെട്ടു. ഗോപാലന്റെ തേങ്ങലുകൾ പോരുവഴിയുടെ തേങ്ങലായി. "പൂർവ്വികർ കച്ചാലന്റെയും കല്ലിച്ചന്റെയും ശാപം കിട്ടാണ്ടിരിക്കണമെങ്കിൽ

ഗോപാലന്റെ കരച്ചിലിന് പരിഹാരം വേണം. അല്ലെങ്കിൽ പഴയതിലും വലിയ ദുരന്തങ്ങൾ പോരുവഴിയെ കാത്തിരിക്കുന്നു." പഴമക്കാർ പറഞ്ഞു,

നാണി വേഗം പഴയ നിലയിലേക്ക് വന്നു. അവർക്ക് ഇളയ പിള്ളേരെ പട്ടിണിക്കിടാൻ പറ്റില്ലല്ലോ. അവർ വാര്യത്ത് പണിക്ക് പോകാൻ ചെന്നു.

"നീ കുറച്ചു നാളുകൾ വീട്ടിലെ കാര്യങ്ങളൊക്കെ നോക്ക്. നാല് പൊടി പിള്ളേരല്ലേ അവിടെ. ഗോപാലനും നില തെറ്റി നടക്കുകയല്ലേ? ഒരു രണ്ടാഴ്ച കഴിഞ്ഞു വന്നാൽ മതി." എന്നും പറഞ്ഞു വാര്യസാർ കുറെ പണം കൈയിൽ കൊടുത്തു.

"സാരമില്ല. ഇവിടെയും ആരും സഹായത്തിനില്ലല്ലോ" എന്നവർ പറഞ്ഞെങ്കിലും "ഇനിയും നിനക്കെന്തെങ്കിലും ആവശ്യമുണ്ടെങ്കിൽ വന്നാൽ മതി" എന്ന് പറഞ്ഞു വാരസ്യാർ അവരെ മടക്കി അയച്ചു. കല പില പറഞ്ഞു എല്ലാവരോടും ലോഹ്യത്തിൽ നടന്ന ഗോപാലൻ ആരോടും സംസാരിക്കാതായി, നാണിയോട് പോലും. പല പ്രാവശ്യം ചോദിച്ചാലേ അയാൾ എന്തെങ്കിലും പറയു എന്ന് പറഞ്ഞു അവർ പലപ്പോഴും സ്വന്തം തലയ്ക്കടിച്ചു കരഞ്ഞു.

എല്ലാ വാർത്തകളും അപ്പപ്പോൾ ആരൊക്കെയോ ലക്ഷ്മിയേടത്തിയെ അറിയിച്ചു കൊണ്ടിരുന്നു. അവർ വനിതകളുടെ ഒപ്പുകൾ ശേഖരിച്ചു പുനരന്വേഷണത്തിന് പൊലീസിൽ പരാതി കൊടുത്തതൊന്നും മുരളി അറിഞ്ഞിരുന്നില്ല. കുറ്റബോധം ആയിരുന്നു മുരളിക്ക്. "കണ്ടത് പറയാത്തതും, കള്ളം പറയുന്നതിന് തുല്യമാണ്." ചക്കരയമ്മാവന്റെ വാക്കുകൾ. ഒരു വശത്ത് ഗോപാലന്റേയും കുടുംബത്തിന്റെയും അവസ്ഥ. മറുവശത്ത് കൂട്ടുകാരൻ ദാസന്റെ ജ്യേഷ്ഠന്റെ കാര്യം.

ന്യൂസ് കൊണ്ടുവന്നത് വെളുത്തേടത്ത് പൊന്നമ്മയാണ്. അവർ രാവിലെ അലക്കിയത് കൊടുക്കാൻ ഇലഞ്ഞിക്കൽ പോയപ്പോൾ അറിഞ്ഞതാണ്. രാജശേഖരനെ കാണാനില്ല. അവൻ കിടക്കുന്ന പായും തലയിണയും എടുക്കാതെ വച്ചിട്ടുണ്ട്. അതുകൊണ്ട് രാത്രി എപ്പോഴോ ആയിരിക്കണം അവൻ ഇറങ്ങിപ്പോയത്. ചുറ്റുവട്ടത്ത് അവൻ പോകാൻ ഇടയുള്ളിടത്തൊക്കെ തിരഞ്ഞു കഴിഞ്ഞു. നീന്തലറിയുന്നവനായത് കൊണ്ട് ഏതെങ്കിലും പുഴയിലോ കുളത്തിലോ വീഴാൻ സാദ്ധ്യതയില്ല. രാമനമ്മാവൻ എന്തായാലും പൊലീസിൽ പരാതി കൊടുക്കാൻ പോയിട്ടുണ്ട്. കേട്ടപാടെ മുരളി ഇലഞ്ഞിക്കലോട്ട് ഓടി. രാജി അവിടെ കിടന്നു കരയുന്നുണ്ട്. രാജീവനോ, അമ്മാവനോ അമ്മായിക്കോ ആർക്കും ഒരു സൂചനയും ഇല്ല. അവരെല്ലാം മുരളിയോടാണ് ചോദിക്കുന്നത്. "എടാ നിന്നോട് അവൻ വല്ലോം പറഞ്ഞായിരുന്നോ? നിനക്കെന്തെങ്കിലും അറിയാമോ?"

മുരളിക്ക് വിഷമമായി. അവൻ തന്നോടുപോലും ഒരു സൂചനയും തരാതെ പോയല്ലോ. അവൻ അമ്മാവനോട് ചോദിച്ചു, "പൊലീസ് എന്ത് പറഞ്ഞു?"

"അവരിപ്പോൾ എവിടെ പോയി നോക്കാനാണ്? ങാ.... കൊച്ചുകുഞ്ഞൊന്നും അല്ലല്ലോ? പോയവർ തന്നെ മടങ്ങി വരട്ടെ. അല്ലാതിപ്പോൾ എന്താ ചെയ്യുക." രാമൻ നായർ ഒന്നിൽ നിന്നും മറ്റൊരു പനാമ കത്തിച്ച്. ശക്തിയായി വലിച്ചു നീട്ടി ആകാശത്തേക്ക് പുക വിട്ടു. സ്വയം സമാധാനിച്ചു.

നാരായണി അമ്മൂമ്മ സങ്കടപ്പെടുന്നുണ്ടായിരുന്നു: "ഇപ്പോഴത്തെ പിള്ളേരുടെ ഓരോ കാര്യമേ? വീട്ടുകാർ സങ്കടപ്പെടുമെന്നൊന്നും അവർക്കില്ല. എന്ത് ചെയ്യാം." പിന്നെ മുരളിയോട് പറഞ്ഞു "അപ്പൂപ്പന് ഒന്നും അറിയില്ല. നീ ഒന്നും പറയണ്ട. പഴയ ആളൊന്നും അല്ല. കൊച്ചു കാര്യങ്ങൾ കേട്ടാലേ വലിയ സങ്കടമാ."

മുരളിക്ക് സങ്കടങ്ങൾ കൂടി. ഗോപാലന്റെ സങ്കടം കാണാനാവുന്നില്ല. ഇപ്പോൾ ശേഖരന്റെ ഒളിച്ചോട്ടവും. അവനെങ്ങനെ ജീവിക്കും. ആരുടെ കൂടെ ജീവിക്കും. അവൻ പോയി ഇനി വല്ല കടുംകൈയും ചെയ്യുമോ? ഓർക്കുമ്പോൾ മുരളിക്ക് തല പെരുക്കുന്നതുപോലെ തോന്നി.

നീതിയും ന്യായവും

മറ്റ് ജീവികളിൽ നിന്നും പൊള്ളയായ ഔന്നത്യം അവകാശപ്പെടുന്ന മനുഷ്യൻ അടിസ്ഥാനപരമായി ഭീരുവും, ദുർബ്ബലനുമാണ്.

ഇലഞ്ഞിക്കൽ രാമൻ നായർ പോരുവഴി ജങ്ഷനിൽ ഒരു പുകയില മൊത്ത വ്യാപാരവും സ്റ്റേഷനറിക്കടയും തുടങ്ങി. രണ്ട് വർഷം മുൻപ് ഉരുവിൽ കയറി ദുബായിയിൽ പോയ തമ്പി അയാളുടെ പുരയിടത്തിൽ കെട്ടിയ പുതിയ കെട്ടിടത്തിലാണ് കട. കടയ്ക്ക് നല്ല ഡെപ്പോസിറ്റും കൊടുത്തു, വലിയ സ്റ്റോക്കോടെയാണ് രാമൻ നായർ കട തുടങ്ങിയത്. അദ്ദേഹത്തിന്റെ അടുത്ത രണ്ട് ശിങ്കിടികൾ തന്നെയായിരുന്നു കടയിലെ എടുത്തു കൊടുപ്പുകാർ. ചെമ്പകശ്ശേരിൽ ഗോപാല പിള്ളയും വടക്കെ മണ്ണൂരെ രാജനും. ആൾക്കാർ പറയുന്നത് കടയിൽ വിദേശ മദ്യക്കുപ്പികൾ വാങ്ങി സ്റ്റോക്ക് ചെയ്ത്, അവിടെ വച്ച് അടിക്കുകയാണെന്നാണ്. ഉച്ചയൂണിന് വീട്ടിൽ പോയാൽ നല്ല ഒരു ഉറക്കവും കഴിഞ്ഞേ രാമൻ നായർ വരൂ. അതുവരെ എല്ലാം ശിങ്കിടി കള്ളന്മാരുടെ കൈയിൽ. മലയായിൽ നിന്നും വന്നിട്ടിപ്പോൾ അഞ്ചാറ് കൊല്ലമേ ആയുള്ളൂ. വന്നപ്പോൾ വാങ്ങിയ സ്ഥലങ്ങളൊക്കെ കിട്ടുന്ന വിലയ്ക്ക് ആർക്കെങ്കിലും കൊടുത്തിട്ടാണിപ്പോൾ ചെലവുകൾ നടത്തുന്നത്. കട തുടങ്ങിയതും വസ്തു വിറ്റു കിട്ടിയ പണം കൊണ്ടാണ്. ആന മെലിഞ്ഞാൽ തൊഴുത്തിൽ കെട്ടുമോ? ഇലഞ്ഞിക്കൽ ഭാർഗ്ഗവൻപിള്ളയുടെ മകൻ രാമൻ നായർ കാശ് കണ്ട് മടുത്തവൻ. ദിവസവും കോഴിക്കറിയും മീൻ പൊരിച്ചതുമായി സുഭിക്ഷം സുഖിച്ചു ജീവിച്ചവൻ. അങ്ങനെ തന്നെ കഴിയും. നിത്യവും ശീമമദ്യം കഴിക്കുന്നവൻ. നാടൻകള്ള് കുടിക്കുമോ? ഒരു ദിവസം കുടിക്കാതിരിക്കുമോ? കൊള്ളാം. അദ്ദേഹം എന്നത്തേയും പോലെ

മീൻ കുളവും ചാലും പാട്ടത്തിനെടുത്തു, ശിങ്കിടികളെ മാർക്കെറ്റിലയച്ചു കോഴിയും താറാവും ആട്ടിറച്ചിയുമായി കൂട്ടുകാരെയും സഹായം തേടി വന്നവരെയെല്ലാം കൈയയച്ചു സഹായിച്ചും പ്രൗഢി കാണിച്ചും ജീവിച്ചു വന്നു.

തിരുവോണവും, ആഘോഷങ്ങളും അത്തവണയും ദേശം പൊടിപൊടിച്ചു. പുലികളിയും ഓണക്കളികളും ഓണത്തല്ലും വടം വലിയും എല്ലാ ഇടവഴികളിലും അവിടത്തെ കുടുംബങ്ങളെ കേന്ദ്രീകരിച്ചു നടന്നു. ജാതി, മത ഭേദമെന്യേ എല്ലാ വീടുകളിലെയും ദൂരെയുള്ള മക്കളും ബന്ധുക്കളും ഉത്രാടത്തിനു മുൻപേ എത്തി ആഘോഷങ്ങൾ തുടങ്ങി. ദേശത്തു പ്രബലമായ കുടുംബങ്ങളിലും തറവാടുകളിലും പിന്നെ നമ്പൂതിരിമാരുടെ ഇല്ലത്തെ മുറ്റത്തും ആയിരുന്നു കൂടുതലും ആളുകൾ ഒത്തു കൂടിയിരുന്നത്. ആഘോഷങ്ങൾ തുടങ്ങിയാൽ ഇല്ലത്തെ പെണ്ണുങ്ങളൊക്കെ പൂമുഖത്തു വന്നിരിക്കും. അത്തത്തിന് ഒന്നാമത്തെ പൂക്കളം ഇടുന്നത് മുതൽ ചതയം വരെയും പോരുവഴിക്കാർക്ക് ഓണാഘോഷമാണ്. പമ്പയാറ്റിലെ ഉതൃട്ടാതി വള്ളംകളി കണ്ടേ ബന്ധുക്കൾ എല്ലാവരും മടങ്ങൂ.

പണ്ട് പടിഞ്ഞാറുള്ള നായന്മാരും ക്രിസ്ത്യാനികളുമൊക്കെ ഒന്നിച്ചു കൂടുക മാലൂർ തറവാട്ടിലായിരുന്നു. ഇപ്പോൾ കൂടുതൽ ആളുകളും ഒന്നിച്ചു കൂടുക ഇലഞ്ഞിക്കൽ തറവാട്ടിലാണ്. ചെറു സെറ്റ് എല്ലാം ഇടവഴിയിൽ വടം വലിയും കിളിത്തട്ടു കളിയും കുറ്റിയും കോലും കുടുകുടുവും കളിക്കും. പ്രായമായ ആണുങ്ങളൊക്കെ മണൽ വിരിച്ച മുറ്റത്ത്, വിശാലമായ ഇലഞ്ഞിയുടെ തണലിൽ ചീട്ട് കളിക്കും, റമ്മിയോ, ഗുലാൻ പരിശോ. ഇടയിൽ അല്പം മദ്യസേവയും ഉണ്ടാകും. കളികൾ തുടങ്ങുക ഊണിനു ശേഷമാണ്. ഓണക്കാലത്തു ഊണ് ഏതാണ്ട് രാവിലെ പത്തുമണിയോടെ കഴിയും. പിന്നെ വൈകും വരെ കളികളാണ്. ചില ദിവസം പുരയിടത്തിൽ റൊട്ടി കടി മത്സരവും കിളിത്തട്ടും നരിയും ആടും കളിയുമൊക്കെ ഉണ്ടാകും. സ്ത്രീകളുടെ സെറ്റിന്റെ പ്രത്യേക തിരുവാതിര, കൈകൊട്ട് കളി, തുമ്പിതുള്ളൽ, വടം വലി മത്സരം അങ്ങനെ വിവിധങ്ങളായ കളികളുണ്ടാകും. രാജശേഖരൻ ഇല്ലാത്തതുകൊണ്ട് മുരളി ഇലഞ്ഞിക്കലോട്ട് പോയില്ല. തന്നെയുമല്ല ഗോപാലന്റെ കുടുംബത്തിന്റെ സ്ഥിതി അവനെ വല്ലാതെ പിടിച്ചുലച്ചിരുന്നു. ഓണക്കളികൾക്കു അവൻ ലതയെയും ലതികയെയും കൊണ്ട് പമ്പേശും മഠത്തിലേക്ക് പോയി. അവരെല്ലാം ലക്ഷ്മിയമ്മയുടെ മക്കളെ സ്നേഹത്തോടെ വരവേറ്റു.

ആളുകളൊക്കെ എല്ലാം മറന്നു. രണ്ടു മൂന്ന് മാസം കടന്നു പോയി. പക്ഷേ, മുരളിയുടെ മനസ്സിൽ സുശീലയുടെ മരണം ഒരു കരടായി കിടന്നു. അവൻ രതിയെ കാണാതെ ഒഴിഞ്ഞു നടന്നു. കണ്ടാൽ സുശീലയുടെ ഓർമ്മകൾ വരും. കണ്ണടച്ച് അതുമറക്കാൻ നോക്കുകയാണവൻ. എന്നാൽ പേടി കൂടി വന്നപ്പോൾ ഒരു ദിവസം അവൻ അച്ഛന് കത്തിട്ടു. കണ്ടതെ

ല്ലാം പൊലീസിനോട് പറയണോ? അതായിരുന്നു അറിയേണ്ടത്. അമ്മ യോട് പറഞ്ഞിട്ടില്ല, പറയണ്ട എന്നും ഉണ്ടായിരുന്നു കത്തിൽ.

വലിയ ഒരു ഓട്ടുരുളിയുമായി കേശവൻ വന്നു. തമ്പുരാൻ പറഞ്ഞു, "ഇത് ഇവിടെ ഒരു ജാമ്യത്തിന് വച്ചുകൊണ്ട് അൻപതുരൂപ മേടിച്ചു കൊണ്ടുവരാൻ."

"തമ്പുരാന് അൻപത് രൂപ തരാൻ എനിക്ക് ഈടൊന്നും വേണ്ട. പക്ഷേ, ഇവിടിപ്പോൾ പണം ഇരുപ്പില്ല. കേശവനല്ലേ ഓണത്തിന് തൊട്ട് മുൻപ് ഒരു ചെമ്പുമായി വന്ന് ഇതുപോലെ അൻപത് രൂപ ചോദിച്ചത്?".

"ശരിയാ ചെമ്പു വാങ്ങാതെ അന്ന് പണവും തന്നു."

"അതാണ്. ഉണ്ടെങ്കിൽ ഒരു ജാമ്യവും ഇല്ലാതെ ഞാൻ തരും. പക്ഷേ, എന്റെ കൈയിലിപ്പോൾ പണം ഇല്ല, തമ്പുരാനോട് പറഞ്ഞാട്ടെ."

കേശവൻ പോയി. തിരിച്ചു പോയത് മഠത്തിലേക്കല്ല എന്ന് ലക്ഷ്മി യമ്മ കണ്ടു. പോയത് കോൺട്രാക്ടർ കുട്ടൻപിള്ളയുടെ വീട്ടിലേക്കാണ്. അല്പം കഴിഞ്ഞപ്പോൾ കേശവൻ ഉരുളി ഇല്ലാതെ മടങ്ങുന്നതും കണ്ടു. അവർക്കൊക്കെ അറിയാം വൻ ലാഭത്തിൽ കിട്ടുന്ന ഒരു അവസരമാണ് ഒരിക്കലും ഈ ഈട് വസ്തുക്കളൊന്നും തേടി തമ്പുരാൻ വരില്ല. കാലി നടിയിലെ മണ്ണ് ഊർന്നു പോകുന്നവൻ എങ്ങനെ നേരെ നില്ക്കാനാണ്. "കഷ്ടം, ഈ മണ്ടൻ തമ്പുരാന് വിലയുടെ പകുതിയെങ്കിലും വാങ്ങരുതോ?" ലക്ഷ്മിയമ്മ പരിതപിച്ചു.

ഒരു ഞായറാഴ്ച രാവിലെ ഇലഞ്ഞിക്കൽ വീട്ടിലേക്കു പോകാനിറങ്ങിയതാണവൻ. അപ്പോഴാണ് രമേശനെ കണ്ടത്. അവൻ വിളിച്ചു. "എടാ നീ ഗുലാൻപരിശിന്റെ വലിയ ആശാനല്ലേ? കളിക്കാൻ വരുന്നോ?" മുരളിക്കെന്നും ഇരുപത്തെട്ട് എന്ന ചീട്ടുകളിയിൽ വലിയ കമ്പമായിരുന്നു. കോഡെഞ്ചോത്തിൽ പുരയിടത്തിൽ ശേഖരനും രാജീവനും മറ്റു കൂട്ടുകാർക്കൊപ്പം കളിക്കുമായിരുന്നു. ലക്ഷ്മിയമ്മ അറിയാതെ എന്ന് മാത്രം. ലക്ഷ്മിയമ്മയ്ക്ക് ചീട്ടുകളി എന്നും അനിഷ്ടമായിരുന്നു. ചീട്ടുകളി കുടുംബം നശിപ്പിക്കും എന്നാണ് അവർ പറയുക. എന്നാൽ മുരളിക്ക് വലിയ ആവേശവും.

"അമ്മ അറിഞ്ഞാൽ?"

സംശയിച്ചുനിന്നപ്പോൾ അവൻ പറഞ്ഞു. "എടാ മറ്റെന്തെങ്കിലും കാര്യത്തിന് പോകുന്നു എന്നും പറഞ്ഞു ഇറങ്ങു. വാര്യത്തെ ഔട്ട് ഹൗസിലാണ്. ദാസൻ വലിയ കളിക്കാരനാണ്. തനി ചീട്ടുഭ്രാന്തൻ."

അത് കേട്ടതും മുരളി സമ്മതിച്ചു. കളിക്കിടെ മുരളി നയത്തിൽ ദാസനോട് ചോദിച്ചു. "എടാ, നിന്റെ ചേട്ടൻ കളിക്കില്ലേ?"

"ഹരിയേട്ടൻ കുറെ നാളായി സ്ഥലത്തില്ല. കല്ക്കത്തയിൽ ചിത്രകല പഠിക്കാൻ പോയിരിക്കുകയാണ്."

"അപ്പോൾ ഡിഗ്രി പഠിത്തം?"

"പുള്ളിക്കതിൽ താല്പര്യമില്ല. അതാ കളഞ്ഞിട്ട് പോയത്. നീ ചീട്ട് ഇട്."

വെള്ളക്ക കുണുക്കുകളും തലപ്പാവും ഇരു ടീമിനും മാറിമാറി വന്നുകൊണ്ടിരുന്നു. ഇടയിൽ വെള്ളവും സ്നാക്സും എടുക്കാൻ ദാസൻ പോയപ്പോൾ സൂത്രത്തിൽ സഹായി എന്ന നിലയിൽ മുരളിയും കൂടെ ചെന്നു. അകത്തോട്ടു പോയിട്ട് ഇപ്പോൾ വരാം എന്ന് ആംഗ്യം കാണിച്ചു ദാസൻ പോയപ്പോൾ മുരളി വീടിന്റെ പുറകിലോട്ട് മൂത്രമൊഴിക്കാൻ പോയി. അപ്പോൾ പിന്നിലെ മുറിയുടെ പാതി തുറന്ന ജനലിൽ കൂടി അവൻ ആ കാഴ്ച കണ്ടു. ഹരി പകപ്പോടെ അവനെ നോക്കുന്നു. താടിയും മുടിയുമെല്ലാം വളർന്നു വളരെ വിരൂപമായ രൂപം. അവനെ കൈയാട്ടി വിളിച്ചു. വിളിയുടെ സ്റ്റൈൽ കണ്ടവൻ പേടിച്ചു പോയി. അതേ സമയം തന്നെ ദാസന്റെ വിളി വന്നു

"മുരളി നീ എവിടെ പോയി?"

അവന്റെ സംശയം നിറഞ്ഞ നോട്ടത്തിന് മിഴി കൊടുക്കാതെ മുരളി പറഞ്ഞു: "വിളിച്ചു കൂവാതെടാ, ഒന്ന് മുള്ളാൻ പോയതാ." അങ്ങനെ പറഞ്ഞെങ്കിലും മുരളിയുടെ മനസ്സ് നിറയെ ഹരിയുടെ പേടിപ്പെടുത്തുന്ന മുഖഭാവമായിരുന്നു. അവന് വല്ലാത്ത വെപ്രാളം കയറി. അല്പനേരത്തിനുള്ളിൽ കളി മതിയാക്കി അവൻ എഴുന്നേറ്റു. വാര്യത്തെ വീട്ടിൽ നിന്നുമിറങ്ങി സ്കൂളിന്റെ സൈഡിൽ കൂടി വീട്ടിലേക്കു നടക്കുമ്പോൾ, ഗോപാലനുണ്ട് സ്കൂളിനടുത്തുള്ള ഇടവഴിയുടെ കയ്യാലയിൽ ഇരിക്കുന്നു. അവനെ കണ്ട് കഷ്ടപ്പെട്ട് എഴുന്നേറ്റു നിന്നു. നന്നായി കുടിച്ചിട്ടുണ്ട്.

പെട്ടെന്ന് അന്തരീക്ഷം മാറി. ഗോപാലന്റെ മൗനം പോലെ മാനം കറുത്തു. അവന്റെ കണ്ണീർ പോലെ ഒന്നോ, രണ്ടോ മഴത്തുള്ളികൾ ചുമലിൽ വീണു. കൊള്ളിമീനുകൾ പാഞ്ഞു. ഇടിമുഴക്കങ്ങൾ തുടങ്ങി. തുലാവർഷം വരവറിയിച്ചു. വേഗം പോകാനായി മുരളി ആഞ്ഞു.

"കുഞ്ഞേ നിന്നേ. വഴിയിലെങ്ങാനും എന്റെ മോളെ കണ്ടോ? ഈ സ്കൂളിലാ പഠിക്കുന്നെ. ഇതുവരെ വീട്ടിൽ വന്നില്ല."

ഗോപാലനെ അവന് നേരത്തെ അറിയാം. പരിചയം ഇല്ലെന്നേയുള്ളു. അല്പം വാട്ടീസ് ഒക്കെ അടിച്ചു റോഡിൽ കാണുന്നവരോടൊക്കെ കുശലം പറഞ്ഞു പോകുന്ന മൂളിപ്പാട്ടുകാരൻ. ഇപ്പോൾ എല്ലാം കഴിഞ്ഞിട്ട് രണ്ടു മൂന്നു മാസമായിരിക്കുന്നു. എന്നിട്ടും ഒന്നും മറക്കാതെ, സുബോധമില്ലാതെ ഒരച്ഛൻ. അവനത് കണ്ടിട്ട് സഹിച്ചില്ല.

"നിങ്ങളുടെ മോളെ പിഴപ്പിച്ച ആളെ എനിക്കറിയാം." അറിയാതെ പറഞ്ഞു പോയി. പറഞ്ഞു കഴിഞ്ഞാണ് അബദ്ധമായി എന്നറിഞ്ഞത്. അടിച്ചു പൂസായി നിന്ന ഗോപാലൻ സ്റ്റഡി ആയി. അയാളുടെ കെട്ട് വിട്ടു.

"ആര്? ആര് കുഞ്ഞേ പറ? ആരാണെന്റെ പൊന്നിനെ കൊന്നത്?" ഗോപാലൻ അവന്റെ കൈകളിൽ പിടിച്ചു കെഞ്ചി. അവനൊന്നും പറയാതെ നിന്നപ്പോൾ അയാൾ പറഞ്ഞു.

"ഞാൻ ഒരു പ്രശ്നവും ഉണ്ടാക്കില്ല. അയാളോട് വഴക്കിന് പോ

കില്ല. ആരാണതെന്നറിയണം. അല്ലെങ്കിൽ ഗോപാലന് സമാധാനമാവില്ല. പറ കുഞ്ഞേ പറ."

ഒരു ഫ്ളാഷ് പോലെ ഹരിയുടെ മുഖം അവന്റെ മനസ്സിൽ കൂടി പോയി.

ചക്കര അമ്മാവൻ പറഞ്ഞത് അവനോർത്തു, "ഈ ലോകത്തിൽ എല്ലാവർക്കും എല്ലാവരോടും സ്നേഹമാണ്. അതിപ്പോൾ അവൻ കള്ളനായാലും കൊലപാതകിയായാലും. മനുഷ്യൻ സ്നേഹമാണ്. പരസ്പരം സ്നേഹിക്കാതെ അവന് ജീവിക്കാനാവില്ല."

"അയ്യാൾ കൊന്നെന്ന് ഞാൻ പറയില്ല. അയാൾക്ക് സ്നേഹമായിരുന്നു. അതാണ് സത്യം."

"ആരാണെന്ന് പറയു." അയാൾ കരച്ചിലിന്റെ വക്കോളം എത്തിയിരുന്നു.

"ഹരി, വാര്യത്തെ മൂത്തമോൻ. ഞാൻ കണ്ടതാണ്. എവിടെ വേണേലും പറയാം. എനിക്ക് പേടിയില്ല." അവൻ വീട്ടിലേക്ക് ഓടി.

"ഉച്ചയൂണിന് പോലും വരാതെ, നീ എവിടെ തെണ്ടാൻ പോയെടാ?" ലക്ഷ്മിയമ്മ ജ്വലിച്ചു നില്ക്കുകയായിരുന്നു. അതിനോട് വളരെ ശാന്തമായാണ് അവൻ പ്രതികരിച്ചത്. അവന്റെ മനസ്സിലെ എല്ലാ കാർമേഘവും ഒഴിഞ്ഞു പോയിരിക്കുന്നു. കൂടുതൽ പക്വത വന്നിരിക്കുന്നു.

"പറയാം അമ്മേ. കുളിച്ചിട്ട് വരട്ടെ."

"ഡാ, അച്ഛന്റെ മറുപടി വന്നിട്ടുണ്ട്, നിന്റെ പേരില്."

"എന്താ വിശേഷം?" അതിനോടും അവൻ തണുത്താണ് പ്രതികരിച്ചത്. ഉത്തരം കിട്ടിക്കഴിഞ്ഞല്ലോ!

"ഞാൻ വായിച്ചില്ല. നിനക്കുള്ളതല്ലേ? മറ്റൊരാളുടെ കത്ത് വായിക്കുന്ന ശീലം അമ്മയ്ക്കില്ല." ലക്ഷ്മിയമ്മ ചിരിച്ചു. അവനും. കുളിക്കാൻ പോകും മുൻപ് അച്ഛന്റെ കത്ത് പൊട്ടിച്ചു വായിച്ചു. "അടുത്ത മാസം വരാം. ഒന്നും വിഷമിക്കണ്ട, അമ്മയോട് പറയു, അമ്മ പറയും, അമ്മയ്ക്കറിയാം ശരിയും തെറ്റും. അവസാന വാചകം അവനെ കോൾമയിർ കൊള്ളിച്ചു. എനിക്ക് നിന്നെ ഓർത്തു അഭിമാനം ഉണ്ട്."

പൊലീസിൽ ജോലിയുള്ള ദാമോദര കുറുപ്പ് മോളെ വീട്ടിൽ വന്നു ഡാൻസ് പഠിപ്പിക്കാൻ കൊല്ലത്തുനിന്നും ഒരു മാസ്റ്ററിനെ ഏർപ്പാട് ചെയ്തു. ഏതോ പരിചയക്കാരൻ മുഖേന ഏർപ്പാട് ചെയ്തതാണ്. വേറെ അഞ്ചാറ് കുട്ടികളെ കൂടി കിട്ടിയാൽ ദേശത്തു താമസിച്ചു പഠിപ്പിക്കാമെന്നു മാസ്റ്റർ ഏറ്റു. അങ്ങനെ വന്നതാണ്. മറ്റു കുട്ടികൾ ഉറപ്പായും വരുമെന്ന് കുറുപ്പ് ഉറപ്പു കൊടുത്തു. ഡാൻസർ തങ്കപ്പൻ വന്നു. മഷ്യ് എഴുതിയ മിഴികളും തോളിന് താഴെ വരേക്കും ചുരുണ്ട മുടിയും സ്ത്രൈണമുഖവും, ബലിഷ്ഠമായ ആകാരവും ഉള്ള തങ്കപ്പൻ മാസ്റ്റർ. താമസിക്കാൻ കുറുപ്പിന്റെ വീടിനരികെയുള്ള ചരിപ്പു വൃത്തിയാക്കി കൊടുത്തു, രാവിലെയും വൈകിട്ടും അതീവ ചിട്ടയോടെയുള്ള പഠനം. കുട്ടികൾ വീടുകളിൽ ദിവസവും മയിലെണ്ണ തേച്ചു ശരീരവും കൈകാലുകളും തടവി വ

ഴങ്ങുന്നതാക്കി എടുക്കണമെന്ന് സാർ കർശനമായ നിർദ്ദേശം കൊടുത്തു. രണ്ടാം ദിവസമായപ്പോഴേ പതിനഞ്ചോളം കുട്ടികൾ ഡാൻസ് പഠിക്കാനെത്തി. കൂട്ടത്തിൽ ഒരു ഇരുപതുകാരിയും വന്നു. ശ്രീസദനത്തിലെ വിധവയായ കാർത്യായനിയമ്മയുടെ മോൾ ശ്രീക്കുട്ടി. അവൾ ഇപ്പോൾ നാടക സമിതികളിലൊക്കെ ചെറിയ വേഷങ്ങൾ ചെയ്യുന്നുണ്ട്. ഡാൻസ് പഠിച്ചാൽ ചങ്ങനാശേരി ഗീഥാ ആർട്സിൽ നായികയായി എടുക്കുമത്രേ. കോഴിക്കോട് സംഘമിത്രയിലും ചാൻസ് കിട്ടാം. കുറഞ്ഞ ദിവസങ്ങളിൽ മിടുക്കി ആക്കി എടുക്കേണ്ടത് കൊണ്ട് തങ്കപ്പൻ സാർ രണ്ടു നേരവും ശ്രീക്കുട്ടിയെ തനിയെ പഠിപ്പിക്കാമെന്നേറ്റു.

മുരളി ഭയപ്പെട്ട പോലെ ഒന്നും സംഭവിച്ചില്ല. ഗോപാലൻ ഒരു ഒച്ചപ്പാടും ഉണ്ടാക്കിയില്ല. കുറെ ദിവസങ്ങളായി തുലാവർഷം കനത്തിരിക്കുകയാണ്. വൈകുന്നേരത്തോടെ വലിയ ഇടിമുഴക്കങ്ങളും മഴയും. ഇടത്തോടുകളൊക്കെ വെള്ളം നിറഞ്ഞു. ചില തറകളിലൊക്കെ വെള്ളം കയറി. പടിഞ്ഞാറേ പുഞ്ചയിൽ വെള്ളം കയറാൻ തുടങ്ങി. മാലൂർ വിരുപ്പിലും വെള്ളം പെരുകാൻ തുടങ്ങി. നാലു മണി കഴിയുന്നതോടെ മഴയും ഇടിമിന്നലുകളുമായി ദിവസങ്ങൾ. പിറ്റേന്ന് രാവിലെ പത്രമിടുമ്പോൾ ഗോപി പറഞ്ഞു, "കുഞ്ഞേ, അമ്മയോട് പറഞ്ഞേര് ഇന്നലെ ഒന്നാം വാര്യത്തെ വീടിനു മുന്നിലുള്ള ആ വലിയ തുറു ഇടി വെട്ടിപോയി. ആകാശത്തൂന്ന് തീഗോളം ഇറങ്ങി വന്നത്രെ. ഒരു നിമിഷത്തിൽ, കോരി ചൊരിയുന്ന മഴയിൽ പോലും തുറു കത്തിയമർന്നു. സുശീലയുടെ ശാപമാണെന്നു ചില പെണ്ണുങ്ങൾ പരിയാരം പറയുന്നുണ്ട്. വെറുതെയാണെന്നേ. കുശുമ്പിക്കൂട്ടങ്ങൾ." ഇടി വെട്ടുമ്പോൾ കച്ചിത്തുറു കത്തുമെന്നത് മുരളിക്ക് പുതിയൊരു അറിവായിരുന്നു. അതും മഴയത്ത്.

രണ്ടു ദിവസം കഴിഞ്ഞപ്പോൾ പൊലീസ് ജീപ്പ് വീട്ടുപടിക്കൽ വന്നു. ലക്ഷ്മിയമ്മ ഇൻസ്പെക്ടറിനെ വീട്ടിലേക്കു ക്ഷണിച്ചു.

"മാഡം, ഞങ്ങൾ അന്വേഷിച്ചു. ആ പയ്യനെ അറസ്റ്റ് ചെയ്തു. ഡോക്ടറുടെ അടുക്കലാണിപ്പോൾ. അവനിപ്പോൾ മെന്റലാണ്. അസുഖം മാറിക്കിട്ടിയാൽ നല്ലത്. വീട്ടുകാർ അവനെ വീട്ടിലെ മുറിയിൽ പൂട്ടി ഇട്ടിരിക്കുകയായിരുന്നു, ഭ്രാന്താണെന്ന് പറഞ്ഞു. ഏതോ മന്ത്രവാദവും കൂടോത്രവുമൊക്കെ ചെയ്തു നോക്കി. ഏതോ ഗോപാലകൃഷ്ണ കണിയാരുടെ ആയുർവേദ ചികിത്സയിലായിരുന്നു. എന്തോ വീട്ടുകാരാണപ്പാ? പഠിത്തക്കാരോക്കെ ഉള്ള കുടുംബമാണ്. മന്ത്രവാദവും കൊണ്ട് നടക്കുന്നു. പറഞ്ഞിട്ടെന്തു കാര്യം?"

"അതെ എഡ്യൂക്കേറ്റഡ് ആൾക്കാരാണ്. മൂത്ത മരുമോൻ വക്കീലാണ്."

"ഭാഗ്യം. ഇപ്പോൾ നമ്മൾ ഇടപെട്ടതുകൊണ്ട് അവനെയെങ്കിലും ആശുപത്രിയിൽ ആക്കാൻ പറ്റി. അത് നേട്ടം. പക്ഷേ, കേസ് നില്ക്കില്ല."

"എങ്കിലും സത്യം എല്ലാവരും അറിയണമല്ലോ? ഒരു പെണ്ണിന് നീതി കിട്ടേണ്ടേ?"

"സത്യത്തിൽ ആ പയ്യൻ ആ കൊച്ചിനെ കെട്ടാൻ തയ്യാറായിരുന്നു. കെട്ടണം എന്ന് വാശി പിടിച്ചപ്പോളാണ് കാരണവന്മാരും മൂത്ത അളിയൻ വക്കീലും കൂടി മുറിയിൽ പൂട്ടിയിട്ടത്. പെണ്ണ് ചത്ത വിവരം അറിഞ്ഞു അവന് സമനില തെറ്റിയപ്പോൾ കല്ക്കത്തയിൽ പഠിക്കാൻ പോയി എന്ന കഥയും പറഞ്ഞു പരത്തി. രോഗ ചികിത്സയ്ക്ക് രഹസ്യ മന്ത്രവാദവും തുടങ്ങി. ആരും സംശയിക്കാതിരിക്കാൻ വേലക്കാരിയേയും വീട്ടിൽ പറഞ്ഞു വിട്ടു."

"ഇങ്ങനെയാണ് സാറെ, പലരും. പുറമെ മാന്യന്മാർ, ഉള്ളിലോട്ടു ചെല്ലുമ്പോഴല്ലേ ഇവരുടെയൊക്കെ മാടമ്പിത്തരം അറിയൂ."

"മാഡത്തിന്റെ ഊഹം ശരിയായിരുന്നു. ഞങ്ങളോടും പയ്യൻ ആറു മാസമായി കല്ക്കത്തയിലാണ്, അവനൊന്നും അറിയില്ല എന്നാണാദ്യം പറഞ്ഞത്. എല്ലാത്തിനെയും പിടിച്ചകത്തിടും എന്ന് പറഞ്ഞിട്ടും ഒന്നിനും ഒരു കുലുക്കവുമില്ല. അവസാനം ഒറ്റയ്ക്ക് വച്ച് വിരട്ടിയപ്പോൾ അവന്റെ അനിയൻ പയ്യനാണ് കഥകളൊക്കെ പറഞ്ഞത്. രണ്ടും മൂന്നു വാര്യത്തു താമസക്കാരായ ഇവരുടെ കരണവന്മാരാണ് ചെറുക്കനെ ഒളിപ്പിച്ച ഗൂഢാലോചനയ്ക്ക് പിന്നിൽ."

ലക്ഷ്മിയമ്മ ചിരിച്ചു. ചായയും കുടിച്ചു നന്ദിയും പറഞ്ഞു, ഇൻസ്പെക്ടർ പോയി.

മുരളിക്ക് അമ്മയെ ഓർത്തു അഭിമാനം തോന്നി. "അമ്മ ഇതൊക്കെ എങ്ങനെ അറിഞ്ഞു?"

"അച്ഛൻ പറഞ്ഞു."

"അപ്പോൾ. അച്ഛൻ അമ്മക്ക് കത്തെഴുതിയിരുന്നു?"

"യെസ്. നിനക്ക് കത്തയച്ചപ്പോൾ എനിക്കും ഒന്നയച്ചു. എന്റേത് ഒരു ദിവസം മുൻപേ കിട്ടി."

"അമ്മ പറഞ്ഞില്ലല്ലോ."

"അച്ഛൻ പറഞ്ഞിരുന്നു, നീ പഠിക്കുകയല്ലേ, അതുകൊണ്ട് അവനെ ഇതിലെങ്ങും വലിച്ചിഴക്കണ്ട, ആ കൊച്ചിനും കുടുംബത്തിനും നീതി കിട്ടണം എന്ന്."

അവൻ ഓർത്തു, ശരിയാണല്ലോ. അച്ഛന്റെ കത്തിലെ വിവരമോ, നടന്ന സംഭവങ്ങളോ, ഗോപാലനെ കണ്ട വിവരമോ ഒന്നും തന്നെ അമ്മയോട് പറഞ്ഞില്ലല്ലോ. കുളിച്ചിട്ടു വന്നു പറയാം എന്ന് പറഞ്ഞെങ്കിലും ഒന്നും പറഞ്ഞിരുന്നില്ല. അമ്മ ചോദിച്ചും ഇല്ല. "അച്ഛൻ ആള് കൊള്ളാമല്ലോ?"

"അതാടാ എന്റെ സഖാവ്. എന്ത് വേണമെന്ന് നന്നായി അറിയാം." ലക്ഷ്മിയമ്മ അവന്റെ തോളത്തു തട്ടി ചിരിച്ചു.

മറ്റ് ജീവികളിൽനിന്നും പൊള്ളയായ ഔന്നത്യം അവകാശപ്പെടുന്ന മനുഷ്യൻ അടിസ്ഥാനപരമായി ഭീരുവും ദുർബ്ബലനുമാണ്.

രാവിലെ പ്രാതൽ കഴിക്കുമ്പോൾ ഭാർഗ്ഗവൻപിള്ള, രാമൻ നായരോട്

പറഞ്ഞു. "ഈയിടെയായി നല്ല ഉറക്കമില്ല. എല്ലാം തീർന്നപോലെ ഒരു തോന്നൽ. ഒരു ഭയം വിടാതെ നില്ക്കുന്നു. മരണഭയം."

"അത് ഒന്നും ചെയ്യാനില്ലാതെ വെറുതെ ഇരിക്കുന്നത് കൊണ്ടാണ്. അല്ലാതെ അച്ഛന് മറ്റു പ്രയാസമൊന്നുമില്ലല്ലോ?"

"അറിയാം. എനിക്ക് പോരുവഴി മൊത്തം ഒന്ന് ചുറ്റിക്കറങ്ങണമെന്നുണ്ട്. വില്ലുവണ്ടി ഇപ്പോൾ ആരും എടുക്കുന്നില്ലല്ലോ. നിനക്ക് ഒരു കാർ ഏർപ്പാട് ചെയ്യാമോ? ഈ ജന്മത്തിൽ കാറിൽ കേറിയില്ല എന്ന കുറവും പോകും" ഭാർഗ്ഗവൻപിള്ള തമാശ പറഞ്ഞു.

"എന്താ അച്ഛാ പെട്ടെന്നൊരു പൂതി?" രാമൻനായർ ചിരിച്ചുകൊണ്ട് ചോദിച്ചു.

"ഒന്നും ഇല്ല. എല്ലായിടവും ഒന്ന് കാണണം എന്ന തോന്നൽ. കാല് വയ്യാത്തത് കൊണ്ട് എത്ര നാളായി ഒന്ന് പുറത്തിറങ്ങിയിട്ട്. ബുദ്ധിമുട്ടാണ് എങ്കിൽ വേണ്ട."

"അങ്ങനെ ഇല്ലച്ഛാ. ശരിയാക്കാം. ആരുടെ കൈയിലുണ്ട് എടുക്കാൻ എന്ന് ഓർത്തു നോക്കിയതാ. തമ്പുരാന്റേലുണ്ട് ചോദിച്ചാൽ തരും. പക്ഷേ, വഴിയിൽ കിടക്കാനുള്ള സാദ്ധ്യത കൂടുതലാണ്. പിന്നെ ഉള്ളത് ഗൾഫുകാരൻ പള്ളിവടക്കേൽ സെബാസ്റ്റ്യൻ. അവൻ നാറിയാ, വേണ്ട. ഞാൻ ടൗണിൽ നിന്നും ടാക്സി വരുത്താം. അച്ഛൻ റെഡി ആയി ഇരുന്നോളൂ."

രാവിലെ പുട്ടും പഴവും ആയിരുന്നു. പലഹാരങ്ങളോട് എതിരൊന്നും ഇല്ല. വല്ലപ്പോഴും കഴിക്കും എന്നേയുള്ളു. ഇഷ്ടം ഓട്ടു കിണ്ണത്തിൽ ചൂട് കുത്തരി കഞ്ഞിയും ചെറു പയർ പുഴുങ്ങി തേങ്ങാപ്പീരയിട്ടതും തേങ്ങാചുട്ടരച്ച ചമ്മന്തിയും പപ്പടം ചുട്ടതും ആണ്. ഭാർഗ്ഗവൻപിള്ള അന്നിതെല്ലാം ചോദിച്ചു വാങ്ങി കഴിച്ചു. നാരായണി അമ്മൂമ്മയേയും ഊരു ചുറ്റാൻ വിളിച്ചെങ്കിലും പുള്ളിക്കാരി ചിരിച്ചിട്ട് പറഞ്ഞു. "ഇജ്ജാതി ഭ്രാന്തിനൊന്നും ഞാനില്ലേ."

രാജിയെ വിളിച്ചപ്പോൾ അവൾ കൂടെ പോയി. അങ്ങനെ അപ്പൂപ്പനും, കൊച്ചുമോളും കൂടി പോരുവഴി മൊത്തം ചുറ്റിക്കറങ്ങി. മുരളിയുടെ വീട്ടിലും ചെന്നിരുന്നു. കാർ പടിക്കൽ വന്നു ഹോണടിച്ചപ്പോൾ ലക്ഷ്മിയമ്മ ഞെട്ടിപ്പോയി. ഓടിച്ചെല്ലുമ്പോൾ ഭാർഗ്ഗവൻപിള്ള.." "കേറുന്നില്ലെടി. ഇറങ്ങാനും കേറാനും പാടാ. വയ്യ. പിള്ളേരെല്ലാം എന്തിയേ?"

"സ്കൂളിൽ പോയി. നിനക്ക് പോകണ്ടായോടി?" ലക്ഷ്മിയമ്മ രാജിയോട് ചോദിച്ചു.

"പോയില്ല ചുറ്റാനിറങ്ങിയതാ." അവൾ ചിരിച്ചു

"അച്ഛാ, ഞാൻ പിടിക്കാം. വീട്ടിലോട്ടു കേറിയിട്ടു പോകാം."

അങ്ങനെ ലക്ഷ്മിയമ്മയും ഡ്രൈവറും കൂടി പിടിച്ചു ഭാർഗ്ഗവൻപിള്ള മോളുടെ വീട്ടിലെ തിണ്ണയിൽ ഇരുന്നു.

"ഇവിടെ ചാരുകസേര ഇല്ല."

"വേണ്ട." ഭാർഗ്ഗവൻപിള്ള മടക്കു കസേരയിൽ ഇരുന്നു. "സഖാവിന് സുഖമാണോ?"

ലക്ഷ്മിയമ്മ വാ പൊളിച്ചു നിന്നു. "സഖാവോ? അച്ഛനാന്നോ ഈ പറേന്നെ?"

"അവൻ നല്ലവനാടി. എനിക്കറിയാഞ്ഞിട്ടല്ല. എന്റെ മോടെ ഭർത്താ വല്ലായിരുന്നെങ്കിൽ ഞാനവനെ സഖാവേ എന്ന് വിളിച്ചേനെ. ഇതെല്ലാം അവനും അറിയാം. ഇനി വരുമ്പോൾ നീ ചോദിച്ചു നോക്ക്."

ലക്ഷ്മിയമ്മ കണ്ണ് തുടച്ചു, മൂക്ക് പിഴിഞ്ഞു. ചായ എടുക്കാൻ അകത്തേക്ക് പോയി.

ഭാർഗ്ഗവൻപിള്ള നാട് മുഴുവൻ ചുറ്റി, പോരുവഴിയമ്മയുടെ നടയ്ക്കൽ വന്നു. നട്ടുച്ച സമയം. റോഡിൽ അരമതിലിനോട് ചേർത്ത് തിരുനടയുടെ മുൻപിൽ കാർ നിർത്താൻ പറഞ്ഞു. കാറിൽ നിന്നും സാവധാനം ഇറങ്ങി ആ പടിയിൽ ഇരുന്നു. അനന്തരം ഡ്രൈവറോട് പറഞ്ഞു, "താൻ കുഞ്ഞിനെ വീട്ടിലോട്ട് വിട്ടിട്ട് കുറച്ചു ചൂട് വെള്ളം വാങ്ങി വാ."

ഡ്രൈവർ തിരികെ വരുമ്പോൾ ഭാർഗ്ഗവൻപിള്ള റോഡിൽ വീണു കിടക്കുകയായിരുന്നു. ഉച്ച സമയം ആയതു കൊണ്ട് ആരും റോഡിലെങ്ങും ഇല്ല. അയാൾ ഓടിപ്പോയി അടുത്ത വീട്ടിലെ ആളുകളെ കൂട്ടി വന്നു. മേലെ ആകാശത്തുനിന്നും വെള്ളിമേഘങ്ങൾ ഇറങ്ങി വന്നു കൂട്ടുകാരനെ കൂട്ടിക്കൊണ്ടുപോയത് അവരാരും അറിഞ്ഞില്ല. അതേ വണ്ടിയിൽ ഭാർഗ്ഗവൻപിള്ളയെയും എടുത്ത് നേരെ രാമൻ നായരുടെ കടയിലേക്ക് പോയി. പിന്നെ രാമൻ നായരുടെ ഊഴമായിരുന്നു. പരിശോധിച്ച ഡോക്ടർ സ്ഥിരീകരിച്ചു, "സ്വച്ഛന്ദ മരണം."

സിംഹങ്ങൾ അങ്ങനെയാണ്. മൃത്യുവിലും അവർ രാജകീയ യാത്രയെടുക്കും. ലക്ഷ്മിയമ്മ സങ്കടപ്പെട്ടു. കരഞ്ഞത് ആ സ്നേഹം ഏറെ കിട്ടിയല്ലോ എന്നോർത്താണ്. പോരുവഴിക്കാർ, പഴയ തലമുറ, ദിവസങ്ങളോളം ഭാർഗ്ഗവൻപിള്ളയുടെ അപദാനങ്ങൾ പരസ്പരം പറഞ്ഞു നടന്നു. പിന്നെ അവർ ഭാർഗ്ഗവൻപിള്ളയേയും മറന്നു. പോരുവഴിയുടെ ചരിത്ര പുസ്തകത്തിൽ ഇലഞ്ഞിക്കൽ ഭാർഗ്ഗവൻപിള്ളയ്ക്കും ഒരിടം തീയതി സഹിതം കിട്ടി. "പോരുവഴി സിംഹം" എന്നൊരു ഓമനപ്പേരും ചരിത്രകാരൻ ആൾക്കാരുടെ അഭിപ്രായം പോലെ എഴുതിച്ചേർത്തു.

മുടി വെട്ടാനായി പോകുമ്പോൾ മുരളി കണ്ടു, അടമന മഠത്തിൽ നിന്നും ഒരു ലോറി പുറത്തേക്ക് പോകുന്നു. പഴയ കട്ടിളയും ജനലും ഓടുകളുമാണ് പെട്ടെന്ന് ശ്രദ്ധയിൽ വന്നത്. മറ്റെന്തെങ്കിലും കൂടി പൊളിച്ചു വിറ്റിട്ടുണ്ടാകും. എത്ര നാൾ ഇങ്ങനെ? ഇത് കഴിയുമ്പോഴോ? കറുപ്പയ്യ വാതില്ക്കൽ നില്പുണ്ട്. മാധവൻ വെട്ടിത്തീരും വരെ മുരളി കാത്തിരുന്നു. മാധവനൊക്കെ അടുത്തിരിക്കുന്നതുകൊണ്ട് മഠത്തിലെ മുഴുവൻ വിശേഷങ്ങളും വേഗം കിട്ടും. മുടി വെട്ടാൻ തുടങ്ങിയപ്പോൾ മുരളി വിഷയം എടുത്തിട്ടു. "മഠത്തിൽ നിന്നും ലോറി ഇറങ്ങിപ്പോകുന്നത് കണ്ടു എന്താണ്?"

"അത് പിന്നെ, ഇങ്ങനെ ഇടയ്ക്കുള്ളതല്ലേ? വടക്കേ മഠം വിറ്റു. വാ

ങ്ങിയവർ പൊളിച്ചു കൊണ്ടുപോകുകയാണ്. രണ്ട് ദിവസമായി ലോറികൾ വന്നും പോയും ഇരിക്കുകയല്ലേ."

"എത്ര നാൾ അവരിങ്ങനെ പൊളിച്ചു വിറ്റു ജീവിക്കും?"

"നാഗർകോവിലിലെങ്ങാണ്ട് ഇവർക്ക് മഹാരാജാവ് കൊടുത്ത ആയിരം ഏക്കർ എസ്റ്റേറ്റ് ആരാണ്ടും കൈയടക്കി വച്ചിരിക്കുന്നു, നിറയെ വർഷങ്ങൾ പഴക്കമുള്ള തേക്കും വീട്ടിയും മരങ്ങൾ ആണ്. അതിലെ പത്തുമരം വെട്ടിയാൽ ഒരായുസ്സ് കഴിയാനുള്ള പണം കിട്ടും. അതിന്റെ കേസ് വിധിയായാൽ വീണ്ടു കോടിശ്വരനാകാം എന്നല്ലേ തമ്പുരാൻ പറയുന്നത്."

"പിന്നെന്തിന് ഇങ്ങനെ ഓരോന്ന് വില്ക്കണം?"

"അതുവരെ ജീവിക്കണ്ടേ?"

"അതൊക്കെ എന്ന് വിധിയാകാൻ?" അങ്ങോട്ട് കയറി വന്ന കോയിക്കൽ രാമൻ നായർ പറഞ്ഞു, തമ്പുരാന്റെ പഴയ കാര്യസ്ഥൻ.

"ഇപ്പോൾ വിധി ആകുമെന്നാണ് തമ്പുരാൻ പറയുന്നത്."

"പഷ്ട്. ഞാൻ ഇത് പത്ത് വർഷമായി കേൾക്കുന്നു. ഇതൊക്കെ സിവിൽ കേസാണ്. ഇതൊന്നും ഇവരുടെ കാലത്ത് വിധിയാകില്ല. അല്ല ഞാൻ ഒന്ന് ചോദിക്കട്ടെ. ആരോരും ഇല്ലാതെ വർഷങ്ങളായി കിടക്കുന്ന വസ്തു, അതിൽ നോട്ടമുള്ളവർ വേഗം അങ്ങ് വിട്ടു കൊടുക്കുമോ? അതൊന്നും കിട്ടപ്പോരില്ലെന്നേ. കിട്ടിയാൽ കിട്ടി, അത്ര തന്നെ. ഞാൻ തന്നെ ഇത് കിട്ടുമെന്ന് കരുതി പത്തു പൈസ ശമ്പളം ഇല്ലാതെ, അവരുടെ കൂടെ മൂന്നു വർഷം നിന്നില്ലേ? അവസാനം ഒരു രക്ഷയുമില്ലെന്ന് കണ്ടാ പടിയിറങ്ങിയത്." രാമൻ നായർക്ക് മുൻപേ വന്ന രണ്ട് പേർ ക്യൂവിലാണെന്ന് കണ്ടു പറഞ്ഞു. "മാധവ, ഞാൻ ഒന്ന് മുറുക്കിയിട്ടു വരാം."

"അങ്ങനെയാകട്ടെ."

അയാളിറങ്ങിയതും പണ്ടാരത്തെ മണികണ്ഠൻ പറഞ്ഞു. "തെണ്ടി. ഇവനൊക്കെയാ ആ കൊട്ടാരത്തിലെ എല്ലാം മോട്ടിച്ചു കടത്തിയത്. എന്തോരം വെള്ളിപ്പാത്രങ്ങളും ഓട്ടുപാത്രങ്ങളും ചെമ്പുകളും ഉരുളികളും ആണെന്നോ ഇവൻ കടത്തിയത്. വിറ്റതിന്റെ ബാക്കി ഇപ്പോഴും ഇയാളുടെ തട്ടിൻപുറത്ത് ഒളിച്ചു വച്ചിട്ടുണ്ട്. പോയി നോക്കിയാൽ കാണാം. ഇരുന്നു മേനി പറയുന്നു."

"അതിപ്പോൾ പഴയ പാത്രങ്ങൾ ഈട് തന്ന് പണം ചോദിച്ചാൽ ആരാ കൊടുക്കാത്തത്? ഇങ്ങള് മേടിക്കാറില്ലേ" കാളവണ്ടിക്കാരൻ ദാമു ചോദിച്ചു.

"അതിന് ചോദിക്കുന്ന പണം ഞാൻ കൊടുക്കുമല്ലോ." മണികണ്ഠൻ ന്യായം പറഞ്ഞു.

"അതെങ്ങനെ? തമ്പുരാൻ പത്തിലൊന്നു വില പോലും ചോദിക്കുന്നില്ലല്ലോ. അപ്പോഴോ?" "ചോദിക്കുന്നതിൽ മേലെ ആരേലും കൊടുക്കുമോ, ഇയാൾ പറ?"

"അത് നേരാ."

"എന്നാൽ ആവശ്യക്കാരൻ വിട്ടുവീഴ്ച ചെയ്യണം."

"കുറേ തലമുറയായി സുഖിച്ചതല്ലേ? ഇച്ചിരി കഷ്ടപ്പാടുകൾ അവരും അറിയട്ടെ." ദാമു, മണികണ്ഠനെ പിന്താങ്ങി. രണ്ടാളും യോജിപ്പിലായി.

മാധവൻ ചിരിച്ചു. അയാൾക്കറിയാം മുടി വെട്ടാൻ വരുന്നവരെ വെറുപ്പിക്കരുത്. അവർ എന്തെങ്കിലും പറഞ്ഞു സന്തോഷമായി പോകട്ടെ. മുടി വെട്ട് കാശിന് സന്തോഷവും വാർത്തകളും ഹിന്ദി പാട്ടും ഫ്രീ. ഇതാണ് മാധവന്റെ മുദ്രാവാക്യം. മുടി വെട്ടിക്കഴിഞ്ഞു. മുരളി കൊട്ടാരത്തിന്റെ ഗോപുര വാതിൽ കടന്നു, വടക്കേമഠം നിന്നയിടത്ത് പോയി. എല്ലാം ഉടച്ചിട്ടിരിക്കുന്നു. അങ്ങും ഇങ്ങും കുറച്ചു പൊടിഞ്ഞ ഇഷ്ടികകളും കുമ്മായക്കൂനകളും എരിക്കിൻ ചെടികൾ പടർന്നു പന്തലിച്ചു നില്ക്കുന്നു. അടുത്തായി പുതിയ ഒന്ന്, രണ്ട് ചെടികളും. ഇനി കുറേക്കൂടി കഴിയുമ്പോൾ അവിടം മുഴുവൻ എരിക്കിൻ ചെടികൾ നില്ക്കുന്ന പടം, ഒരു സിനിമയിലെന്നവണ്ണം അവന്റെ മനസ്സിൽ തെളിഞ്ഞു. ശ്മശാനത്തിന്റെ പൂക്കൾ. മനസ്സിൽ വല്ലാത്തൊരു ഭാരം നിറഞ്ഞു. മുരളി വേഗം തിരിഞ്ഞു നടന്നു.

സിസിലി

***ചി**ല ജന്മങ്ങൾ ഇങ്ങനെയാണ്. മറ്റുള്ളവർക്ക് വെളിച്ചം പകരാൻ സ്വയം കത്തിത്തീരുന്ന മെഴുകുതിരിപോലെ.*

പോയിപ്പുറത്തെ വിലാസിനി വന്ന് ലക്ഷ്മിയമ്മയോട് പറഞ്ഞു, "ഇച്ചേയിക്ക് എന്നോട് ദേഷ്യം തോന്നല്ലേ. രാമൻ സാർ കടയിൽ ഫോറിൻ കള്ള് വാങ്ങി വച്ച് ശിങ്കിടികളുമായി ചേർന്ന് കുടിയാണെപ്പോഴും. വന്നു വന്ന് ഇപ്പോൾ ആൾക്കാർ കടയിൽ സാധനങ്ങൾ വാങ്ങാൻ നില്ക്കുമ്പോൾ പോലും, ഒരു ഒളിവും മറയും ഇല്ലാതെ കൂടിയാണ്. ഇങ്ങനെയെങ്കിൽ ആരും കടയിൽ കേറില്ല. ഇച്ചേയിക്ക് ഒന്ന് പറഞ്ഞു നോക്കരുതോ?"

ലക്ഷ്മിയമ്മ ആങ്ങളയെ കണ്ട് സങ്കടം പറഞ്ഞു. "കൊച്ചേട്ടൻ ഇങ്ങനെ ധൂർത്തടിച്ചു കഴിഞ്ഞാൽ ശരിയാകില്ല. നാത്തൂനാണെങ്കിൽ പണ്ടേ ധൂർത്താണ്. പൊന്നും പണവും ഒന്നും ഒരു സൂക്ഷിപ്പുമില്ലാതെ തുറന്നിട്ടിരിക്കുകയായിരുന്നല്ലോ. അതെല്ലാം പോയോ ഇല്ലയോ ദൈവത്തിനറിയാം. ആൾക്കാർ പറയുന്നത് താമസിയാതെ കടയും പൂട്ടുമെന്നാണ്. രണ്ടാളും കൂടി ഇങ്ങനെ ആയാൽ ആ പിള്ളേർ എന്ത് ചെയ്യും. അവരുടെ പഠിത്ത കാര്യങ്ങളോ ഒന്നും നോക്കാൻ ആരുമില്ല. ഇത് അപകടമാണ്. കുറച്ചും കൂടി നോക്കി കണ്ട് ജീവിക്കു. വസ്തു വിറ്റ പണം ബാക്കി ഏതെങ്കിലും ബാങ്കിലിട്ട് പലിശ കൊണ്ട് ജീവിക്കാൻ നോക്കാമല്ലോ. ആദ്യം വേണ്ടത് ശിങ്കിടികളെ ഒഴിവാക്കുകയാണ്."

"ഒന്നും ഇല്ലെടി, ഒരു കുഴപ്പവുമില്ല." എന്ന് പറഞ്ഞു, നേരാങ്ങള ചിരിച്ചു തള്ളി കടന്നു പോയി. അതു പോലെ തന്നെ സംഭവിച്ചു. ഒരു വർഷം കൂടി തികച്ചില്ല. പത്തേ പത്ത് മാസമാണ് കട ഓടിയത്. പൂട്ടുമ്പോൾ ബാക്കി ഉണ്ടായിരുന്ന കുറെ സാധനങ്ങൾ അവിടെ നിന്നവർ

ക്കൊക്കെ ഒരു വിലയിട്ട് കൊടുത്തു. ഏറ്റവും കൂടുതൽ ഉണ്ടായിരുന്നത് രണ്ടു പഴയ പഞ്ചസാര ചാക്ക് നിറയെ കാലി കള്ളു കുപ്പികളായിരുന്നു. പല നിറത്തിലും വർണ്ണത്തിലുമുള്ള കുപ്പികൾ. ഭംഗിയുള്ളത് ആരൊക്കെയോ എടുത്തോണ്ട് പോയി. ബാക്കിയുള്ളത് കടയുടെ വെളിയിൽ വരാന്തയിൽ കിടന്ന് ഉരുണ്ടു കളിച്ചു.

പണകപ്പുറത്തെ സോമൻകുട്ടൻ പേർഷ്യയിൽ പോയിട്ട് നാട്ടിൽ വന്നത് നാല്പതാം ചിറപ്പിന്റെ അന്നാണ്. ഇലഞ്ഞിക്കൽ രാമൻ നായരുടെ ചിറപ്പിന്റെ അന്ന്, ദീപാരാധന കഴിഞ്ഞ ഉടനെ. മുരളി അപ്പോൾ ഏഴാം ക്ലാസിലോ മറ്റോ ആണ്. വൈകുന്നേരം പളപളേന്നു തിളങ്ങുന്ന ഫോറിൻ കൈലിയും ഉടുത്ത്, റോത്ത്മാൻസ് സിഗരറ്റും പുകച്ച്, കൈയിലൊരു ഡബിൾ സ്പീക്കർ സ്റ്റീരിയോയുമായി അയാൾ പോരുവഴി ക്ഷേത്ര നടയിലേക്ക് വന്നു. ക്ഷേത്രത്തിന് കിഴക്ക് റോഡിന് വടക്കുപുറത്ത് ഉയർന്ന പുരയിടത്തിൽ നില്ക്കുന്ന കരയോഗക്കെട്ടിടത്തിന് ഉള്ളിലേക്ക് കയറാനുള്ള അഞ്ച് സിമന്റ് പടികളിൽ പ്രമാണിമാരും കരയോഗ ഭാരവാഹികളിൽ ചിലരും ഇരിക്കുന്നു. പ്രമാണിമാരൊക്കെ കുശലം ചോദിച്ചു. “എപ്പോൾ വന്നു നീ? എത്ര നാൾ ഉണ്ട്?”

സോമൻകുട്ടൻ അവിടെയുള്ള പ്രമാണികളോട് കുശലം പറഞ്ഞു. സിഗരറ്റ് പാക്കറ്റ് തുറന്ന് അവർക്കൊക്കെ സിഗരറ്റുകൾ കൊടുത്തു. എല്ലാവരും ചിരികളിയായി. അമ്പലം സെക്രട്ടറി പറഞ്ഞു: “നാളെ ചിറപ്പാണ്. വലിയ ചെലവൊക്കെയാണ്. സോമൻകുട്ടൻ എന്തെങ്കിലും കാര്യമായിത്തരണം.”

“കൊച്ചാട്ടന് എന്ത് വേണം?”

“പതിനായിരം.”

“അതിനെന്താ നാളത്തെ ചിറപ്പിനു എന്റെ വക ഇരുപത്തയ്യായിരം. വൈകിട്ട് വീട്ടിലേക്ക് വന്നോളൂ.”

എല്ലാവരും ഞെട്ടിപ്പോയി. ഇരുപത്തയ്യായിരം രൂപയെ! പെട്ടെന്ന് അവിടെ ഇരുന്നവരെല്ലാം സോമൻകുട്ടന്റെ ആളുകളായി. മുരളിക്ക് കടുത്ത ദേഷ്യം വന്നു. ഇത്രനാളും രാമനമ്മാവന്റെ സ്തുതിപാഠകരായിരുന്ന ഇക്കൂട്ടർ. എത്ര പെട്ടെന്നാണ് ഒരു പാക്കറ്റ് സിഗററ്റിലും ഇരുപത്തയ്യായിരം രൂപയിലും വീണു പോയത്. നന്ദിയില്ലാത്ത വർഗ്ഗം. നായർ കട പൂട്ടിയതോടെ ആൾക്കാർക്ക് ഉള്ള മതിപ്പും പോയി. സോമൻകുട്ടൻ നാട്ടിലെ ആദ്യ പേർഷ്യക്കാരൻ ആണ്. ഈ പേർഷ്യക്കാരന് എവിടെ നിന്നാണ് ഇത്ര പണം? ഇയാളെ കണ്ടു പഠിക്കാനാണ് പണ്ടുമുതലേ ലക്ഷ്മിയമ്മ പറയാറ്.

മാസ്റ്റർ ശ്രീക്കുട്ടിയെ ഡാൻസ് മാത്രമല്ല പഠിപ്പിച്ചത്. രാവിലെ ഡാൻസ് പരിശീലനം കഴിഞ്ഞ ശേഷം കഥാപ്രസംഗവും പഠിപ്പിച്ചു. കഥയും പാട്ടുമെല്ലാം തങ്കപ്പൻ മാസ്റ്ററിന്റെ തന്നെ. ആളുകൾക്കെല്ലാം മാസ്റ്ററിന്റെ ബഹുമുഖ പ്രതിഭയിൽ മതിപ്പുണ്ടായി. സാംബശിവനെക്കാളും വലിയൊരു കഥാപ്രസംഗക്കാരിയായി ശ്രീക്കുട്ടിയെ മാറ്റിയെടുക്കും എന്ന് അയാൾ

കഥ പറയുന്നവരെ സാക്ഷി നിർത്തി പ്രഖ്യാപിച്ചു. ലക്ഷ്മിയമ്മയ്ക്കും മക്കളെ ഡാൻസിന് വിടണമെന്നുണ്ടായിരുന്നു.

ക്ലാസൊക്കെ തുടങ്ങിയിട്ട് മൂന്ന് മാസമായി. വേറെയും കുട്ടികളുടെ രക്ഷിതാക്കൾ വന്നു അന്വേഷിച്ചിട്ടുണ്ട്. രണ്ടാമത്തെ ബാച്ച് രണ്ടാഴ്ചയ്ക്കുള്ളിൽ തുടങ്ങും. അപ്പോൾ എടുക്കാമെന്ന് തങ്കപ്പൻ സാർ ലക്ഷ്മിയമ്മയ്ക്ക് ഉറപ്പു കൊടുത്തു. സാറിന്റെ ഭാവങ്ങൾ കണ്ടപ്പോൾ അവന് തോന്നി "അയ്യേ ഇയാളെന്താ സ്ത്രീകളെ പോലെ."

രമേശൻ പറഞ്ഞു "അയ്യാൾ ഹിജഡ ആണെടാ."

എന്തായാലും കൊള്ളാം ഡാൻസ് പഠിക്കാനുള്ള ഭാഗ്യം ലതയ്ക്കും ലതികയ്ക്കും കിട്ടിയില്ല. പോരുവഴിയിലെ മറ്റു കുട്ടികൾക്കും കിട്ടിയില്ല. കുറുപ്പ് സാറിന്റെ കൊല്ലത്തുള്ള ഒരു കൂട്ടുകാരൻ ഒരു ദിവസം അദ്ദേഹത്തിനെ കാണാൻ വീട്ടിൽ വന്നിരുന്നു. കുറുപ്പ് സാർ വീട്ടിലില്ലായിരുന്നതിനാൽ വേഗം തിരികെ പോയി. ഇടയിൽ ഡാൻസ് പഠിത്തം കാണാൻ പുതിയതായി കെട്ടിയൊരുക്കിയിരുന്ന ഓല ഷെഡിൽ വന്ന് എത്തിനോക്കി. അടുത്ത നാൾ അയാൾ പൊലീസ് ജീപ്പുമായാണ് വന്നത്. പോയിപ്പുറത്തെ ഭാമയാണ് വാർത്ത കൊണ്ട് വന്നത്. "ഡാൻസർ തങ്കപ്പൻ മുങ്ങി. കൂട്ടത്തിൽ കാർത്ത്യായനിയമ്മയുടെ മോൾ ശ്രീക്കുട്ടിയെയും കാണ്മാനില്ല. അയാൾ മുങ്ങി നടക്കുന്ന കല്യാണ വീരനാണത്രേ. ശരിക്കുള്ള പേര് തങ്കപ്പൻ എന്നല്ല. സഹദേവൻ എന്നാണത്രെ." അവസാനം ഭാമ ശബ്ദം താഴ്ത്തിപ്പറഞ്ഞു. "ഇച്ചേയി, പിള്ളേര് മാത്രമല്ല ചില അമ്മമാരും അയാളുടെ തോളത്തു ചാരാൻ നടക്കുവല്ലായിരുന്നോ?"

ഗോപാലന്റെ പരാതിയിൽ ഹരിയെ പൊലീസ് അറസ്റ്റ് ചെയ്തെങ്കിലും ചികിത്സയ്ക്കായി കുതിരവട്ടത്തെ മാനസിക ആശുപത്രിയിലേക്ക് മാറ്റിയിരുന്നു. കേസ് നടക്കുന്നുണ്ടായിരുന്നു. ഹരിയുടെ അമ്മ, മാലതിവാരസ്യാർ ഒരു നാൾ തറയുടെ അതിരിൽ നിന്നു നാണിയെ വിളിച്ചു. "നാണി നീ ഇത്രടം ഒന്ന് വരുമോ?"

ഗോപാലൻ വീട്ടിൽ ഇല്ലായിരുന്നത് കൊണ്ട് കരയുന്ന ഇളയ കൊച്ചിനെയും ഒക്കത്തു വച്ചുകൊണ്ട് അവർ കുടിലിന് പുറത്തു വന്നു. "എന്താ തമ്പുരാട്ടി?"

"എടി എന്റെ കൊച്ചൻ ചെയ്തത് അന്യായമാണ്. തെറ്റാണ്. സമ്മതിച്ചു. എന്റെ ആങ്ങളമാരെല്ലാം കൂടി ചേർന്ന് അവന്റെ സ്വസ്ഥതയും മനസ്സും നശിപ്പിച്ചു. ഇനിയും അവനെ ശിക്ഷിക്കണോ? സത്യത്തിൽ തെറ്റ് ചെയ്തത് അവനല്ല. മറ്റുള്ളവരെല്ലാം കൂടിയാണ്. നിനക്കെങ്കിലും അവനോട് ക്ഷമിച്ചു കൂടെ? കുട്ടിക്കാലം മുതലേ നിനക്കവനെ അറിയില്ലേ? അവൻ സ്നേഹമില്ലാത്തവനാണോ?"

ഇളയ കൊച്ചു ഏണിലിരുന്നു വിശന്നു തൊള്ള കീറി. നാണിക്ക് സങ്കടവും ദേഷ്യവും സഹിക്കാനായില്ല. "മിണ്ടാണ്ടിരി കൊച്ചേ. ശവം." അവർ അതിനെ നന്നായി തല്ലി. അത് വീണ്ടും ഉച്ചത്തിൽ കരയാൻ തുടങ്ങി. "തമ്പ്രാട്ടി ചെന്നാട്ടെ. അയാൾ എപ്പോൾ വരുമെന്നറിയില്ല. തമ്പ്രാ

ട്ടിയെ കണ്ടാൽ കലിയിളകും. അതിന്റെ ദേഷ്യമെല്ലാം എന്റെ നെഞ്ചത്താണ് തീർക്കുക."

മാലതി വാരസ്യാർ നിസ്സഹായയായി നാണിയെ നോക്കി നിന്നു. പിന്നെ വിധിയെ പഴിച്ചു തിരിഞ്ഞു നടന്നു പോകുമ്പോൾ അവർ വിളിച്ചു പറഞ്ഞു. "എന്റെ മോൻ നിന്റെ കൊച്ചിനെ സ്നേഹിച്ചിട്ടേയുള്ളു. നിങ്ങളെയും"

നാണി കുഞ്ഞിനെ മുഖത്തോടു ചേർത്ത് ചുംബിച്ചു. പിന്നെ വാവിട്ടു കരഞ്ഞു.

രണ്ടുനാൾ കഴിഞ്ഞു, ഗോപാലൻ അയാളുടെ വക്കീലിനെ കാണാൻ ചെന്നു. "എനക്ക് കേസ് വേണ്ട. തിരിച്ചെടുത്തേക്കു."

"എന്താ ഗോപാലാ. എന്ത് പറ്റി?"

"എനക്ക് കേസ് വേണ്ട. നിങ്ങൾക്ക് തരാൻ എന്റെ കൈയിൽ പണവുമില്ല."

"നിങ്ങൾ പണം തരേണ്ട. ഞാൻ നടത്തിക്കോളാം ഒരു പെണ്ണിന്റെ മാനത്തിന്റെ കേസാണ്. എനക്ക് പണം വേണ്ട."

"രണ്ടാം വാരിയത്തും, മൂന്നാം വാരിയത്തും ഉള്ള അവന്റെ കാരണവന്മാരെ ശിക്ഷിക്കാമോ?"

"അതിനു തെളിവില്ലല്ലോ."

"എന്നാൽ കേസ് വേണ്ട."

കുറെ നാൾ കഴിഞ്ഞപ്പോൾ ഹരി വീട്ടിലേക്ക് തിരിച്ചു വന്നു. ദാസൻ കൂട്ടുകാർക്കൊക്കെ മധുരം വാങ്ങിക്കൊടുത്തു. അവന്റെ സന്തോഷം കണ്ട് മുരളിക്കും സന്തോഷമായി. അവനാണ് ഹരിയുടെ കാര്യം പറഞ്ഞതെന്ന് ഗോപാലൻ ആരോടും പറഞ്ഞില്ല. ദാസന് പോലും അതറിയില്ല. രണ്ടാമതിപ്പോൾ കേസും പിൻവലിച്ചിരിക്കുന്നു. അവന് ഗോപാലനോട് വളരെ സ്നേഹം തോന്നി. അക്കൊല്ലം ഒന്നാമത്തെ വാര്യത്തെ കച്ചിത്തുറു ഇടി വെട്ടിയില്ല. പകരം രണ്ടാമത്തെയും മൂന്നാമത്തെയും വാര്യത്തെ കച്ചിത്തുറുകൾ തുലാവർഷ മഴയിൽ ഇടി വെട്ടി കത്തി നശിച്ചു. നാട്ടുകാർ പറഞ്ഞു "സുശീലയുടെ ശാപമാണ്. അവരല്ലേ വാര്യത്തെ കൊച്ചനെ ഭ്രാന്തനാക്കിയത്? കല്യാണവും കലക്കിയത്? പണ്ട് പൂർവ്വികർ ചെയ്ത പോലെ."

അത് ഏറ്റു പറഞ്ഞു മുരളിയും ചിരിച്ചു. ആ ദിവസങ്ങളിൽ ഗോപാലന്റെ പാട്ട് നേരത്തെ തുടങ്ങി. രാവേറെ ചെല്ലുംവരെ നീളുകയും ചെയ്തു. വാര്യത്തെ പണി പോയ ശേഷം നാണി ഓല മെടഞ്ഞും തഴപ്പായും വട്ടിയും വള്ളിക്കൊട്ടകളും മുറവും മറ്റും ഉണ്ടാക്കി വിറ്റും കഴിയുകയായിരുന്നു. ഗോപാലനെ ആരും ഇപ്പോൾ പണിക്ക് വിളിക്കാറില്ല. കാരണം ചിലപ്പോഴൊക്കെ ഒരു നൊസ്സുണ്ട്. പാതി വഴിയിൽ പണി നിർത്തി പൊക്കളയും. കൂലി വാങ്ങിയാലായി ഇല്ലെങ്കിലായി. കഷ്ടമല്ലേ എന്ന് കരുതി അറിയുന്നവർ വിളിക്കാറുണ്ട്.

വെളുത്ത ബാലൻ പട്ടാളത്തിൽ ചേർന്ന് ഒരു വർഷം കഷ്ടി ആയ

തേയുള്ളു. ആദ്യ ലീവിൽ വരുമ്പോൾ തന്നെ നടത്താനായി മുറപ്പെണ്ണുമായുള്ള കല്യാണം ഉറപ്പിച്ചുവച്ചിരിക്കുകയായിരുന്നു. രണ്ട് മാസത്തിനുള്ളിൽ വരേണ്ടതാണ്. അങ്ങനെ ഇരിക്കുമ്പോൾ എല്ലാവരെയും സങ്കടപ്പെടുത്തി കൊണ്ട് ബാലൻ നേരത്തേ വന്നു, പെട്ടിക്കുള്ളിൽ കൂട്ടുകാരുടെ അകമ്പടിയോടെ. കെട്ടാനിരുന്ന പെണ്ണിന്റെയും, അമ്മയുടെയും മറ്റ് നാട്ടുകാരുടെയും കൂട്ടക്കരച്ചിലുകൾക്കിടയിൽ ആചാരവെടികൾ വാങ്ങി വെള്ളി മേഘങ്ങളുടെ ഇടയിലേക്ക് പുകച്ചുരുളുകളായി പോയി. അടുത്തദിവസം പോരുവഴിയുടെ ചരിത്രബോർഡിൽ ദേശക്കാർ കാണും വിധം വാർത്ത വന്നു.

10.12.1968 – ബാലചന്ദ്രൻ നായർ, പോയിപ്പുറത്ത് – കാശ്മീരിൽ ഭീകരുടെ ആക്രമണത്തിൽ വീരമൃത്യു വരിച്ച പോരുവഴിയുടെ പുത്രന് ആദരാഞ്ജലികൾ.

അന്ന് വീട്ടിൽ വന്നശേഷം ചെങ്ങന്നൂരിന് അടുത്തെവിടെയെങ്കിലും വല്ല മീറ്റിങ്ങിനും വന്നാൽ വൈകിപ്പോയാൽ സഹാവുള്ളപ്പോഴൊക്കെ, തമ്പിച്ചേട്ടൻ വീട്ടിൽ വരുമായിരുന്നു. ആഹാരമൊക്കെ കഴിച്ചു വീട്ടിൽ തങ്ങിയിട്ട് അടുത്ത ദിവസമേ പോകു. അദ്ദേഹം വരുന്നത് കുട്ടികൾക്കെല്ലാം എന്നും വലിയ സന്തോഷമാണ്. തമ്പിച്ചേട്ടൻ എന്നല്ല, ആര് വീട്ടിൽ വന്നാലും എത്ര അസമയത്തു വന്നാലും അവർക്ക് ഭക്ഷണം കൊടുത്തു സൽക്കരിച്ചിട്ടേ ലക്ഷ്മിയമ്മ വിടു. അതിന് ജാതിയോ മതമോ പണക്കാരനെന്നോ പാവപ്പെട്ടവനെന്നോ വ്യത്യാസമില്ല. അർദ്ധരാത്രിക്ക് വന്നാൽ പോലും ചപ്പാത്തിയോ പുട്ടോ കൊഴുക്കട്ടയോ എന്തെങ്കിലുമൊന്ന് അവർ വേഗം തയ്യാറാക്കും. ലക്ഷ്മിയമ്മയുടെ ഈ അതിഥി സൽക്കാരം അവരെ അറിയുന്നവർക്കെല്ലാം അറിയാം. അവരുടെ രീതിയും, പെരുമാറ്റവും കണ്ട് കുട്ടികൾക്കും ആരെങ്കിലും എപ്പോഴും വീട്ടിൽ വരണേ എന്നാണ് പ്രാർത്ഥന. എന്നാൽ തമ്പിച്ചേട്ടൻ കൂടെ, കൂടെ വരാൻ ആരംഭിച്ചപ്പോൾ മുരളി ലക്ഷ്മിയമ്മയോടു പറഞ്ഞു. “ഇയാൾ എന്താണ് വന്നിട്ട് പോകാത്തത്? സന്ധ്യക്ക് മുൻപേ വന്നതാണല്ലോ.” .

“നമുക്ക് പലപ്പോഴും മറ്റുള്ളവരെ പൂർണ്ണമായി മനസ്സിലാകണമെന്നില്ല. ഞാൻ പറയുന്ന കാര്യം നീ ആരോടും പറയരുത്. അദ്ദേഹത്തിന് പാർട്ടി മാസാമാസം ചെലവിനുള്ള അലവൻസ് കൊടുക്കുന്നുണ്ട്. പക്ഷേ, പുള്ളി എവിടെങ്കിലും ഒക്കെ മീറ്റിങ്ങിന് പോകുമ്പോൾ ആരെങ്കിലും എന്തെങ്കിലും കഷ്ടമോ പ്രയാസമോ പറഞ്ഞാൽ കൈയിലുള്ളത് അവർക്ക് കൊടുത്തിട്ട് ഇങ്ങു പോരും. കൈയിലെ പണം തീരുമ്പോൾ രണ്ട് മൂന്ന് ദിവസമൊക്കെ ആഹാരം കഴിക്കാതെ പിടിച്ചു നില്ക്കും. വിശപ്പ് കടുക്കുമ്പോൾ തീരെ പിടിച്ചു നില്ക്കാൻ ആവാതെ വരുമ്പോൾ എന്തെങ്കിലും പറഞ്ഞു നമ്മുടെ വീട് പോലെ സ്വാതന്ത്ര്യമുള്ള ചില വീടുകളിൽ ചിലപ്പോൾ പോകും, ഭക്ഷണത്തിന്. അച്ഛൻ പറഞ്ഞാണ് ഞാൻ അറിഞ്ഞത്.” ലക്ഷ്മിയമ്മ പറഞ്ഞു.

“പണമില്ലെങ്കിൽ അത് ചോദിച്ചാൽ പോരെ?”

"ചോദിക്കില്ല. കൊടുത്തേ ശീലമുള്ളൂ. സത്യത്തിൽ ആരോടും ചോദിക്കണ്ട കാര്യമില്ല പണം വല്ലവർക്കും കണ്ടമാനം കൊടുക്കാതിരുന്നാൽ. ചില ജന്മങ്ങൾ ഇങ്ങനെയാണ്. മറ്റുള്ളവർക്ക് വെളിച്ചം പകരാൻ സ്വയം കത്തിത്തീരുന്ന മെഴുകുതിരി പോലെ." അതിനുശേഷം തമ്പിച്ചേട്ടൻ വരുമ്പോഴെല്ലാം ആഹാരം കൊടുത്തു വിടാൻ മുരളി പ്രത്യേകം ശ്രദ്ധിക്കുമായിരുന്നു.

പതിവുപോലെ അക്കൊല്ലത്തെ കർക്കിടക മഴയ്ക്കും പോരുവഴിയിലെ രണ്ടു മൂന്ന് ജീവൻ നഷ്ടപ്പെട്ടു. കോളനിയിൽ രണ്ടും പള്ളി തെക്കേലെ വീട്ടിൽ ഒന്നും മരണങ്ങൾ നടന്നു.

നാരായണി അമ്മൂമ്മയുടെ ജീവനെടുത്തത് പക്ഷേ, പഞ്ഞമോ മഴയോ ആയിരുന്നില്ല. അപ്പൂപ്പൻ പോയതോടെ, ജീവിതത്തോടുള്ള ആസക്തിയേ അവർക്ക് നഷ്ടപ്പെട്ടിരുന്നു. ജീവിക്കണം എന്നുള്ള കൊതി പെട്ടെന്ന് വറ്റിപ്പോയി. അവരുടെ ഒരേ ഒരു സന്തോഷം കൊച്ചുമക്കളുമൊത്തുള്ള ഉല്ലാസങ്ങളായിരുന്നു. അല്ലാത്ത സമയമത്രയും അപ്പൂപ്പന്റെ കട്ടിലിൽ വഴിയേ പോകുന്നവരെയും നോക്കി വടക്കേ മുറിയിൽ ഒരു ഇരുപ്പാണ്. ഇരുന്നു മടുക്കുമ്പോൾ നാരായണി അമ്മൂമ്മ അപ്പൂപ്പനോട് പരാതി പറയുമായിരുന്നു. "എന്നെ ഒറ്റയ്ക്ക് ആക്കിയിട്ട് നിങ്ങൾ പോയത് ശരിയായില്ല." അപ്പൂപ്പൻ മേഘപാളികളിൽ കൂടി താഴെ വന്ന് ദേഷ്യം പിടിപ്പിക്കും. "നിനക്ക് എന്തിന്റെ കുറവാടി? കുറേക്കാലം കൂടി ഭൂമിയിൽ ജീവിച്ചിട്ട് വന്നാൽ മതി." അവസാനം അമ്മൂമ്മയ്ക്ക് ദേഷ്യം വന്നു. "ഒറ്റയ്ക്ക് പോയി സുഖിക്കുവാണല്ലേ കഴുവേറട മോനെ? ഉടനെ എന്നെ കൊണ്ടുപോണം."

അങ്ങനെയാണ്, കഴുവേറടാമോനെ വിളി ഭയന്ന്, അപ്പൂപ്പൻ കൂട്ടുകാരുമായി വന്നു അമ്മൂമ്മയെ കൂട്ടി കൊണ്ടുപോയത്. ഇതറിയാതെ പാവം ഡോക്ടർ, രാമൻനായരോട് പറഞ്ഞു "കാർഡിയാക്ക് അറസ്റ്റ്." ഹൃദയം ഉള്ളവരാണെന്ന് മരണത്തിലും മാലോകരെ ബോദ്ധ്യപ്പെടുത്തിയാണ്, രണ്ട് സമയങ്ങളിലായി, ഇലഞ്ഞിക്കൽ ഭാർഗ്ഗവൻ പിള്ളയും നാരായണിയമ്മയും ഇഹലോകവാസം വെടിഞ്ഞത്.

ആയിടയ്ക്ക് ഒരു വിചിത്ര സംഭവമുണ്ടായി. നാരായണി അമ്മൂമ്മയുടെ ഒരു ഇളയ സഹോദരൻ ദാമോദര കുറുപ്പ് വെളിയിലെവിടെയോ പട്ടാളത്തിൽ.ജോലി ചെയ്യുന്നുണ്ടായിരുന്നു. അയാളെപ്പറ്റി നാട്ടിൽ ആർക്കും ഒരു വിവരവും ഉണ്ടായിരുന്നില്ല. പട്ടാളത്തിലായിരുന്നപ്പോൾ ഇടയ്ക്ക് എപ്പോഴോ നാട്ടിൽ വന്ന അയാൾ തന്റെ വീതം വസ്തുവിൽ രണ്ടു മുറിയുടെ ഒരു കൊച്ചു വീട് പണിഞ്ഞിരുന്നു. പിന്നെ പോയ ശേഷം വന്നിരുന്നില്ല. അവിടെ ഏതോ വടക്കേ ഇന്ത്യക്കാരിയെ കെട്ടിയെന്നാണ് ആകെയുള്ള വിവരം. ഇതുവരെ ആ വീട് ആർക്കോ വാടകയ്ക്ക് കൊടുത്തു, അതിന്റെ വാടക പൊട്ടനമ്മാവനാണ് എടുത്തിരുന്നത്. ഇപ്പോൾ ആരും വാടകയ്ക്കും ഇല്ല. കാടുപിടിച്ചു കിടക്കുന്ന മുറ്റവും പറമ്പും. പെട്ടെന്നൊരു ദിവസം ഒരേയൊരു മകനും അവന്റെ ഭാര്യയുമായി അയാൾ

വന്നു. വീടൊക്കെ വൃത്തിയാക്കി താമസവും തുടങ്ങി. എല്ലാവർക്കും സന്തോഷമായി. അമ്മൂമ്മയ്ക്ക് അയാളെ കാണാൻ ഭാഗ്യമുണ്ടായില്ല. അതിനു മുൻപേ അമ്മൂമ്മ പോയല്ലോ. അയാളൊരു ദിവസം ലക്ഷ്മിയമ്മയെ കാണാൻ വന്നു. വീട്ടിലിരുന്നു സങ്കടപ്പെട്ടു. "കൊച്ചേച്ചിയെ ഒന്ന് കാണാൻ സാധിച്ചില്ലല്ലോ. എനിക്ക് ഏറ്റവും അടുപ്പം കൊച്ചേച്ചിയുമായി ആയിരുന്നു."

എന്നാൽ അയൽവക്കക്കാരൊക്കെ പതുക്കെ പതുക്കെ അയാളെ പറ്റി പരാതി പറയാൻ തുടങ്ങി. മോൻ പലപ്പോഴും അവിടെ കാണില്ല. അയാൾ മാന്നാറിലെവിടെയോ കടയിൽ പണിക്ക് പോകുന്നുണ്ട്. കുറുപ്പും മരുമോളും കൂടി മിക്കപ്പോഴും വഴക്കാണ്. കുറുപ്പ് കള്ളും കുടിച്ചേച്ചു മരുമോളെ ചീത്ത വിളിക്കും. അവൾ അയാളെ കിട്ടുന്നതെടുത്ത് ഏറിയും. അയാൾ തല്ലാൻ ചെല്ലുമ്പോൾ അവൾ, അയൽവീട്ടിൽ ഓടിക്കയറും. അയാൾ കൊല്ലാൻ വരുന്നു എന്നാണ് പരാതി. അയാൾ സകല സമയവും ഉടുപ്പൂരി വച്ച്, മേല് മുഴുവൻ ചൊറിച്ചിലാണ്. ഏതു നേരവും ചൊറിഞ്ഞു കൊണ്ടിരിക്കും. വെയിലടിക്കുന്നതോടെയാണ് ചൊറിച്ചിൽ കൂടുക. സന്ധ്യ ആകുന്നതോടെ അല്പം കുറവ് വരും. അതുകൊണ്ട് ചൊറിച്ചിലിന്റെ കാഠിന്യം അവൾ പറഞ്ഞു കൊടുത്താലും ഭർത്താവിന് വിശ്വാസം പോരാ. ഇട്ടു മാന്തി മാന്തി ദേഹത്തൊക്കെ പോറലിന്റെ പാടുകളും ഉണ്ട്. ഇതെല്ലാം പോട്ടെന്നു വയ്ക്കാം. ഇപ്പോൾ അങ്ങനെയിരിക്കുമ്പോൾ ഇറങ്ങി പൊക്കളയും. നോക്കി, നോക്കി ഇരിക്കണം. കണ്ടു പിടിച്ചോണ്ട് വരുമ്പോൾ കൂടെയിങ്ങു പോരും. എന്തെങ്കിലും ഇഷ്ടപ്പെട്ടില്ലെങ്കിൽ കണ്ണ് പൊട്ടുന്ന തെറി വർത്തമാനങ്ങൾ വിളിച്ചു പറയും. ഇത്തിരി കഴിയുമ്പോൾ ചോദിച്ചാൽ ഒന്നും അറിയില്ലെന്ന് നടിക്കും. ഭയങ്കര കള്ളനാണ്. അയാൾക്ക് വട്ടാണെന്നാണ് അവൾ പറയുക. ചിലപ്പോൾ തുണിയെല്ലാം പറിച്ചെറിയും. വരാന്തയിൽ മുള്ളി വയ്ക്കും. ചോദിച്ചാൽ അയാളല്ല എന്ന് പറയും. എന്ത് ചെയ്യാനാണ്. എന്റെ കഷ്ടകാലം? മരുമോൾ അയലത്തൊക്കെ സങ്കടം പറയും.

ഒരു ഞായറാഴ്ച ഊണും കഴിഞ്ഞു സുരേന്ദ്രന്റെ കടയിൽ നിന്നും സൈക്കിൾ വാടകയ്ക്ക് എടുത്ത് നെല്ല് കുത്തിക്കാൻ അമ്പലത്തിനടുത്തുള്ള റൈസ് മില്ലിൽ പോകുമ്പോഴാണ് മുരളി കണ്ടത്. കുറുപ്പ് ഉടുമുണ്ട് ഇല്ലാതെ പിറന്ന പടി റോഡിൽ കൂടി നടന്നു വരുന്നു. ആ സമയത്തു റോഡിൽ തിരക്കുണ്ടാകില്ല. അടുത്തിടെയാണ് ദേശത്ത് പണക്കാരൻ ജോയിമാപ്പിള മില്ല് തുടങ്ങിയത്. ആരെയും റോഡിലെങ്ങും കാണാനില്ല. അവൻ സൈക്കിൾ സ്റ്റാൻഡിൽ വച്ചിട്ട് അയാളുടെ അടുത്ത് ചെന്ന് വിളിച്ചു. "കുറുപ്പമ്മാവാ എന്ത് പറ്റി? മുണ്ടെവിടെ? എവിടെ പോകുകയാ?"

അയാളവനെ മിഴിച്ചു നോക്കി. പരിചയ ഭാവം ഇല്ല. വീണ്ടും നടക്കാൻ ആരംഭിച്ചപ്പോൾ അവൻ അയാളുടെ കൈക്കു പിടിച്ചു, വീട്ടിലേക്ക് നടത്തിച്ചു. "വാ നമുക്ക് വീട്ടിൽ പോകാം."

"ഏത് വീട്? നമ്മൾ വീട്ടിലല്ലേ?"

"അല്ല. ഇപ്പോൾ റോഡിലാണ്. വീട്ടിൽ പോകാം." അവനയാളെ കൈപിടിച്ച് നടത്തിച്ചു. വഴിയിൽ മുണ്ട് തേടിയെങ്കിലും കിട്ടിയില്ല. എതിരെ കപ്പയുമായി കടന്നു വന്ന കാളവണ്ടിക്കാരൻ വിചിത്ര കാഴ്ച കണ്ടു. വണ്ടി നിർത്തി തുറിച്ചു നോക്കി. "എന്നാ പറ്റി" എന്ന് ചോദിച്ചിട്ട് മറുപടി കാക്കാതെ വണ്ടി തെളിച്ചു പോയി. ജങ്ഷനിൽ എത്തുമ്പോഴേക്കും ആളുകളൊക്കെ മൂക്കത്ത് വിരൽ വയ്ക്കേണ്ട കാഴ്ച കണ്ടു. പുറത്തു നിന്ന സ്ത്രീകൾ അകത്തു കയറിപ്പോയി. ഒന്ന് രണ്ടു പേർ വിളിച്ചു പറഞ്ഞു. "കുഞ്ഞേ അയാൾക്ക് ഭ്രാന്താണ്. ഉപദ്രവിക്കാതെ സൂക്ഷിച്ചോണം."

അവനും അപ്പോൾ അല്പം ഭയമൊക്കെ തോന്നാൻ തുടങ്ങിയിരുന്നു. എന്നാലും അന്തസ്സുള്ള ഒരു മനുഷ്യനല്ലേ? ആരെങ്കിലും അയാളെ സഹായിക്കണ്ടേ. ഒരു പക്ഷേ, വെള്ളമടിച്ചു സുബോധം പോയതാണേലോ? എന്നാൽ വെള്ളമടിച്ച മണമൊന്നുമില്ലല്ലോ എന്നും അവനോർത്തു. വീട്ടിൽ ചെന്ന് കയറുമ്പോൾ മരുമോൾ അലമുറയിട്ടു.

"കണ്ടോ ഇയാൾക്ക് ഭ്രാന്താണ്. ഞാൻ പറയുമ്പോൾ ആരും വിശ്വസിക്കില്ല. അയാളുടെ മോൻ വരുമ്പോൾ പറയുന്നത് എല്ലാം എന്റെ കള്ളത്തരമാണെന്നാണ്. എല്ലാരും ഓടി വരണേ. ഇതൊന്ന് കാണണെ." വീണ്ടും അവർ അലമുറയിട്ടു.

ആരൊക്കെയോ അപ്പുറത്തെ വീടുകളിൽ നിന്നൊക്കെ എത്തി നോക്കാൻ തുടങ്ങി.

ആരാണ് എന്താണ് എന്നൊന്നും അറിയാതെ കുറുപ്പ് മുറ്റത്തു ഉലാത്തി.

"നിങ്ങളുടെ ബഹളം ഒന്ന് നിർത്തൂ. ആദ്യം അയാൾക്ക് ഒരു മുണ്ടിങ്ങെടുക്കു." മുരളി ദേഷ്യപ്പെട്ടു. അയാൾക്ക് വട്ടാണെന്നും ചികിത്സിക്കണമെന്നും പൂട്ടിയിടണമെന്നും പല അഭിപ്രായങ്ങൾ വന്നു.

"മോൻ വരുമ്പോൾ ഏതെങ്കിലും ഡോക്ടറിനെ കാണിക്കു." എന്ന് പറഞ്ഞു മുരളി പോയി. അവർ കാണിച്ചോ എന്തോ, രണ്ടാം പക്കം, ന്യൂസ്പേപ്പർ ഇടാൻ വന്ന ഗോപി പറഞ്ഞത് "കുറുപ്പ് അമ്പലത്തിനടുത്തുള്ള റോഡ് സൈഡിൽ മരിച്ചു കിടക്കുന്നു. ഏതോ രാത്രി വണ്ടി ഇടിച്ചിട്ടതാണ്." അധികം വാഹനങ്ങൾ ഒന്നും ഇല്ലാത്ത കാലം. കപ്പയോ, നെല്ലോ എടുക്കാൻ വന്ന ഏതെങ്കിലും പാണ്ടിലോറി ആയിരിക്കും എന്നാണ് മഹസ്സർ തയ്യാറാക്കിയ പൊലീസുകാർ പറഞ്ഞത്. അവരിപ്പോഴും അമ്പലപ്പടിക്കലുണ്ട്.

സ്കൂളിലേക്ക് പോയിപ്പുറത്തെ പുരയിടത്തിൽ കൂടി ഷോർട് കട്ട് പോകാം. അവരൊന്നും പറയില്ല. എന്നാൽ അത് കഴിഞ്ഞാൽ പട്ടാളക്കാരൻ ഈപ്പൻ സാറിന്റെ വീടിന്റെ പുറകിൽ കൂടി വേണം സ്കൂളിലേക്ക് കയറേണ്ടത്. അതും സ്കൂളിന്റെ അവിടുള്ള മുള്ളുവേലിക്കിടയിൽ കൂടി നൂർന്ന് വേണം. ഈപ്പൻ സാറിന്റെ വീട്ടുകാർ വല്ലോം പറഞ്ഞാലോ എന്ന് കരുതി ആരും ആ വഴിക്ക് പോകാറില്ല. അന്ന് നേരത്തെ വന്നാൽ ചെസ്

കളിക്കാം എന്ന് ഭരതൻ സാർ പറഞ്ഞതുകൊണ്ടാണ് മുരളി സ്കൂളിലേക്ക് കുറുക്കു വഴി കയറിയത്. ഈപ്പൻ സാറിന്റെ കിണറും കുളിമുറിയും വീടിന്റെ പുറകിലാണ്.

അവരുടെ കുളിമുറിക്ക് അടുത്തുകൂടിയാണ് അവന് പോകേണ്ടത്. ആരെങ്കിലും പോകുന്നതും വരുന്നതും വീട്ടിലുള്ളവർക്ക് കാണാൻ പറ്റില്ല. കുളിമുറി എന്ന് പറഞ്ഞുകൂടാ. മെടഞ്ഞ ഓലകൾ വച്ച് മറച്ച ഒരു ചരിപ്പ്. അതും പഴകി അവിടെയും ഇവിടെയും പൊളിഞ്ഞു കിടക്കുന്നത്. കുളിക്കുന്ന ആൾ ഒഴിഞ്ഞും മറഞ്ഞും നിന്നില്ലേൽ പുറത്തുള്ള ആളിന് കാണാം. അതാണ് സംഭവിച്ചതും.

മുരളി അന്നാണ് ആദ്യമായി പെണ്ണുടൽ പൂർണ്ണമായി കാണുന്നത്. കുളിമുറിക്ക് വളരെ അടുത്ത് ചെന്നപ്പോഴാണ് അവൻ കണ്ടത്. തന്റെ കൂടെ പഠിക്കുന്ന സിസിലി നിന്ന് കുളിക്കുന്നു. അവൾ തന്നെ കണ്ടില്ല. എന്ത് ചെയ്യണമെന്നറിയാതെ അവൻ പതറിപ്പോയി. തിരിച്ചു പോകാമെന്ന് കരുതിയാൽ കോയിപ്പുറത്തെ ഭാമേടത്തി ചോദിക്കും

"എന്താടാ, തിരികെ പോരുന്നത്. സ്കൂൾ ഇല്ലേ?" അവർ കണ്ടതാണ് താൻ വരുന്നത്. ഒരു വട്ടം കൂടി പൊളിഞ്ഞ ഓലക്കിടയിൽ കൂടി അവളെ നോക്കി. ഇപ്പോൾ പുറം തിരിഞ്ഞു, അല്പം ചരിഞ്ഞു, മുന്നോട്ടിട്ട മുടിയിഴകളിൽ വെള്ളമൊഴിക്കുകയാണവൾ. അവൻ കണ്ടു. കഴുത്തിന് പിന്നിൽ അരയോളം ഒഴുകിയിറങ്ങുന്ന നനവാർന്ന നനുത്ത രോമരാജികൾ. ആമ്പൽപ്പൂവിന്റെ നിറമുള്ള വിറയാർന്ന ചുണ്ടുകളിൽ നിന്നും ഇളം ഞാറിന്റെ തളിർ ഇലയിൽ നിന്നും വിട്ടുപോകാൻ മടിച്ചു നില്ക്കുന്ന ഒരു ചെറു ജലകണം. വിടർന്ന നെല്ലിൻപൂവിന്റെ ഉള്ളുപോലെ നാഭിക്കുഴി. തുടുത്ത കവിളുകളിലേക്ക് പടർന്നിറങ്ങുന്ന സ്വർണ്ണ നിറമുള്ള മുടിക്കുഞ്ഞുങ്ങൾ. വെയിലടിച്ചു വെട്ടിത്തിളങ്ങുന്ന വിളഞ്ഞ നെൽക്കതിരിന്റെ നിറമാർന്ന അടിവയർ. മീരാബെന്നിന്റെ സാന്നിദ്ധ്യം ഒരിക്കൽക്കൂടി മുരളി അറിയുകയായിരുന്നു. ചക്കര അമ്മാവൻ പറഞ്ഞത് അവനോർത്തു. "ആദമിന് ഹവ്വയെപോലെ ഓരോ ആണിനും ഒരു പെണ്ണുണ്ട്. അവർ കണ്ടെത്തുക തന്നെ ചെയ്യും."

അതേ കവിളുകൾ, അതേ അടിവയർ, അതേ സ്വർണ്ണ നിറമുള്ള മുടിക്കുഞ്ഞുങ്ങൾ.

മോശമാണ് അവൾ കണ്ടാൽ ചീത്ത പറയും എന്നോർത്തപ്പോൾ ശബ്ദമുണ്ടാക്കാതെ ഒരു പൂച്ചയെപ്പോലെ മുന്നോട്ട് നടന്ന് അവിടെനിന്നും രക്ഷപ്പെട്ടു. അന്ന് അവൾ ക്ലാസിൽ വന്നിരുന്നപ്പോൾ അവൻ ഒളിഞ്ഞു നോക്കി. മുഖം കാണാൻ വയ്യ. അവൾ ക്ലാസിൽ ശ്രദ്ധിച്ചിരിക്കുകയാണ്. കണ്ട കാഴ്ച ഓർത്തപ്പോൾ അന്നാദ്യമായി മുരളിക്ക് ഒരു പ്രത്യേക തരം കുളിരു തോന്നി. മീരയുടെ രൂപം, സാവധാനം തെളിഞ്ഞു വരുന്ന പോലെ. രതി തറയിൽ വച്ച് കട്ടിലിലേക്ക് തള്ളിയിട്ടു എന്നെ കെട്ടാമോ എന്ന് ചോദിച്ചപ്പോൾ പോലും തോന്നാഞ്ഞ ഒരു കുളിര്. അന്നും മീരയു

ടെ സാമീപ്യം അടുത്ത് തോന്നിയിരുന്നു. എന്നാൽ രൂപമോ മണമോ ഒന്നും തെളിഞ്ഞിരുന്നില്ല.

അവന് സിസിലിയോട് ഇഷ്ടം തോന്നി. പെട്ടെന്ന് അവൾ തിരിഞ്ഞപ്പോൾ അവൻ തിരിച്ചറിഞ്ഞു, മുഖം തന്റെ മീരാബെന്നിന്റെ അല്ലല്ലോ. എന്നാൽ എങ്ങനെ എന്ന് അവന് മനസ്സിലായതുമില്ല. ഇനി അതിലെ പോകില്ല എന്ന് തീരുമാനിച്ചു. എന്നാൽ അടുത്തുള്ള ദിവസങ്ങളിലെല്ലാം ഓരോ കാരണങ്ങൾ ഉണ്ടാക്കി അതേ സമയം അതു വഴി അവൻ സ്കൂളിൽ പോകാൻ തുടങ്ങിയെങ്കിലും പിന്നീടൊരിക്കലും സിസിലിയുടെ കുളി കാണാൻ സാധിച്ചില്ല. രണ്ടാഴ്ച കഴിഞ്ഞപ്പോൾ അവർ മെടഞ്ഞ ഓലകൾ കൊണ്ട് പുതുതായി മറ കെട്ടുകയും ചെയ്തു.

മീര ബെൻ മനസ്സിൽ രൂപം എടുക്കാൻ തുടങ്ങിയപ്പോൾ ആകാംക്ഷയോടെ കൂട്ടുകാരൻ രമേശിനോട് രഹസ്യമായി മുരളി പറഞ്ഞു: "എടാ കണ്ടിട്ട് ആ കുട്ടി ഒരു പാവമാണെന്നു തോന്നുന്നു. ആരോടും വല്യ വർത്തമാനമൊന്നും ഇല്ല."

"ഉം, ഉം. മോനെ മനസ്സിലായി. എന്നാൽ ഒള്ള കാര്യം പറയാം. ഞാനും അവളുമായി അടുപ്പമാ. എല്ലാം കഴിയുകയും ചെയ്തു."

"എന്തോ കഴിഞ്ഞെന്ന്?" ഞെട്ടിപ്പോയി.

"എടാ മണ്ടച്ചാരേ അത്. ഉം. അത് തന്നെ! ഈപ്പൻ സാർ അവളുടെ അപ്പനല്ല. അപ്പന്റെ അനിയൻ. അവളുടെ അപ്പൻ മരിച്ചു പോയി. അമ്മയ്ക്ക് രണ്ടു കൊല്ലം മുൻപ് ജർമ്മനിയിൽ നേഴ്സ് ജോലി കിട്ടിയത് കൊണ്ടാണ് അവളെ ഇവിടെ കൊണ്ട് നിർത്തിയത്. ഇവിടെ ഈപ്പൻ സാറിന്റെ കിടപ്പിലായ അമ്മ ശോശാമ്മ അമ്മാമ്മയും ഈപ്പൻ സാറിന്റെ ഭാര്യ ഷേർളി ചേച്ചിയും, രണ്ടു കൊച്ചു പിള്ളാരും സിസിലിയും മാത്രമേയുള്ളു. ആൺതുണയില്ലാത്തതിനാലും അയൽവാസിയും സൽസ്വഭാവിയും ആയതിനാലും ഈയുള്ളവനാണ് അവർക്കു കടയിൽ നിന്നും സാധനങ്ങൾ വാങ്ങി കൊടുക്കുന്നതും, അവർക്കു പേടിയുള്ള ദിവസങ്ങളിൽ വീട്ടിൽ കൂട്ട് കിടക്കുന്നതും. ഇപ്പോൾ മോന്റെ സംശയമൊക്കെ മാറിയോ?" അങ്ങനെയൊക്കെ അവൻ പറഞ്ഞെങ്കിലും മുരളിക്ക് അതൊന്നും വിശ്വസിക്കാൻ തോന്നിയില്ല. സത്യമാകരുതേയെന്ന് മനസ്സിൽ പ്രാർത്ഥിക്കുകയും ചെയ്തു. രാത്രി ഇരുട്ടത്ത് മുഖം മൂടി ഇട്ടു ചെന്ന് രമേശന്റെ മൂക്കു ഇടിച്ചു പരത്താൻ തോന്നി. എല്ലാം ഓർത്ത് മുരളിയുടെ സമാധാനം പോയി.

ഇരുങ്ങിലേത്തു നീലാണ്ടപ്പിള്ള

പറഞ്ഞു നടക്കേണ്ടതല്ല കൊടുക്കേണ്ടതാണ് സ്നേഹം
തേടി നടക്കാനുള്ളതല്ല. താനെ വന്നു ചേരേണ്ടതാണ്

മുരളിയെ ടൗണിലെ ഗവൺമെന്റ് ബോയ്സ് ഹൈസ്കൂളിൽ ചേർത്തു. ദാസനും രമേശനും മുരളിയും ഒന്നിച്ചാണ് പോകുക. ആർക്കും ബാഗുകളോ കുടകളോ ഒന്നും ഇല്ല. അങ്ങനെ ചിലതുണ്ട് എന്നറിയുകയും ഇല്ല. ഒരു സെന്റീമീറ്റർ വീതിയിൽ വലിയ വണ്ടികളുടെ ട്യൂബ് മുറിച്ചു കിട്ടുന്ന കറുത്ത റബ്ബർ ബാൻഡ് വാങ്ങാൻ കിട്ടും. അഞ്ചു പൈസയ്ക്ക് രണ്ടെണ്ണം. അത് വാങ്ങി ബുക്കുകളും പൊതിച്ചോറും ചേർത്ത് വച്ച് റബ്ബർ വലിച്ചിടും. എന്നിട്ട് സ്കൂളിലേക്ക് നാലു കിലോമീറ്ററോളം നടന്നും ഒടിയുമാണ് പോകുക. സിസിലിയെ തിരുവല്ലയിലെ കന്യാസ്ത്രീകളുടെ ബോർഡിങ്ങിൽ ചേർത്തു. ഇനി അവിടെ നിന്നാണ് അവൾ പഠിക്കുക. ഇത് കഴിഞ്ഞു നഴ്സിങ്ങും പഠിപ്പിച്ചു, അമ്മ അവളെ ജർമ്മനിക്ക് കൊണ്ട് പോകും. മുരളിയുടെ പറയാതെ പോയ ആദ്യ പ്രണയം.

ഹൈസ്കൂളിലും രണ്ട് നിക്കറും ഷർട്ടുമായിരുന്നു മുരളിയുടെ കോട്ട. എല്ലാം രണ്ടു ദിവസം ഇട്ടിട്ടേ അവൻ നനയ്ക്കു. എന്നും നനച്ചാൽ ചിലപ്പോൾ ഉണങ്ങില്ല. നിക്കറിനുള്ളിൽ അടിവസ്ത്രം ഇടണമെന്ന് ഈ കുട്ടികൾക്കാർക്കും അറിയില്ല. അവർ ഇടാറുമില്ല. സ്കൂളിൽ രമേശനാണ് തൊട്ടടുത്ത് ഇരിക്കുന്നത്. ഒരു ദിവസം കുട്ടനിട്ട് അവൻ പെൻസിൽ കൊണ്ട് മൃദുവായി ഒരു കുത്തു കുത്തി. "ഉദ്ദേശിച്ചപോലെ ഒന്നുമല്ലല്ലോ. ആള് കേമനാണല്ലോ? എന്താ കഴിക്കാൻ കൊടുക്കുക?"

മുരളി നാണിച്ചു പോയി. അപ്പോഴാണവൻ നിക്കറിന്റെ കീറൽ കണ്ടത്. അന്ന് വീട്ടിൽ ചെന്ന് പുതിയ നിക്കറിനായി അമ്മയുമായി അവൻ

വഴക്കിട്ടു. പാലും മുട്ടയും വിറ്റു കഷ്ടപ്പെട്ടു കഴിയുന്ന കാലം. ലക്ഷ്മിയമ്മ എവിടെ നിന്നോ കടം വാങ്ങി പണം കൊടുത്തു. "നീ പോയി രണ്ടോ, മൂന്നോ വാങ്ങിക്കോ."

ആർട്ടിഫിഷ്യൽ ഇൻസെമിനേഷൻ ആയി തുടങ്ങുന്നതേ ഉണ്ടായിരുന്നുള്ളു.

വെറ്ററിനറി ഡോക്ടർ ആദ്യമൊക്കെ ആളുകളെ ബോധവല്ക്കരിക്കാൻ വീടുകളിൽ കയറി ഇറങ്ങുമായിരുന്നു. പരിചയപ്പെടുത്താനും പശുക്കളുള്ള വീടുകൾ കാട്ടിക്കൊടുക്കാനും ഡോക്ടർ തയ്യൽക്കാരൻ അച്യുതൻ പിള്ളയുടെ മോൻ കേശവനെ കൂടെ കൂട്ടി. അങ്ങനെ അവർ ഗോപാലപിള്ളയുടെ വീട്ടിലും എത്തി.

"ഇവിടെ വരാൻ നിനക്കൊക്കെ ഇത്ര ധൈര്യമോടാ തെണ്ടികളെ?" ഗോപാലപിള്ള ആക്രോശിച്ചു കൊണ്ട് ചാടി.

"സാറെ, ഞാൻ അപ്പോഴേ പറഞ്ഞില്ലേ അവിടെ പോകണ്ട, അയാൾ മൂരിയുടെ ഡ്രൈവർ ആണെന്ന്."

"ആരാടാ ഡ്രൈവർ? നിന്റെ തന്തയാടാ ഡ്രൈവർ."

കേശവൻ പേടിച്ചു പുറകോട്ട് വലിഞ്ഞു. നല്ല ആരോഗ്യമുള്ള അയാളെ കേശവന് ഭയമായിരുന്നു. ഡോക്ടർ പറഞ്ഞു: "നിങ്ങൾ ആവശ്യമില്ലാതെ ആരുടെയും അച്ഛന് പറയരുത്. അത് തെറ്റാണ്. ഞാൻ സർക്കാരുദ്യോഗസ്ഥനാണ്. ഞാൻ എന്റെ ജോലി ചെയ്യുന്നു. തടസ്സപ്പെടുത്തിയാൽ പൊലീസ് കേസ് ആകും. നിങ്ങൾക്ക് ഇഷ്ടമായാലും അല്ലേലും പറഞ്ഞു തരേണ്ടത് എന്റെ കാര്യമാണ്. ധാരാളം പാല് കിട്ടുന്നതും ആരോഗ്യമുള്ളതുമായ പശുക്കളെ നമ്മുടെ രാജ്യത്തിൽ കിട്ടാനാണ് സർക്കാർ ഇതൊക്കെ തുടങ്ങിയിരിക്കുന്നത്. മൂരിയുടെ അസുഖങ്ങളും കുഴപ്പങ്ങളുമൊക്കെ ഇവിടത്തെ പശുക്കൾക്കും വരാതിരിക്കാനാണ്. നിങ്ങൾ ഇത് നിർത്തണം."

അപ്പോൾ പുറത്തോട്ടിറങ്ങിയ അയാളുടെ രണ്ടാം ഭാര്യ "അങ്ങോട്ട് പറഞ്ഞു കൊടുക്ക് സാറെ. പെൺപിള്ളേർ പുര നിറഞ്ഞു നില്ക്കുന്നു. എന്നാലും ഈ മനുഷ്യൻ നിർത്തില്ല. എന്ത് ചെയ്യാം."

"കേറിപ്പോടീ അകത്തു."

"ഞാൻ പോയേക്കാം. പക്ഷേ, ഇത് നിർത്തിയില്ലേൽ തന്റെ പിള്ളേർ ഇവിടെ നിന്ന് മൂത്തുനരകിക്കത്തെയുള്ളൂ."

"നിങ്ങൾ ഒന്ന് കൂടി ആലോചിച്ചു വേണ്ടത് ചെയ്യൂ." എന്ന് പറഞ്ഞു ഡോക്ടർ പോയി. ഗോപാലപിള്ള പരിചയക്കാരോടൊക്കെ കുത്തിവയ്പ്പിന്റെ ദോഷങ്ങളെപ്പറ്റി പറഞ്ഞു നടന്നു. ആളുകൾ എന്ത് വേണമെന്നറിയാതെ വിഷമിച്ചു നിന്നപ്പോൾ ലക്ഷ്മിയമ്മ വെറ്ററിനറി ഡോക്ടറിനെ വരുത്തി പശുക്കളെ കുത്തിവെപ്പിച്ചു. ആ സ്ഥലത്തു ആദ്യമായി വെറ്ററിനറി ഡോക്ടറിനെ വരുത്തി പശുക്കളെ കുത്തിവെപ്പിച്ചത് ലക്ഷ്മിയമ്മയാണ്. കേശവനെ വിളിക്കാൻ പോയത് മുരളിയാണ്. കേശവന് സന്തോഷമായി.

"ഇതാണെന്റെ ആദ്യ കേസ്. ലക്ഷ്മിയേടത്തി പശുനെ കുത്തി വച്ചെന്നറിഞ്ഞാൽ ഇവത്തുങ്ങളെല്ലാം കേശവന്റെ വീട്ടിൽ ക്യൂ നില്ക്കും. നീ കണ്ടോ." വീടിന്റെ പുറകിൽ ചങ്ങലയിൽ കെട്ടി നിർത്തിയിരുന്ന പഴയ സൈക്കിളുമായി കേശവൻ വന്നു. തീപ്പെട്ടി കോലുപോലുള്ള കേശവൻ, അനിയനെയും കൂട്ടി ഫ്രീസർ ജാർ കൊണ്ടുവന്ന് സൈക്കിൾ സ്റ്റാൻഡിൽ തൂക്കിയിട്ടു. "എന്തായാലും ഇതും കൂടി ഇരിക്കട്ടെ. വേണമെങ്കിൽ അന്നേരം ഇങ്ങോട്ടു ഓടണ്ടായല്ലോ."

തയ്യൽക്കാരൻ അച്യുതൻ പിള്ള കടയുടെ മുൻപിൽ വന്നു നിന്ന് മോനെ മനസ്സുകൊണ്ട് അനുഗ്രഹിച്ചു വിട്ടു. കേശവന് ദേശത്തു കിട്ടുന്ന ആദ്യ സ്വതന്ത്ര കുത്തിവയ്പ്.

പിന്നീട് ഗോപാലപിള്ള വീട്ടിൽ വന്നു ലക്ഷ്മിയമ്മയോട് പരിഭവം പറഞ്ഞു: "കുഞ്ഞിങ്ങനെ ചെയ്യുമെന്ന് ഞാൻ കരുതിയില്ല. കുഞ്ഞു ചെയ്തത് കൊണ്ട് നാട്ടാരെല്ലാം ഇപ്പോൾ ആ ഡോക്ടറുടെ ശിങ്കിടി, കേശവന്റെ പുറകേയാണ്. അവന് പുത്തൻ പേരും കിട്ടി. "ബ്രൗൺ കേശവൻ."

ലക്ഷ്മിയമ്മയ്ക്ക് ചിരി പൊട്ടി."ബ്രൗൺ കേശവനോ? ഓ, സ്വിസ് ബ്രൗണിന്റെ ബ്രൗൺ. കൊള്ളാം. അവന് പേര് വീണത് കൊണ്ട് കൊച്ചാട്ടന് സമാധാനമായില്ലേ?"

"എന്നാലും കുഞ്ഞേ എന്റെ വയറ്റിപ്പെഴപ്പല്ലേ?" ലക്ഷ്മിയമ്മയെ അയാൾക്കെന്നും ഭയം കലർന്ന ബഹുമാനമായിരുന്നു.

"കാലത്തിനൊത്തു നമ്മളും മാറണ്ടേ ഗോപാലൻ കൊച്ചാട്ടാ?"

നാട്ടുകാരുടെ മറ്റൊരമ്മാവനാണ് നീലാണ്ടപ്പിള്ള. കുടുംബമൊന്നും ഇല്ല. ഒറ്റത്തടിയാണ്. നന്നേ ചെറുപ്പത്തിൽ എവിടെ നിന്നോ വന്ന്, ചെങ്ങന്നൂർ റെയിൽവേ സ്റ്റേഷന് മുൻപിൽ ഒരു ചായക്കടയിൽ സപ്ലയർ ആയി കയറിയതാണ്. സ്വന്തോം ബന്ധോം ഒന്നും ആർക്കും അറിയില്ല. ആരും തിരക്കാറും ഇല്ല. ചായക്കടയിൽനിന്നും ശാപ്പാടായിരുന്നു കൂലി. അതായിരുന്നു നീലാണ്ടപ്പിള്ളയുടെ ദൗർബല്യം. രണ്ടാൾക്കുള്ളത് കഴിച്ചാലും വിശപ്പു അടങ്ങില്ല. വളർന്നു യൗവനം ആയപ്പോൾ കൂലി ചോദിച്ചതോടെ അവിടെ നിന്നും ഇറക്കി വിട്ടു. പിന്നെ കൂലിപ്പണിയുമായി നീലാണ്ടപ്പിള്ള വളർന്ന്, സ്വന്തമായി അഞ്ചു സെൻറ് പുരയിടവും ഒരു ചെറിയ ഒറ്റമുറി വീടുമായി. പണിക്കിറങ്ങിയാലും രണ്ടാളുടെ പണിയെടുക്കും കൂലിയും കൂടുതൽ വേണം. തർക്കിച്ചു വാങ്ങും. ഇഷ്ടപ്പെട്ടവരാണെങ്കിൽ കിട്ടുന്നതും വാങ്ങിപ്പോകും. എപ്പോഴും വായിൽ മുറുക്കാൻ നിറഞ്ഞു മാത്രം കാണാറുള്ള നീലാണ്ടപ്പിള്ള ദേശം മുഴുവൻ കേൾക്കത്തക്കവണ്ണം ഉച്ചത്തിലാണ് സംസാരിക്കുക. അകന്നു നിന്നില്ലേൽ വെറ്റിലച്ചാറ് തെറിക്കും. അമ്മാവാ പയ്യെ പറ എന്ന് പറഞ്ഞിട്ടും കാര്യമില്ല. ഇത് ശീലമായിപ്പോയി. എല്ലാം പറയുമ്പോൾ ഒന്ന് കൂടി പറയണം. നാലാളുടെ തടിയും തണ്ടും ഉണ്ടെങ്കിലും അയാൾക്ക് എന്തിന്റെയോ കുറവുണ്ടായിരുന്നു. ഒരു പിരി ലൂസ്. പലപ്പോഴും റോഡിലൂടെ പോകുമ്പോൾ ഇടയ്ക്കിടെ ഉറക്കെ തനിയെ സംസാരിക്കും. എന്താ അമ്മാവാ? എന്ന്

ചോദിച്ചാൽ തിരിച്ചു ചിരിച്ചിട്ട് എന്താ പിള്ളേ സുഖമല്ലേ? എന്ന് ചോദിച്ചിട്ടു നടന്നു പോകും. കുട്ടികളെ വലിയ ഇഷ്ടമാണ്. കണ്ടാൽ മിട്ടായി വാങ്ങി കൊടുക്കും. എന്നാൽ കൊച്ചു പിള്ളേർ ഉൾപ്പെടെ എല്ലാരും അമ്മാവാ എന്ന് വിളിക്കണം. പറഞ്ഞു വിളിപ്പിക്കുകയും ചെയ്യുന്ന അയാൾ എല്ലാവർക്കും സഹായി ആണ് താനും. എന്നാലും ചിലപ്പോൾ ഇഷ്ടപ്പെടാത്ത കാര്യം വന്നാൽ ആരെന്നു നോക്കാതെ കലഹം ഉണ്ടാക്കുകയും ചെയ്യും. എന്നാൽ കായികമായി തല്ലു കൂടാൻ പോകാതെ മാറിക്കളയും. വയസ്സ് നാല്പതോടടുത്തു കാണും. പെണ്ണുങ്ങളൊക്കെ കളിയാക്കാനായി അമ്മാവാ ഇനി ഒരു പെണ്ണ് കെട്ടേണ്ടേ എന്നൊക്കെ ചോദിച്ചാൽ നാണം കൊണ്ട് മൂടുന്ന നീലാണ്ടപ്പിള്ള എല്ലാവരെയും ഞെട്ടിച്ചു.

രാഘവനാണ് നാടൊട്ടുക്കും കഥ പാട്ടാക്കിയത്. നീലാണ്ടപ്പിള്ളയുടെ വീട്ടിൽ നിന്നും സ്ത്രീ ശബ്ദം കേട്ടു. സ്ഥലത്തെ സദാചാരപ്പൊലീസായ, പട്ടാളത്തിൽ ഏഴ് വർഷം മാത്രം നിന്ന് പേടിച്ചു മെഡിക്കലിൽ ചാടി പോന്ന ഓമനക്കുട്ടനും. പതിവ് പോലെ പണി കഴിഞ്ഞു വന്നു കുളിയൊക്കെ കഴിഞ്ഞു ളാകശ്ശേരി ഷാപ്പിൽ പോയി മൂക്കറ്റം കള്ളും, കപ്പയുമൊക്കെ കഴിച്ചിട്ട് തിരികെ വരുമ്പോൾ, പോരുവഴിയമ്മയുടെ മുൻപിലെ ആൽമരച്ചുവട്ടിലെ തിട്ടയിൽ കയറി കിടന്നു. ക്ഷീണം കൊണ്ട് ഉറങ്ങിപ്പോയി. ഒരു ബഹളം കേട്ടാണ് ഉണർന്നത്. ഒരു പെൺകുട്ടിയെ മൂന്ന് കോളേജ് പിള്ളേരുചേർന്ന് കാറിൽ പിടിച്ചു കയറ്റാനുള്ള ബഹളമാണ്. ഓടിച്ചെന്നപ്പോൾ ഭയന്ന പിള്ളേർ കാറിൽ കയറി രക്ഷപ്പെട്ടു. എല്ലാം കണ്ണടച്ചു തുറക്കും മുൻപ് കഴിഞ്ഞു. മറ്റാരും അറിഞ്ഞില്ല. പിള്ളേർ ആരെന്നറിയില്ല. അവൾ മാവേലിക്കരയിൽ ഒരു വീട്ടിൽ വേലയ്ക്ക് നില്ക്കുന്നതാണ്. സ്വന്തക്കാർ ആരും ഇല്ലെന്നാണ് പറയുന്നത്. എല്ലാവരും കൂടി അതേ കാറിലാണ് വന്നത്. പോരുവഴിയമ്മയുടെ മുന്നിൽ എത്തിയപ്പോൾ റോഡിലുള്ള വഞ്ചിയിൽ കാണിക്കയിടണം എന്ന് ഒരുത്തന് നിർബ്ബന്ധം. മറ്റു രണ്ടു പേരും എതിർത്തെങ്കിലും അവസാനം കാണിക്കയിടാൻ നിർത്തി. ആ തക്കത്തിന് അവൾ പുറകിലത്തെ വാതിൽ തുറന്നു ഓടിപ്പോകാൻ ശ്രമിച്ചതാണ്. അപ്പോഴാണ് പിടിവലി ശബ്ദം കേട്ട് നീലാണ്ടപ്പിള്ള ചെന്നതും പിള്ളേർ ഓടിയതും. അത്രയേ നീലാണ്ടപ്പിള്ള അമ്മാവന് അറിയൂ. രാവിലെ പൊക്കൊള്ളാം, രാത്രി അഭയം എന്ന് കാലുപിടിച്ചു കരഞ്ഞു പറഞ്ഞപ്പോൾ കൂടെ കൂട്ടി. പിന്നീട് പുറത്തിറക്കി വിടാൻ സാഹചര്യം കിട്ടിയില്ല.

രാമൻനായർ അകത്തു കയറി പെണ്ണുമായി സംസാരിച്ചിട്ട് പുറത്തു വന്നു.

"വത്സല എന്നാണ് അവളുടെ പേര്. പാവം കൊച്ചാണ്. സ്വന്തം സ്ഥലം പാലക്കാട്. രണ്ടാനച്ഛന്റെ ശല്യത്തിൽ നിന്നും രക്ഷപ്പെടാൻ ആരോ പരിചയക്കാർ മുഖേന മാവേലിക്കര ഒരു വീട്ടിൽ ജോലിക്ക് വന്നതാണ്. ആറുമാസമേ ആയുള്ളു. ഇതിനിടയിൽ വീട്ടിലെ കോളേജ് കുമാരൻ അവളുമായി പ്രേമത്തിലായി. വീട്ടിൽനിന്നും ഒളിച്ചോടി കല്യാണം

നടത്താം എന്നും പറഞ്ഞു കൂട്ടുകാരന്റെ കാറുമായി ഇറങ്ങിയതാണ്. എന്നാൽ കല്യാണം നടത്താതെ കൂട്ടുകാരുമായി കാറിൽ കിടന്നു കറങ്ങുകയാണ്. ഇതിനിടയിൽ രാത്രിയാകാനും സൗകര്യമായ ഒരു സ്ഥലത്തു കാർ പാർക്ക് ചെയ്യാനും, അവർ പ്ലാൻ ചെയ്യുന്നത് കേട്ട്, അപകടം മണത്തു രക്ഷപ്പെടാൻ നോക്കിയതാണ് അവൾ. പോകാൻ പ്രത്യേകിച്ച് സ്ഥലമൊന്നും ഇല്ല. ആരെങ്കിലും സംരക്ഷണം കൊടുക്കണം. വീട്ടു വേലകളെല്ലാം ശമ്പളമില്ലാതെ ചെയ്തോളും." രാമൻ നായർ ഒന്ന് നിർത്തി എല്ലാവരുടെയും അഭിപ്രായം അറിയാൻ കാത്തിരുന്നു.

"അതിപ്പോൾ ആരേല്ക്കും? നാളെ ഒരു പുലിവാല് ആയാലോ?" ഓരോരുത്തരായി ഒഴിഞ്ഞു. അപ്പോഴാണ് പലിശക്കാരൻ പൗലോ മുതലാളി പറഞ്ഞത്. "ഓക്കേ ആറുമാസം എന്റെ വീട്ടിൽ വേലയ്ക്ക് നിന്നോട്ടെ. ശമ്പളം ഒന്നും ഇല്ല. അതുകഴിഞ്ഞു മറ്റു മാർഗ്ഗങ്ങൾ നോക്കണം."

രാമൻ നായർക്ക് പൗലോമുതലാളിയുടെ ഗൂഢോദ്ദേശ്യം മനസ്സിലായി. "അതുവേണ്ട പൗലോ. ആ കുട്ടിക്കൊരു സ്ഥിരമായ പരിഹാരം വേണം." എന്നിട്ടു നീലാണ്ടപ്പിള്ളയോട് തിരിഞ്ഞു ഒരു ചോദ്യം. "എടാ നിനക്കിവളെ കെട്ടാമോ?"

അപ്പോൾ പലിശക്കാരൻ പൗലോ ഇടങ്കോലിട്ടു.""അതിന് പെണ്ണിന് പ്രായപൂർത്തിയായോ? പതിനെട്ട് കഴിഞ്ഞില്ലേൽ പ്രശ്നമാണ്. എല്ലാരും അകത്തു പോകും."

പെട്ടെന്ന് പെണ്ണ് പറഞ്ഞു. "കഴിഞ്ഞ ചിങ്ങത്തിൽ പതിനെട്ടായി?"

നീലകണ്ഠൻ അമ്മവാൻ ഇളിഭ്യച്ചിരിയുമായി നിന്ന് പരുങ്ങി. എന്നാലും കണ്ണിലെ തിളക്കം എല്ലാരും കണ്ടു.

"പറയടാ?" രാമൻ നായർ

"അവൾക്കിഷ്ടമാണെങ്കിൽ?"

"ഓക്കേ. നിനക്കിഷ്ടമാണോടി? അവൻ സംരക്ഷിച്ചോളും ഒരുത്തനും അവനോട് മുട്ടില്ല. എന്ത് പറയുന്നു?"

"സമ്മതം."

"അപ്പോൾ നാളെ കല്യാണം."

ആരോ ചോദിച്ചു "മുഹൂർത്തം നോക്കണ്ടേ?"

"എന്ത് മുഹൂർത്തം? ഇതില്പരം ഒരു മുഹൂർത്തമുണ്ടോ? നീ ഇപ്പോൾ തന്നെ പോയി ഗോപാലകൃഷ്ണ കണിയാരെ കണ്ടു നാളേക്ക് ഒരു സമയം കുറിച്ച് വാ. ഞാൻ പറഞ്ഞെന്നു പറഞ്ഞാൽ മതി. അപ്പോൾ പെണ്ണിന് പുടവ എന്റെ വക. താലിയും ഓക്കേ. ഒരു കാർ വേണം, പെണ്ണിനും ചെറുക്കനും കെട്ടിക്കേറാൻ. അത് നമുക്കൊരു ടാക്സി എടുക്കാം. സത്യത്തിൽ ദേവിക്ഷേത്രത്തിലേക്ക് നടന്നു പോകാനേയുള്ളൂ. എന്നാലും അല്പം ആർഭാടം ആകാം. കല്യാണമല്ലേ? ഇനി സദ്യയുടെ കാര്യം ആരേല്ക്കും? ഒരു അമ്പതു പേർ മതി, പോരെ?"

"മതി. സദ്യ ഞാൻ ഏറ്റു." ചമ്മലിൽ നിന്നും രക്ഷപ്പെടാൻ പൗലോ ആ ചെലവ് ഏറ്റു.

സഭ പിരിയും മുൻപ് രാമൻ നായർ എല്ലാവരോടും ആയി പറഞ്ഞു. "തീർച്ചയായും ഇവളുമായി വന്നവരിൽ ഒരുത്തന്, ഈ ദേശവുമായി ബന്ധമുണ്ട്. കാരണം ഇവിടുത്തുകാരെല്ലാം ജാതിമത ഭേദമെന്യേ നമ്മുടെ ദേവീക്ഷേത്രത്തിനു മുന്നിൽക്കൂടി കാറിൽ പോയാൽ വണ്ടി നിർത്തി റോഡരികിലെ കാണിക്കവഞ്ചിയിൽ നാണയമിടാതെ പോകില്ല. അവൻ ഇവിടെ നിർത്തണം എന്ന് വാശി പിടിച്ചില്ലേ? തീർച്ചയായും ഇവിടെ ആരുടെയോ ബന്ധു ആണ്. അതാരെന്നു എല്ലാവരും കൂടി കണ്ടുപിടിക്കണം. അല്ലേൽ പ്രശനം തീരില്ല."

തമാശ ഇനിയാണ്. കല്യാണത്തിന്റെ അന്ന് പെണ്ണ് കാറിൽ കയറിയ പുറകെ അടുത്ത വീട്ടിലെ സ്ത്രീകളും കയറി. കാറിന്റെ മുൻ സീറ്റിൽ കയറാൻ കാത്തിരുന്ന അമ്മാവനെ തള്ളി മാറ്റി എക്സ് മിലിറ്ററി ഓമനക്കുട്ടൻ കയറി ഇരുന്നു. പെട്ടെന്നായിരുന്നു നീലാണ്ടപ്പിള്ള അമ്മാവന്റെ ആക്രോശം. "അപ്പോൾ ഞാൻ കയറണ്ടേ?"

"അമ്മാവൻ നടന്നു പോരെ, അടുത്തല്ലേ. അഞ്ചു മിനിട്ടു പോലും വേണ്ടല്ലോ."

"എന്റെ കല്യാണത്തിന് എന്നെ കൊണ്ടുപോയില്ലേൽ പിന്നെ ആരെ കൊണ്ട് പോകാനാണ്?" എല്ലാവരും കൂടി ചിരിയായി.

ഓമനക്കുട്ടൻ പെണ്ണുങ്ങളെ കണ്ണിറുക്കി കാട്ടിയിട്ട് അവിടെ ഇരുന്നു. അമ്മവാന് വെപ്രാളമായി ദേഷ്യം വന്നു. ആരോ രാമൻ നായരെ വിളിക്കാൻ പോയി. സംഗതി പന്തിയല്ലെന്ന് കണ്ടു ഓമനക്കുട്ടൻ വിളിച്ചു. "വാ അമ്മാവാ, ഞാൻ ഒരു തമാശ കാട്ടിയതല്ലേ."

രംഗം പെട്ടെന്നയഞ്ഞു. അമ്മാവൻ കാറിൽ കയറി. എല്ലാവരും ചിരിച്ചു. എന്നാൽ

"എന്റെ കല്യാണത്തിന് എന്നെ കൊണ്ട് പോയില്ലേൽ പിന്നെ ആരെ കൊണ്ട് പോകും" എന്ന വാചകം ദേശം മുഴുവൻ പാട്ടായി. സ്കൂൾ പിള്ളേർ അമ്മാവനെ കാണുമ്പോൾ വിളിച്ചു കൂവാനും തുടങ്ങി. പിറ്റേന്ന് തന്നെ പണിക്കിറങ്ങിയ അമ്മാവനോട് പെണ്ണുങ്ങൾ ആദ്യ രാത്രിയെ കുറിച്ച് ചോദ്യം തുടങ്ങി. കളിയാക്കൽ കൂടിയപ്പോൾ കൂട്ടത്തിൽ പ്രായമായ സ്ത്രീ അമ്മാവനെ മാറ്റി നിർത്തി പറഞ്ഞു. "നീ രണ്ടു നാൾ അവളുടെ കൂടെ ഇരിക്ക്. അവളെ ഒരു സിനിമയ്ക്ക് ഒക്കെ കൊണ്ട് പോകു. അല്പം പുന്നാരിക്കൽ ഒക്കെ വേണമെടാ പൊട്ടാ. അവളുടെ ദേഹത്തെ മറുകൊക്കെ ഒന്ന് കണ്ടുപിടിക്ക്." എന്ന് പറഞ്ഞു തിരിച്ചു വീട്ടിലേക്കു പറഞ്ഞു വിട്ടു.

ഒരു ദിവസം ജോലിക്കു പോകാതിരുന്നപ്പോഴേ നീലാണ്ടപ്പിള്ളയ്ക്ക് വീർപ്പു മുട്ടി.

"എടീ ഞാനൊന്നു പുറത്തേക്കു ഇറങ്ങുകയാ. വെറുതെ ഇരുന്നിട്ട് ഏതാണ്ട് പോലെ. ശരീരമിളകാതെ എനിക്ക് ശരിയാകില്ല."

"ഞാനും ജോലിക്കു പോകട്ടെ. ഒറ്റക്കിരിക്കണ്ടല്ലോ. ഒരു വരുമാനവും ആകുമല്ലോ." എന്നവൾ പറഞ്ഞിട്ടും അമ്മാവൻ വിട്ടില്ല. അമ്മാവൻ

അവളെ പൊന്നു പോലെ നോക്കി. നല്ല വസ്ത്രങ്ങൾ വാങ്ങി കൊടുത്തു. ചെങ്ങന്നൂർ പട്ടണത്തിലെ ഓലക്കൊട്ടകയിൽ സിനിമാക്കൊക്കെ കൊണ്ട് പോയി. അമ്പലത്തിലും ടൗണിലുമൊക്കെ. കൊണ്ടുപോയി നല്ല ഭക്ഷണം കഴിച്ചു മെയ്യനങ്ങിയപ്പോൾ പെണ്ണ് കൊഴുത്തു. കാണാൻ നല്ല ചേലായി. ഇരുനിറമെങ്കിലും അഴകുണ്ട്. അവൾ മുറ്റത്തിറങ്ങിയാൽ, അമ്മാവനില്ലാത്തപ്പോൾ ദേശത്തെ പൂവാലന്മാർ റോഡിൽ കൂടി തലങ്ങും വിലങ്ങും നടന്ന്, കണ്ണും കയ്യും കാട്ടി. ആഗ്രഹങ്ങൾ പ്രകടമാക്കി. പക്ഷേ, ഒരാളും വെള്ളം ചോദിച്ചു തിണ്ണ വാതില്ക്കൽ ചെന്നില്ല. അമ്മാവനെ ഭയന്ന്, ആഗ്രഹങ്ങൾ റോഡിൽ നടന്നു തീർത്തു. അവൾ ഒരുത്തനെയും തിരിഞ്ഞു നോക്കിയില്ല. ജീവിതം തന്ന മനുഷ്യനാണ്. ഇനി മറ്റൊരാൾ വേണ്ട, അവൾ മനസ്സിൽ ഉരുവിട്ട് ഉറപ്പിച്ചു. അയൽവീട്ടിലെ ആണുങ്ങളൊക്കെ ആരുമറിയാതെ തുറിച്ചു നോക്കുന്നത് കണ്ടില്ലെന്ന് നടിച്ചു. ചുറ്റിനുമുള്ള പെണ്ണുങ്ങൾ മുഖം തരാതെ ഒഴിവാക്കുന്നതും അവളറിഞ്ഞു. എന്നാൽ തെക്കേലെ സ്ത്രീ മാത്രം അവളെ കാണുമ്പോൾ ലോഹ്യത്തിൽ ചിരിക്കും. പക്ഷേ, ആ രണ്ടു വീടുകൾക്കിടയിൽ ഒരു ഇടവഴി ഉള്ളതുകൊണ്ട് വേലിക്കൽ നിന്നുള്ള സംസാരം ഇല്ല. അവളും കൂടുതൽ സമയവും വീട്ടിൽ ഒതുങ്ങി കഴിഞ്ഞു, എന്തിനാ കൂടുതൽ അടുപ്പങ്ങൾ ഒതുങ്ങി കഴിയാം.

വടക്കേ വീട് അവരുടെ വീടിനോട് വളരെ അടുത്താണ്. അവിടെ രാത്രികാലങ്ങളിൽ പല ആളുകൾ വന്നു പോകുന്നത് അവൾ കണ്ടിരുന്നു. ചിലപ്പോൾ രാത്രി വൈകുവോളം അടക്കിപ്പിടിച്ച സംസാരവും കേൾക്കാം. ചില ദിവസങ്ങളിൽ ഉച്ചയൂണിനുശേഷം ഒരു മനുഷ്യൻ വന്നു പോകുന്നത് കാണാം. അയാൾ വരുമ്പോഴൊക്കെ സങ്കോചമില്ലാതെ വലിക്കൽ വന്നു നിന്ന് ഒരുപാടു നേരം തങ്ങളുടെ വീട്ടിലേക്കു നോക്കുന്നത് അവൾ കണ്ടിരുന്നു. നേരത്തെ ജോലി ചെയ്തിരുന്ന വീട്ടുകാർ വിട്ട ഏതോ ചാരനാണെന്ന് അവൾ പേടിച്ചു. അതുകൊണ്ടു തന്നെ അയാളുടെ കണ്ണിൽ പെടാതിരിക്കാൻ വളരെ ശ്രദ്ധിച്ചു. രാത്രിയിൽ നീലാണ്ടപ്പിള്ള പതിവ് കള്ളുകുടിയും കഴിഞ്ഞു വന്നു കയറിയപ്പോൾ അവൾ സംശയങ്ങളും പേടികളും പറഞ്ഞു. നീലാണ്ടപ്പിള്ള അവളെ ഉപദേശിച്ചു.

“അവരുമായി കൂടുതൽ അടുപ്പം വേണ്ട. ആ സ്ത്രീയുടെ സ്വഭാവം അത്ര നന്നല്ല.” അവൾക്ക് കാര്യങ്ങളുടെ ഒരു ഏകദേശ രൂപം പിടി കിട്ടി. അതിനു ശേഷം അവരുമായി കാണാതിരിക്കാൻ അവൾ വളരെ ശ്രദ്ധിച്ചു. ഒന്ന് രണ്ടു തവണ അവരെ പുറത്തു കണ്ടപ്പോൾ ആ സ്ത്രീ ദേഷ്യപ്പെട്ട് മുഖം തിരിച്ചതും അവൾക്ക് ഓർമ്മ വന്നു. എന്തിനാണ് തന്നെ കാണുമ്പോൾ ഈ ദേഷ്യം എന്നത് മാത്രം അവൾക്ക് മനസ്സിലായില്ല.

ഒരു നാൾ ഊണും കഴിഞ്ഞിരിക്കുമ്പോൾ, പോയിപ്പുറത്തെ ഭാമലക്ഷ്മിയമ്മയെ തേടി വന്നു. “ഇച്ചേയി കേട്ടാട്ടെ ഈ അച്ഛന്റെ ഓരോ വൃത്തികേട്. ഇപ്പോൾ പുതിയതായി തുടങ്ങിയ കാര്യമാണ്. പശുനെ തടിപ്പിക്കുമ്പോൾ, എന്റെ ചേച്ചി എനിക്ക് പറയാൻ വയ്യ. ഹോ! ഓർക്കു

മ്പോഴേ തൊലി ഏഴും പൊളിയുന്നു. അവസാനം വരുന്നവരോട് ഒരു വഷളൻ ചിരിയും ചിരിച്ചു പറയുന്നത് കേട്ടോളു. "ഇത്തവണ ഏറ്റു. പിള്ളേച്ചൻ ധൈര്യമായി പൊയ്ക്കോട്ടെ."

ഇന്നും കൂടി അതുപോലെ ചെയ്തിട്ട് ഒരുത്തനോട് പറഞ്ഞു. അറിയാതെ ഞാനൊന്നു മുറ്റത്തോട്ടിറങ്ങിയതാ, എന്തോ എടുക്കാൻ. അപ്പോൾ വന്നവൻ എന്നെ നോക്കി ഊറിച്ചിരിച്ചിട്ട് അച്ഛനോട് പറയുകയാണ്, "കൊച്ചാട്ടനെ ഓർത്താ ഞാൻ ഇങ്ങോട്ടു വന്നത്. ഇത് ഇപ്പോൾ മൂന്നാമത്തെ തവണയാ. ഇനീം ചന പിടിച്ചില്ലേൽ ഞാൻ കുത്തിവയ്പ്പിക്കുന്നേയുള്ളു. ഈ പങ്കപ്പാടൊന്നും ഇല്ലല്ലോ. ആ ബ്രൗൺ വീട്ടിൽ വന്നു ചെയ്തു തരും."

"അങ്ങനെ വരത്തില്ല. ഇത്തവണ ശരിയാകും." ഇതും പറഞ്ഞേച്ചു ഈ വരുന്നവന്റെ മുൻപിൽ പഞ്ചപുച്ഛമടക്കി നില്ക്കുന്ന ഒരു നില്പ് കാണണം. ആണുങ്ങളില്ലാത്ത വീട്ടിൽ നിന്നും ചിലപ്പോൾ പെണ്ണുങ്ങളാകും പശുവിനെ കൊണ്ടുവരുക. അവരോടും ഇതു പോലെയാണ്. നമുക്ക് ഭൂമി പിളർന്നു അങ്ങ് താഴോട്ട് പോയാൽ മതിയെന്നാകും. ഇപ്പോൾ ഒരു നേരവും മുറ്റത്തോട്ടു ഇറങ്ങാൻ വയ്യാത്ത സ്ഥിതിയാ. മൂരിയുടെ കാര്യം ഒന്നുമല്ലേൽ രാവിലെ തീരും. കൂടിയാൽ ഒന്നോ രണ്ടോ. പിന്നേം ഒന്നുണ്ടല്ലോ. ആട്. എന്റമ്മേ! ഇതൊന്തൊരു ജീവിയാ? ഇങ്ങനുണ്ടോ? എത്രയായാലും പോരട്ടെ, എന്നും പറഞ്ഞു! ഒരു ഗ്യാപ്പൊക്കെ വേണ്ടേ? ചിലപ്പോൾ ഉച്ചസമയത്തുകൂടി ഓരോരുത്തർ വരും. അതു മാത്രമോ? അതിന്റെ അടുത്ത് കൂടി പോകാനൊക്കത്തില്ല. ഒരു "മൊശടു" നാറ്റമാ. ങ്ങും ങ്ങും എന്നും പറഞ്ഞോണ്ട് കുറ്റിക്കു ചുറ്റും നടപ്പാണ്. ആരേം കിട്ടിയില്ലേൽ കുറ്റീം പറിച്ചോണ്ടു എന്റെ നേരെ ചാടുമോന്നാ പേടി."

ലക്ഷ്മിയേടത്തി കേട്ടാട്ടെ, എന്ന് പറഞ്ഞപ്പോളെ വിഷയം എന്താകും എന്നവർ ഊഹിച്ചു. അവർ ചിരിച്ചിട്ട് പറഞ്ഞു. "പോ പെണ്ണേ. വേണ്ടാതീനം പറയാതെ."

"ഇപ്പോൾ ആ മൃഗ ഡോക്ടർ കുത്തിവയ്പ്പ് തുടങ്ങിയ ശേഷമാണ് അച്ഛന് ഈ വെപ്രാളം. ശരിയാകാതെ വന്നാൽ ആളുകൾ വരുത്തില്ലയോ എന്ന ഭയമാണ്. അതുപോലെ കുത്തിവയ്പ്പിന് കൂലിയും കുറവല്ലേ? വട്ടായെന്നാ തോന്നുന്നേ."

"നിങ്ങൾ മക്കൾ രണ്ടാളും കൂടി പറഞ്ഞാൽ കേൾക്കാതിരിക്കുമോ?"

"നന്നായി. ഞങ്ങൾ ചത്താലും മൂരി പോകരുതെന്നാ അച്ഛന്റെ പ്രമാണം. ഇതേച്ചൊല്ലി വീട്ടിൽ എത്ര വഴക്ക് കഴിഞ്ഞതാണെന്നോ? ചേച്ചി, സഖാവിനെ കൊണ്ടൊന്ന് പറയിക്കണം. ഇനി അതേയുള്ളു ഒരു പ്രതീക്ഷ."

"നീ വല്ലോം കഴിച്ചോ? ദാ, രാവിലെ നല്ല കുറച്ചു കപ്പ കിട്ടി. മുരളിക്കും സഖാവിനും വലിയ ഇഷ്ടമാണ്. മത്തിക്കറിയുമുണ്ട്. അവരെല്ലാം കഴിച്ചു. ഇത്തിരി നിനക്ക് തരാം." "വേണ്ട ചേച്ചി. അമ്മ കഞ്ഞി വച്ചതെല്ലാം അച്ഛൻ കലത്തോടെ മിറ്റത്തെറിഞ്ഞു പൊട്ടിച്ചു. എന്നിട്ടു തുള്ളിച്ചാടി പോയി. അമ്മയ്ക്ക് പേടിയൊന്നുമില്ല. ഇന്നിനി ഇവിടെ അയാൾക്ക്

ശാപ്പാട് കൊടുക്കില്ലെന്നും പറഞ്ഞാണ് അമ്മ. രണ്ടാമതിട്ട അരി ഇപ്പോൾ വെന്തു കാണും."

"ഗമ കള പെണ്ണേ."

"അതല്ല. വീട്ടിൽ വഴക്കും കഴിഞ്ഞാണ് ഇറങ്ങിയത്. അവിടെ കണ്ടില്ലേൽ അടുത്ത വഴക്ക് അതേ പിടിച്ചാകും."

"ശരി, എന്നാൽ ഇലയിൽ പൊതിഞ്ഞു തരാം, കൊണ്ടുപോയി കഴിച്ചോ. കുറച്ചു വിലാസിനിക്കും കൊടുക്ക്." അതും പറഞ്ഞു ലക്ഷ്മിയമ്മ കപ്പയും മീൻകറിയും പൊതിഞ്ഞു കൊടുത്തു.

"ചേച്ചി മറ്റേ കാര്യം?"

"നമുക്ക് സമാധാനം ഉണ്ടാക്കാമെന്ന്. നീ സമാധാനമായി പോ. സഖാവിനെ കൊണ്ട് പറയിപ്പിക്കാം." ലക്ഷ്മിയമ്മ ഉറപ്പു കൊടുത്തു.

മുരളി സ്കൂൾ വിട്ടു വന്ന ഉടനെ റേഷൻ വാങ്ങാൻ പോയതാണ്. ദൂരെ നിന്നേ അച്യുതൻ പിള്ളയുടെ കടവാതില്ക്കൽ ആൾക്കൂട്ടവും അലമുറകളും കേട്ടു. അച്യുതൻ പിള്ള വീണ്ടും കല്യാണം കഴിച്ചിരിക്കുന്നു. അതും അയാളുടെ മകളുടെ പ്രായം പോലും ഇല്ലാത്ത ഒരു കൊച്ചിനെ. മറ്റാരുമല്ല, അവിടെ തയ്യൽ പഠിക്കാൻ വരുന്ന ഒരു എണ്ണക്കാട്ടുകാരി. ആശാൻ രാവിലെ കടയുമടച്ചു ഒരുങ്ങി കെട്ടിപ്പോകുമ്പോൾ എന്തോ കട സാധനങ്ങൾ വാങ്ങാനായിരിക്കും എന്നാണ് വീട്ടുകാർ കരുതിയത്. വൈകിട്ട് രണ്ടാളും കൂടി ബസിൽ പോരുവഴിയമ്മയുടെ മുൻപിൽ വണ്ടിയിറങ്ങി അമ്പലത്തിന് മുൻപിൽ നിന്നും തൊഴുതിട്ടു വീട്ടിലേക്ക് നടന്നു വരുകയായിരുന്നു. അയാൾ കൈയിൽ രണ്ടു പൂമാലകൾ പിടിച്ചിരുന്നെങ്കിലും അത് കണ്ടവർക്കൊന്നും പെട്ടന്ന് അത് വിശ്വസിക്കാൻ കഴിഞ്ഞില്ല. എന്തോ പന്തികേടുണ്ടെന്ന് കരുതിയ ചിലർ പുറകെ വരുകയായിരുന്നു. വീട്ടിലോട്ട് വന്നു കയറിയതും മൂന്നാമത്തെ പുത്രൻ വെട്ടരിവാളുമായി അയാളെ വെട്ടാൻ ചാടി. ഭാര്യ ബോധം കെട്ട് വീണു. രണ്ടാമത്തെ പെങ്കൊച്ചു വലിയ വായിലെ അലമുറയിടാനും പുത്തൻ പെണ്ണിനെ ശപിക്കാനും തുടങ്ങി. അയലത്തെ പെണ്ണുങ്ങളെല്ലാം ഓടിക്കൂടി. മൂക്കത്തു വിരൽ വച്ചു നിന്നു. എന്താ പറയുക? പിള്ളയുടെ കൂട്ടുകാർ പരിസരത്തൊക്കെ കമന്റ് ഒന്നും പറയാതെ പരുങ്ങി നിന്നു. ചെറുക്കന്റെ വെട്ടുകത്തി പ്രയോഗം സമർത്ഥമായി തടഞ്ഞ അച്യുതൻ പിള്ള മക്കളോടും ഭാര്യയോടും കൂട്ടത്തിൽ നാട്ടുകാരും വേണേ കേട്ടോളു എന്ന രീതിയിൽ ഉറക്കെ പറഞ്ഞു. "ഈ കൊച്ചിന് ആരുമില്ല. തന്ത എന്നോ ചത്ത് പോയി. തള്ളയ്ക്കു ക്യാൻസറുമാണ്. അത് കൊണ്ട് ഞാനിവളെ കെട്ടി. മറ്റൊരു കാര്യം സുശീലയെ ഞാൻ വിവാഹം കഴിച്ചിട്ടില്ല. വിളിച്ചു കൊണ്ട് വന്നതാണ്. അല്ലേൽ അവൾ പറയട്ടെ. അതുകൊണ്ട് നിയമ തടസ്സവുമില്ല. ഞാനാണ് ഇതുവരെ എല്ലാവർക്കും ചെലവിനു കൊടുത്തത് അല്ലാതെ പനപോലെ വളർന്ന ഈ മക്കളൊരുമല്ല. തുടർന്നും ഞാൻ ഇവരെ സംരക്ഷിക്കും. ഇനി മൂത്ത ഒരു സന്തതിയുണ്ട്. അവനും നാളിതു വരെ ഈ

വീട്ടിൽ പത്തു പൈസ ചെലവ് ചെയ്തിട്ടില്ല. ഇപ്പോൾ കെട്ടി എങ്ങാണ്ട് താമസവുമായി."

വന്നവരാരും അഭിപ്രായം ഒന്നും പറഞ്ഞില്ല. കുറെ നേരം വീടിനും കടയ്ക്കും ചുറ്റും നിന്ന് സഹതപിച്ചും പരദൂഷണം പറഞ്ഞും ഓരോരുത്തരായി പിരിഞ്ഞു പോയി. ഒറ്റ ദിവസത്തെ ബഹളവും വഴക്കും മാത്രമേ ഉണ്ടായിരുന്നുള്ളു. അച്യുതൻ പിള്ള പുത്തൻ പെണ്ണുമായി ചരുപ്പിൽ താമസമായി. ഏറെ വിഷമിച്ചത് വൈകിട്ടത്തെ വെള്ളമടി സുഹൃത്തുക്കളാണ്. വെള്ളമടിക്കാനുള്ള സൗകര്യം നഷ്ടപ്പെട്ടു. മാത്രമല്ല ആൾക്കാർ അവരറിഞ്ഞു നടത്തിയ കല്യാണമാണെന്നും അവരാരും അയാളെ ഇതിൽ നിന്നും പിന്തിരിപ്പിച്ചില്ലെന്നും പൊതുവെ പരാതിയുണ്ടായി.

രണ്ടു ദിവസം കഴിഞ്ഞപ്പോൾ ഗോപാലപിള്ള നൂറ് രൂപയുടെ ചില്ലറയ്ക്ക് ലക്ഷ്മിയമ്മയെ കാണാൻ വന്നു. ലക്ഷ്മിയമ്മ സഖാവിനെ കയ്യാട്ടി വിളിച്ചു. "ദേ ഗോപാലപിള്ള മുറ്റത്തു നില്ക്കുന്നു. ആശാനിപ്പോൾ നല്ല മൂഡിലാണ്. ഞാൻ അയാളെ വീട്ടിലേക്ക് വിളിക്കാം. നിങ്ങളൊന്ന് അക്കാര്യം അയാളോട് സംസാരിക്കു. പാവം പെൺപിള്ളേർ രക്ഷപ്പെട്ടോട്ടെ."

"ശരി വേഗം വിളിച്ചു വാ."

"കൊച്ചാട്ടാ, ഒന്ന് വന്നേ. സഖാവ് വിളിക്കുന്നു." ലക്ഷ്മിയമ്മ ഗോപാലപിള്ളയെ വിളിച്ചു.

കൃഷ്ണപിള്ള അയാളെ അടുത്ത് വിളിച്ചു. നിർബ്ബന്ധിച്ചു കസേരയിൽ ഇരുത്തി. വഴക്കു പറച്ചിൽ കാണാൻ മുരളി ഒളിഞ്ഞിരുന്നു. "പാർട്ടിയിൽ ചേരുന്നോ?"

"അയ്യോ! ഈ വയസ്സ് കാലത്തോ? ആയ കാലത്തു ആരേലും ചോദിച്ചിരുന്നേൽ ഉറപ്പായും ചേർന്നേനെ. ഒരു പക്ഷേ, അങ്ങോട്ട് വന്നു ചേർന്നേനെ."

"ശരി, ഇനി ഞാനൊരു കാര്യം പറയുന്നത് മനസ്സിരുത്തി കേൾക്കണം."

"അങ്ങനെ ചെയ്യാം. ഞാൻ വല്ല കുഴപ്പവും?"

"അതൊന്നും ഇല്ല. എന്നാൽ ഒരു കൊച്ചു കാര്യം. ചേട്ടാ, പെൺമക്കളൊക്കെ വളർന്നില്ലേ? ആൾക്കാർ തന്നെ എന്ത് പറയും?"

"മൂരിയുടെ കാര്യമാണോ?"

"അതേ. പിള്ളേരൊക്കെ പ്രായമായി. രണ്ടു പിള്ളേർക്ക് പട്ടാളത്തിൽ പണിയുമായി. നിങ്ങളിനി പണിയെടുക്കണ്ട. ഇതിനെ ഒക്കെ കൊടുത്തിട്ട് ഒരിടത്ത് സുഖമായി ഇരിക്കൂ."

"ചെലവിന് വേണ്ടേ കുഞ്ഞേ?"

"നിങ്ങളുടെ ഭാര്യ അരിക്കച്ചവടവും കുറിച്ചിട്ടിയും ഒക്കെ നടത്തുന്നുണ്ടല്ലോ? മൂരിയേയും, ആടിനേയും കൊടുത്തിട്ട് പശുവിനേയും കറവയുള്ള ആടിനേയും വാങ്ങു. പിള്ളേർക്ക് സന്തോഷമാകും. അതല്ലേ നമുക്ക് വേണ്ടത്?"

"ശരി."

അയാൾ അങ്ങനെ പെട്ടെന്ന് പറഞ്ഞെങ്കിലും കൃഷ്ണപിള്ളയ്ക്ക് വലിയ പ്രതീക്ഷ ഇല്ലായിരുന്നു. ഗോപാലപിള്ള പുറത്തേക്കു ഇറങ്ങിയപ്പോൾ ലക്ഷ്മിയമ്മ "ഉണ്ടിട്ട് പോകാം." എന്ന് പറഞ്ഞു.

അയാൾ പടിയിലിരുന്നു കഴിക്കുമ്പോൾ ലക്ഷ്മിയമ്മ പറഞ്ഞു "കൊച്ചാട്ടാ. നിങ്ങളുടെ വീട്ടിലെ എല്ലാ പ്രശ്നങ്ങളും തീരും, ഇതിനെയെല്ലാം വിട്ടൊഴിഞ്ഞാൽ. വീട്ടിലുള്ളവർക്ക് സന്തോഷം ഉണ്ടായാൽ കൊച്ചാട്ടാനും സമാധാനവും, സന്തോഷവും കിട്ടും."

സഖാവിനെ അയാൾക്ക് വലിയ ബഹുമാനമാണ്. അതുകൊണ്ടാണോ എന്നറിയില്ല ഗോപാലപിള്ള മൂരിപ്പണി നിർത്തി.

തയ്യൽ അച്യുതൻപിള്ള

മറ്റൊരാളോടുള്ള പകയും പ്രതികാരവും തോളത്തെ വേതാളം പോലെയാണ്. ചീഞ്ഞളിഞ്ഞ ചുമട് പോലെ സന്തോഷവും സമാധാനവും കെടുത്തും

എ കെ ജി യുടെ നേതൃത്വത്തിൽ നടന്ന മിച്ചഭൂമി സമരം കൊടുമ്പിരിക്കൊണ്ടിരുന്ന കാലം. കർഷകനും കർഷക തൊഴിലാളികൾക്കും പാട്ടക്കുടിയാനുമൊക്കെ കൈവശാവകാശ നിയമപ്രകാരം കൈവന്ന ഭൂമികൾ ജന്മിമാരും പ്രമാണിമാരും സർക്കാരുദ്യോഗസ്ഥരുടേയും പൊലീസിന്റേയും രഹസ്യ സഹായത്തോടെ പല സ്ഥലത്തും തിരിച്ചു പിടിച്ചതിനെതിരെയുള്ള സമരം. ആ സമയത്താണ് മുരളിയുടെ ഹൈസ്കൂൾ പഠനം നടക്കുന്നത്. എന്നാൽ പോരുവഴിയിൽ ഇത്തരത്തിൽ ഒരു സമരവും ഉണ്ടായില്ല. കാരണം നിയമം അനുസരിക്കുന്നവരായിരുന്നു പോരുവഴിക്കാർ. കൈവശം ഉള്ളവർ ഭൂമി വിട്ട് കൊടുത്തില്ല. നഷ്ടപ്പെട്ടവർ അത് സമ്മതിച്ചും കൊടുത്തു. അച്യുതൻ പിള്ള ഈ സമയം കടയിലിരുന്ന് എ കെ ജി യുടെ മിച്ചഭൂമി സമരം വിവരിക്കേണ്ട ആളാണ്. എന്നാൽ അടുത്തനാളും അച്യുതൻ പിള്ള കട തുറന്നില്ല. അയാളും പുത്തൻ പെണ്ണും ചരുപ്പിൽ തന്നെ ഇരുന്നു. മറ്റുള്ളവർ വരാന്തയിൽനിന്നും അകത്തുള്ള ഒറ്റമുറിയിലേക്കുള്ള വാതിൽ അകത്തുനിന്നും സാക്ഷ ഇട്ട് അതിനുള്ളിൽ ജീവിച്ചു. അടുക്കള പുറത്തേക്കുള്ള വാതിലിൽ കൂടിയായി അവരുടെ വരവും പോക്കും. രണ്ടുമൂന്നു ദിവസത്തിന് ശേഷം അച്യുതൻ പിള്ള വീണ്ടും വരാന്തയിലിരുന്നു തയ്യൽ തുടങ്ങി. ഒന്നു, രണ്ടുദിവസം കഴിഞ്ഞു പഠിക്കാൻ വന്നിരുന്ന മറ്റേ കുട്ടിയും വന്നു. ഒന്നും സംഭവിക്കാത്തത് പോലെ അവർ ജീവിച്ചു. എന്നാലും വാതിൽ സാക്ഷ എടുത്തില്ല.

വിവരം അറിഞ്ഞു മൂത്തമോനും മരുമോളും വന്നു. ഇന്ന് വല്ലോം നടക്കുമെന്ന് അയാളുടെ ആദ്യ ഭാര്യ കരുതി. എന്നാൽ ഒന്നും സംഭവിച്ചില്ല. അമ്മയേയും സഹോദരങ്ങളേയും കണ്ടിട്ട് പിള്ളയോട് ഒന്നും മിണ്ടാതെ അവർ പോയി.

"അയാളെപ്പോലെ ഒരു കമ്യൂണിസ്റ്റുകാരൻ ഇങ്ങനെ ചെയ്യാൻ പാടില്ല. ഒട്ടും ശരിയായില്ല." മണിയന്റെ ചായക്കടയിലിരുന്ന് ചന്ദ്രോത്തെ നാണു നായർ അല്പം ഉറക്കെ തന്നെ ധാർമ്മിക രോഷം ഉൾക്കൊണ്ടു പറഞ്ഞു.

"ശരിയാ കമ്യൂണിസ്റ്റുകാർ ഇമ്മാതിരി വൃത്തികേടുകളൊന്നും കാണിക്കത്തില്ല. കല്യാണം കഴിക്കണമെങ്കിൽ പോലും പാർട്ടി സമ്മതിക്കണം." ചെമ്പകശ്ശേരിൽ ഗോപാലപിള്ള ഏറ്റു പറഞ്ഞു.

"അയാളെ മിക്കവാറും പാർട്ടിക്കാർ പുറത്താക്കും. അല്ലേലും അയാൾക്കല്പം ഗർവ്വുള്ള കൂട്ടത്തിലാണ്." കോൺഗ്രസുകാരനായ നാണു നായർ തന്റെ നീരസം മറച്ചുവച്ചില്ല. "അതയാളുടെ വ്യക്തിപരമായ കാര്യമല്ലേ കൊച്ചാട്ടാ?" എന്ന് തങ്കമ്മ ചോദിച്ചതോടെ ആ ചർച്ച അലസി. തങ്കമ്മയെ പിണക്കാൻ ആർക്കും താല്പര്യമില്ല.

എന്തായാലും ആൾക്കാർ വേഗം ക്ഷമിക്കാൻ തയ്യാറായിരുന്നില്ല. കൂടുതൽ ആൾക്കാരും അയാളുമായുള്ള സൗഹൃദം നിർത്തി. സ്ത്രീകൾ പലരും തയ്ക്കാനുള്ളത് ടൗണിലെ കടയിൽ കൊടുക്കാൻ മൂന്ന് കിലോമീറ്ററോളം നടന്ന് പോയി. എപ്പോഴും മക്കളും ഭാര്യയും നാട്ടുകാരുമൊക്കെ കയറി ഇറങ്ങിയിരുന്ന അയാളുടെ കടവരാന്ത നിർജ്ജീവമായി. അയാളുടെ ഉച്ചത്തിലുള്ള തമാശകളും നാട്ടുവർത്താനവുമെല്ലാം നിലച്ചു. മുരളിയും അവന്റെ പഴയ നിക്കറിന്റെ കീറൽ തയ്ക്കാൻ പോയില്ല. സൂചിയും നൂലും വാങ്ങി തന്നെ തയ്ച്ചു. അതു കണ്ട ലക്ഷ്മിയമ്മ ചിരിച്ചു. "എടാ, നിനക്കും അച്യുതൻ പിള്ളയോട് ദേഷ്യമാ? ഓരോരുത്തർക്കും ജീവിതം ഓരോന്നാണ്. അതവർ സന്തോഷമായി ജീവിച്ചോട്ടെ. മറ്റുള്ളവരുടെ ജീവിതം നിന്റെ കാര്യമല്ല. നീ നിന്റെ ജീവിതത്തിന്റെ സന്തോഷമാണ് ചിന്തിക്കേണ്ടത്."

"അങ്ങനെയല്ല അമ്മേ. അയാൾ ദുഷ്ടനാ."

"മറ്റുള്ളവരുടെ ദുഷ്ടത്തരത്തിന് മാർക്കിടാൻ നമ്മളാരാണ്? അവനവന്റെ ദുഷ്ടത്തരമാണ് ഒഴിവാക്കേണ്ടത്."

"നാണക്കേടുകൊണ്ട് ആ പിള്ളേർ പുറത്തിറങ്ങുന്നില്ല. അമ്മക്കറിയാമോ?"

"എന്താ ഇറങ്ങിയാൽ? കുറച്ചു കഴിയുമ്പോൾ ഇതെല്ലാം അങ്ങ് മാറും." എന്നും പറഞ്ഞു ചിരിച്ച്, ലക്ഷ്മിയമ്മ പശുവിനരികിലേക്ക് പോയി.

നിയമപരമായി ഒരു ഭാര്യ ഇരിക്കെ അയാളെങ്ങനെ രണ്ടാം കെട്ട് കെട്ടി എന്ന് പലരും രഹസ്യമായും പരസ്യമായും ചോദിക്കാൻ തുടങ്ങി. റേഷൻകട ചന്ദ്രൻ പിള്ളയുടെ ഭാര്യ അംബിക വേലിക്കൽ നിന്ന്, അടു

ക്കള വടക്കേപ്പുറത്തു തുണി അലക്കി നിന്ന മാലതിയെ ശബ്ദമുണ്ടാക്കാതെ കയ്യാട്ടി വിളിച്ചു. "എന്താ ചേച്ചിയിത്? ചേച്ചി ഇങ്ങനെ പാവമായിരുന്നാൽ എങ്ങനെയാ?"

"ഞാൻ എന്ത് ചെയ്യാനാ?"

"കേസ് കൊടുക്കണം. അവൾ ഓടും. ഞാൻ പറഞ്ഞെന്ന് പറയല്ലേ. നിങ്ങടെ മോനെ കൊണ്ട് കേസ് കൊടുപ്പിക്ക്. ഒന്നാം വാര്യത്തെ മരുമോൻ വിജയൻ വക്കീലിനോട് പറഞ്ഞാൽ കേസിടും. അതിനൊന്നും വലിയ ചെലവ് വരുകേല. ചിലപ്പോൾ അയാൾ ഫീസും വാങ്ങില്ല. ഒന്നാം ഭാര്യ ഇരിക്കേ ഹിന്ദുക്കൾക്ക് നിയമപരമായി അതൊഴിയാതെ വേറെ കെട്ടാനൊക്കില്ല എന്ന് കൊച്ചാട്ടനോട് രാമൻ നായർ പറഞ്ഞു."

"അത് നടക്കുകേല. കാര്യം എന്നെ നിയമപരമായി കെട്ടിയിട്ടില്ല. അതയാൾക്ക് അറിയാം. പറഞ്ഞും കഴിഞ്ഞു."

"ഓ അങ്ങനെയാണോ?" ഒരു പുച്ഛ ചിരി ചിരിച്ചു അംബിക വലിഞ്ഞു. വൈകുന്നേരത്തിനകം ചൂട് വാർത്ത റേഷൻ കടയിൽ വന്നവർക്കെല്ലാം ലിംഗഭേദമെന്യേ കൊടുത്തു. അതിൽ ചന്ദ്രൻപിള്ള നീരസം പ്രകടിപ്പിച്ചിട്ടും അവർ ചെവി കൊടുത്തില്ല.

"അവളില്ലേ ആ മാലതി, അവളും മോശമൊന്നുമല്ല. തയ്യൽക്കാരൻ അച്യുതൻ പിള്ള അവളെ കെട്ടിയതൊന്നും അല്ല. കൂടെ പൊറുപ്പിക്കുന്നതാണെന്നേ. എവിടെനിന്നും കുറ്റീം പറിച്ചോണ്ട് വന്നതാണെന്ന് ആർക്കറിയാം?"

പോകെ, പോകെ നാട്ടുകാർ എല്ലാം മറന്നു. വീട്ടുകാരുടെ പിണക്കങ്ങൾക്കും അധികം ആയുസ്സ് ഉണ്ടായില്ല. കൃത്യമായി പറഞ്ഞാൽ പിള്ളയുടെ വീട്ടിൽ ഒരു കുഞ്ഞിക്കാല് കൂടി ഉണ്ടാകേണ്ട സമയം മാത്രം. കുട്ടിയുണ്ടായത് പുത്തൻ ഭാര്യക്കാണെന്ന് മാത്രം. അവൾക്കു സ്വന്തക്കാർ കാര്യമായി ഇല്ലാത്തതുകൊണ്ടും ക്യാൻസർകാരി അമ്മയ്ക്ക് അവളെ നോക്കാൻ പറ്റാത്തതിനാലും അവളുടെ വീട്ടിലേക്ക് പോയില്ല. പ്രസവം ചരുപ്പിൽ തന്നെയായിരുന്നു. പെണ്ണിന്റെ പേറ്റുനോവ് കണ്ടപ്പോൾ പിണക്കമെല്ലാം മറന്ന് ആദ്യഭാര്യ മാലതി ഓടി വന്നു. കുട്ടി പിറന്നശേഷം പിള്ളേരെല്ലാം അച്യുതൻ പിള്ളയുടെ എട്ടാമത്തെ സന്താനത്തെ നിലത്തും താഴെയും വയ്ക്കാതെ എടുത്തു നടന്നു. വീണ്ടും പഴയപടി അച്യുതൻ പിള്ളയുടെ കടവരാന്ത ഉണർന്നു. അയാളുടെ പിള്ളേരെല്ലാം വീണ്ടും കടവരാന്തയിൽ കയറി ഇറങ്ങാൻ തുടങ്ങി. വരാന്തയിൽ നിന്നും അകത്തെ മുറിയിലേക്കുള്ള വാതിലിന്റെ സാക്ഷ എടുത്തു. ടൗണിൽ ബ്ലൗസ് തയ്ക്കാൻ കൊടുത്ത ആളുകളൊക്കെ സാവധാനം അയാളുടെ കടയിലേക്ക് തിരിച്ചു വന്നു. അച്യുതൻ പിള്ളയുടെ ലോകവിവരങ്ങളുടെ കഥകളൊക്കെ വീണ്ടും നാട്ടുകാർ കേൾക്കാൻ തുടങ്ങി. എന്നാൽ അയാളുടെ ആദ്യ ഭാര്യ മാത്രം അയാളോട് ക്ഷമിച്ചില്ല. വാതില്ക്കൽ വന്നു വേണ്ട കാര്യങ്ങൾ അയാളോട് സംസാരിച്ചു, എങ്കിലും ഒരിക്കൽ പോലും അവർ കടത്തിണ്ണയിൽ കയറിയില്ല. ആ ലോകം അവർ മറന്നു. പിള്ളേർക്ക്

വേണ്ടി പിണക്കങ്ങൾ കാട്ടാതെ പരിഭവങ്ങൾ ഒന്നും പറയാതെ കഴിഞ്ഞു. ഒരു ഗുണമുണ്ടായി അച്യുതൻ പിള്ള കള്ളുകുടി പൂർണ്ണമായി നിർത്തി, കൂട്ടുകെട്ടും. അയാൾക്ക് ഒരു പ്രശ്നമുണ്ടായപ്പോൾ കൂട്ടുകാരാരും സപ്പോർട്ട് ചെയ്തില്ലല്ലോ. മാത്രമല്ല അവരെല്ലാം, തങ്ങൾ വിലക്കിയിട്ടും അയാൾ സ്വന്ത ഇഷ്ടത്തിന് നടത്തിയ കെട്ടാണ് എന്ന് പറഞ്ഞു നടന്നതും അയാൾ അറിഞ്ഞിരുന്നു.

കൂട്ടുകെട്ട് പൊളിഞ്ഞത് റേഷൻ കട ചന്ദ്രൻ പിള്ളയുടെ ഭാര്യക്കാണ് ഏറ്റവും കൂടുതൽ സന്തോഷമുണ്ടാക്കിയത്. അങ്ങനെയെങ്കിലും അയാളുടെ കുടിയൊന്ന് നില്ക്കുമല്ലോ എന്നവർ കരുതി. പക്ഷേ, അത് വെറുതെയായി. അയാൾ മിലിറ്ററി ക്വാട്ടയെല്ലാം വിറ്റു കാശാക്കി. വളരെ വില കുറഞ്ഞ നാടൻ വാറ്റ്, കൊട്ടൂടിയും, അച്ചിയെ കൊല്ലിയും വാങ്ങി കടയിലെ ചാക്കുകൾക്കിടയിൽ ഒളിപ്പിച്ചു വച്ചു. ഇടയ്ക്കിടെ ആരുമറിയാതെ എടുത്തു കുടിച്ചു. മുറുക്കാൻ ചവച്ചു. ചാരുകസേരയിൽ ചാരി ഇരുന്നു വെറുതെ ചിരിച്ചു. അംബിക കടയിലില്ലാത്തപ്പോൾ റേഷൻ വാങ്ങാൻ വന്ന സ്ത്രീകളോടെല്ലാം ആളും തരവും നോക്കി വഷളൻ തമാശുകൾ പറഞ്ഞു രസിച്ചു.

മുരളി സന്ധ്യ കഴിഞ്ഞാണ് വീട്ടിലെത്തിയത്. വന്നപ്പോൾ ലക്ഷ്മിയമ്മ പറഞ്ഞു .

“ആ രമേശിനെ ഇത്തിരി മുൻപേ പാമ്പ് കൊത്തി.”

“അയ്യോ! ഞാനൊന്ന് പോയി നോക്കിയിട്ട് വരാം.”

“കോൺവെന്റിൽ നിന്നും സിസിലി വന്നിട്ടുണ്ട്. അതറിഞ്ഞു അവളെ കാണാൻ പോയതാണവൻ. ഇരുട്ടത്ത് ഏത് പാമ്പാണെന്നും കണ്ടില്ല. അല്പം സീരിയസ് ആണെന്ന് തോന്നുന്നു. മണിക്കശ്ശേരി പാപ്പി മാപ്പിളയുടെ അവിടെ കിടത്തിയിരിക്കുകയാണ്.”

സിസിലി കോൺവെന്റിൽ നിന്നും വന്നെന്നോ? അവളെ നാളെ ഒന്ന് കാണാനൊക്കുമോ? അവളെ ഇനി ഈ ജന്മത്തിൽ കാണാൻ സാധിക്കുമെന്ന് കരുതിയില്ല. രമേശന് വല്ലോം പറ്റുമോ? അവൻ രക്ഷപ്പെടില്ലേ? സമ്മിശ്ര വികാരങ്ങൾ മുരളിയുടെ മനസ്സിൽ കൂടി ഓടി മറിഞ്ഞു.

അവൻ മണിക്കശ്ശേരിയിൽ ചെല്ലുമ്പോൾ ഗ്രാവൽ റോഡിലൊക്കെ രമേശിന്റെ ബന്ധുക്കൾ കുറച്ചുപേർ കൂടി നില്പുണ്ട്. അവനെ വരാന്തയിൽ കിടത്തിയിരിക്കുന്നു. കണ്ണുകൾ മയങ്ങിയപോലെ. അവന്റെ അച്ഛൻ അടുത്തിരുന്നു അവനെ വിളിച്ചു ഉണർത്തിക്കൊണ്ടിരിക്കുന്നു. അടുത്തായി ഒരു ചൂരൽ കസേരയിൽ മണിക്കശ്ശേരി പാപ്പിമാപ്പിള ഇരിക്കുന്നുണ്ട്. വളരെ ശാന്തമായ മുഖം. അവന്റെ അമ്മയുടെ കരച്ചിൽ ഉച്ചത്തിലായപ്പോൾ അയാൾ ദേഷ്യപ്പെട്ടു. “ആളുകളൊക്കെ നിശ്ശബ്ദരായിരിക്കണം. ഇത്തിരി മാറി നിന്നാട്ടെ. അവന് കാറ്റ് കിട്ടണം. അതുപോലെ അവൻ ഉറങ്ങരുത്. കണ്ണുകൾ അടയാതെ നോക്കണം. പേടിക്കണ്ട.”

ആരോ അവിടെ നിന്നും ചോദിക്കുന്നത് കേട്ടു. “തിരുവല്ല സായിപ്പിന്റെ ആശുപത്രിയിൽ കൊണ്ട് പോണോ?”

അവന്റെ അമ്മാവൻ ഉടനെ പറഞ്ഞു. "വേണ്ട. നിങ്ങൾക്കറിയുമോ ഞങ്ങൾ വരുമ്പോൾ, വടക്ക് നിന്നുള്ള ആളെ കാത്തു പാപ്പി മാപ്പിള പൂമുഖത്തു നസ്യം ചെയ്യാനുള്ള മരുന്നുമായി കാത്തു നില്ക്കുകയായിരുന്നു. അവന്റെ കണ്ണിലും മൂക്കിലും നസ്യം ചെയ്തിട്ടയാൾ ലക്ഷണം നോക്കി പറഞ്ഞു. "മൂർഖനാ. അരമണിക്കൂർ മുൻപ് വടക്ക് നിന്ന് ഒരു അജ്ഞാത ശബ്ദം അയാൾക്ക് കിട്ടിയത്രേ, വടക്ക് നിന്നും ഒരാൾ ഇപ്പോൾ വരുമെന്ന്. എന്നാൽ നമ്മളിത്ര വേഗം വരുമെന്ന് കരുതിയില്ലത്രേ."

"അതേ, അതേ മിടുക്കനാ. എവിടെ നിന്നൊക്കെയാണ് ആളുകൾ വരുന്നതെന്നോ? സായിപ്പിന്റെ ആശുപത്രിയിൽ പോയിട്ട് തള്ളിയ കേസു വരെ ഇവിടെ കൊണ്ട് വന്നു രക്ഷപ്പെട്ടിട്ടുണ്ട്. എന്തായാലെന്ത്? ആരോടും പത്തു പൈസ വാങ്ങില്ല. ചിലർ എന്നാലും പടിക്കൽ വച്ചിട്ട് പോകും. അതയാൾ എടുത്തു ആർക്കെങ്കിലും ഭിക്ഷ കൊടുക്കും. അർത്ഥം വാങ്ങി ചെയ്താൽ ഫലിക്കില്ലത്രേ. പക്ഷേ, ഒരു കാര്യം അയാൾക്ക് ശേഷം തീർന്നു, ചികിത്സ. പിള്ളേർക്കൊന്നും ഇതിൽ താല്പര്യമില്ല."

എന്തോ മരുന്ന് അരച്ചത്, പച്ചിച്ചു കറുത്തിരുന്നത്, പാപ്പിമാപ്പിള രമേശിന്റെ നാക്കിൽ തേച്ചു. അതേ മരുന്ന് മുറിപ്പാടിൽ വീണ്ടും തേച്ചു. എല്ലാവരും വെളിയിലായിട്ടൊക്കെ കാത്തു നില്ക്കുകയാണ്. പാപ്പി മാപ്പിള അവന്റെ അരികിൽതന്നെ ഇരുന്നു. ഒന്നര മണിക്കൂർ കൂടി കഴിഞ്ഞപ്പോൾ രമേശൻ ഒന്ന് അനങ്ങി കിടന്നു. അയാൾ രമേശിനോട് എഴുന്നേറ്റിരിക്കാൻ പറഞ്ഞു കസേരയും കൊടുത്തു.രമേശൻ പിടിച്ചു എഴുന്നേറ്റ് ഒരു കസേരയിൽ ഇരുന്നു. പാപ്പിമാപ്പിള എന്നിട്ടു എല്ലാവരോടും ആയി പറഞ്ഞു.

"ഇനി പേടിക്കാനില്ല. എന്നാലും നേരത്തോടു നേരം കഴിയും വരെ സൂക്ഷിക്കണം. നേരം പുലരും വരെ ഇവിടെ ഇരിക്കട്ടെ. ഇവൻ ഉറങ്ങാതെ നോക്കാൻ രണ്ടോ മൂന്നോ പേരിവിടെ നിന്നാൽ മതി. ബാക്കിയുള്ളവർ പോയാട്ടെ. ഞാനും അകത്തോട്ട് പോകുന്നു."

പാപ്പി മാപ്പിളയെ കെട്ടിപ്പിടിച്ചൊരു ഉമ്മ കൊടുക്കാൻ അവന് തോന്നി..രമേശന്റെ അരികെ ചെന്ന് മുരളി പറഞ്ഞു "പേടിക്കണ്ടടാ. നേരം വെളുത്താൽ എല്ലാം സുഖമാകും."

രമേശന്റെ കണ്ണിൽനിന്നും രണ്ടു തുള്ളി കണ്ണീർ അവന്റെ കൈയിൽ വീണു. പിന്നീട് അസുഖം ഭേദമായപ്പോൾ ഒരു നാൾ രമേശൻ അവനോട് പറഞ്ഞു: "ഞാൻ സിസിലിയെപ്പറ്റി പറഞ്ഞതെല്ലാം കള്ളമാണ്. അവളൊരു പാവം കൊച്ചാണ്. അവൾക്കു നിന്നെ ഇഷ്ടവുമാണ്. എനിക്കറിയാം. എന്നാൽ ആരും അവളെ പ്രേമിക്കണ്ട. അതൊന്നും അവൾ താങ്ങില്ല. അത്ര പാവമാണ്. അച്ഛനില്ലാത്ത ആ കൊച്ച്, ഈപ്പൻ സാറിന്റെ ദയയിൽ കഴിയുകയാണ്. അവളുടെ അമ്മ ജർമ്മനിക്കാരനെ കെട്ടി എന്നൊക്കെ കേട്ടു. അങ്ങനെ എങ്കിൽ എത്ര നാളതിനെ നോക്കും. ബോർഡിങ് ഫീസ് പോലും കൊടുക്കുമോയെന്ന് കണ്ടറിയാം. സായിപ്പിനെ കെട്ടി അന്യനാട്ടിൽ കഴിയുന്ന അവർ കുറെ നാൾ കഴിയുമ്പോൾ ഇ

വളെ മറക്കും. അല്ലേൽ സായിപ്പു സമ്മതിച്ചില്ലെങ്കിലോ? എന്തായാലും അതിന്റെ കാര്യം കഷ്ടമാ. പഠിത്തം കഴിഞ്ഞു ഈപ്പൻ സാർ കെട്ടിച്ചു വിട്ടാൽ നല്ലത്. അയാളില്ലേൽ എല്ലാരും അതിനെ കളയും. പാവം ജീവിച്ചോട്ടെ."

ഈ രമേശിനെപ്പറ്റി താനെന്തെല്ലാമാണ് മോശമായി ചിന്തിച്ചത്. ചക്കരയമ്മാവൻ പറഞ്ഞത് മുരളി ഓർത്തു. "ഈ ലോകത്തിൽ എല്ലാവർക്കും എല്ലാവരോടും സ്നേഹമാണ്. അതിപ്പോൾ അവൻ കള്ളനായാലും കൊലപാതകിയായാലും. മനുഷ്യൻ സ്നേഹമാണ്. പരസ്പരം സ്നേഹിക്കാതെ അവനു ജീവിക്കാനാവില്ല." അവൾക്കാരുമില്ലെങ്കിൽ അന്ന് താനവളെ കെട്ടും, മുരളി മനസ്സിൽ പറഞ്ഞു.

ഒരു ദിവസം ലക്ഷ്മിയമ്മ സമാജത്തിൽ നിന്നും വന്നപ്പോൾ പലവിധത്തിലുള്ള പച്ചക്കറികളുടെയും ചെടികളുടെയും വിത്തുകൾ കൊണ്ടുവന്നു. ചെടി വിത്തുകളൊക്കെ ലതയും ലതികയും കൂടി മുറ്റത്തു നിലമൊരുക്കി വരിയായി നട്ടു. പാവലും പടവലവും പയറുമൊക്കെ ലക്ഷ്മിയമ്മയും ഗോപാലപിള്ളയും ചേർന്ന് നട്ടു. കൂട്ടത്തിൽ എവിടെ നിന്നോ അയാൾ വാങ്ങി കൊണ്ടുവന്ന കണ്ണൻ ചേമ്പും ചേനയും ചേമ്പും കാച്ചിലും വിത്തുകളും. മുരളിക്ക് അതിരുകളിൽ കശുമാവും മാവും നടുന്നതിലായിരുന്നു താല്പര്യം. കശുമാവ് ചെടികൾ സമാജം തന്നതല്ല. അതവൻ അവിടെയും ഇവിടെയും മരത്തിൽനിന്നും പറിച്ചെടുത്ത അണ്ടികൾ മുളപ്പിച്ചെടുത്തതാണ്. അങ്ങനെ ലക്ഷ്മിയമ്മ കൃഷിക്കാരിയുമായി.

മാവേലിൽ പുരയിടത്തിന്റെ അതിരുകളിലുള്ള വാകമരങ്ങൾ മഞ്ഞ നിറം വാരിയണിഞ്ഞു നില്ക്കുന്നു. അന്നൊരു നാൾ കയറിയതല്ലാതെ മുരളി മാവേലിൽ പുരയിടത്തിൽ കയറിയിട്ടില്ല. വീട്ടിൽ ചെന്നാൽ എത്ര വേണേലും മാങ്ങാ തരാം എന്ന് ഉണ്ടപ്പോറ്റി പറഞ്ഞതോടെ അവന് അയാളോടുള്ള ദേഷ്യവും മാങ്ങാക്കൊതിയും മാറി.

മുരളിയുടെയും കൂട്ടുകാരുടെയും ഫുട്ബോൾ കളിമൂലം സ്കൂളിന്റെ ഓടുകൾ പൊട്ടാൻ ആരംഭിച്ചപ്പോൾ പൂർവ്വകാല കുട്ടികളുടെ ഫുട്ബോൾ കളി ഹെഡ് മാസ്റ്റർ നിരോധിച്ചു. അവർ ശീട്ടുകളി തുടങ്ങി. വീട്ടുകാർ അറിഞ്ഞാൽ തല്ലു കിട്ടുമെന്നുള്ളതുകൊണ്ട് അത് വളരെ രഹസ്യമായി കുട്ടികളുടെ കഞ്ഞിപ്പുരയുടെ അടുക്കളയിലായിരുന്നു. ഓലവച്ചു മറച്ച ഒരു ചെറിയ ചരിപ്പ്. ആരെങ്കിലും വരുന്നോ എന്ന് ഓട്ടകൾക്കിടയിൽ കൂടി അവർക്കു കാണാമായിരുന്നു. അങ്ങനെ ആരെങ്കിലും വന്നാൽ തെളിവുകൾ ശേഷിപ്പിക്കാതെ എല്ലാവരും നൊടിയിടക്കുള്ളിൽ ഓടി മറയുമായിരുന്നു. എന്നിട്ടും സ്കൂളിലെ പ്യൂൺ ഒരുനാളവരെ പിടി കൂടി. അത് രമേശൻ അയാൾക്ക് ഒരു കെട്ട് കാജാ ബീഡി കൊടുത്തു ഒതുക്കിത്തീർത്തു. അങ്ങനെ അവന്റെ ആ ദുശ്ശീലം കൊണ്ട് അവർക്ക് ഉപകാരമുണ്ടായി.

ഇക്കാലത്തു കുറെ സംഭവങ്ങൾ ദേശത്തു നടന്നു. മാമ്പാട്ട് ജേക്കബ്മോൻ ജോലിക്ക് പേർഷ്യക്ക് പോയി. കേട്ടവരൊക്കെ ചിരിച്ചു രഹ

സ്യമായി പറഞ്ഞു. "നാട്ടിലെ പെൺപിള്ളേർ രക്ഷപ്പെട്ടു." താറാവ് ജോയ് മകൻ ബേബി മുഖാന്തരമാണ് പോയത്. ബേബിക്ക് മുപ്പതായിരം രൂപ കൊടുത്തത്രെ. താമസം ഫ്രീ, പിന്നെ വലിയ ശമ്പളവും. ജോയ് സ്ഥിരമായി തിരുവല്ലയിലെ ഒരു അച്ചായന്റെ കണ്ടത്തിൽ താറാവിനെ തീറ്റാൻ കൊണ്ട് പോകുമായിരുന്നു. ആ അച്ചായന് പേർഷ്യയിൽ ആണ് ജോലി. അയാൾ കൊണ്ട് പോയതാണ് ബേബിയെ. അതിപ്പോൾ രണ്ട് കൊല്ലമായി. ബേബി ഇതുപോലെ ആരാണ്ടെയൊക്കെ പുലിയൂർന്നു കൊണ്ട് പോയത്രേ. വിസക്കും പ്ലെയിൻ ചാർജിനുമായി മുപ്പതായിരം ബേബിക്ക് കൊടുക്കണം. മേശിരി, ആശാരി, കൂലി ഇങ്ങനെയൊക്കെയാണ് പണി. ഭാഗ്യമുണ്ടേൽ നല്ല ജോലി, കടയിലെ സെയിൽസ്മാൻ കിട്ടും. എന്തായാലും കൊള്ളാം വേഗം തന്നെ താറാവ് ജോയ് പൈസക്കാരൻ ജോയിയായി. ചിലരൊക്കെ വിസക്കാരൻ ജോയ് എന്നും വിളിക്കാറുണ്ട്. താറാവ്പണി നിർത്തി, പളപള തിളങ്ങുന്ന ഒരു പേർഷ്യൻ കൈലിയുമുടുത്തു കൈയിലൊരു പേർഷ്യൻ ബാഗുമായി ജോയ് ദേശത്തുകൂടി നടക്കാൻ തുടങ്ങി. ആളുകൾ പറയുന്നത് അയാൾ പലിശയ്ക്ക് പണം കടം കൊടുക്കുമെന്നാണ്. എന്നാൽ ആധാരം പണയം കൊടുക്കണം. ഒരു ദിവസം റേഷൻ കടക്കാരൻ അച്യുതൻപിള്ള റേഷൻ സ്റ്റോക്ക് എടുക്കാൻ ആയിരം രൂപ കടം ചോദിച്ചു. ജോയ് പറഞ്ഞു. "പിള്ളേച്ചാ നമ്മൾ കട്ട കൂട്ടുകാരാണ്. നിങ്ങളെ സഹായിക്കണമെന്നുണ്ട്. എന്നാൽ ആധാരം തരാതെ എനിക്ക് നിങ്ങളെ സഹായിക്കാൻ ആവില്ല. ആധാരമില്ലാതെ ആർക്കും കടം കൊടുക്കരുതെന്നാണ് ബേബിയുടെ കല്പന. ഒന്നും തോന്നരുത്."

പണം വന്നു കൂടിയപ്പോൾ താറാവ് ജോയ്, ജോയിച്ചായനും ജോയ് മുതലാളിയുമായി. എന്നാലും കുശുമ്പുള്ളവർ ഇപ്പോഴും രഹസ്യമായി താറാവ് ജോയ് എന്ന് വിളിച്ചു വന്നു. പലിശ പണക്കാരൻ പൗലോ മുതലാളിക്ക് ഇതൊട്ടും ദഹിച്ചില്ല. അയാൾ തന്റെ വീട്ടിൽ കടം വാങ്ങാൻ വരുന്നവരോട് ജോയിയെപ്പറ്റി കഥകൾ അടിച്ചു വിട്ടു. "ജോയിയുടേന്ന് പലിശയ്ക്കെടുത്ത പണം ടൗണിലെ കടയിൽ കൊടുത്തപ്പോൾ അതിൽ കള്ളനോട്ട് പിടിച്ചെന്ന്. നമ്മുടെ നാട്ടുകാരെ പറഞ്ഞാൽ മതിയല്ലോ. അല്ലേലും നമ്മുടെ നാട്ടുകാരൊന്നു ചിന്തിക്കണ്ടേ, അത്താഴപ്പട്ടിണിക്കാരൻ താറാവുജോയ് എങ്ങനെ പെട്ടെന്ന് പണക്കാരനായെന്ന്. ചെക്കന് അന്യനാട്ടിൽ വല്ല കള്ളനോട്ടടിയോ ഇരട്ടിപ്പിക്കലോ വല്ലോം ആണോന്ന് ആർക്കറിയാം? അതോ ഇനി വല്ല കുഴൽപ്പണമോ മറ്റോ?"

"എന്താണ് മുതലാളി ഈ കുഴൽപ്പണം?"

"അതും കള്ളനോട്ടു തന്നെ. മറ്റു രാജ്യത്തിൽ അടിക്കുന്നത്. എന്തായാലും കൊള്ളാം നമ്മുടെ നാട്ടുകാരാരും ഇനി പൊലീസ് കേസിൽ പെടാതിരുന്നാൽ മതിയായിരുന്നു." ശരിയോ തെറ്റോ, പൗലോ മുതലാളി തന്റെ വിജ്ഞാനം വിളമ്പി ചാരിതാർത്ഥ്യനായി.

വാർത്ത ദേശത്തു പടരാൻ അധികം സമയം വേണ്ടല്ലോ.

വിവരം അറിഞ്ഞ ബേബി അപ്പനെ ഉപദേശിച്ചു. "അപ്പാ ഇതെല്ലാം അയാളുടെ നമ്പരാണ്. അപ്പനൊരു കാര്യം ചെയ്യൂ. അയാൾ പത്തു രൂപ പലിശയല്ലേ എടുക്കുന്നത്. അപ്പൻ പലിശ കുറച്ചു അഞ്ചു രൂപയ്ക്കു കൊടുക്ക്. ആളുകൾ താനെ വരും. പിന്നേം സംശയിക്കുന്നവരോട് പറയു, ആധാരമില്ലേൽ പൊന്ന്, സ്വർണ്ണം കിട്ടിയാലും മതിയെന്ന്."

"അപ്പോൾ അയാളും പലിശ അഞ്ചു രൂപ ആക്കിയാലോ?"

"നമ്മൾ മൂന്നാക്കും. പിന്നെ ബാക്കി പരിപാടി അന്നേരം ആലോചിക്കാം. അയാളെ ഒതുക്കാനാണോ വഴിയില്ലാത്തത്."

ബേബിയുടെ ബുദ്ധി ഫലിച്ചു. പൗലോ മുതലാളി ഒതുങ്ങി. ജോയ് നാട്ടുകാർക്കൊക്കെ പണം അഞ്ചു രൂപ പലിശയ്ക്ക് കൊടുത്തു. കൃഷിക്കാരും തൊഴിലാളികളും കച്ചവടക്കാരും പെണ്മക്കളെ കെട്ടിക്കാനുള്ള അപ്പനമ്മമാരുമൊക്കെ ജോയ് മാപ്പിളയുടെ വീട്ടിൽ കയറി ഇറങ്ങി. അയാൾ റോത്തുമാൻസും പുകച്ചു കൊണ്ട് തോളത്തു ഒരു ഷാളും ഇട്ട് ദേശത്തുകൂടെ നടന്നു. കണ്ടവരോടൊക്കെ പറയാൻ തുടങ്ങി, "ചെക്കൻ പറയുന്നത് മലേഷ്യയും സിംഗപ്പൂരും പോലെയൊന്നും തല്ലിപ്പൊളി സ്ഥലമല്ല പേർഷ്യ. അത് അറബീന്റെ നാടാണ്. അവർക്കൊക്കെ മലയാളി ദൈവം പോലയാത്രെ."

ഈ വാർത്ത രാമൻ നായരുടെ ചെവിയിലും വീണു. പുള്ളിക്കാരൻ ചിരിച്ചതല്ലാതെ ഒന്നും പറഞ്ഞില്ല. ജോയി പഴയ കൂട്ടുകാരോടൊത്തുള്ള ചങ്ങാത്തം കാണുമ്പോഴുള്ള ഒരു ചിരിയിലോ കുശലത്തിലോ ഒതുക്കി. അച്യുതൻ പിള്ള അല്ലെങ്കിലും പഴയ കമ്പനി നേരത്തെ വിട്ടല്ലോ. സൈക്കിൾ സുരേന്ദ്രന് ഇതൊന്നും പ്രശ്നമില്ല. മറ്റുള്ളവർ എന്ത് വേണേലും ചെയ്യട്ടെ തന്നെ ഉപദ്രവിക്കരുത്. അത്ര തന്നെ. റേഷൻകട ചന്ദ്രൻ പിള്ളയും ഒരിക്കൽ പണം തരാഞ്ഞവനാണ് എന്നൊന്നും കണക്കാക്കാതെ കാശിന് ആവശ്യമുള്ളപ്പോൾ ഭാര്യയുടെ അരയിലെ പൊന്നരിഞ്ഞാണം ജോയിക്ക് ജാമ്യം കൊടുത്തു പണം വാങ്ങി. ബിസിനസ് വേറെ, ബന്ധം വേറെ അയാളോർത്തു അരിഞ്ഞാണം കൊടുക്കാൻ അയാൾക്ക് അല്പം ജാള്യത ഉണ്ടായിരുന്നു. "എടി നിന്റെ അരയിൽ കിടക്കുന്നതല്ലേ?"

"മനുഷ്യാ അരയിൽ കിടക്കുന്നതല്ലേ. അരയല്ലല്ലോ? ഇത് മതി. ഇതാകുമ്പോൾ ഊരി കൊടുത്താലും ആരും അറിയില്ല. കഴുത്തിലെയോ, കൈയിലെയോ ആണേൽ എല്ലാവരും അറിയും, ചോദിക്കും, എന്തിയേടി നിന്റെ മാല, വളകൾ? ഇതിനൊരു കുഴപ്പവുമില്ല."

ഭാര്യയുടെ ബുദ്ധിയിൽ ചന്ദ്രൻപിള്ളയ്ക്കും മതിപ്പു തോന്നി. ജോയിക്കും സന്തോഷമായി. ഒരു പൊന്നരിഞ്ഞാണം ഇടണമെന്ന് വലിയ ആശയായിരുന്നു. അതിപ്പോൾ നടന്നു. വട്ടം പിടിച്ചു കെട്ടിയപ്പോൾ അയാളാലോചിച്ചു, അംബികയുടെ ഇത്ര വലുതോ? പിന്നെ ഒരു ചെറു ചിരിയോടെ അധികമുള്ള വലുപ്പം നൂലുവച്ചു കെട്ടി ചെറുതാക്കി, അരുമയോടെ അരയിൽ കെട്ടി.

ജോയ് നടന്നു നടന്നു ചെന്നത് എം എസ് എസ് ന്റെ പടിക്കലാണ്.

എന്നും കുന്നും ഓതറ ശാന്ത മതിയോ? ഒരു വെറൈറ്റി ഒക്കെ വേണ്ടേ? അയാൾ അതൊക്കെ ചിന്തിച്ചു. പുറത്താരെങ്കിലും ഉണ്ടോ എന്ന് നോക്കി. ആ വീട്ടിൽ ഇപ്പോൾ ഒരു വല്യമ്മയും ആ സ്ത്രീയും മാത്രമേ അവിടെയുള്ളു എന്നാണ് അറിവ്. വല്യമ്മയുടെ മകൻ കല്യാണം കഴിച്ചു കൊണ്ട് വന്നതാണ് എം എസ് എസ് നെ. പട്ടാളത്തിലായിരുന്ന അയാൾ മരിച്ചു പോയി. കൈയിലെ പൈസ ഒക്കെ ധൂർത്തടിച്ചു കളഞ്ഞിട്ടവസാനം ജീവിക്കാൻ മറ്റു വരുമാനമില്ലാതായപ്പോൾ എം എസ് എസ് വഴിവിട്ടു ജീവിക്കാൻ തുടങ്ങി. ആദ്യമൊക്കെ, ആ റൂട്ടിൽ സ്ഥിരമായി ഓടുന്ന എം എസ് എസ് ബസിലെ ഡ്രൈവർ മാത്രം ആയിരുന്നു ലോഹ്യക്കാരൻ. അയാളുമായി ബസ് യാത്രക്കിടയിൽ ലോഹ്യമായതാണ്. അയാൾ കെട്ടും എന്നൊക്കെയാണ് ആദ്യം കേട്ടത്. അങ്ങനെയാണ് എം എസ് എസ് എന്ന പേര് വീണത്. പകലത്തെ വരവ് പോക്കുകാരനാണ് അയാൾ. പിന്നീട് മറ്റു ദേശത്തുനിന്നൊക്കെ ആൾക്കാർ രാത്രിയിൽ വരവ് തുടങ്ങി. നാട്ടുകാർ ഒഴിഞ്ഞു നിന്നു. വീട്ടിലെ അത്താഴം മുടങ്ങും എന്ന് ഭയന്നാകും. വല്യമ്മയ്ക്കവിടെ ഒരു വോയിസും ഇല്ല. അവർക്കു ചോദിക്കാനും പറയാനും കഴിവുള്ള ബന്ധുക്കൾ ഇല്ലാത്തതിനാലും, എം എസ് എസ് ന്റെ നാക്കിനെ ഭയന്നും വല്യമ്മ ഒന്നും പറയാറില്ല. കിട്ടുന്ന ഭക്ഷണവും കഴിച്ചു നാമം ജപിച്ചിരിക്കും. ഇപ്പോൾ ദേശത്തിലെ ചില പ്രമുഖരൊക്കെ പറ്റുപടി ഉണ്ടെന്നാണ് കേൾക്കുന്നത്. താനും ഇപ്പോൾ ഒരു പ്രമുഖനാണല്ലോ. ചിരിയോടെ ജോയ് ഓർത്തു. അയാൾ ചവിട്ടുപടിയിൽ കാലെടുത്തു വച്ചതുമാണ്. അപ്പോഴാണ് ദൂരെ നിന്നും നീലാണ്ടപ്പിള്ള വരുന്നത് കണ്ടത്. അവൻ നാടൊട്ടുക്ക് പറഞ്ഞു നടക്കും. ഒന്നും അറിയാത്തപോലെ ജോയ് നടന്നു പോയി. വൈകിട്ട് താറാവ് ജോയ് കാര്യങ്ങൾ കൂടുതൽ അന്വേഷിച്ചറിഞ്ഞു. എം എസ് എസ് ന് ഇപ്പോൾ പറ്റുപടിക്കാർ കൂടി. എക്സ് മിലിറ്ററി ഓമനക്കുട്ടൻ രാത്രി പതിനൊന്നു മണി കഴിഞ്ഞാൽ മിക്കവാറും അവിടെ തന്നെയാണെന്നാണ് ജനസംസാരം. അയാളുടെ ഭാര്യ മരിച്ചതായതുകൊണ്ട് ചോദിക്കാനും പറയാനും ആരും ഇല്ലല്ലോ. അയാൾ കെട്ടുമെന്നാണ് അവളും നാട്ടുകാരും കരുതുന്നത്. അതുവരെയുള്ള സമയം അവൾക്കു സ്വന്തം. ഡ്രൈവർ ഇപ്പോൾ വരവില്ല. അതുകൊണ്ട് പകലാണ് നല്ലത്. ആർഭാടജീവിതവും, സാമ്പത്തികമായ തകർച്ചയും, ആരും ചോദിക്കാനില്ലാത്തതും, ഒരു കുലസ്ത്രീയുടെ പരിവർത്തനം എത്ര വേഗമാക്കുന്നു എന്നതിന് ഇതിലും നല്ല തെളിവ് വേറെയില്ല.

പലിശക്കാരൻ പൗലോ മുതലാളി നീലാണ്ടപ്പിള്ളയുടെ പെണ്ണ് വത്സലയെ സ്വപ്നം കണ്ടു നടന്നത് വെറുതെയായി. അയാൾ ബുദ്ധിമാനാണ്. ജോയിയെ പോലെയല്ല. പ്രായോഗികമായി ചിന്തിക്കും. ഭാര്യ പിള്ളാരേയും കൂട്ടി മാവേലിക്കരയിൽ അവളുടെ വീട്ടിലേക്ക് പോയാൽ രണ്ടു നാൾ കഴിഞ്ഞേ വരൂ. പലിശയും മുതലും ഇല്ലാതെ അയാൾ ആർക്കെങ്കിലും പണം കൊടുക്കുന്നത് അന്നാണ്. അത് വളരെ രഹസ്യമായാണ്. സ്വന്തം

വീട്ടിനുള്ളിൽ വച്ചേ കൊടുക്കു. അതും നിർബ്ബന്ധം. എം എസ് എസ് ന് അതറിയാം. അങ്ങനെയുള്ള ദിവസം രാവിലെ എം എസ് എസ് ന്റെ വീട്ടുപടിക്കൽ കൂടി പൗലോ മുതലാളി അങ്ങോട്ടും ഇങ്ങോട്ടും ആർക്കും സംശയം കൊടുക്കാതെ ഒരു നടത്തമുണ്ട്. കൂടെ സ്വന്തം അൾസേഷൻ നായയുമുണ്ടാകും. ജോലിക്കാരൻ വരാഞ്ഞത് കൊണ്ട് അതിനെ അപ്പിയിടീപ്പിക്കാനാണ് എന്നാണ് നാട്യം. അത് കുരച്ചില്ലേൽ അയാൾ കുരപ്പിക്കും. അതിന്റെ കുരയാണ് പൗലോയുടെ വിളി എന്നവൾക്കറിയാം. പിന്നെ ആളില്ലാത്തപ്പോൾ പണം വാങ്ങാൻ വരേണ്ടിയത് അവളുടെ ആവശ്യം. അതിന്റെ പരുവത്തില് എം എസ് എസ് വന്ന് പൗലോ മുതലാളിയുടെ ബെല്ലടിക്കും. "പണയം എടുക്കുമോ മുതലാളി?"

"എടുക്കും എടുക്കും" മുതലാളി വേഗം പണയ മുതലിനെ അകത്തു കേറ്റി കതകടയ്ക്കും. ഇതും ലോകത്തിന്റെ ഒരു നിയമമാണ്. പണവും ആർഭാടങ്ങളും കൂടുമ്പോൾ മനുഷ്യന് വിഷം കൂടും. പിന്നെ വിഷമിറക്കാനുള്ള ഓരോ കളികൾ അവൻ കണ്ടുപിടിക്കാൻ തുടങ്ങും.

ആ വർഷത്തെ തുലാവർഷ മഴയിൽ രണ്ടാം വാര്യത്തെ കച്ചിത്തുറു ഇടി വെട്ടി. കഴിഞ്ഞ മൂന്നു വർഷമായി രണ്ടാം വാര്യത്തെയും മൂന്നാം വാര്യത്തെയും തുറുവുകൾ മാറി മാറി ഇടിവെട്ടുകയാണ്. രാവിലെ കണ്ടപ്പോൾ ദാസൻ പറഞ്ഞു: "എടാ വാര്യത്തെ തുറു ഇടി വെട്ടുന്നതല്ല. തീ വയ്ക്കുന്നതാണ്. ഇടി വെട്ടി മഴ പെയ്യുന്ന സന്ധ്യ നേരത്ത്, ആരോ തീയ് ഇട്ടിട്ട് ഓടുന്നത് വലിയമ്മാമ, രണ്ടാം വാര്യത്തെ സോമവാര്യർ, കണ്ടു. എന്തായാലും മാമൻ വേഗം ഗോപാലനാണോന്ന് സംശയിച്ചു അവന്റെ വീട്ടിൽ പോയി നോക്കി. അവനവിടെ തണ്ണിയടിച്ചു ബോധമില്ലാതെ കിടന്നു പാട്ട് പാടുകയായിരുന്നു. അവനല്ല. ആരോ പിള്ളേരാണെന്നാണ് സംശയം."

"അങ്ങനെ വരുമോ? പുള്ളിക്ക് തോന്നിയതാകും."

"എന്തായാലും അടുത്ത വർഷം ആളെ പിടിക്കും എന്ന് മാമൻ ശപഥം ചെയ്തിരിക്കുകയാണ്." മുരളി അതുകേട്ടു ഊറി ചിരിച്ചു.

ആയിടക്ക് മുരളിയുടെ സമാധാനം കെടുത്തിയ ഒരു സംഭവമുണ്ടായി. ശരിക്കും അവന്റെയല്ല ലക്ഷ്മിയമ്മയുടെ സമാധാനം കെടുത്തിയ വിഷയം.

കേശവൻ

***അ**മ്മ മരിച്ചുകിടക്കുമ്പോൾ കരയാത്ത മക്കൾ, അമ്മ മരിച്ചു വർഷങ്ങൾക്ക് ശേഷം ഏതെങ്കിലും ഒരു ദിവസം അമ്മയെ ഓർത്തു വാവിട്ടു കരയാം. അതുപോലെ സങ്കടങ്ങൾ കരച്ചിൽ തന്നെയാവണമെന്നില്ല. കണ്ണീർ വരണമെന്നില്ല. അതൊരു നോട്ടമോ ശബ്ദമോ മൗനമോ ആകാം. ഒരു പക്ഷേ, ഉച്ചത്തിലുള്ള ചിരിയോ, അട്ടഹാസങ്ങളോ ആകാം.*

ഡിസംബർ പതിനേഴ് ആയിരത്തി തൊള്ളായിരത്തി എഴുപത്തി ഒന്ന് വെള്ളിയാഴ്ച. ആ ദിവസം എങ്ങനെ മറക്കും. അന്നാണ് മുരളി ആദ്യമായും അവസാനമായും ജാഥ നയിച്ച ദിവസം. ചെങ്ങന്നൂർ ഗവൺമെന്റ് ബോയ്സ് ഹൈസ്കൂളിൽ പത്താം ക്ലാസിൽ പഠിക്കുന്ന സമയം. രാവിലെ സ്കൂളിൽ ചെല്ലുമ്പോൾ തന്നെ അത്ഭുതമായിരുന്നു. കുട്ടികൾ ദേശീയ പതാകകളൊക്കെ തയ്യാറാക്കുന്നു. പാകിസ്ഥാനുമായുള്ള മൂന്നാമത്തെ യുദ്ധം ജയിച്ച സന്തോഷ പ്രകടനം. ആദ്യമായി അദ്ധ്യാപകരുടെ മൗനാനുവാദത്തോടെയുള്ള സമരം. പ്രസിഡന്റ് യഹ്യാഖാനെതിരെ മുർദ്ദാബാദ് വിളിച്ചു, അയാളുടെ കോലവുമായുള്ള കുട്ടികളുടെ നഗരം ചുറ്റിയുള്ള പ്രകടനവും, അവസാനം സ്കൂൾ നടയിലുള്ള കോലം കത്തിക്കലും. അതെല്ലാം കഴിഞ്ഞു മുരളി കൂട്ടുകാരെയൊക്കെ സംഘടിപ്പിച്ചു പോരുവഴി ജങ്ഷനിൽനിന്നും പോരുവഴിയമ്മ മുക്ക് വരെ ആഹ്ലാദപ്രകടനം നടത്തി. അതിന്റെ ജാഥാ ക്യാപ്റ്റൻ മുരളിയായിരുന്നു. കച്ചികൊണ്ടുള്ള കോലവും ദേശീയ പതാകയുമൊക്കെയായി ചെറു സെറ്റ് പ്രകടനം നടത്തിയപ്പോൾ കണ്ടു നിന്ന നാട്ടുകാരൊക്കെ, പ്രായഭേദമെന്യേ അവരുടെ കൂടെ അണിചേർന്നു. പോരുവഴിയുടെ ദേശീയബോധം അത്ര വലുതാണ്.

ജാതിമത ചിന്തകൾക്കും സാമ്പത്തിക വലുപ്പച്ചെറുപ്പങ്ങൾക്കും അവിടെ പ്രസക്തിയില്ല. ജാഥ കഴിഞ്ഞ ഉടനെ തന്നെ അത് ചരിത്രബോർഡിൽ എഴുതി ചേർക്കപ്പെടുകയുമുണ്ടായി.

16.12.1971 -- ഇന്ത്യയും പാകിസ്ഥാനുമായുള്ള പതിമൂന്ന് ദിവസം മാത്രം നീണ്ടുനിന്ന മൂന്നാമത്തെ യുദ്ധം തീർന്നു. ഇന്ത്യ വിജയിച്ചു. പോരുവഴി ജനത കുട്ടികളുടെ നേതൃത്വത്തിൽ ആഹ്ലാദപ്രകടനം നടത്തി.

ഒരുനാൾ മുരളി സ്കൂളിൽ നിന്നും ചെന്ന് കയറുമ്പോൾ ലക്ഷ്മിയമ്മ അടുക്കള വടക്കേപുറത്ത് വാതില്ക്കൽ നിന്ന് പുറത്തേക്ക് നോക്കി നിന്ന് ഏങ്ങലടിക്കുകയായിരുന്നു. മുരളി അമ്മേ എന്ന് വിളിച്ച നിമിഷാർദ്ധത്തിൽ, സാരിത്തുമ്പുകൊണ്ട് മുഖവും കഴുത്തും തുടച്ച് ചിരിയുടെ മൂടുപടം അണിഞ്ഞവർ പറഞ്ഞു, "നീയൊന്നു നോക്കിക്കേ. കണ്ണിലെന്തോ വീണു."

"ഒന്നുമില്ല. അത് പോയിട്ടുണ്ടാകും." കണ്ണിൽ നോക്കിയിട്ട് അവൻ പറഞ്ഞു. ലക്ഷ്മിയമ്മ കൊടുത്ത കാപ്പിയുമായി അവൻ മുൻവശത്തോട്ടു പോയി. അവൻ ചോദിച്ചില്ല, അമ്മയെന്തിന് കരഞ്ഞു? പറയില്ലെന്നറിയാം. ഇങ്ങനെ ഒരു മുഖം കണ്ടിട്ടില്ല. എന്താവാം കാരണം? ഇലഞ്ഞിക്കൽ തറവാട്ടിലെ സിംഹങ്ങളെല്ലാം എതിർത്തിട്ടും കൂസാതെ ഇഷ്ടപ്പെട്ടവന്റെ കൂടെ ഇറങ്ങി പുറപ്പെട്ടവൾ. ഭർത്താവിന്റെ വീട്ടിലെ പരിഹാസങ്ങളും കുത്തുവാക്കുകളും സഹിക്കാൻ വയ്യാതായപ്പോൾ അർദ്ധരാത്രി മഴയത്തു കുടപോലുമില്ലാതെ കൈക്കുഞ്ഞായിരുന്ന മുരളിയെ സാരിയിൽ പൊതിഞ്ഞു പടിയിറങ്ങിയവൾ. സ്വാതന്ത്ര്യം കുറയുമെന്ന് തോന്നിയപ്പോൾ നിത്യച്ചെലവിനു സ്ഥിരമായി ഒരു മാർഗ്ഗം മുന്നിലില്ലാത്തപ്പോൾ പോലും മൂന്നു പൊടി പിള്ളേരുടെ കൈയും പിടിച്ചു കുടുംബത്തിൽ നിന്നും വാടക വീട്ടിലേക്കിറങ്ങിയവൾ. ഭർത്താവിന്റെ സഹായം ഇല്ലായെങ്കിൽ കൂടി സ്വന്തം അദ്ധ്വാനത്തോടെ അന്തസ്സായി കഴിയുന്നവൾ. സങ്കടപ്പെടുന്നവരുടെ കണ്ണീരൊപ്പാൻ എല്ലാം മറന്നിറങ്ങിയവൾ. ലക്ഷ്മിയമ്മയ്ക്ക് ഇനിയും എന്തെല്ലാം വിശേഷണങ്ങൾ. ലക്ഷ്മിയമ്മ കരയുകയോ?

"ഈ കുഞ്ഞിന് കരയാനൊന്നും അറിയില്ല. അതിന്റെ മുഖത്തു ഒടയമ്പുരാൻ ചിരിയും സന്തോഷവും ഒട്ടിച്ചു വച്ചിരിക്കുകയല്ലേ." അയലത്തെ പെണ്ണുങ്ങളെല്ലാം കൂടി അമ്മയുടെ അടുക്കൽ സൊറ പറഞ്ഞിരിക്കുമ്പോഴാണ് മുരളി ആ കമന്റ് കേട്ടത്. തെക്കേ വീട്ടിലെ വെളുത്തേടത്തി പൊന്നമ്മ, പേടിച്ചു വേഗം കൂടെ പറഞ്ഞു, "തമ്പുരാനെ, അത് അങ്ങനെ തന്നെ ഇരിക്കണേ, എക്കാലവും. നാളെ കരിങ്കണ്ണ് എന്നാരും പറയല്ലേ."

ലതയോടും, ലതികയോടും ചോദിച്ചിട്ടും അവർക്കൊന്നും അറിയില്ല. അവരും ചിരിച്ചോണ്ട് ചോദിക്കുകയാണ്, "ഏട്ടനെന്താ പറയുന്നത്, അമ്മ കരയുന്നെന്നോ? ആര് പറഞ്ഞു ഈ മണ്ടത്തരം? ദോ അമ്മ കോഴിക്കൂട്ടിൽ അവയ്ക്ക് തീറ്റ കൊടുക്കുന്നു."

സങ്കടങ്ങൾ ആപേക്ഷികങ്ങളാണ്. ആളും തരവും സന്ദർഭവും

സാഹചര്യവും അനുസരിച്ചു അവ ഏറിയും കുറഞ്ഞും ഇരിക്കും. ഒരേ വിഷയത്തിൽ പല ആളുകളുടെ സങ്കടങ്ങൾ വ്യത്യസ്തങ്ങളാണെന്നു നിനക്കറിയുമല്ലോ, അതുപോലെ ഒരേ ആളുടെ സങ്കടം, ഒരേ വിഷയ ത്തിൽ, പല സമയത്തും പല വിധത്തിലാകും. അമ്മ മരിച്ചു കിടക്കു മ്പോൾ കരയാത്ത മക്കൾ, അമ്മ മരിച്ചു വർഷങ്ങൾക്ക് ശേഷം ഏതെ ങ്കിലും ഒരു ദിവസം അമ്മയെ ഓർത്തു വാവിട്ടു കരയാം. അതുപോലെ സങ്കടങ്ങൾ കരച്ചിൽ തന്നെയാവണമെന്നില്ല. കണ്ണീർ വരണമെന്നില്ല. അതൊരു നോട്ടമോ ശബ്ദമോ മൗനമോ ആകാം. ഒരു പക്ഷേ, ഉച്ചത്തി ലുള്ള ചിരിയോ അട്ടഹാസങ്ങളോ ആകാം. അപരൻ കൊടുത്ത സഹാ യങ്ങളോ കരുതലോ സ്നേഹമോ വികാരമോ അവന്റെ ത്യാഗങ്ങളോ, ദൗർബല്യങ്ങളോ, ഗതികേടുകളോ, ദുരന്തമോ, സമാനതകളില്ലാത്ത അ നുഭവങ്ങളോ എന്തുമാകാം, അവയുടെ തീക്ഷ്ണതയുടെ അളവുകോ ലുകൾ. അല്ലെങ്കിൽ തന്നെ അവയളക്കാൻ നീയാര്? ഞാനാര്? *മഹാഭാ രത* കഥകൾ പറയുമ്പോൾ ചക്കരയമ്മാവൻ വാചാലനാകും. വ്യാഖ്യാ നങ്ങൾ എവിടെയൊക്കെയോ പോകും. "സങ്കടങ്ങൾ കാട്ടുന്നത് ഒരുവ ന്റെ സ്നേഹമാണ്."

മീരയുടെ ഫിലോസോഫികൾ മറ്റൊരു രീതിയാണ്. "ഏത് സങ്കട ങ്ങളിലും സന്തോഷിക്കാൻ ഒരു വക ഉണ്ടാകും. മരണത്തിൽ പോലും. അത് കണ്ടുപിടിച്ചു ആഘോഷമാക്കുക. അതിന് ഏറ്റവും എളുപ്പവഴി ഈ ദുരന്തം നിങ്ങളുടെ ഒരു സുഹൃത്തിനാണ് സംഭവിച്ചതെന്ന് കരു തുക. അപ്പോൾ എന്താകും നിങ്ങൾ അദ്ദേഹത്തിനെ സാന്ത്വനിപ്പിക്കാൻ പറയുക എന്നാലോചിക്കുക. ഇപ്പോൾ ഒരാളുടെ അച്ഛൻ മരിച്ചു പോയെ ങ്കിൽ സ്വാഭാവികമായും അയാൾക്ക് വളരെയധികം ദുഃഖമുണ്ടാകും. എന്നാൽ സുഖമില്ലാതെ കിടന്ന ആളായിരുന്നെങ്കിൽ അധികനാൾ കിടന്നു കഷ്ടപ്പെടാതെ പോയല്ലോ, എല്ലാ സുഖങ്ങളും അറിഞ്ഞാണ് പോയത്, വേദന അറിയാതെയുള്ള മരണമായിരുന്നു, മക്കളെല്ലാം അടുത്തുണ്ടാ യിരുന്നു, ഒട്ടും കഷ്ടപ്പെടാതെ ഭാഗ്യ മരണമായിരുന്നു അങ്ങനെയൊക്കെ എന്തെങ്കിലും നല്ല വശം മനസ്സിലേക്ക് എടുക്കുമ്പോൾ സങ്കടം മാറി സ മാധാനം വരും. കണ്ടിട്ടില്ലേ പല ദേശത്തും മരണശേഷം ശവം തന്നെ ദഹിപ്പിക്കാൻ കൊണ്ടുപോകുന്നത് വലിയ ആഘോഷവും പാട്ടും കൂ ത്തും ഒക്കെ നടത്തിയാണ്. ബാൻഡ്മേളവും, നൃത്തക്കാരും എല്ലാമായി."

മുരളി ലക്ഷ്മിയമ്മയെ ശ്രദ്ധിക്കുന്നുണ്ടായിരുന്നു. അവർ ജോലി ത്തിരക്കുകൾ അഭിനയിക്കുന്നതായി അവന് തോന്നി. കോഴിക്ക് തീറ്റ കൊടുത്തയുടനെ താറാവുകൾക്കു തീറ്റ, പശുവിനെ ഇറക്കി കെട്ടി വീ ണ്ടും കുളിപ്പിക്കുന്നു, തുറുവിൽ നിന്നും കച്ചി വലിച്ചിട്ടു കൊടുക്കുന്നു. ഇടയിൽ പെട്ടെന്ന് ഗോപാലപിള്ളയുടെ വീട്ടിലേക്കു ഓടുന്നത് കണ്ടു. കുറച്ചു കഴിഞ്ഞപ്പോൾ അയാൾ വന്ന് ലക്ഷ്മിയമ്മയെ എന്തോ പൊതി ഏല്പിക്കുന്നു.

മുരളി രാവിലെ വാതിൽ പടിയിലിരുന്ന് പേപ്പർ വായിച്ചു കൊണ്ടിരു

ന്നപ്പോൾ തമ്പുരാന്റെ ശിങ്കിടി കേശവനുണ്ട് കടന്നു വരുന്നു. ഒരു ചിരിയും ചിരിച്ചിട്ട് അയാൾ നേരെ അടുക്കള ഭാഗത്തേക്ക് പോയി. സാധാരണ ഒരു ഇളിഭ്യ ചിരിയുമായി വരുന്ന അയാൾ ഓച്ഛാനിച്ചു നില്ക്കുകയെ ഉള്ളു. "സഖാവ് ഉണ്ടോ, അമ്മയെ ഒന്ന് വിളിക്കാമോ?" എന്ന പതിവ് ചോദ്യം ഒന്നും ഇല്ല. ഒരുതരം അധികാര ഭാവം. ഞെട്ടലിൽനിന്നും മുക്തനായി എന്താണ് കാര്യം എന്നറിയാൻ അടുക്കളയിലേക്ക് ചെല്ലുമ്പോൾ കണ്ടത് അമ്മയുടെ കൈയിൽ നിന്നും എന്തോ പൊതി വാങ്ങി അയാൾ മടങ്ങുന്നതാണ്.

"എന്താമ്മേ. എന്തിനാണയാൾ വന്നത്?"

"ഓ, ഒന്നുമില്ല."

"അമ്മ അയാൾക്ക് എന്തോ കൊടുക്കുന്നത് കണ്ടല്ലോ. പണമാണോ?"

"അത് പിന്നെ അയാളുടെ കൈയിൽ നിന്നും അച്ഛൻ പണ്ടെന്നോ കുറച്ചു രൂപ വാങ്ങിയത്രേ. കുറേശ്ശയായി കൊടുക്കാമെന്ന് പറഞ്ഞിട്ട് എല്ലാം കൊടുത്തില്ലത്രേ. അത് വാങ്ങാൻ വന്നതാണ്."

"അതിനു കൊടുക്കാൻ അച്ഛൻ പറഞ്ഞോ?"

"നീയെന്താടാ എന്നെ ചോദ്യം ചെയ്യുന്നത്? അച്ഛന്റെ കടം നമ്മൾ കൊടുത്താലെന്താ കുഴപ്പം?"

"അതല്ല അമ്മേ, അയാളെ എനിക്ക് ഇഷ്ടമല്ല. അയാളൊരു കള്ളനാണ്."

"നീ വലിയ വലിയ കാര്യങ്ങൾ ഓർത്തു തല പുകയ്ക്കണ്ട. പോയിരുന്നു വല്ലോം പഠിക്ക്." ലക്ഷ്മിയമ്മയുടെ പെട്ടെന്നുള്ള കോപം കണ്ടു അവൻ പിന്മാറി. എന്നാൽ അന്ന് മുഴുവൻ ഈ കാര്യം മനസ്സിലിട്ടു നടന്നു. അവസാനം രണ്ടും കല്പിച്ചു അടമനമഠത്തിലോട്ട് ചെന്നു. തമ്പുരാൻ കാണാതെ അവിടെയൊക്കെ കേശവനെ തപ്പി. കണ്ടില്ല. തിരികെ വരുമ്പോൾ അയാൾ ജങ്ഷനിലെ ചായക്കടയിൽ ഇരുന്നു ചായ കുടിക്കുന്നത് കണ്ടു. അവൻ കാത്തു നിന്ന് അയാളോട് ചോദിച്ചു. "അച്ഛൻ എത്ര രൂപ തരാനുണ്ട്?"

"രൂപയോ? ആർക്ക്?"

"അമ്മയെല്ലാം പറഞ്ഞു, നിങ്ങൾക്ക്."

സംശയപൂർവ്വം ഒന്ന് നോക്കിയിട്ടു നല്ല മൂച്ചോടെ അയാൾ പറഞ്ഞു. "കുറെയുണ്ട് കൊച്ചനെ. നീ പൊയ്ക്കോ. അത് ഞാൻ അച്ഛന്റെ കൈയിൽ നിന്നോ അമ്മയുടെ കൈയിൽ നിന്നോ വാങ്ങിക്കോളാം."

അയാളുടെ കൊച്ചൻ വിളിയും അച്ഛനോടോ അമ്മയോടോ വാങ്ങിക്കോളാം എന്ന ധാർഷ്ട്യത്തിലുള്ള ഭീഷണി സ്വരവും അവന് ഇഷ്ടപ്പെട്ടില്ല. എങ്കിലും അടങ്ങി. ദേഷ്യപ്പെട്ടാൽ അയാൾ പറയില്ല. "ഇനി പണം ചോദിച്ചു വീട്ടിൽ വരരുത്. എന്താന്ന് വച്ചാൽ അച്ഛനോട് വാങ്ങിക്കോണം."

"എങ്കിൽ നിന്റച്ഛനോട് പറയു, കേശവന്റെ മണിയോർഡർ കൃത്യ

മായി അയക്കാൻ. അത് നിർത്തിയത് കൊണ്ടല്ലേ കേശവന് വരേണ്ടി വന്നത്. പുള്ളിക്കവിടെ വേറെ കുടുംബം കാണും, അല്ലേൽ പിന്നെ എന്താ വാങ്ങിയ പണമയച്ചാൽ?"

ഒരു മിനിറ്റ് മുരളി പതറിപ്പോയി. എന്താണ് പറയേണ്ടത്? അയാളുടെ മട്ടും ഭാവവും മാറുന്നത് അവൻ കണ്ടു. അവനോട് നേരിട്ട് എതിർത്ത് തോല്പിക്കാൻ ആവില്ല. നിനക്ക് വച്ചിട്ടുണ്ട്. മുരളി ഒഴിഞ്ഞു. എങ്കിലും മനസ്സിലെ അച്ഛന്റെ വിഗ്രഹം ഉടഞ്ഞു. ഇനി ഒരു പക്ഷേ, അച്ഛൻ? വീട്ടിലും എത്രയോ നാളായി നേരാംവണ്ണം പണം അയക്കുന്നില്ലല്ലോ. തുള്ളി വിറച്ചാണ് അവൻ വീട്ടിലേക്കു പോയത്. ചെന്ന പാടെ ലക്ഷ്മിയമ്മയോട് ചോദിച്ചു "അമ്മയെന്തിനാണ് അയാൾക്ക് പണം കൊടുത്തത്? ഇതറിഞ്ഞാൽ അച്ഛനിനി അയാൾക്ക് പണം കൊടുക്കില്ല. ബാക്കിയുള്ള മുഴുവൻ പണവും അമ്മ കൊടുക്കണ്ടി വരും."

"എന്താടാ നീ പറഞ്ഞത്?"

"അമ്മ കൊടുത്തു എന്നറിഞ്ഞാൽ അച്ഛനിനി അയാൾക്ക് ഒന്നും കൊടുക്കില്ല എന്ന്."

"ഇങ്ങനെയാണോടാ നീ അച്ഛനെപ്പറ്റി ധരിച്ചിരിക്കുന്നത്?"

"ഇവിടെ എല്ലാവരും എങ്ങനെ ജീവിക്കുന്നു എന്ന് ഒരിക്കലെങ്കിലും അച്ഛൻ ആലോചിച്ചിട്ടുണ്ടോ? ആണ്ടിനും സംക്രാന്തിക്കും വരും. മക്കളെ സുഖമാണോടാ ഒരു വിളിയും അന്വേഷണവും. തീർന്നു. ഇതാണ് അച്ഛൻ. ഇപ്പോൾ അദ്ദേഹം വാങ്ങിക്കൂട്ടിയ കടവും കൂടി, മുട്ടയും പാലും വിറ്റു കിട്ടുന്ന പണം കൊണ്ട് അമ്മ വീട്ടണം ശരിയല്ലേ? എന്തിനാണ് ഇങ്ങനെ ഒരച്ഛൻ?"

പറഞ്ഞു തീരും മുൻപ് ലക്ഷ്മിയമ്മ അവന്റെ കരണത്തുതന്നെ ആഞ്ഞടിച്ചു.

"എന്ത് പറഞ്ഞെടാ നീ? നിഷേധി. അച്ഛനെ പഴിക്കാനും മാത്രം നീ വളർന്നോ?"

അപ്രതീക്ഷിതമായ അടിയിൽ മുരളി വേച്ചു പോയി. ഒന്നും മിണ്ടാതെ അവിടെ നിന്നും നടന്നു പോയി. പെങ്ങന്മാർ രണ്ടാളും പേടിച്ചു നില്ക്കുന്നത് അവൻ കണ്ടു. ലക്ഷ്മിയമ്മ വാതില്പടിയിലിരുന്ന് തന്നത്താൻ ഓരോന്ന് പറഞ്ഞു സങ്കടപ്പെടാൻ തുടങ്ങി. ഇത് കണ്ട പെൺകുട്ടികൾ ശബ്ദമുണ്ടാക്കാതെ കരഞ്ഞു കൊണ്ട് അമ്മയുടെ അടുക്കലേക്ക് ചെന്നു. ലക്ഷ്മിയമ്മ കുട്ടികളെ ചേർത്ത് പിടിച്ചു. അപ്പോൾ രണ്ടാളും ഏങ്ങലടിച്ചു കരയാൻ തുടങ്ങി. സാരിത്തലപ്പ് കൊണ്ട് മുഖം തുടച്ചു അവർ മക്കളെ ആശ്വസിപ്പിച്ചു. "ഒന്നുമില്ല മക്കളെ. ചേട്ടൻ അച്ഛനെ വഴക്കു പറഞ്ഞതുകൊണ്ടാണ് അമ്മക്ക് ദേഷ്യം വന്നത്. സാരമില്ല. പോയി പഠിച്ചോളൂ. അമ്മയ്ക്ക് ഒത്തിരി ജോലിയുണ്ട്."

മുരളി കട്ടിലിൽ കിടന്ന് ഉറങ്ങി. ചോറുണ്ണാനും എഴുന്നേറ്റില്ല. മിക്കവാറും ഓരോ കാരണങ്ങളാൽ ലക്ഷ്മിയമ്മയുടെ കൈയിൽ നിന്നും അവന് അടി കിട്ടാറുണ്ട്. എങ്കിലും ഇതങ്ങനെയല്ലല്ലോ. മുടിച്ചുരുളുകളിൽ

കരസ്പർശം അറിഞ്ഞാണവൻ ഉണർന്നത്. "മോനെ. അച്ഛനെപ്പറ്റി മോൻ ഒരിക്കലും മോശമായി അമ്മയോട് പറയരുത്. അതെനിക്ക് സഹിക്കാൻ ആവില്ല. എഴുന്നേല്ക്കു. വാ, വന്ന് ചോറുണ്ണുക."

അവൻ അവരുടെ കൈകളിൽ പിടിച്ചു. അപ്പോഴാണവൻ കണ്ടത്, കൈയിലുണ്ടായിരുന്ന ഒരേ ഒരു സ്വർണ്ണവള അമ്മയുടെ കൈയിലില്ല. ഒരു മുതിർന്ന കുട്ടിയെപ്പോലെ അവൻ പറഞ്ഞു. "അമ്മ എന്തിനാണ് എന്നോട് ഒളിക്കുന്നത്? അമ്മക്കെന്നോട് സത്യം പറയരുതോ? അമ്മയല്ലേ പറയാറ് തല പോയാലും സത്യം പറയണമെന്ന്. ഗോപാലപിള്ളയെക്കൊണ്ട് അമ്മ വള വിറ്റതല്ലേ? തലേന്ന് കേശവൻ വന്നുപോയതിനു ശേഷം അമ്മ കരഞ്ഞത് എന്തിനാണ്?"

അവർ വിശ്വാസം വരാത്തപോലെ മുരളിയെ തുറിച്ചു നോക്കി. തന്റെ കുട്ടിയാണോ ഈ സംസാരിക്കുന്നത്? അവനിത്ര വളർന്നോ?

"അമ്മേ. പൈസ കടം മേടിച്ചു എന്ന് കരുതി അമ്മ കരയില്ല എന്നെനിക്കറിയാം." അവന്റെ മനസ്സിൽക്കൂടി കേശവന്റെ ഭാര്യ അടിച്ചു തളിക്കാരി കല്യാണിയുടെ രൂപം ഒരു മിന്നായം പോലെ കടന്നു പോയി. എന്നാൽ വേഗം തന്നെ സ്വയം ശാസിച്ചു, ഇല്ല ഒരിക്കലും അങ്ങനെയൊന്നും ചിന്തിക്കാൻ പാടില്ല.

പിന്നെയും അവൻ നിർബ്ബന്ധിച്ചപ്പോൾ ലക്ഷ്മിയമ്മ സ്വയം ആലോചിച്ചു. തന്നോളം വളർന്നാൽ പിന്നെ തന്നെ പോലെ കാണണം. അവർ പറഞ്ഞു: "മോനെ അച്ഛനെപ്പറ്റി കേശവൻ മോശം കാര്യങ്ങൾ പറഞ്ഞു. അച്ഛന് കണ്ണൂരിൽ വേറെ കുടുംബമുള്ളതുകൊണ്ടാണ് വരാത്തതെന്നും അയാളോട് കടം മേടിച്ച രൂപ അയച്ചു കൊടുക്കാത്തതെന്നും." പറഞ്ഞതു അബദ്ധമായോ എന്ന് ചിന്തിച്ച അവർ വേഗം പറഞ്ഞു, "ഇല്ല. ഒരിക്കലും അച്ഛൻ നമ്മളെയല്ലാതെ മറ്റാരെപ്പറ്റിയും ചിന്തിക്കുകയില്ല. അച്ഛൻ ഒരിക്കലും തെറ്റ് ചെയ്യില്ല. ദൈവമാണ് ആ മനുഷ്യൻ. എന്നാലിന്ന് പെട്ടെന്ന് കേട്ടപ്പോൾ പകച്ചു പോയി. അത്രേയുള്ളു." പിന്നൊന്നും ചോദിക്കാതെ തിരിഞ്ഞു നടന്നപ്പോൾ അവർ പറഞ്ഞു "നീയിതൊന്നും മനസ്സിൽ ഇട്ടേക്കല്ലേ. അച്ഛന് ഒരു കുഴപ്പവുമില്ല. എനിക്ക് ഉറപ്പാണ്. ഇത് അയ്യാളുടെ എന്തോ തരികിടയാണ്."

തൊട്ടടുത്ത വെള്ളിയാഴ്ച പബ്ലിക് പരീക്ഷയ്ക്ക് അച്ഛന്റെ അനുഗ്രഹം വാങ്ങാനെന്നു പറഞ്ഞു മുരളി കണ്ണൂർക്ക് പോയി. ആദ്യമൊക്കെ നീ തനിയെ എങ്ങനെ പോകും എന്നൊക്കെ ചോദിച്ചെങ്കിലും അവസാനമവർ സമ്മതിച്ചു. ലക്ഷ്മിയമ്മയ്ക്കും മനസ്സിലായിട്ടുണ്ടാകും മോൻ അച്ഛന്റെ കഥകൾ തിരക്കി പോകയാണെന്ന്. ഒരു പക്ഷേ, നിജസ്ഥിതി അറിയാൻ അവരിലെ ഭാര്യയും വെമ്പൽ കൊള്ളുന്നുണ്ടാകും

അഡ്രസ്സിൽ പറയുന്ന പാർട്ടി ഓഫീസ് കെട്ടിടം കണ്ടുപിടിക്കാൻ മുരളിക്ക് പ്രയാസമുണ്ടായില്ല. കരിവള്ളൂരും നീലേശ്വരത്തും സഖാവ് കൃഷ്ണപിള്ളയെ അറിയാത്ത സഖാക്കൾ ചുരുക്കം. ഓഫീസിൽ ചെന്നു കൃഷ്ണപിള്ളയുടെ മോനാണെന്നു പറയേണ്ട താമസം ഒരാൾ അ

വനൊപ്പം കൃഷ്ണപിള്ള താമസിക്കുന്നിടത്തേക്ക് കൂട്ടിനു ചെന്നു. ബീഡി ഫാക്ടറിക്കടുത്തുള്ള ചേരിക്ക് സമീപമുള്ള ചെറിയ ലോഡ്ജ്. ലോഡ്ജ് എന്നൊന്നും പറഞ്ഞു കൂടാ. നാലുമുറിയും, ചരിപ്പും, വരാന്തയും. അതേ പുരയിടത്തിനോട് ചേർന്ന് റോഡ് വക്കിൽ ഒരു കിണറുണ്ട്. പൊതു കിണറാണ്. അവിടെ നിന്നും തൊട്ടിക്ക് വെള്ളം കോരി വേണം കുളിക്കാൻ. പല വീട്ടുകാരും വെള്ളം എടുക്കാൻ വരാറുള്ളതുകൊണ്ട് ഫാക്ടറി തുറക്കും മുൻപ് അല്പം തിരക്കുണ്ടാകാറുണ്ട്. അതുകൊണ്ട് കുളി അതിരാവിലെയോ രാത്രിയിലോ ആക്കണം. കക്കൂസ് ആ പുരയിടത്തിന് പുറകിലുള്ള ഒരു മറപ്പുരയാണ്. അതിലൊരു കുഴികക്കൂസ്. അതുകണ്ട് അവൻ പേടിച്ചു പോയി. മറപ്പുരക്കുള്ളിൽ ഈച്ചയാർക്കുന്ന ഒരു കുഴിയും അതിന് നടുക്ക് കുറുകെ ഇട്ട വശങ്ങളൊക്കെ ദ്രവിച്ച രണ്ട് കവുങ്ങിൻ മുറികളും. ശ്രദ്ധയോടെ ഇരുന്നില്ലെങ്കിൽ ആളിന്റെ കാര്യം പോക്കാണ്.

"ഓ, സകാവിന്റെ മോനല്ലേ. വാ കേറി ഇരിക്ക്. ഈടിത്തിയാല് കോൾനി വരെ പോയിറ്റുണ്ട്. ഇപ്പോൾ ബരും." ഒരു മെല്ലിച്ച മനുഷ്യൻ ഗൗരവത്തോടെ പറഞ്ഞു. അയാൾ തന്നെ അവനെ മുറിയിൽ കയറ്റി ഇരുത്തി. മരസ്റ്റൂളും രണ്ട് ബഞ്ചുകളുമാണ് ആകെയുള്ള ഫർണീച്ചർ. മുറി തൂക്കാതെയും വൃത്തിയാക്കാതെയും അലങ്കോലപ്പെട്ടു കിടക്കുന്നു. മൂലയിൽ തഴപ്പായകൾ ചുരുട്ടി വച്ചിരിക്കുന്നു. തറയിലൊക്കെ ബീഡിക്കുറ്റികളും, തീപ്പെട്ടി കൊള്ളികളും. മറ്റൊരാൾ കട്ടൻ ചായയും, വട്ടയിലയിൽ പൊതിഞ്ഞ ഒരു ബണ്ണുമായി വന്നു.

"ചായ കുടിക്ക് മോനെ. സകാവ് ഇപ്പോൾ ബരും."

കുറെ കഴിഞ്ഞപ്പോൾ സഖാവ് വന്നു. കൂടെ ഒന്ന്, രണ്ട് പേരുമുണ്ട്. കുഴിഞ്ഞ കണ്ണുകളും വല്ലാണ്ട് വളർന്നുപോയ താടിയും അയഞ്ഞ ഷർട്ടുമിട്ട ഒരു മെല്ലിച്ച മനുഷ്യൻ. ചുണ്ടിലൊരു ബീഡിയും. അവൻ പകപ്പോടെ നോക്കി. അച്ഛനെത്ര മാറിയിരിക്കുന്നു. "മോനെ മുരളി, എന്താടാ വിശേഷിച്ച്?"

"ഒന്നുമില്ല അച്ഛനെ കാണണമെന്ന് തോന്നി, വന്നു. പിന്നെ പബ്ലിക് പരീക്ഷ വരികയല്ലേ?"

"ശരി. ഇവരുടെ കാര്യം ഒന്ന് തീർത്തിട്ട് ഉച്ചയോടെ ഞാനിങ്ങു വരാം. അതുവരെ നിന്റെ എല്ലാ കാര്യവും ഇവർ നോക്കിക്കൊള്ളും. മോനെന്തെങ്കിലും വേണമെങ്കിൽ ഷംസുവിനോട് പറഞ്ഞാൽ മതി." അതും പറഞ്ഞു കൃഷ്ണപിള്ള വീണ്ടും കൂടെ വന്നവരോടൊപ്പം പോയി. അപ്പോഴേക്കും ഷംസു റെഡി എന്നപോലെ അവനെ നോക്കി പുഞ്ചിരിച്ചു.

കൃഷ്ണപിള്ളയ്ക്ക് അവനെ കണ്ടത് വലിയ അത്ഭുതമായി. ഒറ്റയ്ക്ക് ഇത്ര ദൂരം ഒരഡ്രസ്സും വച്ച് തന്നെ തേടിയെത്തിയല്ലോ. മിടുക്കൻ. അതും പ്രത്യേകിച്ച് പബ്ലിക് പരീക്ഷയ്ക്ക് മുൻപ്, അനുഗ്രഹം വാങ്ങാൻ. ഉച്ചയ്ക്ക് മുൻപേ എത്തിയ കൃഷ്ണപിള്ള കൂടെ വന്ന എല്ലാവർക്കും മോനെ പരിചയപ്പെടുത്തി. കൈത്തറി ഫാക്ടറി കാണിക്കാൻ കൂട്ടിക്കൊണ്ട് പോയി എല്ലാം കാട്ടിക്കൊടുത്തു. ഫാക്ടറി മുതലാളി അവന് ഒരു

ഹീറോ ഫൗണ്ടൻ പേന സമ്മാനമായി കൊടുത്തു. എന്നാലവനെ അമ്പരിപ്പിച്ചത് ബീഡിത്തൊഴിലാളികളാണ്. ഏതാണ്ട് നാലു മുറികൾ വീതമുള്ള കെട്ടിടങ്ങൾ. എല്ലാത്തിനും മച്ചുണ്ട്. അതായത് രണ്ടാം നില. മുറികളിൽ സാധനങ്ങൾ വച്ചിട്ട്, മൂന്നും, നാലും നിരയായി വരാന്തയിലിരുന്നാണ് തൊഴിലാളികൾ ജോലി ചെയ്യുന്നത്. ചിലരൊക്കെ സ്റ്റൂളുകളിലും ചിലർ നിലത്തും. ഒരു തടുപ്പ കൈയിലുണ്ടാകും. അവർക്കിടയിൽ ഒരാളിരുന്ന് അന്നത്തെ പത്രങ്ങളും വീക്കിലികളും ഉറക്കെ വായിച്ചു കേൾപ്പിക്കുന്നു. കൂടാതെ പാട്ട്, കഥ പറച്ചിലുകൾ, ഫലിതങ്ങൾ അങ്ങനെ ആളുകളെ രസിപ്പിക്കുന്ന പലതുമുണ്ട്. ഇത് ഓരോരുത്തരും മാറി മാറി ചെയ്യേണ്ടതാണ്. അവരുടെ ശമ്പളം മറ്റുള്ളവർ ചേർന്ന് കൊടുക്കും. ആ കൂട്ടായ്മ മുരളിക്ക് വലിയ അത്ഭുതമായി. സഖാവിന് എല്ലാവരും കൊടുക്കുന്ന മതിപ്പ് അവനെ രോമാഞ്ചം കൊള്ളിച്ചു.

ഉച്ചയായപ്പോൾ ആരോ ഒരാൾ അവനെ സൈക്കിളിൽ പട്ടണത്തിൽ കൊണ്ട് പോയി പൊറോട്ടയും ഇറച്ചിയും വാങ്ങിക്കൊടുത്തു. അന്ന് രാത്രി സഖാവും കൂട്ടുകാരുമെല്ലാം ചേർന്ന് മുഖ്യാതിഥിയെ ടൗണിലെ ടാക്കീസിൽ സെക്കൻഡ് ഷോ സിനിമ കാണിക്കാൻ കൊണ്ടുപോയി. രണ്ട് ദിവസം നില്ക്കാൻ സഖാവ് പറഞ്ഞെങ്കിലും അടുത്ത ദിവസം തന്നെ പോകണമെന്ന് അവൻ പറഞ്ഞു. ഒരു രാത്രി മറ്റ് നാലാൾക്കൊപ്പം ആ മുറിയിൽ ശ്വാസം മുട്ടി കഴിഞ്ഞ കഥ അവന് നന്നായി മനസ്സിലായി. തന്നെയുമല്ല വീട്ടിൽ അമ്മയും പെങ്ങന്മാരും തനിച്ചാണ്. വൈകിട്ട് സ്റ്റേഷനിൽ നില്ക്കുമ്പോൾ കൃഷ്ണപിള്ള, അവന്റെ കൈയിൽ കുറെ നോട്ടുകൾ വച്ച് കൊടുത്തു. "അമ്മയുടെ കൈയിൽ കൊടുക്കുക. അച്ഛൻ വേഗം വരാം എന്ന് പറയണം."

അവൻ കണ്ടതാണ്, അയാൾ അവനറിയാതെ, ആരോടൊക്കെയോ പറഞ്ഞു പണം സംഘടിപ്പിക്കാൻ ശ്രമിച്ചത്. ഒരു നിമിഷം അവന്റെ കണ്ണുകളിലേക്കു നോക്കി അയാൾ ഒരു ചെറു ചിരിയോടെ ചോദിച്ചു

"ആർക്കായിരുന്നു അച്ഛനെപ്പറ്റി സംശയം? മോനായിരുന്നോ അതോ അമ്മയ്ക്കോ?" അമ്മയ്ക്കോ എന്ന് ചോദിക്കുമ്പോൾ അയാളുടെ കണ്ണുകൾ നനഞ്ഞിരുന്നോ? അതാണോ അയാൾ മുഖം തിരിച്ചു കൂടെ നിന്നെ ഷംസുവിനെ നോക്കി എന്തോ ചോദ്യം ചോദിച്ചത്.

ആ ചോദ്യം അവനെ വല്ലാതെ സ്പർശിച്ചു. അച്ഛന്റെ മുൻപിൽ അവൻ ചുരുങ്ങി ചെറുതാകുന്ന പോലെ അവനു തോന്നി. കണ്ണുകൾ നിറഞ്ഞു, അവൻ പറഞ്ഞൊപ്പിച്ചു "സോറി അച്ഛാ. കേശവൻ വന്നു പറഞ്ഞപ്പോൾ. അമ്മയല്ല. അമ്മ പാവം."

"എനിക്കറിയാം. സാരമില്ല. കേശവൻ എന്നെ വിളിച്ചിരുന്നു. അവൻ തൊരപ്പനാണ്. ഇനി അവൻ വീട്ടിൽ വന്നു ശല്യം ചെയ്യില്ല."

രണ്ടു വർഷം കഴിഞ്ഞിട്ടും വത്സലയ്ക്ക് കുട്ടികൾ ഉണ്ടായില്ല. കൂറ്റൻ കാളയുടെ കരുത്തുമായി നടക്കുന്ന നീലാണ്ടപ്പിള്ളയ്ക്ക് കുഴപ്പമുണ്ടാകില്ല. വന്ന പെണ്ണ് മച്ചിയാണെന്നു കുശുമ്പി പെണ്ണുങ്ങൾ പറഞ്ഞു നട

ന്നു. അവളും കാര്യങ്ങളൊക്കെ കേട്ടു. വീട്ടിലിരുന്നു ശ്വാസം മുട്ടിയ അവൾ പറഞ്ഞു. "എനിക്ക് നിങ്ങളെ ജീവനാണ്. ഇനി നിങ്ങളല്ലാതെ മറ്റൊരു പുരുഷൻ എനിക്കില്ല. എന്നാൽ നിങ്ങൾ ഇവിടില്ലാത്തപ്പോൾ ആരേലും വന്നു ശല്യം ചെയ്യുമോന്ന് എനിക്ക് പേടിയാണ്. അതുകൊണ്ടു ഞാൻ തെക്കേലെ വീട്ടിൽ അടുക്കളപ്പണിക്കു പോകട്ടെ. സമയവും പോകും അല്പം വരുമാനവും ആകും. ആ ചേച്ചി വിളിക്കാൻ തുടങ്ങിയിട്ട് കുറച്ചായി."

മനസ്സില്ലാ മനസ്സോടെ നീലാണ്ടപ്പിള്ള അമ്മാവൻ സമ്മതം മൂളി. അവളെ കാണാൻ റോഡിൽ തെക്കു വടക്കു നടന്ന്, കാലുകഴിച്ചു ദേശത്തെ പൂവാലന്മാർ ആഹ്ലാദിച്ചു. രണ്ടുവർഷം കഴിഞ്ഞിട്ടാണെങ്കിലും അവളൊന്നു പുറത്തിറങ്ങിയല്ലോ. അവർ, അവൾ കടന്നു പോകുമ്പോൾ പുന്നാരം പറഞ്ഞു കാലം കഴിച്ചു. അതും ആസ്വദിച്ച് ഒന്നും അറിയാത്ത പോലെ അവൾ നടന്നു.

തെക്കേൽ ഇടയ്ക്കിടെ പപ്പടവുമായി വരുന്ന അക്കാൾ അവളോട് ചോദിച്ചു. "എടീ പെണ്ണേ, ഡോക്ടറിനെ പോയി കാണു. രണ്ടു വർഷമായില്ലേ?"

അവൾ ചോദിച്ചു "എന്നാത്തിനാ"?

"അല്ല, ഇപ്പോൾ രണ്ടു കൊല്ലമായില്ലേ? ആൾക്കാർ പറയുന്നേ, നീ മച്ചിയാണെന്നാണ്."

"അതിനെ, കൊച്ചുങ്ങളുണ്ടാകാൻ കൂടെ കിടന്നാൽ മാത്രം മതിയോ ചേച്ചി?" മുഖത്തടിച്ചപോലെ ചോദിച്ച ചോദ്യം ഒറ്റ നാൾ കൊണ്ട് ദേശം മുഴുവൻ അറിഞ്ഞു. കുശുമ്പി പെണ്ണുങ്ങൾ മൂക്കത്തു വിരൽ വച്ചു, പരസ്പരം പറഞ്ഞു. "അവൾ ആൾ കൊള്ളാമല്ലോ."

"പെഴച്ചതാണെന്നേ! കണ്ട ദിവസമേ എനിക്കതു മനസ്സിലായി. അവളുടെ മുഖത്തു എഴുതിവച്ചിട്ടുണ്ട്." വടക്കേലെ എം എസ് എസ് ഉം പറഞ്ഞു.

"എം എസ് എസ് അതു പറഞ്ഞില്ലെങ്കിലേ അത്ഭുതപ്പെടാനുള്ളൂ!" അവൾ ആരെന്ന് പപ്പടക്കാരി അക്കാൾ പറഞ്ഞു കൊടുത്തു. അങ്ങനെ വടക്കേലെ രഹസ്യം മുഴുവൻ അവൾ അറിഞ്ഞു.

കണ്ണൂരിൽ പോയി വന്ന ശേഷം രണ്ട് കാര്യങ്ങൾ സംഭവിച്ചു. ഒന്ന് – ലക്ഷ്മിയമ്മ മുരളിയെ ഒരു മുതിർന്ന മനുഷ്യനെപ്പോലെ കാണാൻ തുടങ്ങി. അടിയും വഴക്കു പറച്ചിലുകളും നിർത്തി. അതുവരെ അങ്ങനെ ആയിരുന്നില്ലല്ലോ. കുട്ടിക്കാലം മുതൽ ലക്ഷ്മിയമ്മയിൽനിന്നും ധാരാളം അടികൾ അവൻ വാങ്ങിയിട്ടുണ്ട്. പശുവിനു പുല്ല് പറിക്കാൻ പോയിട്ട് അവിടെയും ഇവിടെയും മാവേൽ എറിഞ്ഞും കളിച്ചും നടന്ന് ലേറ്റ് ആയി വന്നു കള്ളം പറയുമ്പോൾ, കോടഞ്ചേത്തിൽ പുരയിടത്തിൽ വാഴയ്ക്കിടയിൽ കൂട്ടുകാരോടൊത്തു ശീട്ട് കളിച്ചിട്ട് വരുമ്പോൾ, ചാലിലോ കണ്ടത്തിലോ ചൂണ്ടയിട്ട് മീൻ പിടിച്ചത് അറിയുമ്പോൾ, റെയിൽവേ പാളത്തിൽ കളിച്ചതിന്. തല്ല് മാത്രമല്ല ചില ദിവസങ്ങളിൽ, "നീ കള്ളനാ എ

വിടേലും പോടാ. നിന്നെ എനിക്ക് കാണണ്ട" എന്ന് പറഞ്ഞു വീടിന് പുറത്തിറക്കി കതകുമടയ്ക്കും. അവനോട് മിണ്ടുകയോ ആഹാരം കൊടുക്കുകയോ കതകു തുറന്നു കൊടുക്കുകയോ ചെയ്താൽ നിങ്ങളും പുറത്തു എന്ന് പറയുന്നതോടെ പെങ്ങന്മാരും ഒഴിയും. അവസാനം പലവട്ടം ഇനി അങ്ങനെ ചെയ്യില്ല എന്ന് കരഞ്ഞു പറഞ്ഞാൽ മാത്രമേ ലക്ഷ്മിയമ്മ അലിയുകയുള്ളു. ഒരിക്കൽ സ്കൂളിൽ പണം വച്ച് ശീട്ട് കളിച്ചെന്ന് പറഞ്ഞു ലക്ഷ്മിയമ്മ അവനെ കണ്ടമാനം തല്ലി, ഇറക്കി വിട്ടു. പണം വച്ചല്ല കളിച്ചതെന്ന് പറഞ്ഞിട്ടും സമ്മതിച്ചില്ല. രാത്രി ഏറെ വൈകിയിട്ടും അവനെത്ര കെഞ്ചി കരഞ്ഞു കേട്ടിട്ടും ലക്ഷ്മിയമ്മ അലിഞ്ഞില്ല.

"നീ കള്ളം പറയുകയാണ്. എന്നോട് പറഞ്ഞത് സ്കൂളിന്റെ തെക്കേലെ കൊച്ചാട്ടാനാണ്. അങ്ങേര് കള്ളം പറയില്ല. സത്യം പറഞ്ഞിട്ട് നീ വീട്ടിൽ കയറിയാൽ മതി. ഒരാങ്ങള ആയുസ്സ് മുഴുവൻ മലേഷ്യയിൽ പോയി ജോലി ചെയ്ത്, ഈ നാട് മുഴുവൻ വാങ്ങാനുള്ള പണവുമായാണ് വന്നത്. എന്നിട്ടിപ്പോൾ ഏഴ് വർഷം കഴിഞ്ഞില്ല അയാളുടെ മുടിഞ്ഞ കള്ളുകുടിയും, കാശുവച്ചുള്ള ശീട്ടുകളിയും കൊണ്ട് ഏതാണ്ടെല്ലാം തുലച്ചു കഴിഞ്ഞു. നാട്ടാര് അറിഞ്ഞിട്ടില്ലെന്നേയുള്ളു. ശിങ്കിടികളെല്ലാം പണക്കാരായി. എന്നാണയാൾ കുത്തു പാള എടുക്കുന്നതെന്ന് കണ്ടറിയാം. കള്ളുകുടി കൂടി തുടങ്ങെടാ, എന്തിനാ കുറയ്ക്കുന്നേ? അനന്തിരവനല്ലേ?"

ചെയ്യാത്ത കുറ്റമായതു കൊണ്ട് കുറ്റമേല്ക്കാൻ മുരളിയുടെ മനസ്സ് അനുവദിച്ചില്ല. നാട് വിട്ട് എവിടെയെങ്കിലും പോകാം, അല്ലെങ്കിൽ പോയി ചത്തുകളയാം എന്നവൻ ആലോചിച്ചു. മുൻപും ഇങ്ങനെ പലപ്രാവശ്യം ആലോചിച്ചിട്ടുണ്ട്. എന്തിനാണ് തനിക്കിങ്ങനെ ഒരമ്മ? വേറെ ഏതെങ്കിലും വീട്ടിൽ ജനിച്ചാൽ മതിയായിരുന്നു. കൂട്ടത്തിൽ പല സംശയങ്ങളും മനസ്സിലേക്ക് വന്നു. താനെന്തെങ്കിലും ചെയ്തിട്ട് നാളെ അമ്മയ്ക്ക് തെറ്റി എന്നറിയുമ്പോൾ അമ്മ സങ്കടപ്പെടില്ലേ? പെങ്ങന്മാർക്കു താൻ പോയാൽ സങ്കടമാവില്ലേ? കൂട്ടുകാർ, നാട്ടുകാർ അവരുടെയെല്ലാം മുൻപിൽ വീട്ടുകാർ നാണം കെടില്ലേ? അങ്ങനെ നൂറായിരം സംശയങ്ങൾ. അതുകൊണ്ട് രക്ഷപ്പെട്ടു. മുരളിയുടെ പൊട്ടബുദ്ധി നടന്നില്ല. അന്നെങ്ങാൻ ഈ മണ്ടത്തരങ്ങൾ എന്തെങ്കിലും ചെയ്തിരുന്നെങ്കിലോ? അമ്മയും അച്ഛനുമൊക്കെ എത്രമാത്രം മക്കളെ സ്നേഹിക്കുന്നു എന്ന് ഒരു പ്രശ്നം വരുമ്പോഴേ അറിയൂ എന്ന് പറയുന്നതെത്ര ശരി. മുരളി ഓർത്തു ചിരിച്ചു

"എടാ കുട്ടിക്കാലത്തു ഒരിക്കലെങ്കിലും വീട് വിട്ടു പോകാനും ആത്മഹത്യ ചെയ്യാനും ആഗ്രഹിക്കാത്ത ഒരു കുട്ടി പോലും കാണില്ല. അതുപോലെ തന്റെ അച്ഛനോ അമ്മക്കോ പകരം മറ്റൊരു അച്ഛനെയോ അമ്മയെയോ കിട്ടിയിരുന്നെങ്കിൽ എന്ന് ആഗ്രഹിക്കാത്ത ഒരു കുട്ടി പോലും കാണില്ല. വീട്ടിലെ പ്രശ്നങ്ങളിൽ ഏതാണ്ട് പകുതി കുട്ടികളെങ്കിലും അച്ഛനോ അമ്മയോ ചത്ത് പോയാൽ മതി എന്ന് ഒരിക്കലെങ്കിലും ചിന്തിച്ചിട്ടുണ്ടാകും. അതെല്ലാം ആ പ്രായത്തിന്റെ തിരിച്ചറിവില്ലായ്മയാണ്.

അതിനെ ഗൗരവമായി കാണണ്ട." മീരയ്ക്ക് എന്തിനും ന്യായങ്ങൾ ഉണ്ടല്ലോ.

അവന്റെ ദിവസങ്ങൾ സ്കൂളും വീട്ടിലെ ജോലികളുമായി ചുരുങ്ങി. പഠിത്തവും വീട്ടിലെ പണികളും. സ്കൂൾ വിട്ടു വന്നുള്ള കളികളും, മറ്റു ചുറ്റി കറങ്ങലുകളും കുറഞ്ഞു. ഉത്തരവാദിത്വങ്ങൾ നോക്കി കണ്ടു ചെയ്യാൻ തുടങ്ങി. വേഗം അവനൊരു മുതിർന്ന കുട്ടിയായി മാറുന്നത് ലക്ഷ്മിയമ്മ സന്തോഷത്തോടെ നോക്കി കണ്ടു. സ്കൂളില്ലാത്ത ദിവസങ്ങളിൽ മാത്രം അവൻ അവന്റെ ലോകത്തു പറന്നു നടന്നു. വായനശാലയിലും കളിസ്ഥലങ്ങളിലും കൂട്ടുകാരോടൊപ്പം ദേശത്തെ ഊടുവഴികളിലൊക്കെയും ചുറ്റി നടന്നു. പ്രായഭേദമെന്യേ എല്ലാവരോടും ചങ്ങാത്തം കൂടി. ദിവസങ്ങൾ വേഗം കടന്നു പോയി. അക്കാലത്തെ ചെറുപ്പക്കാരെപ്പോലെ അമ്പലപ്പറമ്പും വായനശാലയും അതോടനുബന്ധിച്ചുള്ള നാടക രചന, അവതരണം, കവിത രചന, ആലാപന മത്സരങ്ങൾ, കൊയ്ത്തു കഴിഞ്ഞ പാടങ്ങളിലെ ഫുട്ബോൾ കളികളുമൊക്കെയായി ആഘോഷിച്ചു നടന്ന ദിനങ്ങൾ.

വത്സല

എനിക്ക് ഒരു ദൈവത്തെ കിട്ടിയിട്ട് എന്ത് പ്രയോജനം? മസിലുകൾ പെരുപ്പിച്ചു കാട്ടിയിട്ട് എന്ത് കാര്യം? ഒരാണിന്റെ വിയർപ്പുമണവും വീർപ്പുമുട്ടിക്കലും ഇല്ലെങ്കിൽ. ആണിന്റെ കരുത്തും തലോടലുമറിയാത്ത പെണ്ണിന്റെ ഉടൽ വിളറി പിടിച്ച കടൽ പോലെയാണ്. അശാന്തവും രൗദ്രവും.

മുരളിയും കൂട്ടുകാരും ഫുട്ബോളും ക്രിക്കറ്റും കളിക്കാനായി മാമ്പുഴ കണ്ടത്തിൽ കളിക്കുന്നവരുടെ കൂടെ ചേർന്നു. ഒരുദിവസം ലേറ്റ് ആയി കളിക്കാൻ പോകുന്ന സമയം. വത്സലയുടെ പടിക്കൽ കൂടി കടന്നു പോകുമ്പോൾ ഒരു വിളി. "മുരളിയല്ലേ. ഒരു മിനിറ്റൊന്നു വരുമോ?"

തിരിഞ്ഞുനോക്കിയപ്പോൾ മുറ്റത്തെ കിണറിന്റെ അടുത്ത് നിന്ന് അവർ വിളിക്കുകയാണ്. അവനൊന്ന് സംശയിച്ചു നിന്നു. അവർക്കെങ്ങനെ തന്റെ പേരറിയാം? അവർ മുരളിയുടെ അടുത്തേക്ക് വന്നു. "മുരളി ഒന്ന് ഹെല്പ് ചെയ്യാമോ? തൊട്ടി കിണറ്റിൽ പോയി. കൊച്ചാട്ടൻ ഇവിടെ ഇല്ല. വരാൻ വൈകും. വെള്ളം കോരണമായിരുന്നു."

"അയ്യോ എനിക്ക് കിണറ്റിൽ ഇറങ്ങാൻ അറിയില്ല." അവൻ ഇടത്തോടിന്റെ രണ്ടു വശവും മാറി മാറി നോക്കി ആരെങ്കിലും വരുന്നുണ്ടോ? താനിവരോട് സംസാരിക്കുന്നത് ആരെങ്കിലും കാണുന്നുണ്ടോ? ഭാഗ്യം. ആരും വരുന്നില്ല. അല്ലെങ്കിൽ തന്നെ പൊതുവെ ആൾ സഞ്ചാരം കുറഞ്ഞ റോഡാണ്.

"അത് വേണ്ട. തെക്കേൽ നിന്നു ഞാൻ പാതാളക്കരണ്ടി എടുത്തു കൊണ്ടു വന്നിട്ടുണ്ട്. ഇതിട്ട് ഒന്ന് കറക്കിപ്പിടിച്ചാൽ മതി. ഞാൻ നോക്കിയിട്ടു പറ്റുന്നില്ല."

അവരുടെ കൈയിൽ നിന്നും പാതാളക്കരണ്ടി വാങ്ങുമ്പോൾ ഒന്നും അറിയാത്ത പോലെ അവർ കൈകളിൽ തൊട്ടത് അവൻ അറിഞ്ഞു. “ആരാണ് എന്റെ പേര് പറഞ്ഞു തന്നത്?” അവൻ വല്ലാണ്ട് പകച്ചു പോയിരുന്നു.

“തെക്കേലെ ശാന്തേച്ചി. അവർ നല്ല സ്ത്രീയാണ്. മുരളിയെപ്പറ്റിയും അമ്മയെപ്പറ്റിയും സഖാവിനെ പറ്റിയും എല്ലാ കാര്യങ്ങളും എനിക്കറിയാം. ലക്ഷ്മിയേടത്തിയെയും സഖാവിനെയുമൊക്കെ അവർക്കു എന്ത് ആരാധന ആണെന്നോ? മുരളി ഇതിലെ കളിക്കാൻ പോകുമ്പോൾ ഞാൻ മിക്കവാറും ദിവസം അവരുടെ വീട്ടിൽ കിണറ്റിൻകരെ നിന്ന് തുണി അലക്കുകയാകും. അപ്പോൾ നിന്നെ കാണാറുണ്ട്.”

കുറെ പ്രാവശ്യം കിണറ്റിനു ചുറ്റം നടന്നു പാതാളക്കരണ്ടി കൊണ്ട് തോണ്ടിയെങ്കിലും തൊട്ടി തടഞ്ഞില്ല.

“എന്താ, കറക്കിപ്പിടിക്കാൻ അറിയില്ലേ? കോളേജ് കുമാരനല്ലേ?” അവർ അവനെ അർത്ഥം വച്ച് കളിയാക്കി. “ദാ, ഞാൻ കാട്ടിത്തരാം. ഇങ്ങനെ ചുറ്റിപ്പിടി” എന്ന് പറഞ്ഞവർ അവനോടു ഒട്ടി നിന്ന് അവന്റെ കൈകൾ ചേർത്ത് പിടിച്ചു, പാതാളക്കരണ്ടി ചുഴറ്റുന്നതു കാട്ടിക്കൊടുത്തു. അപ്പോൾ അവരുടെ വീർപ്പുമുട്ടുന്ന മാറിടം അവന്റെ ചുമലിൽ ശക്തമായി അമരുന്നത് അവനറിഞ്ഞു. ആ സമയം തൊട്ടി കരണ്ടിയിൽ കുരുങ്ങി.

“തൊട്ടി ഉടക്കിയെന്ന് തോന്നുന്നു.” അവൻ രക്ഷപ്പെടാൻ പറഞ്ഞു.

“കണ്ടോ നമ്മൾ രണ്ടാളും കൂടി നോക്കിയപ്പോഴാണ് അത് ഉടക്കിയത്.”

“തൊട്ടി കിട്ടിയല്ലോ. എന്നാൽ ഞാനിനി പോട്ടെ.”

“നില്ല് മുരളി. ചായ തരാം.”

“ഇല്ല, ഞാൻ പോട്ടെ. ലേറ്റ് ആയി.”

“ഒരു നാൾ കളിച്ചില്ലേലും സാരമില്ല. അതോ ഞങ്ങൾ പാവങ്ങടെ വീട്ടിൽനിന്നും കഴിക്കില്ലേ?”

“അതൊന്നുമല്ല. പോട്ടെ.”

“ശരി നാളെ വന്നു ചായ കുടിക്കുമോ? കൊച്ചാട്ടാനും സന്തോഷമാകും.”

“ശരി” അവൻ ഓടിപ്പോയി.

അടുത്ത ദിവസങ്ങളിൽ അതിലേ പോകുമ്പോൾ അവരുടെ കണ്ണിൽ പെടാതിരിക്കാൻ അവൻ വളരെ ശ്രദ്ധിച്ചു. ആ വഴി ആരെങ്കിലും പോകുന്ന സമയം നോക്കി അവരോടൊപ്പം അവരുടെ മുൻപിലോ പുറകിലോ അങ്ങനെ. എന്നാൽ ഒരു ശനിയാഴ്ച കളി കഴിഞ്ഞു ഉച്ചയോടുകൂടി തിരികെ വരുമ്പോൾ അവരുടെ മുൻപിൽ പെട്ടു. “കള്ളാ. എന്നെ പറ്റിച്ചു നടക്കുവാരുന്നു. അല്ലേ?”

“അങ്ങനെ ഒന്നും അല്ല. ഞാൻ ആകെ വിയർത്തു നാറി ഇരിക്കുവാ. ഇനി ഒരിക്കൽ വരാം.”

"സാരമില്ല. എന്താ ഞങ്ങളെയൊന്നും വിയർക്കില്ലേ?"

ഒന്ന് പരുങ്ങി അവൻ വീട്ടിലേക്കു ചെന്നു. ഒറ്റമുറി, അടുക്കളയാണ്. മുൻവശത്തെ പടിയിൽ കാല് തട്ടാതെ സൂക്ഷിച്ചു അവൻ അകത്തു കയറി. "അമ്മാവൻ എവിടെ?"

"പണിക്കു പോയി"

"എന്നാൽ ഞാൻ പിന്നെ വരാം, അമ്മാവനുള്ളപ്പോൾ." അവൻ എഴുന്നേറ്റു.

അവരവനെ പിടിച്ചു ഇരുത്തി. "നിന്നെ ഞാൻ പിടിച്ചു തിന്നത്തൊന്നും ഇല്ല. ചായ ഇട്ടു വന്നിട്ട് സംസാരിക്കാം. അതോ സംഭാരം മതിയോ?"

"എന്നാൽ സംഭാരം മതി." വേഗം രക്ഷപ്പെടാമല്ലോ എന്നാണവൻ കരുതിയത്.

അവൻ സംഭാരം കുടിക്കുമ്പോൾ അവൾ ഒരു ചെറു ചിരിയോടെ അവന്റെ കണ്ണുകളിലേക്കു നോക്കി പറയാൻ തുടങ്ങി. "മുരളി നമ്മൾ തമ്മിൽ ഏതാണ്ട് രണ്ടു വയസ്സ് വ്യത്യാസമേയുള്ളു. ഞാൻ ബാല്യവും കൗമാരവും നഷ്ടപ്പെട്ട ഒരു പെണ്ണ്. ആശ്രയമില്ലാത്തവർക്ക് തെരഞ്ഞെടുക്കാനും സ്വപ്നം കാണാനും അവകാശമില്ല. അറിയാം." ഒന്ന് നിർത്തി അവൾ അവനെ കൈകളിൽ പിടിച്ചെഴുന്നേല്പിച്ചു. അവനോട് മന്ത്രിച്ചു. "തിരുനടയിൽ കെട്ടിയിടപ്പെട്ടവർക്ക് മനസ്സെങ്കിലും തുറക്കാൻ ഒരു ചങ്ങാതി വേണ്ടേ? മുരളി എനിക്ക് നിന്നെ ഇഷ്ടമാണ്. നീയെന്നെ സ്നേഹിക്കണ്ട. ഇറുക്കി ഒന്ന് കെട്ടിപ്പിടിക്കുമോ? എന്നെ ഒന്ന് അമർത്തി കെട്ടിപ്പിടിക്ക്. എന്റെ വാരിയെല്ലുകൾ തകരും പോലെ. തുറുങ്കിൽ അടയ്ക്കപ്പെട്ട എന്നിലെ പെണ്ണൊന്ന് സ്വതന്ത്ര ആയിക്കോട്ടെ. ആണിന്റെ വിയർപ്പിന്റെ മത്തു പിടിപ്പിക്കുന്ന സുഗന്ധം ഞാൻ ഒന്നറിഞ്ഞോട്ടെ, ഒരിക്കലെങ്കിലും."

അവരവന്റെ വയർ ചുറ്റിപ്പിടിച്ചു. മുഖം നെഞ്ചിൽ അമർത്തി. വിയർപ്പുകൾ ഒപ്പിയെടുത്തു. അവരുടെ പിൻ കഴുത്തിൽനിന്നും ഉന്മാദം ഉണർത്തുന്ന ഒരു മണം അവന്റെ മൂക്കിലേക്ക് അടിച്ചു കയറി. മീര ബെന്നിന്റെ മണം! തന്റെ മീരയുടെ മണം. അവൻ തിരിച്ചറിഞ്ഞു. ഏതോ ഒരു ഉൾവിളിയിൽ യാന്ത്രികമായി അവനവരെ പുണർന്നു. അവന്റെ സിരകൾ ഉണർന്നു. ഞരമ്പുകൾ വലിഞ്ഞു മുറുകി. അവരൊന്ന് തിരിഞ്ഞു, അവന്റെ മുഖത്തേക്ക് എത്തികുത്തിയപ്പോൾ അവൻ തിരിച്ചറിഞ്ഞു, ഇത് മീര ബെന്നിന്റെ മുഖമല്ല. അവളുടെ മണമാണ്. എന്നാൽ ഇത് തന്റെ മീരയല്ല. ഇത് ശരിയല്ല എന്ന് ലക്ഷ്മിയമ്മ പറയുന്നത് അവൻ കേട്ടു. ഒരു തെറ്റും ഇല്ല, പ്രകൃതിയുടെ ആവശ്യമാണ് എന്ന മനസ്സിന്റെ പ്രലോഭനവും അവൻ കേട്ടു. അവന്റെ കരങ്ങൾക്കു കരുത്തേറുമ്പോൾ അവരവനെ സ്വതന്ത്രനാക്കി.

"മതി. ഈ ദിവസത്തിന്റെ ഓർമ്മകൾ എന്നും എന്നിലുണ്ടാകും. നിന്നെ ചീത്തയാക്കാനൊന്നും ഞാനില്ല. നീയെന്നെ തേടിവന്നാൽ എ

ന്നായാലും ഞാൻ ഇവിടെ കാണും." ഒന്ന് നിർത്തി അവർ തുടർന്നു. "നാണം കണ്ണീരിൽ ഒലിച്ചു പോയ ഒരു പെണ്ണിന്റെ ഗതികേടിന്റെ കഥ. എന്നെങ്കിലും നീയെന്നേ സ്നേഹത്തോടെ ഓർത്താലോ? എന്റെ കുട്ടിക്കാലത്തെപ്പറ്റിയോ, ഇതുവരെ അനുഭവിച്ച അവഗണനകളെ, ക്രൂരതകളെപ്പറ്റിയോ ഒന്നും എനിക്ക് പറയാനില്ല. കഴിഞ്ഞത് അടഞ്ഞ അദ്ധ്യായം. അത് ഒരിക്കലും ഞാൻ തോണ്ടില്ല. ഞാൻ ഇവിടെ വരുമ്പോൾ പ്രായം പതിനഞ്ചര വയസ്സ്. അന്ന് പതിനെട്ട് കഴിഞ്ഞു എന്ന് കള്ളം പറഞ്ഞു. അല്ലേൽ അന്ന് കല്യാണം നടക്കില്ല. ഞാൻ എങ്ങോട്ടു പോകും? കൊച്ചേട്ടൻ ഒരു ജീവിതം തന്നപ്പോൾ ഞാൻ അദ്ദേഹത്തെ ദൈവത്തെ പോലെ കണ്ടു. ഇപ്പോഴും എനിക്ക് അയാൾ ദൈവമാണ്. എന്നാലും ഞാൻ ഒരു മനുഷ്യ ജീവിയല്ലേ? മജ്ജയും മാംസവും ഉള്ള സാധാരണ പെണ്ണ്. എനിക്കുമില്ലേ ആഗ്രഹങ്ങൾ? ഇവിടെ വന്നിട്ട്, കല്യാണം കഴിഞ്ഞിട്ട് രണ്ടു കൊല്ലവും പത്തു മാസവും കഴിഞ്ഞു. എനിക്ക് ഒരു ദൈവത്തെ കിട്ടിയിട്ട് എന്ത് പ്രയോജനം. ഒരാണിന്റെ വിയർപ്പുമണവും വീർപ്പുമുട്ടിക്കലും ഇല്ലെങ്കിൽ. മസിലുകൾ പെരുപ്പിച്ചിട്ടു കാട്ടിയിട്ട് എന്ത് കാര്യം? ആണിന്റെ കരുത്തും, തലോടലുമറിയാത്ത പെണ്ണിന്റെ ഉടൽ വിളറി പിടിച്ച കടൽ പോലെയാണ്. അശാന്തവും, രൗദ്രവും. എപ്പോൾ വേണമെങ്കിലും എല്ലാം തകർത്തു അടിച്ചു കയറാം. കല്യാണവും ഒന്നും കഴിക്കാതെ ഒറ്റയ്ക്ക് താമസമാണെങ്കിലും ഒരു പ്രശ്നവും ഇല്ല. എന്നാൽ കൂടെ മുട്ടിക്കിടക്കുമ്പോൾ, ഉറങ്ങാനും പറ്റുന്നില്ല. അതും കൂടെ കിടക്കുന്നത് ദൈവമാകുമ്പോൾ എന്ത് ചെയ്യും? മാറി കിടക്കുന്നത് ശരിയല്ലല്ലോ. മടുത്തു."

"ഞാൻ പോട്ടെ?" അവനവരുടെ സങ്കടം അറിഞ്ഞില്ല. മനസ്സറിഞ്ഞില്ല. അവൻ മീരാബെന്നിനെ തേടുകയാണല്ലോ.

"മുരളി പൊക്കോ. എന്റെ സങ്കടങ്ങൾ എന്റെ കൂടെ ഇരുന്നോട്ടെ. ഇനി ഇങ്ങോട്ടു വീണ്ടും വരണം എന്നൊന്നും ഞാൻ പറയില്ല." അവരവനോട് പറഞ്ഞു. പടിയിറങ്ങുമ്പോൾ ആരോ പെട്ടെന്ന് മുൻവശത്തെ മുറ്റത്തു നിന്നും വീടിന്റെ പുറകിലോട്ടു മാറുന്നത് ഒരു മിന്നായം പോലെ അവൻ കണ്ടു. അവൻ പേടിച്ചു പോയി. ഇനി നീലാണ്ടപ്പിള്ള അമ്മാവനോ മറ്റോ ആണോ? പടി കടന്നു വേഗം നടന്നു പോയ അവൻ തിരികെ വന്നു, വീടിന്റെ മുൻപിൽ കൂടി നടന്നു നോക്കി. നീലാണ്ടപ്പിള്ള അമ്മാവൻ മുറ്റത്തു കോടാലി കൊണ്ട് വിറകു കീറി നില്ക്കുന്നു. മുരളി വിയർത്തു.

ഗോപാലപിള്ള മൂരിയെയും മുട്ടാടിനെയും വിറ്റെങ്കിലും പകരം പശുവിനെയോ ആടിനെയോ വാങ്ങിയില്ല. പണം ഗോപാലപിള്ള തലയിണയുടെ അടിയിൽ സൂക്ഷിച്ചു വച്ചു. പക്ഷേ, ഭാര്യയും രണ്ട് പെൺപിള്ളേരും കൂടി അതെടുത്തു മാറ്റി. അയാളെത്ര ബഹളമുണ്ടാക്കിയിട്ടും അതിൽ നിന്നും ചില്ലിക്കാശ് കൊടുത്തില്ല. ആറുമാസം കഴിഞ്ഞപ്പോൾ

വിലാസിനിയുടെ കല്യാണത്തിന് പൊന്നു വാങ്ങാൻ ആ പൈസയും ഉപകാരപ്പെട്ടു.

ദേശത്തിൽ ഒത്തിരി പേർ പേർഷ്യക്ക് പോയി. കൊപ്ര കച്ചവടവുമായി നടക്കുന്ന ജോർജിന്റെ രണ്ടു പിള്ളേർ, അഴകത്തെ പ്ലംബിങ് പണിയുമായി നടന്ന മറിയാമ്മയുടെ മോൻ, ബാർബർ കുട്ടന്റെ രണ്ടു പിള്ളേർ. മിക്കവാറും എല്ലാവരെയും കൊണ്ട് പോയത് താറാവ് ജോയിയുടെ മോൻ ബേബിയാണ്. അവനിപ്പോൾ പ്രധാന പണി വിസ കച്ചവടം ആണ്. ഇവരെല്ലാം പോയത് കിടപ്പാടം വിറ്റോ പണയപ്പെടുത്തിയോ ആണ്. എന്തൊരു ധൈര്യമാണോ? പോയ പലരും വന്നിട്ട് കൊട്ടാരം പോലെയുള്ള വീടാണ് വയ്ക്കുന്നത്. കൂടുതലും ഇരുനിലകൾ.

"ക്രിസ്ത്യാനിപ്പിള്ളേർ കുടുംബ സ്നേഹമുള്ളവരാണ്. ഒന്ന് പോയാൽ കൂട്ടത്തിലുള്ള എല്ലാറ്റിനെയും കൊണ്ട് പോകും. നായരാണേൽ കൊണ്ടുപോകുകയേ ഇല്ല. അവനവിടെ പോയി അറബിക്ക് അടിമപ്പണി ചെയ്യുന്നത് ആരും അറിയാതിരിക്കാനാണ്." ലക്ഷ്മിയമ്മയ്ക്ക് ജാതിയും മതവും ഒന്നുമില്ല എന്നാലും ആരെയോ ആരോ കൊണ്ടു പോകാഞ്ഞതിന്റെ ദേഷ്യം ആണെന്നുറപ്പ്. മുരളി ഒന്നും മിണ്ടാതെ സാകൂതം ലക്ഷ്മിയമ്മയെ നോക്കിയിരിക്കുകയായിരുന്നു.

"അമ്മയെന്താ ഈ പറയുന്നത്? ജാതീം മതോം? എല്ലാ ജാതിക്കാരും പോകുന്നുണ്ട്."

"അതിനിവിടെ എത്ര നായര് പോയി? ഇവിടെ നിന്നും താറാവ് ജോയിയുടെ മോൻ ബേബിക്കും മുൻപേ പോയത് പണകപ്പുറത്തെ സോമൻകുട്ടനല്ലേ? അവൻ ആരെയെങ്കിലും കൊണ്ടുപോയോ? എനിക്ക് ജാതീം മതോം ഇല്ല. എന്നാലും കരയോഗം സെക്രട്ടറി പറഞ്ഞത് ശരിയല്ലേ? നായന്മാർ സഹായിക്കില്ല."

"അമ്മേ അതയാൾക്ക് അതിനു പറ്റാഞ്ഞിട്ടാകും. എന്തായാലും അമ്മേടെ ഹീറോയല്ലേ? ഇങ്ങനെ പറയാമോ? അയാളെ കണ്ടുപഠിക്കാനല്ലേ പറയാറ്." മുരളി ലക്ഷ്മിയമ്മയ്ക്ക് ഒരു ഡോസുകൊടുത്തു

"ഞാനത് തിരിച്ചെടുത്തു. പിന്നെ നീ, നീയായാൽ മതി. അതാ അതിന്റെ ഒരു ശരി." ലക്ഷ്മിയമ്മ പഴയ നിലപാട് മാറ്റി.

"ഓക്കേ. ആരെങ്കിലുമൊക്കെ പോയി രക്ഷപ്പെടുന്നത് നല്ലതല്ലേ അമ്മേ?"

"അതേ നല്ലതാണ്. എല്ലാവരും പോയി രക്ഷപ്പെടട്ടെ. അതല്ലടാ കുഴപ്പം. ഇന്നലെ ആ കോയിപ്പുറത്തെ ശോഭ പറയുകയാണ്, ചേച്ചി, ചന്തേന്ന് ഒരു സാധനവും വാങ്ങാൻ വയ്യ. വിലകൾ റോക്കറ്റു പോലെ കേറുകയാണ്. ഈ ഗൾഫുകാർ വന്ന് ഒന്നിനും വില പേശത്തില്ല. ചോദിക്കുന്നത് അങ്ങ് കൊടുക്കുകയാണ്. മീഞ്ചന്തയിൽ വലിയ മീൻ ചൂണ്ടി കാണിച്ചിട്ട് ആ കാറിന്റെ ഡിക്കിയിലോട്ട് വച്ചോളു എന്നാണ് പറയുക. എന്നിട്ടു പറയുന്ന കാശും കൊടുത്തിട്ടു പോകും. ചുരുക്കത്തിൽ നമ്മളും

ആ വില കൊടുക്കേണ്ടി വരും." ലക്ഷ്മിയമ്മ ശരിക്കുള്ള പ്രശ്നത്തിലേക്ക് വന്നു.

വളരെ പെട്ടെന്നാണ് കാര്യങ്ങൾ മാറി മറിയുന്നത്. ടേപ്പ് റെക്കോർഡറും വി സി പി യുമൊക്കെ ചിലരുടെ വീട്ടിലുണ്ട്, വി സി പി യിൽ സിനിമകൾ ഒക്കെ കാണാൻ പറ്റും. പണകപ്പുറത്തെ സോമൻകുട്ടന്റെ വീട്ടിൽ ക്യാമറയും വി സി പി യും ഉണ്ട്. അവൻ ദുബായിൽ നിന്നും കൊണ്ടുവന്നതാണ്.

പലിശക്കാരൻ പൗലോ മുതലാളി ബേബിയെ മലർത്തിയടിച്ചു. അതിന് അവസരമൊരുക്കിയത് അയാളുടെ ഡിഗ്രിക്ക് പഠിച്ചിരുന്ന മോൾ ത്രേസ്യാക്കുട്ടിയും. ആണെത്ര കേമനായാലും പെണ്ണ് നിനച്ചാൽ എന്ന് പറയുന്നത് സത്യമാണെന്ന് അവൾ തെളിയിച്ചു. പള്ളിയിലെ ഒറ്റ കുർബ്ബാന. അന്നവിടെ വന്ന ബേബിയെ ഒറ്റ നോട്ടത്തിൽ അവൾ വീഴ്ത്തി. കുർബ്ബാന കഴിഞ്ഞപ്പോൾ ബേബി വെടി കൊണ്ട പന്നിയെ പോലെ പള്ളി മുറ്റത്തെല്ലാം ഓടി നടന്നു. എവിടെ ആ ചാട്ടുളികൾ എറിയുന്ന കണ്ണുകളും നനഞ്ഞിരിക്കുന്ന ചുണ്ടുകളും.

"ആ വെളുത്ത ചുരിദാറും വെള്ള ഷാളുമിട്ടു നിന്ന പെണ്ണ് ഏതാണ്? അവളെ ഇവിടെങ്ങാനും കണ്ടുവോ?" പരിചയമുള്ളവരോടൊക്കെ അവൻ ചോദിച്ചു. അവന്റെ വിറളി പിടിച്ചുള്ള പാഞ്ഞു നടക്കലും, വെപ്രാളവും കണ്ട് പെണ്ണ് ചിരിച്ചു പെൺകൂട്ടങ്ങൾക്കിടയിൽ ഒളിച്ചു. കളി ഏറെ രസിച്ചശേഷം കൂടുതൽ കൊതിപ്പിക്കാനായി ഒരു കൂട്ടത്തിൽനിന്നും പുറത്തു ചാടി മറ്റൊന്നിലേക്ക് ഊളിയിട്ടു. പോകുന്ന പോക്കിൽ "വാടാ വീട്ടിലേക്ക്" എന്ന് നെഞ്ചിൽ കൊള്ളുന്നപോലെ ഒരു ബാണവും കൂടി യയച്ചു അവന്റെ ബന്ധനം പൂർണ്ണമാക്കി.

പിറ്റേന്ന് നേരം വെളുത്തപ്പോൾ താറാവ് ജോയ് മോൻ ബേബി, അപ്പനും പാറമേൽ പാപ്പിയുമായി പലിശക്കാരൻ പൗലോയുടെ വീട്ടുപടിക്കൽ സ്വന്തം അംബാസഡർ കാറിൽ വന്നിറങ്ങി. ആറുമാസത്തെ കാത്തിരിപ്പിന് ശേഷം ഒരാഴ്ച മുൻപ് കിട്ടിയ ബ്രാൻഡ് ന്യൂ അംബാസഡർ മാർക്ക് ടു കാറാണ്. ഒരല്പം കുടുംബ പാരമ്പര്യം കാട്ടാനാണ് പൗലോ കഴിഞ്ഞാൽ ദേശത്തെ പണമുള്ള ക്രിസ്ത്യാനി, പാറമേൽ പാപ്പിയെ ബന്ധുവായി കൂടെ കൂട്ടിയത്. സത്യത്തിൽ പാപ്പിക്ക് അവരുമായി യാതൊരു ബന്ധവുമില്ല. ബേബിക്ക് ഇതിന് ചെലവായത് ഒരു ചെറിയ ടേപ്പ് റെക്കോർഡർ മാത്രമാണ്. അടുത്താഴ്ച പെണ്ണിന്റെ വീട്ടിൽ വച്ച് വിവാഹ നിശ്ചയവും, അതിനടുത്ത ഞായറാഴ്ച പഴയ സുറിയാനി പള്ളിയിൽ വച്ച് രാവിലെ പത്തുമണിക്ക് വിവാഹവും. ഈ വ്യാപാരത്തിൽ രണ്ടാൾക്കും നേട്ടം. ബേബിക്ക് പുത്തൻ പണക്കാരൻ എന്ന പേര് പതുക്കെ തുടച്ചു മാറ്റാം. പലിശക്കാരൻ പൗലോക്ക് തന്റെ പലിശ കുറപ്പിച്ച ശത്രുവിനെ പൂട്ടാം.

"നീ അപ്പന്റെ മോളാണെടി" എന്ന് പറഞ്ഞു പൗലോ ത്രേസ്യാക്കുട്ടിക്ക് ഉമ്മ കൊടുത്തു "എന്താ അപ്പാ ഇത്? അപ്പനെന്നാ പറയുന്നത്?" അവൾ ചോദിച്ചു.

"അല്ല, നാട്ടിലെ മിടുക്കനെ തന്നെ മോള് പൂട്ടിയല്ലോ?"

"ആര് പറഞ്ഞു? അയാളെല്ലാവർക്കും വിസയൊക്കെ കൊടുക്കുന്നു. ഒന്ന് കിട്ടിയാൽ എനിക്കും ഗൾഫിൽ പോകാം. അവിടെ ജോലിക്കു കേറാം, എന്നേ ഞാൻ നോക്കിയുള്ളൂ."

"അപ്പന് പറ്റിയ മോള്!" പൗലോയുടെ ഭാര്യ തലയിൽ കൈ വച്ചു.

"ചുമ്മാ ജോക്കടിച്ചതാ അമ്മേ. പക്ഷേ, ഒന്നുണ്ട് ത്രേസ്യക്ക് അടുക്കളയിൽ കിടക്കാൻ വയ്യ. ജോലി വേണം."

വിഷുവിന്റന്ന് മുരളി വായനശാലയിലേക്ക് പുസ്തകങ്ങളുമായി ഇറങ്ങിയതാണ്. രമേശനെ അവന്റെ പടിക്കൽ കണ്ടപ്പോൾ ഒന്നു നിന്ന് കുശലങ്ങൾ പറയുമ്പോഴാണ് സൈക്കിളിൽ കോളാമ്പിയും വച്ചു കെട്ടി ഒരാൾ കിഴക്ക് പോരുവഴി ജങ്ഷനിൽ നിന്നും പടിഞ്ഞാട്ട് വരുന്നത്. കോളാമ്പിയിൽ നിന്നും കണ്ണനെപ്പറ്റിയുള്ള കീർത്തനങ്ങൾ പൊട്ടലും, ചീറ്റലുമായി കേൾക്കാമായിരുന്നു. അധികം പുറകിലല്ലാതെ വെളുത്ത വസ്ത്രധാരികളായ ഒരു കൂട്ടം ആളുകൾ കാൽനടയായി വരുന്നുണ്ടായിരുന്നു.

അതാണ് ആൾദൈവം, "പെരുമ്പുടത്ത് പത്മിനി". പെലച്ചിയാണ്. ഇപ്പോൾ പേരുമാറ്റി "പെരുമ്പുടത്ത് പത്മിനീദേവി" രമേശൻ പറഞ്ഞു.

"അതാരപ്പാ? ഞാൻ ഇപ്പോഴാ കേൾക്കുന്നത്."

"അത് പിന്നെ നീ ട്യൂബ്ലൈറ്റ് അല്ലേ? കണ്ടില്ലേ, കൂടെ വരുന്നവർ മുഴുവൻ സായിപ്പന്മാരാണ്. എല്ലാം ചെറുപ്പക്കാർ. ദേവിയുടെ ഭക്തന്മാരാണ്. എറണാകുളത്തു ഒരു ആശ്രമമൊക്കെയുണ്ട്."

മുരളി കണ്ടു പൂർണ്ണകുംഭം കൈയിൽ പിടിച്ചു പത്മിനീദേവി മുൻപിൽ. സൈഡിൽ രണ്ടു പേർ, അടുത്ത അനുയായികളെപ്പോലെ. ഒരാൾ നാട്ടുകാരൻ. മറ്റേ ആൾ സായിപ്പ്. ബാക്കിയെല്ലാവരും പുറകിലായി. കൂടുതൽ പേർക്കും താടിയും മുടിയും ഉണ്ട് ഹിപ്പികളെ പോലെ. എല്ലാം കൂടി ഇരുപത്തഞ്ചു പേരുണ്ടാകും. അതിൽ നാലോ അഞ്ച് നാട്ടുകാർ. ബാക്കിയെല്ലാം വിദേശികൾ. അവർ വളരെ വേഗം "ഹരേ കൃഷ്ണ" നാമം ഉരുവിട്ട് അവരെ കടന്നു പോയി. പോരുവഴിമുക്ക് വരെയാണ് ജാഥ. അവിടെ പോരുവഴിയമ്മയെ തൊഴുത് പത്മിനീദേവി മടങ്ങും. മടങ്ങാനായുള്ള വിദേശ കാറുകൾ പോരുവഴിയമ്മ മുക്കിലേക്ക് പോയിട്ടുണ്ട്.

"കേട്ടറിഞ്ഞത് ചേരിപ്രദേശത്തു പട്ടിണിയും പരിവട്ടവുമായി കഴിഞ്ഞ ബാല്യമാണ് അവരുടേത്. കുഞ്ഞുന്നാൾ മുതലേ പുരാണങ്ങളൊക്കെ വായിക്കാൻ പത്മിനിക്ക് ഇഷ്ടമായിരുന്നു. കൃഷ്ണനെ കെട്ടും എന്ന് അവൾ പറഞ്ഞു നടന്നു. എന്നാൽ ഒരു പ്രായം കഴിഞ്ഞതോടെ ചില വെളിപാടുകളുമായി പത്മിനി അങ്ങ് പേരെടുത്തു. വീടിനടുത്തു കായൽ തീരത്തു, ടൂർ വന്ന ചില സായിപ്പന്മാർ പത്മിനിയുടെ മാജിക്കിൽ വീണു. അവരാണ് കൂടുതൽ ആളുകളുമായി വന്ന്, പത്മിനിക്ക് പുറം രാജ്യങ്ങളിൽ പേര് ഉണ്ടാക്കിയത്. ഇപ്പോഴാണ് നാട്ടുകാർ കൂടെ ചേരാൻ തുടങ്ങുന്നത്." രമേശൻ തന്റെ വിജ്ഞാനം വിളമ്പി. മുരളി കഥകൾ കേട്ട് മിഴിച്ചു നിന്നപ്പോൾ രമേശൻ പറഞ്ഞു: "ആദികാലത്തു പെണ്ണിന്റെ

മേനി കണ്ടാണ് സായിപ്പന്മാർ ചുറ്റിലും കൂടിയിരിക്കുന്നതെന്ന് കുറ്റം പറഞ്ഞ നാട്ടുകാർ ഇപ്പോൾ കുറച്ചൊക്കെ മാറിയിട്ടുണ്ട്."

"നമ്മൾ അങ്ങനെയൊന്നും പറയണ്ട. എന്നാലും ജീവനുള്ള ദൈവമുണ്ടെങ്കിൽ, പോരുവഴിയമ്മയൊക്കെ പിന്നെ എന്തിനാ?" മുരളി സംശയിച്ചു. കച്ചാലന്റെയും കല്ലിച്ചന്റെയും ആത്മാക്കൾ ഇതൊക്കെ കാണുന്നുണ്ടാകുമോ?

"വെളുമ്പനെ പാമ്പ് കൊത്തി. വെളുമ്പൻ ചത്തു." സൈക്കിളിൽ പറപ്പിച്ചു വന്ന ചന്ത്രോത്തെ നാണു നായരുടെ മകൻ, വേണു നായർ മുരളിയെ കണ്ട് നിർത്തിയിട്ട് പറഞ്ഞു. അവൻ മുരളിയുടെ കോളേജിൽ ഡിഗ്രിക്ക് പഠിക്കുകയാണ്.

"ഏതു വെളുമ്പൻ?"

"നിനക്കറിയില്ലേ? ആ പിഴച്ചു പെറ്റ ചിരുതേടെ പൊലയൻ."

"അയ്യോ കഷ്ടമായിപ്പോയി."

"എന്ത് ചെയ്യാനാണ്. അവൻ ഇന്നലെ രാത്രിയിൽ പണിയും കഴിഞ്ഞു റേഷൻ വാങ്ങാൻ ചന്ദ്രൻ കൊച്ചാട്ടന്റെ കടയിൽ പോയതാണ്. വീട്ടിൽ നിന്ന് ഇറങ്ങുമ്പോഴേ അവരുടെ പടിക്കൽ തന്നെ കടിയേറ്റു. വല്ല എലിയുമായിരിക്കും എന്ന് പറഞ്ഞയാൾ കാര്യമാക്കിയില്ല. ആ പെണ്ണ് പറഞ്ഞതാ വെട്ടത്തു വന്നു നോക്കിയിട്ടു പോകാൻ. അയാൾ അത് കേൾക്കാതെ പോയി. ദേ പോസ്റ്റ്മാർട്ടം കഴിഞ്ഞു ഉന്തുവണ്ടിയിൽ കൊണ്ട് വരുന്നു. വാര്യത്തെ പടി കഴിഞ്ഞു. ഉടനെ വരും. നീ കുടുംബത്തേക്കാണെങ്കിൽ വാ. ഞാൻ അങ്ങോട്ട് വിടാം."

"ഞാൻ കണ്ടിട്ട് വരാം."

"ഞാൻ പോകുന്നു. എനിക്ക് ശവം കാണുന്നതിഷ്ടമല്ല." വേണു നായർ പോയി.

"വെളുമ്പൻ ചത്തു." വെളുമ്പനൊക്കെ ചാകുവാണ്. പട്ടിയും പൂച്ചയും പോലെ. അതൊന്നും ഇപ്പോഴും മരണമല്ല. ചക്കര അമ്മാവൻ പറഞ്ഞ ഭയപ്പെടുത്തുന്ന കഥകൾ കർണ്ണപുടങ്ങളിൽ ഇപ്പോഴും പെരുമ്പറ പോലെ.

വിവേകാനന്ദ സ്വാമികൾ കേരളത്തെ ഭ്രാന്താലയം എന്ന് വിളിക്കാനുള്ള കാരണങ്ങൾ പലതാണ്. ആദ്യകാലത്തു കേരളത്തിൽ മനുഷ്യർ എല്ലാം ഒരു പോലെയായിരുന്നു. എ ഡി നാലാം നൂറ്റാണ്ടോടു കൂടിയാണ് ആര്യന്മാർ, ദ്രാവിഡരുൾപ്പെടെയുള്ള അനാര്യരായുള്ളവരെ കീഴടക്കി അയിത്തവും അടിമത്തവുമൊക്കെ സ്ഥാപിക്കുന്നത്. ഇതോടൊപ്പം ധാരാളം ദുരാചാരങ്ങളും അന്ന് നിലനിന്നിരുന്നു. അന്ന് മുതൽ ഈ അടുത്തകാലം വരെ, ഒരു നൂറ്റാണ്ടു മുൻപുവരെ, വളരെ കടുത്ത പീഡനങ്ങളാണ് പാണർ, പറയർ, കുറവർ, വേടർ തുടങ്ങിയ സമുദായങ്ങളൊക്കെ അനുഭവിച്ചത്. 1812 ഡിസംബർ അഞ്ചിനാണ് തിരുവിതാംകൂറിൽ അടിമത്തം നിരോധിച്ചത്. അന്ന് പക്ഷേ, ഈഴവ അടിമകൾ മാത്രമേ മോചിതരായുള്ളൂ. 1853 ലെ വിളംബരപ്രകാരമാണ് പറയരും കുറവരും

പുലയരും ഒക്കെ മോചിതരാകുന്നത്. ഇവരെയൊക്കെ പാടത്തെ പണിക്ക് പോത്തിന്റെയും കാളയുടെയും ഒക്കെ കൂടെ നുകം വച്ച് കെട്ടി പണിയെടുപ്പിക്കുമായിരുന്നു. വിശ്രമം കൊടുക്കാതെ രാത്രിയിൽ കൂടി, പാടത്തു പണിയെടുപ്പിക്കും. അയിത്തമുള്ളതു കൊണ്ട് തമ്പുരാക്കന്മാർ പോകുന്ന വഴിയിൽ പോകാൻ പ്രയാസമാണ്. അവർണ്ണർ രാജപാതയിൽ നടക്കാൻ പാടില്ല. കുടിക്കാൻ വെള്ളത്തിന് പോലും ഒരു വീട്ടിലേക്ക് കയറിച്ചെല്ലാൻ വയ്യാത്ത അവസ്ഥ.

താഴ്ന്ന ജാതിക്കാരിലെ സ്ത്രീകൾക്ക് മുലക്കരം കൊടുക്കേണ്ടിയിരുന്നു. 1803 ൽ ഇതിൽ പ്രതിഷേധിച്ചു ചേർത്തലക്കാരി നങ്ങേലി മുലയറുത്തു ആത്മാഹുതി ചെയ്ത ശേഷമാണ് 1810 ൽ ശ്രീമൂലം തിരുന്നാൾ മഹാരാജാവ് മുലക്കരം നിർത്തലാക്കുന്നത്. അവർണ്ണ സ്ത്രീകൾ മാറ് മറയ്ക്കാൻ പാടില്ല എന്നായിരുന്നു നിയമം. മേൽമുണ്ട് ധരിച്ചതിന് 1859 ജനുവരി ഏഴിന് കുമാരപുരത്തു നാടാർ സ്ത്രീകളെ സവർണ്ണർ നഗ്നരാക്കി വഴി നടത്തി. പെണ്ണുങ്ങൾ മുണ്ടു ധരിക്കുന്നതു മുട്ടിന് മേലെ ആയിരിക്കണം. ഏതു ജാതിയായാലും സ്ത്രീകളുടെ സ്ഥിതി വളരെ കഷ്ട്ടമായിരുന്നു. നായർ സ്ത്രീകൾ മാറ് മറച്ചിരുന്നെങ്കിൽ പോലും ദേവന്മാർക്കും മേൽജാതിക്കാർക്കു മുൻപിലും അത് നീക്കം ചെയ്യേണ്ടിയിരുന്നു. താഴ്ന്ന ജാതിയിലുള്ള കുട്ടികൾക്ക് സ്കൂളിൽ പോയി പഠിക്കാനുള്ള അവകാശം ഉണ്ടായിരുന്നില്ല. 1907 ൽ ശ്രീമൂലം തിരുനാൾ അധസ്ഥിതർക്കും പഠിക്കാം എന്ന് ഉത്തരവ് ഇറക്കിയിട്ടു കൂടി സവർണ്ണർ അത് നടപ്പാക്കിയില്ല. അപ്പോഴാണ് അയ്യങ്കാളി കർഷക സമരം പ്രഖ്യാപിച്ചത്. അന്നത്തെ മുദ്രാവാക്യങ്ങളാണ്.

"ഞങ്ങടെ മക്കളെ പഠിപ്പിക്കില്ലെങ്കിൽ നിങ്ങടെ പാടത്തു പണിയുകയുമില്ല."

"വേലയെടുക്കാനൊരു വർഗ്ഗം, വെറുതെ തിന്നാൻ പലവർഗ്ഗം
വേദനയറിയാനൊരു കൂട്ടർ, വേദം മുരളാൻ മറുകൂട്ടർ"

ആറാട്ടുപുഴ വേലായുധപ്പണിക്കർ, പൊയ്കയിൽ അപ്പച്ചൻ, കുറുമ്പൻ, സഹോദരൻ അയ്യപ്പൻ, മന്നത്തു പദ്മനാഭൻ, എം ആർ ബി, അയ്യങ്കാളി, ചട്ടമ്പി സ്വാമികൾ, ശ്രീ നാരായണ ഗുരു തുടങ്ങി ധാരാളം ചെറുതും വലുതുമായ സാമൂഹ്യ പരിഷ്കർത്താക്കളും ആചാര്യന്മാരും ഈ അസമത്വങ്ങളും ദുരാചാരങ്ങളും ഇല്ലായ്മ ചെയ്യാനായി അക്ഷീണം പരിശ്രമിച്ചു. അവരെല്ലാം ചെയ്ത ത്യാഗങ്ങളുടെ ഫലമാണ് മനുഷ്യരെപ്പോലെ ജീവിക്കാൻ നമുക്കൊക്കെ അവസരമൊരുക്കിയത്.

അങ്ങും ഇങ്ങും കീറിയ ഒരു പനമ്പായിൽ കൂട്ടികെട്ടി വെളുമ്പൻ വന്നു, ഒരു ഉന്തുവണ്ടിയിൽ. വണ്ടി ഗട്ടറിൽ വീണു ആടുമ്പോൾ വെളുമ്പൻ വീടുകളിലെ മുറ്റങ്ങളിൽ നിന്ന് എത്തിനോക്കി സങ്കടപ്പെടുന്നവർക്ക് ടാറ്റാ കൊടുത്തു. വണ്ടിയുടെ സൈഡിൽ പിടിച്ചു നടന്ന ചിരുത, ഒക്കത്തൊരു പെങ്കൊച്ചിനെയും പിടിച്ചു കൊണ്ട് ആടിയുലഞ്ഞു. അപ്പോൾ അവളുടെ ബ്ലൗസിന് മുകളിൽ കിടന്ന മെഴുക്കുപിടിച്ച കരിമ്പനടിച്ച തോർത്ത്

ഉലഞ്ഞു താഴെ വീണു. വീണ്ടും അതെടുത്തിടുന്ന ഗ്യാപ്പിൽ കൊഴുത്ത മാറിടങ്ങൾ തുള്ളിക്കളിച്ചു. മുരളി ബദ്ധപ്പെട്ട് കണ്ണുകൾ വെളുമ്പനിൽ മാത്രം ശ്രദ്ധിക്കാൻ പണിപ്പെട്ടു. "ദുരന്തങ്ങൾക്കിടയിൽ വിഷയാസക്തി പ്രകടിപ്പിക്കുന്നവൻ അധമനും ഹീനനുമാണ്." ചക്കരയമ്മാവൻ ചെവിയിൽ മന്ത്രിച്ചു. വെളുമ്പന് അകമ്പടിയായി, ഇടയ്ക്കിടെ ഓർത്തോർത്തു വലിയ വായിൽ അലറി വിളിക്കുന്ന ചിരുതയും വണ്ടി വലിക്കുന്ന ആളുമൊഴികെ മറ്റാരുമില്ല. ഇടയ്ക്കിടെ വിശന്ന് കരയുന്ന കൊച്ചിനെ ശാസിക്കാൻ അവൾ കരച്ചിലുകൾ നിർത്തുന്നു. വെളുമ്പന്റെ രഥം മുരളിക്കരികെ എത്തിയപ്പോൾ അത്തരമൊരു സന്ദർഭത്തിൽ അവൻ ചോദിച്ചു. "ഈ കൊച്ചിനെ കൂടി വണ്ടിയിൽ ഇരുത്തരുതോ?"

"ഇരുത്തിയതാ കുഞ്ഞേ. അതപ്പോൾ പായ കീറിനോക്കാൻ തുടങ്ങി. അയ്യോ എനിക്കിനി ആരുണ്ടോ? ഞാനും എന്റെ കൊച്ചും ഇനി എങ്ങോട്ട് പോകും. ഞങ്ങളെ കൂടിയങ്ങെടുക്ക് പോരുവഴിയമ്മേ." ചിരുത വീണ്ടും അലമുറയിടാൻ തുടങ്ങി.

മാമ്പാട്ട് ജേക്കബ്ബുമോന്റെ നിറമുള്ള പെൺകൊച്ചു അവളുടെ ഒക്കത്തിരുന്നു അതിലും ഉച്ചത്തിൽ കരഞ്ഞു. മാരൻ വന്ന് ചാന്നാനെ കാവിലിട്ട് തല്ലുമ്പോൾ, കച്ചാലന്റെ കൊച്ചുമോൾ ചിരുത അലറിക്കരഞ്ഞപോലെ, ഈ ചിരുതയും തന്റെ മുൻപിൽ കിടന്ന് കരയുന്നതുപോലെ മുരളിക്ക് തോന്നി. അപ്പോൾ മേടകളിരുന്ന് അവളുടെ പെണ്ണുടലിൽ ആർത്തി പൂണ്ടിരുന്ന ജാരജന്മങ്ങൾ കാറ്റിൽക്കൂടി അവൾക്ക് സന്ദേശമയച്ചു. "നീ പേടിക്കണ്ട. ഞാൻ നിന്നേ പൊതിഞ്ഞു പിടിച്ചോളാം."

ചായക്കട മണിയന്റെ കടയുടെ മുൻപിൽ കൂടി പോകുമ്പോൾ മണിയന്റെ ഭാര്യ തങ്കമ്മ അവനെ പിടിച്ചു നിർത്തി പറഞ്ഞു: "മുരളി, ഇളയവളുടെ കല്യാണം ഉറച്ചു. പയ്യന് ബോംബെയിലാണ് ജോലി. കെട്ട് കഴിഞ്ഞാലുടൻ അവളെയും കൊണ്ടുപോകും. അവര് ബോംബെയിൽ സ്ഥിര താമസമാണ്. അതുകൊണ്ട് കൊച്ചിനെ ഇടയ്ക്കൊക്കെ ഒന്ന് കാണണമെങ്കിൽ പ്രയാസമാണ്. അതാണൊരു വിഷമം."

"അതൊന്നും സാരമില്ലെന്ന്. ആരുടെ ആലോചനയാണ്?" മുരളിക്ക് സന്തോഷമായി.

"മാന്നാറുള്ള ഒരു ബ്രോക്കറുടെ ഇടപാടാണ്. ലക്ഷ്മിയേടത്തിയോട് പറയണേ. ഞാൻ വീട്ടിലോട്ട് വരുന്നുണ്ട്."

വാര്യത്തെ ഹരി രണ്ടു വർഷമായി വയലിൻ പഠിക്കുന്നുണ്ട്. ഇടയ്ക്കൊക്കെ ചില ചെറിയ ഗാനമേള ട്രൂപ്പിന്റെ കൂടെ വയലിൻ വായിക്കാൻ പോകും. അമ്മയ്ക്ക് കൂട്ട് വേണം, അല്ലെങ്കിൽ ചിലപ്പോൾ അവരുടെ സമനില തെറ്റും എന്ന് തോന്നിയപ്പോൾ ദാസൻ പോയി നാണിയെ വീണ്ടും പണിക്ക് വിളിച്ചു. അങ്ങനെ കുറെ നാളായി നാണി പണിക്കു വരുന്നുണ്ട്. ഗോപാലൻ പുറം പണിക്കും. എന്നാലും കിളക്കാരൻ രാവുണ്ണി പറഞ്ഞത് ഒരു കണക്കിന് സത്യമാണ്. നാട്ടുകാരൊക്കെ പറയാൻ

തുടങ്ങി. "ഇത് ഇവിടം കൊണ്ടൊന്നും തീരില്ല. ആ സുശീലയുടെ ശാപമാണ്."

മാലതി വാരസ്യർ സ്വയം ഓർത്തു, തന്റെ കണ്ണീരിന് ശമനമില്ല. ഹരി രക്ഷപ്പെട്ടെന്നത് ശരിയാണ്. എങ്കിലും അവന് പഴയ ഉത്സാഹമോ സന്തോഷമോ ഇല്ലെന്ന് അവർ കണ്ടുപിടിച്ചു. ഇപ്പോൾ അതിലും വലിയ സങ്കടം വന്നു പിടികൂടിയിരിക്കുന്നു. അപമാനത്തേക്കാളുപരി തന്റെ മകളെ എങ്ങനെ ഈ അപകടത്തിൽനിന്നും രക്ഷപ്പെടുത്തുമെന്നോർത്തു അവരുടെ നെഞ്ചു പിടയ്ക്കാൻ തുടങ്ങി. ആങ്ങളമാരും മൂത്ത മരുമോൻ വിജയനും എല്ലാം ശരിയാകും എന്ന് ആവർത്തിച്ച് പറയുന്നുണ്ടെങ്കിലും സുശീലയുടെ അമ്മ നാണി സ്വയം ശപിച്ചപോലെ, അവരും സ്വയം ശപിക്കാൻ തുടങ്ങി. "സ്വന്തം മോളെ സൂക്ഷിക്കാൻ കഴിയാഞ്ഞ പാപിയായ അമ്മയാണ് ഞാൻ. എന്റെ ജീവനെടുത്തോണ്ട് എന്റെ കുഞ്ഞിനൊരു ജീവിതം കൊടുക്കണേ, പോരുവഴിയമ്മേ."

സീത

മറ്റുള്ളവരെ ബോദ്ധ്യപ്പെടുത്താൻ ജീവിക്കുന്ന ജീവിയാണ് മനുഷ്യൻ.

അതാണ് സ്വന്തം ജീവിതം ജീവിക്കാൻ അവൻ മറന്നു പോകുന്നതും. ദൂരെയെങ്ങോ നോക്കിയിരിക്കുന്ന നിസ്സംഗമായ കണ്ണുകൾ. ഇമയനങ്ങാതെ. ആൾക്കൂട്ടത്തിന് നടുവിലിരിക്കുമ്പോൾ പോലും, ഏകയായി, എന്തോ ആലോചിച്ച്, ഇരിക്കുന്നവളെപ്പോലെ ഏതോ ഒരു ബിന്ദുവിലേക്കു മാത്രം നോക്കിയിരിക്കുന്ന ഒരാൾ. ആ കണ്ണുകൾ തന്റെ നേരെ നിർജ്ജീവമായി തിരിച്ചു വച്ച്, തന്നെയും കടന്ന്, വേറെങ്ങോ ദൂരെ ചക്രവാളത്തിലേക്ക് പോകുന്നപോലെ. ഇമയനങ്ങാതെ ശരം പോലെ ഒരു നോട്ടം തന്റെ ഹൃദയവും തുളച്ച്, വളരെ മൃദുവായി തന്റെ നെഞ്ചിലൊരു നൊമ്പരവും സമ്മാനിച്ച്, തന്റെ മനസ്സിനെയും നെഞ്ചോട് ചേർത്തുപിടിച്ചു അങ്ങ് വിദൂരതയിലേക്ക്, ഒരപ്പൂപ്പൻ താടിപോലെ പറന്നുയരുന്നപോലെ. മുരളി മീരാബെന്നിന്റെ കണ്ണുകൾ ഒരു ഞെട്ടലോടെ, ഒരു ഉൾപ്പുളകത്തോടെ തിരിച്ചറിയുകയായിരുന്നു. അവസാനം ഏതോ ഒരു നിമിഷത്തിൽ കണ്ണുകളുടക്കിയപ്പോൾ കുന്നിൻ മുകളിലുള്ള കണ്ണെത്താ ദൂരത്തിനുമപ്പുറം താഴ്ചയുള്ള കിണറിന്റെ ആഴങ്ങൾക്കുമപ്പുറം അവസാനം കണ്ണാടി പോലെ തിളങ്ങുന്ന ഒരു തുള്ളി തെളിനീർ പോലെ തെന്നിമാറുന്ന ഒരു മേഘക്കീറിന്റെ മിന്നായം പോല മീരാബെന്നിന്റെ കണ്ണുകൾ. "ഈശ്വരാ!"

പരസ്പരം തിരിച്ചറിഞ്ഞ രണ്ട് ആത്മാക്കളുടെ അവിശ്വസനീയമായ ആശ്വാസം. ഒട്ടിപ്പോയ നോട്ടത്തിൽ ജന്മാന്തരങ്ങളായുള്ള തേടിനടക്കലിന്റെ പരിഭവങ്ങളും നൊമ്പരങ്ങളും ഗദ്ഗദങ്ങളും കണ്ടെത്തിയതിന്റെ സന്തോഷവും ആശ്വാസവും, ആഹ്ലാദവും. പറഞ്ഞിട്ടും പറഞ്ഞിട്ടും മതിവരാത്ത തീരാത്ത കഥകൾ കണ്ണുകൾ പരസ്പരം കൈമാറി.

"ദാ, നിന്റെ പെണ്ണ്." അവന്റെ ആത്മാവ് അവനോട് മന്ത്രിച്ചു. അവൻ തിരിച്ചറിയുകയായിരുന്നു. അവളുടെ ചിരി, സംസാരം, കണ്ണുകൾ. അവന്റെ സിരകളിൽ ഒരുതരം ആനന്ദം, ഉന്മാദം അലയടിച്ചു. ആത്മാക്കൾ പറയാതെ പറഞ്ഞ കഥകളോ പങ്കു വെക്കാത്ത പരിഭവങ്ങളോ ഇല്ല. എല്ലാം പരസ്പരം അറിഞ്ഞു, പരസ്പരം ആശ്വസിപ്പിച്ചു. പരസ്പരം തഴുകി സമാധാനിപ്പിച്ചു. ചുണ്ടനക്കാതെ, വായ തുറക്കാതെ.

മനസ്സുകൾ പരസ്പരം വികാരങ്ങൾ പങ്കുവച്ചു. ഭയമായിരുന്നോ സംസാരിക്കാൻ? പേടിയായിരുന്നോ, ഒന്ന് മിണ്ടാൻ? എതിരെ നടന്നു വരുമ്പോൾ ദൂരെ നിന്നേ കണ്ണുകളിലേക്കു നോക്കി ഒരു മായാവലയത്തിൽ എന്നപോലെ ഇമകൾ പറിക്കാതെ വന്നവർ എന്തേ അടുത്തെത്തുമ്പോൾ എങ്ങോ നോക്കി പരസ്പരം അറിയാത്തവരെ പോലെ വേഗം നടന്നകന്നു? ഒരിക്കൽ കണ്ടറിഞ്ഞ വീഥിയിൽ വീണ്ടും കണ്ടുമുട്ടും എന്നറിഞ്ഞു, പരസ്പരം ഓടിയടുത്തു, ഒഴിഞ്ഞു പോയവർ. വീണ്ടും വീണ്ടും ഭയത്തിന്റെ ഇരുൾക്കയത്തിലേക്ക് വീണ്, നടന്നകന്ന് പോയി. എത്രനാൾ? എങ്കിലും പെരുമ്പറ കൊട്ടിയ ഹൃദയവും, രാഗലയം മീട്ടിയ കരളും സാവധാനം മായാവലയത്തിന്റെ ആശ്വാസം നുണഞ്ഞറിഞ്ഞു.

"എന്തേ നീ തേടി വരാൻ വൈകിയത്? ശരി. എന്തായാലും, ഇപ്പോഴെങ്കിലും വന്നൂല്ലോ. അത് മതി. നീ വരാതിരുന്നുവെങ്കിൽ ഞാൻ നിന്നേ തേടിവരുമായിരുന്നു. എനിക്ക് നീയില്ലാതെ ജീവിക്കാൻ ആകുമായിരുന്നില്ലല്ലോ." അവസാനം, ഒരു ഡിസംബർമാസപ്പുലരിയിൽ, ആളൊഴിഞ്ഞ കോടതി വളപ്പിലേക്ക് നടന്നു കയറിയ അവൾ, നീലപ്പുതപ്പിൽ വെളുത്ത പഞ്ഞിച്ചുരുളുകൾ വാരിവിതറിയ ആകാശത്തിനു കീഴെ, കുളിരുകോരുന്ന പ്രകൃതിയിൽ പൂത്തുലഞ്ഞ രാജമല്ലി പോലെ നിന്നു. അവളുടെ ചുണ്ടുകൾ വിറയാർന്നതവൻ കണ്ടു. പെരുമ്പറ മുഴക്കുന്ന ഹൃദയത്തോടവൻ നോക്കവേ ഒരു നിമിഷത്തിന്റെ മൗനത്തെപ്പോലും സഹിക്കാൻ വയ്യാതെ ശരീരം മുഴുവൻ നാവുകളായി അവളുടെ ആത്മാവ് അവനോട് മന്ത്രിച്ചു.

"എനിക്കറിയുമായിരുന്നു. എന്നെ തേടി വരാതിരിക്കാൻ നിനക്കാവില്ലെന്ന്."

ഒരു നിമിഷം പോലും വൈകാതെ ശരീരം മുഴുവൻ കാതുകളായി, അവന്റെ ആത്മാവ് അത് കേട്ടു. അനന്തരം അവളോട് മന്ത്രിച്ചു.

"എനിക്കറിയുമായിരുന്നു, ഒരിക്കൽ നിന്നെ കണ്ടെത്തുമെന്ന്."

മായാവലയത്തിൽ നിന്ന ആത്മാക്കളിൽനിന്നും ചോദ്യവും ഉത്തരവും യാന്ത്രികമായിരുന്നു. നെഞ്ചുകൾ ചേർത്ത്, വയറുകൾ മുട്ടിച്ച്, കൈകാലുകൾ ചേർത്ത് മുഖം മുഖത്തോടുരുമ്മി, ചുണ്ടുകൾ കൊരുത്ത്, പരസ്പരം പുണർന്നു നില്ക്കാൻ, പരസ്പരം അലിയാൻ ആത്മാക്കൾ കൊതിച്ച നേരം. അപ്പോൾ അവിടെ ഒരുകാറ്റ് ശക്തിയായി അടിക്കുകയും രാജമല്ലിച്ചെടികൾ അവർക്ക് മുകളിൽ പുഷ്പവൃഷ്ടി നടത്തുകയും ചെയ്തു

"ഞാൻ പോണു" അവൾ വേഗം നടന്നു പോയി, തിരിഞ്ഞു നോക്കാതെ. പേടിച്ചരണ്ട ആട്ടിൻകുട്ടിയെ പോലെ. അവളൊന്നു നോക്കണേ, നോക്കണേ എന്ന് മുരളിയുടെ മനസ്സ് കേണു. പതിയെ മുന്നോട്ട് നടക്കുമ്പോൾ വളവെത്തിയപ്പോൾ ആദ്യമായി അവളവനെ നോക്കി പുഞ്ചിരിച്ചു. മുരളിയും സീതയും പ്രേമത്തിലായി.

പൊരിയന്റെ കടയിൽ ചായ കുടിച്ചു കൊണ്ട് കിളക്കാരൻ രാവുണ്ണി പറഞ്ഞു. "ആ മാലതി വാരസ്യരുടെ കണ്ണീര് ഒരു കാലത്തും വറ്റില്ല എന്ന് തോന്നുന്നു."

"എന്താടോ കാര്യം തെളിച്ചു പറ." മേശിരി പൊന്നപ്പൻ.

"അവിടത്തെ ശാരദക്കുഞ്ഞിന് ദിവ്യ ഗർഭമാണ്."

"ദിവ്യ ഗർഭമോ?"

"അതെ, ഗന്ധർവ്വൻ കൂടിയത്. അതൊഴിപ്പിക്കാൻ അവിടെ ഇന്നലെ പൂജയും ഹോമവും ഒക്കെ ഉണ്ടായിരുന്നു. പടിഞ്ഞാറുന്നെങ്ങാണ്ട് അഞ്ചാറ് പോറ്റിമാരൊക്കെ വന്നിരുന്നു. ആ കുഞ്ഞിന്റെ ഒരു കഷ്ടകാലം. കുറെ ദിവസമായി അവിടെ തെങ്ങിന് തടം എടുക്കുകയായിരുന്നു. തീർന്നു."

"അത് ദിവ്യഗർഭമൊന്നുമല്ല. അത് ആരോ കേറി താങ്ങിയതാ." കാളവണ്ടിക്കാരൻ ദാമു വീറോടെ പറഞ്ഞു.

പൊരിയൻ ഇതൊക്കെ കേൾക്കുന്നുണ്ടായിരുന്നു. അയാൾക്ക് ദാമു പറഞ്ഞ രീതി ഇഷ്ടപ്പെട്ടില്ല. "ദാമു നീ ഇറങ്ങാൻ നോക്ക്. ദാ, നിന്റെ കാള കിടന്ന് കയറു പറിക്കാൻ നോക്കുന്നു."

കാളകളെ രണ്ടിനെയും വണ്ടിയുടെ നുകത്തിൽനിന്നും അഴിച്ചു വിശ്രമിക്കാനായി ആൽത്തറയുടെ താഴെയുള്ള കുറ്റിയിൽ കെട്ടിയിട്ടാണ് അയാൾ ചായ കുടിക്കാനായി കയറിയത്. വണ്ടിക്കാരൊക്കെ പൊതുവിൽ ആ കുറ്റിയിലാണ് കാളകളെ കെട്ടുന്നത്. പൊരിയന് ഇഷ്ടപ്പെട്ടില്ലന്ന് ദാമുവിന് മനസ്സിലായി. അയാൾ പതുക്കെ ചാട്ടയും എടുത്തു ഇറങ്ങി.

അപ്പുറത്തു ഒറ്റയ്ക്ക് മാറിയിരുന്ന് പുട്ടും കടലയും കഴിക്കുകയായിരുന്നു കോൺട്രാക്ടർ കുട്ടൻപിള്ള. പൊരിയനെ അരികിലേക്ക് വിളിച്ചു സ്വകാര്യമായി പറഞ്ഞു "ഇത് ആ ട്രാക്ടറുമായി നടക്കുന്ന ഗോപാലന്റെ പണിയാണ്. അവനവിടത്തെ കണ്ടത്തിലെ പണിക്കു ട്രാക്ടറുമായി വരുന്ന കൂറച്ചെറുക്കനാണ്. പന്തളത്തെങ്ങാണ്ടാ അവന്റെ വീട്."

"എനിക്കറിയാം, ഇവിടെ ചായ കുടിക്കാൻ വരാറുണ്ട്. നല്ലൊരു പയ്യൻ."

"അതുതന്നെ. കഴിഞ്ഞ ദിവസം ആ കൊച്ചിന്റെ രണ്ട് അമ്മാവന്മാരും കൂടി ആ ചെറുക്കനെ പിടിച്ചു തല്ലിച്ചതച്ചു. ആ കൊച്ചൻ വല്ലപ്പോഴും എനിക്ക് പണിക്കു വരുന്നതാണ്. എന്നോട് വന്നു പണവും വാങ്ങിയാണ് അവൻ ആശുപത്രിയിൽ പോയത്. അവർ ആ ട്രാക്ടറും പിടിച്ചു, രണ്ടാം വാര്യത്തെ മുറ്റത്തു ഇട്ടിട്ടുണ്ട്. അതിന്റെ ഉടയോൻ വരുമ്പോൾ

ഇതിലും പുകിലാകും. ഒരു കൊച്ചിന്റെ ജീവിതമല്ലേ. നമുക്ക് ആരോടെ ങ്കിലും പറയാനൊക്കുമോ?" കുട്ടൻപ്പിള്ള കൈയ് മലർത്തി.

"അത് ശരിയാ."

"നീ ആരോടും പറയണ്ട." താൻ ഈ ദേശത്തുകാരനല്ല എന്ന രീതിയിൽ കുട്ടൻപിള്ള എഴുന്നേറ്റു.

വൈകിട്ട് പോരുവഴിയമ്മയുടെ മുൻപിലുള്ള, കരയോഗ കെട്ടിടത്തിന്റെ പടികളിൽ ദീപാരാധന കാത്തിരിക്കുന്ന പ്രമുഖന്മാരുടെ കൂട്ടത്തിൽ ചെറുസെറ്റിനും അല്പം ഇടമുണ്ട്. അവിടെയിപ്പോൾ മുരളിക്കും ഒരിടം കിട്ടാറുണ്ട്. കോളേജ് കുമാരനല്ലേ. അതും നാട്ടിലെ നല്ല കുട്ടി. അവനും ഇപ്പോൾ സീനിയർ ആയിരിക്കുന്നു. ഒരു ദിവസം പുളിയിലേത്തു രവി അവനോട് അടക്കം പറഞ്ഞു. "എടാ നീയറിഞ്ഞോ? ആ നരിന്തു ചെറുക്കനില്ലേ, നിങ്ങളുടെ അടുത്തുള്ള കോൺട്രാക്ടർ കുട്ടൻ പിള്ളയുടെ മോൻ അജി. അവനുണ്ടാക്കിയ പുകില്?"

"ഇല്ല എന്ത്?"

"അവൻ കള്ളും കുടിച്ചു ആ എം എസ് എസ് ന്റെ പടിക്കൽ ചെന്ന് കതകിനു തട്ടി. തുറക്കാതെ വന്നപ്പോൾ പടിക്കൽ നിന്നു ചോദിക്കുകയാ. 'എടീ നീയിങ്ങോട്ട് വരുന്നോ? അതോ ഞാൻ അങ്ങോട്ട് വരണോ?' എന്ന്. അവളല്ലേ പുള്ളി ബെല്ലും ബ്രേക്കും ഉണ്ടോ? പറയാൻ കൊള്ളാത്ത കുറെ ചീത്ത വർത്തമാനങ്ങളും പറഞ്ഞിട്ടു ചോദിക്കുകയാണ്. 'എടാ നായിന്റെമോനേ, നിന്റെ തന്ത, ആ കോൺട്രാക്ടർ കുട്ടൻപിള്ള അകത്തുണ്ട്. തന്ത പോയിട്ട് പോരെ മോനെ?' നാട്ടിൽ ഇനി അറിയാനാരും ബാക്കിയില്ല. പടിക്കലോട്ട് ഇറങ്ങി നിന്നല്ലേ അവളുടെ പൂരപ്പാട്ട്. ചെറുക്കൻ ഓടിക്കളഞ്ഞു. ആ തന്തയുടെ മാനവും പോയി."

മുരളി ആ രംഗം ഓർത്തു ചിരി തുടങ്ങി. കരയോഗം സെക്രട്ടറി ഗണേശൻ ചോദിച്ചു. "എന്തുവാടേ പിള്ളേരെ?"

"ഒന്നുമില്ല കൊച്ചാട്ടാ." രവി പറഞ്ഞു.

"ഞാൻ കേട്ടെടാ പിള്ളേരേ. ആ വഴിക്കെങ്ങും പോയി ചാടണ്ട. ബെല്ലും ബ്രേക്കും ഇല്ലാത്ത വണ്ടിയാ." അയാളും ചിരിച്ചപ്പോൾ മുരളി അത്ഭുതപ്പെട്ടു. ഗണേശൻ കൊച്ചാട്ടൻ നമ്മളോടും തമാശയൊക്കെ പറയുന്നു. ചുരുക്കത്തിൽ നമ്മളും സീനിയർ ആയി.

നീലാണ്ടപ്പിള്ളയെ കണ്ടിട്ട് നാളുകളായി. അന്നത്തെ സംഭവം മനസ്സിൽ കിടക്കുന്നതു കൊണ്ട് അയാളെ കണ്ടാലും അവൻ ഒഴിഞ്ഞേ നടക്കാറുള്ളു. അന്ന് അയാൾ കണ്ടെന്നു ഉറപ്പാണ്. എന്നിട്ടും എന്താണ് പ്രതികരിക്കാഞ്ഞത് എന്ന് പലപ്പോഴും അവൻ അത്ഭുതപ്പെട്ടിട്ടുണ്ട്. അങ്ങനെയിരിക്കെ ഒരുനാൾ അമ്പലത്തിലേക്ക് പോകുമ്പോൾ അയാൾ എതിരെ വന്നു. ഒഴിഞ്ഞു മാറാൻ അവസരം കിട്ടിയില്ല. അയാൾ തലയിൽ കെട്ടിയിരുന്ന തോർത്ത് അഴിച്ചു വളരെ മര്യാദയോടെ ലോഹ്യത്തിൽ ചോദിച്ചു: "മോനെന്താ ഇപ്പോൾ ആ വഴിക്കെങ്ങും വരാത്തത്? വത്സലക്ക് മോനെ വലിയ ഇഷ്ടമാണ്. അവൾ ചോദിക്കാറുണ്ട് മോനെ കാണാ

റുണ്ടോ എന്ന്. സമയം കിട്ടുമ്പോൾ ആ വഴിക്കൊക്കെ വരൂ. അവൾക്കു സന്തോഷമാകും. അങ്ങനെയെങ്കിലും അവളൊന്നു സന്തോഷിച്ചോട്ടെ."

അത് പറയുമ്പോൾ അയാൾ മുഖം തിരിച്ചോ എന്നവന് സംശയം. അവൻ വല്ലാതെ പകച്ചു പോയിരുന്നു. "അവരന്നു എന്നെ കെട്ടിപ്പിടിച്ചു എന്നല്ലാതെ നിങ്ങൾ കരുതുന്ന പോലെ ഞാനും വത്സലയുമായി ഒന്നുമില്ല" എന്ന് പറയണം എന്നവൻ കരുതി. എന്നാൽ അവൻ പറഞ്ഞൊപ്പിച്ചത് "സമയമില്ല നോക്കാം." എന്നാണ്.

നീലാണ്ടപ്പിള്ള ഒരു മൂളിപ്പാട്ടും പാടി പതുക്കെ നടന്നു പോയി. അവിടെനിന്നും ഒന്ന് വേഗം രക്ഷപ്പെട്ടാൽ മതിയെന്നായിരുന്നു അവന്. അയാളുടെ ആ പാട്ടും, വളരെ സാവധാനമുള്ള നടത്തവും അഭിനയമാണെന്ന് ഉറപ്പായിരുന്നു. ഇതല്ല അയാളുടെ രീതി. വെപ്രാളവും വേഗവും, ഉച്ചത്തിലുള്ള സംസാരവും. ഇതിപ്പോൾ അടുത്ത് നില്ക്കുന്ന മറ്റാരും കേൾക്കരുതെന്നപോലെ, പതുക്കെ, വളരെ പതുക്കെ. ഇതയാളുടെ കരച്ചിലാണ്. മുരളിക്ക് നീലാണ്ടപ്പിള്ളയെ ഓർത്തു സങ്കടം വന്നു.

തഴപ്പായ നെയ്യുന്ന കാളി ദീനം വന്ന് തളർന്ന് കിടപ്പായി. പരസഹായമില്ലാതെ ഒന്നും വയ്യാത്ത സ്ഥിതിയായി. മാമ്പാട്ട് ജേക്കബ്ബുമോന്റെ നിക്ഷേപം അഞ്ചു വർഷമായി നിലത്തു കിടന്ന് ഇഴയുന്നു. ചത്ത് കിടക്കുന്ന ശവങ്ങൾക്കിടയിലെ മാംസം മണത്തു നായ്ക്കൾ ചെറ്റയ്ക്ക് ചുറ്റും മണ്ടി നടന്നു. കഴുകന്മാർ, ചിരുതയുടെ തീ പാറുന്ന കണ്ണുകൾ കണ്ട് തീയണയുന്നതും കാത്ത് ക്ഷമയോടെ പിന്നാലെ പറന്ന് നടന്നു. തള്ളയുടെ ഒന്നും രണ്ടും എടുത്ത്, മേത്തെ മണ്ണും പൊടിയും ചൂട് വെള്ളത്തിൽ തുടച്ചു മാറ്റി, ചാരി ഇരുത്തി, കഞ്ഞി കൊടുത്തു, തിരിച്ചു കിടത്തി, പുണ്ണ് വരാതെ പൗഡർ പൂശി, ചിരുത ഒന്ന് നൂർന്ന് നില്ക്കും, ചിരിക്കും. പോരുവഴിയമ്മയെ വാഴ്ത്തും. കഴുകന്മാരിൽ മോഹമുയർത്തരുതേയെന്ന് മനസ്സുരുകി പ്രാർത്ഥിക്കും. പിന്നെ കണ്ണുകളിൽ അനുകമ്പയും, സ്നേഹവും നിറച്ചു മണികുട്ടിയെ എടുക്കും, "എന്റെ പൊന്നുമോളെ."

മണിക്കുട്ടി വിളികേൾക്കും "അമ്മാ" അമ്മയും, മോളുമായുള്ള കൊഞ്ചലും കൊഴയലും. കാളിത്തള്ള തളർന്ന കണ്ണുകളോടെ നോക്കിക്കിടക്കും. വിറകുകൊള്ളികൾ പോലെയുള്ള കാലുകൾ നിലത്തു മുട്ടിച്ചു അവൾ കുഞ്ഞുമണിക്കുട്ടിയെ നടത്തിക്കാൻ നോക്കും. പിന്നെ കണ്ണ് നിറയുന്നത്, കുഞ്ഞു കാണാതെ കൈലിയുടെ കോന്തല കൊണ്ട് തുടച്ച്, അവളെ അമ്മ കാണത്തക്കവണ്ണം താഴെ കിടത്തി പാടത്തെ പണിക്ക് ഓടിപ്പോകും. "അമ്മേ, എന്റെ കൊച്ചിനെ കാത്തോണേ."

മുരളി ഒരു മോശം കാമുകനായിരുന്നു. സീതയെ കാണാതെ ദിവസങ്ങൾ തള്ളി നീക്കാൻ അവൻ പാടുപെട്ടു. മനസ്സു പറയുന്നുണ്ട് ഇങ്ങനെ പോയാൽ കാര്യങ്ങളൊന്നും ശരിയാകില്ല. നീ പഠിത്തത്തിലും മറ്റു കാര്യങ്ങളിലും ശ്രദ്ധിക്കണം. ചെയ്യുന്ന കാര്യങ്ങളിൽ മനസ്സ് ഉറപ്പിച്ചു നിർത്തണം. പലപ്പോഴും മുരളിക്കത് സാധിക്കാതെ വന്നു. വീട്ടിലെ കാര്യങ്ങളൊക്കെ അവൻ ഉത്തരവാദിത്വത്തോടെ നോക്കി കണ്ടു ചെയ്തു.

എന്നാൽ എന്താണ് ചെയ്തതെന്ന് അവനറിയില്ല. പാഠങ്ങളൊക്കെ നന്നായി പഠിച്ചു എന്നാൽ എന്താണ് പഠിച്ചതെന്നവന് അറിയില്ല. വർഷങ്ങൾ കാറ്റിന്റെ വേഗത്തിൽ കടന്നു പോയതും അവനറിഞ്ഞില്ല. അവൻ സീതയുടെ ഭ്രമണവലയത്തിൽ ആയിരുന്നല്ലോ. ശ്രീകോവിലിലെ വിഗ്രഹം ദിനവും ഭയഭക്തി ബഹുമാനത്തോടെ, പുണ്യഭാവത്തോടെ, അണിയിച്ചൊരുക്കി മനസ്സിനോട് അടുക്കിപ്പിടിക്കുന്ന പൂജാരിയെപ്പോലെയായിരുന്നു അവൻ. അവൻ അവൾക്കു ചുറ്റുമായി കിടന്നു വട്ടം കറങ്ങി. മുരളി സ്വയം മറന്ന അഞ്ചു കൊല്ലങ്ങൾ.

ദേശത്തു ഒരുപാട് സംഭവങ്ങൾ നടന്നു. പലതും മുരളി അറിഞ്ഞില്ല. അവന്റെ ലോകം സീതയ്ക്കു ചുറ്റും വല്ലാതെ ചുരുങ്ങിപ്പോയിരുന്നു. കോളേജ് വിട്ടാൽ വീട്ടുജോലികളുണ്ടാകും. ആകെ ഒരു ആശ്വാസം ശനിയും ഞായറും കണ്ടത്തിലുള്ള ഫുട്ബോൾ കളിയും സൈക്കിളിലുള്ള ദേശം ചുറ്റലും മാത്രം. പിന്നെയുള്ളത് വായനശാലയും അതിന്റെ പ്രവർത്തനങ്ങളും. വായനശാലയിൽ നല്ല നല്ല പുസ്തകങ്ങളും ആനുകാലികങ്ങളും വാങ്ങുമായിരുന്നു. അവയെല്ലാം ഒന്നും വിടാതെ മുരളി വായിച്ചു പോന്നു. രതി വരുന്ന പുസ്തകങ്ങളെല്ലാം ഉടൻ വായിക്കും. നല്ല പുസ്തകങ്ങൾ അവൾ അവനു വേണ്ടി മാറ്റിവച്ചു കൊടുക്കുമായിരുന്നു. കണ്ടത്തിലെ ഫുട്ബോൾ കളി ഇപ്പോൾ കുറേശ്ശെ ക്രിക്കറ്റിലേക്ക് മാറാൻ ആരംഭിച്ചിരുന്നു. കുട്ടിപ്പട്ടാളങ്ങൾ മടലും, പലക കഷണങ്ങളുമൊക്കെയാണ് ബാറ്റായി ഉപയോഗിക്കുന്നത്. കളിക്കാൻ റബ്ബർ പന്തുകളും. മുരളിയും കൂട്ടുകാരും ഒരു ക്രിക്കറ്റ് ബാറ്റ് വാങ്ങി. നോൺ സ്ട്രൈക്കറിന് ആദ്യം കളിച്ച പലക ബാറ്റ് തന്നെ. അത് രമേശൻ ആശാരി രാഘവന്റെ മോനെക്കൊണ്ട് വീട്ടിൽ കിടന്ന പൂവരശ് തടിയിൽ ഉണ്ടാക്കിയതാണ്. അവനെയും കളിപ്പിക്കും എന്ന കണ്ടീഷനിൽ ഫ്രീ ആയി ഉണ്ടാക്കിച്ചു. കളി തുടങ്ങുമ്പോൾ ടെന്നീസ് ബോളായിരുന്നു. പിന്നീട് കോർക്ക് ബോളിലേക്കു മാറി.

മാത്യുവുമായുള്ള ഞായറാഴ്ചകളിലെ ദേശം ചുറ്റൽ രസകരമായിരുന്നു. സുരേന്ദ്രന്റെ സൈക്കിൾകടയിൽനിന്നുമാണ് സൈക്കിൾ എടുക്കുക. ഓരോ ആഴ്ചയും ഓരോ വഴി എന്നത് മുരളിയുടെ ആശയമായിരുന്നു. മാത്യുവിനും അത് ഇഷ്ടമായി. വലിയപള്ളി റോഡ്, ചിത്രം കോട്ടൂർ റോഡ്, അഴകത്തു തോട്, മണിക്കശ്ശേരി പടി, പാണ്ടനാട് റോഡ്, അയ്യപ്പൻ കോയിൽ വഴി, തെക്കേപ്പാടം റോഡ്, മാമ്പാട്ട് പടി, വന്മഴി റോഡ്, കുമ്പഴ തോട്, അങ്ങനെ ഓരോ ഊടുവഴിയിൽ കൂടിയും അവർ കറങ്ങി നടന്നു. ചില ദിവസങ്ങളിൽ നേരത്തെ പരിപാടിയിട്ട് പരുമല പള്ളി, തിരുവണ്ടൂർ ഗോപാലകൃഷ്ണ ക്ഷേത്രം, പെരുന്ന സുബ്രമണ്യക്ഷേത്രം എന്നിങ്ങനെ അല്പം ദീഘദൂര സ്ഥലങ്ങളും അവർ സൈക്കിൾ ചവുട്ടി പോയി. നട്ടുച്ചയ്ക്ക് പോലും നിഴൽ വീണു കിടക്കുന്ന ഇടവഴികളും കുളിർമ്മ പകരുന്ന തണൽ പാതകളും കരിയിലകൾ മെത്തവിരിച്ച ഊടുവഴികളും വഴുക്കലുള്ള പാടവരമ്പുകളും മഴവെള്ളപ്പാച്ചിലിൽ മണ്ണൊ

ഴുകി കൂർത്ത കല്ലുകൾ തെളിഞ്ഞ വഴികളും എല്ലാം അവർ സൈക്കിളിൽ താണ്ടി രസിച്ചു.

ചക്രവും പറയും വച്ച് തോട്ടിൽനിന്നും പാടശേഖരങ്ങളിലേക്കു വെള്ളം ചവുട്ടുന്നതും തേക്കുകുട്ടയിൽ കുളത്തിൽ നിന്നും വെള്ളം തേകി കേറ്റുന്ന പണിയും സൈക്കിൾ നിർത്തി മുരളി മാത്യുവിന് കാട്ടിക്കൊടുത്തു. രണ്ടാളും കൂടി പണിക്കാരെ സ്വാധീനിച്ചു, സ്വയം ഈ ജോലികൾ ചെയ്തു ആസ്വദിച്ചു. ഒരുനാൾ സീതയേയും ഇതേ പോലെ സൈക്കിളിന്റെ മുൻപിലിരുത്തി ഈ വഴികളിലൂടെയൊക്കെ കറങ്ങുന്നതും ചക്രക്കാലിൽ കയറ്റി ഇരുത്തി ചക്രം ചവുട്ടുന്നതും അവൻ കിനാക്കണ്ടു. മുരളിക്ക് അറിയാത്തതും മുരളിയെ അറിയാത്തതുമായ പോരുവഴിദേശത്താരുമില്ലാതായി. ഇലഞ്ഞിക്കൽ ഭാർഗ്ഗവൻപിള്ളയുടെ കൊച്ചുമോൻ, ലക്ഷ്മിയേടത്തിയുടെ മകൻ, സഖാവിന്റെ മകൻ എന്നിങ്ങനെയുള്ള വിളിപ്പേരുകൾ വരുമ്പോൾ അവൻ ഓർമ്മിപ്പിച്ചു, "മുരളി" അതാണെന്റെ പേര്.

രാമൻ നായർ കട അടച്ചുപൂട്ടിയ ശേഷം പ്രത്യേകം പണിയൊന്നും ഇല്ലാഞ്ഞതിനാൽ പ്രാതൽ കഴിഞ്ഞ ശേഷം മുഴുവൻ സമയവും ഇലഞ്ഞിച്ചോട്ടിൽ കൂട്ടുകാരുമൊത്തു റമ്മി കളിയായിരുന്നു. ഇരുപത്തെട്ട് കളിയിൽ ദിനവും കുണുക്കും പ്ലാവിലത്തൊപ്പിയും ചെങ്കോലായി കപ്പത്തണ്ടും ഒക്കെ പിടിച്ചു മടുത്തപ്പോഴാണ് അമ്പല വടക്കേൽ പുതിയ താമസക്കാരൻ മാത്തച്ചൻ റമ്മി കളിക്കാമെന്ന ഐഡിയ പറയുന്നത്. എല്ലാവരേയും മൂന്ന് കുത്തു ചീട്ടിൽ മിഡിൽ സ്കൂട്ടും ഫുള്ളും ഡബിളും, ഹാൻഡ് റമ്മിയും തെന്നാലി ഉൾപ്പെടെയുള്ള കാര്യങ്ങൾ അയാൾ പഠിപ്പിച്ചു കൊടുത്തു. ആദ്യം നോക്ക്ഔട്ടിന് ഒരു രൂപ പന്തയത്തിൽ കളിച്ചു. പിന്നെ അത് മാറി, ഓരോ കളിയും പ്രത്യേകമായി. പോകെ പോകെ, കളിയുടെ തുക കൂടി വന്നു. ആവേശം ഉണ്ടെങ്കിലും രാമൻ നായർ കളിയിൽ നിരന്തരം തോറ്റു. അധികം താമസിയാതെ വസ്തു വിറ്റ ബാക്കിയുള്ള പണവും തീർന്നപ്പോൾ, നിത്യ ചെലവുകൾക്ക് പണമില്ലാതെ വന്നപ്പോൾ, നായർ കോഡെഞ്ചോത്തിൽ പുരയിടവും വിറ്റു. താറാവുകാരൻ ജോയിയുടെ മകൻ ബേബിയാണ് വാങ്ങിയത്. കാര്യമായ പേശലൊന്നും ഇല്ലായിരുന്നു. കാരണം രാമൻ നായർക്ക് അതിന് ഒരു നിവൃത്തിയും ഉണ്ടായിരുന്നില്ല. കച്ചോടത്തിൽ ശിങ്കിടി ചെമ്പകശ്ശേരിൽ ഗോപാലപിള്ള, ബേബിയിൽ നിന്നും നല്ലൊരു തുക തട്ടി. സത്യം പറഞ്ഞാൽ ബേബി, ഗോപാലപിള്ളയെ ഉപയോഗിച്ചു എന്നതാണ് ശരി. എന്തായാലും അഞ്ച് ഏക്കർ കരപ്പുരയിടം വളരെ നിസ്സാര വിലയ്ക്ക് ബേബിക്ക് കിട്ടി.

1975 ജൂൺ ഇരുപത്തിയഞ്ച് ബുധനാഴ്ച. ഇടവപ്പാതി തകർത്തു പെയ്യുന്ന സമയം. നേരം വെളുത്ത ഉടനെ അപ്രതീക്ഷിതമായി രാമൻ നായർ, പെങ്ങൾ ലക്ഷ്മിയമ്മയെ കാണാൻ വന്നു. ലതയാണ് ആദ്യം കണ്ടത്. അവൾ വിളിച്ചു കൂവി "അമ്മേ രാമനമ്മാവൻ."

"എന്താ കൊച്ചാട്ടാ രാവിലെ?"

"നീയിങ്ങു വന്നേ." അമ്മയേയും വിളിച്ചുകൊണ്ട് അകത്തെ മുറിയിലേക്ക് പോയി "പിള്ളേരറിഞ്ഞാൽ പേടിക്കും. പ്രധാനമന്ത്രി ഇന്ദിരാ ഗാന്ധി അടിയന്തരാവസ്ഥ പ്രഖ്യാപിച്ചു. കൃഷ്ണപിള്ള എവിടെയാ?"

"കണ്ണൂരിലാണ്."

"നമ്പർ വല്ലോം ഉണ്ടെങ്കിൽ ഉടനെ ഒളിവിൽ പോകാൻ വിളിച്ചു പറ. മിക്കവാറും പ്രതിപക്ഷ പാർട്ടികളുടെ നേതാക്കന്മാരെയെല്ലാം പിടിച്ചു ജയിലിലിട്ടു."

"അതൊക്കെ പുള്ളി വേണ്ടപോലെ ചെയ്തോളും." രണ്ടാളും വരാന്തയിലേക്ക് വന്നു.

"എന്താ അമ്മാവാ ഇത്ര വലിയ രഹസ്യം?" ലതിക കുശലവുമായി വന്നു.

"അത് വേറൊരു കാര്യം. പിന്നെ പഠിത്തമൊക്കെ എങ്ങനെയുണ്ടെടാ മുരളി?"

"നല്ലതായി പോകുന്നു."മുരളി പറഞ്ഞു.

"എടീ ഞാൻ ഇറങ്ങുന്നു, തിരക്കുണ്ട്."

"കൊച്ചാട്ടാ, ചായ കുടിച്ചിട്ട് പോകാം" എന്ന് ലക്ഷ്മിയമ്മ പറഞ്ഞിട്ടും കേൾക്കാതെ രാമൻ നായർ വന്ന സ്പീഡിൽ തിരിച്ചോടി.

25.6.1975 – രാജ്യത്ത് അടിയന്തരാവസ്ഥ പ്രഖ്യാപിച്ചു. ദേശത്തുകാർ രാഷ്ട്രീയ അഭിപ്രായങ്ങൾ പറയുമ്പോൾ സൂക്ഷിക്കണം. പോരുവഴി ജങ്ഷനിലെ ബോർഡ് വായിച്ചവരൊക്കെ പരസ്പരം ചോദിച്ചു, "അപ്പോൾ മിണ്ടാനുള്ള സ്വാതന്ത്ര്യമില്ലേ?" ഓരോരുത്തരും ആനയെ കണ്ട കുരുടനെ പോലെ ഓരോ കഥകൾ പറഞ്ഞു.

മുരളിയുടെ മാറ്റങ്ങൾ വേഗമായിരുന്നു. സീതയുടെ സാമീപ്യം, അവളുടെ കണ്ണുകൾ, അവളുടെ സ്നേഹം എല്ലാം അവനെ സ്വപ്നം കാണാനും സർഗ്ഗഭാവനയുടെ കാമനകളെ തൊട്ടുണർത്താനും കുറച്ചൊന്നുമല്ല സഹായിച്ചത്. വായനശാലയും പുസ്തകങ്ങളും അവന്റെ മുൻപിൽ കഥാപാത്രങ്ങളുടെ വലിയൊരു ലോകം തുറന്നു വച്ചു. നാടകങ്ങളും അവയുടെ അവതരണങ്ങളും ദേശത്തിലെ ആകാശത്തിന്റെ ഓരോ കഷണങ്ങളും അവന്റെ മനസ്സിൽ നിറങ്ങൾ കോരി ഒഴിച്ചു.

"ഡിഗ്രി പഠനശേഷം നിനക്ക് ഫൈൻ ആർട്സ് കോളേജിൽ ചേരരുതോ? എന്തിനാണ് സൈക്കോളജി പഠിക്കണമെന്ന് പറയുന്നത്." സീത ചോദിച്ചു.

"അയ്യോ ഞാനതൊരു തമാശ പറഞ്ഞതല്ലേ പെണ്ണേ. ആദ്യം വേണ്ടത് ഡിഗ്രി കഴിഞ്ഞാൽ ഉടനെ ഒരു ജോലി. എങ്കിലല്ലേ നിന്റെ അച്ഛൻ കല്യാണത്തിന് സമ്മതിക്കുകയുള്ളു. നീ കൂടി ഉണ്ടെങ്കിൽ ഏതു പ്രായത്തിലും എനിക്കെന്റെ സ്വപ്നങ്ങൾ നേടിയെടുക്കാനാകും എന്നെനിക്കുറപ്പുണ്ട്."

"ഞാനെന്തായാലും ഒരു പണിക്കുമില്ല. നിന്റെ പത്തു പിള്ളേരെ പ്രസവിക്കുക അതാണെന്റെ സ്വപ്നം." അവൾ പൊട്ടിച്ചിരിച്ചു.

"അപ്പോൾ ഇനി ഒന്നും പഠിക്കാൻ പോകുന്നില്ലേ?"

"പിന്നെ. നിനക്ക് പണിയാകും വരെ വീട്ടുകാരെ പറ്റിക്കാൻ എന്തെങ്കിലും പഠിക്കണം."

പോരുവഴി ക്ഷേത്രത്തിലെ ചിറപ്പ് മഹോത്സവം തുടങ്ങി. ഇക്കൊല്ലം മുടിയെടുപ്പുണ്ട്.

വൃശ്ചികം ഒന്നിന് ഉത്സവം തുടങ്ങിയാൽ എന്നും കളമെഴുത്തും പാട്ടും ഉണ്ടാകും. നാല്പത്തിമൂന്നാം ദിവസമാണ് മുടിയെടുപ്പ്. അന്ന് അതിരാവിലെ നാടുണരും മുൻപ്, മുടിയെടുക്കുന്ന ആൾ വ്രതാനുഷ്ഠാനങ്ങളോടെ മുടിയുമായി മൂലപ്രതിഷ്ഠ ഉള്ള അടമനമഠത്തിലേക്ക് പോകും. വൈകിട്ട് മൂന്ന് മണിയോടെ ചെണ്ടമേളത്തോടെ റോഡ് തിങ്ങിനിറഞ്ഞ നാട്ടുകാരുടെ മുഴുവൻ ആർപ്പു വിളികളോടെ ചുട്ടികുത്തിയ ആൾ മുടിയേറ്റി തുള്ളി ക്ഷേത്രത്തിലേക്ക് നീങ്ങും. പോരുവഴിയമ്മയുടെ പ്രതിരൂപമാണ് മുടി. അന്ന് ദേവിക്ക് ഏത് ഭാവമാണ് എന്ന് മുടിയെടുക്കുന്ന ആളിന്റെ തുള്ളലിൽ നിന്നും മനസ്സിലാകും. നാലുനാലരയോടെ ക്ഷേത്രത്തിൽ മുടി ഇറക്കിയ ശേഷം പറക്കെഴുന്നെള്ളത്തു നടക്കും. ശേഷം ദീപാരാധന. ക്ഷേത്രമുറ്റത്തു ചൂരലുകളും, കുലവാഴകളുമൊക്കെയായി കാട് സൃഷ്ടിച്ചെടുത്തു, അതിനുള്ളിൽ രാത്രി ഒൻപതു മണി മുതൽ രണ്ട് മണിവരേക്കും പലവിധ പൂജകൾ നടക്കും. അതിനുശേഷം 'കരടിക്കൊട്ട്' മേളത്തിന്റെ അകമ്പടിയോടെ ഭദ്രകാളിയുടെയും ദാരികന്റെയും 'പേച്ചുമുടിപ്പോര്' നടക്കും. അവസാനം പ്രധാന മുടിയേറ്റി ഭദ്രകാളി ദാരികനെ പ്രതീകാത്മകമായി വധിക്കും. വലിയ കാണിക്കയോടെ അന്നത്തെ ഉത്സവം തീരും.

അടുത്ത ദിവസം മുടിയേറ്റി രാത്രി ഒമ്പതുമണിയോടെ ദേശത്തിന്റെ നാല് അതിരുകളിലും കുരുതി നടത്തി ദേശവാസികളുടെ സുരക്ഷ ഉറപ്പാക്കും. പണ്ട് കാലങ്ങളിൽ കുരുതി കൊടുത്തിരുന്നത് ആടിനെയായിരുന്നു. പിന്നീടത് കോഴിയായി. ഇപ്പോൾ കുമ്പളങ്ങയും. മുടിയെടുപ്പോടെ ദേശവാസികളുടെ എല്ലാ ദോഷങ്ങൾക്കും പരിഹാരമാകുമെന്നാണ് വിശ്വാസം. ജാതിമത ഭേദമന്യേ നാട്ടാരുമുഴുവൻ മുടിയെടുപ്പ് കാണാൻ ഉണ്ടാകും.

മുടിയേറ്റുന്ന കേശവകുറുപ്പിനെ ക്ഷേത്ര മൈതാനത്തു കണ്ടപ്പോൾ മുരളി ലോഹ്യം പറഞ്ഞിട്ട് മാറ്റി നിർത്തി ചോദിച്ചു: "ദേഷ്യപ്പെടല്ലേ. അത്ഭുതമാണ്. നൂറ് കിലോയോളം ഭാരമുള്ള മുടിയേറ്റി നിങ്ങളെങ്ങനെ തുള്ളുന്നു കുറുപ്പാശാനെ? നിങ്ങളുടെ കഴുത്തൊടിയില്ലേ?"

"വ്രതം നോക്കി അമ്മയെ മനസ്സിൽ ധ്യാനിച്ച് മുടിയേറ്റിക്കഴിഞ്ഞാൽ കുറുപ്പില്ലല്ലോ കുഞ്ഞേ. പിന്നെ പോരുവഴിയമ്മയല്ലേ? ഒന്നും അറിയില്ല. അമ്മയുടെ അനുഗ്രഹം. എന്നാൽ പുത്തൻകൂറ്റുകാർ വ്രതമൊന്നും നോക്കാതെ മുടിയേറ്റി അപകടത്തിൽ പെട്ട ചരിത്രവുമുണ്ട്."

29.12.1975 - മുടിയെടുപ്പ് മഹോത്സവം. വാർത്താ ബോർഡിൽ ആർട്ടിസ്റ്റ് രാജൻ എഴുതി.

ദേശത്തിന്റെ നാല് അതിരുകളിലും കുരുതി നടത്തി ദേശവാസികളുടെ സുരക്ഷ ഉറപ്പാക്കി ആളുകൾ പിരിഞ്ഞപ്പോൾ തങ്കമ്മയെ കാത്ത് മണിയന്റെ ചായക്കടയുടെ മുൻപിൽ രണ്ടു പൊലീസുകാർ നിന്നിരുന്നു. ദാദർ പൊലീസ് സ്റ്റേഷനിൽ നിന്നും മെസ്സേജ് വന്നു. ഒരു സ്ത്രീയുടെ ചിന്നഭിന്നമായ ശരീര ഭാഗങ്ങൾ റെയിൽ പാളങ്ങളിൽ നിന്നും കിട്ടി. അവകാശികൾ ആരുമില്ലാഞ്ഞതിനാൽ അവ പൊലീസ് മറവു ചെയ്തു. ഒരാഴ്ചയായി. ഇപ്പോഴാണ് അത് പോരുവഴിയിലെ ഷീല ആണെന്ന് അറിയുന്നത്. തങ്കമ്മ നിന്ന നില്പിൽ പുറകോട്ടു വീണു. മൂത്ത മരുമോൻ പട്ടാളക്കാരൻ ദാദറിൽ പോയി ഷെൽട്ടർ ഹോമിലുണ്ടായിരുന്ന തങ്കമ്മയുടെ കൊച്ചുമോൾ ഒന്നര വയസ്സുകാരി ശാലുമോളെ കൊണ്ടുവന്നു. ബോംബയിൽ കെട്ടിച്ചയച്ച ഇളയ മോൾ ഷീലയെ മരുമോൻ ചതിച്ചതും നിവർത്തിയില്ലായ്മ കൊണ്ട് ഒന്നും വീട്ടിൽ അറിയിക്കാതെ, ഗതികെട്ട് വഴിവിട്ട് ജീവിച്ചിട്ടവസാനം അവൾ കുഞ്ഞുമായി ട്രെയിനിന് മുൻപിൽ ചാടിയതും കുഞ്ഞു രക്ഷപ്പെട്ടതും ഒന്നും മൂത്ത മരുമോൻ പറഞ്ഞില്ല. ദാദർ സ്റ്റേഷനിൽ ഷീലയുടെ ഭർത്താവിനെതിരെ ഒരു പരാതി കൊടുത്തതിൽ അയാൾക്ക് വലിയ പ്രതീക്ഷയൊന്നുമില്ല. അതാണ് പറയാതിരുന്നത്.

സീതയുടെ കണ്ണുകളിലെ രാഗഭാവങ്ങളോ രതിഭാവങ്ങളോ മുരളി അറിഞ്ഞില്ല. വിറയാർന്ന ചുണ്ടുകളുടെ ദാഹങ്ങളോ പിടയ്ക്കുന്ന കണ്ണുകളുടെ കഥപറച്ചിലുകളോ, മിടിക്കുന്ന നെഞ്ചിന്റെ മോഹങ്ങളോ അവനറിഞ്ഞില്ല. എല്ലാവരെയും പോലെ ഒരു കപ്പു കാപ്പിക്ക് മുന്നിൽ അതുമല്ലെങ്കിൽ ഒരു ഐസ്ക്രീമിന് മുന്നിൽ കാലുകൾ പിണച്ചും കൈകൾ കൂട്ടിപ്പിടിച്ചും ഒരു സായാഹ്നം. നേരിയ ഇരുളിന്റെ മറവിൽ ശീതീകരിച്ച ജീവവായുവിന്റെ പുതപ്പിനുള്ളിൽ പുഷ്ബാക്ക് കസേരകളിൽ, കൊക്കുരുമ്മിയിരുന്ന് ഒരു ലൈല മജ്നു കഥ കാണാൻ അവളും മോഹിച്ചു. ആരെങ്കിലും ഈ ശരീരമൊന്നു വലിച്ചു കീറിയിരുന്നെങ്കിൽ, കൈകാലുകൾ കോർത്തു പിടിച്ചിരുന്നെങ്കിൽ, നെഞ്ചിലെ ചൂട് ഒന്ന് തല്ലിക്കെടുത്തിയിരുന്നെങ്കിൽ, മനസ്സിനെ ഈ നീലാകാശത്തേക്ക് ഒന്ന് തുറന്നു വിട്ടിരുന്നെങ്കിൽ എന്നവളുടെ ഉടൽ വല്ലാതെ മോഹിച്ചു. മുരളി അതും അറിഞ്ഞില്ല.

സ്വാമി തീർത്ഥാനന്ദൻ

പലരും ധരിച്ചിരിക്കുന്നത് നമുക്ക് മറ്റുള്ളവരുടെ സ്നേഹവും കരുതലും കിട്ടുമ്പോൾ ജീവിതം കൂടുതൽ അർത്ഥവത്താകുന്നു, സന്തോഷപ്രദമാകുന്നു എന്നാണ്. സത്യത്തിൽ മറ്റുള്ളവർക്ക് നിങ്ങൾ സ്നേഹവും കരുതലും കൊടുക്കുമ്പോഴാണ് നിങ്ങളുടെ ജീവിതം കൂടുതൽ അർത്ഥവത്താകുന്നത്. സന്തോഷപ്രദമാകുന്നത്.

പ്രേമത്തിലേക്ക് വീഴുന്ന ആണും, പെണ്ണും ചിന്തിക്കുന്ന പോലെ മുരളിയും കരുതി. താനറിയാത്ത, തന്നോട് പറയാത്ത ഒന്നും സീതയ്ക്കില്ല. സീതയുടെ ലോകത്തിലേക്ക് അവളുടെ സന്തോഷങ്ങളിലേക്ക് സങ്കടങ്ങളിലേക്ക് തിരക്കുകളിലേക്ക് താനങ്ങ് കടന്നുകയറി എന്നവൻ ധരിച്ചു. അവളുടെ ഇഷ്ടങ്ങളോ ആഗ്രഹങ്ങളോ സന്തോഷങ്ങളോ സങ്കടങ്ങളോ എല്ലാമൊന്നും അവൾ തന്നോട് പറഞ്ഞിരുന്നില്ലെന്ന് ഒരിക്കലും അവൻ മനസ്സിലാക്കിയില്ല. രണ്ടു വീട്ടുകാരും വിവാഹത്തിന് എതിരല്ല എന്നറിഞ്ഞതോടെ അവളുടെ എല്ലാ വേവലാതികളും മാറി. പ്രശ്നങ്ങൾ ഒന്നും ഇല്ലാത്തിടത്തു മടുപ്പ് വളരാൻ തുടങ്ങും എന്നും അവനറിഞ്ഞില്ല. പഠിത്തകാര്യങ്ങളും ജീവിതമൂല്യങ്ങളെപ്പറ്റിയുള്ള ക്ലാസുകളും മനസ്സിന്റെ നന്മകളെപ്പറ്റിയുള്ള അവന്റെ അറിവുകളും എത്രനാൾ അവൾക്ക് താങ്ങാൻ പറ്റും. അർത്ഥപൂർണ്ണമായ ജീവിതത്തിന്റെ ഏടുകൾ ചൊല്ലിക്കൊടുക്കാൻ അവളെന്താ കൊച്ചു കുട്ടിയോ? ഇലയിട്ട് കാത്തിരിക്കുന്നവൾക്ക് ഇഷ്ടമില്ലാത്ത വിഭവങ്ങൾ വിളമ്പിയത് പോലെ അവൾ അസ്വസ്ഥയായി.

കുറേനാളായി കേശവന്റെ ശല്യം ഇല്ലായിരുന്നു. ഇപ്പോൾ ഇടയ്ക്കിടെ അയാൾ വരാൻ തുടങ്ങിയിരിക്കുന്നു. എന്തെങ്കിലും ചെറിയ തുക

കൊടുത്താലും ശല്യം ഇല്ലാതെ പോകുന്നത് കൊണ്ട് ലക്ഷ്മിയമ്മയത് ആരോടും പറഞ്ഞില്ല. അയാൾ വന്നു കയറുമ്പോൾ, മുരളിയെ കണ്ടാലും ഭവ്യതയോടെ മുഖം കുനിച്ച്, അടുക്കള സൈഡിൽ പോയി ലക്ഷ്മിയമ്മയെ കണ്ട് വേഗം സ്ഥലം കാലിയാക്കുമായിരുന്നത് കൊണ്ട് അവനും അത്ര ശ്രദ്ധിക്കാറില്ല. ഒരു ദിവസം പോകാൻ താമസിച്ചത് കണ്ട് മുരളി അടുക്കളയിൽ ചെല്ലുമ്പോൾ അയാൾ പടിക്കു പുറത്തിരുന്നു ശാപ്പാട് കഴിക്കുന്നു. അവൻ അമ്മയെ തുറിച്ചുനോക്കുമ്പോൾ ലക്ഷ്മിയമ്മ അടക്കം പറഞ്ഞു: "വിശക്കുന്നു എന്ന് പറഞ്ഞു. പോട്ടെ പാവങ്ങളല്ലേ. ഇല്ലായ്മ കൊണ്ടല്ലേ?"

"അയാളോട് കണക്കെങ്കിലും വാങ്ങിവെക്കണേ അമ്മേ. എത്രയാണ് ബാലൻസ് എന്നെങ്കിലും നമ്മൾ അറിയണ്ടേ? അല്ലേൽ അയാൾ രണ്ടാളുടെ കൈയിൽ നിന്നും വാങ്ങും."

"ശരി, അച്ഛനോട് ചോദിച്ചിട്ടാട്ടെ." ലക്ഷ്മിയമ്മ സമാധാനിപ്പിക്കും.

"എന്തായാലും അടുത്ത പ്രാവശ്യം കണക്ക് അറിയണം. അമ്മയ്ക്ക് വയ്യായെങ്കിൽ ഞാൻ ചോദിച്ചോളാം." മുരളി പറഞ്ഞു.

അങ്ങനെയിരിക്കെ പെട്ടൊന്നൊരുനാൾ തമ്പിച്ചേട്ടൻ കയറി വന്നു. സഖാവ് സ്ഥലത്തില്ലാത്തതുകൊണ്ട് അദ്ദേഹം ഇപ്പോൾ അങ്ങനെ വരാറില്ല. സഖാവ് ഉള്ള സമയത്തൊക്കെ ആഴ്ചയിൽ രണ്ടു ദിവസം എങ്കിലും വരുമായിരുന്നു. ലതയും ലതികയും ഓടിപ്പോയി തമ്പിച്ചേട്ടന്റെ കൈ പിടിച്ചു കൊണ്ട് വന്നു. അകത്തു നിന്നും ചായയുമായി വന്ന ലക്ഷ്മിയമ്മ പിള്ളേരെ ഓടിച്ചു വിട്ടു, "പോയി പഠിക്ക്." ജങ്ഷനിലെ കടയിൽ നിന്നും ഗോതമ്പു പൊടിയും വെളിച്ചെണ്ണയും വാങ്ങി വരാൻ അവർ മുരളിയെ പറഞ്ഞുവിട്ടു. പിള്ളേർ പോയപ്പോൾ ലക്ഷ്മിയമ്മ തമ്പിച്ചേട്ടനോട് വെട്ടിത്തുറന്ന് ചോദിച്ചു: "തമ്പിച്ചേട്ടന്, സഖാവിന്റെ എല്ലാ കാര്യങ്ങളും അറിയാമല്ലോ? അദ്ദേഹത്തിന് ഞാൻ അല്ലാതെ വേറെ ഭാര്യയുണ്ടോ?"

തമ്പിച്ചേട്ടൻ നോക്കിയതേ ഉള്ളു ഒന്നും പറഞ്ഞില്ല.

"പറഞ്ഞാട്ടെ. തമ്പിച്ചേട്ടൻ പറഞ്ഞാൽ ഞാൻ വിശ്വസിക്കും."

അതിനു തമ്പിച്ചേട്ടൻ ഒരു മറു ചോദ്യമാണ് ചോദിച്ചത്. "സഖാവിനോട് ചോദിച്ചോ?"

"ഇല്ല."

"എന്തേ,.നിങ്ങൾ രണ്ടാളും പരസ്പരം നന്നായി അറിയുന്നവരല്ലേ?"

"ഞാനിതെങ്ങനെ സഖാവിനോട് ചോദിക്കും. ശരിയല്ലെങ്കിൽ ആ മനുഷ്യന്റെ ചങ്കു പൊട്ടും. തമ്പിച്ചേട്ടൻ പറഞ്ഞാൽ മതി. എനിക്ക് വിശ്വാസമാണ്."

"ആട്ടെ, എന്തേ ഇപ്പോൾ ഇങ്ങനെ തോന്നാൻ?"

"സഖാവ് കടം മേടിച്ച പണം ചോദിച്ചു കൊണ്ട് തമ്പുരാന്റെ ശിങ്കിടി കേശവൻ അടിക്കടി ഇവിടെ വരും. എത്രയാണെന്ന് ഇതുവരെ പറഞ്ഞിട്ടില്ല. ചോദിച്ചാൽ സഖാവിനോട് ചോദിക്കാൻ പറയും. ഒരുനാൾ പറഞ്ഞു സഖാവിന് കണ്ണൂരിൽ വേറെ ഭാര്യയും കുടുംബവും ഉണ്ടെന്ന്. അതിൽ

മോനുമായി കശപിശയായി. രണ്ടുനാൾ മുൻപ് ഇവിടെ വന്നപ്പോൾ ഞാൻ കണക്ക് തരാതെ ഇനി പണം തരില്ല എന്ന് തീർത്തു പറഞ്ഞു. എന്നിട്ട് പൊയ്ക്കോളൂ എന്ന് പറഞ്ഞു കതക് അടച്ചു. അപ്പോൾ അയാൾ വിളിച്ചു പറയുകയാണ്. “സഖാവിന്റെ കുട്ടിക്ക് ഞാനെന്തിന് ചെലവിനു കൊടുക്കണം? അയാളോട് പറഞ്ഞേക്ക് ഈ പരിപാടി നടക്കില്ല എന്ന്.”

ലക്ഷ്മിയമ്മ മനസ്സിനെ ചവുട്ടി പിടിച്ചിരിക്കുന്നത് തമ്പിച്ചേട്ടന് മനസ്സിലായി. എപ്പോൾ വേണമെങ്കിലും പൊട്ടിച്ചിതറാം. എന്ത് പറയണമെന്നറിയാതെ അയാൾ ഒരു മിനിറ്റ് അവരെ നോക്കിയിരുന്നു.

“അടുത്തിടെയൊന്നും ഇങ്ങോട്ടു വലിയ വരവൊന്നും ഇല്ല. പണവും അങ്ങനെ അയക്കാറില്ല. കോഴിമുട്ടയും പശുവിൻ പാല് വിറ്റും ഞങ്ങൾ കഴിഞ്ഞോളാം സാരമില്ല. പാവങ്ങൾക്ക് വേണ്ടി കഷ്ടപ്പെടുകയല്ലേ എന്നോർത്താണ് ഇതുവരെ ഞാനൊന്നും പറയാത്തത്. എന്നാലിപ്പോൾ! എനിക്ക് വേറൊന്നും വേണ്ട ഇതിന്റെ സത്യം ഒന്നറിഞ്ഞാൽ മതി.”

ഒന്ന് ചുമച്ചിട്ടു തമ്പിച്ചേട്ടൻ പറഞ്ഞു: “ഞാൻ അറിയുന്ന സഖാവ് ഇതല്ല. കൃഷ്ണപിള്ളയ്ക്ക് ഇങ്ങനെ ഒന്നും ആകാൻ പറ്റില്ല. ഞാനൊന്നു തിരക്കട്ടെ. മോള് സമാധാനമായി ഇരിക്ക്.”

“തമ്പിച്ചേട്ടന്, അദ്ദേഹത്തിന് നാട്ടിൽ എന്തെങ്കിലും ജോലി ശരിയാക്കാൻ പറ്റുമോ? ഇത്രനാളും പാർട്ടിക്ക് വേണ്ടി നടന്നതല്ലേ എന്നൊന്നും ഞാൻ ചിന്തിക്കുക പോലുമില്ല. വേറെ ഒരു വഴിയും കാണാത്തതു കൊണ്ടാണ്. മുരളിയോട് പോലും പറയാൻ വയ്യ. അവനും വളർന്നു വരികയല്ലേ? താഴെ രണ്ടു പെൺപിള്ളേരും.”

“അയാൾ ജോലിയിലൊന്നും അടങ്ങി നില്ക്കില്ല. ചിലരുടെ ജീവിതം ഇങ്ങനെയാണ്. അത് മറ്റുള്ളവർക്ക് വേണ്ടിയാണ്. പറഞ്ഞിട്ട് കാര്യമില്ല. അയാൾ കേൾക്കുമെങ്കിൽ നോക്കാം.”

“തമ്പിച്ചേട്ടൻ പറഞ്ഞാൽ കേട്ടേക്കും.”

“ആർക്കറിയാം. ജീവിതത്തിൽ ഒത്തിരി നിലപാടുകളുള്ള മനുഷ്യനാണ്. ഞാൻ ഒരിക്കൽ പറഞ്ഞതാണ് പാർട്ടി പത്രത്തിൽ ജോലി ചെയ്യാൻ. കേൾക്കില്ല. മനുഷ്യർക്ക് ഓരോരുത്തർക്കും ലഹരി ഓരോന്നാണ്. മറ്റൊരാൾക്കായി എരിഞ്ഞടങ്ങുന്ന മനസ്സാണത്. അതിനി ആർക്കും മാറ്റിയെടുക്കാനാവില്ല. അങ്ങനെ സാധിച്ചാലും അത് താല്ക്കാലികമാകും. അയാൾ തിരിച്ചു പോകും. ഇതൊരു കാര്യം. രണ്ടാമത് ഇപ്പോഴത്തെ പാർട്ടിയൊക്കെ ഒത്തിരി മാറിപ്പോയി. പഴയ കാലമല്ല. നോക്കാം അയാൾ എന്ത് പറയുന്നു എന്നറിയട്ടെ.”

ഇത് കേട്ടുകൊണ്ടാണ് മുരളി കടന്നു വന്നത്. ലക്ഷ്മിയമ്മയുടെ നെഞ്ചിടിപ്പ് അവൻ വേഗം തിരിച്ചറിഞ്ഞു. എന്നാലൊന്നും ചോദിച്ചില്ല. ചോദിച്ചിട്ട് കാര്യമില്ല, “തമ്പിച്ചേട്ടാ, അച്ഛൻ കണ്ണൂർ വിട്ട് ഇങ്ങോട്ടൊന്നും വരില്ല. അച്ഛന് അവിടുള്ളവരാണ് എല്ലാം. ഇവിടെയും കഷ്ടപ്പെടുന്ന പാവങ്ങൾ ഒത്തിരി ജീവിക്കുന്നില്ലേ? ഇനി കുറെ നാൾ ഇവിടെ നിന്നാൽ എനിക്ക് പൂനയിൽ ഫിലിം ഇൻസ്റ്റിറ്റ്യൂട്ടിൽ പഠിക്കാൻ പോകാം. അതുമ

ല്ലെങ്കിൽ കല്ക്കത്തയിൽ ധാരാളം അവസരങ്ങൾ ഉണ്ട്, ഡയറക്ഷൻ പഠിക്കാൻ.''

അപ്പോഴാണ് ലക്ഷ്മിയമ്മയും അവന്റെ ആഗ്രഹങ്ങളെപ്പറ്റി അറിയുന്നത് ''നിനക്ക് അല്ലെങ്കിലും പോകാമല്ലോ.''

''ഇവിടെ ആരുമില്ലാതെയോ?''

''എനിക്കെന്തിനാടാ കൂട്ട്? എന്നാണ് നീ വളർന്നത്. ഇത്ര നാളും ഞാൻ ഒറ്റയ്ക്കായിരുന്നില്ലേ? അച്ഛനെ വെറുതെ വിട്ടേക്ക്.''

''അതൊന്നും സാരമില്ല മുരളി. അതല്ലേ ഞങ്ങൾ കൃഷ്ണനെ ഇങ്ങോട്ടു കൊണ്ടു വരുന്നതിനെപ്പറ്റി ആലോചിച്ചത്. ഇനി അത് ശരിയായില്ലെങ്കിൽക്കൂടി തനിക്കു പഠിക്കാൻ പോകണമെങ്കിൽ താൻ പോകണം. ഓക്കേ. ഞാനയാളോട് ഫോണിൽ ചോദിക്കാം'' തമ്പിച്ചേട്ടൻ പറഞ്ഞു നിർത്തി.

''അതിന് അച്ഛന് ഫോണുണ്ടോ?''

''പാർട്ടി ഓഫീസിൽ ഉണ്ടല്ലോ. അവിടെ വിളിച്ചു അയാളെ കിട്ടണമെന്ന് പറയാം.''

''അച്ഛന്റെ നമ്പർ എനിക്കും ഒന്ന് തരുമോ?''

''ലക്ഷ്മിക്കറിയില്ലേ?''

''കഴിഞ്ഞ പ്രാവശ്യം നമ്പർ തന്നിരുന്നു. അരിപ്പെട്ടിയിലെങ്ങാണ്ടുണ്ട്. വിളിക്കണേൽ ബൂത്തിൽ പോകണം. പിന്നെ ഇപ്പോൾ അടുത്തുണ്ടെന്നു പറയാൻ ജോർജിന്റെ വീട്ടിൽ പോകണം. അവിടെങ്ങും പോയി വിളിക്കാൻ ഞാനില്ല.''

ലക്ഷ്മിയമ്മ മറച്ചു പിടിച്ച രഹസ്യങ്ങൾക്ക് വലിയ ആയുസ്സുണ്ടായില്ല. ലത മുരളിയോട് പറഞ്ഞു: ''കൊച്ചേട്ടാ രണ്ടു ദിവസം മുൻപ് ആ കേശവൻ ഇവിടെ വന്നിരുന്നു. അമ്മയുമായി എന്തോ പ്രശ്നമായി. എന്താന്ന് അറിയില്ല. ഞാൻ കുളിക്കുകയായിരുന്നു. കുഞ്ഞോള് കിടന്നു ഉറങ്ങുകയുമായിരുന്നു. അമ്മ അടുക്കളയിൽ കതകടച്ചിരുന്നു അടക്കി കരയുന്നത് ഞാൻ കണ്ടു. ഞാൻ പേടിച്ചൊന്നും ചോദിച്ചില്ല.''

''നന്നായി. നീയൊന്നും ചോദിക്കണ്ട. ഈയിടെയായി അമ്മയ്ക്ക് ഇത്തിരി ഇമോഷൻസ് കൂടുതലാണ്. സാരമില്ല. വിറകുകട പൂട്ടിയതുകൊണ്ട് പൈസയ്ക്ക് അല്പം പ്രയാസമുണ്ട്. അത്രേയുള്ളു. എല്ലാം ശരിയാകും.''

മുരളിയും ലക്ഷ്മിയമ്മയോട് ഒന്നും ചോദിച്ചില്ല. കേശവനെ പിടിച്ചു വിരട്ടി കാര്യം അറിയാമെന്ന് അവൻ സമാധാനിച്ചു. ലക്ഷ്മിയമ്മ സഖാവിന് കത്തിട്ടു, ''വീട്ടിലേക്കു വേഗം ഒന്ന് വരണം. അത്യാവശ്യമാണ്.''

കറുത്ത ബാലൻ വന്നതറിഞ്ഞു മുരളി അയാളെ കാണാൻ പോയി. പട്ടാളത്തിലെ വിശേഷങ്ങളൊക്കെ അറിയാമല്ലോ? മുരളി ഇപ്പോൾ പോയിപ്പുറത്തു വീടുകളിലേക്ക് പോകുന്നത് വളരെ കുറവായിരുന്നു. ഗോപാലപിള്ളയെ വിളിക്കാനോ മറ്റോ പോയാലായി. എന്നാൽ അവിടെ നിന്നും ശോഭേച്ചി, ഭാമേച്ചി, ഇവരൊക്കെ മിക്കവാറും ലക്ഷ്മിയേടത്തിയെ

കാണാൻ വരുമായിരുന്നു. കറുത്ത ബാലൻ മെഡിക്കൽ പരിഗണനയിൽ പട്ടാളത്തിൽ നിന്നും പിരിഞ്ഞു പോന്നതാണ്. അയാൾക്ക് ലൂക്കേമിയ ആയിരുന്നു. പട്ടാളം ആശുപത്രിയിൽ ചികിത്സിച്ചു എല്ലാം ഭേദമായി. ഒരു രൂപയുടെ ചെലവ് പോലും വന്നില്ല. എല്ലാം അവർ നോക്കി. സമയത്തു കണ്ടുപിടിച്ചതിനാലാണ് രക്ഷപ്പെട്ടത് തന്നെ. പെൻഷൻ കിട്ടും. ഇനി എക്സ് സർവീസ്മെൻ ബോർഡ് വഴി എന്തെങ്കിലും ജോലിക്കു നാട്ടിൽ ശ്രമിക്കണം.

ലക്ഷ്മിയമ്മയുടെ കത്ത് കണ്ട് സഖാവ് ഭയന്നു. അടുത്ത വണ്ടി പിടിച്ചു വീട്ടിൽ എത്തി. പിള്ളേർക്കെല്ലാം അത്ഭുതമായി. ഒരു സൂചനയും തരാതെ. സാധാരണ ലക്ഷ്മിയമ്മ പറയും, അച്ഛൻ ഈ ആഴ്ച വന്നേക്കും. ഇത്തവണ അതുമുണ്ടായില്ല. പടിക്കൽ വച്ചേ സഖാവ് ചോദിച്ചു "എന്താ ലക്ഷ്മി. വല്ല പ്രശ്നവും?"

മക്കൾ ശ്രദ്ധിക്കുന്നു എന്ന് കണ്ട് ലക്ഷ്മി ചിരിച്ചു, "ഞങ്ങൾക്ക് കാണണം എന്ന് തോന്നി. കത്തിട്ടു. വല്ല കുഴപ്പവുമുണ്ടോ? വന്നിട്ടും കുറെ ആയല്ലോ?"

"ഓ അത്രേയുള്ളു. ഞാനങ്ങു പേടിച്ചു, ആർക്കെങ്കിലും വല്ല അസുഖവും? അല്ലേലും ഞായറാഴ്ച വരാനിരുന്നതാണ്." അപ്പോഴേക്കും ഓടിച്ചെന്ന ലതയെയും, ലതികയെയും കൃഷ്ണപിള്ള ചേർത്ത് പിടിച്ചു. "വാ മക്കളെ."

ലത അച്ഛന്റെ കൈയിൽ നിന്നും ബാഗ് വാങ്ങി. മുരളിക്കും ആശ്വാസമായി. അച്ഛനോട് തന്റെ പഠന കാര്യം പറയാമല്ലോ. അതിലും പ്രധാനം തമ്പിച്ചേട്ടൻ പറഞ്ഞപോലെ എന്തെങ്കിലും പറഞ്ഞു നാട്ടിൽ പിടിച്ചു നിർത്താൻ നോക്കണം. കൃഷ്ണപിള്ള വന്നതറിഞ്ഞു ലോക്കൽ സഖാക്കളൊക്കെ വന്നും പോയും ഇരുന്നു. അല്ലാത്ത സമയത്തു കുട്ടികൾ ആരെങ്കിലും അടുത്തുണ്ടാകും. ലക്ഷ്മിയമ്മയ്ക്ക് ഭർത്താവിനെ ഒറ്റയ്ക്ക് കിട്ടിയില്ല. വിവരം അറിയാഞ്ഞിട്ട് അവരുടെ കരൾ പിടഞ്ഞു. അവസാനം കിടപ്പുമുറിയിലാണ് അവർക്ക് സഖാവിനെ ഒറ്റയ്ക്ക് കിട്ടിയത്. ലക്ഷ്മിയമ്മ സഖാവിനോട് നേരെ ചോദിച്ചു: "ഞാനൊരു കാര്യം ചോദിച്ചാൽ സഖാവ് സത്യം പറയുമോ?"

"പണ്ടത്തെ പോലെ കണ്ണൂരെനിക്കു വേറെ കുടുംബമുണ്ടോന്നാണോ?" തമാശ പറഞ്ഞപോലെ സഖാവ് ചിരിച്ചു.

"അതൊന്നുമല്ല. മറ്റൊരു കാര്യം. സത്യം പറയുമോ ഇല്ലയോ?"

"എടീ, ഞാൻ സത്യമേ പറയു. നിന്നോടെന്നല്ല. ആരോടും. കാര്യമെന്തെന്നറിയാമോ? തന്നിൽ വിശ്വാസമുള്ളവനും തന്നെ പറ്റി സ്വയം മതിപ്പുള്ളവനും ഒന്നിനേയും പേടിയുണ്ടാവില്ല. അവൻ സത്യമേ പറയു."

എന്നാൽ പറയു "ആ കേശവന്റെ കൊച്ചു നിങ്ങളുടേതാണോ?"

സഖാവിന്റെ ചിരി നിന്നു. ആ മുഖം ഗൗരവമുള്ളതായി. സാവകാശം അത് അയഞ്ഞു. ശാന്തമായി അയാൾ പറഞ്ഞു "നിനക്കെന്നെ അറി

യില്ലേ? ലക്ഷ്മി, ഈ ചോദ്യം ദയവായി നീ ഒഴിവാക്കണം. ഇതിനെനിക്ക് ഇപ്പോൾ ഉത്തരം പറയാനാകില്ല."

"എനിക്കറിഞ്ഞേ പറ്റു. ഞാൻ ദൈവമൊന്നും അല്ല. ഞാനുമൊരു പെണ്ണാണ്. ഭർത്താവിനെ ദൈവമായി കാണുന്ന ഒരു പെണ്ണും ഇത് സഹിക്കില്ല. എനിക്ക് സത്യം അറിയണം."

"പ്ളീസ്. ഈ ചോദ്യം ഒഴിവാക്കു. ഒരിക്കൽ നിനക്ക് ഞാൻ ഉത്തരം തരാം. സമയമായില്ല. ഒരു കാര്യം ഞാൻ പറയാം. നിന്റെ ഭർത്താവു നല്ലവൻ തന്നെയാണ്."

"ഇത്തരം സൂത്രമൊന്നും ഇനി വേണ്ട. നിങ്ങൾ പറഞ്ഞേ മതിയാകു."

"നീയെന്നെ ധർമ്മസങ്കടത്തിലാക്കരുതേ."

"ഓഹോ. ഹരിച്ചന്ദ്രൻ ചമഞ്ഞിട്ടിപ്പോൾ സങ്കടമോ? ഞങ്ങൾ എങ്ങനെ ഇവിടെ കഴിയുന്നു എന്ന് നിങ്ങൾ ആലോചിച്ചിട്ടുണ്ടോ? വല്ലപ്പോഴും അയക്കുന്ന ഇത്തിരി പണം കൊണ്ട് നാലു വയർ എങ്ങനെ കഴിയുമെന്ന് നിങ്ങൾ ഒരിക്കലെങ്കിലും ചിന്തിച്ചിട്ടുണ്ടോ? ലോകം മുഴുവൻ നന്നാക്കാൻ നടക്കുന്ന നിങ്ങൾ സ്വന്തം വീട് എങ്ങനെ പോകുന്നു എന്ന് ആലോചിച്ചിട്ടുണ്ടോ? ഞാൻ ഇന്നുവരെ ഒരു പരാതിയോ പരിഭവമോ പറഞ്ഞിട്ടില്ലല്ലോ. നിങ്ങൾ എവിടെ പോകുന്നു? ആരുടെ കൂടെ കഴിയുന്നു ഒന്നും ചോദിച്ചിട്ടില്ലല്ലോ? നിങ്ങൾ വേണമെങ്കിൽ അവളുടെ കൂടെ പോയി പൊറുത്തോ. എനിക്ക് പ്രശ്നമില്ല. എന്നാൽ ഇതെനിക്ക് അറിഞ്ഞേ മതിയാകു."

"ഉറപ്പാണല്ലോ?"

"അതെ."

"എന്നാൽ കേട്ടോളു, എനിക്ക് നീയേ ഉള്ളു. ഇതാണെന്റെ വീട്. എന്റെ എല്ലാം നിങ്ങളാണ്. എന്നാൽ അവളും എന്റെ മകളാണ്."

ലക്ഷ്മിയമ്മ മുറിയിൽ നിന്നിറങ്ങി. അടുക്കളയുടെ വടക്കേ വാതിൽ തുറന്ന് വിളക്കണച്ച്, വാതില്പടിയിലിരുന്നു. പുറത്തെ ഇരുട്ടിലേക്ക് നോക്കി കണ്ഠത്തിലെ നിലവിളിയൊച്ചകൾ സാരിത്തലപ്പ് കടിച്ചമർത്തി ഇരുന്നു. ഇരുളിലനങ്ങുന്ന വാഴക്കൈകൾ അവരെ ഭയപ്പെടുത്തിയില്ല. എല്ലാം നശിച്ചവർക്കു എന്ത് ഭയപ്പെടാൻ? കേട്ടതൊന്നും അവർക്കു വിശ്വസിക്കാൻ ഉൾക്കൊള്ളാൻ സാധിക്കുമായിരുന്നില്ല. ഈ ഭൂമി പിളർന്ന് പാതാളത്തിലേക്ക് പോയിരുന്നെങ്കിൽ എന്നവർ ആഗ്രഹിച്ചു. എന്ത് വ്യർത്ഥമാണ് തന്റെ ജന്മമെന്ന് അവർ സങ്കടപ്പെട്ടു. സ്നേഹിച്ച പുരുഷനെ വീട്ടുകാരെല്ലാം എതിർത്തിട്ടും വിശ്വസിച്ചു കൂടെ ഇറങ്ങി തിരിച്ചവളാണ്. അന്തസ്സും, ആത്മാഭിമാനവും ഉള്ളവനാണ് എന്നതായിരുന്നു കണ്ട യോഗ്യത. പണമോ പ്രൗഢിയോ പദവിയോ നോക്കിയാണെങ്കിൽ എത്ര പേരെ വേറെ കിട്ടുമായിരുന്നു? കെട്ടിയ അന്ന് മുതൽ, അയാൾ എങ്ങോ, എവിടെയോ ആണ്. കുടുംബം നോക്കാൻ പോലും ആളില്ല. എന്നിട്ടവസാനം എത്ര കൂളായിട്ടാണ് പറയുന്നത്. 'നിങ്ങളാണെന്റെ എല്ലാം. എ

ന്നാൽ അവളും എന്റെ മകളാണ്.' എല്ലാം കള്ളമാണ്. കള്ളനാണയാൾ. അവർ നിശ്ശബ്ദമായിരുന്നു കരഞ്ഞു. രാത്രിയുടെ ഏതോ അന്ത്യയാമത്തിൽ ലക്ഷ്മിയമ്മ ലതയുടെ കിടക്കക്കരികിൽ പോയി കിടന്നു. ദുഃസ്വപ്നങ്ങൾ കണ്ടു ഉറങ്ങി.

സഖാവ് കൃഷ്ണപിള്ളയും ഉറങ്ങിയില്ല. കരച്ചിലടക്കാൻ ഇറങ്ങിതിരിച്ചവന്റെ കരയിക്കാനുള്ള നിയോഗം. നിർവ്വികാരനായി അയാൾ ഇരുന്നു. നേരം വെളുത്തപ്പോൾ അടുക്കളയിൽ ചെന്ന അയാൾ, ലക്ഷ്മിയോട് പറഞ്ഞു. "നീയെന്നോട് ക്ഷമിച്ചേ മതിയാകു. നീയാണെന്റെ ഊർജ്ജം. നിന്റെ സ്നേഹമാണ് എന്റെ ശക്തി. അല്ലെങ്കിൽ എനിക്ക് പഴയപോലെ സഖാവ് കൃഷ്ണപിള്ള ആകാൻ കഴിയുകയില്ല."

അവർ ഒന്നും പറഞ്ഞില്ല. കുറച്ചു കഴിഞ്ഞു വരാന്തയിൽ പേപ്പർ വായിച്ചിരുന്ന അയാൾക്ക് കട്ടൻ കാപ്പി കൊണ്ട് കൊടുത്തു ലക്ഷ്മിയമ്മ പറഞ്ഞു, "ഞാൻ നിമിത്തം സഖാവ് കൃഷ്ണപിള്ളയെ നാട്ടുകാർക്ക് നഷ്ടപ്പെടേണ്ട. എന്റെ സങ്കടങ്ങൾ ഞാൻ സഹിച്ചു. നിങ്ങളോട് എനിക്ക് ഒരു വിരോധവുമില്ല."

ഒരു ദിവസം ദീപാരാധന സമയത്തു പോരുവഴിയമ്മയുടെ നടയിൽ ഒരു കാഷായ വസ്ത്രധാരി, സന്ന്യാസി പ്രത്യക്ഷപ്പെട്ടു. താടിയും മുടിയും ഒക്കെ നീട്ടി വളർത്തി തോളത്തൊരു സഞ്ചിയുമായി എത്തിയ അദ്ദേഹം ദേവിക്ക് മുന്നിൽ സാഷ്ടാഗപ്രണാമം നടത്തി. ദീപാരാധനയ്ക്കു ശേഷം ആളുകൾ പിരിയാൻ നേരം. സന്ന്യാസി അമ്പലത്തിനുള്ളിലേക്ക് കടക്കാൻ ശ്രമിക്കവേ കരയോഗം സെക്രട്ടറി ഗണേശൻ ആണ് ആളെ തിരിച്ചറിഞ്ഞത്.

"ചൈന...." പറയാൻ വന്നത് സംശയത്തോടെ അയാൾ പാതിക്കു നിർത്തി. ഒരു സന്ന്യാസിയെ പഴയ പേര് അതും ഇരട്ടപ്പേര് വിളിക്കാമോ? എല്ലാവരും ഇരട്ടപ്പേര് വിളിച്ച്, വിളിച്ചു അയാളുടെ ശരിക്കുള്ള പേര് തന്നെ പലർക്കും അറിയില്ല. മുരളിക്കും അറിയില്ല.

"പൂർവ്വാശ്രമത്തിൽ അങ്ങനെയൊരു പേര് ഉണ്ടായിരുന്നു. ഇപ്പോൾ നാമം സ്വാമി തീർത്ഥാനന്ദൻ" പരിചയം പുതുക്കാൻ വന്നവരോട് മിതമായി സംസാരിച്ചു. അയാൾ നാലമ്പലത്തിൽ കയറി ശ്രീകോവിലിനു മുന്നിൽ നിന്ന് കണ്ണടച്ച് പ്രാർത്ഥിച്ചു.

"ഐ ഹ്രീം ക്രൗം ഭം ഭദ്രകാളിയെ നമഃ"

പോരുവഴിയമ്മയുടെ ശാന്തിക്കാരൻ പോറ്റി അത്ഭുതപ്പെട്ടു, ഇവിടത്തെ മൂലമന്ത്രം സ്വാമി എങ്ങനെയറിഞ്ഞു. സ്വാമി തൊഴുത് മാറിയപ്പോൾ ശാന്തിക്കാരൻ പോറ്റി മുൻപിൽ ചെന്ന് തൊഴുതു വണങ്ങി. ആൾക്കാരെല്ലാം ഇതെല്ലാം കാണുന്നുണ്ടായിരുന്നു. അവർക്ക് സ്വാമിയിൽ വിശ്വാസമായി. അതിനു ശേഷം സ്വാമി നടന്നു കിഴക്കേ നടയിലുള്ള കരിങ്കൽ കെട്ടിയ ആൽത്തറയിൽ കയറി പോരുവഴിയമ്മയെ നോക്കി ചമ്രം പടിഞ്ഞിരുന്നു. കണ്ണുകൾ പൂട്ടി ധ്യാനിച്ചിരുന്നു. വിശ്വാസികളെല്ലാം അദ്ദേഹത്തോടൊപ്പം ആൽത്തറയിലേക്ക് നീങ്ങി. ആരോ ചോദിച്ചു. "ഇപ്പോൾ എവിടെയാ?"

"ഹരിദ്വാറിൽ, ഒരു ആശ്രമത്തിൽ."

"അവിടത്തേക്ക് എന്താണ് അത്താഴം?"

"വേണ്ട. ആഹാരം ഒരിക്കൽ."

"അവിടുന്ന് വീട്ടിൽ വന്നു വിശ്രമിക്കാം."

"എല്ലായിടവും നമുക്ക് വീട് തന്നെ." സന്ന്യാസി അലിവോടെ പുഞ്ചിരിച്ചു. കണ്ണുകളിലെ തിളക്കം ആളുകളെ അത്ഭുതപ്പെടുത്തി. പഴയ ചൈനയമ്മാവൻ തന്നെയോ ഇത്? എന്തൊരു മാറ്റം? ആരോ പറഞ്ഞു വീട്ടിൽ വിവരം അറിഞ്ഞപ്പോൾ, രണ്ടാമത്തെ മകൻ ഓടി വന്നു. "അച്ഛാ വീട്ടിലേക്ക് പോകാം."

"വേണ്ട മകനെ, പൂർവ്വാശ്രമം ഉപേക്ഷിച്ച സന്ന്യാസിയാണ് ഞാനിന്ന്, എന്ന് നീ അറിയണം. ഇന്ന്, ഈ ആൽത്തറയിൽ, അമ്മയുടെ നടയിൽ ഉറങ്ങിയിട്ട് വീണ്ടും യാത്രയാകും."

സെക്രട്ടറി മുന്നോട്ട് ചെന്ന് അഭ്യർത്ഥിച്ചു. "ദേശത്തെ ആദ്യത്തെ സന്ന്യാസിയാണ്. ദേശക്കാർക്ക് പാദപൂജ ചെയ്യാൻ അവിടുന്ന് രണ്ടു ദിവസം അമ്പലത്തിൽ താമസിക്കണം. അവിടുത്തേക്ക് വേണ്ടത് എന്തായാലും ശരിയാക്കാം. പറ്റില്ല എന്ന് പറയരുത്."

"ശരി അങ്ങനെയാകട്ടെ. അർത്ഥങ്ങളും പാരിതോഷികങ്ങളും പാടില്ല."

"അങ്ങനെ ചെയ്യാം."

അങ്ങനെ സ്വാമി തീർത്ഥാനന്ദൻ രണ്ടു ദിവസം പോരുവഴിയമ്മയുടെ നടയിൽ കഴിഞ്ഞു. ദേശത്തെ വിശ്വാസികളുടെ വലിയ കൂട്ടം സ്വാമിയെ കാണാനും കാലുകൾ തൊട്ടു വന്ദിക്കാനും തിക്കും തിരക്കും കൂട്ടി. ചൈനയമ്മാവന്റെ കടയിലെ ഇഡ്ഡലിക്കും ചമ്മന്തിക്കുമായി ക്യൂ നിന്നപോലെ ഇപ്പോൾ സ്വാമി തീർത്ഥാനന്ദയുടെ അനുഗ്രഹത്തിനായി ദേശവാസികൾ ക്യൂ നിന്നു. പലരും നിബന്ധനകൾ തെറ്റിച്ച് പണവും പണ്ടങ്ങളും ആ കാലടികളിലിട്ടു. സെക്രട്ടറി ക്ഷമാപൂർവ്വം തന്റെ തെറ്റല്ല പൊറുക്കണേ എന്ന രീതിയിൽ കണ്ണുകൾ കൊണ്ട് ക്ഷമ പറഞ്ഞു, അവയെല്ലാം എടുത്തുമാറ്റി ക്ഷേത്രം വക കാണിക്കയിൽ ഇട്ടു. രണ്ടു ദിവസം കൊണ്ട് മൂന്നു തവണ നിറഞ്ഞ കാണിക്ക വഞ്ചി സെക്രട്ടറിയുടെ കണക്കുകൂട്ടലുകൾ തെറ്റിച്ചു. സന്ന്യാസിയോട് കുറെ ദിവസങ്ങൾ കൂടി നില്ക്കാൻ പറഞ്ഞാലോ എന്നയാൾ ചിന്തിച്ചു. എന്നാൽ രണ്ടാം ദിവസം വൈകിട്ട് അമ്പല നടയിൽ കിടന്നുറങ്ങിയ സ്വാമിയെ അടുത്ത ദിവസം രാവിലെ ആരും കണ്ടില്ല.

ചരിത്ര പുസ്തകത്തിൽ വാർത്ത വന്നു.

17.12.1976 - ഹരിദ്വാറിൽ വസിക്കും പോരുവഴിയുടെ സ്വന്തം സ്വാമി തീർത്ഥാനന്ദയുടെ അനുഗ്രഹവും ദർശനസുഖവും ദേശവാസികൾക്കു കിട്ടി.

സ്വാമി മുഖാന്തരം കിട്ടിയ തുകയിലെ കുറച്ചു പണം ചോദിച്ചു അയാളുടെ മോളും ഭർത്താവും കരയോഗം സെക്രട്ടറിയെ കാണാൻ ചെന്നു.

"വലിയ കഷ്ടപ്പാടാണ് കൊച്ചാട്ടാ. എന്തേലും കിട്ടിയാൽ ചായക്കട ഒന്ന് നേരെയാക്കാമായിരുന്നു."

ചൈനയമ്മാവന്റെ മൂത്ത മോനും ഒരു അനിയത്തിയുമാണ് ഇപ്പോൾ ആ പുരയിടത്തിൽ താമസം. കുടുംബവീട്ടിൽ മൂത്ത പയ്യനും. പെണ്ണ് പുറകിൽ വഴിയോരത്തു ഒരു കുടിൽ വച്ച് അതിലും. കുടിലിനോട് ചേർന്ന് ഒരു ചരിപ്പു വച്ചതാണ് ചായക്കട. മറ്റ് പിള്ളേരെല്ലാം മറ്റു സ്ഥലങ്ങളിലേക്ക് മാറിപ്പോയി. ഇളയ രണ്ടു കുട്ടികൾ അയാളുടെ അനിയന്റെ വീട്ടിലാണ്. സെക്രട്ടറി നയപരമായി ഒഴിഞ്ഞു. "അതിപ്പോൾ എങ്ങനെ നടക്കും. സന്ന്യാസി ദേശത്തിന്റെ സ്വത്തല്ലേ? തന്നെയുമല്ല കമ്മിറ്റി വേണം ഇത്തരം തീരുമാനങ്ങളെടുക്കാൻ."

താറാവുകാരൻ ജോയിയുടെ മകൻ ബേബി ഗൾഫിൽ പോകാൻ വിസ കൊടുക്കാമെന്ന് പറഞ്ഞു പറ്റിച്ചു എന്ന് പറഞ്ഞു കുറെ ചെറുപ്പക്കാർ ബേബിയെത്തേടി വന്നു. അവർ പത്തു പതിനഞ്ച് പേരുണ്ടായിരുന്നു. നേരെ ബേബിയുടെ വീടിന് മുൻപിൽ പോയിരുന്ന് സത്യഗ്രഹം തുടങ്ങി. പോരുവഴിയമ്മ ക്ഷേത്രത്തിന് അടുത്തായി മണ്ണൂർക്കാരുടെ സ്ഥലം വാങ്ങി പുതിയതായി കെട്ടിയ വീട്ടിലാണിപ്പോൾ അവരുടെ താമസം. എത്രയോ വർഷങ്ങളായി ഒരു മഴ പെയ്താൽ കണ്ടത്തിലെ വെള്ളത്തിൽ കൂടി നനഞ്ഞോ അല്ലെങ്കിൽ വെള്ളം പെരുകുമ്പോൾ ചെറുവള്ളത്തിലോ ആയിരുന്നു പാടത്തിനു നടുക്കുള്ള തറയിലെ വീട്ടിലേക്ക് അവർ പോയിരുന്നത്. സമരക്കാർ പറഞ്ഞറിഞ്ഞ വിവരം ബേബി പല സ്ഥലത്തുള്ളവരുടെ കൈയിൽ നിന്നായി ഏതാണ്ട് ഇരുനൂറു പേരുടെ കൈയിൽ നിന്നായി പല ലക്ഷങ്ങൾ പറ്റിച്ചു എന്നാണ്. പരാതികൾ പൊയത് അനുസരിച്ചു പൊലീസ് വന്നെങ്കിലും ബേബി ഒളിവിൽ പോയി. പൊലീസുകാർ സമരക്കാരുടെ കൈയിൽനിന്നും വിവരങ്ങൾ ശേഖരിച്ചു. സമാനമായ സംഭവങ്ങൾ പലേടത്തും അടുത്തകാലത്തായി നടന്നെന്ന് ആളുകൾ പറയുന്നുണ്ടായിരുന്നു.

പിരിഞ്ഞു പോകാൻ പൊലീസ് ആവശ്യപ്പെട്ടെങ്കിലും അയാളെ അറസ്റ്റ് ചെയ്ത്, എന്തെങ്കിലും തീരുമാനമാകാതെ സമരം നിർത്തില്ല എന്നവർ തീർത്തു പറഞ്ഞു. രണ്ടാം നാൾ പത്രത്തിൽക്കൂടി അറിഞ്ഞ് ധാരാളം പേർ പുതിയതായി സമരപ്പന്തലിൽ അണിചേർന്നു. അപ്പോഴേക്കും പ്രതിപക്ഷ പാർട്ടിയുടെ നേതാക്കൾ സമരം ഏറ്റെടുത്തു. വൈകുന്നേരത്തോടെ അയാളെ പൊലീസ് മാന്നാറിൽ ബന്ധു വീട്ടിൽനിന്നും അറസ്റ്റു ചെയ്തുകൊണ്ടു വന്നു. എല്ലാവരുടെയും പണം സ്വത്തുക്കൾ വിറ്റും മറ്റും കൊടുക്കാമെന്ന് ബേബി പറഞ്ഞതനുസരിച്ച്, സമര സമിതിയെത്തുടർന്നുള്ള കാര്യങ്ങൾ നോക്കാനായി ചുമതലപ്പെടുത്തി എല്ലാവരും പിരിഞ്ഞു പോയി. എന്നാൽ ബേബി വാക്ക് പാലിച്ചില്ല. അയാൾ സ്വന്തം പേരിൽ ഒരു സ്വത്തുക്കളും വാങ്ങിയിരുന്നില്ല. എല്ലാം ബന്ധുക്കളുടെ പേരിലായിരുന്നു. അങ്ങനെ പണം കിട്ടാനുള്ളവരുടെ കാര്യം വീണ്ടും കോടതി വിധിയെ ആശ്രയിച്ചായി. കേസും നീണ്ടു പോയി. ബേബി ജയിലിലായി.

ഭാര്യ ത്രേസ്യാക്കുട്ടിയും പലിശക്കാരൻ പൗലോയും എല്ലാം ബേബിയോട് ചോദിച്ചാൽ മതി തങ്ങളറിഞ്ഞില്ല എന്ന് കൈ മലർത്തി.

സീതയ്ക്ക് മടുത്തുതുടങ്ങിയിരുന്നു. ഇഷ്ടങ്ങളും, ആഗ്രഹങ്ങളും നേടിക്കൊടുക്കൽ. താലത്തിൽ കൊണ്ടു നടക്കുംപോലെ സുരക്ഷയുടെ കവചങ്ങൾ. കരുതലുകളുടെയും സ്നേഹത്യാഗങ്ങളുടെയും പകലുകൾ അവൾ വെറുത്തു. പുത്തൻ സൗഹൃദങ്ങളും ബന്ധങ്ങളും തേടി നടക്കാൻ അവളുടെ മനസ്സ് വെമ്പി. സ്നേഹത്തിന്റെ കെട്ടുപാടുകളും ചങ്ങലകളും പൊട്ടിച്ചെറിഞ്ഞു നീലാകാശത്തിൽ പറന്നുയരാൻ അവളുടെ മനസ്സ് തുടിച്ചു. അറിയപ്പെടാത്ത വഴികളിൽ കൂടി, പുത്തൻ അനുഭവങ്ങളിൽക്കൂടി പാഞ്ഞു നടക്കാൻ അവളുടെ കാലുകൾ കൊതിച്ചു. പട്ടണത്തിൽ ബാല്യം കൊണ്ടാടിയ സീതയ്ക്കു മുരളിയുടെ അതിരു കടന്ന തണൽ ഇഷ്ടമായില്ല. ഈ ലോകത്തിന്റെ എല്ലാ നിറച്ചാർത്തുകളും വാരിയണിയാൻ അവൾ കൊതിച്ചു.

സാഹിത്യ സംവാദങ്ങളും നാടക ക്യാമ്പുകളുമായി മുരളി സജീവമായിരുന്നെങ്കിലും എപ്പോഴും മനസ്സുകൊണ്ടവൻ അവൾക്കൊപ്പമുണ്ടായിരുന്നു. എങ്കിലും അവൾ കൊതിച്ച സ്നേഹം, അനുഭവങ്ങൾ അവന് തിരിച്ചറിയാനായില്ല. കൊടുക്കാനായില്ല.

വർഷാവസാന പരീക്ഷ കഴിഞ്ഞു പടിയിറങ്ങുമ്പോൾ, കാത്തുനില്ക്കുന്ന സീത. നിരയൊത്തു നില്ക്കുന്ന മരങ്ങളുടെ ഓരം പറ്റി കോളേജിന്റെ കുന്നിറങ്ങുന്ന ഒറ്റയടിപ്പാതയിലൂടെ നടക്കുമ്പോൾ ചോദിച്ചു. "എന്നാണ് നീ പൂനയ്ക്ക്?"

"ഉടനെ ഒരു പണി കണ്ടുപിടിക്കണം. അത് കഴിഞ്ഞു ഞാൻ വീട്ടിൽ വരും. പൂനയൊക്കെ പിന്നെ."

"അപ്പോൾ നീ പൂനാ ഫിലിം ഇൻസ്റ്റിറ്റ്യൂട്ട് മോഹം വിട്ടോ?"

"വിട്ടിട്ടില്ല. അവിടെ ചേർന്നുകൊണ്ട് എന്തെങ്കിലും പണി കണ്ടെത്തണം. എന്തായാലും പണിയാണ് പ്രധാനം. നീ കൂടെയുണ്ടേൽ ബാക്കിയെല്ലാം എപ്പോൾ വേണമെങ്കിലും നടക്കും. നിന്റെ പ്ലാൻ എന്താണ്?"

"ഞാൻ പറഞ്ഞല്ലോ. പി ജി എടുക്കണം. എറണാകുളം മഹാരാജാസ് ലിറ്ററേച്ചറിന് നല്ല മണ്ണാണ്. ചിലപ്പോൾ ഞാൻ ഉടനെ അങ്ങോട്ട് മാറും. ഒത്താൽ സിവിൽ സർവ്വീസ് പ്രിപ്പറേഷൻസ് കൂടി തുടങ്ങാമല്ലോ? എറണാകുളത്തു നല്ല ലൈബ്രറിയും കോച്ചിങ് സെന്ററും ഒക്കെ ഉണ്ട്. അച്ഛൻ അടുത്താഴ്ച പോകാമെന്നു പറഞ്ഞു. വല്ല ലേഡീസ് ഹോസ്റ്റലും തപ്പണം."

"ഞാൻ പോയി നല്ല ഹോസ്റ്റൽ ഏതാണെന്ന് അന്വേഷിച്ചിട്ട് എല്ലാം ഏർപ്പാടാക്കിയിട്ട് വീട്ടിൽ വന്നു പറയാം. അത് പോരെ?"

"ബെസ്റ്റ്. കല്യാണത്തിന് വീട്ടുകാർക്ക് പ്രശ്നമില്ലെന്ന് കരുതി അവിടെ കേറിയിറങ്ങിയാൽ, മോനെ, എന്റപ്പൻ നിന്റെ പേര് വെട്ടും. വേഗം

വല്ല കൊള്ളാവുന്ന ജോലിയുമായി വന്നു പെണ്ണ് ചോദിക്കു." ജങ്ഷനിൽ എത്തുമ്പോൾ ആദ്യം വന്ന ബസിൽ കയറാനായി അവളോടി.

"ഇത്ര വേഗം പോണോ? ഒരു മിനിറ്റ് നില്ക്കു."

"തളർന്നെടാ. വേഗം വാ. ഇന്നെങ്കിലും ഒന്ന് കിടന്നുറങ്ങണം."

മുന്നിലെ വാതിലിൽ കൂടി ബസിൽ കയറിയ അവളെ പുറകിലെ വാതിലിൽക്കൂടി കയറിയ അവൻ തേടി. കൂട്ടത്തിൽ അവളെ കണ്ടില്ല. ഇതിലും വലിയ കൂട്ടത്തിനിടയ്ക്കാണ് മുൻപിലെ ഇടത്തെ ഗ്ലാസിൽ ചാരി അവളെ താൻ കണ്ടിട്ടുള്ളതെന്ന് അവൻ ഓർത്തു. വരാനിരിക്കുന്ന ദുരന്തങ്ങളൊന്നും അവനറിഞ്ഞില്ല.

ഒരുമ്പെട്ടോൾ

ചൂടും തണുപ്പും വിറ്റവൾ കുഞ്ഞിനും തള്ളയ്ക്കും വറ്റ് വിളമ്പി. മേനി മിനുങ്ങിയപ്പോൾ മണിക്കൂർ പറഞ്ഞു പണം വാങ്ങി. മുഴുത്ത മാറിടം ഉയർത്തിക്കെട്ടി എണ്ണക്കറുപ്പിന്റെ മേനിക്കൊഴുപ്പുകാട്ടി പോരുവഴിയിലെ ജാരന്മാരെ അവൾ തടിച്ച തുടകൾക്കിടയിൽ തളർത്തിയിട്ടു. കുടിലിന് മുൻപിൽ കണങ്കാല് കാട്ടി കൈലിയുടുത്ത്, മരക്കുറ്റിയിൽ കുന്തിച്ചിരുന്ന് മാലോകരെ നോക്കി അവൾ മലർക്കെ ചിരിച്ചു. വാടാ വന്നെന്റെ ചോര കുടിക്ക്. ഞാൻ എന്റെ കൊച്ചിന്റെ വയറു നിറയ്ക്കട്ടെ.

മുരളിയുടെ അവസാനവർഷ ഡിഗ്രി പരീക്ഷകൾക്കിടയിൽ മൂന്ന് വാർത്തകൾ പോരുവഴിയുടെ ചരിത്ര ബോർഡിൽ വന്നു. ആർട്ടിസ്റ്റ് രാജൻ ടൈഫോയിഡ് ആയി കിടക്കുകയായിരുന്നതിനാൽ ചെങ്ങന്നൂരിൽ നിന്നും വന്ന മറ്റൊരു ആർട്ടിസ്റ്റാണ് മൂന്ന് വാർത്തകളും അന്ന് ബോർഡിൽ എഴുതിയത്. അയാൾ ഇന്ദിരാഗാന്ധിയുടെയും എ കെ ജിയുടെയും ചെറിയ പടങ്ങൾ കൂടി അവരുടെ വാർത്തകളുടെ സൈഡിൽ വരച്ചു വച്ചു. എല്ലാവർക്കും അത് ഇഷ്ടമായി.

1. – എഴുപത്തിയേഴ് മാർച്ച് ഒൻപത് – പ്രശസ്ത വിഷഹാരി മണിക്കശ്ശേരിൽ പാപ്പിമാപ്പിള അന്തരിച്ചു.

2. – എഴുപത്തിയേഴ് മാർച്ച് ഇരുപത്തിഒന്ന് – ഇന്ദിരാഗാന്ധി അടിയന്തരാവസ്ഥ പിൻവലിച്ചു. അവർ പൊതു തിരഞ്ഞെടുപ്പിൽ പരാജയപ്പെട്ടു. മൊറാർജി ദേശായി പ്രധാനമന്ത്രിയായി.

3. – എഴുപത്തിയേഴ് മാർച്ച് ഇരുപത്തിരണ്ട് – സഖാവ് എ കെ ജി ഇഹലോകവാസം വെടിഞ്ഞു.

സീതയുടെ വിവരങ്ങൾ ഒന്നും അറിയാതെ വന്നപ്പോൾ മുരളി അവളുടെ കൂട്ടുകാരിയെ പോയി കണ്ടു. അവളാണ് പറഞ്ഞത് സീത രണ്ടുനാൾ മുൻപ് എറണാകുളത്തിന് പോയി. ഏതോ വർക്കിങ് വിമൻ ഹോസ്റ്റലിൽ ആകും തങ്ങുക എന്നൊരു സൂചന പറഞ്ഞു. ഉടനെ തന്നെ അവൻ എറണാകുളത്തിന് പോകുകയും മഹാരാജാസിന് അടുത്തുള്ള ലേഡീസ് ഹോസ്റ്റലുകൾ കയറി ഇറങ്ങുകയും ചെയ്തു. രണ്ടിടത്തു അന്വേഷിച്ചു കണ്ടില്ല. അവസാനം മൂന്നാമത്തെ ഹോസ്റ്റലിൽ അവളെ കണ്ടെത്തി. പരസ്പരം കണ്ട അവൾ പകപ്പോടെ പറഞ്ഞു. "എന്തിനാ ഇപ്പോൾ ഇങ്ങോട്ടു വന്നേ? ഞാൻ കത്തയക്കുമായിരുന്നല്ലോ? ഭയങ്കര സ്ട്രിക്റ്റ് ഹോസ്റ്റൽ ആണ്. ദേവസ്വത്തിലുള്ള കസിൻ രാജേട്ടന്റെ ഏർപ്പാടിൽ കിട്ടിയതാണ്. ജോലിയില്ലാത്തവർക്ക് ഇവർ കൊടുക്കില്ലത്രേ."

അവൾ പോകാൻ ധൃതി കൂട്ടുമ്പോൾ മറ്റൊരാൾ കാർ പാർക്ക് ചെയ്തിട്ട് അവളെ നോക്കി ചിരിച്ചു. വെപ്രാളപ്പെട്ട് അവൾ മുരളിയോട് പറഞ്ഞു "അയ്യോ! രാജേട്ടൻ. വേഗം പൊയ്ക്കോളൂ. അയാൾ അച്ഛനെ വിളിച്ചു മുരളി ഇവിടെയൊക്കെ വന്നെന്ന് പറഞ്ഞാൽ അച്ഛൻ എങ്ങനെ എടുക്കുമോ, ആവോ? ഞാൻ പോകുന്നേ. കത്തയക്കാം." മറുപടി കാക്കാതെ അവൾ അയാളുടെ പുറകെ ഓടി.

അവനത് വലിയ ഷോക്ക് ആയി. എന്തായാലും അയാൾ പോയിട്ട് പോകാം എന്ന് കരുതി അവൻ റോഡിൽ ഇറങ്ങി നിന്നു. ഹോസ്റ്റലിനിലുള്ളിലേക്കു കയറിപ്പോയ അയാൾ പത്തു മിനിറ്റ് കഴിഞ്ഞപ്പോൾ തിരികെ വന്ന് കാറിൽ കയറി പോകുന്നത് കണ്ടു. കാറിന്റെ പിൻസീറ്റിൽ അവളിരിക്കുന്നു. മുരളിക്ക് ലോകം മുഴുവൻ കുത്തിമലർത്താനുള്ള ദേഷ്യമുണ്ടായി. കുറെ നേരം ദുഃഖത്തോടും സങ്കടത്തോടും നിന്ന അവൻ ഓർത്തു. അവൾ പറഞ്ഞതിലും കാര്യമില്ലേ? അവന്റെ പെണ്ണല്ലേ? ചീത്തപ്പേര് കേൾപ്പിക്കരുതല്ലോ. അയാൾ ബന്ധുവും അവിടെ കൊണ്ടാക്കിയ ആളുമല്ലേ? അപ്പോൾ അയാളുടെ കൂടെ പുറത്തൊന്ന് പോകുന്നതിൽ എന്താണ് തെറ്റ്?

ഇത്തവണ വന്നിട്ട് സഖാവ് പോയില്ല. ബോധപൂർവ്വം വീട്ടുകാര്യങ്ങളിലൊക്കെ ഇടപെടാനും ശ്രദ്ധിക്കാനുമൊക്കെ അയാൾ കാട്ടുന്ന പരാക്രമങ്ങൾ കണ്ടു ലക്ഷ്മിയമ്മ പറഞ്ഞു. "അയ്യോ എന്റെ പൊന്നു സഖാവേ. സമ്മതിച്ചു. അങ്ങ് വീട്ടുകാര്യങ്ങളൊക്കെ ശ്രദ്ധിക്കുന്നുണ്ട്. സമ്മതിച്ചു. വിട്ടേര്. അറിയാവുന്ന പണി ചെയ്താട്ടെ. കോളനിയിലെങ്ങാനും ആർക്കെങ്കിലും വല്ല പ്രശ്നമുണ്ടോന്ന് പോയി നോക്കിയാട്ടെ, തൊഴിൽ പ്രശ്നം, ട്രേഡ് യൂണിയൻ പ്രശ്നം അങ്ങനെ വല്ലോം? പാർട്ടിയാഫീസിലോട്ട് പോയാട്ടെ. വൈകിട്ട് കാണാം."

കൃഷ്ണപിള്ള ഒരു ഇളിഭ്യച്ചിരിയും ചിരിച്ചിട്ട് വേഗം ഷർട്ടുമിട്ട് ഇറങ്ങി പോയി. തന്റെ മനസ്സിലെ മുറിവുണങ്ങട്ടെ എന്ന് കരുതിയാണ് അയാൾ കണ്ണൂർക്ക് പോകാതെ നില്ക്കുന്നതെന്ന് അവർക്ക് നന്നായി അറിയാമായിരുന്നു. ഉള്ളിലെ സങ്കടം മറച്ചു വച്ച് അവർ എല്ലാം നോക്കി നട

ത്തി. വൈകിട്ട് സഖാവ് വരുമ്പോൾ കൂടെ തമ്പിച്ചേട്ടനും ഉണ്ടായിരുന്നു. അടുത്ത ദിവസം രാവിലെയാണ് പോയത്. പോകാൻ നേരം മുരളിയെ വിളിച്ചു. "എടോ, ആ തമ്പുരാനെ ഒന്ന് കാണണം. അത്രിടം വരെ താനും കൂടി ഒന്ന് വരൂ." മുരളി ഷർട്ടിട്ട് വേഗം ഇറങ്ങി. കുറെ നാളായി മഠത്തിലേക്ക് പോയിട്ട്. ഇപ്പോൾ ഒന്നിനും സമയമില്ല. തമ്പിച്ചേട്ടൻ കൂടെ വിളിച്ചത് എന്തിനാണെന്ന് വേഗം മനസ്സിലായി.

"തന്റെ അച്ഛൻ ഒരു കാര്യം നടത്തി കൊടുക്കാൻ എന്നോട് പറഞ്ഞിരിക്കുകയാണ്. മറ്റൊന്നും അല്ല. തന്റെ കല്യാണം."

"ങേ!" മുരളി ഞെട്ടി.

"താൻ അഭിപ്രായം പറയാൻ വരട്ടെ. ഒരു കാര്യം ഞാൻ പറയാം. ഓരോന്നിനും ഓരോ സമയമുണ്ട്. അതപ്പോൾ നടന്നില്ലെങ്കിൽ പിന്നീട് നടക്കണമെന്നില്ല. അത് നന്നായിട്ട് അറിയുന്നവനാണ് ഞാനും."

"ഇല്ല. അതൊന്നും പറ്റില്ല. പെങ്ങന്മാരുടെ വിവാഹം കഴിയാതെ ചിന്തിക്കാൻ പോലുമാവില്ല. തന്നെയുമല്ല. എനിക്കെന്ത് പ്രായമായി? ഡിഗ്രി കഴിഞ്ഞതല്ലേയുള്ളു? തമ്പിച്ചേട്ടനെന്താണ് ഇങ്ങനെ പറയുന്നത്?"

"എടോ. ആദ്യം തന്റെ അച്ഛനിതു പറയുമ്പോൾ എനിക്കും താനിപ്പോൾ പറയുന്ന പോലെയൊക്കെ തോന്നി. പിന്നീട് തോന്നി അയാൾ പറയുന്നതിലും ചില കാര്യമുണ്ട്."

"തമ്പിച്ചേട്ടാ, ഈ വിഷയം നമുക്ക് വേണ്ട. അത് നടക്കുകയില്ല. പി ജി യൊക്കെ കഴിഞ്ഞ്, ജോലിയൊക്കെ കിട്ടി പെങ്ങന്മാരുടെ കല്യാണങ്ങളും കഴിഞ്ഞ്, ഒന്ന് സെറ്റിൽ ആയിട്ടു നോക്കാം."

"ഞാൻ പറഞ്ഞെന്നേയുള്ളൂ."

അടമനമഠം ഗോപുരനട കടന്നകത്തു കയറിയപ്പോൾ മുരളി ഞെട്ടിപ്പോയി. അതിലേറെ സങ്കടമാണ് തോന്നിയത്. ചരൽ വിരിച്ചിരുന്ന മുറ്റം നിറയെ കരിയിലകളും ചപ്പുചവറുകളും. ഉണങ്ങിയ ഓലമടൽ കാറ്റടിച്ചു വീണത് വരെ അവിടെ അലങ്കോലമായി കിടക്കുന്നു. ഖാദിയുടെ മിൽ ഇരുന്ന നീണ്ട ഇരുനില കെട്ടിടം പൊളിച്ചു കട്ടകളും കട്ടളയും ജനലും ഓടുകളുമൊക്കെ പ്രത്യേകം പ്രത്യേകമായി വിറ്റ കഥകളൊക്കെ അവൻ നേരത്തെ അറിഞ്ഞിരുന്നല്ലോ. എന്നാൽ അപ്രതീക്ഷിതമായ ഒരു കാഴ്ച കണ്ട് അവന് വല്ലാത്ത സങ്കടം തോന്നി. നാല്പത്തിയൊന്ന് ഉത്സവത്തിന് നൂറ്റൊന്നുകലം കലശ പൂജയ്ക്ക് പോരുവഴിയമ്മയുടെ ക്ഷേത്രത്തിലേക്ക് തിരി പകർന്നു കൊണ്ട് പോകുന്ന മൂലക്ഷേത്രത്തിലെ പരദൈവം ഇരുന്ന് വെയിലും മഴയും കൊള്ളുന്നു. ശ്രീകോവിലിന്റെ ചുറ്റുമുള്ള ഭിത്തി നിലനിർത്തി പിത്തളക്കുമിളകളും ചുറ്റുകളും ഒട്ടുമണികളും ഉണ്ടായിരുന്ന ഈട്ടിത്തടിയുടെ ചിത്രവാതിൽ ആരോ പൊളിച്ചു കോണ്ടുപോയിരിക്കുന്നു. മേല്ക്കൂര പൊളിച്ച് ആ ഉത്തരവും കഴുക്കോലും ഓടുംവരെ കൊണ്ടുപോയിരിക്കുന്നു. എല്ലാം നല്ല കട്ടിയുള്ള കരിവീട്ടിത്തടികൾ. നിരനിരയായി വച്ചിരുന്ന രാജമല്ലികളിൽ പലതും ദുരിതം വിളിച്ചോതുന്നപോലെ ഒടിഞ്ഞും ചാഞ്ഞുവീണും കിടക്കുന്നു. പൊട്ടിക്കര

ച്ചിലിന് ശേഷം തേങ്ങലുമായി വെറും തറയിൽ വീണു കിടക്കുന്ന വിധവയെ പോലെ മഴയിൽ ഒടിഞ്ഞു വീണ് ഇലകൾ അഴുകി കിടക്കുന്ന മാവിൻചില്ല ഗതികേടിന്റെ നേർചിത്രം.

വാതിലിൽ മുട്ട് കേട്ട് ഞരക്കത്തോടെ പൂമുഖവാതിൽ തുറന്ന് എല്ലും കോലുമായ പൊന്നുതമ്പുരാൻ. മുഖം നിറഞ്ഞ ചിരിയോടെ സ്വാഗതം. “തമ്പിസാറോ? മുരളിയുമുണ്ടല്ലോ. വരൂ.അകത്തേക്ക് വരൂ. എത്ര നാളായെടോ തന്നെ കണ്ടിട്ട്? ഒരു കളം കളിച്ച കാലം മറന്നു. സഖാവ് നാട്ടിൽ ഉണ്ടായിരുന്നെങ്കിൽ അയാളെങ്കിലും വരുമായിരുന്നു. അയാളിപ്പോൾ എവിടെ? കണ്ണൂരല്ലേ?”

“അച്ഛൻ വന്നിട്ടുണ്ട്.”

“എങ്കിൽ വരും. എനിക്കറിയാം. തിരക്കുകൾ കഴിഞ്ഞു വരും. കൃഷ്ണനാണ് ശരിക്കുമുള്ള ചങ്ങാതി. ഇങ്ങനെ ഒരു ചങ്ങാതിയെ കിട്ടാൻ ഭാഗ്യം വേണം”.

കണ്ണുകളൊട്ടി അകാലത്തിൽ വൃദ്ധയായ സുഭദ്ര തമ്പുരാട്ടി വെറും തറയിൽ ഇരിക്കുന്നു. കൈകുത്തി എഴുന്നേല്ക്കാനുള്ള പാടുപെട്ടുള്ള ശ്രമം. പൊൻ വെയിലിൽ ജ്വലിച്ചു നിന്ന പൊൻകതിർ നീർ വറ്റി വിണ്ടുകീറിയ മണ്ണിൽ വാടി കരുവാളിച്ചു നില്ക്കും പോലെ. അവർ അകത്തോട്ടു പോയിട്ടാകട്ടെ കയറുക എന്നറച്ചു നില്ക്കുമ്പോൾ തമ്പുരാൻ “അതൊന്നും സാരമില്ല. അകത്തേക്ക് വരൂ. ഇപ്പോൾ ഇവിടെ ഒരു ആചാരവും മാമൂലും ഇല്ല. അന്നന്നത്തെ അന്നം തന്നെ പ്രധാനം. ഇതല്ലേ സോഷ്യലിസം? അല്ലേ തമ്പിസാറെ?”

ചിത്രപ്പണികളുള്ള നിറം മങ്ങിയ വെൽവെറ്റ് കുഷ്യൻ സീറ്റ് ഉണ്ടായിരുന്ന കസേരകളോ രാജാവിന്റെ കരിവീട്ടി ചാരുകസേരയോ കണ്ടില്ല. വിറ്റിരിക്കണം. പകരം രണ്ട് ഇരുമ്പ് മടക്കു കസേരകൾ. തമ്പിച്ചേട്ടൻ കസേര തുടച്ചതിൽ ഇരുന്നു.

“തമ്പിസാറിന് ഞാൻ ആത്മഗതം പോലെ പറഞ്ഞത് കേട്ട് ഒന്നും തോന്നല്ലേ. മഠത്തിലെ കാര്യം അല്പം പ്രയാസത്തിലാ. അതുകൊണ്ട് അറിയാതെ പറഞ്ഞു പോയി. എന്തായാലും ഞാനും കമ്യൂണിസ്റ്റു തന്നെയാണ്. പണ്ട് മുതലേ, എല്ലാം അന്യായമാണെന്ന് നല്ല ബോദ്ധ്യം ഉണ്ടായിരുന്നു. കുട്ടിയായിരുന്നപ്പോഴേ അച്ഛനോടും പറയുമായിരുന്നു. ഭൂപരിഷ്കരണ നിയമം മോശമല്ല. വിട്ടുകൊടുക്കാൻ സന്തോഷമേ ഉള്ളായിരുന്നു. എന്നാൽ ഫലത്തിൽ ഒന്നും ബാക്കി വയ്ക്കാതെ എല്ലാം പെട്ടെന്നങ്ങോട്ടു പോയപ്പോൾ.... കിട്ടാനുള്ളതും വല്ലോരും കൊണ്ട് പോയി.” പിന്നെ വേഗം ചിരി വാരിയണിഞ്ഞു പറഞ്ഞു. “തക്കല കൊട്ടാരം വക മഹാരാജാവ് ആധാരം രജിസ്റ്റർ ആക്കിത്തന്ന ആ എസ്റ്റേറ്റ് കിട്ടിയാൽ എല്ലാ ദുരിതവും പോകും. അത് മുഴുവനും തേക്കും ഈട്ടിയുമാ വർഷങ്ങൾ പ്രായമുള്ളത്. കണക്കിന് ആയിരം ഏക്കറാണ്. ഇപ്പോൾ പ്രബലന്മാരുടെ കൈയിലാണ്. ആയിരമൊന്നും വേണ്ട. അന്നത്തേടം കഴിയാനുള്ള വക മതി. കാറ്റും കോളും അടങ്ങി സ്വത്തു തേടിച്ചെന്നപ്പോൾ

ഭൂമി ആരാന്റെ കൈയിൽ. കേസ് നടക്കുകയാണ്. വക്കീലിന് ഉറപ്പാണ്, കേസ് ജയിക്കും. കീഴ് കോടതിയിൽ ജയിച്ചല്ലോ. അപ്പോൾ അവർ അപ്പീൽ പോയി. സിവിൽ കേസല്ലേ. നീണ്ടു നീണ്ടു പോകയാണ്. തന്നേ മല്ല ഇപ്പോൾ വക്കീലിനൊന്നും കൊടുക്കാറുമില്ല. കേസ് കഴിഞ്ഞു അതിൽ വല്ലോം വിറ്റു കൊടുക്കാം എന്ന് പറഞ്ഞിട്ടുണ്ട്. കൊല്ലം കുറെ ആയേ ക്കും. അതുവരെ ഉണ്ടാകുമോ ആവോ? പിള്ളേരുടെ കാലത്തെങ്കിലും കിട്ടിയാൽ അവരെങ്കിലും രക്ഷപ്പെടും. ഞാൻ ഓരോന്ന് പറഞ്ഞു മുഷി പ്പിച്ചു. തമ്പിസാർ വന്നത്?"

"അത് തന്നെ. ഇവിടത്തെ കാര്യങ്ങൾ കഷ്ടത്തിലാണെന്ന് അറിഞ്ഞു. ഞാൻ നിസ്സഹായനെങ്കിലും കേസ് എവിടെ വരെയായി എന്നറിയാം എന്ന് കരുതി. പൊതുവിൽ നന്മകൾ വരുമ്പോൾ ഒറ്റപ്പെട്ട ചില പ്രശ്നങ്ങൾ എല്ലാ നിയമങ്ങളിലും സംഭവിക്കാറുണ്ട്. പിന്നെ ഏത് പ്രസ്ഥാനത്തിലും സ്വാർത്ഥമതികളായ നീചബുദ്ധികൾ നുഴഞ്ഞു കയറി സമർത്ഥമായി വിളയാടുമെന്നു അങ്ങേക്ക് ഞാൻ പറഞ്ഞു തരേണ്ടല്ലോ. എല്ലാം ശരി യാകുമെന്ന് കരുതി പ്രവർത്തിക്കുക. അതാണിപ്പോൾ ഞാൻ ചെയ്യുന്നത്."

"ഉവ്വ്, ഉവ്വ് എനിക്കറിയാമല്ലോ. പതിനായിരങ്ങൾക്ക് ഗുണമുണ്ടാകാ നാണ് നമ്പൂതിരിപ്പാട് അത് ചെയ്തത്. വലിയ മനുഷ്യൻ. അപ്പോൾ എ ന്നെപ്പോലെ ഒരു ചെറിയ ശതമാനം പെട്ടു. ജന്മിമാരുടേയും രാജാക്കന്മാ രുടേയും സ്വത്തുക്കൾ വിരലിലെണ്ണാവുന്ന മദ്ധ്യവർത്തി പ്രമാണിമാരു ടെ നടത്തിപ്പിലായി പോയി. അവരാണ് നേട്ടം കൊയ്തത്. യഥാർത്ഥ കൃഷിക്കാരന് കിട്ടിയതുമില്ല."

"അത് ശരിയല്ല. യഥാർത്ഥ കർഷകനാണ് കിട്ടിയത്. പിന്നെ ചിലേ ടത്തൊക്കെ പാട്ടക്കാർ, പ്രമാണിമാർ നേട്ടമുണ്ടാക്കി എന്നത് ദുഃഖ സത്യം."

എറണാകുളത്തു പോയി ഒരാഴ്ച കഴിഞ്ഞപ്പോൾ സീതയുടെ ക ത്ത് വന്നു. സാധാരണ പോലെയുള്ള വാരിവലിച്ചുള്ള എഴുത്തൊന്നും ഇല്ല. വളരെ കാര്യമാത്ര പ്രസക്തമായ കത്ത്. പ്രധാനമായും അവൻ അവിടെ ചെന്നതുമൂലം ഹോസ്റ്റലിലുള്ളവരുടെ മുൻപിൽ അവളുടെ പേര് കെട്ടുപോയ അനുഭവങ്ങളും കസിൻ രാജേട്ടൻ വഴി ലൈബ്രറി മെമ്പർ ഷിപ്പ്, സിവിൽ സർവീസ് അക്കാദമിയുടെ അഡ്മിഷൻ പറഞ്ഞു വച്ചിരി ക്കുന്ന കാര്യം അങ്ങനെയുള്ള അയാളുടെ അപദാനങ്ങളും. അങ്ങോട്ട് ചെന്ന് ആൾക്കാരെക്കൊണ്ട് പറയിപ്പിക്കണ്ട, അവൾ ഇടയ്ക്കിടെ വിശേ ഷങ്ങൾ അറിയിക്കാം എന്നെല്ലാമുള്ള കാര്യങ്ങൾ. ഇവൾ ഇത്ര പെട്ടെന്ന് വളർന്നു പോയോ എന്നവൻ അത്ഭുതപ്പെട്ടു. അവളുടെ കാഴ്ചപ്പാടിൽ ആലോചിച്ചാൽ ശരിയാണ്. എന്നാലും എന്തിനാണ് അവളിത്ര ഭയപ്പെ ടുന്നത്?

മുരളി പൂനയ്ക്ക് പോകാൻ തീരുമാനിച്ചു. അതിനുള്ള തയ്യാറെടു പ്പിനിടയിൽ ഒരിക്കൽക്കൂടി അവൻ സീതയെ കാണാൻ പോയി. സ്ഥല ത്തെത്തി ഹോസ്റ്റലിലേക്ക് ഫോൺ ചെയതപ്പോൾ അവളവിടെയില്ല. വീ

ട്ടിൽ പോയത്രേ. നിരാശനായി അയാൾ തിരികെ പോന്നു. ആദ്യം കരുതി വീട്ടിലേക്ക് പോയാലോ. പിന്നീട് അത് വേണ്ട, അവൾ കത്തയക്കട്ടെ എന്ന് തീരുമാനിച്ചു. പൂനയിൽ, പഴയ കോളേജിലെ ഒരു സീനിയർ വിദ്യാർത്ഥി ഉണ്ടായിരുന്നത് കൊണ്ട് അഡ്മിഷൻ കാര്യങ്ങളൊക്കെ അയാൾ മുഖേന വേഗം നടന്നു. ശരിക്കും ആസ്വദിച്ചുള്ള പഠനവും വർക്ഷോപ്പുകളും. ചില ക്ലാസുകൾ പാതിരവരെ നീണ്ടു പോയി. ഇടയ്ക്കൊക്കെ വീട്ടിൽനിന്നും സീതയിൽനിന്നും കത്തുകൾ വന്നിരുന്നു. അവയ്ക്കൊക്കെ കൃത്യമായ മറുപടികൾ അയക്കാൻ പലപ്പോഴും അവന് കഴിഞ്ഞില്ല. ശരിക്കും മറ്റൊരു ലോകത്തിലായിരുന്നു അവൻ. പല ദേശങ്ങളിൽനിന്നും വന്ന, ധാരാളം കഴിവുകളുള്ള ചെറുപ്പക്കാർ. കല്ക്കത്തയിൽനിന്നും വന്ന ഒരു യുവ കവി പ്രണോബായിരുന്നു അവന്റെ റൂം മേറ്റ്. കവിതകളും കഥകളും ചർച്ചകളും അനുഭവങ്ങളുമായി രാത്രി വൈകും വരെ നീണ്ടുപോയ ഹോസ്റ്റൽ രാവുകൾ. സത്യം പറഞ്ഞാൽ സീതയെപ്പറ്റിയോ വീടിനെപ്പറ്റിയോ ഓർക്കാതിരുന്ന നാളുകൾ. ആറുമാസം കടന്നു പോയതറിഞ്ഞില്ല.

സഖാവിന് തമ്പിച്ചേട്ടൻ മുഖേന ചെങ്ങന്നൂരുള്ള ഒരു സ്റ്റോൺ മെറ്റൽ സൊസൈറ്റിയിൽ സെക്രട്ടറി ആയി ജോലി കിട്ടി. അതുകൊണ്ട് വീടിനെപ്പറ്റിയുള്ള ആധികൾ അവന് ഇല്ലായിരുന്നു. സഖാവ് നാട്ടിൽ ഉള്ളതുകൊണ്ട് ലക്ഷ്മിയമ്മയുടെ കത്തുകളിലെല്ലാം ആ സന്തോഷം വളരെ പ്രകടമായിരുന്നു. ദൈവത്തിനെ കല്ലിൽ കൊത്തിയെടുക്കുന്ന വിഗ്രഹങ്ങൾ നിർമ്മിക്കുന്ന വിശ്വകർമ്മരുടെ സൊസൈറ്റി. ഇത്തരത്തിൽ വിഗ്രഹ നിർമ്മാണത്തിൽ ഏർപ്പെട്ടിരിക്കുന്ന കേരളത്തിലെ ഏക കൂട്ടരെന്ന് പറയാം.

എല്ലാ പാറക്കല്ലും വിഗ്രഹ നിർമ്മാണത്തിന് യോജ്യമല്ല. വിഗ്രഹം കൊത്തുന്ന കല്ലുകൾ ക്വാറികളിൽ നിന്നല്ല. ചില പ്രത്യേക സ്ഥലങ്ങളിൽ മണ്ണിനടിയിലാണ് ഇതിനുള്ള ഉരുളൻ കല്ലുകൾ ഉണ്ടാകുക. അത്തരം സ്ഥലങ്ങൾ ശില്പികൾക്കറിയാം. അവിടെ പോയി മണ്ണ് മാറ്റി കല്ലുകൾ പരിശോധിക്കും. യോജ്യമെങ്കിൽ വീട്ടുകാർക്ക് അതിനുള്ള പണം കൊടുത്തു കല്ലുകൾ കീറിയെടുക്കും. കല്ലുകൾ എടുക്കുന്നതിനും ശില്പശാലയിലേക്കു കൊണ്ട് വരുന്നതിനും നിയമ പ്രശ്നങ്ങൾ നൂറു കണക്കിന് ഉണ്ട് താനും. അതുകൊണ്ടു തന്നെ ഈ ശില്പികൾ ഒരുപാടു ത്യാഗങ്ങൾ സഹിക്കുന്നുണ്ട്. ഇപ്പോൾ ഈ തൊഴിലിൽ നില്ക്കുന്നത് രണ്ടോ മൂന്നോ കുടുംബങ്ങൾ മാത്രമാണ്. കൃഷ്ണശിലയിൽ തന്നെ ശാസ്ത്രപ്രകാരം ദൈവാംശം ഉള്ളത് തട്ടിയറിയാനുള്ള ജ്ഞാനം വേണം. പ്രധാന ശില്പി വിരല് മടക്കി തട്ടി നോക്കി തീരുമാനിക്കും, ഏതാണ് വിഗ്രഹ ശില, ഏതാണ് വിഗ്രഹ നിർമ്മാണത്തിന് യോജ്യം. കൃഷ്ണശില കറുത്ത് നീല നിറമുള്ളവയാകും. ഇത് സ്ത്രീലിംഗത്തിലുള്ളതാണ്. കല്ലുകൾ നല്ല മൃദു ആയിരിക്കും. പാടുകളോ കുത്തലുകളോ ഉള്ളവ വിഗ്രഹ നിർമ്മാണത്തിന് യോജ്യമല്ല. ചിലപ്പോൾ നൂറെണ്ണം പരി

ശോധിച്ചാലും അതിൽ ഒന്നുപോലും വിഗ്രഹനിർമ്മാണത്തിനു അനുയോജ്യമാകില്ല. കൂട്ടത്തിലുള്ള വെളുപ്പും കറുപ്പും കലർന്ന കല്ലുകൾ നപുംസക വിഭാഗത്തിൽ വരും. ഇവ വിഗ്രഹ നിർമ്മാണത്തിന് യോജ്യമല്ല. പീഠങ്ങൾക്കോ ഫൗണ്ടേഷനോ മാത്രമേ ഇവ ഉപയോഗിക്കുകയുള്ളു. പുരുഷ ലക്ഷണമുള്ളവയും വിഗ്രഹത്തിനു യോജ്യമല്ല.

വിഗ്രഹം കൊത്തുന്നതിന് മുൻപ് തന്നെ ശില്പി വ്രതം നോക്കാൻ ആരംഭിക്കും. നല്ല നേരം നോക്കി പരദേവതകളെ ദ്ധ്യാനിച്ച് പൂജകൾ ചെയ്ത് കല്ലിന്റെ അനുവാദവും വാങ്ങി ശുദ്ധവൃത്തിയോടെ ഒരു നിയോഗം പോലെയാണ് വിഗ്രഹ നിർമ്മാണം. വീട്ടിൽ പോകാതെ പണിശാലയിൽ തന്നെ ആഹാരം പാചകം ചെയ്ത് കഴിച്ച്, ഉറക്കം. ദിവസങ്ങൾ കടന്ന് പോകുന്ന തപസ്യ. തന്ത്രിയിൽനിന്നും വിഗ്രഹത്തിന്റെ സ്വഭാവം അറിഞ്ഞ്, വിഗ്രഹത്തിൽ വേണ്ട ആയുധത്തിന്റെയും മറ്റ് അലങ്കാരങ്ങളുടേയും തീരുമാനം എടുത്തു, ശില്പത്തിന്റെ അളവുകളും തീരുമാനിച്ചു വിഗ്രഹത്തിന്റെ രൂപം മനസ്സിൽ തീരുമാനിക്കും. ക്ഷേത്രത്തിന്റെ അളവുകൾ അറിഞ്ഞിട്ടാണ് വിഗ്രഹത്തിന്റെ അളവുകൾ ശില്പി തീരുമാനിക്കുക. ദിവസവും രാവിലെ കുളിച്ചു ഈറനായിട്ടാണ് വിഗ്രഹ നിർമ്മാണം. വിഗ്രഹത്തിന് മുകളിൽ ശില്പിയുടെ വിയർപ്പ് വീഴാൻ പാടില്ല. അതുകൊണ്ടാണ് ഈറൻ തുണി ഉണങ്ങുന്നതോടെ ശില്പി പണി നിർത്തുന്നത്. അതിനുശേഷം ഊണും കഴിഞ്ഞു വിശ്രമം. വീണ്ടും കുളിച്ചു ഈറനായാണ് പണി തുടങ്ങുക. പണി കഴിഞ്ഞാലും വിഗ്രഹം ലക്ഷണമൊത്തവയല്ലെങ്കിൽ അവ ഉപേക്ഷിക്കും. ഒരു നെല്ലിട കുറവോ കൂടുതലോ അളവിൽ വന്നാൽ പോലും അവയും സ്വീകരിക്കില്ല. ക്ഷേത്ര ഭാരവാഹികളും തന്ത്രിയും എല്ലാം വന്ന് കണ്ട് ബോധിക്കുകയും വേണം.

വിഗ്രഹം കൈമാറും മുൻപാണ് ശില്പി വിഗ്രഹത്തിന് കൺപോളകൾ കൊത്തുക. അതിനും പ്രത്യേക ആചാരങ്ങളുണ്ട്. വിശ്വകർമ്മാവിന് വിളക്ക് വച്ച് തേനും നെയ്യും വച്ച് ഉളിയും പൂജിച്ചാണ് വിഗ്രഹത്തിൽ കൺപോളകൾ കൊത്തുക. അതിനുശേഷം കൃഷ്ണമണിയും കൊത്തിയെടുക്കും. മുറിവ് ഉണങ്ങാൻ എന്ന സങ്കല്പത്തിലാണ് കണ്ണിൽ നെയ്യും തേനും ലേപനം ചെയ്യുക. പണ്ടുകാലത്തു ശില്പി തന്നെയാകും വിഗ്രഹം ക്ഷേത്രത്തിൽ എത്തിക്കുക. ഇപ്പോൾ ശില്പിയിൽ നിന്നും നാട്ടുകാരും തന്ത്രിയും വിഗ്രഹം ഏറ്റുവാങ്ങി ക്ഷേത്രത്തിൽ കൊണ്ടുപോയി ആചാരങ്ങൾ പൂർത്തീകരിക്കുകയാണ്.

ബിംബം ഏല്പിക്കുന്നതും പ്രത്യേക ചടങ്ങാണ്. തന്ത്രി വന്നു ശില്പിയോട് ചോദിക്കും. താങ്കൾക്ക് ഈ ബിംബ സൃഷ്ടിയിൽ പ്രതിഫലം കിട്ടി തൃപ്തിയായിട്ടുണ്ടോ, സന്തോഷമായോ? സന്തോഷത്തോടെ മാത്രമേ ശില്പി നാട്ടുകാർക്ക് വിഗ്രഹം കൈമാറാവു എന്നാണ് ശാസ്ത്രം.

കരക്കാർ വിഗ്രഹം തന്ത്രിയെ ഏല്പിക്കും. തന്ത്രി ബിംബ ശുദ്ധി വരുത്തിയ ശേഷം 'ജലാധിവാസം' കർമ്മം ചെയ്യും. എന്ന് പറഞ്ഞാൽ വിഗ്രഹം തൊണ്ണൂറു നാഴിക ജലത്തിൽ മുക്കി വക്കും. അതായത് ഇന്ന്

വൈകിട്ട് അഞ്ചു മണിക്ക് ജലത്തിൽ മുക്കി വച്ചാൽ നാളെ വൈകിട്ട് നാലു മണിക്കേ പിന്നീട് അത് ജലത്തിൽനിന്നും എടുക്കുകയുള്ളു. അതിനുശേഷം സ്വർണ്ണസൂചികൊണ്ട് കണ്ണുകളിൽ വീണ്ടും തേനും നെയ്യും ലേപനംചെയ്യും. ശേഷം തൊണ്ണൂറു നാഴിക ശയ്യയിൽ കിടത്തണം. പിന്നീടാണ് ബിംബ പ്രതിഷ്ഠ. അതിനു ശേഷമാണ് വിഗ്രഹം ദേവനോ ദേവിയോ ആയി രൂപാന്തരപ്പെടുന്നത്. വിഗ്രഹത്തിന് ജീവൻ കൊടുക്കുന്നത് തന്ത്രിയാണ്. തന്ത്രിയുടേയും പൂജാരിയുടേയും എല്ലാം കാഴ്ചപ്പാടിൽ ദൈവാംശം ആവാഹിച്ചു കുടിയിരുത്തുന്നതുവരെ അത് വെറുമൊരു ശിലയാണ്, വെറും കല്ല്. എന്നാൽ വിഗ്രഹത്തിന്റെ നിർമ്മാണം തീരുമാനിച്ചു ശില തെരഞ്ഞെടുക്കുന്നതോടെ തന്നെ ശില്പിയെ സംബന്ധിച്ചിടത്തോളം ആ ശില ദൈവം തന്നെയാണ്. വിഗ്രഹത്തിന്റെ പണി തീരുംവരെ ശില്പി എല്ലാവർക്കും പ്രീയപ്പെട്ടവൻ തന്നെ. അവൻ ശില്പിയാണ്. വിശ്വകർമ്മാവ്. നിർമ്മാണം പൂർത്തിയായി വിഗ്രഹം ഏറ്റു വാങ്ങുന്നതോടെ അയാൾ വെറും ആശാരി. ഈ വേറുകൃത്യം പെരുന്തച്ചന്റെ കാലം മുതലേ കേൾക്കുന്നതാണ്. അത് തന്നെയാണ് മനസ്സും, സ്വപ്നങ്ങളും കൊടുത്ത വിഗ്രഹം കൊത്തുന്ന ശില്പിയുടെ ദുരന്തം.

ലക്ഷ്മിയമ്മ കളിയാക്കി പറയും: “ദൈവമില്ല, പള്ളികളിലും ക്ഷേത്രങ്ങളിലും മോസ്കുകളിലുമല്ല ദൈവം ഇരിക്കുന്നത്, ഈശ്വരൻ ഇരിക്കുന്നത് ഓരോരുത്തരുടെയും മനസ്സിലാണ് എന്ന് പറഞ്ഞു നടക്കുന്ന സഖാവിന് ദൈവം നല്ല പണികൊടുത്തു. ദൈവത്തെ നിർമ്മിക്കുന്നവരുടെ സെക്രട്ടറിയല്ലേ? അനുഭവിക്കട്ടെ എന്നാണ്.”

തണ്ടാൻ രാഘവൻ തെങ്ങിൽനിന്നും വീണു കിടപ്പിലായി. നട്ടെല്ലിന് ക്ഷതം ഉണ്ട്. സായിപ്പിന്റെ ആശുപത്രിയിൽ കൊണ്ടുപോയി കാണിച്ചു: ഓപ്പറേഷൻ ചെയ്താൽ ചിലപ്പോൾ ശരിയാകും, ഉറപ്പില്ല. എന്നാൽ അതിനു ധാരാളം രൂപ വേണം. തണ്ടാത്തിയും പെൺമക്കളും ഉള്ള കിടപ്പാടം പണയപ്പെടുത്തിയോ, വിറ്റോ ചികിത്സിക്കാം എന്ന് പറഞ്ഞെങ്കിലും രാഘവൻ സമ്മതിച്ചില്ല.

“ഓപ്പറേഷൻ പേടിയാ, വരില്ല” എന്ന് അയാൾ തീർത്തു പറഞ്ഞു.

വരാന്തയിലെ ജനലിനോട് ചേർത്തിട്ടിരിക്കുന്ന കയർ കട്ടിലാണ് ഇപ്പോഴയാളുടെ ലോകം. തലയൊന്ന് പൊന്തിച്ചു വെളിയിലേക്കു നോക്കിയാൽ റോഡിൽ കൂടിയുള്ള ജീവന്റെ ചലനം അയാൾക്ക് കാണാം. എന്നാൽ അതിനും പരസഹായം വേണം. കയർ കട്ടിലിൽ കിടക്കാൻ പാടില്ല. തടി കട്ടിലോ, ഉറച്ച പ്രതലമോ വേണം എന്ന് ഡോക്ടർ പറഞ്ഞിട്ടുണ്ട്. അവർ എവിടെ നിന്നെങ്കിലും പലക കട്ടിൽ കിട്ടുമോ എന്ന് ശ്രമിക്കുകയാണ്. കൈയിലുണ്ടായിരുന്ന പണമൊക്കെ ആശുപത്രിയിൽ കൊടുത്തു. കുടുംബത്തിലെ ഏക വരുമാന സ്രോതസ്സാണിപ്പോൾ കയറുകട്ടിലിൽ കിടക്കുന്നത്.

മുരളി വിവരം അറിഞ്ഞു അയാളെ കാണാൻ പോയി. അയാൾ ഉറങ്ങി കിടക്കുകയായിരുന്നു. മകളാണ് കതകു തുറന്നത്. അയാളുടെ

അതിസുന്ദരിയായ മകൾ. ഈ പെണ്ണിനെ വെളിയിൽ കാണാൻ കിട്ടില്ല. റോഡിൽ കൂടി പോയപ്പോഴൊക്കെ മറ്റുള്ളവരെപ്പോലെ അവനും ഒളിഞ്ഞു നോക്കിയിട്ടുണ്ട്, കറുത്ത തണ്ടാന്റെയും തണ്ടാത്തിയുടേയും വെളുത്ത മോൾ! ദേശത്തെ പെൺകുട്ടികളെല്ലാം അമ്പലത്തിലെങ്കിലും പോകും. ഈ കുട്ടി അവിടെയും പോകില്ല. അച്ഛനെ ഉണർത്താം എന്നവൾ പറഞ്ഞെങ്കിലും "വേണ്ട" എന്നവൻ കൈകൊണ്ടു ആംഗ്യം കാണിച്ചു. അവൾ അകത്തു നിന്നും ഒരു പഴയ സ്റ്റൂൾ എടുത്തുകൊണ്ടു വന്നു തുടച്ചിട്ട് അവനെ ഇരിക്കാൻ വിളിച്ചു. "ഇരുന്നാട്ടെ."

അവൻ സ്റ്റൂൾ രാഘവന്റെ അടുക്കലേക്കു വലിച്ചിട്ടു. "ഡോക്ടർ എന്ത് പറയുന്നു?"

"ഇപ്പോൾ ഗോപാലകൃഷ്ണ കണിയാരുടെ ചികിത്സയിലാണ്. എണ്ണയും കുഴമ്പുമൊക്കെ."

പറഞ്ഞു തീരും മുൻപ് തയ്യൽക്കാരൻ അച്യുതൻ പിള്ള കുഴമ്പും കഷായവുമായി വന്നു. അവനെ കണ്ടു സൗഹൃദത്തോടെ ചിരിച്ചു. എന്നിട്ട് അയാളുടെ മകളോടായിട്ട് പറഞ്ഞു "അമ്മേ വിളിക്ക്."

"അമ്മ ഇല്ല. ഇനി ഉച്ച കഴിഞ്ഞേ വരൂ. രണ്ടു നാളായി പൗലോ മുതലാളിയുടെ വീട്ടിൽ പണിക്കു പോകുന്നുണ്ട്."

"ശരി. ഉണരുമ്പോൾ നീ കമഴ്ത്തി കിടത്തി കുഴമ്പ് ഒരു തവിയിൽ ചൂടാക്കി ചെറു ചൂടോടെ നട്ടെല്ലിന് മുകളിൽ നിന്നും താഴോട്ട് പതുക്കെ തടവണം. ബലം കൊടുക്കണ്ട. അതുപോലെ താഴെ നിന്നും മുകളിലോട്ടു തടവരുത്. കടയിൽ ആൾ കാത്തു നില്ക്കുന്നു. ഞാനങ്ങോട്ട് ചെല്ലട്ടെ." എന്നും പറഞ്ഞയാൾ പോയി. അവൻ അത്ഭുതപ്പെടുകയായിരുന്നു. അച്യുതൻ പിള്ള കൂട്ടുകാരോടൊക്കെ പിണങ്ങി മിണ്ടത്തുപോലുമില്ലായിരുന്നു. പിന്നെയും കൂട്ടായോ?

"പിള്ളച്ചേട്ടനാണ് സഹായം. രണ്ടാളും പിണക്കത്തിലായിരുന്നു. എന്നാൽ വീണെന്നറിഞ്ഞപ്പോൾ അയാൾ ഓടി വന്നു. ജോയ് മാപ്പിളയും വല്യ കൂട്ടുകാരനാണല്ലോ. റോഡെ പോകുന്നത് കാണാം. ഇങ്ങോട്ടു നോക്കില്ല. അമ്മ പണിക്കു പോകുന്നത് അപ്പനറിഞ്ഞാൽ സങ്കടപ്പെടും. കള്ള് കുടിക്കും അമ്മേ തല്ലും. എന്നാലും അമ്മ എങ്ങും പണിക്കു പോകാൻ സമ്മതിക്കില്ല. ഇത്ര നാളും പല വീട്ടുകാരും ജീവിതത്തിൽ എന്നെങ്കിലും പട്ടിണി അറിഞ്ഞിട്ടുണ്ടാകും എന്നാൽ ഇവിടെ ഇതുവരെ ഞങ്ങളെ അപ്പൻ പട്ടിണിക്കിട്ടിട്ടില്ല." അവൾ കരയാൻ തുടങ്ങി.

"പോട്ടെ സാരമില്ല, എല്ലാം ശരിയാകും". അവർക്കു കൊടുക്കാൻ ഒന്നും ഇല്ലല്ലോ എന്ന സങ്കടത്തിൽ അവൻ അവിടെനിന്നും ഇറങ്ങി.

"അറിയാതെ എന്റെ സങ്കടങ്ങൾ അണപൊട്ടിയതാണ്. ഒന്നും തോന്നരുതേ. കേൾക്കാൻ ആളില്ലാതെ മൂന്ന് നാൾ അടക്കിപ്പിടിച്ചത്. ക്ഷമിക്കണേ." അയാളുടെ മോൾ കണ്ണുകൾ തുടച്ചു. അവന്റെ മനസ്സ് പിടച്ചു.

കച്ചാലന്റെ കൊച്ചുമോൾ ചിരുതയുടെ മനക്കട്ടി, പായ നെയ്യുന്ന കാളിത്തള്ളയുടെ മോൾ പാവം ചിരുതയ്ക്ക് കിട്ടിയില്ല. അവൾക്ക് കൂട്ടിന്

ഒരു ചാന്നാനും വന്നുമില്ല. കഴുതപ്പുലികളുടെ കാലുകൾക്കിടയിൽ അവളുടെ ഗതികേടുകൾ ഞെരിഞ്ഞമർന്നു. തുപ്പലിറ്റുന്ന നീണ്ട നാവുകൾക്ക് ഇടയിൽ, അവളുടെ വിലാപങ്ങൾ വനരോദനങ്ങളായി. അവളുടെ തുടയ്ക്കിടയിലെ ചൂടും നെഞ്ചിലെ തണുപ്പും മാത്രം തേടി വന്നവർ അവളെ ഉഴുത് മറിച്ചു. ഉറക്കത്തിൽ ദുഃസ്വപ്നം കണ്ട് ഞെട്ടിയുണർന്ന് കരയുന്ന മണിക്കുട്ടിയെ ഇടത് കൈ ഒഴിപ്പിച്ചെടുത്ത്, അന്നദാതാവ് അറിയാതെ അവൾ തട്ടിയുറക്കി. ചൂടും തണുപ്പും വിറ്റവൾ കുഞ്ഞിനും തള്ളയ്ക്കും വറ്റ് വിളമ്പി. മേനി മിനുങ്ങിയപ്പോൾ മണിക്കൂർ പറഞ്ഞു പണം വാങ്ങി. മുഴുത്ത മാറിടം ഉയർത്തിക്കെട്ടി, എണ്ണക്കറുപ്പിന്റെ മേനിക്കൊഴുപ്പുകാട്ടി, പോരുവഴിയിലെ ജാരന്മാരെ അവൾ തടിച്ച തുടകൾക്കിടയിൽ തളർത്തിയിട്ടു. കുടിലിന് മുൻപിൽ, കണങ്കാല് കാട്ടി കൈലിയുടുത്ത്, മരക്കുറ്റിയിൽ കുന്തിച്ചിരുന്ന് മാലോകരെ നോക്കി അവൾ മലർക്കെ ചിരിച്ചു." "വാടാ വന്നെന്റെ ചോര കുടിക്ക്. ഞാൻ എന്റെ കൊച്ചിന്റെ വയറു നിറയ്ക്കട്ടെ."

ആണുങ്ങൾ പറഞ്ഞു, "എന്താ ഒരു ചേല്!"

പെണ്ണുങ്ങൾ പറഞ്ഞു, "ഒരുമ്പെട്ടോൾ!"

ആണുങ്ങൾ പറഞ്ഞത് ആരും അറിഞ്ഞില്ല. പെണ്ണുങ്ങൾ പറഞ്ഞത്, പാടി നടന്നു. "ഒരുമ്പെട്ടോൾ!" അങ്ങനെ കാളിത്തള്ളയുടെ മോൾ ചിരുത ഒരുമ്പെട്ടോൾ ആയി.

വിടപറയൽ

പാതകൾ നന്നായിരുന്നാൽ എത്തുന്ന ദേശം അപകടം പിടിച്ച താകാം, അല്ലെങ്കിൽ നൊമ്പരപ്പെടുത്തുന്നതാകാം. പാതകൾ കല്ലും മുള്ളും നിറഞ്ഞതാണെങ്കിൽ എത്തുന്ന ദേശം സുന്ദരമാകും, അല്ലെ ങ്കിൽ സന്തോഷപ്പെടുത്തുന്നതാകും.

പോരുവഴിയിലെ പഴമൊഴി സീതയ്ക്കറിയില്ലല്ലോ. പാവം പെണ്ണ്. കൂട്ടിലിട്ട് വേണ്ടതെല്ലാം കൊടുത്തു താലോലിച്ചിരുന്ന പഞ്ചവർണ്ണക്കിളി യെപ്പോലെയായിരുന്നു അവൾ. സ്വാതന്ത്ര്യത്തിന്റെ വിശാലമായ നീലാ കാശം അവളെ മാടിവിളിച്ചു. അതിർത്തി കാവൽഭടൻ ജോണിയും ബാങ്ക് ഉദ്യോഗസ്ഥൻ സതീശനും ദേവസ്വം ബോർഡുദ്യോഗസ്ഥൻ രാജേട്ടനും ബന്ധു ലോഹിയും മച്ചുനന്മാരും മറൈൻ ഡ്രൈവിലെ മണിയനീച്ചക ളും പിന്നെ ഗന്ധർവ്വന്മാരും അവൾക്ക് സ്വാതന്ത്ര്യം കൊടുത്തു. അവർ അവളെ കൂട്ടിൽനിന്നും തുറന്നു വിട്ടു. അവൾ വർണ്ണക്കൂട്ടുകൾ വാരി വി തറി വിണ്ണിൽ പറന്നു കളിച്ചു. വിലക്കുകളും അതിരുകളും ലംഘിച്ചു ചി റകടിച്ചു. മുരളിയുടെ വിളികളോ അപകട സൂചനകളോ അവൾ ചെവി ക്കൊണ്ടില്ല. കരുതലുകളോ സുരക്ഷയുടെ വിലക്കുകളോ ഇല്ലാതെ അ വൾ സന്തോഷപൂർവ്വം നീലാകാശത്തിൽ പറന്നു നടന്നു. മുട്ടയിടാൻ മാത്രം താഴേക്കിറങ്ങിയ കിളിക്ക് പറന്നിരിക്കാൻ ചില്ലകളില്ലാതെ വന്നു. പറത്തിവിട്ടവരും പറഞ്ഞു മോഹിപ്പിച്ചവരും പുതിയ കിളികളെ തേടി പോയി. വിധിക്കു മുൻപിൽ വിരണ്ടു നിന്നപ്പോൾ മുരളിയുടെ മനസ്സ് അ വൾക്ക് ചില്ലകളായി. ഒഥല്ലോവിന്റെ വർക്ഷോപ്പിൽ നില്ക്കുമ്പോഴാണ്, ഫിലിം ഇൻസ്റ്റിറ്റ്യൂട്ട് ഓഫീസിലേക്ക് മുരളിക്ക് ഫോൺ വിളി വന്നത്. അങ്ങേത്തലയ്ക്കൽ ഒരു സ്ത്രീ ശബ്ദം. "മുരളിയല്ലേ? സീത പറഞ്ഞു

നിങ്ങളെ എനിക്കറിയാം. അവൾക്ക് നല്ല സുഖമില്ല. ചേച്ചി വന്നു വിളിച്ചു കൊണ്ട് അവരുടെ കോട്ടയത്തെ വീട്ടിലേക്ക് പോയി. പാൻക്രിയാറ്റിക് എക്സ്പാൻഷൻ എന്നാണ് പറഞ്ഞത്. നിങ്ങൾ വരണം. വന്നവളെ കാണണം."

ആരാണ് വിളിക്കുന്നതെന്ന് വീണ്ടും വീണ്ടും അപേക്ഷിച്ചു ചോദിച്ചപ്പോൾ ആദ്യം പറയാൻ മടിച്ച ആൾ അവസാനം പറഞ്ഞു. "ഞാൻ സീമ. റൂംമേറ്റ്. വരാതിരിക്കരുത്. വിളിച്ച കാര്യം ആരോടും പറയരുതേ."

പാൻക്രിയാറ്റിക് എക്സ്പാൻഷൻ എന്നാലെന്താണ്? അവളുടെ കത്തുകൾ വന്നിട്ട് ഒന്ന് രണ്ടു മാസമായെന്ന് മുരളി ഓർത്തെടുത്തു. അപ്പോഴേക്കും വെപ്രാളമായി. അതുകൊണ്ടാണ് വേഗം നാട്ടിൽ എത്തുന്നത്. വീട്ടിൽ ചെല്ലുമ്പോൾ ലക്ഷ്മിയമ്മയ്ക്ക് ആശ്ചര്യം "എന്താടാ അറിയിക്കാതെ ഓടിപ്പിടിച്ചു വന്നത്?"

"ഒരു സർപ്രൈസ് ആയിക്കോട്ടെ എന്നു കരുതി." അവൻ ചിരിച്ചു.

കുളിയും ആഹാരം കഴിപ്പും കഴിഞ്ഞു അവൻ ഇറങ്ങി. "കൂട്ടുകാരന് ഒരു അത്യാവശ്യം കാര്യം സാധിക്കാനുണ്ട്. അവനെ കാണാൻ എറണാകുളത്തിന് പോകയാണ്. ലേറ്റ് ആയാൽ, ഞാൻ ചിലപ്പോൾ ഇന്ന് വരില്ല. വന്നിട്ട് വിശദമായി പറയാം."

സീതയുടെ ചേച്ചിയുടെ ഫോൺ നമ്പർ സംഘടിപ്പിച്ചു. കോട്ടയത്ത് ചെന്ന് അവരുടെ വീട്ടിലേക്ക് വിളിക്കുമ്പോഴേക്കും ഏതാണ്ട് ഒൻപത് മണിയായിരുന്നു. "സീത ഇവിടുണ്ട്. ഉറങ്ങിയെന്നു തോന്നുന്നു. മുരളി നാളെ ഒന്ന് വിളിക്കു. പൂനയിൽനിന്നും എപ്പോഴാ വന്നത്?" ചേച്ചിയാണ്.

"വന്നതേയുള്ളു. അവളെ ഒന്ന് കാണണം. അത്യാവശ്യമാണ്. നേരേ അങ്ങോട്ട് വരുകയാണ്. ഞാൻ കോട്ടയം സ്റ്റാന്റിൽ ഉണ്ട്. വീട്ടിലേക്കുള്ള വഴി പറഞ്ഞു തരു." "ഇപ്പോൾ തന്നെ ഒരുപാട് ഇരുട്ടിയില്ലേ? മുരളിക്ക് തിരികെ പോകണ്ടേ? നാളെ വരൂ."

"അത് പറ്റില്ല. ഞാനിത്ര ദൂരെനിന്നും വന്നിട്ട്? കൂടി വന്നാൽ അവിടെ കിടക്കണം അത്രയല്ലേ ഉള്ളു. സാരമില്ല."

കാണാതെ പോകില്ലെന്ന് ആയപ്പോൾ നിവൃത്തിയില്ലാതെ വഴി പറഞ്ഞു തന്നത് ചേച്ചിയുടെ ഭർത്താവ് റബ്ബർ മുതലാളിയാണ്. ചെല്ലുമ്പോൾ ചേച്ചിയാണ് കതകു തുറന്നത്. ഭർത്താവും അപ്പോഴേക്കും വന്നു. രണ്ടാളും സന്തോഷപൂർവ്വം മുരളിയെ വിളിച്ചിരുത്തി വിശേഷങ്ങൾ ചോദിക്കാൻ തുടങ്ങി. അവന്റെ നെഞ്ച് പടപടേന്ന് മിടിക്കാൻ തുടങ്ങി. ചെന്നിട്ട് പത്തു മിനിറ്റ് കഴിഞ്ഞെങ്കിലും സീത വെളിയിൽ വന്നില്ല. അകലങ്ങളല്ല ആളുകളെ അകറ്റുന്നത്. അവരുടെ മൗനമാണ്. അവനോർത്തു.

അവസാനം കഴിയുന്നത്ര സ്വാഭാവികമായി മുരളി ചോദിച്ചു: "അവളെന്തിയേ?"

"ഉറങ്ങി."

"ഇതെന്താ കഥ? ചേച്ചി പറഞ്ഞില്ലേ, അവളുടെ ചെക്കൻ പൂനയിൽ നിന്നും കാണാൻ വന്നിരിക്കുന്നു എന്ന്? അല്ലേൽ വേണ്ട ഞാൻ അക

ത്തോട്ടു പോകാം. എവിടെയാ അവൾ കിടക്കുന്നത്?" എന്ന് പറഞ്ഞു എഴുന്നേല്ക്കുമ്പോൾ, പാതി ചാരിയ അരവാതിലിന് പിന്നിൽ സീത, ചെറു ചിരിയോടെ.

"ഉറങ്ങിപ്പോയി. ദേഹത്ത് വല്ലാത്ത വേദന. എപ്പോൾ വന്നു?" ഒരു നൈറ്റ് ഗൗൺ ആണിട്ടിരിക്കുന്നത്. നെഞ്ചുവരയെ കാണാനാകൂ.

"നീയിങ്ങു വരൂ. വാ, പത്തു മിനിറ്റ് ഇരുന്നിട്ട് പോയി കിടന്നോളു. വിശേഷങ്ങൾ ഒക്കെ അറിയട്ടെ."

"ഇവിടെ നിന്നോളം." ഭവ്യതയോടെ അവൾ.

"അത് വേണ്ട. വാ വന്നിരിക്ക്." പിടിച്ചു കൊണ്ടിരുത്താം എന്ന രീതിയിൽ അവൻ എഴുന്നേറ്റപ്പോൾ, മനസ്സില്ലാ മനസ്സോടെ അവൾ വന്ന് കസേരയിൽ ഇരുന്നു. അപ്പോഴേക്കും പ്രത്യക്ഷപ്പെട്ട അവളുടെ അമ്മ ചോദിച്ചു "മോനെപ്പോഴാണ് വന്നത്?"

ഒരു നിമിഷം. ചുരിദാറിനുള്ളിൽ അല്പം വീർത്തിരിക്കുന്ന വയർ അവനോടെല്ലാം പറഞ്ഞു. പകച്ചു നോക്കുന്ന ആറ് കണ്ണുകൾ അവൻ അവഗണിച്ചു. അവൾ ശാന്തയായിരുന്ന് അവനെ നോക്കി പുഞ്ചിരിച്ചു. അവൻ തേടുകയായിരുന്നു. മീരയുടെ കണ്ണുകൾ എവിടെ? കുന്നിൻ മുകളിലുള്ള, കണ്ണെത്താ ദൂരത്തിനുമപ്പുറം താഴ്ചയുള്ള കിണറിന്റെ ആഴങ്ങൾക്കുമപ്പുറം അവസാനം കണ്ണാടി പോലെ തിളങ്ങുന്ന ഒരു തുള്ളി തെളിനീർ മീരയുടെ കണ്ണുകൾ? എന്താണ് അവയുടെ ആഴം തനിക്ക് കാണാനാവാത്തത്? മീരയുടെ ചുണ്ടുകൾ, മണം, രൂപം, മനസ്സ്. അതെല്ലാം എവിടെ പോയി? ഏതോ അപരിചിതയായ യുവതി അവനെ നോക്കി തളർന്നു ചിരിക്കുന്നു.

"ഞാൻ ഇന്ന് വന്നതേയുള്ളു." അവൻ യാന്ത്രികമായി മറുപടി പറഞ്ഞു.

"കിടക്കട്ടെ. നല്ല ക്ഷീണം." കണ്ണുകളുടെ തിളക്കം, മുഖം നഷ്ടപ്പെട്ട സ്ത്രീ ശബ്ദം അവനോട് പറഞ്ഞു.

ആറ്റിലെ ഒഴുക്കിൽ പെട്ട നീന്തലറിയാത്ത മനുഷ്യന് കിട്ടിയ കച്ചിത്തുരുമ്പുപോലെ എവിടെ നിന്നോ മനസ്സിലേക്ക് ഓടിയെത്തിയ ഒരു പ്രതീക്ഷ ചിലപ്പോൾ എല്ലാം തന്റെ ഒരു വിഭ്രാന്തിയാകാം. പാൻക്രിയാറ്റിക് എക്സ്പാൻഷൻ ഒരു വാസ്തവമാകാം. അവളുടെ കണ്ണുകൾ തിരികെ വരാം. അതിലെ തിളക്കവും തിരികെ വരാം. പിടയ്ക്കുന്ന മനസ്സിന്റെ വല്ലാത്തൊരു മോഹം. ആരോടാണ് കെഞ്ചി കേഴേണ്ടത്? നിങ്ങളെന്റെ മീരയെ എനിക്ക് വിട്ടു തരികയില്ലേ? നിശ്ശബ്ദമായി മുരളിയുടെ മനസ്സു തേങ്ങി. "ഞാനിന്നു പോകുന്നില്ല. സീതേ, രാവിലെ റെഡി ആകണേ. നമുക്ക് ഒരിടം വരെ പോകണം."

"ഓക്കേ. എവിടെ?"

"തിരുനക്കരെ ക്ഷേത്രത്തിൽ ഒന്ന് പോകണം." അറിയാതെ വായിൽ വന്നതാണ്.

"അമ്പലത്തിലൊക്കെ പോകുമോ?" അവളുടെ പരിഹാസം.

മനുഷ്യനിങ്ങനെയാണ് നിലയില്ലാ കയത്തിൽ വീഴുമ്പോൾ അറിയാതെ ദൈവചിന്തകൾ വരും എത്ര നിരീശ്വരവാദിയായാലും. ചിലപ്പോൾ അറിയാതെ വിളിച്ചുപോകും. ഈശ്വരാ! "പതിവില്ല. ഇവിടെ വരെ വന്നതല്ലേ? പോയേക്കാം."

അകത്തു കിടക്കാം എന്ന് പറഞ്ഞത് നിരസിച്ചു വരാന്തയിലെ സോഫയിൽ ഉറങ്ങാൻ കിടക്കുമ്പോൾ അവൻ വെറുതെ സംശയിച്ചു, എന്തെങ്കിലും കാര്യം പറഞ്ഞു അവൾ വരാതിരുന്നാലോ? എന്താണ് ശരിക്കുള്ള പ്രശ്നം എന്നറിയാൻ പറ്റാതിരുന്നാലോ? അതുപോലെ തന്നെ സംഭവിച്ചു. രാവിലെ അവൾ പറഞ്ഞു:

"പീരിയഡ്സ് തുടങ്ങി അമ്പലം പരിപാടി നടക്കില്ല."

"ശരി. മറ്റെവിടെയെങ്കിലും പോകാം."

അവൻ നേരെ അമ്പലത്തിലേക്ക് തന്നെയാണ് പോയത്. അവിടെയെത്തി ശ്രീകോവിലിനു മുൻപിൽ വച്ച് ചോദിച്ചു. "ആരാ?"

"നീയാണെന്നാണ് ഞാൻ എല്ലാവരോടും പറഞ്ഞിരിക്കുന്നത്. നീയേല്ക്കണം. എന്നേ കൈവിടരുത്. അല്ലേൽ ഞാൻ പോയി ചാകും." അവൾ കരയാൻ തുടങ്ങി.

"ആളുകൾ നില്ക്കുന്നു. കരയരുത്."

എന്നേ കൈവിടല്ലേയെന്ന് തേങ്ങുന്ന കണ്ണും മനസ്സും അവനോട് ദയ യാചിക്കുന്നു. ജീവനൊടുക്കാൻ നില്ക്കുന്ന ആത്മാവ് മറ്റൊരു ആത്മാവിനോട് കേഴുന്നു. "നീയെന്നേ രക്ഷിക്കില്ലേ?" തന്നെയും ചാന്നാനെയും കൊല്ലാനായി കൊടുവാളും കത്തിയുമായി പാഞ്ഞടുക്കുന്ന മാരനോടും ആൾക്കൂട്ടത്തോടും കൈകൾ കൂപ്പി കച്ചാലന്റെ കൊച്ചുമോൾ ചിരുത ചോദിക്കുന്നു. "രക്ഷിക്കില്ലേ?

"മനസ്സ് തൊട്ടു ഞാൻ പറയുകയാണ്. നിന്നെ ഇഷ്ടപ്പെട്ടു പോയില്ലേ? ഞാനേല്ക്കാം. കരയാതെ. എനിക്കിത് താങ്ങാനാവില്ല."

"ഉറപ്പ്?"

"സത്യം. എന്നാൽ ഒന്ന്. ഇന്നത്തെ ഈ വിശാല മനസ്സ് നാളെ എനിക്കുണ്ടാകണമെന്നില്ല. അങ്ങനെ വന്നാൽ എത്രയൊക്കെ ശ്രമിച്ചാലും നാളെ ആ കുഞ്ഞിനെ എനിക്ക് എന്റെ സ്വന്തം എന്ന് കാണാൻ കഴിഞ്ഞില്ലെങ്കിൽ, അത് ആ കുഞ്ഞിന് താങ്ങാൻ ആവില്ല. തന്നെയുമല്ല അത് നിന്നെ നിന്റെ കഴിഞ്ഞ കാലത്തെ ഓർമ്മപ്പെടുത്തി എപ്പോഴും വേട്ടയാടിക്കൊണ്ടിരിക്കും. അതുകൊണ്ട് ഇത് വേണ്ടെന്നു വെക്കണം."

"ശരി"

"സത്യത്തിൽ ആരാണ്?"

"ഞാൻ പറയില്ല. എന്നോട് ചോദിക്കരുത്." വീണ്ടും അവൾ കരയാൻ തുടങ്ങി. ആൾക്കാരുടെ മുൻപിൽ ഒരു സീൻ ആക്കണ്ട എന്ന് കരുതി വെളിയിൽ ഇറങ്ങി. പിന്നെ നാടകീയ രംഗങ്ങളായിരുന്നു വീട്ടിൽ. എല്ലാവരും ആകാംക്ഷയോടെ ഇരിക്കുന്നതവന് മനസ്സിലായി. കാപ്പികുടി കഴിഞ്ഞപ്പോഴും ആരും ഒന്നും പറയുന്നില്ല. മുരളി എന്നാൽ പോ

കുകയല്ലേ എന്ന ഭാവം. അവൻ ചേച്ചിയുടെ ഭർത്താവിനെ വിളിച്ചു ചോദിച്ചു.

"സീത ഒന്നും പറഞ്ഞില്ലേ?"

"മുരളിയല്ലേ പറയേണ്ടത്? വയറുമായി ആൾക്കാരുടെ മുൻപിൽ ഒരു നാടകം വേണോ, അതോ രജിസ്റ്റർ വിവാഹം വേണോ? പറഞ്ഞാട്ടെ."

"അത് കൊള്ളാം. അപ്പോൾ അവളൊന്നും പറഞ്ഞില്ലേ?"

"എന്ത് പറയാൻ?"

"ഇത് അബോർട് ചെയ്യണം."

ഇതും കേട്ടുകൊണ്ട് വന്ന ചേച്ചി പൊട്ടിത്തെറിച്ചു "എന്താടോ താൻ പറയുന്നേ? ഇനി അത് റിസ്കാണ്. കൊച്ചിനെ ഗർഭിണിയാക്കി, അഞ്ചു മാസത്തിനുശേഷം അബോർട്ടു ചെയ്യണമെന്നോ? ഞങ്ങളുടെ കൊച്ചിനെ കുരുതി കൊടുക്കണമെന്നോ?"

"വല്ലവന്റെയും കൊച്ചിനെ ഞാൻ ഏല്ക്കണമെന്നോ?" മുരളിയുടെ എല്ലാ നിയന്ത്രണങ്ങളും വിട്ടു.

"അയ്യോ. ഞാൻ എന്താണോ കേൾക്കുന്നത്? കണ്ടോ, ഇവൻ കാല് മാറുന്നത്. എനിക്കിനി ജീവിക്കണ്ടായെ." അവർ രണ്ടാം നിലയിൽ നിന്ന് ചാടാനായി ബാൽക്കണിയിലേക്ക് ഓടി. അപ്പോഴേക്കും മുരളി അവരെ കടന്നു പിടിച്ചു. അവനെ കുതറി ബാൽക്കണിയിൽ നിന്നും ചാടാനായി അവർ ശ്രമിക്കുമ്പോഴേക്കും അവരുടെ ഭർത്താവും കൂടി പിടിച്ചു. അപ്പോഴേക്കും സീതയും അമ്മയും എല്ലാവരും കൂട്ടക്കരച്ചിലായി. മുരളി പകച്ചു നിന്നു.

"നിങ്ങളൊക്കെ എന്തിനാണ് കരയുന്നത്? ഞാനല്ലേ കരയേണ്ടവൻ? എന്നിട്ടും ഞാൻ പറഞ്ഞില്ലേ, സ്വീകരിച്ചോളാം എന്ന്. അപ്പോൾ ഈ പ്രശ്നം പരിഹരിക്കാനുള്ള നടപടികളല്ലേ ആലോചിക്കേണ്ടത്?"

അവളുടെ ചേച്ചി മുഖം തുടച്ചു വന്ന് അവന്റെ കൈകളിൽ പിടിച്ചു. ക്ഷമ ചോദിച്ചു

"കണ്ടോടി, ദൈവത്തെ കാണണമെങ്കിൽ ഇങ്ങോട്ട് നോക്ക്."

മുരളി ചിരിച്ചു. എല്ലാവരും തങ്ങളുടെ രംഗങ്ങൾ നന്നായി ആടിത്തീർത്തു. തന്നെ പൊട്ടനാക്കി എന്നവന് മനസ്സിലാക്കാൻ പിന്നെയും വർഷങ്ങൾ ഏറെ വേണ്ടി വന്നു. സീത ഗർഭിണി ആണെന്നറഞ്ഞിപ്പോൾ എന്തേ കുട്ടികളുണ്ടാകാത്ത ചേച്ചിയും ഭർത്താവ് വിജയനും വീട്ടുകാരും അവനെ തേടി വന്നില്ല എന്ന ഒരൊറ്റ ചോദ്യം അവന്റെ ആത്മാവിൽ വലിയൊരു മുറിവ് കീറിയിട്ടു. ഉത്തരങ്ങളും പറഞ്ഞു കൊടുത്തു.

തിരുവനന്തപുരത്തെ പ്രശസ്തമായ ഗൈനക്കോളജി ആശുപത്രി തുണയായി. കഥയെല്ലാം അറിഞ്ഞ ഡോക്ടറുടെ നാച്ചുറൽ ഡെലിവറിക്കുള്ള ശ്രമം. കൈയിൽ പണമില്ല. മാറിയുടുക്കാൻ വസ്ത്രങ്ങളുമില്ല. അവരുടെ ഔദാര്യം വേണ്ട എന്നതു കൊണ്ട് റബർ മുതലാളിയുടെ ഷർട്ടും പാന്റും വാങ്ങാം എന്ന അഭിപ്രായം തള്ളി. പകൽ ഹോട്ടൽ മുറിയിൽ ഫാനിനു കീഴെ ഉടുതുണി ഉണക്കിയുടുത്തു. രാത്രി മുഴുവൻ കൊ

തുകുകടി കൊണ്ട് ഹോസ്പിറ്റലിന്റെ വരാന്തയിൽ ഉറങ്ങാതെ കാവലിരുന്നു, അഞ്ചുനാൾ, പിഴച്ച പെണ്ണിന്റെ പേറിന്. പിഴച്ചവളേയും വെട്ടി പിഴപ്പിച്ചവന്മാരെയെല്ലാം വെട്ടി പകപോക്കണ്ടവൻ. സ്നേഹവായ്പോടെ കാത്തിരുന്നു. പോരുവഴിക്കാരുടെ പെരുമ. പോര് മറന്നു, പക മറന്നു. അലിവ് സ്നേഹം. ചാന്നാനും ചിരുതയും ചെയ്ത സത്യം. കാത്തിരുപ്പ് നീണ്ടു പോയപ്പോൾ വീട്ടിലൊന്നു പോയി വരാം എന്ന് പറഞ്ഞു മുരളി ഇറങ്ങി. വഴിയിൽ മുരളിയോട് പോരുവഴിയമ്മ പറഞ്ഞു: "നീയൊന്ന് സീതയുടെ റൂം മേറ്റിനെ പോയി കണ്ടു നന്ദി പറയണം."

എറണാകുളത്തിന് ട്രെയിൻ പിടിക്കാൻ നില്ക്കുമ്പോൾ റെയിൽവേ സ്റ്റേഷനിൽ വച്ചാണ് വാര്യത്തെ ദാസനെ കണ്ടത്. അവൻ നിയമം പഠിക്കാൻ തിരുവനന്തപുരത്തു ലോ കോളേജിൽ ചേർന്നത്രേ. മൂത്ത അളിയന്റെ അഭിപ്രായം അവൻ സ്വീകരിക്കുകയായിരുന്നു. അവൻ പറയുമ്പോളാണ് രമേശൻ പേർഷ്യക്ക് പോകാനുള്ള ചാൻസ് തേടി ബോംബെയിലാണ് എന്ന കാര്യം അറിയുന്നത് തന്നെ. അവിടെയാകുമ്പോൾ എയർ കണ്ടീഷനിങ് പഠിക്കാം, വലിയ ചെലവില്ലാതെ വിസ തരപ്പെടുത്താനും പറ്റുമത്രേ. സീതയുമായുള്ള ഇഷ്ടം തുടങ്ങിയതോടെ സുഹൃത്തുക്കളുമായുള്ള ബന്ധങ്ങളൊക്കെ കാണുമ്പോഴുള്ള ലോഹ്യങ്ങളിലേക്കു ചുരുങ്ങിപ്പോയിരുന്നല്ലോ. ദാസൻ പറഞ്ഞ കഥകളിലൊന്നുമായിരുന്നില്ല അവന്റെ മനസ്സ്. അവൻ എല്ലാം മൂളിക്കേട്ടു ചിരിച്ചു നിന്നു.

ഹോസ്റ്റലിൽ പോയി സീമയെ കണ്ടു. സീമയുടെ കൂടെ മറ്റൊരു കുട്ടിയും ഉണ്ടായിരുന്നു. രണ്ടാളും പറഞ്ഞ കഥകൾ കേട്ട് അവൻ സ്തബ്ധനായി. "അവൾ ആദ്യമൊക്കെ നിങ്ങളെപ്പറ്റി പറയുമായിരുന്നു. അതിൽ നിന്നും നിങ്ങളൊരു ശുദ്ധനാണെന്നറിഞ്ഞത് കൊണ്ടാണ് ഞാൻ വിളിച്ചത്. ഞങ്ങൾ മൂന്നു പേരാണ് മുറിയിൽ. വന്നപ്പോൾ അവൾ നല്ല കുട്ടിയായിരുന്നു. എന്നാൽ പിന്നെ ആള് ഒരുപാട് മാറിപ്പോയി. പലരുമായി അവൾക്ക് ബന്ധമുണ്ടായിരുന്നു. വീട്ടിൽ പോകുന്നു എന്ന് പറഞ്ഞു, ഇവിടെ നിന്നും പലപ്പോഴും ആ രാജേന്ദ്രന്റെ വീട്ടിൽ പോകുമായിരുന്നു. അയാളുടെ അനിയനെ കെട്ടുന്ന കുട്ടിയാണ് ഇവൾ മീര എന്ന് റൂം മേറ്റിനെ പരിചയപ്പെടുത്തി. അങ്ങനെ വരുമ്പോൾ ഞങ്ങൾ ഇതൊട്ടും പറയാൻ പാടില്ലാത്തതാണ്. എന്നിട്ടും സഹിക്കാൻ പറ്റാത്തതു കൊണ്ട് പറയുകയാണ്. കുറെ കഴിഞ്ഞപ്പോൾ മറ്റു പലരും തേടി വരാൻ തുടങ്ങി. അവരുടെ കൂടെ എവിടെയൊക്കെ പോയിരുന്നു എന്ന് ഞങ്ങൾക്ക് അറിയില്ല. രണ്ടു പേരുടെ തെളിവുകൾ ഞങ്ങളുടെ കൈയിലുണ്ട്. അവളുടെ പെട്ടി തപ്പിയപ്പോൾ കിട്ടിയതാണ്." എന്നും പറഞ്ഞു അവർ കുറെ കത്തുകളും, ബോംബെയ്ക്ക് പോകാനുള്ള രണ്ടു ട്രെയിൻ ടിക്കറ്റുകളും മുരളിയുടെ കൈയിൽ കൊടുത്തു.

"ചേച്ചി വന്ന് എടിപിടീന്ന് കൊണ്ടുപോയപ്പോൾ എല്ലാ സാധനങ്ങളും എടുത്തില്ല. തന്നെയുമല്ല ഹോസ്റ്റൽ വിട്ടിട്ടില്ലല്ലോ."

"പാൻക്രിയാറ്റിക് എക്സ്പാൻഷൻ ചികിത്സിക്കാൻ പോയതല്ലേ" കൂട്ടുകാരി ചിരിച്ചു.

"ഒരുപക്ഷേ, ആ പട്ടാളക്കാരൻ ജോണിയുടെ കൂടെ നാട് വിടാൻ ഉദ്ദേശിച്ചാകും ട്രെയിൻ ടിക്കറ്റ് എടുത്തത്. കൊച്ച് അവന്റേതാണെന്ന് പറഞ്ഞിട്ടുണ്ടാകും. അവിടെ പോയി പ്രസവിച്ച ശേഷം വേണമെങ്കിൽ അതിനെ കൊന്നിട്ട് ഒന്നുമറിയാത്തതുപോലെ തിരിച്ചു വരാമല്ലോ? അവളതിനൊന്നും മടിക്കില്ല. അല്ലെങ്കിൽ അന്നേരം വേണമെങ്കിൽ ചേച്ചിക്ക് കൊടുക്കാമല്ലോ. അവർക്കു കുട്ടികളുണ്ടാകില്ലല്ലോ. താങ്കൾ അങ്ങ് പൂനയിലല്ലേ. ഒന്നും അറിയില്ല എന്ന് ചിന്തിച്ചിട്ടുണ്ടാകും. അതിന് മുൻപ് ചേച്ചി പിടിച്ചോണ്ട് പോയില്ലേ."

"ആർക്കും ഒരബദ്ധം പറ്റാം. ഇത് അതാണോ? ഒരാളെ പ്രേമിച്ചോണ്ട് നാട്ടിലെ ആൺപിള്ളേരോടൊപ്പം അന്തിയുറങ്ങുക എന്ന് പറഞ്ഞാൽ? ഇത് ഞങ്ങൾക്ക് പോലും സഹിക്കാനാവുന്നില്ല. അതാണ് ഞങ്ങൾ ഒരിക്കലും കണ്ടിട്ടിട്ടില്ലാത്ത നിങ്ങളോടു കാര്യങ്ങൾ പറഞ്ഞത്. ഭാഗ്യത്തിന് നിങ്ങളുടെ നമ്പർ പെട്ടിയിൽനിന്നും കിട്ടി."

അവരോട് നന്ദി പറഞ്ഞിറങ്ങുമ്പോൾ രണ്ടാളും ഒന്നിച്ചു പറഞ്ഞു "മുരളി അവൾ വിഷമാണ്. ഓടി രക്ഷപ്പെട്ടോളൂ."

തിരുവനന്തപുരത്തെത്തിയപ്പോൾ ചേച്ചി സന്തോഷത്തോടെ പറഞ്ഞു "എല്ലാം കഴിഞ്ഞു. നാച്ചുറൽ ആയി. കുഞ്ഞു മരിച്ചാണ് വന്നത്. ആൺകുട്ടി. മിക്കവാറും നാളെ പോകാം."

"എന്നെ പേടിച്ചാകും ഇതുവരെ വരാഞ്ഞത്." മുരളി ഒരു തമാശ പറഞ്ഞു.

കട്ടിലിനരികെ എത്തിയപ്പോൾ സീത അവന്റെ കൈകളിൽ പിടിച്ചു. "നാളെ പോകാമെന്ന് ഡോക്ടർ പറഞ്ഞു."

തിരികെയുള്ള ട്രെയിൻ യാത്രയിൽ മുരളി ചെങ്ങന്നൂർ സ്റ്റേഷനിൽ ഇറങ്ങി. അവർ നേരെ കോട്ടയത്തിനു പോയി. അവൻ ഇറങ്ങുന്ന നേരം, അവൾക്കും വിജയനും ഓരോ കവറുകൾ കൊടുത്തു. "സാവകാശം വായിച്ചാൽ മതി." അതായിരുന്നു യാത്ര പറച്ചിൽ. കൈയിൽ കിട്ടിയ എല്ലാ തെളിവുകളുടെയും ഫോട്ടോ കോപ്പികളും മൂന്നു വരിയിൽ ഒരു കത്തും. "കഥ ഒത്തിരി മാറിപ്പോയി. ഇന്ന് അവളോട് ക്ഷമിച്ച എനിക്ക് ഭാവിയിൽ അവൾ ആരോട് ഇടപെട്ടാലും സംശയം തോന്നാം. അങ്ങനെ വന്നാൽ അത് അവൾക്ക് ആയുസ്സ് മുഴുവൻ സങ്കടം പകരും. എന്നാൽ തികച്ചും ഒരു അപരിചിതനാണ് അവളെ കെട്ടുന്നതെങ്കിൽ ജീവിതം അവൾക്ക് കൂടുതൽ ആനന്ദകരമാകും."

വീട്ടിൽ ചെല്ലുമ്പോൾ ഇരുൾ പരന്ന് തുടങ്ങിയിരുന്നു. ലതയും ലതികയും വാതില്ക്കലിരുന്നു കരയുന്നു. അവനെ കണ്ടതും രണ്ടാളും ഓടി വന്ന് കെട്ടിപ്പിടിച്ചു.

"എന്താ മോളെ?"

"കൊച്ചാട്ടാ ആ കേശവനിവിടെ വന്ന് അമ്മയെന്തിയേ എന്ന്

ചോദിച്ചു. അയാൾ നല്ല കള്ളും കുടിച്ചാണ് വന്നത്. അമ്മ ഇലഞ്ഞിക്കൽ പോയി എന്ന് പറഞ്ഞപ്പോൾ, അമ്മയുടെ മേശ തുറന്ന് ഉള്ളത്ര പണവും എടുത്തു കൊണ്ട് വരാൻ പറഞ്ഞു. ഞങ്ങൾക്കറിയില്ല അമ്മയുള്ളപ്പോൾ വരൂ എന്ന് പറഞ്ഞപ്പോൾ, അയാൾ കുഞ്ഞോളെ തള്ളി മാറ്റി നേരേ വീട്ടിനുള്ളിൽ കയറി. അവളുടെ തല വാതിലിൽ ഇടിച്ചു, ദാ നോക്കിയേ, ചെറുതായി മുറിഞ്ഞു. മേശയും പണവും തപ്പി അയാൾ ഓരോ മുറിയിലും കയറി ഇറങ്ങി. എല്ലാം തട്ടിമറിച്ചിട്ടു. തടി അലമാരിയിലെ തുണിയൊക്കെ വലിച്ചു താഴെയിട്ടു. എങ്ങും പണം കിട്ടാതെ വന്നപ്പോൾ ചീത്തയും വിളിച്ചോണ്ട് കാണിച്ചുതരാം, എല്ലാറ്റിനെയും കോടതി കേറ്റും, അച്ഛനെ തല്ലും എന്നൊക്കെ പറഞ്ഞിട്ട് പോയി. കൈയിൽ ഒരു കഠാരയും ഉണ്ടായിരുന്നു. വെളുത്തേടത്തി പൊന്നമ്മയും അപ്പുറത്തെ കേശവപ്പണിക്കരും ഒക്കെ വന്നെത്തി നോക്കിയപ്പോളാണ് അയാൾ കഠാര എടുത്തത്. പേടിച്ചു ആരും ഇങ്ങോട്ട് വന്നില്ല."

"എപ്പോഴായിരുന്നു?"

"ദാ, ഇപ്പോൾ അങ്ങോട്ട് പോയതേയുള്ളു."

"ജങ്ഷനിലേക്കോ?"

"അല്ല, റെയിൽവേയുടെ സൈഡിലേക്ക്. അതിനപ്പുറത്തു ഷാപ്പില്ലേ? വീണ്ടും കള്ള് കുടിക്കാനാകും." ലത പറഞ്ഞു.

"ഞാനിപ്പോൾ വരാം. നിങ്ങൾ പേടിക്കണ്ട." അതും പറഞ്ഞു മുരളി കേശവനെ തേടി പോയി. ഇതിങ്ങനെ വിട്ടാൽ ശരിയാകില്ല. ഇനി മേലിൽ വീട്ടിൽ വരരുതെന്നും വന്നാലും കുട്ടികളോട് സംസാരിക്കരുതെന്നും ശക്തമായി അവനെ വിലക്കിയേ പറ്റു. പാളത്തിലേക്ക് കയറുമ്പോൾ നിഴല് പോലെ കണ്ടു അന്തിവെട്ടത്തിൽ കേശവൻ ആടിയാടി പോകുന്നു. "എടാ നില്ലവിടെ."

കേശവൻ തിരിഞ്ഞു നിന്നു. തന്റെ പ്രതിയോഗിയെ നോക്കി. "ഓ സഖാവിന്റെ സൽപുത്രനോ?"

"നീ വീട്ടിൽ വന്ന് പിള്ളേരെ വിരട്ടിയോ?"

"വിരട്ടി, നീയാരാടാ ചോദിക്കാൻ? കേശവന് പണം തന്നില്ലേൽ ഏത് മറ്റേ മോനായാലും വിരട്ടും. പിള്ളേരെ ഉണ്ടാക്കിയിട്ടിട്ട് ചെലവിനു തരാത്ത ഒരു സഖാവ്. പ്ഭാ..." കേശവൻ ശക്തമായി ആട്ടി.

"പോക്രിത്തരം പറയുന്നോടാ?" എന്ന് ചോദിച്ചു മുരളി നല്ലൊരു അടി കൊടുത്തു. അയാൾ വട്ടം കറങ്ങി. ബാലൻസ് ചെയ്തു നിന്ന് മുരളിയെ തിരിച്ചു തല്ലി. രണ്ടാളും തമ്മിൽ അടിപിടി ആയി. ആരും അരികെയില്ലാത്തതുകൊണ്ട് പിടിച്ചുമാറ്റാൻ ആരുമുണ്ടായില്ല. ഇതിനിടയിൽ അയാൾ മടിയിൽ നിന്നും കഠാര എടുത്ത് മുരളിയെ കുത്തി. അവനത് തടഞ്ഞെങ്കിലും കൈത്തണ്ടയിൽ നേരിയ പോറലുണ്ടായി. വീണ്ടും അയാൾ മുരളിയുടെ നേരെ കഠാര വീശി. മുരളി അയാളെ ഉറുമ്പടക്കം പിടിച്ചു കരണത്തിന് പൊതിരെ തല്ലി. പിടിയിൽ നിന്നും കുതറി മാറാനുള്ള ശ്രമത്തിൽ അയാളുടെ പള്ളയ്ക്ക് കത്തി കയറി. അയാൾ ഉറക്കെ അലറി.

അവന്റെ ദേഹത്തേക്ക് കേശവൻ ചരിഞ്ഞു. പീച്ചാം കുഴലിലെന്നപോലെ ചോര ചീറ്റി. അവൻ അയാളെ തള്ളി മാറ്റി. കേശവൻ കുഴഞ്ഞു പാളത്തിന്റെ അരികിലുള്ള മെറ്റൽ കൂമ്പാരങ്ങളിക്ക് വീണു. അവിടെ നിന്നും താഴേക്ക് ഉരുണ്ടോ, ഉറപ്പില്ല. അയാൾ ചത്തോ? ഉള്ളം കാലിൽ നിന്നും ഒരു വിറയലുണ്ടായി. "ദൈവമേ, കുഴപ്പമൊന്നും വരല്ലേ. വന്നാൽ."

അപ്പോഴേക്കും ദൂരെ നിന്നും നടന്നു വരുന്ന രണ്ടുപേർ അവരുടെ നേർക്ക് ഓടി അടുത്തു. അയാളെയും ഉപേക്ഷിച്ചു മുരളി തിരികെ ഓടി. നെറ്റിയിലും മുഖത്തും ചുടു ചോരയുടെ നനവ്. ഓടി ഇടവഴിയിലേക്ക് ഇറങ്ങും മുൻപ് നോക്കി. ആരേലും വരുന്നുണ്ടോ? ഇല്ല. കണ്ടത്തിനും ഇടവഴിക്കും വശത്തുള്ള കലുങ്കിലെ വെള്ളത്തിൽ ഷർട്ടിലെ ചോര തുത്തെറിഞ്ഞു. മുഖത്ത് വെള്ളം കോരി ഒഴിച്ച് മുഖവും കഴുകി. കള്ളനെ പോലെ ഇരുളിന്റെ മറ പറ്റി വീട്ടു നടയിൽ ചെന്നു. ലത നിലവിളക്കിന്റെ തിരി കൊളുത്തുമ്പോൾ കുളിക്കാനെന്ന വ്യാജേന ബാത്ത്റൂമിൽ കയറി കതകടച്ചു.

"ആ കള്ളനെ കണ്ടോ കൊച്ചാട്ടാ?" ലത വിളിച്ചു ചോദിച്ചു.

"ഇല്ല. ഞാൻ അതിന് പോയതല്ല. കൂട്ടുകാരനെ കാണാൻ പോയതാണ്."

"ചായ വേണ്ടേ?"

"കുളിച്ചിട്ടു വരാം." കുളികഴിഞ്ഞു അത്യാവശ്യം വേണ്ട വസ്ത്രങ്ങളും സർട്ടിഫിക്കറ്റുകളുമായി മുരളി ഇറങ്ങി. "നിങ്ങൾ അമ്മ വരുമ്പോൾ പറഞ്ഞാൽ മതി. ഏട്ടന് ഇപ്പോൾ തന്നെ ഇറങ്ങണം. നിങ്ങൾ പേടിക്കുകയൊന്നും വേണ്ട. അയാൾ വന്നിനി വഴക്കുണ്ടാക്കില്ല. അയാളെ ഒന്ന് പാർട്ടിക്കാരെ കൊണ്ട് പേടിപ്പിച്ചേക്കാൻ ഞാൻ അച്ഛനോട് പറഞ്ഞോളാം."

"ഇത്ര തിരക്കോ? നേരത്തെ പറഞ്ഞിരുന്നെങ്കിൽ എന്തെങ്കിലും കഴിക്കാനെങ്കിലും ഉണ്ടാക്കാമായിരുന്നു." ലതയ്ക്ക് സങ്കടം.

"ഒന്നും വേണ്ടെടി. ഏട്ടനിപ്പോൾ വരുമെന്ന് ആരെങ്കിലും കരുതിയോ? ഇല്ലല്ലോ. അപ്പോൾ ഏട്ടൻ വന്നിട്ടേ ഇല്ലെന്ന് കരുതിയാൽ മതി."

"അത് ശരിയാ. വന്ന ദിവസം കുളിയും കഴിഞ്ഞു ഇറങ്ങിപ്പോയതാ. ആറ് ദിവസം കഴിഞ്ഞു വന്ന്, ദാ ഉടനെ ഇറങ്ങി. ഞങ്ങൾ കൊച്ചാട്ടനെ നേരേ ഒന്ന് കണ്ടു പോലുമില്ല. അവിടത്തെ വിശേഷങ്ങൾ പോലും പറഞ്ഞില്ല. അച്ഛനെ കണ്ടതേയില്ല. കൊള്ളാം."

"അടുത്ത തവണ ആകട്ടെ. അപ്പോൾ ആര് ചോദിച്ചാലും കൊച്ചാട്ടൻ വന്നിട്ടില്ല. ഓക്കേ." ആ വാചകം അവൻ ഒരുവട്ടം കൂടി പറഞ്ഞു. എന്നിട്ട് മധുരമായി ചിരിച്ചു. രണ്ടാളും പരസ്പരം സംശയത്തോടെ നോക്കുമ്പോൾ മുരളി ഇറങ്ങി. ഇരുളിന്റെ മറവിൽ കിണറ്റിൻ കരയിൽ നിന്ന ലക്ഷ്മിയമ്മ അവന്റെ കൈയിൽ ഒരു പൊതി വച്ച് കൊടുത്തു. മുരളി വേഗം നടന്നു മറഞ്ഞു.

ആരും കാണാതെയുള്ള പലായനമായിരുന്നു. റോഡിലേക്ക് ചെല്ലുമ്പോൾ എതിർ ദിശയിലേക്കുള്ള ബസാണ് കിട്ടിയത്. ആരുടെയും ശ്ര

ദ്ധയിൽ പെടാതെ ഒതുങ്ങി ഇരുന്നു. ഭാഗ്യം. പരിചയക്കാർ ആരും കണ്ടില്ല. മാവേലിക്കരയിൽ ഇറങ്ങി പാർട്ടി ഓഫീസിലേക്ക് വിളിച്ചു. തമ്പിച്ചേട്ടനോട് കാര്യം പറഞ്ഞു. അദ്ദേഹവും ഒളിവിൽ പൊക്കോളാൻ പറഞ്ഞു. നാട്ടിലെ കാര്യം അദ്ദേഹം നോക്കി കൊള്ളാമെന്നും. ആലപ്പുഴ വഴി എറണാകുളത്തു ചെന്നു. ഉടനെ വിടുന്ന ട്രെയിൻ ഹൗറ എക്സ്പ്രസ്. ടിക്കറ്റ് എടുത്തു. അതിൽ കയറി ഇരുന്നു.

മുരളിക്ക് സങ്കടം സഹിക്കാനായില്ല. ചങ്ക് പറിയുന്ന വേദന. ശരീരം ആയിരം കഷണങ്ങളായി ആരോ വലിച്ചു കീറും പോലെ. അഞ്ചു കൊല്ലം, ഒരു മായ പോലെ വന്ന്, മീരയന്ന് തന്നെ മോഹിപ്പിച്ചു, അവസാനം ഒരു ഉറുമ്പിനെ തൂത്തെറിയും പോലെ. അവനിപ്പോഴും വിശ്വസിക്കാനാകുന്നില്ല. ദൈവങ്ങളെ നിങ്ങളുണ്ടെങ്കിൽ ഈ വേദന താങ്ങാൻ എന്നെ സഹായിക്കണേ. എന്റെ മനസ്സിന്റെ നിയന്ത്രണം എന്റെ കൈയിൽ തന്നെ നിർത്താൻ എനിക്ക് ശക്തി തരണേ. അവന്റെ മനസ്സ് തേങ്ങി. നെഞ്ചിൽ വിരലുകൾ വച്ച് സാവധാനം തടവി. നനയാൻ തുടങ്ങിയ കണ്ണുകൾ തുടച്ചു. സ്വയം പറഞ്ഞു: “ഇല്ല ഞാൻ കരയില്ല. ഈ ഘട്ടവും ഞാൻ കടന്നു പോകും. മേലെ ആകാശം താഴെ ഭൂമി എനിക്ക് പ്രശ്നമില്ല. ഞാൻ തിരിച്ചു വരും. കരുത്തനായി.” അവൻ തുടർച്ചയായി സ്വയം പറഞ്ഞു കൊണ്ടിരുന്നു.

“നമ്മൾ സ്നേഹിക്കുന്നവരല്ല, നമ്മളെ സ്നേഹിക്കുന്നവരാണ് എന്നും നമ്മോടൊപ്പം ഉണ്ടാവുക എന്നറിയണം. നിന്ദയും ദയാരഹിതമായ പെരുമാറ്റങ്ങളും നിന്നിലുമുണ്ട്. ഒരേ സമയം മനുഷ്യൻ നീചനും നല്ലവനുമാണ്. എല്ലാം നിയന്ത്രിക്കുന്നത് നിയതിയാണ്. നിനക്കും ശ്രമിക്കാം എന്നേയുള്ളു.” ചക്കരയമ്മാവൻ ചെവിയിൽ മന്ത്രിച്ചു.

പലായനം

***ഈ** ലോകത്തിൽ എല്ലാവർക്കും എല്ലാവരോടും സ്നേഹമാണ്. അതിപ്പോൾ അവൻ കള്ളനായാലും കൊലപാതകിയായാലും. മനുഷ്യൻ സ്നേഹമാണ്. പരസ്പരം സ്നേഹിക്കാതെ അവനു ജീവിക്കാനാവില്ല.*

ബോഗിയിൽനിന്നും അവസാനത്തെ യാത്രക്കാരനും ഇറങ്ങിയിട്ട് മുരളിയും ഇറങ്ങി. ചുറ്റും തിരക്ക് പിടിച്ച ജനം. പല ബാഗുകൾ തോളത്തും തലയിലുമായി കടന്നു പോകുന്ന കൂലികൾ. സ്വയം ബാഗുകൾ എടുത്തു പോകാൻ പാട് പെടുന്ന പാവങ്ങൾ. ഇതിനിടയിൽ ബാഗും പേറി കുട്ടിയെ കൂടെ നിർത്താൻ പാടുപെടുന്ന അമ്മ. എല്ലാവരും ഓട്ടമാണ്. മരണപ്പാച്ചിൽ. അവൻ ഒഴിഞ്ഞു നിന്ന് അവർക്ക് കടന്നു പോകാൻ ഇടമൊരുക്കി. അവിടെ കണ്ട ഒരു സിമന്റ് ബഞ്ചിൽ കയറി ഇരുന്നു.

ചിന്തകൾ വിട്ടു പോകുന്നില്ല. മറക്കാൻ ശ്രമിക്കുന്തോറും പൂർവ്വാധികം ശക്തിയോടെ അവ മനസ്സിലേക്ക് കടന്നു വരുന്നു. പേടി. എല്ലാറ്റിനെയും പേടി. കേശവൻ മരിച്ചോ എന്ന പേടി. ഇല്ലെങ്കിൽ അവനെ പേടി. പൊലീസിനെ പേടി. തമ്പിച്ചേട്ടൻ ഒറ്റുമോ എന്ന പേടി. പേരറിയാത്ത പേടികൾ വേറെയും. പൂനയ്ക്കു പോകാൻ പേടിയായിരുന്നു. പൊലീസ് അവിടെയും എത്തിയാലോ എന്ന പേടി. ബസുകൾ, ട്രെയിനുകൾ മാറിക്കേറി ഭയന്നോടുകയായിരുന്നു. ഏറ്റവും വലിയ പേടി മനസ്സിന്റെ പിടി വിട്ടു പോകുമോ എന്നതാണ്. അഞ്ചു കൊല്ലത്തോളം തന്റെ മാത്രം സ്വന്തമെന്ന് കരുതിയ തന്റെ മനസ്സിന്റെ ശരീരത്തിന്റെ ഒരു ഭാഗമായി കരുതിയവൾ നിഷ്കരുണം ചതിച്ചല്ലോ. ചങ്കു പറിയുന്ന വേദന. സീതയുടെ

ദയാരഹിതമായ മുറിപ്പാടുകൾക്ക് മുകളിൽ ഒരു ജന്മത്തിന്റെ സ്വപ്നങ്ങളുടെ ചിറകരിഞ്ഞ വെല്ലുവിളികളും കത്തിക്കുത്തും. എന്തിന് ഒരു ദിവസം കൊണ്ട് ഒരു ജന്മത്തിന്റെ വിധി എഴുതി? ലക്ഷ്മിയമ്മയും സഖാവും നേടിയ സൽപേര് മുഴുവൻ നശിപ്പിച്ച പുത്രൻ. കൊലപാതകിയുടെ പെങ്ങന്മാർ എന്ന ചീത്തപ്പേര് സഹോദരിമാർക്ക്. ഇലഞ്ഞിക്കൽ കുടുംബത്തിന് പേരുദോഷം. എല്ലാം താൻ കാരണം. ഒന്നും വേണ്ടിയിരുന്നില്ല.

ഇനി എങ്ങോട്ട്? എങ്ങോട്ടുമാകാം. അവന് ചിരി വന്നു. തോറ്റു പോകാൻ ലക്ഷ്മിയമ്മയുടെ മോനാകില്ല. മനസ്സിലേക്ക് വന്ന വീട്ടിലെ ചിന്തകളും ഇൻസ്റ്റിറ്റ്യൂട്ടിലെ ചിന്തകളും അവൻ മനസ്സിൽനിന്നും തൂത്തെറിഞ്ഞു. ഒന്നുമോർത്തു സങ്കടപ്പെടാൻ മുരളിക്ക് ഇനി ആവില്ലല്ലോ. ജയിച്ചേ പറ്റു. ട്രെയിനിലെ കഴിഞ്ഞ രണ്ട് രാത്രികൾ പഠിപ്പിച്ച പാഠം. സ്റ്റേഷന് വെളിയിൽ എത്തുമ്പോൾ മനസ്സിനെ തണുപ്പിച്ചുകൊണ്ട് ഹൂബ്ലി നദി. എന്നാൽ നാട്ടിലെ പുഴകളും തോടുകളും ചാലുകളും പോലെ ശാന്തമായി ഒഴുകുകയല്ല. നല്ല ഒഴുക്കുണ്ട്. കലങ്ങിയ വെള്ളം കരിങ്കൽ കെട്ടിൽ ശക്തിയായി അടിച്ചു പതയുന്നു. ഒഴുക്കിനെതിരെ കുറുകെ തുഴഞ്ഞു പോകുന്ന വള്ളവും കടത്തു ബോട്ടും. കാണത്തക്ക ദൂരത്തിൽ ഹൗറ തൂക്കു പാലം. റോഡ് അരികിൽ ചായത്തട്ടുകാരന്റെ തിളച്ചു മറിയുന്ന ചുടു ചായ. നല്ല ഇഞ്ചി ചതച്ചിട്ട്, തിളച്ചു കുറുകിയ പാലും ഒഴിച്ച്, കുറുകി വറ്റിയ നല്ല ചൂട് ചായ. ചെറിയൊരു മൺചട്ടിയിൽ കഷ്ടിച്ചൊരു തുടം. കുറച്ചേയുള്ളു, എന്നാൽ നല്ല കട്ടി. നാട്ടിൽ ഇതിന്റെ മൂന്നിരട്ടിയോളും വരും, ചില്ലു ഗ്ലാസിലെ ചായ. എന്നാൽ ഇതിന് ജീവിതത്തിൽ ഇന്നുവരെ കുടിച്ചിട്ടില്ലാത്തത്ര സ്വാദ്. ഒന്നുകൂടി വാങ്ങി കുടിച്ചു. എല്ലാ ക്ഷീണവും സങ്കടങ്ങളും പോയി. അറിയാവുന്ന ഹിന്ദിയിൽ ചോദിച്ചു.

“മലയാളികൾ കൂടുതലും താമസിക്കുന്നത് എവിടെയാണ്?”

“ബഹ്‌ലയിൽ”

“അടുത്താണോ? ബസ് കിട്ടുമോ?”

“ഉണ്ടല്ലോ. ട്രാമും ഉണ്ട്. ചാർജ്ജ് വളരെ കുറവാണ്.”

റോഡിൽ കൂടി തലങ്ങും വിലങ്ങും ബസുകളും മറ്റ് വണ്ടികളും റിക്ഷാവാലകളും എല്ലാം കൂടി തിരക്ക് പിടിച്ച നഗരം. റോഡ് ലെവലിൽ ടാറിൽ തന്നെ ഉറപ്പിച്ചിരിക്കുന്ന പാളങ്ങളിൽ ആമ ഇഴയുന്നപോലെ ഒന്നിന് പിറകെ മറ്റൊന്നായി രണ്ട് കംപാർട്മെന്റുകളുള്ള ട്രാമുകൾ. അവയുടെ പുറകിൽ നിന്നും മുകളിലോട്ട് തോട്ടി പോലെ ഒരു കമ്പും അറ്റത്തൊരു ചരടും. കമ്പിന് മുകളിൽ ചെറിയൊരു കപ്പി. കപ്പി എടുത്തു മുകളിൽ കൂടി പോകുന്ന ഇലക്ട്രിക്ക് കമ്പികളിൽ വിടും. അതിൽ കൂടി ഉരസി, ഉരസി ട്രാം നീങ്ങും. അതാണ് കറണ്ടിന്റെ സ്രോതസ്സ്. ചിലപ്പോഴൊക്കെ കപ്പികൾ, കമ്പികളിൽ നിന്നും വിട്ടു പോകും. അതോടെ കറണ്ട് സപ്ലൈ നിന്ന് ട്രാം നില്ക്കും. പാവം കണ്ടക്ടർ ഓടിപ്പോയി പുറകിലത്തെ വള്ളി പിടിച്ചു കമ്പ് നിയന്ത്രിച്ച് കപ്പികൾ ഇലക്ട്രിക്ക് കമ്പികളിൽ കയറ്റി വിടും. ട്രാം വീണ്ടും ഓടാൻ തുടങ്ങും. ഓവർ ടേക്കിങ് ഇല്ല. മുൻപി

ലത്തെ ട്രാം പണി മുടക്കിയാൽ ഒന്നിന് പിന്നിലായി എല്ലാം നില്ക്കും. പിന്നെ എഞ്ചിനീയർ വന്നു നന്നാക്കിയ ശേഷം ആണ് എല്ലാം നീങ്ങുക. ട്രാമിൽ ഒരു രൂപ കൊടുത്താൽ എവിടെ വേണമെങ്കിലും പോകാം. എത്ര പ്രാവശ്യം വേണമെങ്കിലും. ഒരു ടിക്കറ്റ് മറ്റൊന്നിലും ഉപയോഗിക്കാം. അതുകൊണ്ട് പണി മുടക്കിയിട്ട് വീണ്ടും എടുക്കുമ്പോൾ പുറകിലത്തെ ട്രാമിലുള്ളവർ ഓടി വന്നു മുൻപിലത്തേതിൽ കയറും. അതുപോലെ ഒരിടത്തു പെട്ട് പോയി ട്രാം നിർത്തിയപ്പോഴാണ് മുരളി അത് കണ്ടത്. റോഡരികെയുള്ള പൈപ്പിൻ ചോട്ടിൽ ഒരു സ്ത്രീ പ്ലാസ്റ്റിക് കുടത്തിൽ കുടിവെള്ളം പിടിക്കുന്നു. പുറകിൽ ക്യൂവിൽ പലരും കാത്തു നില്ക്കുന്നുണ്ട്. അതിനിടയിൽ താഴെ വീഴുന്ന ചെളി കെട്ടിനില്ക്കുന്ന വെള്ളത്തിൽ മറ്റൊരു സ്ത്രീ അപ്പിയിട്ട കുഞ്ഞിനെ കഴുകുന്നു.

“ഇതെന്താണ്. കുടിവെള്ളം എടുക്കുമ്പോഴാണോ അപ്പി കഴുകുക?” മുരളി അടുത്തിരുന്ന ആളിനോട് ചോദിച്ചു.

“പിന്നെന്താ ചെയ്യുക? വെള്ളം വേണ്ടേ? എവിടെ പോകും റോഡ് സൈഡിലൊക്കെ താമസിക്കുന്ന സാധുക്കൾ?”

അവൻ മലയാളം പേപ്പർ തേടിപ്പിടിച്ചു മൊത്തം വായിച്ചു നോക്കി. എവിടെയെങ്കിലും കത്തിക്കുത്തിന്റെ വാർത്തയുണ്ടോ? എവിടെയും കണ്ടില്ല. ഒരുപക്ഷേ, മറ്റേതെങ്കിലും പേപ്പറിൽ വന്നിട്ടുണ്ടാകും. ബഹ്ലയിൽ ചെന്നിറങ്ങുമ്പോൾ ആരെങ്കിലും മലയാളികൾ ഉണ്ടോ എന്നാണ് ആദ്യം തിരഞ്ഞത്. ബാഗുമായി ഒരു ചെറുപ്പക്കാരനെ കണ്ട ബ്രോക്കർമാർ അപ്പോഴേക്കും അവനെ നോട്ടമിട്ടിരുന്നു. “നല്ല ലോഡ്ജ്, ചാർജ് കുറവ്, കേരള ഭക്ഷണം അടുത്തുണ്ട്.” പല ഓഫറുകൾ വന്നു. എന്നാൽ ഡോർമെറ്ററി, എത്രയും കുറഞ്ഞത് ചോദിച്ച അവനെ അവർ ഒഴിവാക്കി. കൈയിൽ ആകെ ഒരാഴ്ചത്തെ ചെലവിനേ പണം ഉള്ളു, കരുതി ചെലവാക്കണം. ഇരുൾ പരന്നു തുടങ്ങിയിരുന്നു. അത്താഴം ഒരു ചായയിൽ ഒതുക്കി കടത്തിണ്ണയിൽ പേപ്പറിട്ട് ഉറങ്ങിയ അവനെ, അതിരാവിലെ വിളിച്ചുണർത്തി വൃദ്ധൻ പറഞ്ഞു. “ആരെയ് ഉടോജി, മുജേ യഹ് ദുകാൻ ഔർ ആംഗൻ കോ പോച്ച ലഗാകെ സാഫ് കർണാ ഹൈ. ഭാഗോ.”

അയാൾ ബംഗാളിയിൽ പറഞ്ഞു. ബംഗാളി അറിയില്ലെങ്കിലും കാര്യം മനസ്സിലായി. എഴുന്നേല്ക്കു. ഇത് ഉറങ്ങാനുള്ള സ്ഥലമല്ല. എനിക്ക് ഇവിടയൊക്കെ വൃത്തിയാക്കാനുണ്ട്.

“സോറി.” ചിരിച്ചു. കടയുടെ പടിയും, അകവശവും വൃത്തിയാക്കി തീരും വരെ അവൻ അയാളെ നോക്കിയിരുന്നു. അയാളുടെ പണിക്കിടെ അയാളും അവനെ ശ്രദ്ധിക്കുന്നുണ്ടായിരുന്നു.

“ഇവിടെ അടുത്തെങ്ങാനും പബ്ലിക് ബാത്ത്റൂം ഉണ്ടോ?” ഹിന്ദിയിൽ ചോദിച്ചു. കൂട്ടത്തിൽ അവൻ രണ്ടു വിരലുകളും ഉയർത്തിക്കാട്ടി. അയാളവനെ തുറിച്ചു നോക്കി. മുരളി തന്റെ കഷ്ടതകൾ പറഞ്ഞു. താമസത്തിന് എന്തെങ്കിലും സഹായം ചെയ്യാമോന്ന് ചോദിച്ചു. കഷ്ടതകൾ

പറയാനും മനസ്സിലാക്കാനും ഭാഷ ആവശ്യമില്ലെന്ന് ആദ്യമായി അവനറിഞ്ഞു. എന്തോ അയാൾക്ക് അവനോട് അലിവ് തോന്നി.

"ഞാൻ വിപ്ലബ്ബ് മണ്ഡൽ. ഇന്ന് നിനക്കെന്റെ കൂടെ കഴിയാം. നാളെ നിന്റെ വഴി കണ്ടെത്തിക്കൊള്ളണം."

പണി തീർന്നു. മുരളി അയാൾക്കൊപ്പം നടന്നു. നേരം ശരിക്കും വെളുത്തിട്ടില്ല. വിപ്ലബ്ബ് മണ്ഡൽ ഒരു ഗള്ളിയിൽ കൂടി കുറെ നടന്നു. പുറം തേയ്ക്കാത്ത രണ്ടും, മൂന്നും നിലയുള്ള വീടുകളുടെ നിര. എത്രയോ വർഷങ്ങൾക്ക് മുൻപ് നിർമ്മിച്ചതാവണം. ഭിത്തികളിൽ അവിടെയും ഇവിടെയും ആലിന്റെ തൈകൾ വളർന്നു നില്ക്കുന്നു. ചില ബാൽക്കണികളൊക്കെ ഇടിഞ്ഞു പറിഞ്ഞു, ഇപ്പോൾ തറയിൽ വീഴുമെന്നപോലെ. കണ്ടാൽ പേടി വരും. ഓരോ ഫ്ളാറ്റിലും ധാരാളം ഒറ്റമുറി വീടുകൾ. അത്തരം ഒരുവീടിന്റെ സ്റ്റെയർകേസിനു താഴെ ഭിത്തികെട്ടിയെടുത്ത ഒറ്റമുറി. പകൽ പോലും ഇരുട്ട്. അതിന് ഒറ്റവാതിൽ ജനാല. ഉള്ളിൽ ഒരു ബഞ്ച്. ഒരാൾക്ക് കിടക്കാനുള്ള സൗകര്യം മാത്രം. പുറത്തു ഒരു പൊതു ബാത്ത്റൂമുണ്ട്. അവിടെ രാവിലെ ക്യൂ ഉണ്ടാകും. ഒൻപതു മണി കഴിഞ്ഞാൽ കുഴപ്പമില്ല. "നീ ഇന്ന് ഇവിടെ വിശ്രമിച്ചോളു. അല്ലേൽ പുറത്ത് പോകുകയാണെങ്കിൽ, കതകു പൂട്ടി താക്കോൽ സ്വിച്ച് ബോർഡിന് മുകളിൽ വച്ചേക്കുക."

"ശരി ദാദാ."

ബാത്ത്റൂമിനു മുന്നിലെ തിരക്കൊഴിഞ്ഞ ശേഷം തന്റെ പണികളൊക്കെ തീർത്തു മുരളി റോഡിലേക്കിറങ്ങി. "പ്രിയ കല്ക്കത്ത, ഞാനിതാ വരുന്നു. നീയെന്നെ രണ്ടു കൈകളും നീട്ടി സ്വീകരിക്കില്ലേ?" തലേന്ന് രാത്രിയിൽ പെയ്ത മഴയിൽ മണ്ണും ഇളകിയ മെറ്റലുകളുമായി കുഴഞ്ഞു മറിഞ്ഞു, ചെളി പിടിച്ചു കിടക്കുന്ന നിരത്തുകൾ. മണ്ണിന് ഒരു കറുത്ത നിറമുണ്ട്. കൽക്കരിയുടെ ശേഷിപ്പ് പോലെ. ആദ്യം കണ്ട ചായത്തട്ടിൽ നിന്നും ചായ വാങ്ങി.

"ബിസ്കറ്റ് ഖാബേൻ?" ചായ നീട്ടിക്കൊണ്ട് വൃദ്ധനായ കടക്കാരൻ ബംഗാളിയിൽ ചോദിച്ചു. ബിസ്കറ്റ് കഴിക്കുന്നോ? മുരളിക്ക് ബംഗാളി വാചകം മനസ്സിലായി. "വേണ്ട."

"നഹി"

കല്ക്കത്തയിലെ ചായത്തട്ടുകളെല്ലാം കൂടുതലും വൃദ്ധന്മാരുടേതാണ്. ബംഗ്ലാ അറിയില്ലെങ്കിലും ഹിന്ദി അറിയാമെങ്കിൽ അതുകൊണ്ട് രക്ഷപ്പെടാം. അങ്ങനെ ഒരു ഗുണമുണ്ട്. പൊതുവെ പലർക്കും ഹിന്ദി അറിയാം. പത്തു പന്ത്രണ്ടാളുകൾ കടയ്ക്കു ചുറ്റിലും നിന്ന് ചായ കുടിക്കുന്നുണ്ട്. മിക്കവരും കുന്തിച്ചിരുന്ന് അല്ലെങ്കിൽ റോഡരികിലുള്ള എന്തിലെങ്കിലും ചാരിയിരുന്ന് ബിസ്കറ്റും കഴിച്ച്, ആസ്വദിച്ച് പതിയെ ആണ് ചായ കുടിക്കുന്നത്. അല്ലാതെ നമ്മുടെ ആളുകളെ പോലെ ചുടു ചായ ഒറ്റ വീർപ്പിന് കുടിച്ചിട്ട് ഓടുകയല്ല. ഒന്നുരണ്ടു പേർ കാക്കയ്ക്കും നായകൾക്കും ബിസ്കറ്റ് ഇട്ടു കൊടുക്കുന്നുണ്ട്. അത് കൂടുതലും മാർ

വാടികളാണ്. രാവിലെ കാക്കകൾക്കും നായകൾക്കും എന്തെങ്കിലും കൊടുത്തേച്ചു മാത്രം കഴിക്കുക അവരുടെ ഒരു വിശ്വാസമാണ്. ഒരുപക്ഷേ, പൂർവ്വികരാണ് ഈ കാക്കകളും നായകളും എന്ന സങ്കല്പമാകാം. അവയെ നോക്കിയിരിക്കെ പെട്ടെന്ന് ഒരു നായക്ക് തന്റെ മുഖമാണെന്നും താനൊരു നായയായി നില്ക്കുകയാണെന്നും അവനു തോന്നി. ഒരു ചാവാലി പട്ടി. നാലു വശങ്ങളിൽ നിന്നും വലിയ അൾസേഷൻ പൊലീസ് പട്ടികൾ വന്നു വളയുന്നതായും അവൻ കണ്ടു. വേഗം അവൻ ചെറിയ റോഡിൽ നിന്നും വലിയ റോഡിലേക്കിറങ്ങി.

ബസുകളും ട്രാമുകളും ചരക്കു കയറ്റിയ ലോറികളും സൈക്കിൾ റിക്ഷകളും റിക്ഷാവാലകളും റോഡിൽ നിരന്നിട്ടുണ്ട്. കൊച്ചു കുഞ്ഞുങ്ങൾ സ്കൂൾ ബാഗുകളും തോളത്തു തൂക്കിയിട്ട് മറ്റാരും കൂട്ടില്ലാതെ ഷെയർ ഓട്ടോയിലും ട്രാമുകളിലുമൊക്കെ കയറിപ്പോകുന്നത് കണ്ട് അവന് അത്ഭുതമായി.

"പലയിടത്തും ഷിഫ്റ്റ് സമ്പ്രദായമാണ്. ചിലയിടത്തു ആദ്യ ഷിഫ്റ്റ് സ്കൂൾ കുട്ടികളും അടുത്തത് കോളേജ് കുട്ടികളുമാകും. സ്ഥലത്തിന്റെ പ്രശ്നമാണ്. ചിലപ്പോൾ ഒരേ കെട്ടിടത്തിൽ രണ്ട് മാനേജ്മെന്റുമാകാം. രണ്ട് പ്രിൻസിപ്പലും രണ്ട് സെറ്റ് സ്റ്റാഫും ഒക്കെയായി." വൃത്തിയായി വസ്ത്രങ്ങൾ ധരിച്ചു ടൈയും കെട്ടി നിന്ന ചെറുപ്പക്കാരൻ പറഞ്ഞു കൊടുത്തു. മുരളി അന്ധാളിച്ചു നിന്നു.

ബഹ്ലയിലെ തെരുവുകളിൽ കൂടി എല്ലാം ചോദിച്ചും അറിഞ്ഞും അവൻ നടന്നു. ഓരോ വലിയ കടയുടെയും മുൻപിൽ കൂടി പോകുമ്പോൾ അവിടെ ജോലി കിട്ടാനുള്ള സാദ്ധ്യതകൾ എല്ലാം കേട്ടറിഞ്ഞും കണ്ടറിഞ്ഞുമുള്ള അലച്ചിൽ. സബ് അർബൻ ട്രെയിനുകൾ പാഞ്ഞു പോകുന്നതും അതിന്റെ തുറന്നിട്ട വലിയ വാതിലുകളിൽ ഭയപ്പെടുത്തും വിധം ആളുകൾ തൂങ്ങിക്കിടന്ന് യാത്ര ചെയ്യുന്നതും അവൻ കണ്ടു. ഉദ്യോഗസ്ഥരെല്ലാം ജോലിക്ക് പോകുന്ന സമയമായതു കൊണ്ടാണ് ഇത്ര തിരക്കെന്ന് അവൻ ചോദിച്ചറിഞ്ഞു. പൂനയിൽ പോലും ഇതുപോലെ തിരക്കില്ലല്ലോ എന്നവൻ അത്ഭുതപ്പെട്ടു. അത്തരം ട്രെയിനിൽ കർഷകർക്ക് വിളകൾ കയറ്റാനും കന്നുകാലികളെ കയറ്റാനും വേണ്ടി സീറ്റുകൾ എടുത്തു മാറ്റിയ ഒരു കംപാർട്ട്മെന്റ് ഉണ്ടാകും. കുറെ നടന്ന് ബോറടിച്ചപ്പോൾ മുന്നിൽ കണ്ട ട്രാമിൽ കയറി ഇരുന്നു. ഇരുവശത്തേയും കാഴ്ചകൾ കണ്ട് ഒരു യാത്ര. അതിന്റെ ഒരു സുഖം. സ്പീഡ് അല്പം കുറഞ്ഞപ്പോൾ ചാടിയിറങ്ങിയ ആളെ കണ്ടക്ടർ വഴക്കു പറഞ്ഞപ്പോൾ പോറ്റിമാർ തറ്റുടുക്കും പോലെ മുണ്ടുടുത്ത പ്രായമായ മനുഷ്യൻ അരിശത്തോടെ പിറുപുറുത്തു, "കണ്ടക്ടർ കീ കോർബെ. സബ് ബീഹാറി കോത്തെ" കണ്ടക്ടർ എന്ത് ചെയ്യും. എല്ലാം ബീഹാറി പട്ടികളാണ്. മുരളിക്ക് അടുത്ത ബംഗാളി വാചകവും മനസ്സിലായി. അതിലൊരു സത്യമുണ്ട്, പൊതുവെ ബംഗാളികൾ സമാധാനം ഇഷ്ടപ്പെടുന്നവരും നിയമം പാലിക്കുന്നവരുമാണ്. എന്നാൽ പ്രതികരണം അവരുടെ ജന്മവാസനയും.

രാഷ്ബിഹാരി അവന്യൂവിൽ ഇറങ്ങി. എങ്ങോട്ടെന്നില്ലാതെ നടന്നു. എവിടെ ചെന്നാലും ടാറിട്ട റോഡിന് നടുവിൽ കൂടി ട്രാമിന്റെ പാളങ്ങൾ. ജങ്ഷനിൽ വരിയായി ഷെയർ ഓട്ടോ കാത്ത് നില്ക്കുന്ന ജനങ്ങൾ. ഓട്ടോകൾ ഒരു ജങ്ഷനിൽനിന്നും അടുത്ത ജങ്ഷനിലേക്ക് മാത്രമാണ്. ആളുകൾ ആണും പെണ്ണും ഭേദമെന്യേ ക്യൂവിൽ നിന്നു അതിൽ കയറുന്നു. പിന്നിൽ മൂന്നാളുകൾ, ഡ്രൈവർ സീറ്റിനു ഇരുവശത്തും ഓരോ ചെറിയ സീറ്റുകൾ വച്ചിട്ടുണ്ട്. അവിടെയും ആളുകൾ കയറുന്നു. ആണും പെണ്ണും. മുന്നിലിരിക്കുന്നവർ താഴെ വീഴാതിരിക്കാൻ, അവരുടെ ഒരു കൈ ഡ്രൈവറുടെ കഴുത്തിന് പിന്നിൽ കൂടിയിട്ട് എതിർ സൈഡിലെ കമ്പിയിൽ പിടിക്കും. അങ്ങനെ വരുമ്പോൾ സ്ത്രീകളായാലും ഡ്രൈവറോട് അത്ര ചേർന്നാണ് ഇരിക്കുക. അവിടെയും ഇവിടെയും ഒക്കെ മുട്ടിയുരുമ്മി. ഇതൊക്കെയാണെങ്കിലും ഒന്നും അറിയാതെ, ഒരു വികാരവും ഇക്കിളിയുമില്ലാതെ ഡ്രൈവർ വണ്ടിയോട്ടും. ബസുകളിലായാലും ട്രെയിനുകളിലായാലും സ്ത്രീകളും പുരുഷന്മാരും ജനറൽ സീറ്റുകളിൽ ഇടകലർന്ന് ഇരിക്കാറുണ്ട്. ഒരു കുഴപ്പവും ഇല്ല. അതിന് കാരണം അധികം താമസിയാതെ തന്നെ അവന് മനസ്സിലായി. അവരുടെ പ്രധാന ദൈവമാണ് കാളി. അതുപോലെ ബംഗാളിയുടെ ഏറ്റവും നല്ല സ്വഭാവം അവർ സ്ത്രീകൾക്ക് വലിയ ബഹുമാനം കൊടുക്കുന്നു എന്നതാണ്. ഏതു അർദ്ധരാത്രിക്കും സ്ത്രീകൾക്ക് ഒറ്റയ്ക്ക് ഇറങ്ങി നടക്കാം. ആരും ഉപദ്രവിക്കില്ല. ഇനി അഥവാ ആരെങ്കിലും ഒരാൾ തന്നെ ഉപദ്രവിച്ചു എന്ന് പരാതിപ്പെട്ടാൽ വരുന്നവനും പോകുന്നവനുമെല്ലാം ഉപദ്രവിച്ചവനെ തല്ലും. ഒരുപക്ഷേ, അയാൾ മരിച്ചു പോയിട്ടാകും എന്താണ് കാര്യം എന്നു പോലും തിരക്കുന്നത്. അതാണ് ബംഗാളിയുടെ സ്ത്രീകളോടുള്ള കരുതൽ. മണ്ഡൽ പറഞ്ഞു കൊടുത്തതാണ്.

കല്ക്കത്തയിലെ നടപ്പാതക്കടകളിൽ അച്ഛനെയും അമ്മയെയും ഒഴിച്ച് എന്തും കിട്ടും. എന്നാൽ അവനെ അത്ഭുതപ്പെടുത്തിയ കാര്യം ഫുട് പാത്തുകളിലെ മൂന്നു നിലവാരത്തിലുള്ള കച്ചവടമാണ്. ബ്രാൻഡഡ് വസ്തുക്കൾ വില്ക്കുന്ന വലിയ കടകൾക്കു മുൻപിൽ ഫുട്പാത്തിലേക്ക് തുറക്കുന്ന പെട്ടിക്കടകളിൽ അല്പം കൂടി വില കുറഞ്ഞവ. അവയുടെ പുറകിൽ റോഡിലേക്ക് തുറക്കുന്ന മൊബൈൽ തട്ടുകടകളിൽ തീരെ വില കുറഞ്ഞവ. ഒരേ ലൈനിൽ ഉച്ചയൂണിന് വില നൂറ്, പതിനഞ്ച്, രണ്ട്. മൊബൈൽ തട്ടുകടകളിൽ കിട്ടുന്ന രണ്ടുരൂപ ഊണിനെ മുരളി തൊട്ടു തൊഴുതു. ദൈവത്തിനും ജ്യോതി ബസുവിനും നന്ദി പറഞ്ഞു.

രാഷ്ബിഹാരിയിലെ പെട്ടിക്കടകൾക്കു മുൻപിൽ സുന്ദരികളായ ബംഗാളി പെൺകുട്ടികൾ കൂട്ടം കൂടി നിന്നു കുപ്പിവളകളും ലിപ്സ്റ്റിക്കും വാങ്ങി. എല്ലാം കാണിക്കാതെ കാട്ടുന്ന സ്ലീവ്ലെസ് ടോപ്പും ലോ വേസ്റ്റ് ജീൻസും ഇട്ടു നടന്ന നാലഞ്ച് പെൺകുട്ടികൾ കലപില പറഞ്ഞുകൊണ്ട് അവനെ നോക്കി ചിരിച്ചു കടന്നു പോയി. തിരിഞ്ഞുനോക്കി വീ

ണ്ടും ചിരിച്ചു. അവരുടെ തുള്ളിക്കളിക്കുന്ന നെഞ്ചും, ഇറക്കം കുറഞ്ഞ ടോപ്പിന് താഴെ തെളിഞ്ഞ വയറും മാടിവിളിക്കുന്ന ചിരിയും അവന്റെ നെഞ്ചിൽ തീ കോരിയിട്ടു. ഇവിടത്തെ പിള്ളേർ ബോംബാണെന്ന് മാത്യുവിനോടും രമേശിനോടും പറയണമെന്ന് അവൻ ഉറപ്പിച്ചു. ഫുട്പാത്തിലെ ജനക്കൂട്ടത്തിനിടയിൽ അലിഞ്ഞു ചേരുമ്പോൾ അവനോർത്തു ലതയും ലതികയും കൂടെയുണ്ടായിരുന്നെങ്കിൽ അവരിതൊക്കെ ഇഷ്ടപ്പെടുമായിരുന്നു. അവൻ കൂടെയില്ലാത്തതുകൊണ്ട് ലക്ഷ്മിയമ്മ കഷ്ടപ്പെടുന്നുണ്ടാകും. പാവം.

കടുകെണ്ണയുടെ മനം മടുപ്പിക്കുന്ന ഗന്ധം അവന് മനം പെരട്ടലുണ്ടാക്കി. കല്ക്കത്തയിൽ മലയാളി ആഹാരം കിട്ടുന്ന കടകൾ അധികമില്ല. കൂടാതെ ഇവിടെയൊക്കെ ഇഡ്ഡലിയും സാമ്പാറും അപ്പവും, പുട്ടുമൊക്കെ കഴിക്കാൻ കൊതിയുള്ള ബംഗാളികളും മാർവാടികളും ഇടിച്ചു കയറും. അവർക്കിതൊന്നും ഉണ്ടാക്കാൻ അറിയില്ല. അതുകൊണ്ടുതന്നെ ഉള്ള കടയിൽ നാട്ടിലെ അഞ്ചിരട്ടി വിലയാണ്. അവൻ അത്തരം കടകളുടെ പേര് ചോദിച്ചു വച്ചു. പണം കിട്ടുമ്പോൾ പോകാമല്ലോ. അടുത്തുള്ളത് രാമകൃഷ്ണ മെസ്, ഉഡുപ്പി ഹോട്ടൽ എന്നിവയാണ്.

അടുത്ത ട്രാമിൽ കയറി എസ്പ്ലനേഡിൽ ചെന്നിറങ്ങി. നോക്കുമ്പോൾ മെട്രോ സിനിമ. പേടികളിൽനിന്നും സങ്കടങ്ങളിൽനിന്നും മുക്തി തേടിയാണ് മുരളി ഒരു ഫിലിം കാണാൻ കയറിയത്. *സത്യം ശിവം സുന്ദരം.* റിലീസ് ചെയ്തിട്ട് രണ്ടാഴ്ചയായി. ഷോയുടെ ടിക്കറ്റ് കൊടുക്കുമ്പോഴേ അവർ ബോർഡ് തൂക്കി ഹൗസ് ഫുൾ. നിരാശയോടെ അവൻ വശത്തുള്ള ഗള്ളിയിലേക്ക് ഇറങ്ങിയപ്പോൾ ഒന്നുരണ്ടുപേർ ടിക്കറ്റുകൾ ഇരട്ടി വിലക്ക് ബ്ലാക്കിൽ വില്ക്കുന്നു. അടുത്ത് നിന്ന ആൾ തിയേറ്റർ ഉടമയെ ശപിക്കുന്നത് കേട്ടപ്പോഴാണ് മുരളിക്ക് കാര്യം മനസ്സിലായത്. ടിക്കറ്റ് വില്ക്കുന്നത് ഉടമയുടെ ഏജന്റുകൾ തന്നെയാണ് ഇരട്ടി ലാഭം കൊയ്യാൻ. എന്ത് ലോകമണപ്പാ! അവൻ മനസ്സിൽ കരുതി. അവനും ബ്ലാക്കിൽ ടിക്കറ്റ് വാങ്ങി അകത്തു കയറി. അകത്തുള്ള കഫ്റ്റീരിയയിൽ പരസ്യമായി ബിയർ വില്ക്കുന്നതും കൂടി കണ്ടപ്പോൾ മുരളി ഈശ്വരാ എന്ന് പറഞ്ഞു പോയി .

സിനിമ കണ്ടിറങ്ങി പുറകിലെ റോഡിലേക്കിറങ്ങി. തെരുവ് നിറയെ ആൾക്കൂട്ടം. ബിഹാറിയും ബംഗാളിയും നേപ്പാളിയും ബംഗ്ലാദേശിയുമെല്ലാം. തട്ടുകടയിൽ നിന്നും ചായ കുടിക്കുന്നു. ചുവന്ന ലിപിസ്റ്റിക്കിട്ട് ചുണ്ടു ചുവപ്പിച്ച രണ്ട് നേപ്പാളി പെൺകുട്ടികളിൽ ഒരുവൾ കുശലം ചോദിച്ചു. "ക്യാ ഭയ്യാ. മദ്രാസി?"

"ഹാം" എന്ന് പറയുമ്പോൾ അടുത്ത് നിന്ന ചെറുപ്പക്കാരൻ മലയാളത്തിൽ പറഞ്ഞു. "മറ്റേതാണ്. വേണ്ടായെങ്കിൽ വേഗം സ്ഥലം വിട്ടോ. അല്ലേൽ അവൾ ഒതുക്കും."

ദയാലുവായിരുന്നു വിപ്ലബ്ബ് മണ്ഡൽ. അല്ലാതെ ആരാണ് ഇക്കാലത്തു ഒരു പരിചയുവുമില്ലാത്ത ഒരു ചെറുപ്പക്കാരന് അഭയം കൊടു

ക്കുക. ഒരു നാളെന്നു പറഞ്ഞെങ്കിലും അയാൾ അവനെ ഇറക്കി വിട്ടില്ല. അന്ന് രാത്രി ഉറങ്ങുമ്പോൾ പുഞ്ചപ്പാടങ്ങളും വയൽതത്തകളും കരിമ്പനയിലെ കില്ലാരിക്കുരുവികളും പുല്ലാഞ്ഞിക്കാടുകളിലെ കീരികളും അവനോട് ചോദിച്ചു "നീയെന്തേ പറയാതെ പോയി?" കച്ചാലനെയും കല്ലിച്ചനെയും ഇരുവശങ്ങളിൽ നിർത്തി പോരുവഴിയമ്മ അവനെ കാണാൻ വന്നു. അവനെ നെഞ്ചോട് ചേർത്ത് പിടിച്ചു. വിഷമിക്കണ്ട എന്ന് പറഞ്ഞു അപ്രത്യക്ഷമായി.

കാളിഘട്ട് ക്ഷേത്രം കാണാൻ പോയത് വലിയ അനുഭവമായി. മുക്കണ്ണുള്ള വിഗ്രഹം. സ്വർണ്ണത്തിൽ തീർത്ത, നീണ്ടു പുറത്തേക്കു കിടക്കുന്ന നാവും നാലു കരങ്ങളും ഉള്ള വിഗ്രഹം. പതിനാറാം നൂറ്റാണ്ടു മുതലുള്ള ചരിത്രങ്ങൾ ഉണ്ടെങ്കിലും ഇപ്പോഴത്തെ ക്ഷേത്രത്തിന് ഇരുനൂറിന് മുകളിൽ വർഷങ്ങളേ പഴക്കമുള്ളൂ. ശിവന്റെ രുദ്ര താണ്ഡവ സമയത്തു ഭൂമിയിൽ വീണ സതിയുടെ അൻപത്തിയൊന്ന് ശരീര ഭാഗങ്ങളിൽ വലതു പാദം വീണ സ്ഥലമാണ് കാളിഘട്ട്. ശരീരഭാഗങ്ങൾ വീണ സ്ഥലങ്ങളെയെല്ലാം ശക്തിപീഠങ്ങൾ എന്നാണ് പറയുക. ആദ്യം ഹൂഗ്ലിനദി ക്ഷേത്രത്തീരത്തായിരുന്നു. നദി ദിശ മാറി ഒഴുകിയപ്പോൾ ആദി ഗംഗ എന്ന ഒരു ചെറിയ കനാൽ മാത്രം അവിടെ ശേഷിച്ചു. ഇത് ഹൂഗ്ലിയിൽ ചെന്ന് ചേരുന്നുണ്ട്. ക്ഷേത്രനടയിലേക്കുള്ള റോഡിലേക്ക് തിരിഞ്ഞതും തറ്റുടുത്ത പൂജാരിമാർ വളയാൻ ആരംഭിച്ചു. ഇരുനിറത്തിലുള്ള അവരൊക്കെ ക്യൂവിൽ നില്ക്കാതെ നല്ല ദർശനം വാങ്ങിത്തരാമെന്ന് പറഞ്ഞു സമീപിച്ചു. റോഡിലൊക്കെ വച്ച് വാണിഭക്കാർ ധാരാളം ഉണ്ടായിരുന്നു. പൂജാ വസ്തുക്കളും പൂജാ ദ്രവ്യങ്ങളും വില്ക്കുന്ന കടക്കാരി വിളിച്ചു,

"അപനി അപ്നാർ ചോടി ഇഖാനെ രഖ്തെ പരേൻ" ചെരുപ്പുകൾ അവിടെ സൂക്ഷിക്കാം. അവരുടെ പൂക്കടയുടെ വാതില്ക്കൽ കൂട്ടിയിട്ടിരുന്ന ചെരുപ്പുകൾ, മൂന്നാമത്തെ വാചകത്തിന്റെ അർത്ഥവും അവന് പറഞ്ഞു കൊടുത്തു.

ക്ഷേത്രത്തിന് മുൻപിലൊക്കെ ചള്ളയും വെള്ളവും കെട്ടി കിടന്നിരുന്നു. നാട്ടിലെ ക്ഷേത്രങ്ങളുടെ വൃത്തിയോ ചിട്ടകളോ കണ്ടില്ല. എന്തായാലും ക്യൂവിൽ നിന്ന് അകത്തു കയറി. വലിയ തിരക്കുണ്ടായിരുന്നില്ല. ശ്രീകോവിലിന് മുൻപിൽ എത്തും മുൻപേ കണ്ടു. രക്താഭിഷിക്തയായ, തുറിച്ചകണ്ണുകളും, വെളിയിലേക്കിട്ട ചുവന്ന നാവുമായി ക്രുദ്ധയായി നില്ക്കുന്ന കാളി ദാരികന്റെ അരിഞ്ഞെടുത്ത രക്തം ഇറ്റ് വീഴുന്ന തലയുമായി. നാലമ്പലത്തിനുള്ളിൽ ഉള്ള ആ ഫോട്ടോയുടെ അരികെ വിടർന്ന കണ്ണുകളും പുറത്തെ രണ്ടിതളുകൾ പൊളിച്ച താമരമൊട്ടിന്റെ രൂപമുള്ള നാസികയും, തുടുത്ത മാതളം പോലെയുള്ള കവിളുകളും, പൊൻവെയിൽ വീണ് തിളങ്ങുന്ന വിളഞ്ഞ നെൽക്കതിരിന്റെ ഉടൽ നിറവുമുള്ളവൾ. ചുണ്ടു ചുവപ്പിച്ചു, ഞാറ്റുപച്ച നിറമുള്ള ബ്ലൗസുമണിഞ്ഞ്, ചുവന്ന പട്ടുചേലയും ചുറ്റിയവൾ മോണാലിസയെപ്പോലെ ഒളിപ്പിച്ചു വച്ച

ചിരിയോടെ അവനെ നോക്കി. ലേസർ രശ്മിപോലെ അതവന്റെ ആത്മാവിൽ വന്നു കൊണ്ടു. അവളുടെ ജ്വലിക്കുന്ന പ്രഭ അവന്റെ കണ്ണുകൾ മഞ്ഞളിപ്പിച്ചു. അവൾ സത്യമോ മിഥ്യയോ? മായയോ മോഹമോ? സ്വത്വം തേടാനിറങ്ങുന്ന സ്വകാര്യ നൊമ്പരങ്ങളുടെ നിമിഷങ്ങളിൽ മറ്റൊരു വെളിപാടുപോലെ പെയ്തിറങ്ങാനോ ഇവളുടെ നിയോഗം. മുരളി അതുമറിഞ്ഞില്ല. ഒരിക്കലും അറിഞ്ഞില്ല. അവളെന്നും അവന്റെ ഞരമ്പുകളിൽ ഉറങ്ങിക്കിടക്കുകയായിരുന്നല്ലോ.

"ജാ ജാ" പിന്നിൽ നിന്നയാൾ തിരക്ക് കൂട്ടി.

"ഇതവളാണ്. തന്റെ മീരാബെൻ." പെട്ടെന്നൊരോർമ്മ. മിന്നൽപ്പിണർ പോലെ. ഞെട്ടിത്തിരിഞ്ഞവൻ നോക്കി. ഒരു മായപോലെ അവൾ അപ്രത്യക്ഷയായിരുന്നു.

യാന്ത്രികമായി കാലുകൾ അവനെ ശ്രീകോവിലിനു മുന്നിലെത്തിച്ചു. രക്തത്തിൽ കുളിച്ചു നില്ക്കുന്ന കാളി വിഗ്രഹം. അതിലെ ചോര നക്കി കുടിക്കാൻ വന്ന എലിയെ ആട്ടിയോടിക്കുന്ന പുരോഹിതൻ. മന്ത്രോച്ചാരണങ്ങൾക്കിടയിൽ മറ്റൊരു പൂജാരി പ്രസാദം താലത്തിൽ നിന്നെടുത്തു നീട്ടി. ആളുകൾ താലത്തിൽ പണമിടുന്നു. അവർക്കൊക്കെ നാക്കിലയിൽ സ്പെഷ്യൽ പ്രസാദം. പിന്നിൽ നിന്നും വരുന്നവർക്ക് ദർശനമൊരുക്കാൻ, കടന്ന് പോകാൻ മറ്റൊരു പൂജാരി കൈകൾ കാട്ടി, തിരക്ക് കൂട്ടി. അവന്റെ ശ്രദ്ധ ഇതിലൊന്നുമായിരുന്നില്ല. കണ്ണുകൾ ശ്രീകോവിലിനുള്ളിൽ കിടന്നു ചാടുന്ന എലികളുടെയും അവയെ ഓടിക്കാൻ ശ്രമിക്കുന്ന പൂജാരിയിലുമായിരുന്നു. മനസ്സ് മീരാബെന്നിലും. എലികൾ അവ ഉള്ളിൽ തന്നെ ഒളിച്ചു കളിച്ചു, ദൈവം കുടിക്കുന്ന ചോരയും കുടിച്ചു.

പുറത്തിറങ്ങിയ മുരളി ചുറ്റമ്പലം മൊത്തം അവളെ തിരഞ്ഞു, മീരാബെൻ. അമ്പലത്തിനു പുറത്തിറങ്ങി അവിടെയെല്ലാം തേടി, എവിടെയുമില്ല അവൾ. വേണ്ടിയിരുന്നില്ല. ക്യൂവിൽ നിന്ന് തൊഴുന്നതിനു പകരം അതിൽനിന്നും ഇറങ്ങിയിരുന്നെങ്കിൽ, മീരയെ കണ്ടുപിടിക്കാമായിരുന്നു. അവന് കടുത്ത നിരാശ തോന്നി. കൂടെ മറ്റൊരു കാര്യം ഓർത്തപ്പോൾ അവന് അറിയാതെ ചിരി വന്നു. ഒരു ജോലിയും, വേലയും ഇല്ലാത്തവൻ, കുത്തുകേസിൽ നാടുവിട്ടവൻ. നാളത്തെ ശാപ്പാട് എങ്ങനെ എന്നറിയാത്തവൻ പ്രേമിക്കാൻ ഇറങ്ങിയിരിക്കുന്നു. "ഇല്ല. എല്ലാം ശരിയാകും." വേഗം അവൻ മനസ്സിനെ പിടിച്ചു നിർത്തി. അവൻ തെരുവോരത്തെ കാഴ്ചകളും ആസ്വദിച്ച് നടത്തം തുടങ്ങി. ക്ഷേത്രത്തിന് വലത്തോട്ടുള്ള റോഡിലേക്കിറങ്ങി. വശങ്ങളിലൊക്കെ പലതരം സാധനങ്ങൾ വില്ക്കുന്ന കടകൾ. ലേഡീസ് സാധനങ്ങൾ, ഫാൻസി സാധനങ്ങളുടെ കടകൾ, ദേവിയുടെ ഫോട്ടോകളും അതുപോലെയുള്ള സാധനങ്ങളും വില്ക്കുന്ന കടകൾ, ഹോട്ടൽ, സ്റ്റേഷനറിക്കട, ജ്യൂസ് കട അങ്ങനെ പലവിധത്തിലുള്ള കടകൾ. അവക്കിടയിൽ ഒരു കട. അതിൽ സാധനങ്ങളൊന്നും ഇല്ല. പകരം അണിഞ്ഞൊരുങ്ങിയ കുറെ പെൺകുട്ടികൾ മാത്രം. ഒറ്റ നോട്ടത്തിൽ തന്നെ മനസ്സിലാകും അവരാരും ശരിയല്ല. അപ്പോഴേക്കും

ഒരു മദ്ധ്യവയസ്കൻ അവന്റെ കൈകളിൽ പിടിച്ചു. അകത്തേക്ക് ചൂണ്ടിക്കാട്ടി പറഞ്ഞു.

"ജാവോ, ജാവോ ആജ് ഷോപ് ബ് മേയേറാ നോട്യൂൺ അപ്നാർ ഓശുബിഷേ ഹോബി നാ" ബംഗാളി ഭാഷയാണെങ്കിലും ഇതൊന്നും മനസ്സിലാക്കാൻ അർത്ഥമറിയണമെന്നില്ല,

"ഇന്ന് എല്ലാം പുതു പുത്തൻ പിള്ളേരാണ്. അതുപോലെ പൂർണ്ണമായും സുരക്ഷിതം."

എവിടെനിന്നും എങ്ങനെ അയാൾ വന്നു എന്നവൻ കണ്ടില്ല. ഇരയെ കണ്ട കഴുകനെപ്പോലെ അയാളുടെ കണ്ണുകൾ തിളങ്ങി. കടയുടെ മുൻപിലെത്തിയതോടെ ഒന്നുരണ്ട് പെണ്ണുങ്ങൾ കണ്ണുകളെറിഞ്ഞു. പുഞ്ചിരിയോടെ ക്ഷണിച്ചു. "അന്തർ അയിയെ."

കിളവൻ കൈകളിൽനിന്നും പിടിത്തം വിട്ടിട്ടില്ല. തേരട്ട ഇഴയും പോലെ. അവന് ദേഷ്യം വന്നു. "ചോടോ ചോടോ." കൈ വിടു, കൈ വിട്. അവൻ കൈകൾ കുതറി. പെട്ടെന്ന് മനസ്സിലേക്ക് എങ്ങുനിന്നോ ഒരു മെസ്സേജ്, "നീ നാട്ടുകാരനല്ല എന്ന് സംസാരത്തിൽ അറിയാം. വേഗം രക്ഷപ്പെട്ടോളൂ." മുരളി അയാളുടെ കൈകൾ കുതറി വിടുവിച്ചു, തിരിഞ്ഞു നോക്കാതെ ഓടി. അറിയാത്ത വഴികളിലൂടെ. കുറെ ഓടിത്തളർന്നപ്പോൾ മനസ്സ് വീണ്ടും ശാന്തമായി. ചക്കരയമ്മാവൻ ചെവിയിൽ മന്ത്രിച്ചു. എപ്പോഴും പറയുന്നത്. "ഈ ലോകത്തിൽ എല്ലാവർക്കും എല്ലാവരോടും സ്നേഹമാണ്. അതിപ്പോൾ അവൻ കള്ളനായാലും, കൊലപാതകിയായാലും. മനുഷ്യൻ സ്നേഹമാണ്. പരസ്പരം സ്നേഹിക്കാതെ അവനു ജീവിക്കാനാവില്ല."

അപ്പോൾ അവിടെ പ്രദർശന വസ്തുക്കളെപ്പോലെ വച്ചിരിക്കുന്നതൊക്കെ മനുഷ്യ ജന്മങ്ങളല്ലേ? അവർക്കും ഒരു കുടുംബമൊക്കെയില്ലേ? അവർക്കും നാണവും മാനവുമൊക്കെയില്ലേ? കൊല്ലാൻ കൂട്ടിലിട്ടിരിക്കുന്ന കോഴികളെപ്പോലെ, അറക്കാൻ കെട്ടിയിട്ടിരിക്കുന്ന ആട്ടിൻകുട്ടികളെ പോലെ, കുറെ സ്ത്രീജന്മങ്ങൾ! അവർ കണ്ടു കൊണ്ടാണിരിക്കുന്നത്, കൂട്ടത്തിൽനിന്നും കൊണ്ടുപോയവയുടെ വിധി എന്താണെന്ന്? അടുത്തത് തന്റെ ഊഴമാണെന്ന്! രക്ഷപ്പെടാൻ, ഓടിയൊളിക്കാൻ മാളങ്ങളൊന്നുമില്ലാത്ത, തന്റെ ഊഴവും കാത്തിരിക്കുന്ന ഈ ശപ്ത ജന്മങ്ങൾക്ക് ഈ മരണവും ആഘോഷിക്കുകയല്ലാതെ മറ്റെന്താണ് വഴി? കുറെ ദൂരം ഓടിയിരിക്കുന്നു. തളർന്ന അവൻ, അടുത്തുകണ്ട ഒരു സർബത്തുകടയിലേക്ക് ചെന്നു. "തണ്ണീർമത്തൻ ജ്യൂസ്"

അയാൾ ജ്യൂസെടുക്കുമ്പോൾ അവൻ ചോദിച്ചു. "ഈ വഴി എങ്ങോട്ടു പോകുന്നതാണ്?"

"സാൾട് ലേക്ക്"

അവന്റെ സംസാരവും മട്ടും ഭാവവും കണ്ട് കടയിൽ നിന്ന ഒരാൾ ചോദിച്ചു "മലയാളിയാണോ?"

"അതെ."

"എവിടെ?"

"ചെങ്ങന്നൂർ അടുത്ത്"

"ഞാൻ കോഴിക്കോട്."

അവൻ ഓടി രക്ഷപ്പെട്ട കാര്യം പറഞ്ഞു. അയാൾ ആസ്വദിച്ച് ചിരിച്ചു "അനിയാ ഇതൊക്കെ ജീവിതത്തിന്റെ ഭാഗമാണ്. വിട്ടു കളഞ്ഞോളു. ദാ അങ്ങോട്ട് നോക്കിയേ, ആ കലുങ്കില്ലേ, പാലം. അതിന്റെ അടിയിൽ ഒരു സ്ത്രീ പൊടിക്കൊച്ചിനെയും എടുത്തു നില്ക്കുന്നത് കണ്ടോ? ബീഡിയും വലിച്ചുകൊണ്ട്. അല്പം കഴിയുമ്പോൾ അവർ ആ കൊച്ചിനെ പുല്ലിന് മുകളിൽ കിടത്തിയിട്ട് വന്നു വിളിക്കുന്നവന്റെ കൂടെ കിടക്കും. കൊച്ചിനെ കാണുന്ന ദൂരത്തു കിടത്തിയേച്ചു. അല്ലേൽ വല്ല നായയും കൊച്ചിനെ കടിച്ചുകൊണ്ട് പോയാലോ. വിശപ്പാണ് ഏറ്റവും വലിയ സത്യം. അവൾ ഊഴം കാത്ത് നില്ക്കുകയാണ്. നോക്കി നിന്നോളൂ. ഇടയിൽ പാലത്തിന്റെ അടിയിലെ മറവിൽ നിന്നും ആളുകൾ ഇറങ്ങി വരും. റൂമെടുത്തു കാര്യം സാധിക്കാനോ നടത്താനോ കഴിവില്ലാത്തവരുടെ താവളം റിക്ഷാ വാലകളും, ടാക്സി, ലോറി ഡ്രൈവർമാരും, കൂലികളും മറ്റുമാണ്."

"സർക്കാർ ഈ പാവങ്ങളെ രക്ഷിക്കാൻ ഒന്നും ചെയ്യില്ലേ?"

"എന്ത് ചെയ്യാൻ? പായ മേടിച്ചു കൊടുക്കാം അല്ലാതെ. പണ്ടൊരു നേതാവ് പറഞ്ഞപോലെ അന്യദേശത്തുനിന്നും വന്നു, നഗരത്തിൽ രാപ്പാർക്കുന്ന കത്തിത്തിളയ്ക്കുന്ന യൗവനം തണുപ്പിച്ചു വിട്ടില്ലേൽ നാട്ടിൽ അക്രമങ്ങളും കൊലപാതകങ്ങളും കൂടും. സോനാഗാച്ചിയെപ്പറ്റി കേട്ടിട്ടില്ലേ?"

"ഇല്ല."

"ഷോക് അബ്സോർബറുകൾ! നഗരത്തിലെ അക്രമങ്ങൾ കുറയ്ക്കുന്ന ദേവാലയങ്ങൾ. സർക്കാർ അംഗീകൃത സ്ഥലമാണ്. ഇപ്പോൾ അവർക്ക് ലൈസൻസും കൂടെ കൂടെ പരിശോധിക്കാനും, ചികിത്സിക്കാനുമൊക്കെ ആശുപത്രിയും ഹോസ്പിറ്റലുമൊക്കെ ഉണ്ട്. പിള്ളേരെ പഠിപ്പിക്കാനും നോക്കാനും, സ്കൂളും, നഴ്സറിയുമൊക്കെ. ഗ്രാമത്തിലേക്ക് കടന്ന് വരാനുള്ള റോഡുകളിലെല്ലാം കോണ്ടം വെൻഡിങ് യന്ത്രങ്ങൾ ഉണ്ട്. അവിടെ എല്ലാ വീടുകളും ട്രേഡിൽ ആണ്. സൗകര്യങ്ങളൊക്കെ ഉണ്ടായി ട്രേഡിൽ നിന്ന് മാറി പോകുന്നവർ ഗ്രാമം വിട്ടു പോകും. അല്ലേൽ വീടിനു മുൻപിൽ ബോർഡ് വക്കും 'ഞങ്ങൾ ട്രേഡിൽ ഇല്ല. പലപ്പോഴും അതത്ര സേഫ് അല്ല. ആളുകൾ ശല്യം ചെയ്യും."

ഊടുവഴികൾ

ഇരുളിൽ മിന്നിത്തെളിയുന്ന ഒറ്റപ്പെട്ട ചുവന്ന മിന്നാമിന്നി വെട്ടങ്ങൾ. അരുമയോടെ നോക്കി നില്ക്കുമ്പോൾ കടന്നു പോയ മദ്ധ്യവയസ്കൻ അറിവ് പകർന്നു. അത്താഴത്തിന് അരിവാങ്ങാൻ ഇടപാടുകാരെ കാത്തുനില്ക്കുന്ന ഗതികെട്ട പെണ്ണുങ്ങൾ വലിക്കുന്ന ബീഡിയുടെ കണ്ണുകളാണവ. ക്ഷണത്തോടൊപ്പം സ്ഥാനവും കാട്ടിത്തരുന്ന ബീഡികൾ.

കണ്ണിനും മനസ്സിനും കുളിർമ്മ പരത്തുന്ന ഒരു കാര്യം മുരളി കണ്ടു പിടിച്ചു. അതിരാവിലെ ഈഡൻ ഗാർഡൻസിൽ നിന്നിട്ട് ഒരു സൈഡിൽ നിന്നും സാവധാനം തിരിഞ്ഞു തിരിഞ്ഞു ഒരു റൗണ്ട് പൂർണ്ണമാക്കുക. വീശിയടിക്കുന്ന ഇളം കാറ്റ്. ഫുട്ബോൾ തട്ടിക്കളിക്കുന്ന, ക്രിക്കറ്റ് ബോൾ ഉയർത്തിയടിക്കുന്ന കുട്ടികൾ. പല വർണ്ണങ്ങളിലുള്ള പട്ടം പറപ്പിക്കുന്ന കുഞ്ഞുങ്ങൾ. നടക്കാനും വ്യായാമത്തിനുമായി എത്തിയ യുവാക്കൾ, മദ്ധ്യവയസ്കർ. വെറുതെ വട്ടം കൂടി നിന്ന് ഉറക്കെ ചിരിക്കാൻ ശ്രമിക്കുന്ന ചിരി ക്ലബ്ബിലെ ഓൾഡ് ബോയ്സ് ആൻഡ് ഗേൾസ്.

മാലൂർ വടക്കേലെ തറയിൽ നിന്ന് ഒരു പനോരമ കാഴ്ചപോലെ, പുഞ്ചയുടെ ഒരു സൈഡിൽ നിന്നും മറ്റേ സൈഡിലേക്കുള്ള ഒരു സ്ലോമോഷൻ കാഴ്ച. അല്ലെങ്കിൽ പോരുവഴിയമ്മയുടെ അവിടെനിന്നും പാണ്ടനാട്ടിലേക്കുള്ള നാലു കിലോമീറ്ററോളം ഗ്രാവൽ റോഡിൽക്കൂടി രണ്ടു വശങ്ങളിൽ അങ്ങുമിങ്ങുമുള്ള സർപ്പക്കാടുകളും, കൈതക്കാടുകളും, അവയുടെ പുറകിലുള്ള കണ്ടങ്ങളും ഇടയിലിടയിലുള്ള തറ പുരയിടങ്ങളും കണ്ടൊരു യാത്ര. കണ്ടങ്ങളിൽ എന്നും എന്തെങ്കിലും പണികൾ ഉണ്ടാകും. ചെളിയിലിറങ്ങാതെ ഒരുനാളും പുലയന് ഉറക്കമില്ല. പണിചെ

യ്യുന്ന പെണ്ണാളുടെയും ചെറുമന്റെയും മണമില്ലാതെ വിയർപ്പു വീഴാതെ ഒരു നെൽച്ചെടിയും വളരില്ല. പുലയന്റെ കണ്ണീർ വീണ ഒരു മണ്ണും തമ്പുരാനും ഗുണം പിടിച്ചിട്ടുമില്ല. കണ്ടത്തിൽ കട്ടപിടിക്കുന്ന പോത്തുകുട്ടന്മാരും, ചേറ്റുപടിയിൽ ഭാരത്തിനിരുന്ന് മറിഞ്ഞു വീഴുന്ന ചെറുമനും. വെള്ളമടിച്ചുകയറ്റുന്ന പറയും ചക്രവും. അത് കറക്കുന്ന പുലയ ചെക്കന്റെ ഉച്ചത്തിലുള്ള പാട്ടും.

“നേരം പോയനേരത്തും കൊല്ലാക്കൊല കൊല്ലിണിയോ
അരത്തൊണ്ടു കള്ളും തന്നു കൊല്ലാക്കൊല കൊല്ലിണിയോ
അരമുറി കരിക്കും തന്നു കൊല്ലാക്കൊല കൊല്ലിണിയോ”

ഓർമ്മകൾ എത്തിനില്ക്കുന്നത് ആകെ ചേറിൽ കുളിച്ചു നില്ക്കുന്ന കൊച്ചുചെറുക്കനിലോ കലപ്പയുടെ കൈ കൊണ്ട് നെഞ്ചു മുറിഞ്ഞപ്പോൾ ചേറു വാരി തേച്ച് “ഇത് മതി. നാളേക്ക് കരിയും” എന്ന് പറഞ്ഞു ചിരിക്കുന്ന പൊട്ടനമ്മാവനിലോ ആണ്.

“എടാ ചാണകമുള്ള ചേറാണ്. സെപ്റ്റിക്കാകും.” അപ്പോൾ അതിലെ വന്ന ചന്ത്രോത്തെ നാണു നായരും പറഞ്ഞു.

പൊട്ടനമ്മാവൻ പറഞ്ഞത് അന്നാരും വിശ്വസിച്ചില്ല. മുരളി മാത്രം വിശ്വസിച്ചു. “മണ്ണിനൊരു മനസ്സുണ്ട്, അതിന് വേണ്ടപ്പെട്ടവരെ തിരിച്ചറിയാം. ചതിക്കൂല്ല .”

കല്ക്കത്തയിലെ തെരുവുകളിൽ നടക്കുമ്പോൾ മുരളി മനസ്സുകൊണ്ട് അവന്റെ ദേശത്തിലെ ഓരോ ഊടുവഴികളിൽ കൂടിയും കടന്നുപോയി. പൂവരശിന്റെ തണലിലിരുന്ന് അഴകത്തെ തോട്ടിൽ ശേഖരനുമൊത്തു ചൂണ്ടയിടുന്നത്. നട്ടുച്ച വെയിലടിക്കുമ്പോൾ കാരിക്കൂട്ടങ്ങൾ എണ്ണിയാലൊടുങ്ങാത്തപോലെ ഞുളയ്ക്കുന്നത് ഒരു കാഴ്ച തന്നെയാണ്. ആരാനും ഒരു കല്ലെടുത്തെറിഞ്ഞാൽ ഒരു നിമിഷം കൊണ്ടവ മാറിക്കളയും. ഭാഗ്യമുണ്ടേൽ സീസണിൽ ചൊമചൊമാന്നുള്ള വരാൽ കുഞ്ഞുങ്ങളെ, ‘കാർപ്പിനെ’, കാണാം. വെയിലടിച്ചാലേ അവ വരൂ. നൂറു കണക്കിന് കുഞ്ഞുങ്ങൾ. അതൊരു കാഴ്ചയാണ്. അച്ഛൻ വരാലും, അമ്മ വരാലും അടുത്ത് തന്നെ പട്ടാളക്കാരെ പോലെ കാണും. ആരെങ്കിലും അവയെ ആക്രമിക്കുന്നത് തടയാൻ. ചെമ്പകശ്ശേരി കിഴക്കേലെ തോട്ടിലെ കള്ളിയാമ്പലുകളും കൈതക്കാടുകളും കണ്ട് ഉപദ്രവിക്കാത്ത യക്ഷിയേയും കാത്ത്, തോടിനക്കരെ ഊരുമടക്കാരുടെ പകൽ പോലും ഇരുളിന്റെ നിഗൂഢതകൾ ഉറങ്ങുന്ന പുരയിടത്തിലിരിക്കുന്നത്. വടക്കയ്യത്തെ ഉയർന്ന പുരയിടത്തിന്റെ, വടക്കേ അതിരിൽ നില്ക്കുമ്പോൾ, കന്യാകുമാരി മുനമ്പിൽ നില്ക്കും പോലെ, മൂന്നു വശവും ചക്രവാളം കാണാം. കുരിശടിയുടെ ഇടതുവശത്തൂടെയുള്ള, ആളനക്കമില്ലാത്ത ഇടവഴിയിൽ കൂടി പഴയ സുറിയാനിപ്പള്ളിയുടെ മതില് ചുറ്റി, ശവപ്പറമ്പിലേക്ക് നോക്കാതെ, ശ്വാസം പിടിച്ചു അർജ്ജുനപത്തും പറഞ്ഞു, പ്രേതം പിടിക്കാനായി പുറകെ വരുന്നുണ്ടോന്ന് ഇടയ്ക്കിടെ ഭീതിയോടെ പുറകോട്ട് തി

രിഞ്ഞു നോക്കി ഇലയനങ്ങുന്ന ശബ്ദത്തെ പോലും ഭയന്ന് നടന്നോ, ഓടിയോ എന്നുപോലും തിരിച്ചറിയാതെ, കടന്നു പോയി കഴിയുമ്പോഴുള്ള മനസ്സുഖം. അപ്പ! ഏതു ജന്മത്തിലാണ് ഇനി ആ സുഖം കിട്ടുക.

ഒരിക്കൽ ഒറ്റയ്ക്ക് കല്ലിശ്ശേരി സന്തോഷ് തിയേറ്ററിൽ രണ്ടാം ഷോ കഴിഞ്ഞു വരുമ്പോൾ രണ്ടു വഴിയാണ് മുൻപിലുള്ളത്. ഒന്ന് നഗരം ചുറ്റി എട്ട് കിലോമീറ്റർ താണ്ടി വരാം. അല്ലെങ്കിൽ ശവപ്പറമ്പ് ചുറ്റിയുള്ള ഇട വഴിയിൽ കൂടി വരുക. അപ്പോൾ പകുതി ദൂരമേയുള്ളൂ. സിനിമ കഴിഞ്ഞു നഗരം ചുറ്റിവരാം എന്ന് തീരുമാനിച്ചാണ് പോയത്. എന്നാൽ തിരികെ വരുമ്പോൾ സൈക്കിൾ ഇരുമ്പാണല്ലോ, പ്രേതങ്ങൾക്കു ഇരുമ്പു പേടിയാണ് എന്ന ഓർമ്മ വന്നപ്പോൾ ഇടവഴിയേ തിരിച്ചു. പള്ളിയുടെ അടുത്തെത്തിയപ്പോൾ കുറ്റാകുറ്റിരുട്ട്. അവിടം അല്പം ഇടുങ്ങിയ സ്ഥലമാണ്. ആരോ പള്ളിയുടെ സൈഡിൽ നില്ക്കുന്നത് പോലെ. രണ്ടാമതൊന്നു നോക്കാതെ അവൻ സ്പീഡ് കൂട്ടി ഒരു വിടീൽ. പള്ളി മതിൽ ചുറ്റി ശവപ്പറമ്പിന്റെ സൈഡിലെത്തിയപ്പോൾ ഇരുട്ടിൽ റോഡിൽ അവിടേയും അതേ ആൾ നില്ക്കുന്നപോലെ ഒരു തോന്നൽ. രണ്ടും കല്പിച്ചു സർവ്വ ശക്തിയും സംഭരിച്ചു മുന്നോട്ട്, ആവുന്നത്ര വേഗത്തിൽ. ഏതോ കല്ലിൽ തട്ടിയതാകണം, അതോ പ്രേതം അടിച്ചതോ, മുരളി സൈക്കിളുമായി മറിഞ്ഞു വീണു. എല്ലാം കഴിഞ്ഞു എന്ന് കരുതുമ്പോൾ ആരോ പിടിച്ചെഴുന്നേല്പിച്ചു. "എന്തോ വിടീലാടാ? ഇങ്ങനാണോ ഇരുട്ടത്ത് സൈക്കിളോടിക്കുക? ങും. ഏതായാലും കുഴപ്പമൊന്നുമില്ല."

മറ്റൊരാൾ ടോർച്ചടിച്ചു നോക്കി. "കൈമുട്ടല്പം ഉരഞ്ഞതേയുള്ളു. തല അടിക്കാഞ്ഞത് ഭാഗ്യം. വീട്ടിൽ പോയി മരുന്ന് വച്ചോളു."

സൈക്കിളുമായി വേഗം സ്ഥലം വിട്ടു. ആരോ രണ്ടുപേർ ആരുമറിയാതെ റോഡിലിരുന്നു ചാരായം അടിക്കുകയായിരുന്നു. എന്തായാലും ഒരു ഗുണമുണ്ടായി. ഏത് അർദ്ധരാത്രിയിലും അതിലെ പോകാനുള്ള പേടി പോയിക്കിട്ടി.

"നിനക്ക് തുറന്ന ടെറസിൽ കിടന്നു ശീലമില്ലല്ലോ. മഞ്ഞടിച്ചാൽ ജ്വരം വരും. എനിക്ക് ആ കുഴപ്പമില്ല അതുകൊണ്ട് നീ മുറിയിൽ കിടന്നോളു. ഞാൻ ടെറസിൽ കിടക്കാം." എന്ന് മണ്ഡൽ ദാദ പറഞ്ഞതു അവൻ സമ്മതിച്ചു കൊടുത്തില്ല. അവൻ കിടപ്പ് ടെറസിലാക്കി. അവിടെ കിടക്കുമ്പോൾ അവൻ സീതയെ സ്വപ്നം കണ്ടു. കാളിഘട്ടിലെ വേശ്യപ്പെണ്ണുങ്ങളോടൊപ്പം അവൾ നില്ക്കുന്നതായി. ഈയിടെയായി അവൻ കൂടുതലായി ദുഃസ്വപ്നങ്ങൾ കാണാൻ തുടങ്ങിയിരിക്കുന്നു.

സാൾട്ട് ലേക്ക്, ബഡാ ബസാർ, പാർക്ക് സ്ട്രീറ്റ്, എസ്പ്ലനേഡ് എല്ലായിടങ്ങളിലും ഓഫീസുകൾ കേറിയിറങ്ങി അവൻ നടന്നു. എവിടെയും ഒരു വാതിലും തുറന്നില്ല. പോരുവഴിയുടെ വിളി വരുമ്പോഴൊക്കെ അവൻ സ്വയം ഓർമ്മിപ്പിച്ചു. ഇനി ഇതാണെന്റെ കണ്ടം. ഇവിടെ വേണം വിത്തുകൾ വിതയ്ക്കാനും വളർത്താനും. ഇവിടെ ഞാൻ പുഞ്ചക്കണ്ട

ങ്ങളും വയലേലകളും ചാലുകളും കുളങ്ങളും നീലിമയാർന്ന ചക്രവാള ങ്ങളും നട്ടുച്ചയ്ക്ക് പോലും ഇരുളുറങ്ങുന്ന കാവുകളും കണ്ടെത്തണം.

രാവേറെ വൈകി അവൻ നിരത്തുകളിൽ കൂടി നടക്കും. അപ്പോൾ നഗരം അവനോട് സംസാരിക്കും. "നീയെന്തിനാണ് ഭയപ്പെടുന്നത്. നിന്നെ ഒരു പൊലീസും ഇവിടെ വന്നു പിടിക്കില്ല. ഞാൻ എല്ലാവരുടെയും അമ്മയാണ്. പൊതിഞ്ഞു നെഞ്ചോട് ചേർത്ത് പിടിക്കാനേ എനിക്കറിയൂ. തെരുവുകളിൽ കച്ചോടം ചെയ്ത് ഉണ്ട് ഉറങ്ങി കിടക്കുന്നവരെ നീ കാണാറില്ലേ. എല്ലാ മാലിന്യങ്ങളും എടുത്തു പോകുന്ന ഹൂഗ്ലിയെയും ഗംഗയെയും നീ കാണുന്നില്ലേ." രാത്രി പത്തുമണിയോടു കൂടി നഗരം മിക്കവാറും കാലിയാകും. പിന്നെ രണ്ടാം ഷോ സിനിമ കണ്ടു മടങ്ങുന്നവരും, ചരക്കുകളുമായി പോകുന്ന വ്യാപാരികളും കാർഷിക വിഭവങ്ങളുമായി കമ്പോളത്തിലേക്കു നീങ്ങുന്ന കർഷകരും അങ്ങും ഇങ്ങും ചില തട്ടുകടകളും മാത്രം. കല്ക്കത്ത അങ്ങനെയാണ്. നഗരം വേഗം ഉറങ്ങും. മണ്ഡൽ ദാദ പറയും.

"നീ വിഷമിക്കണ്ട. എത്ര നാൾ വേണമെങ്കിലും നിനക്കെന്നോടൊപ്പം നില്ക്കാം. നിനക്കും കൂടി രണ്ട് റൊട്ടിക്കുള്ളത് എന്റെ കൈയിലുണ്ട്."

വിരസമായ സായാഹ്നം ചെലവഴിക്കാനാണ് ലേക് ഗാർഡൻസിലേക്ക് നടന്നത്. ഒരു ചെറിയ പലക വച്ചിട്ട് അതിൽ രണ്ടു പടല പച്ച പഴവുമായി കച്ചവടത്തിനിരിക്കുന്ന വൃദ്ധൻ. വെറും രണ്ട് പടല മാത്രം. വേറെ സ്റ്റോക്കൊന്നും കാണാനില്ല. അത് അവനൊരു കൗതുകമായി. അയാളിൽ നിന്നും മനസ്സിലായത്. ബിഹാറിയാണ്. "പാസ്വാൻ". കുറെ മുൻപ് റിക്ഷാവാലാ ആയി വന്നതാണ്. ഒരു മനുഷ്യനെ റിക്ഷയിലിരുത്തി മറ്റൊരു മനുഷ്യൻ വലിച്ചു കൊണ്ട് ഓടുന്നതിനെയാണ് റിക്ഷാവാല എന്ന് പറയുന്നത്. നാട്ടിൽ കാള ഭാരവും വലിച്ചുപോകുന്നപോലെ. അതെത്രമാത്രം ക്രൂരവും നിന്ദ്യവുമാണെന്ന് അവനോർത്തു. ഗതികേടുകൾ. അല്ലാതെന്താണ്. എപ്പോഴെങ്കിലും റിക്ഷയിൽ ഞെളിഞ്ഞിരിക്കുന്ന ഒരു തടിയനെ വലിച്ചു നിലത്തിട്ടു ചവിട്ടാൻ അവൻ മോഹിച്ചു.

"ചെറുപ്പക്കാരൊന്നും ഇപ്പോൾ ഈ തൊഴിലിലേക്ക് വരുന്നില്ല. കഷ്ടപ്പാടാണ്. അവസാനം മാറാരോഗവും. തെന്നി വീഴാൻ സാദ്ധ്യതയുള്ളത് കൊണ്ട് പലരും ചെരുപ്പ് പോലും ഇടില്ല. മഞ്ഞു കാലത്തു കുഴപ്പമില്ല. റോഡിൽ ടാർ ഉരുകിക്കിടക്കില്ല. അല്പം പാക്ക് കീഴ് ചുണ്ടിനും, മുന്നിലെ പല്ലിനും ഇടയിലിട്ട് ഓടിയാൽ മതി. കാല് പൊള്ളുന്നതോ തോളുകൾ ഞെരുങ്ങുന്നതോ നടുവ് വലിക്കുന്നതോ തൊണ്ട വരളുന്നതോ അറിയില്ല. നാണയത്തുട്ടുകൾ കിട്ടിയാൽ മതി." പാസ്വാൻ ചിരിച്ചു

"ജീവിതമൊക്കെ?" കഥ പറയാൻ മുരളി പ്രോത്സാഹിപ്പിച്ചു

"ഇപ്പോൾ വണ്ടി വലിക്കാൻ വയ്യ. ജങ്ഷനിലെ പെട്ടിക്കടക്കാരനിൽ നിന്നും പഴം കടമായി വാങ്ങി വച്ചിരിക്കുന്നതാണ്. വഴി യാത്രക്കാർ ആരെങ്കിലും ഒന്നും രണ്ടുമായി വാങ്ങി കഴിക്കും. വിറ്റു കഴിയുമ്പോൾ വീ

ണ്ടും രണ്ടു പടല വാങ്ങും. സന്ധ്യയോടെ വീട്ടിൽ കാത്തിരിക്കുന്ന ഭാര്യക്ക് കൂടി റൊട്ടി വാങ്ങാനുള്ള കാശ് കിട്ടും. അവൾക്കിപ്പോൾ അടുക്കളപ്പണിക്ക് പോകാനുള്ള ആരോഗ്യമില്ല. അർബ്ബുദമാണ്. ചികിത്സിക്കാൻ പണവുമില്ല. ഇനി ചികിത്സിച്ചിട്ടു കാര്യവുമില്ലായിരിക്കാം. ഇപ്പോൾ മക്കൾക്കും വേണ്ട. ലേക് സ്റ്റേഷന് പുറത്തു പുറമ്പോക്കിൽ കൂരകെട്ടി താമസം. ഇതുപോലെ ധാരാളം ആളുകൾ അവിടെ താമസമുണ്ട്."

"ആർക്കു വേണമെങ്കിലും കല്ക്കത്തയ്ക്ക് കൈയും വീശി വരാം. റോഡരുകിൽ എന്ത് വേണമെങ്കിലും വ്യാപാരം ചെയ്യാം. രാത്രി ഒരു റൊട്ടിയും അല്പം സബ്ജിയുമായി അത്താഴം കഴിക്കാം. അവിടെ റോഡരുകിൽ തന്നെ കിടന്നുറങ്ങാം. ആരും ശല്യം ചെയ്യില്ല. ശരിയല്ലേ?"

"ശരിയാണ്. ബീഹാറിൽ എന്നെപ്പോലെ ഒന്നുമില്ലാത്തവരെ പൊലീസും രാഷ്ട്രീയക്കാരും ആട്ടിയോടിക്കും. ബാസുദ നല്ലവനാണ്." പാസ്വാൻ. അയാൾ പറഞ്ഞത് ശരിയാണെന്ന് മുന്നോട്ടു നടക്കുമ്പോൾ മനസ്സിലായി. അഞ്ചു തൊപ്പികളുമായി മറ്റൊരു കച്ചവടക്കാരൻ.

ആൾക്കൂട്ടങ്ങൾക്കിടയിൽ നിന്നും മീരാബെൻ തന്റെ മുൻപിൽ പ്രത്യക്ഷപ്പെടുമെന്ന് അവൻ വെറുതെ മോഹിച്ചു. ഇരുൾ പരക്കും വരെ ലേക്കിന്റെ വശത്തുള്ള സിമൻറ് ബഞ്ചിൽ ചുറ്റുമുള്ള മനുഷ്യരെയും തടാകത്തിനെയും നോക്കിയിരുന്നു. ചെമ്പകശ്ശേരി തോടിനപ്പുറം ഊരുമക്കാരുടെ വിജനമായ പുരയിടത്തിൽ മലർന്നുകിടന്ന് സ്വപ്നം കാണും പോലെ. അവന്റെ മനസ്സ് ശാന്തമായി, ആർദ്രമായി. ഈ ലോകത്തെ വേദനയെടുക്കുന്നവർക്കെല്ലാമായി ഹൃദയം നിറയെ കനിവ് നിറഞ്ഞപ്പോൾ മുരളി എഴുന്നേറ്റു. കുറ്റിച്ചെടികൾ മറയൊരുക്കുന്ന ഗാർഡന്റെ അതിരിലേക്കെത്തിയപ്പോൾ ഇരുളിൽ മിന്നിത്തെളിയുന്ന ഒറ്റപ്പെട്ട ചുവന്ന മിന്നാമിന്നി വെട്ടങ്ങൾ. അരുമയോടെ നോക്കി നില്ക്കുമ്പോൾ കടന്നു പോയ മദ്ധ്യവയസ്കൻ അറിവ് പകർന്നു. അത്താഴത്തിന് അരിവാങ്ങാൻ ഇടപാടുകാരെ കാത്തു നില്ക്കുന്ന ഗതികെട്ട പെണ്ണുങ്ങൾ വലിക്കുന്ന ബീഡിയുടെ കണ്ണുകളാണവ. ക്ഷണത്തോടൊപ്പം സ്ഥാനവും കാട്ടിത്തരുന്ന ബീഡികൾ.

കഷ്ടപ്പാടുകൾ മറ്റൊരു രീതിയിൽ അവന് അനുഗ്രഹമായി. സീതയുടെയും കേശവന്റെയും ഓർമ്മകളിൽനിന്നും രക്ഷപ്പെടാൻ അവ കുറച്ചൊന്നുമല്ല സഹായിച്ചത്. മുരളി തമ്പിച്ചേട്ടനെ വിളിച്ചു. "അയാൾക്ക് എങ്ങനെയുണ്ട്? രക്ഷപ്പെട്ടോ?"

"ഇപ്പോഴും ആശുപത്രിയിലാണ്. അപകടനില തരണം ചെയ്തു. വയറിന്റെ സൈഡിൽ കൂടി കയറിയ കത്തി നട്ടെല്ലിന് അടുത്തെത്തി. ഏതൊക്കെയോ ഞരമ്പ് മുറിഞ്ഞു. അയാളുടെ വലതു കൈയുടെ സ്വാധീനം നഷ്ടപ്പെട്ടു. ആളിനെ കണ്ടില്ലെന്നാണ് അയാൾ പൊലീസിനോട് പറഞ്ഞത്. എന്താണ് അവന്റെ പ്ലാനെന്നറിയില്ല. പൊലീസ് കേസ് അന്വേഷിക്കുന്നുണ്ട്. എന്തായാലും ഉടനെ നാട്ടിൽ വരണ്ട."

രണ്ട് വാരത്തിനപ്പുറം രണ്ടുംകല്പിച്ചു മാത്യുവിന്റെ ലാൻഡ് ലൈനിൽ വിളിച്ചു. ഭാഗ്യത്തിന് അവനെത്തന്നെ കിട്ടി. അപ്പോഴാണ് വിവരങ്ങൾ കൂടുതലായി അറിഞ്ഞത്. തമ്പിച്ചേട്ടൻ പറഞ്ഞതെല്ലാം സത്യമല്ല. മാതൃഭൂമിയിൽ അകത്തെ പേജിൽ ചെറിയൊരു വാർത്തയായി വന്നു. കേശവൻ മുരളിയെപ്പറ്റി പറഞ്ഞില്ല എന്നത് സത്യം തന്നെ. ആളെ കണ്ടില്ല, പുറകിൽ നിന്നുമാണ് അടി കിട്ടിയത്. വീണപ്പോൾ കുത്തി എന്നാണ് അയാൾ പറഞ്ഞത്. എന്നാൽ പൊലീസ് വീട്ടിൽ തിരക്കി വന്നിരുന്നു. ജങ്ഷനിൽ പലർക്കും അറിയാം, അയാൾ വരുമ്പോഴൊക്കെ സഖാവിനെ തിരക്കി വരാറുണ്ടെന്ന്. ഇത്തവണ അയാൾ ജങ്ഷനിൽ കാപ്പിക്കടയിലിരുന്ന് സഖാവിനെ തേടിയിറങ്ങിയതാണെന്ന് പറഞ്ഞത് കടയിലിരുന്ന ആരോ പൊലീസിനോട് പറഞ്ഞു. അങ്ങനെയാണ് അവർ തിരക്കി വീട്ടിൽ എത്തിയത്. ഭാഗ്യത്തിന് അപ്പോഴേക്കും ലക്ഷ്മിയമ്മ വീട്ടിൽ എത്തിയിരുന്നു.

“സഖാവ് ചെങ്ങന്നൂർ സൊസൈറ്റിയിലാണ്, പോയി അന്വേഷിക്കാമല്ലോ” എന്ന് പറഞ്ഞപ്പോൾ, അവർ മകൻ മുരളിയെ വിളിക്കാൻ പറഞ്ഞു. “അവൻ പൂനയിലാണ്, അവിടെ പഠിക്കുകയാണ്” എന്ന് പറഞ്ഞത് കേട്ട് വിളിച്ചാൽ സ്റ്റേഷനിൽ വരണം എന്ന് പറഞ്ഞു അവർ പോയി.

ചിലരൊക്കെ മുരളിയെ ജങ്ഷനിൽ കണ്ടിരുന്നു. എന്നാൽ പല കാരണങ്ങളാൽ അവരൊന്നും അത് പൊലീസിനോട് പറയാൻ പോയില്ല, പോരാത്തതിന് കേശവൻ ആൾ ശരിയും അല്ലല്ലോ. സഖാവ് ബസ് കയറാൻ നിന്നപ്പോൾ പപ്പടം വില്ക്കുന്ന അക്കാൾ പനമ്പിൽ പപ്പടം നിരത്തുന്ന കൂട്ടത്തിൽ ഒതുക്കത്തിൽ പറഞ്ഞു.

“സഖാവേ, മുരളിയെ ഇവിടെങ്ങാനും കണ്ടോ എന്ന് പൊലീസ് എന്നോട് ചോദിച്ചു. അവൻ സംഭവത്തിന്റന്ന് ബാഗുമായി മാവേലിക്കര ബസിൽ കയറുന്നത് ഞാൻ കണ്ടതാ. പക്ഷേ, പറഞ്ഞില്ല. കേശവൻ ആള് ശരിയല്ലെന്നേ. ഈ ദേശത്തെ മാന്യന്മാർ ആരെന്ന് എന്നോട് ചോദിച്ചാൽ മതി.” അത് പറഞ്ഞവർ ചിരിച്ചു. സഖാവിനോടാണ് പറയുന്നതെന്നോർത്തു വേഗം ഭാവം മാറ്റി പറഞ്ഞു. “എനിക്കുറപ്പാണ് മുരളിക്കുഞ്ഞു കത്തിയുമായി നടക്കില്ല. ഇവൻ കുഞ്ഞിനോട് വഴക്കിനു ചെന്നിട്ടുണ്ടാകും. കുത്താൻ കത്തിയെടുത്തപ്പോൾ കുഞ്ഞു തടുത്ത വഴിയെലെങ്ങാനും അവന്റെ ദേഹത്ത് കൊണ്ടതാകും. ഇനി അഥവാ കുത്തിയതാണെങ്കിലും ഒരു കുഴപ്പവുമില്ല. അവനിത് വേണ്ടതാണ്. എന്നോടും, വേലയും കൊണ്ട് വന്നിട്ടുണ്ട്.”

എവിടെ ചെന്നാലും എക്സ്പീരിയൻസ് ആണ് ആദ്യം ചോദിക്കുന്നത്. ഒരു ഡിഗ്രി സർട്ടിഫിക്കറ്റിന് കാര്യമായി ഒന്നും ചെയ്യാനില്ല. ഒരാഴ്ച കൂടി നോക്കിയിട്ട് കിട്ടുന്ന പണിക്കു കയറണം എന്ന് മനസ്സിൽ കരുതി നില്ക്കുമ്പോളാണ് വിപ്ലബ്ബ് മണ്ഡൽ ദാദാ ഒരഭിപ്രായം പറയുന്നത്. “ഷോപ്പിന്റെ ഉടമ കിഷൻലാൽ സേട്ടിന്റെ സഹോദരൻ റോഷൻലാൽ ഒരു

ബ്രോക്കറാണ്. അയാൾ അടുത്ത് വിദേശത്തേക്ക് സാധനങ്ങൾ കയറ്റി അയക്കുന്ന ഏതോ കട തുടങ്ങി. അവിടെ ഒന്ന് ചോദിച്ചു നോക്കാം."

സേട്ടു മുഖേന പറഞ്ഞു വച്ചിട്ട് രണ്ടാളും പോയി. റോഷൻ ലാൽ സേട്ടു അവനെ നോക്കി പുഞ്ചിരിച്ചു. പോരുവഴിയമ്മ മുൻപിൽ വന്നു നില്ക്കുന്നത് പോലെ മുരളിക്ക് തോന്നി. അയാൾ ചോദിച്ചു "കേരളം അല്ലേ? എനിക്ക് കേരളീയരെ വളരെ ഇഷ്ടമാണ്. അദ്ധ്വാനികളാണ്. വിശ്വസ്തരും. നിങ്ങളെങ്ങനെയാണ്?"

"വിശ്വസിക്കാം."

"വിശ്വാസം. അതാണെനിക്ക് വേണ്ടത്. ഈ ജോലിയിൽ സെക്യൂരിറ്റി ഡിപ്പോസിറ്റ് വാങ്ങി വയ്ക്കാതെ ആരും ജോലി കൊടുക്കില്ല. മണ്ഡൽ ദാദാ ഞങ്ങളുടെ വിശ്വസ്തനാണ്. നിങ്ങളും അങ്ങനെയായിരിക്കണം. കക്ഷിക്കോ കമ്പനിക്കോ നഷ്ടം വന്നാൽ നിങ്ങളുടെ ശമ്പളത്തിൽ നിന്നും പിടിക്കും. ഓക്കേ?"

"ഓക്കേ."

ഇന്റർവ്യൂ കഴിഞ്ഞു. വളരെ വേഗം. അമേരിക്കൻ പ്രസിഡണ്ട് ആരാണ്, ഇന്ത്യയിൽ ഏറ്റവും കൂടുതൽ മഴ കിട്ടുന്ന സ്ഥലം ഏത്, ലോകത്ത് ഏറ്റവും കൂടുതൽ കാപ്പി ഉല്പാദിപ്പിക്കുന്ന രാജ്യം ഇത്തരം ചോദ്യങ്ങൾ ഒന്നുമുണ്ടായില്ല. അടുത്ത ദിവസം തന്നെ ജോലിക്കു കയറി. പോകുമ്പോൾ അവൻ വിപ്ലബ്ദ് മണ്ഡലിന്റെ കാല് തൊട്ടു തൊഴുതു. അയാൾ കാല് വലിച്ചു. "അയ്യോ വേണ്ട. ഞാൻ ഹീന ജാതിയാണ്."

"അങ്ങനെയൊന്നും ഇല്ല. നിങ്ങൾക്കും, എനിക്കും തമ്മിൽ ഒരു വ്യത്യാസവുമില്ല. ഈ ജാതിയുടെ ഉടുപ്പഴിച്ചാൽ. എന്റെ അച്ഛനെപ്പോലെ കണ്ടാണ്, ആദ്യമായി ജോലിക്കു പോകുമ്പോൾ ഞാൻ അനുഗ്രഹം വാങ്ങുന്നത്."

"നിന്നെപ്പോലെ വന്നതാണ് ഞാനും ഇവിടെ. ഒരു വ്യത്യാസം. എനിക്കിപ്പോൾ ആരുമില്ല. ഇവിടെ ഇരുപതു കൊല്ലമായി." അയാളുടെ കണ്ഠം ഇടറി. ഒന്ന് നിർത്തി, അയാൾ തുടർന്നു. "എനിക്ക് ആൺമക്കൾ മൂന്നാണ്. റിക്ഷാ വലിച്ചാണ് അവരെ വളർത്തിയത്. പയ്യന്മാർക്കൊക്കെ പണിയായി, കുടുംബവുമായി. എല്ലാവരും ഒരു വീട്ടിലാണ്. ക്ഷയം പിടിച്ച്, പ്രായമായി, റിക്ഷാ വലിക്കാൻ വയ്യാതായപ്പോൾ തിരിച്ചു വീട്ടിൽ പോയതാണ്. അസൗകര്യങ്ങൾ കൂടിയപ്പോൾ ഭാര്യയും മക്കളും മരുമക്കളും കൂടി വീട്ടിൽനിന്നും അടിച്ചിറക്കിയതാണ്. പണിയൊന്നും ഇല്ലാത്ത എന്നെ എന്തിനാണ് അവർക്ക്? ആദ്യത്തെ ദേഷ്യം അടങ്ങിയപ്പോൾ ഒരു മാസം കഴിഞ്ഞു ഞാനൊരു കത്തയച്ചു മേൽവിലാസവും കാണിച്ചു. കത്തയച്ചിട്ട് ഇപ്പോൾ രണ്ട് കൊല്ലമായി. ഇതുവരെ ആരും തിരക്കി വന്നില്ല. ഒരു മറുപടി കത്തയച്ചില്ല. മിഡ്നാപ്പൂർ അത്ര ദൂരത്തൊന്നുമല്ല. ഇപ്പോഴെനിക്ക് എൺപത്തിരണ്ട് വയസ്സ്. ഇനി എത്ര നാൾ. ആർക്കറിയാം? ഇപ്പോൾ ഞാൻ ഹാപ്പിയാണ്. ഒരു സങ്കടവുമില്ല. വന്നത് ഒറ്റയ്ക്ക്.

പോകുന്നതും അതുപോലെ. അതുവരെ എല്ലാവരെയും സ്നേഹിച്ചു സന്തോഷമായി പോകണം, അത്രേയുള്ളു ജീവിതം."

ഇറക്കുമതി, കയറ്റുമതി കമ്പനിയാണ്. ജോലി കൺസൽട്ടന്റ്. ഇറക്കുമതിയുടെയും കയറ്റുമതിയുടെയും നിയമങ്ങളും നിബന്ധനകളും അവയുടെ പഴുതുകളും എല്ലാം മുരളി വേഗം പഠിച്ചെടുത്തു. പ്രധാനം ആളുകളുടെ വിശ്വാസമാണ് എന്നുള്ളത് ശരിക്കും അവൻ തിരിച്ചറിഞ്ഞു. കൂടുതലായും മലഞ്ചരക്കുകളും സുഗന്ധദ്രവ്യങ്ങളും ആയിരുന്നു കമ്പനി നോക്കിയിരുന്നത്. ടി വി യും, കമ്പ്യൂട്ടറും, ഇലക്ട്രോണിക് സാധനങ്ങളും കൂടി ചെയ്യാനും കഴിയുമെങ്കിൽ അവ നേരിട്ടു ഇറക്കുമതി ചെയ്തു വില്ക്കാനും അവയ്ക്കാണിനി ഡിമാൻഡ് എന്നതും സേട്ടിനെ പറഞ്ഞു മനസ്സിലാക്കി. ആയിരത്തി തൊള്ളായിരത്തി എഴുപത്തിയെട്ട് പകുതിക്ക് എച്ച് സി എൽ കമ്പനി ഇന്ത്യയിലെ ആദ്യ പേർസണൽ കമ്പ്യൂട്ടർ "എച്ച് സി എൽ 8 സി" എന്ന മോഡൽ മാർക്കറ്റിൽ ഇറക്കിയിരുന്നു. അതുപോലെ ആപ്പിൾ 11, ടി ആർ എസ്-80, ജപ്പാൻകാരുടെ സോർഡ് എം. 200 എന്നിങ്ങനെയുള്ള വിദേശ മോഡലുകളും ഇറങ്ങിയിരുന്നു. ഈ മേഖലയിലെ മാറ്റങ്ങളും, പുതിയ മോഡലുകൾ ഇറങ്ങുന്നതും വളരെ വേഗമായതിനാൽ സ്റ്റോക്കുകൾ കൂടുതൽ വയ്ക്കാതെ കുറേശ്ശെ വീതം വീണ്ടും വീണ്ടും ഇറക്കുമതി ചെയ്തു വില്ക്കുക എന്നതായിരുന്നു നയം. ടി വി മാത്രം വലിയ സ്റ്റോക്ക് വാങ്ങി വില്പന നടത്തിയത് ക്ലിക്കായി. ആറുമാസം കൊണ്ട് കമ്പനിയുടെ ലാഭം കുതിച്ചുയർന്നു.

മുരളിക്ക് താമസ സൗകര്യം ആയിട്ടില്ലെന്നറിഞ്ഞ സേട്ടു ഒരു ദിവസം അവനെ വിളിച്ചു:

"മുരളി നമ്മുടെ ഓഫീസിന്റെ വശത്തുള്ള, ഇപ്പോൾ പേപ്പറുകളെല്ലാം കൂടി കൂട്ടിയിട്ടിരിക്കുന്ന മുറിയുണ്ടല്ലോ. അത് വൃത്തിയാക്കിയിടാൻ പറയാം. അതിനോട് ചേർന്ന് ഒരു ബാത്ത് റൂമും ഉണ്ട്. മുരളിക്ക് അവിടെ താമസിക്കാം."

"ഓക്കേ സർ, നന്ദി."

ഉറങ്ങാനുള്ള സമയമൊഴികെ ബാക്കി സമയമെല്ലാം അവൻ കമ്പനി കാര്യങ്ങളിൽ മുഴുകി. എത്ര കഷ്ടപ്പെട്ടാലും പണമുണ്ടാക്കണം അല്ലെങ്കിൽ ആരും മതിക്കില്ല എന്നവന് ഉറപ്പായി. ലക്ഷ്മിയമ്മയുടെയും സഖാവിന്റെയും പ്രയാസങ്ങൾ മാറ്റിയെടുക്കണം.

മാത്യുവിന്റെ വീട്ടിലേക്ക് ലക്ഷ്മിയമ്മയെ വിളിച്ചു വരുത്തി സംസാരിച്ചു. "നല്ല ജോലിയൊക്കെയാണ്. താമസത്തിന് നല്ല ക്വാർട്ടേഴ്സ് ഉണ്ട്. അവിടെ വിശേഷം എന്തുണ്ട്."

"കേശവൻ മൂന്നാഴ്ച കഴിഞ്ഞപ്പോൾ ആശുപത്രി വിട്ടു. വലതു കൈ തളർന്നു പോയി. മറ്റു കുഴപ്പങ്ങൾ ഒന്നും ഇല്ല." ലക്ഷ്മിയമ്മ ശബ്ദം താഴ്ത്തി പറഞ്ഞു.

"അച്ഛനുമായി പ്രശ്നമൊന്നുമില്ലല്ലോ?"

"അച്ഛനോട് വിരോധമൊന്നുമില്ല. ഒരുനാൾ തമ്പുരാനെ കാണാൻ പോരുവഴി ജങ്ഷനിൽ വന്നത്രേ. ചായക്കടയിൽ നിന്നും ചായ കുടിച്ചു പോയി. ഇനി പ്രശ്നമൊന്നും ഇല്ലായിരിക്കാം. എന്നാലും നീ ഉടനെയൊന്നും വരണ്ട. ഞാൻ പറഞ്ഞിട്ട് വന്നാൽ മതി."

"പിള്ളേർ എന്ത് പറയുന്നു."

"സുഖമായിരിക്കുന്നു. എന്നാലും നിന്നെ കാണാത്ത സങ്കടമുണ്ട്. ലതിക എന്റെ കൂടെ വരുന്നു എന്ന് പറഞ്ഞതാണ്. ഞാൻ സമ്മതിച്ചില്ല."

ലക്ഷ്മിയമ്മയുമായി സംസാരിച്ചെങ്കിലും മുരളിക്ക് സമാധാനമായില്ല. അവൻ ഉടനെ തന്നെ മാത്യുവിനെ വിളിച്ചു. "കേശവൻ ഇറങ്ങി ജങ്ഷനിൽ വന്നൊന്നൊക്കെ കേട്ടു. നീ വല്ലോം അറിഞ്ഞോ?"

"അയാൾ ഇറങ്ങി എന്നത് സത്യം. ഞാൻ കണ്ടു, ജങ്ഷനിൽ നില്ക്കുകയായിരുന്നു. വലതുകൈയുടെ സ്വാധീനം പോയാലെന്താ കൈയിലിരുപ്പിന് ഒന്നും കുറവില്ല. ഞാൻ ഇനി പറയുന്ന കാര്യം കേട്ടിട്ട് നിനക്കൊന്നും തോന്നരുത്. ആശുപത്രി ബില്ലെല്ലാം അടച്ചത് സഖാവാണെന്നാണ് ചായക്കടേലൊക്കെ സംസാരം. അയാൾ നിന്നെയും സഖാവിനെയും ഉപദ്രവിക്കാതിരിക്കാനാണ് സഖാവ് ഇതൊക്കെ ചെയ്യുന്നത് എന്നാണ് സംസാരം. പിന്നെ അസൂയാലുക്കളിൽ ചിലർ അല്പം കൂടി കൂട്ടി അടിക്കുന്നുണ്ട്. ആരുമത് കാര്യമാക്കിയിട്ടില്ല. നീയും അത് കണക്കാക്കേണ്ട. രാഷ്ട്രീയ വിരോധികളാണ്. ആളുകളുടെ വായടപ്പിക്കാൻ നമുക്ക് പറ്റില്ലല്ലോ."

"എന്താണ് സംഭവം?"

"സഖാവിന് അയാളുമായി മറ്റെന്തോ ഇടപാടുണ്ടത്രെ. അയാൾക്ക് മാസംതോറും സഖാവ് പണം അയക്കാറുണ്ടത്രെ."

"എന്ന് വച്ചാൽ?"

"അതിപ്പോൾ ഞാൻ എങ്ങനെയാ നിന്നോട് പറയുക. വിട്ടു കള."

മാത്യു പറഞ്ഞില്ലെങ്കിലും മുരളിക്ക് കാര്യങ്ങളുടെ ഒരു ഏകദേശ രൂപം മനസ്സിലായി.

കേശവനന്നു പറഞ്ഞ ഒരു വാചകം മനസ്സിൽ കിടന്നങ്ങു തള്ളുന്നു, "പിള്ളേരെ ഉണ്ടാക്കിയിട്ട് ചെലവിന് തരാത്ത ഒരു സഖാവ്, പ്ഭാ..."

കല്യാണിയുടെ മകൾ സഖാവിന്റെ ആണെന്നാണല്ലോ ആരോപണം? അതായത് തന്റെ മറ്റൊരു അനിയത്തി. ആൾകൂട്ടത്തിൽ തുണിയുരിഞ്ഞ പോലെ അവൻ ചൂളിപ്പോയി. ഈശ്വരാ. അതു വല്ലോം സത്യമാണെങ്കിൽ എങ്ങനെ നാട്ടിൽ തലയുയർത്തി നടക്കും? ആ കേശവൻ ഇനി കൊച്ചിനെയും അയാളുടെ ഭാര്യയെയും കൂട്ടി വന്നു വീട്ടുപടിക്കൽ സമരം ഇരിക്കുമോ? അങ്ങനെയെങ്കിൽ ഏതെങ്കിലും രാഷ്ട്രീയക്കാർ അതിനെ സപ്പോർട്ട് ചെയ്തു വന്നാൽ ആകെ കുഴപ്പമാകും. പ്രത്യേകിച്ച് സഖാവിനെ മോശക്കാരൻ ആക്കാനുള്ള അവസരം അവർ ശരിക്കും ഉ

പയോഗിക്കും. പിന്നെ തന്റെ പെങ്ങന്മാർക്ക് പോലും നല്ലൊരു വിവാഹാലോചന കിട്ടില്ല. അവന് തല പെരുക്കുന്നപോലെ തോന്നി.

"മുരളി ചില കാര്യങ്ങൾ നമ്മുടെ നിയന്ത്രണത്തിലല്ല. ഉദാഹരണത്തിന് സൂര്യൻ കിഴക്കേ ഉദിക്കു. അത് പടിഞ്ഞാറാക്കാനാവില്ല. വെള്ളം താഴോട്ടെ ഒഴുകു, മേലോട്ട് ഒഴുകില്ല. ചുരുക്കത്തിൽ നമ്മുടെ നിയന്ത്രണത്തിൽ അല്ലാത്ത കാര്യങ്ങളെ ഓർത്തു തല പുണ്ണാക്കരുത്." ബാലി സുഗ്രീവന്മാരുടെ യുദ്ധത്തിന്റെ കഥ പറഞ്ഞപ്പോൾ ചക്കരയമ്മാവൻ പറഞ്ഞതാണ്.

ടി വി, കമ്പ്യൂട്ടർ വില്പനയിൽ കമ്പനി വലിയ കൊള്ളലാഭം കൊയ്യാൻ തുടങ്ങി. അതോടെ മുരളി സേട്ടിന്റെ വലംകൈയായി. ഒരു വർഷത്തിനുള്ളിൽ സേട്ടു വേറെ ശാഖകൾ തുടങ്ങി. എല്ലാം മുരളിയുടെ ബുദ്ധിയും അത്യദ്ധ്വാനവും കൊണ്ടാണെന്ന് സേട്ടിനു നന്നായറിയാം. അയാൾ മുരളിക്കും ലാഭത്തിന്റെ നല്ലൊരു വിഹിതം കൊടുത്തു. തലവര തെളിയുന്നത് എപ്പോഴെന്ന് പറയാനാവില്ല. പണം കൈയിൽ വരാൻ തുടങ്ങുമ്പോഴാണ്, തലവര തെളിഞ്ഞു എന്ന് എല്ലാവരും പറയുക. ആ അർത്ഥത്തിൽ മുരളിയുടെ തലവര തെളിഞ്ഞു. പണം കുമിഞ്ഞു കൂടാൻ തുടങ്ങി. ആവശ്യത്തിന് പണം നാട്ടിലേക്ക് അയക്കാൻ തുടങ്ങി

കമ്പ്യൂട്ടർ തുടങ്ങുന്ന കാലം. കമ്പ്യൂട്ടർ ഭാഷകളും പ്രോഗ്രാമിങ്ങും ഒക്കെ പഠിപ്പിക്കുന്ന രണ്ടു മൂന്ന് സ്ഥാപനങ്ങൾ വന്നു. രാത്രി ക്ലാസിന് മുരളിയും ചേർന്നു. പതിയെ പതിയെ അവൻ ഒരു കമ്പ്യൂട്ടർ മാസ്റ്റർ ആയി രൂപാന്തരപ്പെടുകയായിരുന്നു. ഒരുവട്ടം കൂടി ലക്ഷ്മിയമ്മയെ മാത്യുവിന്റെ വീട്ടിൽ വിളിച്ചു വരുത്തി അവൻ പറഞ്ഞു. "അമ്മേ ടെലിഫോൺ കണക്ഷന് അപേക്ഷ കൊടുക്കണം. അധിക പണം കെട്ടിയാൽ വേഗം കിട്ടും. അല്ലേൽ താമസിക്കും."

അവർക്കും അത് സന്തോഷമായി. ഇനി വല്ലവരെയും ശല്യപ്പെടുത്തണ്ടല്ലോ. അവൻ മിടുക്കനാണ് എന്നുള്ളതിൽ അവർക്ക് സംശയമേ ഇല്ലായിരുന്നു. കേശവൻ അവനെപ്പറ്റി പൊലീസിനോട് പരാതി പറയാതിരുന്നത് മാത്രമേ അവരെ ചിന്താകുലയാക്കിയുള്ളു. പക ഉള്ളവനാണ്. മുരളി വരുമ്പോൾ അപായപ്പെടുത്താനാണോ എന്നവർ ന്യായമായും സംശയിച്ചു. കമ്പ്യൂട്ടർ ക്ലാസുകൾക്ക് പോകുന്നത് കൊണ്ട് ഉടനെ നാട്ടിലേക്കില്ല എന്നവൻ പറഞ്ഞപ്പോൾ അവരും സപ്പോർട്ട് ചെയ്തു. "വേണ്ട. അതാ നല്ലത്. പഠിത്തം നടക്കട്ടെ. പോരെങ്കിൽ അച്ഛനിപ്പോൾ നാട്ടിലുണ്ടല്ലോ. അതുകൊണ്ട് പ്രശ്നമൊന്നും ഇല്ല."

വിശേഷങ്ങൾ പറഞ്ഞ കൂട്ടത്തിൽ അമ്മ പറഞ്ഞ ഒരു കാര്യം അവന്റെ മനസ്സിൽ ഒരു നോവായി കിടന്നു. "ഇലഞ്ഞിക്കൽ സ്ഥിതി അല്പം കഷ്ടമാണ്. കൊച്ചാട്ടൻ സ്ഥലങ്ങൾ ഓരോന്നായി വിറ്റു തുലച്ചു. ഇനി ഇലഞ്ഞിക്കൽ പുരയിടം മാത്രമേ ബാക്കിയുള്ളു. പിള്ളേരെ ശ്രദ്ധിക്കാഞ്ഞത് കൊണ്ട് എല്ലാം പഠിപ്പിൽ പുറകോട്ടാണ്."

ഓഫീസ് ഇപ്പോൾ നന്നായി വളർന്നിട്ടുണ്ട്. വളരെയധികം സ്റ്റാഫും ഉണ്ട്. അക്കൗണ്ടിങ് കൂടുതൽ എളുപ്പത്തിലും കൃത്യമായും ചെയ്യാൻ പറ്റുന്ന ഒരു സോഫ്റ്റ്‌വെയർ മുരളി വികസിപ്പിച്ചെടുത്തു. അതിന് പേറ്റൻസിയും എടുത്തു. എല്ലാവരും അവനെ അനുമോദിച്ചു. അനുമോദിക്കാൻ വേണ്ടി ചെയർമാൻ റോഷൻലാൽ സേട്ടു വിളിച്ച യോഗത്തിൽ അവൻ അമിട്ട് പൊട്ടിച്ചു. "നമ്മുടെ കമ്പനി ഒരു ട്രേഡിങ് സ്ഥാപനമാണ്. ഇത് ഇനി തനിയെ വളർന്നോളും. എനിക്കിപ്പോൾ താല്പര്യം സോഫ്റ്റ്‌വെയർ മേഖലയിലാണ്. എന്റെ പുതിയ സോഫ്റ്റ്‌വെയറിന് ഇവിടെ പ്രസക്തിയില്ല. അതുകൊണ്ട് ഞാൻ ഇവിടം വിടുകയാണ്. പുതിയ സോഫ്റ്റ്‌വെയറുകളൊക്കെ ഉണ്ടാക്കുകയും വില്ക്കുകയും ചെയ്യുന്ന ഒരു കൊച്ചു കമ്പനിയുണ്ട്. അവരെന്നെ വിളിച്ചിട്ടുണ്ട്. ഇനിയുള്ള കാലം കമ്പ്യൂട്ടറിനാണ്. അതുകൊണ്ട് ഇനി അങ്ങോട്ട് മാറുകയാണ്."

എല്ലാവരും ഞെട്ടിപ്പോയി.

"ആരും വിഷമിക്കണ്ട. എന്ത് കാര്യത്തിനും ആർക്കും എന്നെ എപ്പോൾ വേണമെങ്കിലും വിളിക്കാം."

ഏണിപ്പടികൾ

നമുക്ക് മനസ്സിന് പിടിക്കുന്ന ഒരു കാഴ്ച കാണുമ്പോൾ അതിന്റെ ഫോട്ടോ എടുക്കാൻ പോകരുത്. ആ കാഴ്ച മനസ്സിലേക്ക് ഒപ്പിയെടുക്കുകയാണ് വേണ്ടത്. ഫോട്ടോ എടുക്കാനായി നോക്കി നടക്കുമ്പോൾ ആ കാഴ്ചയുടെ മുഴുവൻ സൗന്ദര്യവും സുഖവും ആസ്വദിക്കാൻ ആകില്ല. ആത്മാവ് ഉൾക്കൊള്ളാൻ ആകില്ല.

രാഷ് ബിഹാരി അവന്യുവിൽ നിന്നും ഗരിയാഹാട്ടിലേക്ക് പോകുമ്പോൾ ഇടതുവശത്ത് നരച്ച നീലനിറത്തിലുള്ള പഴകിയ ആ രണ്ടുനില കെട്ടിടത്തിന്റെ രണ്ടാം നിലയിൽ നിരത്തി തൂക്കിയിട്ടിരിക്കുന്ന അനേകം ബോർഡുകൾക്കിടയിൽ സൂക്ഷിച്ചു നോക്കിയാൽ കാണാം. അഞ്ചടി നീളം, രണ്ടടി വീതിയിൽ ഒരു കറുത്ത തകര ബോർഡ്. അതിൽ മഞ്ഞ അക്ഷരങ്ങളിൽ എഴുതി വെച്ചിരിക്കുന്നു. “ബെൻസിലാൽ & കോ.”

ബ്രിട്ടീഷുകാരുടെ കാലത്തേയുള്ള കെട്ടിടമാണ്. മരക്കോണി കയറിച്ചെന്നാൽ, മരപ്പലകകൾ വിരിച്ച വരാന്ത. വരാന്തയുടെ ഇടത് വശത്തായി പല മുറികൾ, സ്ഥാപനങ്ങൾ. അഞ്ചാമത്തെ മുറിയുടെ മുൻപിൽ മറ്റൊരു ചെറിയ ബോർഡ് “ബെൻസിലാൽ & കോ.” നല്ല നീളമുള്ള ഒരു മുറി. മുരളി മുറിയിലേക്ക് കടക്കുമ്പോൾ കണ്ടത് അല്പം ഉയരത്തിൽ വച്ചിരിക്കുന്ന “മാ കാളി” യുടെ ചിത്രത്തിന് മുൻപിൽ തിരിവയ്ക്കുന്ന മദ്ധ്യവയസ്കനെയാണ്. ശബ്ദം കേട്ട് അയാൾ തിരിഞ്ഞു നോക്കി ചിരിച്ചു. “മുരളി സാബ് അല്ലേ?”

“അതേ.”

“ഇരുന്നാട്ടെ. ബോസ് പറഞ്ഞിരുന്നു, ഇന്ന് വരുമെന്ന്. ഞാൻ ഈ വിളക്കൊന്ന് കത്തിച്ചിട്ട് വരാം.”

മുരളി ചുറ്റും നോക്കി. ഇരുവശത്തുമായി രണ്ടു ചെറിയ മേശകളും അവയ്ക്ക് പിന്നിൽ ഇരുമ്പിന്റെ മടക്കു കസേരകളും. ഒന്നിന് മുകളിൽ ഒരു ടൈപ്പ് റൈറ്റിങ് മെഷീൻ ഉണ്ട്. മുറിയുടെ ഏറ്റവും പുറകിലായി വാതിലിനെ നോക്കി ഇത്തിരി കൂടി നല്ലൊരു മേശയും അതിൽ ഒരു ഫോണും. അതിന് പിന്നിൽ കൈയുള്ള ഒരു എസ് മോഡൽ പ്ലാസ്റ്റിക് വരിഞ്ഞ കസേരയും. അതാകണം ബോസിന്റെ ഇരിപ്പിടം. ഭിത്തി നിറയെ പല വിധത്തിലുള്ള കമ്പ്യൂട്ടറുകളുടെ കലണ്ടറുകളും ചിത്രങ്ങളും ഒട്ടിച്ചു വെച്ചിരിക്കുന്നു. എന്നാൽ അവിടെ കമ്പ്യൂട്ടർ ഒന്നും കണ്ടില്ല. ടൈപ്പ് റൈറ്റർ ഇല്ലാത്ത മേശയാകണം തനിക്ക് വേണ്ടിയുള്ളത്. വിളക്ക് കൊളുത്തി തൊഴുതിട്ടയാൾ വന്നു.

"സാബ്, പ്യാരേലാൽ ചൗധരി. അക്കൗണ്ടന്റാണ്. ഒപ്പം ടൈപ്പിസ്റ്റും. ചായ കുടിക്കുന്നോ സാർ?" ഉത്തരത്തിനു കാത്ത് നില്ക്കാതെ വരാന്തയിൽ പോയി നിന്ന് അയാൾ താഴെ റോഡിലുള്ള തട്ടുകടയിലേക്ക് ഓർഡർ കൊടുത്തു. "ദു ടോ ചാ." രണ്ട് ചായ.

ബെൻസിലാൽ ആറ് മാസം മുൻപ് തുടങ്ങിയ സ്ഥാപനം. നല്ല സ്വപ്നങ്ങൾ ഉള്ള മനുഷ്യൻ. എന്നാൽ കമ്പ്യൂട്ടർ പോലുമില്ലാതെ, സോഫ്റ്റ് വെയർ കമ്പനി. എങ്ങനെയോ തട്ടിയും മുട്ടിയും ഇതുവരെ പോയത് ഭാഗ്യം. മുരളി നിർബ്ബന്ധം പറഞ്ഞിരുന്നെങ്കിൽ പാർട്ണർഷിപ്പ് കിട്ടുമായിരുന്നു. അതൊന്നും വേണ്ടെന്നു വച്ചു. വ്യപാരം വർദ്ധിപ്പിക്കും ഉറപ്പ്. അതിൽ തനിക്കുള്ള ഓഹരി അപ്പപ്പോൾ കിട്ടണം. ഒന്നും കൂട്ടിവെക്കണ്ട. കൂടാതെ കമ്പനി വളരുമ്പോൾ ഷെയർ കിട്ടണം. എപ്പോൾ വേണമെങ്കിലും വിട്ടുപോകാവുന്ന ബന്ധങ്ങൾ മതി എന്ന് തീരുമാനിച്ചു. ആദ്യം ചർച്ച ചെയ്യുമ്പോഴേ ബെൻസിലാൽ പറഞ്ഞിരുന്നു, സ്വന്തമായി കമ്പ്യൂട്ടർ ഇല്ല. വേലയുള്ളപ്പോൾ മറ്റൊരു കടയിൽ പോയിരുന്നു ഐ ബി എം 1401 ലായിരുന്നു ജോലി ചെയ്യുന്നത്. അതിന് മണിക്കൂർ കണക്കാക്കി കൂലി കൊടുക്കും. ഇപ്പോൾ അടുത്തൊരാളുടെ കൈയിൽ "എച്ച് സി എൽ സി എട്ട്" ഉണ്ട്. മുരളിക്ക് ഒറ്റ കണ്ടീഷൻ മാത്രമേ ഉണ്ടായിരുന്നുള്ളു. ഉടനെ നല്ല കമ്പ്യൂട്ടർ വാങ്ങണം. അതയാൾ സമ്മതിക്കുകയും ചെയ്തു.

പുതിയ കമ്പനിക്കുവേണ്ടി ഏറ്റവും പുതിയ മോഡൽ കമ്പ്യൂട്ടർ വാങ്ങാനായി മുരളി പാർക്ക് സ്ട്രീറ്റിലേക്ക് പോയി. ബസിൽ ഇരിക്കുമ്പോൾ വീണ്ടും മീരാബെൻ അവന്റെ സ്വപ്നങ്ങളിൽ വന്നു. റോഡിന്റെ ഓരം പറ്റി അവൾ നില്ക്കുന്നത് ഒരു മിന്നായം പോലെ അവൻ കണ്ടു. ഇത്തവണ അവസരം കളയാൻ അവൻ തയ്യാറായിരുന്നില്ല. ബസിൽനിന്നും ഇറങ്ങി നേരെ അവളുടെ അടുത്തേക്ക് പോയി. അത്ഭുതം അവൾ വേഗം തിരിച്ചറിഞ്ഞു. "എവിടെയായിരുന്നു, ഇതുവരെ?"

"നിനക്കെന്നെ മനസ്സിലായോ?" അവൻ ആശ്ചര്യത്തോടെ ചോദിച്ചു. കാളിക്ഷേത്രത്തിൽ കോപാകുലയായ കാളിയുടെ ഒപ്പം കണ്ടതാണ്. പിന്നീട് ഇപ്പോൾ.

"എന്തായിത്ര സംശയം?"

"പേര്?"

"മീരാബെൻ."

"ങേ."

"അതെ. മീരാബെൻ. എന്താ ഒരു ഞെട്ടൽ? ഇങ്ങനെ ഒരു പേര് കേട്ടിട്ടില്ലേ? മീര. അതാണ് എന്റെ പേര്. ബെൻ സർനെയിം. അച്ഛൻ ആരെന്നറിയാത്തതു കൊണ്ട് ഒരു ഗമക്ക് അമ്മയിട്ട പേര്. കൊള്ളാമോ?"

"മീരാബെന്നിനെ തേടി നടക്കുകയായിരുന്നു ഞാൻ." സ്വപ്നത്തിലെന്നപോലെ അവൻ മന്ത്രിച്ചു.

"വലിയ പ്രോഗ്രസീവ് ചിന്തകളൊക്കെ ഉണ്ടെങ്കിലും, സർ നെയിം ചോദിക്കുന്നവരാണ് ബംഗാളികൾ. അപ്പോൾ തന്തയില്ലാത്തവളാകരുതല്ലോ. അമ്മയ്ക്കും തന്ത ആരെന്നറിയില്ലെങ്കിലും." അവൾ ആസ്വദിച്ച് ചിരിച്ചു. ഒന്നും മിണ്ടാതെ അവൻ അവളെ മിഴിച്ചു നോക്കിയിരിക്കുമ്പോൾ അവൾ തുടർന്നു. "നീ വരുന്നതും കാത്തിരിക്കുകയായിരുന്നു ഞാൻ."

"ഞാൻ വരുമെന്ന് നീയെങ്ങനെ ഉറപ്പിച്ചു?"

"ആ കണ്ണുകളിലെ കാത്തിരിപ്പിന്റെ വേദന ഞാൻ കണ്ടതല്ലേ?"

"എന്നിട്ടെന്തേ ഞാൻ വരും മുൻപേ നീ പോയി?"

"ഞാൻ പോയതല്ലല്ലോ. എന്നെ കൊണ്ടുപോയതല്ലേ."

"ആര്?"

"ദേവൻ. വിളിച്ചാൽ ദേവദാസിക്ക് പോയല്ലേ പറ്റൂ?"

"നീ അതും, ഇതും പറയാതെ കാര്യം പറയു. ഇപ്പോളെവിടെയാണ് ദേവദാസി സിസ്റ്റം ഉള്ളത്?"

"നിനക്കറിയില്ല മുരളി, അങ്ങനെ ഒരു വിഭാഗം ഉണ്ടായിരുന്നു, ഈ കല്ക്കത്തയിലും. അതൊക്കെ പോയി, പരസ്യമായി പറഞ്ഞാൽ ഇല്ല. എന്നിരുന്നാലും രഹസ്യമായി അതിൽ വിശ്വസിക്കുന്ന ഒരു വിഭാഗം ഇപ്പോഴും ഉണ്ട്. അവർക്കത് തുടരാൻ പറ്റിയില്ലെങ്കിൽ ദൈവകോപം വന്നു കുലം മുടിയും സർവ്വനാശം വരും എന്നൊക്കെയാണ് ധാരണ. എന്റെ അമ്മൂമ്മ കർണ്ണാടകയിൽ നിന്നും കല്ക്കത്തയിൽ വന്ന് താമസമാക്കിയതാണ്. ദേവദാസിയായിരുന്നു. ഇതിന്റെ കടുത്ത വിശ്വാസിയാണ്. വീട്ടിനടുത്തുള്ള ചെറിയ ജഗന്നാഥക്ഷേത്രത്തിൽ വച്ച് ചടങ്ങെല്ലാം കഴിച്ചു. അമ്മയ്ക്ക് ഇഷ്ടമല്ല. എന്നാൽ അമ്മയെക്കൂടി ഭയപ്പെടുത്തിയാണ് മറ്റാരും അറിയാതെ അമ്മൂമ്മ ചടങ്ങുകൾ ചെയ്തത്. പൊലീസും, പബ്ലിക്കും അറിയാതെ ചെയ്തതാണ്. കൊണ്ടുപോകാൻ ദേവനെയും അമ്മൂമ്മ തയ്യാറാക്കി നിർത്തിയിരുന്നു. കാളീഘട്ടിൽ വിടണം എന്നത് എന്റെ ആവശ്യമായിരുന്നു. അങ്ങനെ ദേവൻ എന്നെ കൊണ്ടുപോയി."

"നാട്ടുകാർ എതിർക്കില്ലേ?"

"എല്ലാം രഹസ്യമല്ലേ? ചടങ്ങുകൾ ചെയ്യാൻ എത്ര പൂജാരികളെയും ദേവദാസിയെ അനുഭവിക്കാൻ എത്ര വിപ്ലവകാരികളേയും വേണമെങ്കിൽ കിട്ടും. ഒന്ന് വിരൽ ഞൊടിച്ചാൽ മതി. വടക്കൻ കല്ക്കത്തയു

ടെ തീരെ പ്രാകൃതമായ ചെറിയ ഗ്രാമത്തിൽ ഓരോ നേരത്തെ അന്നത്തിനും കഷ്ടപ്പെടുന്ന കുടിലിലെ പെണ്ണിന് എന്ത് സ്വാതന്ത്ര്യം? കൂടു തുറന്നു പറക്കാൻ ഇതൊരു അവസരം എന്ന് കണ്ടപ്പോൾ എല്ലാറ്റിനും അടങ്ങി നിന്നുകൊടുത്തു." ഒന്ന് നിർത്തി, അവൾ ചിരിച്ചു. "അന്ന് തന്നെ നിന്നെ ഞാൻ വീണ്ടും കണ്ടു, ഉറക്കെ വിളിക്കുകയും ചെയ്തു, അപ്പോഴേക്കും നീ അവിടെ നിന്നും പൊടുന്നനെ ഓടി മറഞ്ഞു."

"എപ്പോൾ?"

"എന്റെ ദൈവം എന്നെ ചൂടോടെ അറക്കാനായി കൊടുത്തു, കാശും വാങ്ങി സ്ഥലം വിട്ടു. തെണ്ടി, പത്തു രൂപ എനിക്ക് തന്നില്ല. കയറു പൊട്ടിച്ചു അറവുകാരനെ കൊന്ന്, ഓടാനായിരുന്നു എന്റെ പ്ലാൻ. കാളിയാണ് എന്റെ ഉപാസനാമൂർത്തി. എനിക്കതു പറ്റും. നല്ല ഉറപ്പുണ്ടായിരുന്നു. നിന്നെ കണ്ടപ്പോൾ എന്റെ ചെക്കൻ വന്നൂല്ലോ എന്ന് ഞാൻ കണ്ടതാണ്. എന്നാൽ നീ ഓടിപ്പോയില്ലേ." അവൾ കുലുങ്ങി ചിരിച്ചു

"പിന്നെ നീയെന്തു ചെയ്തു?"

"നേരത്തെ പറഞ്ഞപോലെ, പക്ഷേ, കൊല്ലേണ്ടി വന്നില്ല. എന്റെ സൗന്ദര്യം കണ്ടയാൾ ഭ്രമിച്ചുപോയി. പുതിയതാണെന്നറിഞ്ഞപ്പോൾ കൂടെ വരമോന്നായി? ഞാൻ ഓക്കേ പറഞ്ഞു. ഒരു കണ്ടീഷൻ, ഇന്നെന്നെ ഒഴിവാക്കണം. ഇവരുടെ പണം കൊടുത്തു എന്നെ വാങ്ങി എങ്ങോട്ടു വേണമെങ്കിലും കൊണ്ടുപൊയ്ക്കൊള്ളൂ എന്ന് പറഞ്ഞത് പാവം സമ്മതിച്ചു. അയാൾ അവിടെ അടുത്ത് ഒരു വ്യാപാരിയായിരുന്നു. കൂടാതെ ഗുണ്ടയും പിന്നെല്ലാം സിമ്പിൾ." അവൾ പൊട്ടിച്ചിരിച്ചു. "ഞാൻ അയാൾ കൊണ്ട് പോയിടത്തു നിന്നും ഒളിച്ചോടി. കാളിയാണ് എന്റെ റോൾ മോഡൽ. എന്ന് പറഞ്ഞില്ലേ? തോറ്റവന്റെ ന്യായമാണ് വിധി, തലേലെഴുത്ത്. മീര തോല്ക്കുന്നവളല്ല. എന്റെ ജീവിതം എന്റെ അവകാശമാണ്. ശരിയല്ലേ മുരളി? മുരളി എന്നെങ്കിലും എന്നെ തേടി വരുമെന്ന് എനിക്കറിയാമായിരുന്നു. മുരളിയാണ് മീരയുടെ പുരുഷൻ."

താൻ പറയാനിരുന്നതാണ് അവൾ പറയുന്നതെന്ന് അവൻ ഓർത്തു. "നമുക്ക് പോകാം." അവൻ അവളെ വിളിച്ചു.

"ഞാൻ വരാം. ഇത്ര കാത്തിരുന്നില്ലേ? അല്പം കൂടി. അയാളിൽ നിന്നും രക്ഷപ്പെട്ട ഞാൻ മുൻ തീരുമാനം പോലെ നേരെ പോയത് അമ്മയുടെ അടുക്കലേക്കാണ്."

"അമ്മയോ?"

"അതെ. ലോകത്തിന്റെ മുഴുവൻ അമ്മ. മദർ തെരേസ. ഇവിടെ അടുത്താണ് മഠം. രോഗികളെ ശുശ്രുഷിക്കാം, അടുക്കളയിലും മറ്റും സഹായി ആയി നിന്നോളാം. ഒന്നും വേണ്ട എന്ന് പറഞ്ഞു. എന്റെ കഥകളൊക്കെ പറഞ്ഞു. അങ്ങനെ അന്ന് മുതൽ അമ്മക്കൊപ്പമാണ്. ഇന്നൊരുനാൾ അവധിയിലാണ്."

"കൂട്ടിപ്പോകാൻ ഞാൻ എപ്പോൾ വരണം."

"എപ്പോൾ വേണമെങ്കിലും. ഞാൻ വരാം നീ വിളിച്ചാൽ മതി. എ

ന്നാൽ നീ ജോലികളിൽ മുഴുകുമ്പോൾ ഞാൻ എന്ത് ചെയ്യും? കൂടാതെ രോഗികളുടെ ശുശ്രൂഷ എന്റെ നിയോഗമായി ഞാൻ കാണുന്നു. അത് ചെയ്തേ പറ്റൂ. ഓരോ ആത്മാവിനും ഈ ലോകത്ത് ഒരു നിയോഗമുണ്ട് മുരളി. അതും നമ്മൾ ചെയ്യണം. അല്ലെങ്കിൽ ഈ ജീവന് ശാന്തി കിട്ടില്ല. ശരിയല്ലേ?"

ഫോൺ കണക്ഷൻ കിട്ടി എന്ന് പറയാൻ ലക്ഷ്മിയമ്മ വിളിച്ചു. വിശേഷങ്ങൾ പറഞ്ഞ കൂട്ടത്തിൽ പറഞ്ഞു. "പിന്നെ മാലൂരെ രതിക്ക് ചില ആലോചനകളൊക്കെ വരുന്നുണ്ട്. അവളുടെ അമ്മയെ കഴിഞ്ഞ ദിവസം അമ്പലത്തിൽ വച്ച് കണ്ടിരുന്നു. അവർ നിനക്ക് സുഖമാണോന്ന് ചോദിച്ചു."

ഫോൺ വച്ച് കഴിഞ്ഞും അവൻ ആലോചിച്ചത് ആ വാർത്തയിലെ പറയാതെ പറഞ്ഞ വിവരമാണ്. ശാരദാമ്മ രതിക്ക് തന്നെ ഇഷ്ടമാണെന്നോ മറ്റോ ഉള്ള സൂചന പറഞ്ഞോ? അതോ അമ്മയ്ക്ക് അങ്ങനെ വല്ല സംശയവും ഉണ്ടോ? സത്യത്തിൽ തനിക്ക് അവളോട് അങ്ങനെ ഒരു ഇഷ്ടം ഇല്ലെന്ന് അവൾക്കിതുവരെ മനസ്സിലായിട്ടില്ലേ? മൂന്നാഴ്ച കൂടി കഴിഞ്ഞു അവന് രതിയുടെ ഒരു കത്ത് കിട്ടി. "മുരളിയേട്ടാ കുറെ കഷ്ടപ്പെട്ടാണ് ഈ അഡ്രസ് ഞാൻ ഒപ്പിച്ചെടുത്തത്. നാളെ എനിക്കൊരു നഷ്ടബോധം തോന്നരുതല്ലോ. അതാണ്. ഇവിടെ എന്റെ കല്യാണം ഉറപ്പിക്കുന്ന തിരക്കാണ്. ഏട്ടനെന്നെ ഇഷ്ടമാണോ? ഒരു വാക്ക് പറഞ്ഞാൽ മതി. എത്ര നാൾ വേണമെങ്കിലും ഞാൻ കാത്തിരിക്കും. അല്ലാത്തപക്ഷം ഇങ്ങനെ ഒരു കത്ത് കിട്ടിയില്ലെന്നു കരുതിക്കോളൂ. ഒരു പ്രശ്നവുമില്ല." മുരളി അതിനു മറുപടി അയച്ചില്ല.

പുതിയ കമ്പനിയിൽ മുരളി വന്നതോടെ എല്ലാറ്റിനും കാര്യമായ മാറ്റങ്ങൾ ഉണ്ടായി. സോഫ്റ്റ്വെയർ ഗവേഷണവും നിർമ്മാണവുമെല്ലാം മുരളിയും മാർക്കറ്റിങ് ബെൻസിലാലും നോക്കാൻ തുടങ്ങി. രണ്ടു മാസം കൊണ്ട് തന്നെ മുരളിയുടെ അക്കൗണ്ടിങ് സോഫ്റ്റ്വെയറിന് വിദേശത്തെ മാർക്കറ്റിൽ ചലനം സൃഷ്ടിക്കാൻ കഴിഞ്ഞു. അന്ന് ഇന്ത്യയിൽ വ്യാപാര മേഖലയിൽ കമ്പ്യൂട്ടർ അത്രമേൽ ഉണ്ടായിരുന്നില്ല. മുരളി ലേക് ഗാർഡൻസിൽ തന്നെ ഫ്ളാറ്റെടുത്തു, കമ്പനി ക്വാർട്ടേഴ്സ്. കൂടെ താമസിക്കാൻ വിപ്ലബ്ബ് മണ്ഡലിനെ വിളിക്കാൻ അവൻ പോയി. എത്ര നിർബ്ബന്ധിച്ചിട്ടും വിപ്ലബ്ബ് കൂടെ താമസിക്കാൻ വന്നില്ല. അവസാനം കുറെ രൂപ കൈയിൽ വച്ച് കൊടുത്തപ്പോൾ അയാൾ പറഞ്ഞു. "ദോ റൊട്ടി ഹംകൊ ഓക്കേ. പച്ചാസ് കാ സരൂർത്തു ക്യോം." അവസാനം വളരെ പ്രയാസപ്പെട്ടാണ് അത് അയാളുടെ പോക്കറ്റിൽ വച്ചു കൊടുത്തത്.

മുരളിയുടെ നിർദ്ദേശപ്രകാരം കമ്പനി അല്പം കൂടി വലിയൊരു ഓഫീസ് എടുത്തു. വിദേശത്തുനിന്നുമുള്ള ബിസിനസ് നന്നായി കൂടി. അന്വേഷണങ്ങൾക്കും സർവ്വീസ് സഹായത്തിനുമായി രാത്രികാലങ്ങളിൽ ഇരിക്കേണ്ടി വന്നു. പുതുതായി കുറെ ചെറുപ്പക്കാരെ ജോലിക്കെടുത്തു. തെരഞ്ഞെടുക്കലും ട്രെയിനിങ്ങുമെല്ലാം മുരളി നടത്തി. കമ്പനി വളരെ

വേഗം വളരാൻ തുടങ്ങി. മുരളി കമ്പനിയുടെ സി ഇ ഒ ആയി. ശരിക്കും കമ്പനിയുടെ വളർച്ച മുരളി ഒറ്റയ്ക്ക് നടത്തുകയായിരുന്നു. അയാളുടെ പുതിയ സോഫ്റ്റ് വെയറിന് വിദേശങ്ങളിൽ വലിയ ഡിമാന്റായി. മുരളിയുടെ സമയത്തിനായി വിദേശ കമ്പനികളുടെ പ്രതിനിധികൾ പഞ്ചനക്ഷത്ര ഹോട്ടലുകളിൽ കാത്തു കെട്ടി കിടന്നു. ഈ നഗരത്തിൽ വന്നിറങ്ങിയ ദിവസങ്ങളിൽ ജോലി തെണ്ടി നടന്നപ്പോൾ പാർക്ക് സ്ട്രീറ്റിലെ സ്റ്റാർ ഹോട്ടലുകളുടെ വാതില്ക്കൽ എയർ ഇന്ത്യയുടെ സിംബലിലെ മനുഷ്യനെ പോലെ വേഷഭൂഷാദികളോടെ വലിയ തലപ്പാവും വീതിയുള്ള ബെൽറ്റുമൊക്കെ കെട്ടിയ ആജാനുബാഹുക്കളായ, ബലിഷ്ഠകായന്മാരെ അവൻ കണ്ടിരുന്നു. അത്തരം ഹോട്ടലുകളുടെ നേരെ നോക്കാൻ തന്നെ ഭയമോ, സങ്കോചമോ ആയിരുന്നു. ഇന്നിപ്പോൾ അതെ കാവൽക്കാർ സല്യൂട്ട് അടിച്ചു, ഭവ്യതയോടെ മുരളിക്കുവേണ്ടി വാതിലുകൾ മലർക്കെ തുറന്നു പിടിക്കുന്നു..

വാസുദേബ് ഘോഷ് കമ്പനിയുടെ ഒരു കസ്റ്റമർ ആയിരുന്നു. വളരെ മാന്യമായി സംസാരിക്കുന്ന മനുഷ്യൻ. നല്ല സൗഹൃദം വച്ചു പുലർത്തുന്ന ആൾ. ചെറിയ ഒരു കമ്പനി നടത്തുന്നു, മ്യൂസിക്കൽ ഉപകരണങ്ങളുടെ നിർമ്മാണം. ഒപ്പം നല്ല ഒരു ആർട്ടിസ്റ്റാണ്. സ്വന്തമായ ആർട്ട് ഗാലറി ഉണ്ട്. മൂന്നു തവണ കല്ക്കത്ത ആർട്ട് ഗാലറിയിൽ ചിത്രപ്രദർശനം നടത്തിയിട്ടുണ്ട്. വളരെ വേഗമാണ് അയാൾ മുരളിയുമായി അടുത്തത്. സമയം കിട്ടുമ്പോഴൊക്കെ മുരളി അവിടെ പോകുമായിരുന്നു. അടച്ചു വച്ച കഴിവുകളും ആഗ്രഹങ്ങളും അവനിൽ വീണ്ടും ജീവൻ വച്ചു.

നഗരത്തിന്റെ മോടിയിലും പ്രതാപങ്ങളിലുമെല്ലാം നിറഞ്ഞു നില്ക്കുമ്പോൾ പോലും അവന്റെ മനസ്സ് നാട്ടിലെ ഓരോ ഊടുവഴികളിൽ കൂടി ചുറ്റിക്കറങ്ങുകയാകും. മീരയുടെ സാമീപ്യം ഒഴിച്ച് നിർത്തിയാൽ എന്തോ അവന് നഗരത്തിനെ സ്നേഹിക്കാനായില്ല. തീരെ സഹിക്കാൻ വയ്യാത്ത ദിനങ്ങളിലും ഒഴിവു ദിവസങ്ങളിലുമൊക്കെ അവൻ ഗ്രാമപ്രദേശങ്ങളിലേക്ക് കാറോടിച്ചു പോയി കമ്പനി ഡ്രൈവറെ പുറകിലിരുത്തി. ഫാൾട്ടാ, ഡയമണ്ട് ഹാർബർ, ഹാഷ്പുകുർ, ടാകി, ബോക്ക്ഹാലി എന്നിങ്ങനെ ഓരോ വില്ലേജുകളിലേക്കുള്ള യാത്രകൾ. അയാൾ പറഞ്ഞു കൊടുത്ത ചെറിയ ചെറിയ ഊടുവഴികളുടെ കൃഷിയിടങ്ങളുടെ ഇടയിലുള്ള വരമ്പുകളിൽ കൂടി ചെരുപ്പിടാതെ കണ്ടങ്ങളിലെ ചള്ളയും ചേറും ചവുട്ടി മഴ നനഞ്ഞു ചീവീടുകളുടെയും തവളകളുടെയും സംഗീതം കേട്ട് നടക്കുമ്പോൾ പോരുവഴിയിലെ ഓരോ ഇടവഴികളിൽക്കൂടി പോകുന്നതവൻ അറിഞ്ഞു. വഴിയോരത്തെ കടകളിൽനിന്നും ചട്ടിയിലെ ചായ കുടിച്ച്, അവർ ചുട്ട് കൊടുക്കുന്ന ചൂട് ജിലേബികൾ ഇലപ്പാത്രങ്ങളിൽ പിടിച്ചു നക്കിത്തിന്നും തള്ളുവണ്ടിക്കാരന്റെ ചൂട് കപ്പലണ്ടിയും കൊറിച്ചു മുടിയും ചന്നാ മസാലയും കഴിച്ചു അവൻ അലഞ്ഞു നടന്നു. ഒരിക്കൽ ഡ്രൈവർ ചോദിച്ചു "സാബ് ക്യാമറയുമായി വന്നാൽ ഫോട്ടോയൊക്കെ എടുത്തു നാട്ടിൽ കൊണ്ടുപോയി എല്ലാവരെയും കാണിക്കാമല്ലോ?"

"ശ്യാം ദേവ് നിനക്കറിയാഞ്ഞിട്ടാണ്. നമുക്ക് മനസ്സിന് പിടിക്കുന്ന ഒരു കാഴ്ച കാണുമ്പോൾ അതിന്റെ ഫോട്ടോ എടുക്കാൻ പോകരുത്. ആ കാഴ്ച മനസ്സിലേക്ക് ഒപ്പിയെടുക്കുകയാണ് വേണ്ടത്. ഫോട്ടോ എടുക്കാനായി നോക്കി നടക്കുമ്പോൾ ആ കാഴ്ചയുടെ മുഴുവൻ സൗന്ദര്യവും, സുഖവും ആസ്വദിക്കാൻ ആകില്ല. ആത്മാവ് ഉൾക്കൊള്ളാൻ ആകില്ല. മനസ്സിൽ ഫോട്ടോ എത്ര നന്നാക്കാം എന്ന ചിന്തകളാകും. ഇത് സാധാരണ മനുഷ്യരെല്ലാം ചെയ്യുന്ന ആയിരം മണ്ടത്തരങ്ങളിൽ ഒന്നു മാത്രം. എന്നാൽ കല്യാണമോ കൂട്ടുകാർ ഒന്നിച്ചു വരുമ്പോഴോ ഉള്ള ഫോട്ടോകൾ ആകാം. ആ രംഗം പിന്നീട് ഓർക്കാൻ ഇത്തരം ഫോട്ടോകൾ നല്ലതാണ്."

മീര കൂട്ടിന് വരുന്ന ദിവസങ്ങളിൽ ശ്യാമിനോട് പറയും, "ഞാൻ തനിയെ പൊയ്ക്കൊള്ളാം." അവൻ ചാവിയും തന്നിട്ട് പോകും. പെട്ടെന്ന് മുരളി ഓർത്തു ഇതുവരെ അവൻ മീരയെപ്പറ്റി ഒന്നും ചോദിച്ചിട്ടില്ല. പേരുപോലും. അവൾ കൂടെ ഉണ്ടെന്നുപോലും അവൻ അറിയുന്നില്ലെന്ന് തോന്നുന്നു.

ജോലിയുടെ തിരക്കുകളിലും വാസുദേബ് ഘോഷിന്റെ ഗാലറിയിലെ സായാഹ്നങ്ങളിലുമായി ദിവസങ്ങൾ വേഗം കടന്നു പോയി. നാട്ടിലേക്കുള്ള ഫോൺ വിളികൾ ചടങ്ങുകളായ കുറെ നാളുകൾ. ഇതിനിടയിൽ വളരെയധികം സംഭവങ്ങളുണ്ടായി. അടിയന്തരാവസ്ഥയ്ക്ക് ശേഷം വീണ്ടും കോൺഗ്രസ് അധികാരത്തിൽ വന്നു. ഇൻഫോസിസ് എന്നൊരു ഐ ടി കമ്പനി 1981 ജൂലൈയിൽ തുടങ്ങി, പില്ക്കാലത്ത് അത് ഐ ടി ഭീമനായി വളർന്നു.1982 ഏഷ്യൻ ഗെയിംസ് ഡൽഹിയിൽ നടത്താൻ തീരുമാനിച്ചു. അതോടനുബന്ധിച്ചു കളർ ടി വി ഇന്ത്യയിൽ വ്യാപകമായി വിറ്റഴിക്കപ്പെട്ടു. സേട്ടിന്റെ ബിസിനസ് തഴച്ചു കൊഴുത്തു. പോരുവഴിയിൽ ധാരാളം ചെറുപ്പക്കാർ, തയ്യൽക്കാരൻ അച്യുതൻ പിള്ളയുടെ രണ്ടാമത്തെ മോൻ, മാലൂരെ ഹരി, വടക്കേലെ മുരളികൃഷ്ണൻ, പുളിയിലേത്തു രവി അങ്ങനെ പലരും ഗൾഫിൽ പോയി. പോരുവഴിയമ്മയ്ക്ക് പണകപ്പുറത്ത് ഗംഗാധരൻ അൻപൊലി വഴിപാട് നടത്തി.

താര ചാറ്റർജി പുതുമണ്ണിന്റെ മണവുമായി വന്നു പോയ ഒരു സായം സന്ധ്യ. അവൾ മുരളിക്ക് കൊടുത്ത ഗ്രാമഫോൺ പതിഞ്ഞ തലത്തിൽ ഒരു ഗസൽ പാടിക്കൊണ്ടിരുന്ന നേരം. മിർസാ അസദുല്ലാഹ് ഖാൻ ഗാലിബ്ന്റെ ഗസൽ.

"ദിൽ ഹി തോ ഹൈ നാ സന്ഗ- ഓ -കിഷ്ട്
ദർദ് സെ ഭർ നാ ആ.എ ക്യോം
രോയെങ്കെ ഹം ഹസാർ ബാർ കോയി
ഹമെൻ സതായേ ക്യോം "

തീരെ പ്രതീക്ഷിക്കാതെയാണ് വീട്ടുടമ അശോക് ചാറ്റർജി ആ സമയം മുരളിയെ കാണാൻ ചെന്നത്. "ഈ ഗസൽ താരയ്ക്ക് ഒരിക്കലും മറക്കാനാവാത്തതാണ്. മുരളിക്ക് അറിയുമോ? അവളുടെ അമ്മയുള്ള

പ്പോൾ ഇത് കേട്ടായിരുന്നു അവൾ ഉറങ്ങിയിരുന്നത്."

"ഇത് ദുഃഖഗാനം ആണല്ലോ."

"അതേ. ഇത്തരം ഗസലുകളാണ് പണ്ടേ അവൾക്കിഷ്ടം. പിന്നെ മുരളി ഒരു കാര്യം പറയണമെന്നുണ്ട്. എനിക്കറിയാം, നിങ്ങളും താരയുമായി ബന്ധങ്ങൾ ഉണ്ടെന്ന്. നിങ്ങൾ അവളെ കെട്ടണമെന്ന് ഞാൻ ഒരിക്കലും പറയില്ല. അവൾക്കും അതാവശ്യമില്ല എന്ന് തോന്നുന്നു. ഒരു പാവം കുട്ടിയാണ്. വിവാഹ ജീവിതം അറിയാൻ തുടങ്ങുമ്പോഴേക്കും അയാൾ പോയി. അത് കഴിഞ്ഞു ഇതുവരെ, ഏതാണ്ട് അഞ്ചു കൊല്ലത്തോളം സന്ന്യാസ ജീവിതം തന്നെ ആയിരുന്നു. അവളുടെ ഹിന്ദുസ്ഥാനി സംഗീതവും, ചിത്ര രചനയും കൊണ്ടാണ് അവൾ പിടിച്ചു നില്ക്കുന്നത്. അവൾ എന്താണ് നിങ്ങളിൽ കണ്ടതെന്ന് എനിക്കറിയില്ല. എങ്കിലും നിങ്ങളുടെ സാമീപ്യം അവൾ വല്ലാതെ ഇഷ്ടപ്പെടുന്നുണ്ട്. കൊതിക്കുന്നുണ്ട്. അവളതിൽ സന്തോഷിക്കുന്നുണ്ട്. എനിക്കതു മതി. പറയാനുള്ളത്, നിങ്ങൾ അവളെ സ്നേഹിക്കരുത്. മറ്റെന്തും ആകാം. ഇനി ഒരു സ്നേഹത്തിന്റെ ഓർമ്മകൾ കൂടി അവൾ താങ്ങില്ല." മറുപടിക്ക് കാത്തുനില്ക്കാതെ അശോക് ചാറ്റർജി നടന്നകന്നു. ഏത് കേസിലും ന്യായാന്യായങ്ങൾ പഠിച്ചു വിധി കല്പിക്കുന്ന ജഡ്ജിയാണ്. അദ്ദേഹത്തിന് തോന്നിയിട്ടുണ്ടാകും മുരളി ശരിയാണെന്ന്.

അമ്മാവൻ രാമൻ നായരുടെ മരണം മുരളിക്ക് വലിയൊരു ഷോക്ക് ആയിരുന്നു. ഒരസുഖവും ഉണ്ടായിരുന്നില്ല. അല്ലെങ്കിൽ ആരോടും പറഞ്ഞിരുന്നില്ല. പെട്ടെന്നൊരു ദിവസം ശക്തിയായി ചുമച്ചു, തുപ്പിയത് ചോരയാണ്. എന്നാൽ അദ്ദേഹത്തിന് അപ്പോഴും പ്രത്യേകിച്ച് മറ്റൊരു കുഴപ്പവുമില്ല. ആളെ വിട്ട് പഴയ ശിങ്കിടി ഗോപാലപിള്ളയെ വരുത്തി. ടാക്സിയെടുത്തു സായിപ്പിന്റെ ആശുപത്രിയിലേക്ക് പോയി. വേറെ ആരും വരണ്ട. എന്തേലും ആവശ്യമുണ്ടേൽ വിളിക്കാം. ഞാൻ ഇന്നുതന്നെയിങ്ങു വരും എന്ന് പറഞ്ഞാണ് പോയത്. ഹോസ്പിറ്റലിൽ ചെന്ന് അല്പം കഴിഞ്ഞപ്പോഴേക്കും വയർ വീർത്തു വരാൻ തുടങ്ങി. ഉടനെ ഐ സി യൂ വിലാക്കി. ലിവർ സിറോസിസ്. ലിവറെന്ന് പറയാൻ ഒന്നുമില്ലെന്നാണ് ഡോക്ടർ പറഞ്ഞത്. അവർ മാക്സിമം ശ്രമിക്കുന്നുണ്ട്. അച്ഛൻ പറഞ്ഞത് പ്രയാസമാണെന്നാണ്." ലക്ഷ്മിയമ്മ അപ്പോൾ തന്നെ വിളിച്ചു പറഞ്ഞു.

പനാമ സിഗരറ്റിന്റെ മണമാണ് ആദ്യം വരുക. പുറകെ ക്ലീൻ ഷേവ് ചെയ്ത മുഖവുമായി പതിയെ ചിരിക്കുന്ന രാമൻ നായർ. വലിയ കമ്പനികളിൽ നിന്നും വരുന്ന ഡെലിഗേറ്റുകൾ ചിരിക്കുന്ന പോലെയുള്ള സൗമ്യമായ ചിരി. രാമൻ നായർക്ക് ഒരിക്കലും ഒരു ടെൻഷനും ഇല്ല. വെരി കൂൾ എപ്പോഴും. ആരോടും ദേഷ്യപ്പെടുകയെ ഇല്ല. എതിർപ്പുണ്ടെങ്കിൽ പോലും സൗമ്യമായാണ് അത് പറയുക. കഞ്ഞിപ്പശയിട്ട് വടി പോലെ ഇസ്തരിയിട്ട തൂവെള്ള മുണ്ടും ഷർട്ടും. വീട്ടിനുള്ളിൽ പോലും ഡബിൾ മുണ്ടേ ഉടുക്കു. ദേശത്തു എല്ലാവരും മുണ്ടുകളും കൈലികളും കൂടുതലും മടക്കിയുടുത്താണ് നടക്കുക. അതാണ് ശീലവും. എന്നാൽ ഒരേ ഒ

രാൾ, എന്നും എപ്പോഴും, അത് മഴയുള്ളപ്പോൾ പോലും, എന്തിന് റോഡിൽ അല്പം വെള്ളം കെട്ടിക്കിടന്ന് അതിൽ കൂടി പോകുമ്പോൾ പോലും, നൂർത്തിട്ട മുണ്ടാണ് വേഷം. എന്തെങ്കിലും തടസ്സമുണ്ടെങ്കിൽ, മുണ്ടിന്റെ കോന്തല ഒന്ന് പൊക്കി പിടിക്കും. അത്ര തന്നെ. ശീട്ട് കളിക്കുമ്പോൾ പോലും, പിടി മടക്കി വെക്കുന്നതിൽ പോലും, ഒരു കുലീനത ഉണ്ട്. എല്ലാം അദ്ദേഹത്തിന്റേതായ പ്രത്യേക സ്റ്റൈലിൽ.

"ഞാൻ വരാം." മുരളി ലക്ഷ്മിയമ്മയോട് പറഞ്ഞു..

"നീ വരുകയൊന്നും വേണ്ട."

"സാരമില്ല, ഇതുവരെ ഒന്ന് വന്നില്ലല്ലോ. അഞ്ച് വർഷം കഴിഞ്ഞില്ലേ? എല്ലാവരെയും ഒന്ന് കാണാം." എന്ന് പറഞ്ഞാണ് മുരളി പോയത്. ആശുപത്രിയിൽ പോയി കാണുകയും ചെയ്തു. ഐ സി യു വിൽ, കൈകളിൽ പിടിച്ചപ്പോൾ അടഞ്ഞ കണ്ണുകൾ അല്പം തുറന്ന് തന്നെ നോക്കി ചിരിക്കാൻ ശ്രമിച്ചതായി അവന് തോന്നി.

"എല്ലാം കഴിഞ്ഞു." തിരികെ വീട്ടിലെത്തുമ്പോഴേക്കും രാജീവന്റെ വിളി വന്നു.

അടുത്ത ദിവസം രാവിലെയായിരുന്നു ശവസംസ്കാരം. ആ ദേശത്തെ ജനങ്ങളെല്ലാം ജാതിമത ഭേദമെന്യേ തിരക്കുകൾ മാറ്റി വച്ച് ചടങ്ങുകളിൽ പങ്കെടുത്തു. രാജശേഖരനെപ്പറ്റി ഒരു വിവരവുമില്ല. രാജീവനാണ് കർമ്മങ്ങളൊക്കെ ചെയ്തത്. മുരളിയെ അറിയുന്നവരൊക്കെ അവനോട് സൗഹൃദങ്ങൾ പുതുക്കി. ഇലഞ്ഞിക്കൽ തറവാടിന്റെ തെക്കേപ്പുറത്തു അല്പം പടിഞ്ഞാറ് മാറിയായിരുന്നു ചിതയൊരുക്കിയത്. ആളും ആരവവും ഒഴിഞ്ഞു, കത്തിത്തീരാറായ ചിതയ്ക്കരുകിൽ നില്ക്കുകയായിരുന്നു അവൻ. ഇലഞ്ഞിക്കൽ ഭാർഗ്ഗവൻപിള്ള, നാരായണിയമ്മ. ഇപ്പോൾ രാമനമ്മാവൻ. ഒന്നൊന്നായി കണ്ണികൾ പിരിയുന്നു. മാലൂരെ രവി വന്നു കൈയിൽ പിടിച്ചു. അവൻ ദുബായിയിൽനിന്നും ലീവിൽ വന്നിട്ട് ഒരാഴ്ചയേ ആയിട്ടുള്ളു. വിശേഷങ്ങളൊക്കെ പറഞ്ഞിട്ട് രവി പറഞ്ഞു. "മുരളി ആ തമ്പുരാനോടൊപ്പം കേശവനും ചടങ്ങുകൾക്ക് വന്നിരുന്നു. പോകുമ്പോൾ നീ ഒറ്റയ്ക്ക് പോകണ്ട. ഞാനും കൂടെ വരാം."

"അതൊന്നും വേണ്ട. അവന് അത്ര ധൈര്യമോ? എന്നാലൊന്നു കാണണമല്ലോ?" "ഇവനൊന്നും വിവരമില്ല. പിന്നെ പട്ടയും കൂടി അടിച്ചാൽ പറയുകയും വേണ്ട."

"ഇല്ലടെ, സാരമില്ല. ഞാൻ നോക്കിക്കോളാം."

എല്ലാവരോടും കഥകളും വിശേഷങ്ങളും പറഞ്ഞിറങ്ങുമ്പോൾ സന്ധ്യ കഴിഞ്ഞു. പോരുവഴിയമ്മയുടെ ദീപാരാധനയും കഴിഞ്ഞു ജനം പിരിഞ്ഞു. സ്കൂൾ ജങ്ഷനിൽ രമേശനെ കണ്ടു. ട്രിപ്പിൾ ഫൈവ് സിഗററ്റും പുകച്ചു ഫോറിൻ കൈലിയുമുടുത്തു നിറഞ്ഞ ചിരിയുമായി അവൻ. "എവിടെയാണ് ജോലിയെന്ന് ചോദിക്കുന്നില്ല."

"വേണ്ടെടാ. ദുബായ്. എങ്ങനെയോ രക്ഷപ്പെട്ടു എന്ന് പറയാം അല്ലാതെ."

"സുഖമല്ലേ?"

"ങാ, പെണ്ണ് കെട്ടി." അവനൊരു വഷളൻ ചിരി ചിരിച്ചു, "നമ്മളെ വിളിച്ചില്ല."

"നീയ് എവിടെയാണ് എന്നറിഞ്ഞിട്ടു വേണ്ടേ?"

"പോടാ. ആട്ടെ സിസിലിയെ വിളിച്ചോ?"

"നീയത് ഇതുവരെ വിട്ടില്ലേ?"

"അതല്ല. ചുമ്മാ ചോദിച്ചതാ. നീയല്ലായിരുന്നോ അവളുടെ മന്ത്രി?"

"അവളെ കെട്ടിച്ചു. ഏതോ ഹൈസ്കൂൾ വാദ്ധ്യാർ."

അവനോടൊപ്പം ഒരു സിഗരറ്റും പുകച്ചു മുരളി പിരിഞ്ഞു. നല്ല ഇരുട്ടായി. റോഡിൽ വെട്ടമൊന്നും ഇല്ല. ഒരു പത്തടി നടന്നുകാണും. പുറകിലൊരു ആളനക്കം. തിരിഞ്ഞു നോക്കുമ്പോൾ കണ്ടത് ആരോ പുറകിൽ, ഒരു ഫ്ളാഷ് പോലെ, എന്തോ ഒന്ന് വായുവിൽ ഉയർന്നു താഴ്ന്നു. ആവുന്നത്ര ശക്തിയോടെ മുരളി കൈകൊണ്ട് തട്ടി, കൂട്ടത്തിൽ കാലുകൊണ്ട് ശക്തമായ ഒരു തൊഴിയും കൊടുത്തു. ആരോ തെറിച്ചു വീണ ശബ്ദം കേട്ടു. ചവിട്ടു കിട്ടിയ ആൾ ഒന്ന് വേച്ചിട്ടു എഴുന്നേറ്റു പുറകോട്ടു ഓടി. സ്കൂൾ മതില് ചാടി പോയി. ശബ്ദം കേട്ട് രമേശൻ ഓടി വന്നു. "എന്താടാ?"

"ആരോ ആക്രമിക്കാൻ വന്നതാണ്. എന്തോ അവനെന്റെ നേരെ ഓങ്ങി, കത്തിയോ, വടിയോ? ഓടി സ്കൂളിൽ കയറി. വേഗം ടോർച്ചു ഉണ്ടേൽ കൊണ്ടുവാ. നമുക്കൊന്ന് പോയി നോക്കാം."

രണ്ടാളും കൂടി സ്കൂളിൽ അരിച്ചു പെറുക്കിയിട്ടും ആരെയും കണ്ടില്ല. തിരികെ വന്നു നോക്കുമ്പോൾ ഓങ്ങിയ സാധനം കിട്ടി. വലിയൊരു നാടൻ കഠാര.

"ആരാകും?" രമേശൻ

മുരളി സംശയം പറഞ്ഞില്ല. രമേശൻ അവനെ വീട്ടിൽ കൊണ്ടുവിട്ടിട്ടേ പോയൊള്ളു. വീട്ടിൽ പറയില്ല എന്ന് വാക്ക് തന്നെങ്കിലും രമേശൻ വാക്ക് പാലിച്ചില്ല. അവൻ സഖാവിനോട് പറഞ്ഞു. നേരം വെളുത്തപ്പോൾ ലക്ഷ്മിയമ്മ പറഞ്ഞു. "എല്ലാം പാക്ക് ചെയ്തോളൂ. ഇപ്പോൾ തന്നെ പോകണം."

"ഏട്ടാ, അച്ഛനൊരാളാണ് അവനെ ഇത്രയും വഷളാക്കിയത്. ആദ്യമേ പാർട്ടിക്കാരെ കൊണ്ട് താക്കീത് ചെയ്തിരുന്നെങ്കിൽ അവനിത്രക്കു ധൈര്യം വരുമായിരുന്നോ?" ലതിക ചോദിച്ചു.

"എടീ, ഏറെ പറയണ്ട. ഇന്നത്തോടെ അവന്റെ കാര്യത്തിൽ തീരുമാനമാക്കും എന്ന് പറഞ്ഞാണ് അച്ഛൻ രാവിലെ പോയിരിക്കുന്നത്." ലക്ഷ്മിയമ്മ.

"അപ്പോൾ പൊലീസിൽ പരാതി കൊടുക്കുമോ?"

"എടീ മണ്ടി, പൊലീസിൽ പറഞ്ഞാൽ, എന്താണ് മുരളിയോട് അവനിത്ര വൈരാഗ്യം എന്നതൊക്കെ വെളിയിൽ വരില്ലേ? പഴയതൊക്കെ കുത്തിപ്പൊക്കണോ?"

"എന്നാൽ പിന്നെ എന്ത് പ്രയോജനം? അച്ഛനിപ്പോൾ കൂടിവന്നാൽ അവനെ പോയി താക്കീത് ചെയ്യും. അല്ലാതെ പാർട്ടിയിലൊന്നും പറയില്ല. പാർട്ടി സ്വന്തം കാര്യത്തിനല്ല എന്ന് പറയുന്ന ആളല്ലെ? എല്ലാം അച്ഛന്റെ കുഴപ്പമാണ്. ആദർശധീരൻ. എത്ര നാൾ കൂടിയാ ഏട്ടൻ വന്നത്? എന്നിട്ടിപ്പോൾ ഉടനെ ഇറങ്ങണം എന്ന് വന്നാൽ? ഏട്ടൻ രണ്ടു ദിവസമുണ്ടെന്നല്ലെ പറഞ്ഞത്. അത് കഴിഞ്ഞു പോയാൽ മതി." ലതിക വിട്ടുകൊടുത്തില്ല.

"എടീ, നീ ചുമ്മാ ഇരിക്കുന്നുണ്ടോ?" ലക്ഷ്മിയമ്മ മോളെ തടഞ്ഞു.

"ഞാൻ എങ്ങും പോകുന്നില്ല. രണ്ട് നാൾ കഴിഞ്ഞേ പോകുന്നുള്ളൂ. ഡോണ്ട് വറി." മുരളി ചിരിച്ചുകൊണ്ട് പറഞ്ഞു

"മോൻ പൊയ്ക്കോ. കണ്ടല്ലോ, എല്ലാവരെയും? ഇവനൊക്കെ ഭ്രാന്തന്മാരാണ്. എനിക്ക് നിന്നെ കണ്ടില്ലെങ്കിലും പ്രശ്നമില്ല. എവിടെയെങ്കിലും സന്തോഷത്തോടെ ഇരിക്കുന്നു എന്നറിഞ്ഞാൽ മതി." ലക്ഷ്മിയമ്മ കരച്ചിലിന്റെ വക്കോളം എത്തിയിരുന്നു.

"അമ്മയുടെ ധൈര്യം ഒക്കെ എവിടെപ്പോയി? ആരും എന്നെ ഒന്നും ചെയ്യില്ല." എന്തിനാണ് അമ്മയിപ്പോഴും കൊച്ചു കുട്ടിയാണ് താനെന്നമട്ടിൽ ഇതൊക്കെ വലിയ കാര്യമായി എടുക്കുന്നത്, എന്ന് മുരളി അത്ഭുതപ്പെട്ടു.

"ചെയ്യില്ലായിരിക്കും. എന്നാൽ പെറ്റ വയറിന് ഒരു സമാധാനവുമില്ല."

"സാരമില്ല. അമ്മയ്ക്ക് അതാണ് സമാധാനമെങ്കിൽ അങ്ങനെ ചെയ്യാം. അച്ഛൻ വരട്ടെ".

എന്ന് പറഞ്ഞെങ്കിലും മുരളി അന്ന് പോയില്ല.

കാമവാസന

ഇണചേരുക എന്നത് തന്നെയാണ് വിവാഹത്തിന്റെ ലക്ഷ്യം. അല്ലാതെ പുനരുല്പാദനം എന്നുള്ള പ്രക്രിയ അല്ല തന്നെ. വിവാഹം എന്നൊരു ചട്ടക്കൂടില്ലായിരുന്നെങ്കിൽ എന്നേ മനുഷ്യർ പെണ്ണിനു വേണ്ടി പരസ്പരം തമ്മിൽ തല്ലി അന്യം നിന്നു പോയേനെ.

ലക്ഷ്മിയമ്മയുടെ ഫോൺ വിളി വന്നു. സ്വരം വളരെ പതിഞ്ഞതായിരുന്നു. ദുർബ്ബലവും. ഇതവർക്കു അറിയാത്ത സ്വരമാണ്. ഇലഞ്ഞിക്കൽ ഭാർഗ്ഗവൻപിള്ളയുടെ എല്ലാ ആജ്ഞാസ്വരവും കിട്ടിയിരിക്കുന്നത് ലക്ഷ്മിയമ്മയ്ക്കാണ് എന്നാണ് നാട്ടാരെല്ലാം പറയുക. ഇതിനു മുൻപ് അവർ തളർന്നു കണ്ടത് കേശവന്റെ ആരോപണങ്ങളുടെ മുൻപിൽ മാത്രമാണ്.

"എടാ ലത ആരുമായോ ഇഷ്ടത്തിലാണെന്ന് തോന്നുന്നു. ലതികയെപ്പറ്റിയായിരുന്നു എനിക്ക് പേടി. അവളാണല്ലോ മരം കേറി. ഇതിപ്പോൾ എന്താണ് ചെയ്യുക. ഞാൻ ഇതുവരെ അവളോട് ചോദിച്ചില്ല."

"അച്ഛനോട് പറഞ്ഞില്ലേ?"

"അച്ഛനല്ലേ ആള്. ചിരിച്ചിട്ട് പറയുകയാ നിന്റെയല്ലേ മോളെന്ന്. പുള്ളിക്കെല്ലാം തമാശയാണ്."

"അമ്മ അവളോട് ചോദിക്കു. അല്ലേൽ ഞാൻ ചോദിക്കാം."

"നീ ചോദിക്കണ്ട. ഞാൻ ചോദിച്ചോളാം. മറ്റൊരാളുടെ കാര്യത്തിലാണെങ്കിൽ എന്തുവേണമെന്ന് ലക്ഷ്മിക്കറിയാം. സ്വന്തം കാര്യം വരുമ്പോൾ പറ്റുന്നില്ല. ശരി പോട്ടെ. മറ്റൊരു കാര്യം." ഒന്ന് നിർത്തി ചിരിച്ചിട്ട് അവർ പറഞ്ഞു. "നിനക്കൊരു ആലോചന. നമ്മുടെ നമ്പ്യാരുടെ മോൾ മാളവിക. നല്ല കൊച്ചാണ്. ഇപ്പോൾ എം എ ലിറ്ററേച്ചർ ചെയ്യുന്നു. ആലോചിച്ചാലോ?"

"വേറെ പണിയില്ലേ? അമ്മ ഫോൺ വയ്ക്കു."

"നില്ലെടാ. പിന്നെ വീടൊക്കെ ഒന്ന് പുതുക്കി പെയിന്റ് അടിക്കണമെന്ന് കരുതുന്നു." "അത് നല്ല കാര്യം. പണം വേണമെങ്കിൽ അയക്കാം."

"വേണ്ട. അയച്ചതുണ്ട്."

രാത്രി ലതയെ വിളിച്ചു ഇക്കാര്യം ചോദിക്കാതെ പൊതുവെ വിശേഷങ്ങളൊക്കെ ചോദിച്ചു. ഇക്കാര്യം ഒഴികെ ബാക്കിയെല്ലാം അവൾ പറഞ്ഞു. "മൂന്നാം വാര്യത്തെ കൊച്ചിനെ കെട്ടാമെന്നും പറഞ്ഞു ട്രാക്ടറുമായി നടന്നിരുന്ന ആ പഴയ കൂറച്ചെറുക്കൻ ഗോപാലൻ വന്നിരുന്നു. കാർന്നോന്മാർ സമ്മതിച്ചില്ല. മരുമോൻ വക്കീൽ വിജയനും എതിർത്തു. മാലതി വാര്യസാർ അതൊന്നും വകവെച്ചില്ല. ആൺമക്കൾ രണ്ടുപേരും ഹരിയും ദാസനും വാരസ്യാർക്കൊപ്പം നിന്നു. അവർ സാക്ഷികളുമായി പോയി മോളുടെ രജിസ്റ്റർ കല്യാണം നടത്തിക്കൊടുത്തു. ഒരു കണക്കിന് നന്നായി. നല്ലൊരു അമ്പോറ്റി കൊച്ചാണവൾക്കുള്ളത്. അതിനി തന്തയില്ലാതെ വളരില്ലല്ലോ. അപ്പുറത്തെ വെളുത്തേടത്തി പൊന്നമ്മയുടെ മോൾ സരസ്വതിയുടെ കല്യാണം ഉറപ്പിച്ചു. വില്ലേജ് ഓഫീസിൽ ക്ലാർക്ക് ആണ്. പോരുവഴിയമ്മ ക്ഷേത്രത്തിൽ കോളാമ്പി വച്ചു. മാവേലിലെ കോണകപ്പോറ്റി മരിച്ചു. ലതികയെ കോളേജിലെ ക്രിക്കറ്റ് ടീം ക്യാപ്റ്റനായി തെരഞ്ഞെടുത്തു."

രണ്ടാമത് ഒരിക്കൽ കൂടി മുരളി നാട്ടിൽ പോയത് എൺപത്തിനാല് ആഗസ്ത് മാസം ലതയുടെ വിവാഹത്തിനാണ്. തമാശയൊക്കെ പറഞ്ഞെങ്കിലും സഖാവ് ലതയുടെ പയ്യനെപ്പറ്റിയൊക്കെ തിരക്കി. വീട്ടുകാരുമൊക്കെയായി സംസാരിച്ചു. ആദ്യമൊക്കെ അവരുടെ വീട്ടിൽ ചില എതിർപ്പുകൾ, അഭിപ്രായവ്യത്യാസങ്ങൾ ഒക്കെ ഉണ്ടായെങ്കിലും പിന്നീട് അവർ സഖാവിനെ സമീപിച്ച്, സമ്മതം അറിയിച്ചു. പയ്യനും മുരളിയെ വിളിച്ചു സംസാരിക്കുകയുണ്ടായി. കാര്യവട്ടം യൂണിവേഴ്സിറ്റി ക്യാമ്പസ്സിൽ പി എച്ച് ഡിക്ക് അവളുടെ ഗൈഡായി വന്ന ചെറുപ്പക്കാരൻ. തോമസ് ഫിലിപ്പ്. പുനലൂർകാരൻ അച്ചായൻ. തിരുവനന്തപുരം സെറ്റിൽഡ്. ഇതാകുമ്പോൾ അവൾക്ക് അവരുടെ വീട്ടിൽ നിന്ന് പഠനവും തുടരാം. എല്ലാം വേഗം മംഗളമായി നടന്നു. കാര്യങ്ങളെല്ലാം കരുതലോടെയും ചിട്ടയോടെയും കൊണ്ടുപോകാൻ ചെറുപ്പം മുതലേ ലത സമർത്ഥയായിരുന്നു. ലക്ഷ്മിയമ്മയുടെ കഷ്ടപ്പാടുകളും പ്രശ്നങ്ങളും കണ്ടല്ലേ അവൾ വളർന്നത്. വളരെ ലളിതമായ ചടങ്ങുകൾ. ടൗൺഹാളിൽ അടുത്ത കുറച്ചു ബന്ധുക്കളും സുഹൃത്തുക്കളും. മതാചാരങ്ങൾ ഒന്നും ഉണ്ടായിരുന്നില്ല. പാർട്ടിക്കാരാണ് നടത്തിയത്. സഖാവ് എല്ലാ പാർട്ടിക്കാരുടെയും പ്രിയങ്കരൻ ആയതുകൊണ്ട് അവരെല്ലാം ഉണ്ടായിരുന്നു. സ്ഥലം എം എൽ എ കൂടിയായ പാർട്ടിനേതാവ് എടുത്തു കൊടുത്ത മിന്നു കെട്ടി മാലകൾ പരസ്പരം മാറി. ചെറുക്കനും പെണ്ണും ലളിതമായ വസ്ത്രങ്ങളാണ് ധരിച്ചിരുന്നത്. പൊന്നും, പണ്ടങ്ങളും ഒന്നും ഉണ്ടായിരുന്നില്ല. വിവാഹശേഷം ഒരു ചെറിയ കാപ്പിസല്ക്കാരം.

മുരളിക്ക് പെങ്ങളുടെ വിവാഹം ആർഭാടമായി നടത്തണം എന്നുണ്ടായിരുന്നു. ഇപ്പോൾ കൈയിൽ ധാരാളം പണവും ഉണ്ടല്ലോ. എന്നാൽ ലതയ്ക്കും സഖാവിനും ലക്ഷ്മിയമ്മയ്ക്കും അതിൽ താല്പര്യമുണ്ടായിരുന്നില്ല. ലതികയ്ക്ക് മാത്രമേ കല്യാണം അടിച്ചു പൊളിക്കണം എന്നുണ്ടായിരുന്നുള്ളു. എന്നാൽ സ്വന്തം കല്യാണത്തിന് അവൾക്കതൊട്ട് സാധിച്ചുമില്ല. ലതയുടെ വിവാഹം കഴിഞ്ഞു ഒരു വർഷം കഴിഞ്ഞപ്പോൾ ലതികയുടെ വിവാഹവും കഴിഞ്ഞു. കല്യാണം വലിയ ആർഭാടത്തോടെ നടത്തിയെങ്കിലും അതിൽ മുരളിക്കും ലതയ്ക്കും പങ്കെടുക്കാനായില്ല. മുരളിക്ക് കമ്പനിയുടെ ഒരു ഫണ്ട് സമാഹരണ മീറ്റിങ്ങിന്റെ ആവശ്യത്തിനായി അവസാന നിമിഷം ഇംഗ്ലണ്ടിലേക്ക് പോകേണ്ടി വന്നു. കമ്പനിയിൽ ഒരു ബ്രിട്ടീഷ് സ്ഥാപനം മില്യൺ ഡോളർ നിക്ഷേപിക്കുന്ന ഡീൽ ആണ്. ബെൻസിലാലിന് തനിയെ ഇൻവെസ്റ്ററിനെ സ്വാധീനിക്കാൻ സാധിച്ചില്ല. അവസാന നിമിഷം മുരളി ചെന്നാലേ അത് നടക്കു എന്ന സ്ഥിതി വന്നപ്പോൾ പോകേണ്ടി വന്നു. കല്യാണത്തിന് രണ്ട് ദിവസം മുൻപ് ലതയ്ക്ക് ചിക്കൻപോക്സും വന്നു. പയ്യൻ വേണമെങ്കിൽ വിവാഹം മാറ്റി വയ്ക്കാമെന്ന് പറഞ്ഞതാണ്. എന്നാൽ വേണ്ടെന്നു മുരളി ഉറപ്പിച്ചു പറഞ്ഞു. വികാരങ്ങളെയൊക്കെ നിയന്ത്രിക്കാൻ ബിസിനസുകാരൻ നന്നായി പഠിച്ചിരുന്നുവല്ലോ. കുമാർ കാർഡിയോളജി സർജനാണ്. കോട്ടയത്താണ് വീടും ജോലിസ്ഥലവും. നല്ല പയ്യൻ. സ്നേഹമുള്ളവൻ. ലതിക അല്പം മോഡേൺ അല്ലേ എന്ന് പലപ്പോഴും മുരളിക്ക് തോന്നിയിട്ടുണ്ട്. അവൾക്ക് ജോലിക്കൊന്നും പോകണ്ട, ഇങ്ങനെ അടിച്ചു പൊളിച്ചു നടക്കണം എന്നേയുള്ളു.

ആദ്യമൊക്കെ ഫോൺ ചെയ്യുമ്പോൾ ലക്ഷ്മിയമ്മ മുരളിയോട് കല്യാണക്കാര്യം പറയുമായിരുന്നു. പ്രത്യേകിച്ചും പെൺകുട്ടികളുടെ വിവാഹം കഴിഞ്ഞ ശേഷം. ഇപ്പോൾ അവർക്കൊക്കെ കുട്ടികളും ആയിരിക്കുന്നു. ഒരു ദിവസം വളരെ വികാരവതിയായി ലക്ഷ്മിയമ്മ ചോദിച്ചു "നിന്റെ മനസ്സിൽ ഇപ്പോഴും ആ പഴയ പെണ്ണാണോടാ? അവളുടെ കല്യാണം കഴിഞ്ഞോ? ഇല്ലേൽ ഞാൻ പോയി സംസാരിച്ചു അവളുടെ അച്ഛന്റെ സമ്മതം വാങ്ങി വരാം. തീർച്ച."

"അതൊന്നും അല്ല അമ്മേ. ആ കുട്ടി എന്നേ എന്റെ മനസ്സിൽ നിന്നും പോയി. ഞാൻ വേറെ കെട്ടാം. വരട്ടെ. കമ്പനി ഒന്ന് സ്റ്റഡി ആകട്ടെ. എന്നെ ആശ്രയിച്ചു എത്ര പേരാണോ അവിടെ ജോലി ചെയ്യുന്നേ എന്നറിയാമോ?"

"പോടാ. നീയില്ലേൽ കമ്പനി എങ്ങോട്ടു പോകുമെന്നാ? ഈ ലോകത്തു ഒരാളും, ഒന്നിനും അത്യാവശ്യമല്ല. ജീവിതം എപ്പോഴും മുന്നോട്ടു തന്നെ പോകും."

"ശരി അമ്മേ. അടുത്ത വരവിന് ആകട്ടെ." അവരെ ആശ്വസിപ്പിക്കാനായി മുരളി പറഞ്ഞു.

മീരയ്ക്ക് വിവാഹത്തിൽ വിശ്വാസമുണ്ടായിരുന്നില്ല. അതവൾ എ

പ്പോഴും പറയുമായിരുന്നു. "അത് വേണ്ട. മറ്റൊന്നും കൊണ്ടല്ല. ഇണ ചേരുക എന്നത് തന്നെയാണ് വിവാഹത്തിന്റെ ലക്ഷ്യം. അല്ലാതെ പുനരുല്പാദനം എന്നുള്ള പ്രക്രിയ അല്ല തന്നെ. വിവാഹം എന്നൊരു ചട്ടക്കൂടില്ലായിരുന്നെങ്കിൽ എന്നേ മനുഷ്യർ പെണ്ണിനുവേണ്ടി പരസ്പരം തമ്മിൽ തല്ലി അന്യം നിന്നു പോയേനെ."

ഒരു ഒഴിവു ദിവസം ഓഫീസിന്റെ തലവേദനകൾ ഒന്നും ഇല്ലാതെ വിശ്രമിക്കാൻ സ്നേഹിതൻ ഗുപ്താജി ഒരുക്കിത്തന്ന, ഗംഗയുടെ തീരത്തുള്ള ആളും അനക്കവും ഒഴിഞ്ഞ അയാളുടെ ഫാം ഹൗസിന്റെ മുന്നിലെ പുൽത്തകിടിയിൽ, മീരയുടെ മടിയിൽ തലവച്ചു ഗംഗയിലെ ഓളങ്ങൾ നോക്കി മുരളി ചോദിച്ചു. "ഞാൻ നിന്നെ വിവാഹം കഴിക്കട്ടെ?".

"കഴിച്ചിട്ട് എന്ത് ചെയ്യാൻ? നീയെന്നെ കൂടുതൽ സ്നേഹിക്കുമോ?"

"എന്നാലും."

"ഒരു എന്നാലുമില്ല. നമുക്ക് ഇങ്ങനെ പ്രേമിച്ചു കഴിയാം, ജീവിതാവസാനം വരെ."

"എങ്ങനെയാണ് പ്രേമിക്കുക?"

മുരളി കുസൃതിയോടെ അവളോട് ചോദിച്ചു. അവൾ ഒന്നും മിണ്ടിയില്ല. അവന്റെ കവിളിൽ മൃദുവായി നുള്ളിക്കൊണ്ട് മുഖം താഴ്ത്തി അവന്റെ കീഴ്ച്ചുണ്ട് കടിച്ചു വലിച്ചു. "ഇങ്ങനെ"

അവളെ ചേർത്ത് പിടിച്ചു പ്രേമപൂർവ്വം ചുംബിച്ചിട്ടു അവൻ ചോദിച്ചു. "അല്ല, ഞാൻ കാര്യമായി ചോദിക്കുകയാണ്. എങ്ങനെയാണ് പ്രേമം തുടങ്ങുക. അവരെങ്ങനെ കണ്ടെത്തുന്നു. എങ്ങനെ പ്രേമം സംഭവിക്കുന്നു? നിന്റെ സൈക്കോളജി കേൾക്കട്ടെ."

"നീ നോക്ക്, ഈ ഗംഗയിപ്പോൾ എന്ത് സുന്ദരിയാണ്. നീണ്ട മുടിച്ചുരുളുകൾ അഴിച്ചു വിതറിയിട്ടപോലെ അവളങ്ങനെ മാനം നോക്കി കിടക്കുകയല്ലേ. ആലസ്യവതിയായ അവളുടെ നെഞ്ചിന്റെ പെടപെടപ്പല്ലേ ഈ ഓളങ്ങൾ. നീ കാണുന്നില്ലേ? അവളുടെ നെഞ്ചിൽ ചിത്രങ്ങൾ വരയ്ക്കുന്ന ചെറുതോണികൾ. മുടിച്ചുരുളുകൾക്കപ്പുറം നോക്കെത്താ ദൂരത്ത്, ചക്രവാളത്തിൽ നാണം കൊണ്ട് ചുവന്നു തുടുത്ത അവളുടെ കവിളുകളുടെ പ്രതിഫലനം കാണാനാകുന്നില്ലേ? അവളുടെ ലാസ്യഭാവം മറച്ചു പിടിക്കാൻ കുട പിടിക്കുന്ന വൃക്ഷലതാദികൾ രണ്ടുപാടും. എന്നാൽ എന്തെങ്കിലും അത്യാവശ്യത്തിന് ഇതേ നദിയുടെ തീർത്തു കൂടി ധൃതിയിൽ പോകുമ്പോൾ നീ അവളുടെ സൗന്ദര്യം കാണാറുണ്ടോ? ഇല്ലല്ലോ. അപ്പോൾ നീ ഗംഗയെയും കാണില്ല, അവളുടെ സൗന്ദര്യവും കാണില്ല. കണ്ടാലും ഒരു പക്ഷേ, എന്ത് വൃത്തിഹീനമായി കിടക്കുന്ന നദി എന്നാകും ചിന്തിക്കുക. അല്ലേ?"

"അല്ല. നീയും സാഹിത്യം പറയാൻ തുടങ്ങിയോ?"

"എന്നാലല്ലേ നിനക്ക് മനസ്സിലാകുക? നീ ചോദിച്ചില്ലേ എങ്ങനെ സംഭവിക്കുന്നു എന്ന്. സത്യം. പ്രേമം സംഭവിക്കുകയാണ്. ചിലത് വളച്ചെടുക്കുന്നതും. എന്തായാലും ഒരു സത്യമുണ്ട്. യൗവനത്തിൽ സെക്സ്

ഹോർമോൺസ് പ്രവർത്തിക്കാൻ ആരംഭിക്കുമ്പോൾ ആണിനും പെണ്ണിനും പരസ്പരം ആകർഷണം തോന്നും. അത് പ്രകൃതിയുടെ ആവശ്യമാണ്. പരസ്പരം ഇഷ്ടപ്പെട്ടേ മതിയാകു. അത് സംഭവിച്ചിരിക്കും."

"അതൊന്നുമല്ല മീര. പരസ്പരം സ്നേഹിച്ചു മതിവരാത്ത ആത്മാക്കളുടെ ജന്മാന്തരങ്ങളിലൂടെയുള്ള കണ്ടുമുട്ടലുകളുടെ പുനഃസമാഗമങ്ങളുടെ കഥയാണ് പ്രേമം. യുഗങ്ങളിലൂടെയുള്ള തേടലുകളിൽ അവർ പരസ്പരം കണ്ടെത്തുന്ന ആശ്വാസത്തിന്റെ നിമിഷം. അതിനൊരു നിമിഷം മതി. ഒരു നോട്ടം മതി. എത്ര ആൾക്കൂട്ടത്തിലും അവർ പരസ്പരം തിരിച്ചറിയും."

"നീ പറയുന്നത് കേൾക്കാൻ ഇമ്പമുള്ള കാര്യങ്ങളാണ്. എല്ലാ കാമുകീകാമുകന്മാരും മന്വന്തരങ്ങളായി പറയുന്നതും വിശ്വസിക്കുന്നതും. എന്നാൽ സത്യമതല്ല. നമ്മുടെ കുറവുകളില്ലാത്ത മറ്റൊരാളെ കാണുമ്പോൾ അല്ലെങ്കിൽ നമ്മൾ മതിക്കുന്ന കഴിവുകളുള്ള മറ്റൊരാളെ കാണുമ്പോൾ ആ വ്യക്തിയോട് വലിയൊരു ആകർഷണം ഉണ്ടാകും. സാഹചര്യങ്ങൾ അനുകൂലമായാൽ അത് പ്രേമമായി മാറും. വേണ്ട. നമുക്ക് ഈ ചർച്ച അവസാനിപ്പിക്കാം. പ്രയോജനമില്ല."

"അതുകൊണ്ട് നമുക്ക് ഈ ദിവസത്തിന്റെ സൗന്ദര്യങ്ങൾ കാണാം, നുകരാം, ആസ്വദിക്കാം. ഈ ഗംഗയുടെ കവിളുകളിൽ മുഖമുരുമ്മി അന്തിമാനം പോലെ ചുവപ്പിച്ചെടുക്കാം. പാതി വിടർന്ന ചുണ്ടുകളിൽ നിന്നും തെളിനീരായ ഉറവജലം മൊത്തിക്കുടിക്കാം. അഴിച്ചിട്ട മുടിച്ചുരുളുകളിൽ മീൻവിരലുകളോടിക്കാം. പങ്കായവിരലുകൾ കൊണ്ട് മാറിടങ്ങൾ തഴുകി കൊടുക്കാം. വീശിയെറിയുന്ന വലകൾ പോലെ നെഞ്ചിൻ കൂടുകളിൽ മൃദുവായി ചുംബിച്ചു മോഹിപ്പിക്കാം. നിതംബങ്ങളിൽ ചുറ്റിപ്പിടിച്ചു ചെറു പാലങ്ങൾപോലെ അരിഞ്ഞാണം കെട്ടാം. ഉൾത്തുടകളിൽ തെന്നിയിറങ്ങുന്ന കഴുക്കോലുകൾ പോലെ മൃദുവായി, വളരെ മൃദുവായി, ഉരസി ഇക്കിളിപ്പെടുത്താം." മുരളി കുസൃതിച്ചിരി ചിരിച്ചു.

"അയ്യടാ!" മീര അവനെ പിടിച്ചുമാറ്റി എഴുന്നേല്ക്കാൻ നോക്കി.

"പ്ലീസ്, പ്ലീസ്. ഇത്തിരി നേരം കൂടി ഞാൻ ഈ മാനം കണ്ടു കിടന്നോട്ടെ. മരിക്കുമ്പോഴും ഇങ്ങനെ നിന്റെ മടിയിൽ കിടക്കണം എന്നാണെന്റെ ആശ."

"അത് എനിക്ക് മാത്രം കിട്ടുന്ന ഭാഗ്യമാണ്. നീ കണ്ടോ? പിന്നെ ഇപ്പോൾ മരണത്തിന്റെ കാര്യമൊന്നും പറയണ്ട. ഓക്കേ."

"ഓക്കേ." അവൻ അവളുടെ മുഖം കുനിച്ചു പിടിച്ചു. അധരങ്ങളിൽ അധരങ്ങൾ കോർത്തു

ഭാമയുടേയും കല്യാണം കഴിഞ്ഞതോടെ ഗോപാലപിള്ളയ്ക്ക് കടം കേറി. ഇപ്പോൾ അയാൾക്ക് മറ്റു വരുമാനമൊന്നുമില്ലല്ലോ. ഒന്നാം കെട്ടിലെ മൂത്തമോൾ ശോഭ നില്ക്കുമ്പോളാണ് അയാൾ ഭാമയുടെ വിവാഹം നടത്തിയത്. അത് രണ്ടാം ഭാര്യയുടെ തലയണ മന്ത്രങ്ങളുടെ മിടുക്കാണ് എന്ന് എല്ലാവർക്കും മനസ്സിലായി. രണ്ടാം കെട്ടിലെ മൂത്തവളുടെ കല്യാ

ണം നടത്തിയപ്പോഴേ ആദ്യ ഭാര്യ പരാതിയുമായി വന്നതാണ്, "എല്ലാവരിലും മൂത്തത് എന്റെ മോൾ ശോഭയല്ലേ?" അന്ന് ഗോപാലപിള്ള പറഞ്ഞതാണ്. "അവൾക്ക് ആദ്യം വന്നു. അത് നടക്കട്ടെ. അടുത്തത് ശോഭയുടെ നടത്താമല്ലോ?" എന്നാൽ ശോഭയുടെ കല്യാണ ആലോചന ഒന്ന് തുടങ്ങുക പോലും ചെയ്യാതെ, ഭാമയുടെ കാര്യം കൂടി ഉറപ്പിച്ചതോടെ, ആദ്യ ഭാര്യ ശക്തമായ പ്രതിഷേധവുമായി രംഗത്ത് വന്നു. ആദ്യ കല്യാണത്തിന് ആദ്യകെട്ടിലെ മക്കളെല്ലാം കൈയയച്ചു സഹായിച്ചിരുന്നു. എന്നാൽ അവരുടെ അമ്മ പരാതിയുമായി വന്നതോടെ അവരുടെ മക്കളെല്ലാം ഗോപാലപിള്ളയെ കൈവിട്ടു. കല്യാണത്തിന് തൊട്ടുമുൻപ് ചെറുക്കൻ കൂട്ടർ സ്ത്രീധനത്തിന്റെ പ്രശ്നങ്ങൾ ഉണ്ടാക്കിയപ്പോൾ അയാൾ അവളുടെയും കെട്ടുന്ന ചെറുക്കന്റെയും പേരിൽ കിടപ്പാടം, നാല് സെന്റും വീടും എഴുതി വച്ചു. ഭാര്യ ഇതിനെ എതിർത്തു. അവസാനം അമ്മയ്ക്ക് കാലം വരെ അവകാശം കാണിച്ചപ്പോൾ പ്രശ്നം തീർന്നു. അവർക്കു വീടും സ്ഥലവും കൊടുക്കാൻ തീരുമാനിച്ച തനിക്കിനി, അവകാശമൊന്നും വേണ്ടെന്ന് അയാൾ അന്തസ്സ് കാട്ടി.

എന്തായാലും കൊള്ളാം കുറേകഴിഞ്ഞപ്പോൾ ഗോപാലപിള്ള എല്ലാവർക്കും അധികപ്പറ്റായി. രണ്ടാം മരുമോനും മോളും ഒരു മുറിയിലും ഭാര്യ അടുക്കളയിലും ആയതോടെ കഴിഞ്ഞ കുറെ കൊല്ലങ്ങളായി ഗോപാലപിള്ള തിണ്ണയിൽ നായയുടെ കൂടെ കാലി അരിച്ചാക്കുകൾ വിരിച്ചായിരുന്നു കിടപ്പ്. രണ്ടു ഭാര്യമാർക്കും വേണ്ടായതോടെ അയാൾ തളർന്നു പോയി. പലപ്പോഴും അയാൾ എന്തെങ്കിലും കഴിച്ചോ എന്ന് പോലും തിരക്കാൻ ആളില്ലാതായി. വിശപ്പ് സഹിക്കാൻ വയ്യാതാകുമ്പോൾ അഭിമാനി ആയ അയാൾ ലക്ഷ്മിയമ്മയെ കാണാൻ വരും "എന്തോ ഉണ്ട് കുഞ്ഞേ വിശേഷം?" എന്ന് ചോദിക്കും.

ലക്ഷ്മിയമ്മയ്ക്കറിയാം കാര്യങ്ങൾ. "കൊച്ചാട്ടാ വല്ലോം കഴിച്ചോ" എന്ന് ചോദിക്കില്ല. "കൈ കഴുകി വന്നാട്ടെ എന്തേലും കഴിക്കാം." എന്നേ പറയൂ. അയാൾ ആരോടും കൈ നീട്ടില്ല. സഹായം ചോദിക്കില്ല. കിടപ്പും പെരുമാറ്റങ്ങളും അവരുടെ വീട്ടിലല്ലെങ്കിലും അയലത്തിരുന്നു കണ്ടാൽ ആദ്യ ഭാര്യയോ മോളോ അയാളെ വിളിച്ചു ആഹാരം കൊടുക്കും. ഒരു ദിവസം വീട്ടിൽ എന്തോ മുഷിഞ്ഞു സംസാരിച്ച ശേഷം അയാൾ ഇറങ്ങിപ്പോയി. "അച്ഛനെ കാണുന്നില്ലേ" എന്ന് പറഞ്ഞു ശോഭ അലമുറയിട്ടപ്പോളാണ് പലരും കാര്യങ്ങളൊക്കെ അറിയുന്നത്. ആരൊക്കെയോ അടുത്തുള്ള കുളങ്ങളും പൊട്ടക്കിണറുകളും തപ്പാൻ പോയി. മറ്റു ചിലർ റെയിൽവേ പാളത്തിലും. വിവരങ്ങളൊക്കെ അറിഞ്ഞ അവധിയിൽ നാട്ടിലുണ്ടായിരുന്ന മൂത്ത മോൻ പൊലീസിൽ പരാതിയൊക്കെ കൊടുത്തിട്ട് ബൈക്കിൽ കറങ്ങി നടന്നു തിരക്കി. അവസാനം ആളെ കണ്ടെത്തി. അഞ്ചാറ് കിലോമീറ്റർ ദൂരെയുള്ള അമ്പലനടയിൽ ഇരിക്കുന്നു. അവിടെ നിന്നും അയാൾ കൂട്ടിക്കൊണ്ട് പോയി, അയാളുടെ വീട്ടിലേക്ക്. നാലുമാസത്തോളം അവിടെ സന്തോഷത്തോടെ കഴിഞ്ഞു. മരു

മോള്കൊച്ചു നന്നായി നോക്കി. പക്ഷേ പെട്ടെന്നൊരുനാൾ ഹാർട്ട് അറ്റാക്കിൽ പാവം ഗോപാലപിള്ള മരിച്ചു. എഴുപത്തിയെട്ടാം വയസ്സിൽ, എൺപത്തിയാറിലായിരുന്നു അയാളുടെ മരണം.

മുരളി ലേക്കിനെ നോക്കി തടിബഞ്ചിലിരുന്നു. ഒരു സിഗരറ്റെടുത്തു കത്തിച്ചു. പ്രഭാത സവാരിക്കിറങ്ങിയവർ നടപ്പാതയിൽ നടക്കുന്നുണ്ട്. എല്ലാവരും സ്വറ്ററിട്ടിട്ടുണ്ട്. ചിലരൊക്കെ മഫ്ളർ കെട്ടിയിട്ടുണ്ട്. നല്ല മഞ്ഞുണ്ട്. തണുപ്പ് ഫെബ്രുവരി അവസാനം വരെയോ മാർച്ചുവരെയോ ഒക്കെ പോകാറുണ്ട്. “രാവിലെ നടക്കാനിറങ്ങുകയാണെങ്കിൽ സ്വറ്ററും മഫ്ളറും കെട്ടണം. സ്ഥിരമായി തണുപ്പടിക്കുന്നത് നല്ലതല്ല സാബ്.” ചൗധരി എപ്പോഴും പറയും. മുരളി കേൾക്കില്ല. സ്വറ്ററൊക്കെ ഇടും. അല്ലാതെ മഫ്ളറൊക്കെ ബോറാണ്. നാട്ടിൽ ഇങ്ങനെ തണുപ്പൊന്നുമില്ല. പോരുവഴിയോ അവിടത്തെ പാടശേഖരങ്ങളോ, പകലുറങ്ങുന്ന ഊടുവഴികളോ ചെമ്പകശ്ശേരി തോടോ മാലൂർ പള്ളമോ കരിമ്പനയോ കുരുവികളോ അവിടത്തെ കീരി കുടുംബമോ കോഡഞ്ചോത്തിലെ കയ്യാലപ്പൊത്തുകളിൽനിന്നും തലനീട്ടുന്ന സർപ്പങ്ങളോ ഇപ്പോൾ തന്റെ ഓർമ്മകളിൽ എത്തുന്നില്ലല്ലോ എന്നവൻ ഓർത്തു.

പണത്തിനുവേണ്ടി മാത്രം ജീവിക്കുമ്പോൾ, ചെയ്യുന്നതെല്ലാം പണത്തിന്റെ ആർത്തി കൊണ്ട് മാത്രമാകുമ്പോൾ മനുഷ്യൻ ഈ ലോകത്തു ജീവിച്ചിരിക്കുന്നില്ല. കുറഞ്ഞപക്ഷം മറ്റുള്ളവരുടെ മനസ്സിൽ. അപ്പോളവന് മരണം സംഭവിക്കുന്നു. മനുഷ്യത്വപരമായ മരണം.

അങ്ങനെ വരുമ്പോൾ ആയിരത്തി തൊള്ളായിരത്തി എൺപത്തഞ്ച് മുതൽ രണ്ടായിരം വരെ, കൃത്യമായി പറഞ്ഞാൽ സഹോദരികളുടെ വിവാഹ ശേഷം അവന്റെ അമ്മ മരിച്ചു എന്ന് അവൻ അറിയുന്നത് വരെ ഏതാണ്ട് പതിനഞ്ചു കൊല്ലത്തോളം മുരളി ഈ ലോകത്തു ജീവിച്ചിരുന്നില്ല. അതുകൊണ്ടു തന്നെ അപ്പോൾ അവന് കഥയുമില്ല.

“നമ്മൾ മനുഷ്യരിങ്ങനെയാണ്. ഇനി ഒരു ജന്മംകൂടി കിട്ടിയാൽ ഇതിലും നല്ലൊരു ജീവിതം നയിക്കണം എന്ന് മോഹിക്കുന്നവർ. മറ്റുള്ളവരോട് അല്പം കൂടി സ്നേഹമായി, ദയാപൂർവ്വം, അനുകമ്പയോടെ ഇടപെടാമായിരുന്നു എന്ന് ചിന്തിക്കും. അയൽവാസിയോട് അല്പം കൂടി മയമായി ഇടപെടാമായിരുന്നു സുഹൃത്തിനോട് അല്പം കൂടി ആത്മാർത്ഥമായ സ്നേഹമാകാമായിരുന്നു. അവന്റെ ആപത്തിൽ ഒരു കൈത്താങ്ങു കൊടുക്കാമായിരുന്നു. സ്വന്തം സഹോദരങ്ങളോട് അല്പം കൂടി സ്നേഹം കാട്ടാമായിരുന്നു. എല്ലാം കൈയടക്കാതെ അവർക്കും കൂടി വീതിച്ചു കൊടുക്കാമായിരുന്നു. മാതാപിതാക്കൾ വാർദ്ധക്യത്തിൽ രൂപഭംഗി നഷ്ടപ്പെട്ട്, രോഗാതുരരായി, അവശതകൾ അനുഭവിച്ചു, പൊട്ടി അളിഞ്ഞു കിടന്നപ്പോൾ ശല്യങ്ങളായി കണ്ട് അവഗണിക്കാതെ അല്പം സ്നേഹം കൊടുക്കാമായിരുന്നു. എന്നൊക്കെ ചിന്തിക്കും. പക്ഷേ, ഇതൊക്കെ തോന്നണമെങ്കിൽ ഒരു കണ്ടിഷൻ ഉണ്ട്. അതെന്താണെന്നു നിനക്കറിയുമോ മുരളി?” മീര കണ്ണുകളിലേക്കു തുറിച്ചു നോക്കി ചോദിച്ചു.

പെണ്ണിന്റെ ഓരോ ഭാവങ്ങളെ എന്ന് മനസ്സിൽ ചിന്തിക്കുമ്പോൾ, അവൾ ഹാസ്യമായി പറഞ്ഞു. "യമൻ വരണം. വന്നവന്റെ ശ്വാസത്തിൽ കൈവക്കണം. പെട്ടെന്നെടുത്തു പോകുന്ന ജീവനാകരുത്. അങ്ങോട്ടോ, ഇങ്ങോട്ടോ എന്ന തോന്നലിൽ ഒരു നിമിഷം കഴിയണം. അന്നേരം അവന്റെ തൊണ്ടക്കുഴലിൽ ഒരു തേങ്ങൽ ഉയരും. ഒരു ജന്മം മുഴുവൻ കൊടുക്കാനാകാഞ്ഞ സ്നേഹം അവിടെ കിടന്നു പിടയ്ക്കും. ഇനി ഒരു ജന്മം കിട്ടിയാൽ ഞാൻ പുതിയൊരു മനുഷ്യനാകും എന്ന് മനസ്സിൽ ഉറപ്പിക്കും. എന്നാൽ അപ്പോഴേക്കും വൈകിയിരിക്കും. സ്നേഹരാഹിത്യത്തിന്റെ, വഞ്ചനയുടെ, വെറുപ്പിന്റെ, പകയുടെ, ലോകം മറന്ന് ആത്മാക്കൾ പറന്നു പോകും."

"മീരാ നീ പറയുന്നത് ശരിയാകാം. എന്നാൽ നമ്മളെല്ലാം സാധാരണ മനുഷ്യരല്ലേ? തെറ്റുകൾ മനുഷ്യസഹജമല്ലേ? മുൻകാല അനുഭവത്തോടെയല്ലല്ലോ ഓരോ കാര്യങ്ങളും നാം ചെയ്യുക. ചെയ്യുന്ന തെറ്റുകൾ ഓർത്തു പലപ്പോഴും നാം സങ്കടപ്പെടാറില്ലേ?".

"സത്യം. ആത്യന്തികമായി നാമെല്ലാം മനുഷ്യരാണ്. എന്നാൽ എന്താണ് ശരി, എന്താണ് തെറ്റ്. അങ്ങനെ ഒന്നില്ല. നിന്റെ ശരി എന്റെ തെറ്റാകാം. തിരിച്ചും. ശരിയും തെറ്റും നിന്റെ വിസ്ഡം, ജ്ഞാനം നിനക്ക് തരുന്ന തിരിച്ചറിവാണ്. അപ്പോൾ വിസ്ഡം എന്താണ്?"

"മീര പ്ലീസ്, വേണ്ട. വിട്. നമുക്ക് ഈ നിമിഷങ്ങൾ ആസ്വദിക്കാം. നീയതല്ലേ എപ്പോഴും പറയാറ്?"

"റൈറ്റ്." അവൾ അവന്റെ മടിയിൽ കിടന്നു. അവന്റെ കണ്ണുകളിലേക്ക് നോക്കി. "നീ, നിന്റെ ശ്വാസം എന്റെ ശ്വാസത്തോടെ ചേർത്ത് വക്കു. നിന്റെ നിശ്വാസങ്ങളിൽ ഞാൻ എന്റേതും ചേർത്ത് വെക്കട്ടെ. എന്നേലും ഒരുനാൾ എനിക്ക് ശ്വാസം മുട്ടുമ്പോൾ നീയെനിക്കു നിന്റെ ശ്വാസം തരുമോ?" അവൾ ഇടതു കൈകൊണ്ടു അവന്റെ മുഖം തടവി. വലതു കൈയുടെ ചൂണ്ടു വിരൽ അവന്റെ നെഞ്ചിലമർത്തി ചോദിച്ചു.

"എനിക്കായി പ്രത്യേക ഒരു ശ്വാസമുണ്ടോ? ഇത് നിന്റേതും കൂടിയല്ലേ? നീയില്ലെങ്കിൽ എനിക്കെന്തിന് ശ്വാസം?" അവൻ അവളുടെ മുടിയിഴകളിൽ വിരലോടിച്ചു

"ആണോ?"

"അതെ, ഇണയെപ്പറ്റി ഓർമ്മ തുടങ്ങിയത് മുതൽ എന്റെ പെണ്ണ് മീരബെന്നിനെ തേടി നടക്കുകയായിരുന്നു ഞാൻ. പറഞ്ഞിട്ടില്ലേ എല്ലാം? ആദ്യം രതിയോടൊപ്പം നീ രൂപമില്ലാതെ ഒരു മായയായി ഏതോ ഒരു സാമീപ്യമായി ഞാൻ അറിഞ്ഞത്. സിസിലിയിലാണ് ആദ്യമായി നിന്റെ രൂപം തെളിഞ്ഞു വരാൻ തുടങ്ങിയത്. പിന്നെ മത്തുപിടിപ്പിക്കുന്ന മണമായി വത്സല. അവസാനം കുന്നിൻ മുകളിലുള്ള കണ്ണെത്താ ദൂരത്തിനുമപ്പുറം താഴ്ചയുള്ള കിണറിന്റെ ആഴങ്ങൾക്ക് അവസാനം വജ്രം പോലെ തിളങ്ങുന്ന ഒരു തുള്ളി തെളിനീർ പോലെ സീതയുടെ കണ്ണുകൾ. വല്ലാണ്ട് ഭ്രമിച്ചുപോയി. ആ കണ്ണുകളുടെ ആഴം തേടി എത്രനാൾ ആ

മോഹവലയത്തിൽ കിടന്നു. എത്രനാൾ സമർത്ഥമായി ഒളിപ്പിച്ചു പിടിച്ചാലും മുക്കുപണ്ടങ്ങൾ ഒരുനാൾ പ്രഭ നഷ്ടപ്പെട്ട് ചില്ലു കൊട്ടാരം പോലെ തകർന്നു വീഴും എന്നതെത്ര വാസ്തവം. പ്രകാശവും അലിവും നന്മയും സ്നേഹവും നഷ്ടപ്പെട്ട് വെറും ചാരമായ ചത്ത കണ്ണുകളോടെ സീത തന്നെ നോക്കിയ രാത്രി. അവസാനം...."

"വർണ്ണനകൾ വേണ്ട കുട്ടാ, എനിക്കറിയാം."

"ശ്വാസം മുട്ടുമ്പോൾ നീയെന്റെ ശ്വാസം സ്വീകരിച്ചില്ലെങ്കിലോ?"

"അപ്പോൾ നീ നിന്റെ ചുണ്ടുകൾ എന്റെ ചുണ്ടുകളിൽ, ദാ ഇതുപോലെ ചേർത്ത് വക്കണം. അന്നേരം നിന്റെ നിശ്വാസങ്ങൾ എന്റെ നിശ്വാസങ്ങളുടെ മണമറിയണം. ചുണ്ടുകൾ ചേർത്ത് വച്ചിട്ട് നിന്റെ നാക്ക് കൊണ്ടെന്റെ നാക്ക് കടിച്ചു പിടിച്ചിട്ട്, നിന്റെ തൊണ്ടക്കുഴലിൽ നിന്നും എന്റെ ആത്മാവിന് പറന്നുയരാനുള്ള ഊർജ്ജം പകർന്നു തരണം. സ്നേഹവായ്പോടെ, എന്റെ കഴുത്തിന് താഴെ നെഞ്ചുമായി ചേരുന്നിടത്തു ഒത്ത നടുക്ക്, യു ആകൃതിയിലുള്ള ചെറിയ കുഴിയിൽ നിന്റെ വിരലുകൾ ചേർത്ത് അമർത്തണം. ആനന്ദം കൊണ്ട് ഞാൻ പിടയുമ്പോൾ നീ കൂടുതൽ ആഴത്തിൽ വിരലുകൾ അമർത്തണം."

"മീരാ. മതി" അവൻ അവളുടെ വായ് പൊത്തിപ്പിടിച്ചു. "എന്നെങ്കിലും നീയെന്നെ വിട്ടു പോയാൽ ഞാനും കൂടെ വരും. എന്നിട്ടടുത്ത ജന്മം വീണ്ടും നിന്നെ തേടി വരും. എല്ലാ ജന്മങ്ങളിലും നിനക്കു വേണ്ടിയുള്ള എന്റെ തേടൽ ഞാനെന്നും നിന്റൊപ്പം തന്നെ മീരാ."

"പിന്നേം പൊട്ടത്തരം. എത്ര തവണ ഞാൻ പറഞ്ഞു തന്നു. നീ വരില്ല. ഞാൻ കാത്തിരിക്കത്തും ഇല്ല. കാരണം പുനർജ്ജന്മം എന്നൊന്നില്ല. ഉണ്ടെങ്കിൽ പറയു നിന്റെ പൂർവ്വജന്മം നീ ആര്? നിനക്ക് ഓർമ്മയുണ്ടാകണമല്ലോ. ഓർക്കാൻ പറ്റുന്നില്ലല്ലോ? പുനർജ്ജന്മം, അത് ദൈവത്തിന്റെ മൊത്തക്കച്ചവടക്കാരും സവർണ്ണ സമ്പന്നവർഗ്ഗക്കാരും കൂടി സൃഷ്ടിച്ച കഥകളല്ലേ. അവർക്കെതിരെ ദരിദ്രനും അടിച്ചമർത്തപ്പെട്ടവനും ശബ്ദമുയർത്താതിരിക്കാനല്ലേ പൂർവ്വജന്മത്തിലെ പാപകർമ്മങ്ങളുടെ, ദൈവകോപത്തിന്റെ, ശാപങ്ങളുടെ പ്രായശ്ചിത്തമാണ് ഇഹത്തിലെ ഇപ്പോഴത്തെ അവസ്ഥ എന്ന കഥ. കൂട്ടത്തിൽ പരിഹാര കർമ്മങ്ങളും പുനർജ്ജന്മവും പ്രത്യാശകളും പകർന്നു കൊടുത്തു അവരുടെ കോപവും തണുപ്പിച്ചു. അപ്പോൾ പിന്നെ കലാപങ്ങൾ ഉണ്ടാകില്ലല്ലോ."

"അപ്പോൾ ദൈവമില്ലെന്നാണോ?"

"ദൈവം ഉണ്ട്. നിന്നിലും എന്നിലും ഉള്ള നന്മയാണ് ദൈവം."

"പോരുവഴിയമ്മയാണ് എന്റെ ദൈവം."

"കഷ്ടം. ആരെന്തു പറഞ്ഞാലും വിശ്വസിക്കാൻ മനുഷ്യജന്മം. ചിന്തകളേക്കാൾ ശീലങ്ങളാണ് മനുഷ്യനെ നയിക്കുന്നത്."

"വേണ്ട മീര. ഈ ഭ്രാന്തുകൾ കേൾക്കാനുള്ള മൂഡിലല്ല ഞാൻ."

"ഇത് ഭ്രാന്തല്ല. സത്യമെന്ന് നിനക്കുമറിയാം. സമ്മതിക്കാതിരിക്കാനുള്ള ഒഴികഴിവാണ്. ശരി വേണ്ട. നമുക്ക് കാമത്തെ കരളിൽ ഒളിപ്പിച്ചു

വയ്ക്കാം. സ്നേഹരാഹിത്യത്തിന്റെ വെറുപ്പിന്റെ, ചതിയുടെ, വഞ്ചനയുടെ, കഥകൾ മറച്ചു വയ്ക്കാം. ദിവ്യ പ്രേമത്തിന്റെ, ത്യാഗത്തിന്റെ, സമർപ്പണങ്ങളുടെ, യുഗങ്ങളുടെ, ജന്മാന്തരങ്ങളുടെ കാത്തിരിപ്പിന്റെ കഥകൾ മെനഞ്ഞുണ്ടാക്കാം."

"പെണ്ണേ, സമ്മതിച്ചു. നീ പറഞ്ഞത് സത്യം." അവൻ അവളെ പിടിച്ചു മുന്നിലിരുത്തി, അവളുടെ കണ്ണുകളുടെ ആഴം തപ്പി. അവൾക്കു ചിരിയും നാണവും വന്നു.

പോരുവഴിയിൽ മെയിൻ റോഡിനോട് ചേർന്നുള്ള പല പാടശേഖരങ്ങളും നികത്തി വീടുകളും കടമുറികളും കെട്ടി പുത്തൻ പണക്കാർ, പേർഷ്യക്കാർ ഞെളിഞ്ഞു നടന്നു. ചക്രവും പറയും പാഴ് വസ്തുക്കളായി. കലപ്പയും തേക്ക്കൊട്ടയും വിത്തേറ്റിയും ചിക്കുപായുമൊക്കെ പുരാതന വസ്തുക്കളായി. പോത്തുകുട്ടന്മാരും കന്നുകളും വിഭവങ്ങളായി മേശമേൽ നിരന്നു. പത്തായപ്പുരകൾ പൊളിച്ചു കിടപ്പുമുറികളാക്കി. അറയും നിറയും അസൗകര്യങ്ങളായി. അറബിപ്പൊന്നും കൈകളിലണിഞ്ഞു അത്തറും പൂശി പെൺകുട്ടികൾ പോസ്റ്റുമാനെയും കാത്തിരുന്നു. വൃദ്ധന്മാർ പളപളാ തിളങ്ങുന്ന ഫോറിൻ കൈലിയും ചുറ്റി സ്റ്റീരിയോ സിസ്റ്റങ്ങളുമായി വഴിനടന്നു മേനി പറഞ്ഞു. പോരുവഴിയുടെ മണ്ണിൽ ഇരുനില ബംഗ്ലാവുകൾ ഉയർന്നു പൊങ്ങി. രണ്ട് പുത്തൻ പണക്കാർ മുരളി ലതയ്ക്ക് കൊടുത്തപോലെയുള്ള അംബാസിഡർ മാർക്ക് 4 ഡീസൽ കാർ ബുക്ക് ചെയ്തു. വാറ്റുകാരൻ നടേശൻ മുതലാളി അധിക പണം കൊടുത്തു അത്തരം ഒരു കറുത്ത കാർ കല്ക്കത്തയിൽനിന്നും വാങ്ങി. ബിഹാറി ഡ്രൈവർമാരെ വച്ചു അവിടെനിന്നും ഓടിച്ചു കൊണ്ട് വന്നു. നിഴലുറങ്ങുന്ന ഇടവഴികൾ ടാറിന്റെ ചൂടറിഞ്ഞു. ചേറു വാരിത്തേച്ച കയ്യാലകൾ കരിങ്കല്ലിന്റെ മൂർച്ചയറിഞ്ഞു. അതിരുകളില്ലാതെ വളർന്ന മനുഷ്യർ മതിലുകൾ കെട്ടി ബന്ധങ്ങൾക്ക് കണക്കു വച്ചു. കൈവണ്ടികളും കാളവണ്ടികളും കൈപ്പിടികളൊടിഞ്ഞു ചിതലുകൾക്കായി കാത്തു കിടന്നു. ഒന്നും പാവം മുരളി അറിഞ്ഞിരുന്നില്ല. ആ പതിനഞ്ചു കൊല്ലങ്ങളിൽ അവൻ ജീവിച്ചിരുന്നില്ലല്ലോ.

ഇന്ദിര ഗാന്ധി അന്തരിച്ചു കൃത്യം രണ്ട് വർഷം കഴിഞ്ഞ ദിവസം ആയിരത്തി തൊള്ളായിരത്തി എൺപത്തിയാറ് ഒക്ടോബർ മുപ്പത്തിയൊന്നിന് എൺപത്തിയെട്ട് വയസ്സുണ്ടായിരുന്ന തമ്പിച്ചേട്ടൻ മരിച്ചു. ഒരുമാസത്തോളം സുഖമില്ലാതെ ആശുപത്രിയിൽ കിടന്നു. ചികിത്സയ്ക്കിടെ ന്യൂമോണിയ പിടിച്ചായിരുന്നു മരണം. വലിയ ആദരവോടെയായിരുന്നു ശവസംസ്കാരം. തൊണ്ണൂറ്റിഒന്നിൽ പ്രധാനമന്ത്രി രാജീവ്ജിയുടെ മരണം. തൊണ്ണൂറ്റി രണ്ടിൽ ബാബറി മസ്ജിദ് തകർക്കൽ. അങ്ങനെ പല സംഭവങ്ങൾ രാജ്യത്ത് നടന്നെങ്കിലും മുരളിക്ക് പ്രസക്തമായ കാര്യം തൊണ്ണൂറ്റി അഞ്ചിൽ ഇന്റർനെറ്റ് തുടങ്ങി എന്നതായിരുന്നു. പലതരം സോഫ്റ്റ് വെയറുകളിൽ കുത്തകയുള്ള, വിദേശങ്ങളിലുമൊക്കെ വലിയ സ്വാധീനമുള്ള, കമ്പനിയുടെ സി ഇ ഓ ആയ അയാളിപ്പോൾ വലിയ കോർപ

റേറ്റിന്റെ ഭാഗമായി മാറിക്കഴിഞ്ഞിരുന്നു. പ്രമുഖമായ കമ്പനികളിൽ വലിയ ഷെയറുകൾ സ്വന്തമായുള്ള വലിയ പണക്കാരൻ.

ലക്ഷ്മിയമ്മയുടെ ഫോൺ കോളുകൾ കൃത്യമായി വരുമായിരുന്നതുകൊണ്ട് നാട്ടിലെ വിശേഷങ്ങൾ, ലതയ്ക്ക് സൂര്യമോൻ ഉണ്ടായതും, പിന്നീട് ലളിതമോൾ പിറന്നതും, ലതികയ്ക്ക് ആദ്യത്തെ രണ്ടെണ്ണം അലസിപ്പോയിട്ട് അവസാനം കാർത്തികയും പിന്നീട് കിരണും ഉണ്ടായതും, കുട്ടികളെ സ്കൂളിൽ ചേർത്തതുമെല്ലാം അപ്പപ്പോൾ ചൂടോടെ മുരളി അറിഞ്ഞിരുന്നു. അപ്പോഴെല്ലാം കാര്യമായ സമ്മാനങ്ങളും അയച്ചു കൊടുത്തു. ഇപ്പോൾ വരണ്ട, തിരക്ക് കഴിഞ്ഞു പതുക്കെ വന്നാൽ മതി എന്ന് ലക്ഷ്മിയമ്മ പറഞ്ഞത് നീണ്ട് നീണ്ട് വർഷങ്ങൾ കടന്ന് പോയത് മാത്രം സാമ്രാജ്യങ്ങൾ വെട്ടിപ്പിടിക്കുന്നതിനിടയ്ക്ക് മുരളി അറിഞ്ഞില്ല.

ഹവിസ്സ്

ഒരു ജന്മം മുഴുവൻ തന്റെ ജന്മത്തിന്റെ പൊരുളും താൻ ആരാണെന്നും തേടി നടന്ന്, അവസാനം അതിലൊന്നും ഒരു കാര്യവുമില്ല, തന്റെ ചുറ്റിലുള്ളവർക്കും തനിക്കും സന്തോഷം പകർന്ന് ആഘോഷിക്കാനുള്ളതാണ് ജീവിതം എന്നറിയുമ്പോഴേക്കും ഒരു പിടി ചാരമായി, മണ്ണായി കെട്ടടങ്ങുന്ന ജീവിയുടെ പേരാണ് മനുഷ്യൻ.

ചിതയ്ക്ക് ചുറ്റും വെളുത്ത പുകച്ചുരുളുകൾക്കിടയിൽ, വെള്ളിമേഘങ്ങൾ പഞ്ഞിക്കെട്ട് പോലെ. മേലേമാനം ഇറങ്ങിവന്ന ജീവനുകൾ, കൂട്ടുകാരിക്കായി അക്ഷമരായി. അഗ്നി ഒരുക്കുന്ന ദീപാരാധന. കത്തിയമരുന്ന പച്ചമാവിന്റെ പക്കമേളം. രാമച്ചത്തിന്റെയും സാമ്പ്രാണികളുടെയും സുഗന്ധം, ചന്ദനമുട്ടികളരച്ച കുറിക്കൂട്ട്. അഗ്നിശുദ്ധി വരുത്തിയ ആത്മാവ് ചിതയിൽനിന്നും ചിറകു വിരിച്ച്, പതിയെ പതിയെ പറന്നു പൊങ്ങി. ആഹ്ലാദത്തിന്റെ നിമിഷം. നിത്യമോചനം. കൂട്ടുകാർ അവൾക്കു ചുറ്റും നൃത്തം വച്ചു. പറന്നുയർന്ന ആത്മാവ് ഒരു നിമിഷം തിരിഞ്ഞു നിന്ന് മുരളിയെ നോക്കി പുഞ്ചിരിച്ചു, മൃദുവായി ചിറകുകൾ ആട്ടി യാത്ര പറഞ്ഞു. “മോനെ, സമാധാനം, സന്തോഷം, ശാന്തി.”

കുളിപ്പിച്ച് വെള്ള വസ്ത്രം ധരിപ്പിച്ചു ഭസ്മം ലേപനം ചെയ്ത്, ദർഭപുല്ലു വിരിച്ച്, തല തെക്കോട്ട് വരും പോലെ ലക്ഷ്മിയമ്മയെ കിടത്തിയിരിക്കുന്നു. തലയ്ക്കൽ നിലവിളക്ക് കൊളുത്തി വച്ചിട്ടുണ്ട്..തേങ്ങാമുറിയിൽ അരി കിഴികെട്ടി കൊളുത്തി വച്ചിരിക്കുന്നു.

“ചടങ്ങുകൾ ആകാം അല്ലേ? സഖാവ് എന്തെങ്കിലും പറഞ്ഞോ?” കരയോഗം സെക്രട്ടറി മാധവൻ നായർ

"മുരളിയോട് ചോദിച്ചോളൂ. അവൻ പറയും." ആരോ പറഞ്ഞു "ചടങ്ങുകൾ അനുസരിച്ചു പോകട്ടെ ചേട്ടാ."

"ശരി. അപ്പോൾ വീട്ടുകോടിയായ ചുവന്ന പട്ട് ഇട്ടിട്ട് ബോഡി പുറത്തേക്കു എടുത്തോളൂ." കരയോഗം സെക്രട്ടറി മാധവൻ നായർ നിർദ്ദേശം കൊടുത്തു. ദേശത്തു മരണാനന്തരച്ചടങ്ങുകൾ കരയോഗമാണ് നടത്തുക. പണ്ടൊക്കെ പറയരും അമ്പിട്ടനിലെ ഒരു വിഭാഗവുമായിരുന്നു. കരച്ചിലുകളും ഏങ്ങലടികളും മുരളിയുടെ കാതുകളിൽ വീണില്ല. ഗദ്ഗദങ്ങളും മൂക്ക് പിഴിച്ചിലുകളും അവൻ കണ്ടില്ല. അവനെയും പെങ്ങന്മാരെയും നെഞ്ചോട് ചേർത്ത് പിടിച്ച് ഓലഷെഡിനുള്ളിൽ കാതുകൾ പൊത്തിപ്പിടിച്ചിരിക്കുകയാണ് ലക്ഷ്മിയമ്മ. "ഇടിവെട്ടുകളും, മിന്നലും ഇപ്പോൾ മാറും. മക്കൾ പേടിക്കണ്ട. അമ്മയില്ലേ."

മുറ്റത്തു തെക്കോട്ട് തുമ്പ് വരത്തക്കവണ്ണം തടവാഴയില ഇട്ടു. അതിന് മേൽ തുമ്പ് തെക്കോട്ട് വരത്തക്കവണ്ണം മൂന്ന് ദർഭകൾ വച്ചു. തല തെക്കോട്ടു വരത്തക്കവണ്ണം ലക്ഷ്മിയമ്മയുടെ ശരീരം എടുത്തു കിടത്തി. "ബലിയിടേണ്ടവരെല്ലാം കുളിച്ചു ഈറനായി വന്നാട്ടെ."

ലതയുടെയും ലതികയുടെയും മക്കൾ സൂര്യയും, കിരണും റെഡി ആയി വന്നു. അവർ രണ്ടാളും നനഞ്ഞ ഈരിഴയൻ തോർത്തുടുത്ത് മുരളിയമ്മാവന്റെ അരികെ വന്നു നിന്നു. മുരളി രണ്ടാളെയും ചേർത്തു നിർത്തി.

"തീർത്ഥം ഉണ്ടാക്കാനായി കിഴക്കോട്ടിരിക്കുക. പവിത്രം ധരിക്കുക. കിണ്ടിയിൽ അല്പം ചന്ദനം, അരി, എള്ള് ഇവ ഇടുക......." സെക്രട്ടറി പറഞ്ഞു കൊണ്ടിരുന്നു. ആളുകൾക്കിടയിൽ കരച്ചിലുകളും പതം പറച്ചിലുകളും. മുരളി ശ്രദ്ധാപൂർവ്വം ചടങ്ങുകൾ ചെയ്തു.

"മരിച്ചു പോയ അമ്മയെ ധ്യാനിച്ചുകൊണ്ട് അമ്മയുടെ പേരും ജനിച്ച നാളും മനസ്സിൽ സങ്കല്പിച്ചു, പരേതന്റെ ആത്മാവിനെ ഈ ദർഭയിൽ സങ്കല്പിക്കുന്നു എന്ന് ചിന്തിച്ചു രണ്ട് കൈയും കൂട്ടിപ്പിടിച്ച്, മുൻവശത്തിട്ടിരിക്കുന്ന ഇലയിലേക്ക് തെക്ക് വടക്കായി ദർഭ വയ്ക്കുക. ദേഹശുദ്ധി വരുത്തുന്നതായി സങ്കല്പിച്ചു തീർത്ഥം തളിക്കണം. വസ്ത്രം ധരിപ്പിക്കുന്നതായി സങ്കല്പിച്ചു വസ്ത്രത്തിൽ നിന്നും ഒരു നൂലെടുത്തു തീർത്ഥം തളിച്ചശേഷം ദർഭയിൽ ചുറ്റുക. കൂർച്ചത്തിന്റെ അഗ്രഭാഗത്തു അല്പം ചന്ദനം തൊടീക്കുക. ഒരു പ്രാവശ്യം നീര് കൊടുക്കുക. ചന്ദനം, എള്ള്, പൂവ് എന്നിവ തീർത്ഥം കൂട്ടി ചേർത്ത് കൂർച്ചത്തിൽ അർപ്പിക്കുക. മൂന്ന് തവണ ആവർത്തിക്കുക. അല്പം ഉണക്കലരി എടുത്തു കഴുകി അല്പം പാലോ, തൈരോ ഒഴിച്ച് ആമാന്നം കൂർച്ചത്തിൽ സമർപ്പിക്കുക. പൂവിട്ട് തൊഴുത് എഴുന്നേല്ക്കുക." അയാൾ പറഞ്ഞു കൊണ്ടിരുന്നു.

മുരളി കമഴ്ന്നുകിടന്ന് സാഷ്ടാംഗം നമ്സകരിച്ചു. അനന്തരം അമ്മയ്ക്ക് ഉമ്മ കൊടുത്തു. എല്ലാവരുടെയും ഊഴം കഴിഞ്ഞപ്പോൾ സെക്രട്ടറി വിളിച്ചു പറഞ്ഞു. "പൂവിട്ട് തൊഴേണ്ടവർക്ക് അങ്ങനെ ചെയ്യാം."

ഒരു ദേശം മുഴുവൻ അവിടെയുണ്ട്. അവരുടെ ലക്ഷ്മിയേടത്തിയാ

ണ് അവിടെ കിടക്കുന്നത്. ആളുകൾ ഊഴം കാത്ത് ക്ഷമയോടെ നിന്നു. അവസാനം ആരോ പിടിച്ചു കൊണ്ടുപോയാണ് സഖാവിനെ കാട്ടിയത്. കുനിഞ്ഞു നിലത്തിരുന്ന് സഖാവ് കാലുതൊട്ട് തൊഴുതു. അനന്തരം എഴുന്നേറ്റു പോയി മുഖം കൈകളിൽ എടുത്തു. അതുവരെ പിടിച്ചുനിർത്തിയ മൗനം, ഗൗരവം, ശാന്തത എല്ലാം കൈവിട്ടു പോയി, സഖാവ് കുട്ടികളെ പോലെ വിതുമ്പിയപ്പോൾ കണ്ടു നിന്നവർക്ക് സഹിച്ചില്ല. കുമാറും തോമസ് ഫിലിപ്പും കൂടി കൃഷ്ണപിള്ളയെ പിടിച്ചുമാറ്റി കസേരയിൽ ഇരുത്തി.

"ഈ സഖാവിനും കരയാനറിയാമോ?" അതാകും പലരും ചിന്തിച്ചിരിക്കുക.

കരയോഗത്തിന്റെ ചുവന്ന കോടിയിട്ട ശേഷം സെക്രട്ടറി പറഞ്ഞു. "കോടിയിടേണ്ടവർക്ക് കോടിയിടാം."

ബന്ധുക്കൾ കോടിക്കുള്ള പണം കരയോഗത്തിനു കൊടുക്കും. സെക്രട്ടറി കൊടുക്കുന്നവരുടെ പേരെഴുതി വച്ച് ഉച്ചത്തിൽ വായിക്കും. ഒരു കോടിക്കുള്ളത് എത്ര രൂപയെന്നത് കരയോഗം തീരുമാനിക്കും. കോടി ഇടേണ്ടവർ ആ തുക കൊടുത്താൽ മതി. ഈ കിട്ടുന്ന തുക സംസ്കാര ചെലവുകൾക്ക് ഉപയോഗിക്കും. ബാക്കിയുള്ളത് വീട്ടുകാർക്ക് വേണ്ടെങ്കിൽ മറ്റൊരു വീട്ടിലെ ചടങ്ങിന് പണം തികയാതെ വരുമ്പോൾ ഉപയോഗിക്കും. പണം ഒന്നും കിട്ടിയില്ലേലും കരയോഗം സ്വന്തം ചെലവിൽ ചടങ്ങുകൾ നടത്തും.

എട്ടു മക്കളിൽ ഇളയവൻ. അമ്മയെക്കാളുപരി മൂത്ത ഏട്ടന്റെ ഭാര്യ ആയിരുന്നു അവനെ വളർത്തിയത്. അവനവരെയും അമ്മയായി കണ്ടു. വിളിച്ചു "ചേച്ചിയമ്മ." അങ്ങനെയിരിക്കെ അമ്മ മരണപ്പെട്ടു. പള്ളിയിൽ അടക്കം കഴിഞ്ഞു എല്ലാവരും മടങ്ങി. വീട്ടിലെത്തി കുറച്ചു കഴിഞ്ഞാണ് അറിഞ്ഞത് കുഞ്ഞുമോനെ കാണാനില്ല.

"അവനെവിടെ?" എല്ലാവരും തേടി ഓടാൻ തുടങ്ങി. പുറത്താണെങ്കിലോ? കോരിച്ചൊരിയുന്ന മഴ. ഇരുളായി. കുട്ടിയെ കണ്ടവരാരും ഇല്ല. അപ്പോഴാണ് കരഞ്ഞു തളർന്നു കിടക്കുന്ന ചേച്ചിയമ്മയുടെ കാതുകളിൽ വാർത്ത എത്തുന്നത്. അവർക്കൊരു സംശയവും ഉണ്ടായിരുന്നില്ല. പള്ളിയിലേക്ക് പാഞ്ഞു. തേടിച്ചെല്ലുമ്പോൾ അവർ കണ്ടു, അമ്മയുടെ കുഴിമാടത്തിൽ കെട്ടിപ്പിടിച്ചു കിടക്കുന്ന കുഞ്ഞുമോൻ. തുള്ളി മുറിയാതെ പെയ്യുന്ന മഴയിലും അവന്റെ കണ്ണീർ അവർ തിരിച്ചറിഞ്ഞു. അവനെ നെഞ്ചോട് ചേർത്തു പറഞ്ഞു. "മോനെ, വാ. മരണപ്പെട്ടവർക്ക് നമ്മളെക്കൊണ്ട് ഒരു പ്രയോജനവും ഇല്ല. നമ്മൾക്ക് അവരെക്കൊണ്ടും. മുന്നോട്ടുള്ള ജീവിതമാണ് പ്രധാനം."

അതൊരു തിരിച്ചറിവ് ആയിരുന്നു. സങ്കടക്കടലിൽ നിന്നും ജീവിതത്തിലേക്ക് നടന്നു കയറിയ അഞ്ച് വയസ്സുകാരൻ കാലം കടന്നു പോകവേ അവർ പറഞ്ഞതിന്റെ മുഴുവൻ അർത്ഥങ്ങളും തിരിച്ചറിഞ്ഞു. ജീവിച്ചിരിക്കുമ്പോൾ നല്കാനാവാത്ത സ്നേഹവും കരുതലും എന്തിനാണ്

അവർക്കു മരണശേഷം? ക്രിയകളിൽ അവർക്കെന്താണ് കാര്യം? മോക്ഷത്തിന്റെ കഥ മെനഞ്ഞു തൃപ്തരാകുന്ന വിഡ്ഢികൾ നമ്മൾ. കഥാന്ത്യം അടുത്ത സുഹൃത്ത് രാജൻ തോമസ് കുട്ടിയുടെ പേര് പറഞ്ഞു, "രാജൻ തോമസ്." ഇന്ന് മരണങ്ങളെ പുഞ്ചിരിയോടെ കാണാൻ എനിക്കാകും. രാജൻ പറഞ്ഞു നിർത്തി.

ആളെല്ലാം പിരിഞ്ഞപ്പോൾ, ചിതയിലെ ചാരവും ഇളം കാറ്റിൽ ചുറ്റിക്കളിച്ചപ്പോൾ സെക്രട്ടറി അവിടെ നിന്ന് പൊതുവായി പറഞ്ഞു: "ഭാഗ്യത്തിന് മഴ പെയ്തില്ല. അടുപ്പിച്ചു രണ്ടു ദിവസം മഴയുണ്ടായിരുന്നതാണേ? ലക്ഷ്മിയേടത്തിയുടെ സത്യമാണത്. ഇടമുറിഞ്ഞിട്ട് നേരമേറെയായി. ഇപ്പോഴെല്ലാം തീരാറായി. എന്നാലും ഇടയ്ക്ക് കനലൊന്ന് അടുപ്പിച്ചിട്ടേക്കണേ. ഞാൻ പോട്ടെ?"

"ശരി ചേട്ടാ." ലതികയുടെ ഭർത്താവ് ഡോക്ടർ കുമാർ പറഞ്ഞു:

"മരിച്ച തീയതി മുതൽ ഏഴിന്റെ അന്ന് സഞ്ചയനം. എന്ന് പറഞ്ഞാൽ മറ്റന്നാൾ. എല്ലാവർക്കും അറിയാം. വന്നോളും. എന്നാലും ഒരു കാർഡടിച്ചു പിള്ളേരെ ആരെയെങ്കിലും സൈക്കിളിൽ വിട്ട് എല്ലായിടത്തും അറിയിക്കുക. മറ്റെന്നാൾ രാവിലെ ഞാൻ വരാം." മാധവൻ നായർ യാത്ര പറഞ്ഞു പോയി.

പുരയിടത്തിലെ മാങ്കോസ്റ്റിനും സപ്പോട്ടമരവും മരച്ചാമ്പയും പേരക്ക മാവും തല കുമ്പിട്ട് സങ്കടപ്പെട്ടു നില്ക്കുന്നുണ്ടായിരുന്നു. അവരുടെ വളർത്തമ്മയിനി ഒരോർമ്മയായില്ലേ? "സാരമില്ല. ഇനിയിപ്പോൾ നമ്മോടൊപ്പം നമ്മളുടെ മണ്ണിൽ ഉണ്ടല്ലോ." അവർ ലക്ഷ്മിയമ്മയെ നെഞ്ചോട് ചേർത്ത് പുണരാനായി കൈകൾ നീട്ടാനാരംഭിച്ചു. പറമ്പിന്റെ അതിരുകളോട് ചേർത്ത് മുരളി നട്ടിരുന്ന കിളിച്ചുണ്ടൻ മാവും കപ്പമാവും, വരിക്കപ്ലാവും മുരളിയോട് ചോദിച്ചു, "എവിടെയായിരുന്നു നീ ഇത്രനാളും? പെൺമക്കളും പോയി ആരും കൂട്ടില്ലാതെ, ലക്ഷ്മിയമ്മ ഒറ്റയ്ക്കായപ്പോൾ നീയെന്തേ വന്നില്ല? പതിനഞ്ച് കൊല്ലത്തോളം പാവം എങ്ങനെ കഴിഞ്ഞു എന്ന് നീ ഓർത്തുവോ മുരളി? നീ നാടുവിട്ടിട്ട് ഇരുപത്തിരണ്ട് കൊല്ലമായതെങ്കിലും നീ ഓർക്കുന്നുവോ? നീ വെട്ടിപ്പിടിച്ചതൊക്കെ ആർക്കു വേണം? നിന്നോട് പറയാനുള്ളതൊക്കെ അവർ ഞങ്ങളോടാണ് പറഞ്ഞത്. പാവം."

ലതയുടെ മോൻ സൂര്യ വന്നു കൈയിൽ പിടിച്ചു. അമ്മാവനെ, അവൻ ഏതാണ്ട് പത്തുമാസം മുൻപ് അമ്മൂമ്മ തളർന്ന് വീണു കിടന്നപ്പോൾ കണ്ടതാണ്. അതിന് മുൻപും ശേഷവും കണ്ടിട്ടില്ല. വല്യ കമ്പനിയിലെ സി ഇ ഒ ആയ കേമൻ അമ്മാവന്റെ സങ്കടം ഷെയർ ചെയ്യാൻ വന്നതാണവൻ. അവന് പത്തു വയസ്സായി. കാര്യങ്ങൾ മനസ്സിലാകും. മുരളി അവനോട് പറഞ്ഞു.

"ഒരു ജന്മം മുഴുവൻ തന്റെ ജന്മത്തിന്റെ പൊരുളും,
താൻ ആരാണെന്നും തേടി നടന്ന്,
അവസാനം അതിലൊന്നും ഒരു കാര്യവുമില്ല,

തന്റെ ചുറ്റിലുള്ളവർക്കും, തനിക്കും സന്തോഷം പകർന്ന്
ആഘോഷിക്കാനുള്ളതാണ് ജീവിതം എന്നറിയുമ്പോഴേക്കും
ഒരുപിടി ചാരമായി, മണ്ണായി കെട്ടടങ്ങുന്ന ജീവിയുടെ പേരാണ് മനുഷ്യൻ."

സൂര്യ അവനെ തുറിച്ചു നോക്കി. പിന്നെ കൈകളിൽ അമർത്തി പിടിച്ചു. ഞരമ്പുകൾ ഞരമ്പുകളോട് പറഞ്ഞു. "അമ്മാവാ ഞാൻ അറിയുന്നു."

മുരളി അവന്റെ തോളത്തു പിടിച്ചു, തന്നോട് ചേർത്ത് നടന്നു. പോക്കറ്റിൽ നിന്നും ഒരു കടലാസ് പൊതിയെടുത്തു. ശ്രദ്ധാപൂർവ്വം തുറന്നു. അതിൽ നിന്നും ഒരു ഗ്യാസ് മുട്ടായി എടുത്ത്, അവന് കൊടുത്തു. വെളുത്തു പച്ച നിറമുള്ള, വായിലിടുമ്പോൾ ചെറുതായി എരിക്കുന്നത്. അവന്റെ കണ്ണുകളിലേക്കു നോക്കി നിർത്തി നിർത്തി പറഞ്ഞു കൊടുത്തു. "ഈ ലോകത്തിൽ എല്ലാവർക്കും എല്ലാവരോടും സ്നേഹമാണ്. അതിപ്പോൾ അവൻ കള്ളനായാലും കൊലപാതകിയായാലും. മനുഷ്യൻ സ്നേഹമാണ്. പരസ്പരം സ്നേഹിക്കാതെ അവനു ജീവിക്കാനാവില്ല."

"ദാ.ചായ കുടിക്ക് മുരളി. രാവിലെ മുതൽ ഒന്നും കഴിക്കാതെ നില്ക്കുകയല്ലേ?"

കോയിപ്പുറത്തെ ശോഭേടത്തി അവരുടെ വീട്ടിൽ നിന്നും എല്ലാവർക്കും ചായയുമായി വന്നു. സന്ധ്യയോടെ ചിത കത്തിത്തീർന്നു. ഇനി ഇത്തിരി കനൽ മാത്രം. അതും നീറിത്തീരും.

"വരൂ ഏട്ടാ അപ്പുറത്തിരിക്കാം." മൂത്ത അളിയൻ പ്രൊഫസർ തോമസ് ഫിലിപ്പ് മുരളിയെ വന്നു വിളിച്ചു.

"അച്ഛനോട് എന്തെങ്കിലും കഴിക്കാൻ പറയു. അമ്മ മരിച്ച ശേഷം എന്തെങ്കിലും കഴിച്ചതായി എനിക്ക് തോന്നുന്നില്ല. ഇന്ന് അഞ്ച് നാളായില്ലേ?"

"അത് കൊള്ളാമല്ലോ. ഇന്നും കഴിച്ചില്ലേ?" മുരളി ഭാനുമതിയമ്മയോട് ചോദിച്ചു.

"സാറ് ഒന്നും കഴിച്ചിട്ടില്ല. ചോദിച്ചാൽ ഒന്നും വേണ്ട എന്നാണ് പറയുക. ഇന്ന് ഇവിടെ ഒന്നും വച്ചില്ല. ഇന്നലെ ചോറ് വച്ചു. സാറൊഴികെ എല്ലാവരും ഇന്നലെ എന്തെങ്കിലും കഴിച്ചാരുന്നു. പിന്നെ ഇടയ്ക്കിടയ്ക്ക് ഒരു കട്ടൻ ഇട്ട് കൊടുത്തത് മാത്രം കുടിച്ചു. അപ്പുറത്തെ ശോഭകൊച്ചു രാത്രിയിലേക്ക് കഞ്ഞിയും തോരനും വച്ചു കൊണ്ടു വരും. മോൻ പറഞ്ഞാൽ ചിലപ്പോൾ അച്ഛൻ കഴിച്ചേക്കും."

മുറ്റത്തെ പന്തലിൽ കൃഷ്ണപിള്ളയ്ക്കൊപ്പം ഇരിക്കുമ്പോൾ ലതയും, ലതികയും എല്ലാവരും വന്നു, മുരളിയുടെ കൂടെ ഇരുന്നു. പിള്ളേരൊക്കെ മുറ്റത്തു ഓടിക്കളിച്ചു.

"നിനക്ക് എന്നു പോകണം?" കൃഷ്ണപിള്ള.

"തീരുമാനിച്ചില്ല. എന്തായാലും ചടങ്ങുകൾ കുറച്ചു ദിവസം കാണുമല്ലോ? പത്തിന് ബലി തീരും." എന്നാണ് സെക്രട്ടറി പറഞ്ഞത്.

"അതുവരെ നിന്നാൽ അവിടെ പ്രശ്നങ്ങളില്ലേ?"

"ഉണ്ട്. സാരമില്ല."

"ഫിലിപ്പേ, നിനക്കോടാ?"

"എനിക്ക് നാളെയൊന്നു പോയാൽ കൊള്ളാമെന്നുണ്ട്. ലതയും പിള്ളാരും നില്ക്കട്ടെ."

"ഏട്ടനും നാളെ പോകും അച്ഛാ. ചടങ്ങു തീരും വരെ ഇവിടെ നിന്ന് ഹോസ്പിറ്റലിൽ പോകാമെന്നാണ് പ്ലാൻ." ലതിക

"ദിവസവും കോട്ടയം വരെ കാറോടിക്കുന്നത്?"

"അത് സാരമില്ല അച്ഛാ." കുമാർ പറഞ്ഞു

മുരളിയുണ്ടെന്നറിഞ്ഞും ലക്ഷ്മിയമ്മയുടെ മരണം അറിഞ്ഞും ദിവസവും പലരും ശാന്തിനിലയത്തിൽ വന്നു. ശോഭേടത്തി ഭക്ഷണവുമായി വന്നപ്പോൾ വിശേഷങ്ങൾ ചോദിച്ചറിഞ്ഞു. അവർ രാജസ്ഥാനിലായിരുന്നു. ജോലിയിൽ എന്തോ പ്രശ്നമായത് കൊണ്ട് അവരെല്ലാം ഒരു വർഷമായി നാട്ടിലാണ്. വിലാസിനിയേടത്തിയും കുടുംബവും ഭിലായിലാണ്. ഭാമയാണ് കുടുംബത്തിൽ. അവരും ഭിലായിയിലായിരുന്നു. തിരികെ പോന്നിട്ടിപ്പോൾ നാട്ടിൽ കൂലിപ്പണിയാണ്. രണ്ടാളും സ്ഥലത്തില്ല. എവിടെയോ പോയിരിക്കുകയാണ്. പിള്ളേർക്ക് മിട്ടായി വാങ്ങിക്കൊടുക്കാൻ പറഞ്ഞു മുരളി അവർക്ക് ആയിരം രൂപ കൊടുത്തു.

അത്താഴവും കഴിഞ്ഞു വെളിയിൽ ഇരിക്കുമ്പോൾ സഖാവ് അരികെ വന്നിരുന്നു. എന്തോ ഉള്ളിൽ കിടന്നു പിടയ്ക്കുന്നുണ്ടെന്ന് ഒരു തോന്നൽ. സഖാവ് അങ്ങനെയായിരുന്നില്ല. എന്ത് പ്രശ്നമുണ്ടായാലും പതറാതെ നില്ക്കുന്ന ആളാണ്.

"അച്ഛനെന്തോ പറയാനുണ്ടോ?"

"സമയമൊക്കെ അടുത്ത് വരുന്ന പോലൊരു തോന്നൽ. ഒരു കടം വീട്ടാനുണ്ടായിരുന്നു. കഴിഞ്ഞില്ല."

"ആരോട്? എത്ര രൂപ? നമുക്ക് കൊടുക്കാം."

"പണത്തിന്റെ കടമല്ല. അതിലും വലുത്. ലക്ഷ്മിയുടെ.ഒരു കടം! വലിയൊരു കടം."

"എന്താ അച്ഛാ, പറഞ്ഞാട്ടെ."

"ഓ, ഒന്നുമില്ല." കൃഷ്ണപിള്ള നടന്നു പോയി. പുറകെ പോയി ശല്യപ്പെടുത്തണ്ട എന്ന് മുരളിയും കരുതി. "ചില സങ്കടങ്ങൾ അങ്ങനെയാണ്. ഷെയർ ചെയ്യാൻ കഴിയില്ല. ഷെയർ ചെയ്യാൻ പാടില്ല. ദുഃഖങ്ങൾ സ്വകാര്യവും സന്തോഷങ്ങൾ പരസ്യവും ആക്കേണ്ടവയാണ്." ചക്കരയമ്മാവൻ പറയുമായിരുന്നു.

അമ്പലത്തിൽ കയറാൻ പാടില്ല. പുലയാണ്. എന്നാലും വെറുതെ നടക്കാനിറങ്ങിയതാണ് മുരളി. നടന്നു ശിവക്ഷേത്രത്തിന് മുൻപിലെത്തി. ചുറ്റുമതിൽ മൂടി കിടന്നിരുന്ന വെള്ളയും നീലയും ശംഖുപുഷ്പ ചെടികൾ എവിടെ? കാടുപോലെ വളർന്നു മതിലിന് മുകളിൽ പൂത്തുലഞ്ഞു കിടന്ന അരളിച്ചെടികൾ എവിടെ? ചോരനിറമുള്ള ചെത്തിപ്പൂക്കളെവിടെ?

ഇവയ്ക്കിടയിലെല്ലാം തൊട്ടാൽ കൂമ്പുന്ന, നിറയെ പിങ്ക് പൂക്കളുള്ള തൊട്ടാവാടികളും അവയിലെല്ലാം പടർന്നു കിടന്ന മുല്ല വള്ളികളും ആരും മണക്കാത്ത മുല്ലപ്പൂക്കളും എവിടെ? ഓരോ അടിയും മുന്നോട്ട് വെക്കുമ്പോൾ സദാ ഭയന്നിരുന്ന ശിവന്റെ കാവല്ക്കാരായ സർപ്പങ്ങളെവിടെ? കാടെല്ലാം തെളിച്ചു മതിലും കെട്ടി പെയിന്റ് ചെയ്തു വൃത്തിയാക്കി ഇട്ടിരിക്കുന്നു. പ്രദക്ഷിണ വഴിയൊക്കെ കരിങ്കൽ പാളികൾ പാകി മനോഹരമാക്കിയിരിക്കുന്നു. കാടു പിടിച്ചു കിടന്നപ്പോൾ ചുറ്റുമതിൽ ചാടിക്കടക്കാൻ ഉപയോഗിച്ചിരുന്ന കല്വിളക്കുകളൊക്കെ സിമന്റ് തേച്ചുറപ്പിച്ചിരിക്കുന്നു.

"അയ്യോ നട അടച്ചല്ലോ." പുറത്തേക്കിറങ്ങിയ ചെറുപ്പക്കാരൻ ശാന്തിക്കാരൻ.

"ഇല്ല. പുലയാണ്. വെളിയിൽ നിന്നോളാം. പണ്ട് ഇവിടമൊക്കെ കാടു പിടിച്ചു കിടക്കുകയായിരുന്നു. അമ്പലവും വർഷങ്ങളോളം പൂട്ടിക്കിടക്കുകയായിരുന്നു."

"ശരിയാണ്. ക്ഷേത്രം നാട്ടുകാർ പുനരുദ്ധരിച്ചു. ഇത് മാത്രമല്ല. പടിഞ്ഞാറുള്ള അയ്യപ്പ ക്ഷേത്രവും കിഴക്കേ ജങ്ഷനിലെ സുബ്രഹ്മണ്യക്ഷേത്രവും പുനരുദ്ധരിച്ചു. കുറെ ചെറുപ്പക്കാർ മുന്നോട്ടിറങ്ങിയപ്പോൾ എല്ലാം വേഗം നടന്നു. ഇപ്പോൾ ഗ്രാമത്തിൽ നിത്യപൂജയുള്ള നാലു ക്ഷേത്രങ്ങളായി. നാടിന്റെ പുണ്യം. നാട്ടാരുടെ ഭാഗ്യം."

"അതെ അതെ."

"എന്നാൽ അമ്പലങ്ങൾ വന്നപ്പോൾ വായനശാല പൂട്ടിപ്പോയി." പൂജാരി ചിരിച്ചു. മുരളിയും ചിരിച്ചു

റോഡിലേക്ക് തിരിച്ചിറങ്ങുമ്പോൾ അമ്പലപ്പടിക്കരികെ ആലിന്റെ ചോട്ടിൽ എക്സ് മിലിറ്ററി ഓമനക്കുട്ടനും പലിശക്കാരൻ പൗലോ മുതലാളിയും സൊറ പറഞ്ഞിരിക്കുന്നു. "ചടങ്ങിന് വന്നിരുന്നു. മുരളി എത്ര നാളുണ്ട്?"

"തീരുമാനിച്ചില്ല. എന്തൊക്കെ വിശേഷങ്ങൾ? സുഖമല്ലേ?"

"പോകുന്നു. സുഖം." എക്സ് മിലിറ്ററി ഓമനക്കുട്ടൻ.

"ബിസിനസ് ഒക്കെ എങ്ങനെ?"

"മടുപ്പാ. ഇപ്പോൾ എല്ലാവരുടെയും കൈയിൽ പണമുണ്ട്. ഗൾഫുകാരില്ലാത്ത വീടുണ്ടോ? തന്നേമല്ല ബാങ്കുകാരൊക്കെ സ്വർണ്ണം വാങ്ങി കുറഞ്ഞ പലിശയ്ക്ക് കടം കൊടുക്കുവല്ലേ?" രണ്ടാളിലും പ്രായത്തിന്റെ മാറ്റങ്ങൾ പ്രകടം.

"കാണാം. ഒലാന്റെ വീട് വരെയൊന്ന് പോകണം."

"ഒലാനൊക്കെ മരിച്ചിട്ട് കാലമെത്രയായി. ആ ഇളയ ചെക്കനും മരിച്ചു, മഞ്ഞപ്പിത്തമോ മറ്റോ ആയിരുന്നു. കൊച്ചുചെറുക്കനാണെന്നു തോന്നുന്നു, ഇപ്പോഴവിടെ താമസം."

"അറിയാം. കൊച്ചുചെറുക്കനെയാണ് ഉദ്ദേശിച്ചത്."

"എന്നാൽ പിന്നെ കാറെടുത്തു ഇറങ്ങാഞ്ഞതെന്താ? വെയില് ഉറച്ചു തുടങ്ങി. ഒരു കിലോമീറ്ററിന് മുകളിൽ ഉണ്ടല്ലോ."

"സാരമില്ല നടക്കാം. ഇതാ സുഖം. അതുകൊണ്ടല്ലേ നിങ്ങളെ കാണാനായത്."

മുരളി ചിരിച്ചു. അവർക്കും സന്തോഷമായി.

ദൂരെ നിന്നേ കണ്ടു തയ്യൽക്കാരൻ അച്യുതൻ പിള്ളയുടെ കടയുടെ സ്ഥാനത്തു സാമാന്യം നല്ലൊരു ചെറിയ വീട്. വാതില്ക്കൽ ബ്രൗൺ കേശവൻ നില്ക്കുന്നു. പഴയ പെൻസിൽ മാർക്ക് ശരീരവും ഉന്തിയ കണ്ണുകളും. ഒരു മാറ്റവും ഇല്ല. മുടികളൊക്കെ നരച്ചിരിക്കുന്നു. ബൈക്ക് കഴുകുകയാണ്. അടുത്തുവന്നപ്പോൾ അയാൾ ചിരിച്ചു. "അച്ഛൻ മരിച്ചതൊക്കെ അമ്മ പറഞ്ഞു അറിഞ്ഞിരുന്നു"

"അച്ഛൻ മാത്രമല്ല ആ ഗ്രൂപ്പിലെ പലരും. ബാക്കിയുള്ളത് ജോയ്മാപ്പിളയും, സൈക്കിൾ കട സുകുമാരനും മാത്രം."

"സുഖമല്ലേ? കൊച്ചുചെറുക്കനെ ഒന്ന് കാണണം." നടക്കാൻ തുടങ്ങുമ്പോൾ അയാൾ പറഞ്ഞു

"ഞാൻ വീട്ടിലോട്ടു വരുന്നുണ്ട്. ചടങ്ങൊക്കെ കഴിയട്ടെ. ഒരു പോളിസി എടുക്കണം. ഇപ്പോൾ എൽ ഐ സി ഏജന്റാണ്."

"ആവട്ടെ."

പോരുവഴിയമ്മയുടെ മുൻപിൽ കൂടിയാണ് പോകേണ്ടത്. ക്ഷേത്രമൊക്കെ ആകെ മാറിയിരിക്കുന്നു. വലിയൊരു വളച്ചു വാതിലും പൊക്കം കുറഞ്ഞ ചുറ്റുമതിലും. മതിൽ പേരിനു മാത്രമേയുള്ളു. അതിന് മുകളിൽക്കൂടി ക്ഷേത്രം മുഴുവൻ കാണാം. വളച്ചുവാതിലിനുള്ളിൽ വലിയൊരു ആനക്കൊട്ടിൽ, ആനയില്ലെങ്കിലും. അതിനുശേഷം ചുറ്റമ്പലംവരെ നടപ്പന്തൽ. ഇടതു വശത്തായി റോഡിലേക്ക് തിരിഞ്ഞു കെട്ടിയുയർത്തിയ സ്റ്റേജ്. ദേവി പ്രതിഷ്ഠയ്ക്ക് വലത് വശത്തായുള്ള മുടിപ്പുരയും മോടി പിടിപ്പിച്ചിട്ടുണ്ട്. മുടിപ്പുരയ്ക്ക് വലത്തായിട്ടുള്ള കാവ് നിലനിർത്തിയിട്ടുണ്ടെങ്കിലും എന്തൊക്കെയോ വേണ്ടാത്ത മരങ്ങളും കുറ്റിച്ചെടികളും പിഴുത് മാറ്റിയപോലെ, കാവ് ചെറുതായി പോയി. ക്ഷേത്രത്തിന് പിന്നിൽ പുതുതായി വലിയൊരു ഊട്ടുപുരയും വിവാഹ ഹാളും. തന്റേത് മാത്രമല്ല, നാട്ടുകാരുടെ മുഴുവൻ എത്രയെത്ര സങ്കടങ്ങളും ദുഖങ്ങളും ഏറ്റുവാങ്ങിയ ദേവി. സ്വപനങ്ങൾക്ക് കൂട്ട് വന്ന ദേവി. റോഡിൽ നിന്ന് തടി അഴികൾക്കുള്ളിലൂടെ ദേവിയുടെ വിഗ്രഹത്തിനെ നോക്കി മുരളി കൈയെടുത്തു തൊഴുതു. ഇവിടെ ശ്രീകോവിൽ നാല് പുറവും ഭിത്തികെട്ടി അടച്ചിട്ടില്ല. ശ്രീകോവിൽ വലിയ പട്ടികകൾ വച്ചാണ് മറച്ചെടുത്തിരിക്കുന്നത്. അതുകൊണ്ട് വശങ്ങളിലെ പട്ടികകൾക്കിടയിലൂടെ ബിംബത്തെ കാണാം. അവിടെ നിന്നും പാണ്ടനാടിനുള്ള ഗ്രാവൽ റോഡ്, എന്നോ ടാറിട്ടിരുന്നത് പൊട്ടിപ്പൊളിഞ്ഞു അങ്ങും ഇങ്ങും കുണ്ടും കുഴികളുമായി കിടക്കുന്നു. കൊപ്രാത്തട്ടി കിടന്ന കറിയാച്ചന്റെ വീടിന്റെ സ്ഥാനത്തു വലിയൊരു ഇരുനില കെട്ടിടം. മക്കൾ ജോയിയും ജോസും രണ്ടാളും

പേർഷ്യയിൽ പോയി പണം കൂടിയപ്പോൾ, വീട്ടു പടിക്കൽ ബോർഡ് വച്ചു, "എം ഓ സ്കറിയ, സ്കറിയഭവൻ." ലക്ഷ്മിയമ്മയുടെ ക്ലാസ്മേറ്റ് കറിയാ തേങ്ങാ പൊതിക്കും പോലെ പേര് പൊതിച്ച് കറിയാച്ചൻ എന്ന തൊണ്ടു വലിച്ചെറിഞ്ഞു.

നല്ല തെളിഞ്ഞ ആകാശം. റോഡിനിരുവശവും പ്ലാവുകളും മാവുകളും ആഴാന്തകളും പൂവരശും പേരറിയാത്തൊരു നൂറു മരങ്ങളും ചെടികളും അവന് കുട പിടിച്ചു. അവനരികെയെത്തിയപ്പോൾ വഴിഓരങ്ങളിലെ നീർച്ചാലുകളും തോടുകളും കളകള സംഗീതം പൊഴിച്ചവനെ മാടി വിളിച്ചു. കുശലം ചോദിച്ചു. നടപ്പാതകളിലെ കരിയിലകൾ അവന് മെത്ത വിരിച്ചു. കോടഞ്ചേത്തിൽ പുരയിടം പുതുതായി മുള്ളുവേലികൾ കെട്ടി ബന്തവസാക്കി ഗേറ്റിട്ടിരിക്കുന്നു. അരികുകളിൽ പൂത്തുലഞ്ഞു നിന്ന കൊന്നപ്പത്തലുകൾ ഒന്നും ബാക്കിയില്ല. വെട്ടിമാറ്റിയാലും പിന്നെയും പിന്നെയും പൊങ്ങി വന്നിരുന്ന കടലാവണക്കിൻ പത്തലുകളും ബാക്കിയില്ല. എല്ലാം എവിടെ പോയി ഒളിച്ചു? ഏതാണ്ട് അഞ്ചേക്കറോളം ഉള്ള പുരയിടത്തിന്റെ തരം തിരിച്ചുള്ള കൃഷികൾ. ചേനയും, കപ്പയും എവിടെ? കാച്ചിലും കിഴങ്ങും വള്ളികളെവിടെ? ട്രാക്ടർ അടിച്ചു നിരപ്പാക്കിയിട്ടിരിക്കുന്ന പുരയിടം, തുണിയുടുക്കാത്ത പയ്യനെപ്പോലെ. പൊത്തുകളിൽ നിന്നെങ്ങോ ഇറങ്ങി വന്ന ഒരു കീരി അവനെ നോക്കി നിന്നു. പിന്നെ ഓടിപ്പോയി. "ഓടിപ്പോയി നിന്റെ അപ്പനെയോ അപ്പൂപ്പനെയോ വിളിച്ചു വരൂ, ഒരു പക്ഷേ, എന്നേ അറിയും." മുരളി കുസൃതിയോടെ ഓർത്തു. അവൻ കാതോർത്തു, സീല്ക്കാരങ്ങൾ? ഈ കയ്യാലയ്ക്കടിയിലെ പൊത്തുകളിലെങ്ങാനും സർപ്പങ്ങളുണ്ടോ? അതെങ്ങനെ തന്നെ തേടി വരും. കണ്ടതിനെ എല്ലാം തല്ലിക്കൊല്ലുകയായിരുന്നില്ലേ? കടിക്കുമോ എന്ന ഭയം ആയിരുന്നു അന്ന്. കഷ്ടം. പാവം, അതുമൊരു ജീവൻ എന്ന് അന്നോർത്തില്ല. സ്രഷ്ടാവ് ആ രൂപം കൊടുത്തുവിട്ടാൽ ആ ജീവൻ പിന്നെന്ത് ചെയ്യും? അതും പേറി നടക്കുകയല്ലാതെ.

ഗേറ്റിന്റെ പൂട്ട് ഒന്ന് തട്ടിയപ്പോൾ തുറന്നു. മുള്ളുവേലി കൊണ്ടുതന്നെ കെട്ടിയെടുത്ത ഗേറ്റ്. അത് എടുത്തു മാറ്റിവച്ച്. ഉള്ളിൽ കയറി പറമ്പിലൂടെ നടന്നു. വടക്കേ വേലിക്കരികെ ചെന്നപ്പോൾ തൊട്ടപ്പുറത്തെ നേരുമഠം കാണാനില്ല. പഴയതെങ്കിലും വലിയൊരു നാലുകെട്ട് തന്നെയായിരുന്നു. കോടഞ്ചേത്തിൽ നിന്നാൽത്തന്നെ ചുറ്റോട് ചുറ്റുമുള്ള പൊങ്ങിയ വരാന്തയും ചുറ്റിലുമുള്ള ഉരുണ്ട വലിയ കൽത്തൂണുകളും കാണാമായിരുന്നു. ഇപ്പോൾ അവിടം ശൂന്യം. പകരം ഒന്നും രണ്ടും മുറികളുള്ള അനേകം പുതിയ വീടുകൾ. വീടുകൾക്കിടയിൽക്കൂടി ഒരു കാറ് പോകത്തക്കവണ്ണമുള്ള ചെമ്മണ്ണ് റോഡ്. മുൻപിലുള്ള വീട്ടുകാർ അവനെ കണ്ടു. അപരിചിതനെ കണ്ട് ഒരു ചെറുപ്പക്കാരൻ വന്നു. അയാൾക്കൊപ്പം അവന് നേരെ കുരച്ചു കൊണ്ട് ഒരു നാടൻ പട്ടിയും. അയാൾ പട്ടിയെ ശാസിക്കുന്നുണ്ടായിരുന്നു. "ടോമി മിണ്ടാണ്ടിരി."

സ്ഥലം വാങ്ങാൻ വന്നതാണോ എന്ന് ചോദിച്ചു വന്ന അയാളോട്

അമ്മാവന്റെ പുരയിടമായിരുന്നു. സഖാവിന്റെ മോനാണ് എന്ന് പറയേണ്ട താമസം അയാൾ സഖാവിന്റെ അപദാനങ്ങൾ പറയാൻ തുടങ്ങി.

"മലഭാഗത്തു ഫാക്ടറി വന്നപ്പോൾ അവിടെനിന്നും ഒഴിപ്പിച്ചവരാണ് ഞങ്ങളൊക്കെ. അറുപത് വീട്ടുകാരുണ്ട്. സഖാവുണ്ടായത് കൊണ്ടാണ് ഞങ്ങൾക്ക് ഇത്ര നല്ല സ്ഥലം കിട്ടിയത്. അവർ ആദ്യം ഞങ്ങളെ പാണ്ഡവൻ പാറയുടെ അടുത്തോട്ട് വിടാനായിരുന്നു പ്ലാൻ. അവിടെ പാറയുള്ള മണ്ണിൽ ഞങ്ങളെന്തു ചെയ്യാനാണ്? എടി ഇങ്ങോട്ടു വന്നേ. സഖാവിന്റെ മോനാണെന്ന്." അയാൾ തന്റെ ഭാര്യയെ വിളിച്ചു. അവർ കൈക്കുഞ്ഞുമായി ഓടി വന്നു. കൈകൾ കൂപ്പി തൊഴുതു.

"ഞാൻ എല്ലാവരെയും ഒന്ന് വിളിക്കട്ടെ?"

"അയ്യോ, ആരെയും വിളിക്കണ്ട. പിന്നീട് കാണാം."

"ഇവിടുണ്ടായിരുന്ന നേരുമഠത്തിലെ ആളുകളൊക്കെ?"

"അതൊന്നും അറിയില്ല സാറെ. പറഞ്ഞു കേട്ടിട്ടുണ്ട്, നേരത്തെ ഇവിടെയുണ്ടായിരുന്ന പോറ്റിമാരൊക്കെ മലബാറിലെങ്ങോ പോയി എന്നൊക്കെ. അവസാനത്തെ ആളിന് ഭ്രാന്തായി. എവിടെയാണെന്ന് അറിയില്ല."

"എന്നാൽ ആകട്ടെ." മുരളി പുല്ലുകൾക്കിടയിലൂടെ പടിഞ്ഞാറു ഭാഗത്തേക്ക് നടന്നു.

ചക്കരമാവും ചൂണ്ടയിടുമായിരുന്ന അഴകംതോടും. ഇപ്പോൾ തോടെന്ന് പറയാമോ? അറിയില്ല. ചപ്പുചവറുകളും പ്ലാസ്റ്റിക് കുപ്പികളും നിറഞ്ഞു കിടക്കുന്ന ഒരു മാലിന്യ കൂമ്പാരം. അടികാണാവുന്ന തെളിഞ്ഞ വെള്ളമായിരുന്നു. മരങ്ങളുടെ നിഴല്പാടുകൾക്കടിയിൽ ഒളിച്ചിരുന്ന വരാലും കല്ലുമുട്ടിയും പരലും, മുഷിയും അവിടെ ഉണ്ടാകുമോ? വഴിയില്ല. കുടംപുളി ഉണ്ട്. പക്ഷേ, കായകളൊന്നുമില്ല. കർപ്പൂരമാവ് ഇപ്പോഴും നിറയെ മാങ്ങയുമായി നില്ക്കുന്നു. "മുകളിൽ ആ ഇടത്തെ കൊമ്പിലെ കവിട്ടയുടെ മുകളിലെ കുലയിൽ നില്ക്കുന്ന അഞ്ചു മാങ്ങകളിൽ ബ്രൗൺ നിറമുള്ള, പഴുത്ത മാങ്ങാ മാത്രം എറിഞ്ഞിടണം. മറ്റെതൊന്നും വീഴാൻ പാടില്ല. മൂന്നേറ്."

"സമ്മതിച്ചു. എന്താ പന്തയം?"

"സ്കൂളിന് മുന്നിലെ തോമ മാപ്പിളയുടെ മാടക്കടയിലെ ചില്ലുഭരണിയിലെ പഞ്ചാരയൊട്ടിച്ച രണ്ടു ജെല്ലി."

"അത് പറ്റില്ല. ഒരു കപ്പലണ്ടി മുട്ടായിയും കൂടി."

രാജശേഖരൻ സമ്മതിച്ചില്ല. അവനറിയാം മാവേലേറിലുള്ള പന്തായം മുരളിയോട് തോല്ക്കും. രാജീവൻ സമ്മതിച്ചു. "നീ തോറ്റാൽ ഇതിന്റെ ഇരട്ടി എനിക്ക്."

"അതെന്തോ ന്യായം? സെയിം, സെയിം. ഓക്കേ."

"ഓക്കേ."

മുരളിയുടെ ആദ്യ ഏറ്. കൈവെള്ളയിൽ ഒതുങ്ങുന്ന കല്ലെടുത്ത് ഒരു കണ്ണടച്ച് ഉന്നം പിടിച്ചു, ഒറ്റ ഏറ്. പാളിപ്പോയി. രണ്ടാമതൊന്ന്. കല്ലെടുത്ത് ഒരു കണ്ണടച്ച്, ഉന്നം പിടിച്ചു, പിന്നേക്ക് ആയം എടുത്തു, വലിയ

ശക്തി കൊടുക്കാതെ, മീഡിയം സ്പീഡിൽ ഒറ്റ ഏറ്. ദാ കിടക്കുന്നു, പഴുത്തമാങ്ങ മാത്രം, താഴെ. ഒരു കാറ്റടിച്ചു വീണപോലെ. മറ്റൊന്നേലും കൊള്ളാതെ, കണ്ണടച്ചു തുറക്കും മുൻപ്. ശേഖരനും കൂടെ ആർത്തു വിളിച്ചു. തനിക്കു കിട്ടുന്നതിന്റെ പകുതി അവനാണ് എന്നവന് അറിയാം. പഴയ പോലെ ഒരു വട്ടം കൂടി എറിയാൻ മോഹം. മുരളി ഒരു മാങ്ങാ ഉന്നം വച്ച് കല്ലെടുത്ത് എറിഞ്ഞു. എങ്ങും കൊണ്ടില്ല. ആരെങ്കിലും കാണുന്നുണ്ടോ? ആരുമില്ല. നാല് ഏറെങ്കിലും എറിഞ്ഞപ്പോൾ അത് വീണു. എന്നാൽ അതിന് മുൻപേ വേറെ രണ്ടു പച്ചമാങ്ങകളും വീണിരുന്നു. എല്ലാം എടുത്തു വട്ടയിലയിൽ പൊതിഞ്ഞു അയൽവാസിക്കു കൊടുത്തിട്ട് തിരികെ ഇറങ്ങി ഗേറ്റ് അടച്ചു.

പോരുവഴിയുടെ കണ്ണീർ

നാല് വയറുകൾക്കുവേണ്ടി ഒന്നൊന്നായി തന്റെ കോട്ട കൊത്തളങ്ങൾ പൊളിച്ചു വില്ക്കേണ്ടിവന്ന അവസാനം കിടക്കുന്ന ഒരു മുറിയൊഴികെ എല്ലാം കഴിഞ്ഞപ്പോൾ, തന്റെ ഭരദേവതയുടെ, നാടിന്റെ ദൈവത്തിന്റെ മേല്ക്കൂരയുടെയും പണം കൈനീട്ടി വാങ്ങേണ്ടി വന്ന ഒരു രാജാവിന്റെ ഗതികേട്. എല്ലാം നഷ്ടപ്പെട്ട് കാലാളുകൾ പോലും തുണയ്ക്ക് ബാക്കിയില്ലാതെ തീർത്തും ഒറ്റപ്പെട്ടു പോയ രാജാവ്, ഒരു ഗ്രാമത്തിന്റെ മുഴുവൻ കണ്ണീരായി അടമന മഠത്തിലെ ചതുരംഗക്കളത്തിന്റെ കറുത്ത കളത്തിൽ നിന്നു. "അരശ്."

ഇപ്പോഴാണ് മുരളിക്ക് എല്ലാം തെളിഞ്ഞു വരുന്നത്. കൈകാലുകൾ തളർത്തിയിട്ട് കാലൻ ഓടിപ്പോകുന്നതിനും ഒരു വർഷം മുൻപേ, അവൻ ലക്ഷ്മിയമ്മയുടെ ഓർമ്മകളും കൊണ്ടുപോയിരുന്നു. ഏതാണ്ട് ഒരു വർഷമായി ലക്ഷ്മിയമ്മ പറഞ്ഞ കഥകൾ തന്നെ വീണ്ടും വീണ്ടും പറയുമായിരുന്നു, നേരത്തെ പറഞ്ഞത് ഓർക്കാതെ. അതുപോലെ പഴയ കാര്യങ്ങൾ ഇപ്പോൾ നടന്നത് പോലെയും. ഏറ്റവും പ്രധാനം അയൽവാസികൾ വീട്ടിലെ സാധനങ്ങൾ മോഷ്ടിക്കുന്നു എന്ന പരാതിയാണ്.

"മേശയിൽ വച്ച രൂപ കണ്ടില്ല. ആ മണിയൻപിള്ളയാണ്. അവനാണ് ഇടയ്ക്കൊക്കെ ഇവിടെ കേറി ഇറങ്ങി നടക്കുന്നത്." "അലമാരിയിലെ നല്ല ഒരു പട്ടുസാരി കാണാനില്ല ശോഭയെടുത്തതാകും". "രണ്ടു സ്റ്റീൽ സ്പൂണുകൾ കാണുന്നില്ല, ആ അക്കാൾ പപ്പടവുമായി വന്നിരുന്നു. അവളെടുത്തതായിരിക്കും." ഇങ്ങനെ നിരന്തര പരാതികൾ.

വിളിക്കുമ്പോഴെല്ലാം എന്തെങ്കിലും പരാതി കാണും. ഇതെല്ലാം മറവി രോഗത്തിന്റെ ഫലമാണെന്ന് മുരളി ഒരിക്കലും അറിഞ്ഞില്ല.

ഏതാണ്ടെല്ലാ വീടുകളിലും ഗൾഫുകാരൊക്കെ ആയപ്പോൾ, ആളുകൾക്ക് പട്ടിണിയും ദാരിദ്ര്യവും കുറഞ്ഞപ്പോൾ അമേരിക്കൻ ഗോതമ്പിന്റെ, എണ്ണയുടെ എല്ലാം വരവ് നിലച്ചപ്പോൾ മഹിളാസമാജവും പതിയെ നിന്നുപോയി. ചെയ്യാനൊന്നുമില്ലാതായപ്പോൾ ലക്ഷ്മിയമ്മ തീർത്തും വീർപ്പുമുട്ടി. പെണ്മക്കൾ രണ്ടും കെട്ടിപ്പോയതോടെ, മക്കളാരും അരികിലില്ലാതെ അവർ വല്ലാത്ത ഏകാന്തത അറിഞ്ഞു തുടങ്ങിയിരുന്നു. ആടുമാടുകളും കോഴികളും ഒന്നുമില്ലാതായപ്പോൾ വീടുറങ്ങി. സഖാവ് അദ്ദേഹത്തിന്റെ ലോകത്തിലായിരുന്നു. ഇത്തരം മറവികൾ പതിവായപ്പോൾ ലക്ഷ്മിയമ്മയ്ക്ക് സഹായത്തിനായി സഖാവ് ഒരു സ്ത്രീയെ കൊണ്ട് വന്നിരുന്നു. ഭാനുമതിയമ്മ. എണ്ണക്കാട്ട് ഉള്ളതാണ്. വാര്യർ സ്ത്രീയാണ്. ഭർത്താവും മരിച്ചു, മക്കളും ഉപേക്ഷിച്ചപ്പോൾ ആരും ഇല്ലാതായ സ്ത്രീയാണ്. അവർ ഏതോ അടുത്തുള്ള അമ്പലത്തിൽ കഴകത്തിന് പൊയ്ക്കൊണ്ടിരുന്നതാണ്. അമ്പലം ദേവസ്വമെടുത്തപ്പോൾ അവരുടെ താല്ക്കാലിക ജോലിയും പോയി. ഭർത്താവ് പാർട്ടിക്കാരനായിരുന്നതിനാൽ ഏതോ സഖാവ് മറ്റൊരു വഴിയാകുംവരെ തല്ക്കാലത്തേക്ക് അയാളുടെ വീട്ടിൽ നിർത്തിയിരുന്നതാണ്. എന്നാൽ കുറെ ദിവസങ്ങൾക്കു ശേഷം അവർ തിരുവൻവണ്ടൂർ ക്ഷേത്രത്തിലേക്ക് പോയി. സഖാവ് അവിടെ നിന്നാണ് അവരെ കൂട്ടിക്കൊണ്ടുവന്നത്.

“ആഹാരവും ഭയമില്ലാതെ കിടക്കാനൊരു വീടും മതി. ശമ്പളമൊന്നും വേണ്ട.”

“ശമ്പളം തരാം” എന്ന് സഖാവ് പറഞ്ഞപ്പോൾ, എന്നാൽ അത് പോകുമ്പോൾ ഒന്നിച്ചു മതി എന്നവരും. അവർ വീട്ടിലെ പണികളെല്ലാം ചെയ്യുകയും ലക്ഷ്മിയമ്മയ്ക്ക് തുണയായിരിക്കുകയുംചെയ്തു. രണ്ടാളും വേഗം കൂട്ടായി. എന്നാൽ അവരെപ്പോലും അമ്പരപ്പിച്ചു ഒരുനാൾ ലക്ഷ്മിയമ്മ വീട്ടിൽ നിന്നും റോഡിൽ ഇറങ്ങി നടന്നു പോയി, പ്രത്യേകിച്ച് ഒരു ലക്ഷ്യവുമില്ലാതെ. ആരോ പരിചയക്കാർ ചോദിച്ചിട്ടും ശരിയായ മറുപടി പറയാതെ സുബോധമില്ലാതെ അവർ മുന്നോട്ടു നടന്നപ്പോൾ, അവർ കൈപിടിച്ച് വീട്ടിൽ കൊണ്ട് വരുകയായിരുന്നു. പ്രഷർ കൂടി ബോധമില്ലാതെ നടന്നതാകാം, അല്ലെങ്കിൽ സ്വപ്നാടനം പോലെ പോയതാകാം എന്നാണ് സഖാവ് ചിന്തിച്ചത്. തന്നെയുമല്ല ഇതേപ്പറ്റി ചോദിച്ചപ്പോൾ ലക്ഷ്മിയമ്മ നല്ല ബോധത്തോടെ “ഓ അവർ ചുമ്മാ കഥയടിക്കുന്നതാണ്” എന്ന് പറഞ്ഞു ലഘൂകരിച്ചു. അതുകൊണ്ട് സഖാവ് മുരളിയോടും പറഞ്ഞില്ല.

എന്നാൽ ഒരു ദിവസം സഖാവ് മുരളിയെ വിളിച്ചിട്ടു പറഞ്ഞു, “മോനെ, അമ്മയ്ക്ക് ഇപ്പോൾ വലിയ ദേഷ്യമാണ്, ചിലപ്പോൾ ചോറ് ഉണ്ടാക്കി വച്ചിട്ട്, ചോറ് ഉണ്ടാക്കട്ടെ എന്നും പറഞ്ഞു രണ്ടാമതും അരി അടുപ്പത്തിടുക. അയൽക്കാരെയൊക്കെ ഇതുവരെ കേട്ടിട്ടില്ലാത്ത രീതിയിലുള്ള ചീത്ത വിളിക്കുക. പിന്നെ ചോദിച്ചാൽ ആ സംഭവമേ അവൾക്കറിയില്ല. മറ്റൊരു കാര്യം കൂടി, ദാ ഇപ്പോൾ അവൾ തുണിയെല്ലാം അ

ഴിച്ചിട്ട് മുറിയിൽ കിടന്ന് ഉച്ചത്തിൽ ഭാനുമതിയമ്മയെ ചീത്ത വിളിക്കുന്നു. എന്നേ ചേർത്താണ് അവരെ ചീത്ത വിളിക്കുന്നത്. പാവം. ആ സ്ത്രീ അപ്പുറത്തിരുന്നു കരയുന്നു. അവർ പോകുകയാണെന്ന് പറയുന്നു. അവരും കൂടി പോയാൽ എന്ത് ചെയ്യും? അമ്മയുടെ കൂടെ ആളില്ലാതെ പറ്റില്ല. ഞാൻ എന്ത് പറഞ്ഞിട്ടും അമ്മ കേൾക്കുന്നില്ല. തുണി ഉടുപ്പിക്കാൻ ചെന്നപ്പോൾ എന്നേ തല്ലി. ആദ്യമായിട്ടാണവൾ ഇങ്ങനെ. എനിക്ക് ഒരു സമാധാനവുമില്ല."

"അമ്മയ്ക്ക് പ്രഷർ ഉണ്ടോ?"

"ഞാൻ പറഞ്ഞില്ലെന്നേയുള്ളു. കഴിഞ്ഞ ദിവസം അവൾ ഒന്ന് തല കറങ്ങി വീണു. ഒന്നും പറ്റിയില്ല. ഡോക്ടറിനെ കാണിച്ചപ്പോൾ പ്രഷർ ഇത്തിരി ഉണ്ട്. സാരമില്ല. ഉപ്പും എണ്ണയും മധുരവും കുറക്കണം, രണ്ടാഴ്ച കഴിഞ്ഞു ഒന്ന് കൂടി കണ്ടിട്ട് മരുന്ന് വേണോന്ന് തീരുമാനിക്കാം" എന്ന് പറഞ്ഞു.

മുരളിയും ചിന്തിച്ചതങ്ങനെയാണ്, പ്രഷർ കൊണ്ടാകും, അത് ആഹാരം നിയന്ത്രിച്ചാൽ ശരിയാകും. പേടിക്കാനൊന്നുമില്ല എന്നാണ്. ലക്ഷ്മിയമ്മയ്ക്ക് ഡിമെൻഷ്യ എന്ന രോഗമാണെന്ന് ഒരിക്കലും സഖാവോ മുരളിയോ തിരിച്ചറിഞ്ഞില്ല..

അടമനമഠത്തിനിപ്പോൾ ഗോപുരവാതിൽ ഇല്ല. അത് പൊളിഞ്ഞു പോയിരിക്കുന്നു. പൊട്ടിപ്പൊളിഞ്ഞു നില്ക്കുന്ന വെട്ടുകല്ലുകളുടെ ശേഷിപ്പുകൾ ഒരു ദേശത്തിന്റെ വിമ്മിട്ടമായി നില്ക്കുന്നു. പൊളിച്ചുകൊണ്ടു പോയ സാധനങ്ങൾ കടത്തിയ ലോറികളെതോ തകർത്തതാകാം. എന്നോ പൊളിച്ചു വിറ്റ എട്ടുകെട്ടിന്റെ അടിത്തറകൾ തോണ്ടിമാറ്റി പടുത്തുയർത്തിയ പുത്തൻ മണിമന്ദിരങ്ങൾ കൂറ്റൻ മതിലുകൾ കെട്ടി തകർന്നു ജീർണ്ണിച്ച കൊട്ടാരത്തിന്റെ ശേഷിപ്പിനെ അകറ്റി നിർത്തിയിരിക്കുന്നു. ഭിത്തികൾ ഇടിച്ചെടുത്ത കെട്ടിടത്തിന്റെ ബാക്കി, ഒറ്റ മുറിയും ചെറിയ അടുക്കളയും പൂമുഖവും കണ്ണുകെട്ടാ കച്ചിക്കോലം പോലെ. തുറന്നിട്ട ജനാലയിൽ കൂടി കണ്ടതാകണം തമ്പുരാട്ടി വരാന്തയിൽ ഇറങ്ങി നിന്നിരുന്നു. കരിന്തിരി കത്തിയ പാട്ടവിളക്കിന്റെ പ്രതിരൂപം പോലെ. "തിരുമേനിക്ക് തീരെ വയ്യാണ്ടായിരിക്കുന്നു. എത്രയോ മാസങ്ങളായി പുറത്തിറങ്ങിയിട്ട്. അകത്തേക്ക് വരാണ്ടിരിക്കുകയാകും ഭേദം. എത്രയൊക്കെ കഴുകിയിട്ടാലും മൂത്ര നാറ്റം അങ്ങോട്ട് പോകില്ല. ഇവിടുള്ളോർക്ക് ഇപ്പോൾ ശീലായിരിക്കുന്നു. മുരളിക്ക് സഹിക്കില്ല. ഡോക്ടർ പറഞ്ഞത് മൂത്രത്തിന്റെ നിയന്ത്രണം പോയിരിക്കുന്നു, ഇനിയിപ്പോൾ ഓപ്പറേഷൻ ഒന്നും വേണ്ടത്രേ. ശരീരം താങ്ങില്ല പോലും. തന്നേമല്ല ശരിയാകുമെന്ന് ഒരുറപ്പുമില്ലെന്ന്. അപ്പോൾ വേണ്ടാന്ന് തിരുമേനിയും."

"ആരാ?" അകത്തുനിന്നും ചോദ്യം.

"മുരളി, സഖാവിന്റെ മോൻ."

"ഞാൻ കരുതി ഇയാൾ തിരികെ പോയിരിക്കുമെന്ന്."

"ഇല്ല. പോകണം. ഒന്ന് കയറിയിട്ട് പോകാം എന്ന് കരുതി."

"ഇപ്പോൾ ആരും ഈ പടി കടന്നു വരാറില്ല. ആരെയും കുറ്റം പറയാനും പറ്റില്ല." തമ്പുരാട്ടി ആത്മഗതം പറഞ്ഞു. അകത്തു ഒരു കുഞ്ഞിന്റെ കരച്ചിൽ കേട്ട് ആരെന്നു മുരളി ചോദിച്ചു

"മോന്റെ കുട്ടി. അവൻ ഒരു പ്രൈവറ്റ് കമ്പനിയിൽ ക്ലാർക്ക് ആണ്. ഇവിടത്തെ പണ്ടത്തെ ഒരു ആശ്രിതന്റെ സ്ഥാപനം. അയാളുടെ ദയ. വലിയ ശമ്പളം ഒന്നും ഇല്ല. എന്നാലും ഒരു സഹായമാണ്."

അപ്പോഴേക്കും തമ്പുരാൻ ഭിത്തിയിൽ പിടിച്ചു, പിടിച്ചു വെളിയിൽ വന്നു.

"അയ്യോ, ഞാൻ അകത്തോട്ട് വരുമായിരുന്നല്ലോ. സംസാരിച്ചു ഇവിടെ നിന്ന് പോയതാണ്."

"അതൊന്നും സാരമില്ല. തീരെ കിടപ്പൊന്നുമല്ല. ഈ തിണ്ണവരെയൊക്കെ വരാം. കണ്ടത് വളരെ സന്തോഷം. സഖാവാണ് വല്ലപ്പോഴും വരുന്ന ഒരേയൊരാൾ."

"എന്തൊക്കെ വിശേഷങ്ങൾ?" വിഷയം നഷ്ടപ്പെട്ട മനുഷ്യർക്ക് പരസ്പരം സ്നേഹം കാട്ടാനുള്ള ഔപചാരികമായ വാക്കുകൾ.

"കേസ് കീഴ്ക്കോടതിയിൽ ജയിച്ചതാണല്ലോ. അവരുടെ അപ്പീൽ ഒന്ന് തള്ളുന്ന താമസമേയുള്ളു. ആയിരം ഏക്കറാണ്." കുഴിയിൽ നിന്നും തമ്പുരാന്റെ കണ്ണുകൾ തിളങ്ങി പൊങ്ങി വന്നു. മുഖത്തെ പുഞ്ചിരി മാറാതെ നിലനിർത്താനുള്ള ഈ മനുഷ്യന്റെ കഴിവ് അഭിനന്ദിച്ചേ മതിയാകു. ഏതാണ്ട് മുപ്പത് വർഷമായി മുരളി ഇത് കേൾക്കുന്നു.

"ശരിയാകുമെന്നെ, എല്ലാം ശരിയാകും." മുരളി പിന്താങ്ങി. ഒന്നും ചെയ്യാൻ സാധിച്ചില്ലെങ്കിലും, മറ്റൊരു മനുഷ്യന്റെ പ്രതീക്ഷകൾ തല്ലിക്കെടുത്താതിരിക്കാൻ ശ്രദ്ധിക്കുന്നത് തന്നെ വലിയൊരു മനുഷ്യത്വമാണ്.

നാല് വയറുകൾക്കു വേണ്ടി ഒന്നൊന്നായി തന്റെ കോട്ട കൊത്തളങ്ങൾ പൊളിച്ചു വില്ക്കേണ്ടിവന്ന, അവസാനം കിടക്കുന്ന ഒരു മുറിയൊഴികെ എല്ലാം കഴിഞ്ഞപ്പോൾ തന്റെ ഭരദേവതയുടെ, നാടിന്റെ ദൈവത്തിന്റെ മേല്ക്കൂരയുടെയും പണം കൈനീട്ടി വാങ്ങേണ്ടി വന്ന ഒരു രാജാവിന്റെ ഗതികേട്. എല്ലാം നഷ്ടപ്പെട്ട് കാലാളുകൾ പോലും തുണയ്ക്ക് ബാക്കിയില്ലാതെ തീർത്തും ഒറ്റപ്പെട്ടു പോയ രാജാവ് ഒരു ഗ്രാമത്തിന്റെ മുഴുവൻ കണ്ണീരായി അടമനമഠത്തിലെ ചതുരംഗക്കളത്തിന്റെ കറുത്ത കളത്തിൽ നിന്നു. "അരശ്." കുറച്ചു പണം ആ കൈകളിൽ വച്ച് കൊടുത്തിട്ട് മുരളി പടിയിറങ്ങി.

വത്സല ഒട്ടും കരുതിയില്ല, മുരളി അവളെ തേടി ചെല്ലുമെന്ന്. അവൻ ചെല്ലുമ്പോൾ അവർ മുറ്റമടിക്കുകയായിരുന്നു. "ഇവിടമൊക്കെ അറിയുമോ? എത്ര കാലമായി നിന്നെ കണ്ടിട്ട്? ഇപ്പോൾ വലിയ ആളൊക്കെയായി എന്ന് ഞാൻ അറിഞ്ഞു. നീയെന്നു വിളിക്കാമോ ആവോ?"

മുരളി ഒന്നും മിണ്ടാതെ അവരെ ആകെ മൊത്തം നോക്കിക്കൊണ്ട് നില്ക്കുകയായിരുന്നു. എന്തൊരു സുന്ദരിയാണിവർ, ഈ പ്രായത്തിലും? കറുപ്പിന് ഇത്ര അഴകോ?

"വരൂ, അകത്തോട്ടു വരൂ." അവർ ചൂല് താഴെയിട്ട്, കിണറ്റിൽ നിന്നും വെള്ളം കോരി കൈകാലുകൾ കഴുകി വന്നു. അവനെ നോക്കി മദാലസയായി ചിരിച്ചു. "എന്താ നീയൊന്നും പറയാത്തത്?"

"നിങ്ങൾ പറയു. ഞാൻ കേൾക്കാം. കേൾക്കാനാണ് വന്നത്."

"എന്ത് പറയാൻ? പാഴ് ജന്മം. എരിക്കിൻ പൂവ് പോലെ. പൂജയ്ക്കും പോലും കൊള്ളാത്ത ജന്മം."

"സ്വയം പഴിക്കുന്നവർ ഭീരുക്കളാണ്."

"ഞാൻ ഭീരുവൊന്നും അല്ല."

"അതറിയാമല്ലോ. അതാണ് പറഞ്ഞത് പാഴ്ജന്മം എന്നൊരിക്കലും പറയരുത്."

"എന്നെ ആർക്കു വേണം? നിനക്ക് വേണോ? എടുത്തോ. എല്ലാവർക്കും എന്റെ ശരീരം മതി. എന്നെ വേണ്ടാത്തവർക്ക് അത് കൊടുക്കില്ലെന്ന് എനിക്കും ഒരു വാശി. ഒരാൾക്ക് മനസ്സും ശരീരവും കൊടുത്തു. എന്ത് ചെയ്യാം പാവം. ഓച്ചിറക്കാള. രണ്ടും കൂടി എടുക്കാനുള്ള മസിൽ പവർ ഇല്ലാഞ്ഞത് കൊണ്ട് മനസ്സെടുത്തു. ആദ്യം കരുതി കളഞ്ഞിട്ട് പോകാമെന്ന്. ഞാൻ എന്തിന് സഹിക്കണം. ഒരു ജീവിതമല്ലേ ഉള്ളു. പിന്നെ ഓർത്തപ്പോൾ എനിക്ക് ജീവിതം തന്ന ആളാണ്. അയാൾക്ക് എന്തെങ്കിലും തിരിച്ചു കൊടുക്കാൻ പറ്റിയില്ലെങ്കിൽ എന്നെ വേട്ടയാടിയവരും ഞാനും തമ്മിലെന്ത് വ്യത്യാസം? എനിക്കറിയാം പേയ് ഇളകി ചാകുമ്പോഴും എനിക്ക് ഇനി ആരെന്നാകും പാവം ചിന്തിച്ചത്. എല്ലാവരും പറഞ്ഞു അടുത്ത് പോകരുതെന്ന്. ഡോക്ടറും അത് തന്നെ പറഞ്ഞു. എന്നിട്ടും എന്നെക്കൊണ്ട് പറ്റുന്നിടത്തോളം ഞാൻ നോക്കി. അവരുടെ കണ്ണുകൾ നിറഞ്ഞു.

"എല്ലാം അമ്മ ഫോണിൽ പറഞ്ഞിരുന്നു. നാട്ടിലെ ഏതെങ്കിലും പെണ്ണിനെ അമ്മ ബഹുമാനിച്ചെങ്കിൽ അത് നീ മാത്രമാണ്." മുരളി ആശ്വാസ വാക്ക് പറഞ്ഞു

"അത് ഞാൻ നിന്നെ മോഹിച്ചിരുന്നു എന്ന് ആ ചേച്ചി അറിയാഞ്ഞിട്ടാണ്. അറിഞ്ഞിരുന്നെങ്കിൽ ചൂലെടുത്തു തല്ലുമായിരുന്നു."

"അങ്ങനെയല്ല. അമ്മ പറഞ്ഞത് അവളാണ് പെണ്ണ്. എന്ത് പ്രഷർ ഉണ്ടേലും അവൾ ചെയ്യുന്നതിൽ ഒരു ശരിയുണ്ട്. ഒരുത്തനെയും പേടിക്കാത്ത മനസ്സ്. അത്രമേൽ അനുഭവിച്ചിട്ടുണ്ട്. അതുകൊണ്ടാണ്."

"കൊള്ളാം, അത്ര മഹത്ത്വമൊന്നും എനിക്കില്ല." അവർ വന്നു അവന്റെ മുൻപിലിരുന്നു.

"ലക്ഷ്മിയേടത്തിയുടെ അടക്കിന് വന്നപ്പോൾ നിന്നെ ഞാൻ കണ്ടിരുന്നു. അപ്പോൾ ചോദിക്കുന്നത് ശരിയല്ലല്ലോ. നിന്റെ വിശേഷങ്ങൾ പറ. എന്താണ് കല്യാണം കഴിക്കാഞ്ഞത്?"

"പറ്റിയ ആളെ കിട്ടിയില്ല. നോക്കാം"

"എന്നെ കെട്ടിക്കോ. അനാഘ്രാത പുഷ്പം എന്നൊന്നും പറയാൻ പറ്റില്ല. കൈക്കരുത്ത് വച്ചശേഷം ആരും തൊട്ടിട്ടില്ല എന്ന് പറയാം." എന്നിട്ട് ഒരു കള്ളച്ചിരി ചിരിച്ചിട്ട് പറഞ്ഞു

"പഴയ എഞ്ചിനാണ്. പെർഫോമൻസ് പുതിയത് പോലെ വരില്ല. എപ്പോൾ കേടാകുമെന്നും പറയാനൊക്കില്ല."

"തമാശ നിർത്തുമോ? കാര്യം പറ, എങ്ങനെ ചെലവിനൊക്കെ? പണം വല്ലോം വേണോ?"

"പണം കൊണ്ടെല്ലാം കിട്ടുമോ? അല്ലെങ്കിൽ തന്നെ എനിക്കെന്തിനാണ് പണം? ഏതെങ്കിലും വീട്ടിൽ ജോലി ചെയ്താലും ഞാൻ പെഴയ്ക്കും. വയ്യാതാകുമ്പോൾ വല്ല അനാഥാലയത്തിലും പോയി കിടക്കും."

"അന്ന് നീയെന്നെ ഓർക്കും."

"അതെന്താ അനാഥാലയം തുടങ്ങാൻ പോകുന്നോ? പറ, ഞാനും വരാം."

"അങ്ങനെ ഒരാഗ്രഹം ഉണ്ട്. പോരുവഴിയിൽ. അല്ലേൽ എന്നെ ആരും അറിയാത്തൊരിടത്ത്." മുരളി പടിയിറങ്ങി.

"അറിവിന്റെ ആലയം ബോർഡ്" നിറം മങ്ങി തൂങ്ങിക്കിടക്കുന്നു. രതി കുറെ നാളൊക്കെ അത് തുറന്നു പ്രവർത്തിപ്പിച്ചുപോലും. അതിനു ശേഷം നിന്നു പോയി. ആർക്കും പുസ്തകങ്ങൾ ഒന്നും വേണ്ട. കൊണ്ടുപോയ പലരും അവയൊന്നും തിരിച്ചു ഏല്പിച്ചതുമില്ല.

ചന്ത്രോത്തെ നാണു നായർ വാതത്തിന്റെ അസുഖങ്ങളൊക്കെയായി പുറത്തേക്കൊന്നും ഇറങ്ങാറില്ല. മകൻ വേണു നായർ കൃഷിയൊക്കെ നിർത്തി ടൗണിൽ സ്റ്റേഷനറി കട നടത്തുന്നു. പണകപ്പുറത്തെ സോമൻകുട്ടനാണ് കരയോഗം പ്രസിഡണ്ടും പോരുവഴിയമ്മ ക്ഷേത്ര കമ്മിറ്റി സെക്രട്ടറിയും. അയാൾ വലിയ വീടൊക്കെ വച്ച് കരപ്രമാണിയായി സുഖമായി കഴിയുന്നു. ഡാൻസർ തങ്കപ്പൻ ശ്രീക്കുട്ടിയുമായി തിരിച്ചു വന്നു, കൈയിൽ രണ്ടു കുട്ടികളുമായി. അതു കണ്ട കാർത്യായനിയമ്മയുടെ കരളലിഞ്ഞു. രണ്ടു കൈയും നീട്ടി സ്വീകരിച്ചു. ബോംബെയിൽ ആയിരുന്നു. തങ്കപ്പൻ ആള് മാറിപ്പോയി. മുടി മുറിച്ചു, മീശ വച്ചു, ആൺകുട്ടിയായി. ഇപ്പോൾ സ്വന്തമായി വെൽഡിങ് വർക്ക് ഷോപ്പാണ്. ആൾക്കാർ പറഞ്ഞു, "ശ്രീക്കുട്ടി തങ്കപ്പനെ പൂട്ടി." അവനെ ഏറ്റവും വേദനിപ്പിച്ചത് രാഘവന്റെ മരണമാണ്. രാത്രിയിൽ മുറ്റത്തു ഇറങ്ങിയപ്പോൾ പാമ്പ് കൊത്തിയായിരുന്നു മരണം. ചെറുപ്പത്തിൽ അയാൾ ചെയ്ത കാര്യങ്ങളൊക്കെ ആ പ്രായത്തിന്റെ കുസൃതികൾ ആയിരുന്നു എന്ന് മുരളിയിപ്പോൾ ഓർക്കുന്നു.

മാമ്പാട്ടെ ജേക്കബ്ബിന്റെ അപ്പൻ അന്ന് വച്ചുകൊടുത്ത പുരയോട് ചേർത്ത് കൊച്ചുചെറുക്കൻ ഒരു മുറി കൂടി ഇറക്കിയിട്ടുണ്ട്. കാണാൻ നല്ലൊരു കൊച്ചു ഓടിട്ട വീട്. മുറ്റത്തു വക്ക് കെട്ടിയ നല്ലൊരു കിണറും. കൊച്ചുചെറുക്കൻ പടിക്കൽ തന്നെയുണ്ടായിരുന്നു. അയാളുടെ രണ്ടു പെൺമക്കളും കുടുംബവും ഇപ്പോൾ അയാളുടെ കൂടെയുണ്ട്. മരുമക്കൾ രണ്ടാൾക്കും കൂലിപ്പണിതന്നെ. കൊച്ചുപെണ്ണും കുടുംബവും കോട്ടയത്ത്. അവളുടെ ഭർത്താവിന് എം ആർ എഫ് ലാണ്. തരക്കേടില്ല. നഷ്ടമാണെന്നും പറഞ്ഞു കണ്ടങ്ങളിലൊന്നും കൃഷിയില്ല. അങ്ങും ഇങ്ങും ചിലർ

മാത്രം ഒരു വിതയിറക്കും. മാമ്പാട്ടുകാരൊക്കെ അവിടം വിട്ടു പോയി. ആൺപിള്ളേർ രണ്ടും ഗൾഫിലാണ്. തല്ലിപ്പൊളി പയ്യൻ ചെങ്ങന്നൂരിൽ വീടൊക്കെ വച്ച് മര്യാദക്കാരനായി കഴിയുന്നു. അറിയാതെ ചോദിച്ചു പോയി. “പായ നെയ്യുന്ന കാളിയൊക്കെ ഉണ്ടോ?”

“അവർ കുറെനാളായല്ലോ മരിച്ചിട്ട്.”

“ഒരു മോളുണ്ടായിരുന്നല്ലോ ചിരുത?”

“ഓ, അവളോ? ഉണ്ട് കുഞ്ഞേ. കുഞ്ഞോർക്കുന്നൊ, അമ്മാവനൊക്കെ ഇടപെട്ടാണ് അന്നത്തെ പ്രശ്നം തീർത്തത്? ഇടക്കാലത്ത് അവള് വഴിവിട്ട് നടക്കാൻ തുടങ്ങി. ഗതികേട് കൊണ്ടാ. അന്ന് നാട്ടാർ ഇട്ട പേരാ, ഒരുമ്പെട്ടോൾ. ഇപ്പോൾ ഭ്രാന്തിയാ. തെണ്ടി നടക്കുകയാണ്. ഒരു കൊച്ചുണ്ടായിരുന്നത് ഏതാണ്ട് പത്ത് വയസ്സുള്ളപ്പോൾ ടൈഫോയിഡ് വന്ന് മരിച്ചു. അത് നന്നായി. അല്ലേൽ കാലിന് സ്വാധീനമില്ലാത്ത ആ കൊച്ചു എന്ത് ചെയ്തേനെ? ഇപ്പോൾ പോരുവഴിയുടെ കണ്ണീരാണ് ചിരുത. ഇപ്പോഴും ആൾക്കാർ വിളിക്കുന്നത് അത് തന്നെയാ. ഒരുമ്പെട്ടോൾ. കഷ്ടം.”

“കൊച്ചുചെറുക്കൻ വന്നേ, നമുക്ക് ആ വരമ്പേൽ കൂടി അല്പം നടക്കാം.” അയാൾ അത്ഭുതത്തോടെ മുരളിയെ നോക്കി.

“വാന്നെ, ചുമ്മാ ഒരു നടപ്പ്. എത്രകാലമായി വരമ്പേൽ കൂടി നടന്നിട്ട്.”

“ചേറാ കുഞ്ഞേ. വരമ്പെല്ലാം വഴുക്കലാണ്.”

“ഓ, അതൊന്നും സാരമില്ല. കൊച്ചുചെറുക്കന് ബുദ്ധിമുട്ടുണ്ടോ?”

“അയ്യോ എനിക്കെന്ത് ബുദ്ധിമുട്ട്?“

“എന്നാൽ വാ.”

ചെരുപ്പ് ഊരി തറയുടെ വരമ്പത്തു വച്ചു. തറയിൽ നിന്നും കണ്ടത്തിലേക്കിറങ്ങാൻ കൊച്ചുചെറുക്കൻ സഹായിച്ചു. മുരളി കൊച്ചുചെറുക്കന്റെ മുന്നിൽ കയറി നടന്നു.

“വരമ്പൊക്കെ ഇടിഞ്ഞു പൊളിഞ്ഞു കുണ്ടും കുഴിയുമായി കിടക്കുന്നു. വരമ്പ് പിടിച്ചിട്ട് കാലങ്ങളായി കുഞ്ഞേ. സൂക്ഷിക്കണം. തന്നേമല്ല മഴപെയ്ത് കുഴഞ്ഞുകിടക്കുകയാണ്.”

കണ്ടങ്ങളിൽ കളകളും പുല്ലും നിറഞ്ഞുകിടക്കുന്നു. വെള്ളത്തിലാശാന്മാരും വലുമാക്രികളും പൊടിമീനുകളും അജ്ഞാതനായ ആളെക്കണ്ടു ഓടി ഒളിച്ചു. മാക്രികളുടെ ക്രോ, ക്രോമിനായി അവൻ ചെവിയോർത്തു. ഇല്ല കേൾക്കുന്നില്ല

“പഴയതുപോലെ തവളകൾ പോലുമില്ല കുഞ്ഞേ. മഴ പെയ്യുമ്പോൾ അവയുടെ ശബ്ദം കേട്ടാലായി.” കൊച്ചുചെറുക്കൻ മുരളിയുടെ മനസ്സ് കണ്ടപോലെ പറഞ്ഞു.

വരമ്പേലെ പുല്ച്ചാടികൾ അവനെ കണ്ടു ഭയന്ന് മാറി. കുറെ നടന്നു ചെന്നപ്പോൾ ചാല്. “ചാലിൽ മീനൊക്കെയുണ്ടോ?”

“ചില പിള്ളേരൊക്കെ വന്നു ചൂണ്ടയിടും. പഴയ പോലെ മീനൊന്നും ഇല്ല. ഇപ്പോൾ. കല്ലുമുട്ടിയോ ആരകനോ പള്ളത്തിയോ കാരിയോ

ഒന്നുമില്ല. ഈ മരുന്നൊക്കെ അടിച്ചു എല്ലാം ചത്തുപോയി. മഴക്കാലത്ത് ആറ്റുവെള്ളം കേറുമ്പോൾ വലിയ മീൻ വാളയൊക്കെ കണ്ടത്തിലും ചാലിലും കേറിവരും. കൂടാതെ ചില പുതിയ മീനൊക്കെ കാണാം. അതേയുള്ളൂ."

കുറച്ചു പണം കൈയിൽവച്ചുകൊടുത്തപ്പോൾ കൊച്ചുചെറുക്കന്റെ കണ്ണ് നിറഞ്ഞു. "ഇന്നലെ കുഴി എടുക്കാനും മാവു വെട്ടാനുമായി കൊച്ചുചെറുക്കൻ വീട്ടിൽ നേരത്തെ വന്നിരുന്നു. ഞങ്ങടെ ലക്ഷ്മികുഞ്ഞിനു വേണ്ടിയല്ലേ. എന്നാൽ കരയോഗം സെക്രട്ടറി പറഞ്ഞു 'വേണ്ട കൊച്ചുചെറുക്കാ. അതൊക്കെ വേറെ ടീമിനെ ഏല്പിച്ചു, എല്ലാം അവർ നോക്കിക്കോളും' എന്ന്. ഞാൻ കാശിനു വേണ്ടി ആയിരുന്നില്ല പറഞ്ഞത്. അയാൾക്ക് പണ്ടേ എന്നെ കണ്ടുകൂടാ. എന്നിട്ടും ഞാൻ അവിടെയൊക്കെ ഉണ്ടായിരുന്നു എല്ലാരും പിരിയും വരെ. കുഞ്ഞെന്നെ കണ്ടില്ലെന്നേ ഉള്ളൂ."

"സാരമില്ല കൊച്ചുചെറുക്കാ. അമ്മക്കെല്ലാം അറിയാം."

തിരിച്ചു നടക്കുമ്പോൾ മുരളി ഓർത്തു, കൊച്ചുചെറുക്കന്റെ തമ്പ്രാൻ വിളിയും ഭാഷയും മാറിയിട്ടുണ്ട്. നല്ലത്. കിഴക്കേ മാനത്തു കാറുകൊള്ളുന്നുണ്ടായിരുന്നു. മഴ വരാറായി. പടിഞ്ഞാറ് പഞ്ഞികെട്ടുപോലെ വെള്ളി മേഘങ്ങൾ പരസ്പരം കൈകൾ കോർത്തും, തമ്മിൽ തൊട്ടുരുമ്മിയും കരിമേഘങ്ങളെ ഭയന്ന് ആകാശത്തിനു പിന്നിൽ ഒളിച്ചു. മുരളി കാലുകൾ നീട്ടി വച്ചു നടന്നു. ആളൊഴിഞ്ഞ റോഡിൽ നടക്കവേ, വശങ്ങളിലെ കളകൾ നിറഞ്ഞു വെള്ളം കെട്ടിക്കിടക്കുന്ന കണ്ടങ്ങളിൽനിന്നും, കൊറ്റികൾ കൂട്ടത്തോടെ പറന്നു പൊങ്ങി. പൊക്കമേറിയ മരങ്ങളിലിരുന്നു കിളികൾ നീട്ടി വിളിച്ചു. കാവുകളിലെ മറവുകളിരുന്നു ഉപ്പന്മാർ ചിലച്ചു. പള്ളിയുടെ പിന്നാമ്പുറത്തെ ശ്മശാനത്തിൽ നിന്നും ജീവനുകൾ എത്തി നോക്കി. പെട്ടെന്ന് അന്തരീക്ഷം മൂടിക്കെട്ടി. വെയിൽ മങ്ങി. മഴ ഇരുളുമായെത്തുന്നു. കൊള്ളിമീനുകളും അതി ഭയങ്കരമായ ഇടിമുഴക്കങ്ങളും. ഭയപ്പെടുത്തുന്ന അന്തരീക്ഷം. മുരളിക്ക് രസം കയറി.

തൊണ്ണൂറ്റഞ്ചിൽ, കല്ക്കത്ത മെട്രോ ഡം ഡം വരേക്കും നീട്ടിയ ശേഷം, മെട്രോ യാത്ര ആസ്വദിക്കാൻ ഒറ്റയ്ക്ക് ഇറങ്ങിയതാണ് മുരളി. അവിടെ ചെന്നിറങ്ങി പുറത്തു നിന്നും ചായ കുടിക്കാൻ റോഡിലോട്ടു പോയതാണ്. അന്നും പെട്ടെന്ന് ഇതുപോലെ മാനം ഇരുണ്ടു, നിമിഷ നേരം കൊണ്ട്. ഒരു ചായക്കടയുടെ മുൻപിൽ നിന്നു അകത്ത് വൃത്തിയൊക്കെ ഉണ്ടോ എന്ന് നോക്കുമ്പോൾ, അടുത്ത് നിന്ന മൂന്നു ചെറുപ്പക്കാർ ചേർന്ന് ഒരു ചാക്കിന്റെ കെട്ടഴിച്ചു എന്തോ എടുക്കാൻ ശ്രമിക്കുകയായിരുന്നു. അടുത്ത സെക്കൻഡിൽ നടന്നത് വിവരിക്കാൻ പ്രയാസം. നിന്നതിന്റെ അടുത്ത് ബോംബ് വീണു പൊട്ടി. ചുറ്റും പുക പടലം. പുകക്കിടയിൽ കൂടി കാണുന്നത് ആ ചെറുപ്പക്കാർ മൂന്നുപേരും കൂടി ചാക്കിൽ നിന്നും ബോംബുകളെടുത്ത് ആരുടെയോ നേരെ എറിഞ്ഞു കൊണ്ട് അവരുടെ പുറകെ ഓടുന്നതാണ്. പുകയടങ്ങിയപ്പോൾ കാണുന്നത് കടയെല്ലാം അടഞ്ഞു കിടക്കുന്നു. തിങ്ങി നിറഞ്ഞ റോഡിൽ ഒരു കു

ഞ്ഞു പോലുമില്ല. റോഡിന്റെ കുറെ മാറി രണ്ട് കൂട്ടർ പരസ്പരം ബോംബ് എറിഞ്ഞു യുദ്ധം ചെയ്യുന്നു. ഭയാനകമായ അന്തരീക്ഷം. മുരളി ഓടി സ്റ്റേഷനിൽ കയറി തിരികെ പോന്നു.

ലക്ഷ്മിയമ്മ പറയാൻ വിട്ടുപോയ ഒരു കഥ പൊരിയന്റെ കടയിലിരുന്നപ്പോൾ കിട്ടി. കോൺട്രാക്റ്റർ കുട്ടൻപിള്ളയുടെ മകൻ അജി പത്ത് കൊല്ലം മുൻപ് ചിട്ടി ബിസിനസ് തുടങ്ങി. ദിവസച്ചിട്ടി. പെട്ടെന്ന് ചെങ്ങന്നൂരിലുള്ള കച്ചവടക്കാരൊക്കെ ചിട്ടി ചേർന്നു. അജി പണവും പലിശക്ക് കൊടുക്കാൻ തുടങ്ങി. പത്തു രൂപ പലിശ. സെക്യൂരിറ്റി ഒന്നും വേണ്ട, വിശ്വാസമാണ് പ്രധാനം. ബിസിനസ് മാസങ്ങൾക്കുള്ളിൽ രണ്ടിരട്ടിയും, നാലിരട്ടിയുമായി വളർന്നു. പണം പിരിവിന് കൂട്ടുകാരെ ജോലിക്കെടുത്തു. ഒരു വർഷത്തിനുള്ളിൽ അജി പുതിയ കാർ വാങ്ങി. വീട് വാങ്ങി. കുട്ടൻപിള്ള അപ്രസക്തനായി. അജി, അജിമുതലാളി ആയി. ചെറു പ്രായത്തിലേ പെണ്ണ് കെട്ടി. പുത്തൻ ഫിയറ്റ് കാറും നൂറ് പവൻ സ്വർണ്ണവുമായാണ് കായംകുളത്തെ മറ്റൊരു മുതലാളി, അജി മുതലാളിയെ വാങ്ങിയത്. അജിമുതലാളി പുത്തൻ പെണ്ണുമായി ഡാർജിലിങ്ങും, ഗാങ്ടോക്കും ഒക്കെ ചുറ്റിയടിക്കാൻ പോയി. ഒരു മാസത്തിന് ശേഷം വന്നപ്പോൾ ചിട്ടി പൊട്ടി. പിരിച്ചവരും കിട്ടിയവരും കാശുമായി പോയി. കൊടുത്തതും കിട്ടാനുള്ളതും കിട്ടിയില്ല. കൊടുക്കാനുള്ളവർ കഴുത്തിന് പിടിച്ചു. അജിമുതലാളി പെണ്ണിനെ അവളുടെ വീട്ടിലാക്കിയിട്ട് മുങ്ങി. ആളുകൾ വീട്ടിൽ കയറി ഇറങ്ങി. കുട്ടൻപിള്ള കൈ മലർത്തി. കാറും പുതിയ വീട്ടിലെ വീട്ടു സാധനങ്ങളും കിട്ടിയവർ, കിട്ടിയവർ കൊണ്ട് പോയി. കേസ് ആയി. ഒൻപത് കൊല്ലം കഴിഞ്ഞു. അജിമുതലാളിയെപ്പറ്റി ഒരു വിവരുവുമില്ല. പോരുവഴിക്കാർ പൊരിയന്റെയും, ബേബിയുടെയും ചായക്കടയിലിരുന്ന് പറഞ്ഞു. "സത്യത്തിൽ കോൺട്രാക്റ്റർ കുട്ടൻ പിള്ള ഇന്നാട്ടുകാരനല്ല, കൊച്ചിക്കാരനാണ്, അതുപോലെ അജിമൊതലാളി പണം കൊടുക്കാനുള്ളവരും ഇന്നാട്ടുകാരല്ല, ചെങ്ങന്നൂർക്കാരാ. അതുകൊണ്ട് ഇത് പോരുവഴിക്കാരുടെ പ്രശ്നമല്ല."

കടയിൽ നിന്നും ചായ കുടിച്ചു പുറത്തോട്ടിറങ്ങിയപ്പോൾ ഒരു ചെറുപ്പക്കാരൻ കൂടെ വന്നു മുരളിയോട് ചോദിച്ചു "മുരളിസാറല്ലേ? സഖാവിന്റെ മോൻ?"

"അതെ. നിങ്ങൾ?"

"ഞാൻ നിങ്ങളുടെ വീട് പണിഞ്ഞ രാഘവനാശാരിയുടെ മോൻ. കുഞ്ഞായിരുന്നപ്പോൾ അച്ഛനെ വിളിക്കാൻ വരുമ്പോൾ കണ്ടിട്ടുണ്ട്. കൂടാതെ അമ്മയുടെ അടക്കിന് വന്നപ്പോൾ കണ്ടു."

"അച്ഛനും, രാമനാശാരിയുമൊക്കെ?"

"അച്ഛനുണ്ട്, ഇപ്പോൾ പണി വയ്യ. അപ്പൂപ്പൻ മരിച്ചു."

"മറ്റുള്ളവരൊക്കെ? എനിക്ക് നിങ്ങളുടെ വീട്ടിൽ വരുന്നത് ഇഷ്ടമായിരുന്നു. വീടുകളെല്ലാം ചുറ്റിലും, നടുക്കൊരു മുറ്റവും, വടക്കുപുറത്തു കിണറും. രാമനാശാരിയും മക്കളുമെല്ലാം ചേർന്നുള്ള വൈകുന്നേരങ്ങ

ളിലെ കള്ളുകുടിയും. ഇത്തരം യോജിപ്പ് ഒരു വീട്ടിലും അതുവരെയും, അതിനു ശേഷവും ഞാൻ കണ്ടിട്ടില്ല."

"അതെല്ലാം പോയി. ആ കിണറ്റിൽ വീണാണ് അപ്പന്റെ ഒരു അനിയൻ മരിച്ചത്. രാത്രി അടിച്ചു പൂസായി അറിയാതെ വീണതാണ്. ആരും അറിഞ്ഞുമില്ല. അതായിരുന്നു തുടക്കം. കിണർ മൂടി ഇനി ഇത് വേണ്ട, അവൻ വീണ കിണറല്ലേ എന്ന് അപ്പൂപ്പൻ. മറ്റൊന്ന് കുഴിക്കാമെന്നായി. അങ്ങനെയിരിക്കെ ഒരു മോൻ ഗൾഫിൽ പോയി. അവർ തനിയെ മറ്റൊരു കിണർ കുഴിച്ചു. പിന്നെ രണ്ടു പേർ കൂടി ഗൾഫിലായി. ആശാരിപ്പറമ്പ് ചീത്തപ്പേരായപ്പോൾ അവർ വേറെ ഇടം വാങ്ങി പോയി. നേരെ വന്നാലും മിണ്ടില്ല. ഇപ്പോൾ മരണപ്പറമ്പ് പോലെ. ഞങ്ങളും അപ്പന്റെ ഒരു അനിയനും മാത്രം ബാക്കി. അനിയൻ ഉളി കൊണ്ട് പെരുവിരൽ പോയ തച്ചൻ. എന്ത് ചെയ്യാൻ? പട്ടികകൾ വച്ച് കോഴിക്കൂട് ഉണ്ടാക്കി വില്ക്കുന്നു. അതും ഇപ്പോൾ ഡിമാന്റ് ഇല്ല."

"കഷ്ടമാ?"

"അങ്ങനെയില്ല. തട്ടിയും മുട്ടിയും പോകുന്നു."

"ഒക്കെ ശരിയാകും. നിങ്ങൾക്കും ഒരു നല്ല കാലം വരും."

"വരും സാറെ, അറിയാം. കുഴപ്പമൊന്നുമില്ല. സാറ് യോജിപ്പിന്റെ കാര്യം പറഞ്ഞപ്പോൾ അതിനെപ്പറ്റി അറിയാതെ പറഞ്ഞു പോയതാണ്. പണം വന്നപ്പോഴുള്ള മാറ്റം. ബന്ധങ്ങൾ കീശയുടെ വലുപ്പത്തിലാണ് സാറെ."

കൂട്ടിരിപ്പുകാർ

ഒരാളുടെ വ്യക്തിത്വം അയാളുടെ മുഖഭംഗിയല്ല. അയാൾ ധരിച്ചിരിക്കുന്ന വസ്ത്രമോ സഞ്ചരിക്കുന്ന വാഹനമോ അയാളുടെ വിദ്യാഭ്യാസമോ മറ്റ് യോഗ്യതകളോ അല്ല. മറിച്ചു അയാളുടെ നിലപാടുകളാണ്. ഒരാളുടെ മഹത്ത്വം അയാൾ നേടിയ അംഗീകാരങ്ങളല്ല, അയാൾ അതെത്രമാത്രം അർഹിക്കുന്നുണ്ട് എന്നതിനെ ആശ്രയിച്ചാണ്.

ഇലഞ്ഞി നിന്നിടം ശൂന്യം, ദൂരെ നിന്നേ മുരളി കണ്ടു. ഇലഞ്ഞിക്കൽ പുരയിടത്തിൽ പല വീടുകൾ. വീടും, കിണറും ഒഴികെ മൂന്ന് പുറത്തുമുള്ള സ്ഥലങ്ങൾ മതില് കെട്ടി തിരിച്ചിരിക്കുന്നു. പടിഞ്ഞാറെ അതിരിലുള്ള കിളിച്ചുണ്ടൻ മാവുകളും തേൻ വരിക്ക പ്ലാവും മഞ്ഞ പന്തുകൾ തൂങ്ങക്കിടക്കുന്ന കുടംപുളിയും എല്ലാം നഷ്ടപ്പെട്ടിരിക്കുന്നു.

റോഡിൽ നിന്നും മുറ്റത്തേക്ക് കയറുന്നിടം ഉയർത്തിക്കെട്ടി, കാർ കയറും വിധം ചരിച്ചിട്ടിരിക്കുന്നു. മുറ്റം നിറയെ വെള്ളക്കയും, കരിയിലകളും. കപ്പിയില്ലാത്ത കിണർ. വെള്ളം കോരി എടുക്കാനായി അരികും ചുവടും പൊട്ടിയ, പഴയ ഒരു ഇരുമ്പു തൊട്ടിയും പിഞ്ചാറായ കയറും. കിണറൊട്ടി നിന്ന കമ്പിളി നാരകം വെട്ടിമാറ്റിയിട്ടുണ്ട്. കിണറിന് ചുറ്റും തെങ്ങിൽ നിന്നും വീണ ഓലയും മടലുകളും. കിണറിനുള്ളിലും ഇലകളൊക്കെ വീണ് വൃത്തികേടായി കിടക്കുന്നു. പണ്ട് കണ്ണുനീർ പോലെ തെളിഞ്ഞ വെള്ളമായിരുന്നു. അതുപോലെ നല്ല സ്വാദുള്ളതും. നല്ല വെയിലുള്ളപ്പോൾ എത്ര അരിഞ്ഞാണം വെള്ളമുണ്ടേലും അടി കാണാമായിരുന്നു. കുറെ നേരം കതകിൽ തട്ടി നോക്കി. ആരും കതകു തുറന്നില്ല. വരാന്തയുടെ തറയിലെ പൊടി അത്ര പ്രകടമല്ല. എന്നാൽ അരമ

തിലുകളിൽ പൊടിപൂരം. പൊടി തുടയ്ക്കാനായി അടുത്ത് പേപ്പറോ തുണികളോ കണ്ടില്ല. എത്രയോ തവണ ഇരുന്നിട്ടുള്ള അരമതിലാണ്. എന്ത് രസമാണ്, ചവിട്ടുപടിയോട് ചേർന്നുള്ള ഉരുളൻ തൂണുകളിൽ ചാരി ഇരുന്ന് റോഡിൽക്കൂടി പോകുന്നവരെ നോക്കിയിരിക്കാൻ. മഴ സമയത്തു ഈ അരമതിലിലിരുന്ന് കാലുകൾ വെളിയിലേക്കിട്ടു ഓടിന്റെ പാത്തികളിൽക്കൂടി വരുന്ന മഴനൂലുകൾ തട്ടിക്കളിക്കാൻ. പലപ്പോഴും തൂണിൽ ചാരിയിരുന്നു കളിക്കാൻ കുട്ടികൾ തമ്മിൽ മത്സരവുമുണ്ടാകും. എന്നാൽ മഴയത്തുള്ള കളിക്ക് ഭാർഗ്ഗവൻപിള്ളയദ്ദേഹം സമ്മതിക്കില്ല. "കഴിവേറിടമക്കളെ കേറിപ്പോകിനെടാ" എന്നൊരു അലർച്ചയാണ്.

നാരായണി അമ്മൂമ്മയോടു പരാതി പറയുമ്പോൾ അമ്മൂമ്മ സമാധാനിപ്പിക്കും. "നിന്റെ അപ്പൂപ്പൻ മണ്ടനാ. പുള്ളിക്ക് പേടി നിങ്ങളൊക്കെ നനഞ്ഞു പനി പിടിക്കുമോന്നാ. ഊണ് കഴിഞ്ഞല്ലോ. അപ്പൂപ്പൻ ഇപ്പോൾ ഉറങ്ങും. അന്നേരം ശബ്ദമുണ്ടാക്കാതെ മക്കൾ പോയി കളിച്ചോ."

വരാന്തയുടെ പടിഞ്ഞാറെ അറ്റത്തു ഉത്തരത്തിൽനിന്നും തൂക്കിയിട്ടിരുന്ന ഭസ്മത്തട്ട്, വരാന്തയുടെ നടുക്കുണ്ടായിരുന്ന മച്ചിൽ നിന്നും തൂങ്ങിക്കിടന്ന കതിർക്കുല. ഒന്നും ഇല്ല. അറയും നിരയും പൊളിച്ചു മാറ്റി ഭിത്തി കെട്ടിയിരിക്കുന്നു. ഇലഞ്ഞിയില്ലാത്ത ഇലഞ്ഞിക്കൽ വീട്. ഭാർഗ്ഗവൻപിള്ളയില്ലാത്ത ഇലഞ്ഞിക്കൽ വീട്. രാമൻ നായർ ഇല്ലാത്ത ഇലഞ്ഞിക്കൽ വീട്. കുട്ടികളുടെ ആരവം ഇല്ലാത്ത ഇലഞ്ഞിക്കൽ വീട്.

ഉറങ്ങിപ്പോയ ഇലഞ്ഞിക്കൽ വീട്. വൈദ്യുതി ഇല്ലാതിരുന്ന കാലത്ത്, മണ്ണെണ്ണ വിളക്കും പാട്ടവിളക്കും ഓട്ടുവിളക്കും റാന്തലുമായി കഴിഞ്ഞ കാലത്തു പോലും വീടിന് ഉള്ളിലും പുറത്തും എന്ത് പ്രഭയായിരുന്നു. കത്തിച്ചുവച്ച എഴുതിരിവിളക്ക് പോലെ. കർക്കിടകത്തിലെ തോരാതെ പെയ്യുന്ന മഴമൂലം, ആകാശം ദിവസങ്ങളോളം മൂടി കെട്ടി നിന്നാൽ പോലും, കറുത്തവാവിന്റന്ന് കുറ്റാക്കൂറ്റിരിട്ടത്തു പോലും ഒരു ദീപനാളം മതി പുരയിടത്തിന്റെ അതിരുകളും കടന്നു ഇലഞ്ഞിക്കൽ തറവാട് തിളങ്ങി നില്ക്കാൻ.

"ഇതെന്റെ വീടല്ല." മുരളി ചവിട്ടുപടികൾ ഇറങ്ങി.

"ആരാ? ആരെക്കാണാനാണ്?" വെളിയിലിറങ്ങുമ്പോൾ വടക്കേ പുരയിടത്തിലേക്കു പോകുന്ന ഏതോ ചെറുപ്പക്കാരൻ.

"ഇവിടാരും ഇല്ലേ?"

"രാജീവനങ്കിൾ മാത്രമേയുള്ളു. വീട്ടിലില്ലേൽ ആ പടിഞ്ഞാറെ ഷാപ്പിൽ കാണും." "ശരി." വേറെ ചോദ്യങ്ങൾ ഒഴിവാക്കി മുരളി വേഗം നടന്നു. കിഴക്കേലെ പുരയിടത്തിന്റെ കയ്യാലയിൽ കൂടി നടന്ന് വേഗം മാലൂരെത്തി. ചുറ്റിലെല്ലാം വലിയ വാർത്ത കെട്ടിടങ്ങൾ. ഗൾഫിന്റെ സ്വാധീനം വളരെ പ്രകടം. നന്നായിരിക്കട്ടെ. എല്ലാവരും സന്തോഷമായിരിക്കട്ടെ. മാലൂർ പുരയിടത്തിലും രണ്ട് വീടുകൾ ഉയർന്നിട്ടുണ്ട്. പഴയ കുടുംബം നിലനിർത്തിയിട്ടുണ്ട്. ഭാഗ്യം. അറയും നിരയും വാർണീഷൊക്കെ അടിച്ചു മനോഹരമാക്കിയിരിക്കുന്നു, മച്ചിന്റെ പലകകളും. പിത്തള മുഖ

പ്പറ്റുകളൊക്കെ ബ്രാസ്സോ ഇട്ട് തിളക്കമുള്ളതാക്കിയിരിക്കുന്നു. കതകു തുറന്നതു ശാരദാമ്മ. അതെ ചിരി, നിഷ്കളങ്കത.

"മുരളി നീയോ? വരുമെന്നറിയാമായിരുന്നു. എന്നാലും രാവിലെ കേറി വരുമെന്ന് കരുതിയില്ല."

"എന്താ ഇഷ്ടപ്പെട്ടില്ലേ? എന്നാൽ പോയേക്കാം." മുരളി ചിരിച്ചു.

"എന്താടാ ഇത്? ഞാൻ സന്തോഷം കൊണ്ട് പറഞ്ഞതല്ലേ? നീ ഇവിടെ തന്നെ വേണം എന്ന് എത്ര ആഗ്രഹിച്ചതാണ്. നീ വേണ്ടാന്ന് വച്ചതല്ലേ?" ശാരദാമ്മയുടെ മുനയുള്ള പരിഭവം. അവൻ ഒന്നും മനസ്സിലാകാത്ത പോലെ ചോദിച്ചു

"രവിയുണ്ടോ സ്ഥലത്ത്? അവനിപ്പോൾ എവിടെയാ?"

"അവൻ ഷാർജയിൽ. രണ്ടാഴ്ചയെ ആയുള്ളൂ പോയിട്ട്. അമ്പലത്തിലെ ഉത്സവം അഡ്ജസ്റ്റ് ചെയ്തു ലീവ് ഇട്ട് വന്നതാ. പോകും മുൻപ് ഞാനും അവനും കൂടി ലക്ഷ്മിയെ പോയി കണ്ടിരുന്നു. പാവം കിടന്നു നരകിക്കാതെ പോയത് ഭാഗ്യം. നിങ്ങൾ അവളെ നന്നായി നോക്കി, ഹോം നഴ്സും ഭാനുമതിയമ്മയും ഒക്കെ ഉണ്ടെന്ന് പറഞ്ഞാലും വേദനയും കഷ്ടപ്പാടുകളും അവൾ തന്നെ സഹിക്കണ്ടേ."

"അതേ. എനിക്കറിയാം."

"നീയാ മേഴ്സി കില്ലിങ് അന്യായം കൊടുത്തു എന്ന് പറഞ്ഞു ഓരോരുത്തർ എന്തൊക്കെ പറഞ്ഞെന്നോ? കേട്ടവരോടൊക്കെ ഞാൻ പറഞ്ഞു, അവൻ ചെയ്തതാ ശരി. അല്ലാതെ, രക്ഷപ്പെടില്ലന്ന് അറിയാവുന്ന ഒരാളെ നരകിക്കാൻ വിടണോ? നീ ചെയ്തതാ ശരി."

"അപ്പുറത്തെ വീടുകൾ?"

"തൊട്ടപ്പുറത്തേതു രവിയുടെ. അവന് രണ്ട് ആൺമക്കളാണ്. മറ്റേത് നമ്മുടെ മായമ്മയുടെ വീതമാണ്. അവളുടെ മോൻ വച്ചതാ. അതിപ്പോൾ പൂട്ടിക്കിടക്കുകയാണ്. അയ്യോ എടാ പറയാൻ വിട്ട് പോയി. രതിയും പിള്ളാരും വന്നിട്ടുണ്ട്. പിള്ളേരെല്ലാം കൂടെ രവിയുടെ വീട്ടിൽ കളിക്കുന്നു. അവളിവിടെയുണ്ട്. കുളിക്കുന്നു. പെണ്ണറിഞ്ഞില്ല, എങ്കിൽ കുളിയും നിർത്തി ഇപ്പോളിങ്ങു വന്നേനെ."

"ശരി, അവൾ കുളിക്കുമ്പോഴേക്കും ഞാൻ നമ്മുടെ തറയും കണ്ടവുമൊക്കെ കണ്ടിട്ട് വരാം."

"അതൊക്കെ പോയില്ലേടാ."

"വിറ്റോ?"

"വിറ്റിട്ടൊന്നും ഇല്ല .കൊള്ളാം. കൊച്ചേട്ടൻ വില്ക്കുമോ? ചേറിൽ കിടക്കാതെ പുള്ളിക്ക് ഉറക്കം വരുമോ. കുറച്ചിടയിൽ കൃഷി ചെയ്യും, ബാക്കി വെറുതെ കള പിടിച്ചു കിടക്കുകയാണ്. പണിക്കാരുമില്ല, കൃഷിയുമില്ല. നഷ്ടമാണെന്നേ. എന്താ കൂലിയാ? എങ്ങനെ മുതലാകാനാ? അതിനു പകരം നല്ല അരി വരുന്നുണ്ട്. ഒരു തലവേദനയുമില്ല, പുഴുങ്ങണ്ട ഉണങ്ങണ്ട കുത്താൻ മില്ലിൽ കൊണ്ട് പോകണ്ട. വച്ചിരുന്നു പൂത്തു പോകുമോ എന്ന് പേടിക്കുകയും വേണ്ട. അപ്പപ്പോൾ ആവശ്യത്തിന് വാങ്ങിയാൽ മതി."

"ഹലോ മുരളിയേട്ടാ എപ്പോൾ വന്നു?" രതി.

"ശരി, അവള് വന്നല്ലോ. ഞാൻ അടുക്കളയിലേക്ക് ചെല്ലട്ടെ." ശാരദാമ്മ ഓടി

"പഴയ പുഴുക്കലരി കൊഴുക്കട്ട ഉണ്ടോ അമ്മായി?"

"എവിടെ? എവിടെ പുഴുക്കലരി? നിനക്ക് വേണേൽ ഇപ്പോഴത്തെ കൊഴുക്കട്ട ഉണ്ടാക്കി തരാം."

"അയ്യോ. മുരളിയേട്ടാ വേണ്ടാന്ന് പറ. അത് ജയിലിലെ ഗോതമ്പുണ്ടയേക്കാൾ കഷ്ടമാണെ. പിന്നെ പറ വിശേഷങ്ങൾ" അവൾ കസൃതിയോടെ കൈയിൽ തട്ടി ചോദിച്ചു. പിന്നെ കണ്ണുകളിലേക്ക് തുറിച്ചു നോക്കി.

"നിനക്കൊരു മാറ്റവുമില്ലേടി?"

"നമ്മൾ പാവം പൊട്ടി. ഞാൻ എന്ത് മാറാൻ? മുരളിയേട്ടനല്ലേ എന്നും മാറ്റങ്ങൾ? എന്നെ കെട്ടാതെ ഓടിയില്ലേ?"

"പോ പെണ്ണേ, വാചകം അടിക്കാതെ."

"നീ വരുന്നോ, നമ്മുടെ കണ്ടവും, തറയും പാടങ്ങളുമൊക്കെ ഒന്ന് കണ്ടിട്ട് വരാം?" "വല്യമ്മേ, ഞാനിപ്പോൾ വരാം. മുരളിയേട്ടന്റെ കൂടെ ഒന്ന് കണ്ടം വരെ പോയേച്ചും."

ആഞ്ഞിലി കണ്ടില്ല. പനയുമില്ല കുരുവി കൂടുകളും കുരുവികളും ഇല്ല. തറയൊക്കെ ആൾപെരുമാറ്റം ഇല്ലാത്തതുകൊണ്ട് പുല്ല് വളർന്നു കിടക്കുന്നു. കണ്ടത്തിന്റെ സ്ഥിതിയും അത് തന്നെ. പൊത്തുകളിലെ പാമ്പുകളോ മാളങ്ങളിലെ കീരികളോ ആരെങ്കിലും തന്നെ കാണാൻ വരുന്നുണ്ടോ? ഒരു കുയിൽ അടുത്തെവിടെയോ ഇരുന്നു കൂകി. അതിന് മറുപടി ഉടനെ വന്നു. ദൂരത്തെവിടെയോ നിന്നും മറുകൂകൽ.

മുരളി അതിന് കാതോർക്കുന്നു എന്ന് കണ്ട അവൾ ചോദിച്ചു.

"നമുക്ക് രണ്ടാളെയും തേടി കണ്ടുപിടിച്ചാലോ? എവിടെ ഒളിച്ചിരിക്കുന്നു എന്ന്?"

അത് പണ്ടത്തെ ഒരു കളിയായിരുന്നു. വളരെ വേഗം കണ്ടുപിടിക്കാം. അനുകരിച്ചു കൂകി നമ്മൾ തപ്പി നടന്നാൽ കണ്ടുപിടിക്കാൻ പറ്റും.

"അതിന് നീ കണ്ടുപിടിച്ചല്ലോ. കൊച്ചുങ്ങളും മൂന്നായി." മുരളി ചിരിച്ചു

"എനിക്കൊക്കെ എന്ത് സ്വപനം? ജീവിക്കണം. അത്ര തന്നെ. മുരളിയേട്ടനല്ലേ ഒന്നും ഇഷ്ടപ്പെടാത്തത്. നൂറ് നൂറ് സ്വപ്നങ്ങളുള്ളത്. ഇനി എന്നാണ്?"

"നീയത് കള പെണ്ണേ. ഞാൻ ഓർക്കുകയായിരുന്നു, എന്ത് ഭംഗിയായിരുന്നു, ഇവിടെ നിന്നുള്ള കാഴ്ചകൾക്ക്."

"കണ്ടങ്ങളിലൊക്കെ ഇപ്പോഴുള്ള വെള്ളം മഴ പെയ്തതിന്റെയാണ്. ഇപ്പോൾ കൃഷി ഇറക്കാൻ വയ്യാത്ത സ്ഥിതിയാണ്. മഴയൊന്നും സമയത്തല്ല. തോട്ടിലും ചാലിലുമൊക്കെ വേണ്ടപ്പോൾ വെള്ളം ഉണ്ടാവില്ല. നെല്ലൊക്കെ കരിഞ്ഞു പോകും. ചിലപ്പോൾ പൂവിരിഞ്ഞു പാൽ പരുവമാ

കുമ്പോഴാകും വെള്ളം പൊങ്ങി എല്ലാം പോകുന്നത്. അല്ലേൽ കൊയ്യാൻ ദിവസങ്ങൾ ഉള്ളപ്പോഴാകും. എല്ലാരും കൃഷി വിട്ടു. കൂടിയാൽ വർഷം ഒരു വിത അത്രയേയുള്ളൂ."

"വാ, നമുക്കീ വരമ്പത്തുകൂടി അല്പം നടക്കാം. വലിയ ശബ്ദമുണ്ടാക്കരുത്. കണ്ടത്തിലെ തവളകളും നീർക്കോലികളും ഓടിയൊളിക്കും." ചെറു കമ്പികൾ പോലെയുള്ള കുറ്റിക്കളകൾ വരമ്പത്ത്. പിഴുതെടുക്കാൻ എളുപ്പമാണ്. ഇവ പശുക്കൾ അത്ര നന്നായി തിന്നില്ല. കുറച്ചു കഴിയുമ്പോൾ അവക്ക് മടുക്കും. കറുക പുല്ല് വരമ്പത്തു അപൂർവ്വം. അത് കിട്ടിയാൽ പശുക്കൾ എത്ര വേണേലും തിന്നോളും. കറുക ഏറെയും ഉറച്ച പറമ്പിലാണ്. അവിടെ നിന്നും പിഴാനും പാടാണ്. പൊട്ടിപ്പോകും.

"ഏട്ടാ സൂക്ഷിച്ചു പോണേ. വഴുക്കലുണ്ട്. വരമ്പ് ശരിയല്ല. എല്ലാം പൊളിഞ്ഞു കിടക്കുകയാണ്. വരമ്പുകൾ പിടിച്ചിട്ടും വർഷങ്ങളായി."

തരിശായ കണ്ടങ്ങളിൽ കളകൾ പൂത്തു നില്ക്കുന്നു. ചെറിയ പിങ്കും, വെള്ളയും പൂക്കൾ. ഒറ്റതിരിഞ്ഞു ചില നെല്ക്കതിരും. പൊഴിഞ്ഞു പോയവ കിളുർത്തതാകാം. ഇടയിൽ രണ്ട് കണ്ടങ്ങളിൽ കുലയ്ക്കാറായ നെല്ച്ചെടികൾ, തഴ്ച്ചു വളർന്നു നില്ക്കുന്നു. അവന് സന്തോഷമായി. അവൻ കുനിഞ്ഞു അവയെ തൊട്ടുതലോടി. അവയും അരികുകൾ വച്ച് പോറലേല്പിക്കാതെ ഒതുങ്ങി നിന്ന് കൊടുത്തു, താലോലിക്കൽ ഏറ്റു വാങ്ങി. "ഇതാരുടെയാണ്?"

"ഏട്ടന്റെ ശത്രു, പണകപ്പുറത്തെ സോമൻകുട്ടന്റെ. നഷ്ടമായാലും സാരമില്ല, നല്ല ചോറുണ്ണാമല്ലോ എന്നാണയാൾ പറയുക."

"പുളു. ചാലിന്റെ ഓരത്തായത് കൊണ്ട് അയാൾക്ക് വെള്ളത്തിന് മുട്ടില്ല. അതാ കാര്യം." "കണ്ടോ? അയാളോടുള്ള കുശുമ്പ് കണ്ടോ?"

ചാലിൽ നല്ല വെള്ളമുണ്ട്. അങ്ങും ഇങ്ങും ആമ്പലുകൾ പൂത്തു നില്ക്കുന്നു. കൂടുതലും ആഫ്രിക്കൻ പായലാണ്. ഏതാണ്ട് പാടത്തിന്റെ നടുവിലെത്തി. ചാലിന്റെ അരികിൽ നിന്നവൻ ചുറ്റോടു ചുറ്റും നോക്കി. ഈ ചാലിലാണ് ഗോപാലന്റെയും നാണിയുടെയും മോൾ സുശീലയുടെ ശവം പൊങ്ങിയത്. ഇവിടെ നിന്നാൽ രാത്രികാലങ്ങളിൽ ഗോപാലൻ കിടന്നു പാടുന്ന അവരുടെ തറയും കാണാം. വിശാലമായ പാടം. അവിടെയും ഇവിടെയും ചില കണ്ടങ്ങളിൽ പച്ചപ്പ്, കൃഷിയുള്ളവ. എല്ലാറ്റിനും ബോർഡർ ഒരുക്കി നിറയെ വൃക്ഷങ്ങളുമായി പറമ്പുകളുടെ പച്ചപ്പ്. ധാരാളം കൊറ്റികൾ വെളുത്തതും ചാര നിറത്തിലുള്ളതും അവിടെയെല്ലാം പറന്നു നടക്കുന്നുണ്ടായിരുന്നു. കൂട്ടത്തിൽ വയൽ തത്തകളും. "ആഹാ എന്ത് സുന്ദരം, എന്ത് മനോഹരം. ഈ പാടങ്ങൾ മുഴുവൻ നെല്ല് നിറഞ്ഞു നിന്നിരുന്നെങ്കിൽ!"

"മുരളിയേട്ടൻ ഇവിടമൊക്കെ ഇപ്പോഴും ഓർക്കുമോ?"

"ഓർമ്മിക്കാതെ? ഓർമ്മകൾ നിനക്കില്ലേ?"

"അങ്ങനെ ചോദിച്ചാൽ എപ്പോഴും കണ്ട്, കണ്ടു മടുത്തു. ഇപ്പോൾ

നേരം വെളുത്താൽ പിള്ളേരുടെ ശാപ്പാട്, സ്കൂൾ, വീട് വൃത്തിയാക്കൽ, തുണിയലക്കൽ. എന്റമ്മോ എന്തോരം പണികളാണെന്നോ? വലുതാകണ്ടായിരുന്നു."

"നീയോർക്കുന്നുവോ നാണിയുടെ മോൾ സുശീലയെ?"

"പിന്നെ. അന്ന് നമ്മൾ കാവിന്റെ അപ്പുറം നിന്ന് കണ്ടതുൾപ്പെടെ എല്ലാം ഓർമ്മയുണ്ട്."

"ആ ചെക്കന്റെ കാര്യവും കഷ്ടമാ. അയാളിപ്പോൾ എവിടെ?"

"ഹരിയല്ലേ? ആളങ്ങു മിടുക്കനായി. വയലിനിസ്റ്റാണിപ്പോൾ. ഏതോ ഗാനമേള പാർട്ടിയുടെ കൂടെ പോകാറുണ്ട്. പിന്നെ വീട്ടിൽ കുട്ടികൾക്ക് ക്ലാസും എടുക്കാറുണ്ട്."

"കല്യാണം?"

"അതൊക്കെ കഴിഞ്ഞു, നല്ല ഒരു സുന്ദരിക്കൊച്ച്."

"ആ ഗോപാലൻ, വാര്യത്തെ പണിക്കാരൻ?"

"ഇപ്പോഴും വാര്യത്തു ശിങ്കിടിപ്പണികളുമായുണ്ട്. ശരിക്കും അയാളെ ഞാൻ സമ്മതിച്ചു. ആൾക്കാർ പറയുന്നത് അയാൾ നിർബ്ബന്ധിച്ചാണ് ഹരി കെട്ടിയതെന്നാണ്. ഇതുപോലെയുള്ളവരെയൊന്നും നമക്ക് മറക്കാൻ പറ്റില്ല."

"ഒരാളുടെ മഹത്ത്വം അയാളുടെ ബിരുദങ്ങളോ അയാൾക്ക് കിട്ടിയ ബഹുമതി പത്രങ്ങളോ അല്ല. അയാളുടെ കാഴ്ചപ്പാടുകളാണ്, നിലപാടുകളാണ്." ലക്ഷ്മിയമ്മ ഒരുനാൾ മുരളിയെ ഓർമ്മപ്പെടുത്തിയതാണ്. അവൻ ഓർത്തെടുത്തു ഗമയിൽ പറഞ്ഞു.

"മുരളിയേട്ടൻ ഒരുപാടു മാറിപ്പോയി."

"കാവിലെ വിളക്ക് ഒക്കെ ഇപ്പോഴും വക്കാറുണ്ടോ?"

"ശാരദവല്യമ്മച്ചി അതിന് ഒരു മുടക്കവും വരുത്തിയിട്ടില്ല. കഴിഞ്ഞ തവണ രവി വന്നപ്പോൾ രണ്ടു മൂന്നു ദിവസം മൂർഖനെ വീടിന് വെളിയിൽ കണ്ടു. കാടു വെട്ടിത്തെളിച്ചു വിളക്കുമെല്ലാം നിർത്താനവൻ നിർബ്ബന്ധിച്ചു. വല്യമ്മച്ചി സമ്മതിച്ചില്ല. എന്റെ കാലം വരെ വിളക്ക് വക്കും എന്ന് തീർത്തു പറഞ്ഞു. അങ്ങനെയെങ്കിൽ ചുറ്റിനും കാടു പോലെ കിടക്കുന്നതെല്ലാം വെട്ടിത്തെളിക്കണം എന്ന് പറഞ്ഞു അവനാണ് പലതും വെട്ടിക്കളഞ്ഞത്. കാവിനകത്തെ മരോട്ടിമരവും കൂവളവും അശോകത്തെറ്റിയും അങ്ങനെ കുറച്ചു മരങ്ങളും ഊഞ്ഞാൽ വള്ളികളുമൊഴികെ ബാക്കി വള്ളികളും പടർപ്പുകളും എല്ലാം വെട്ടി മാറ്റി. ഇപ്പോൾ ഉള്ളിൽ കുറച്ചു വെട്ടവും, വെളിച്ചവും ഉണ്ട്."

മുരളി വീട്ടിലേക്ക് കയറിച്ചെല്ലുമ്പോൾ സഖാവ് മുൻവശത്തെ മുറിയിൽ സോഫയിൽ കാല് നീട്ടി ഇരിക്കുന്നു. ഭാനുമതിയമ്മ തറയിലിരുന്ന് കൃഷ്ണപിള്ളയുടെ കാലുകളിൽ കുഴമ്പ് തേക്കുന്നു. അവനത് ഇഷ്ടമായില്ല. മുരളി ചെല്ലുന്നത് കണ്ട് അവർ എഴുന്നേറ്റു. "സാറ് പടികയറുമ്പോൾ കാലുതെറ്റി ഒന്ന് വീണു. കാലുളുക്കി."

"അപ്പോൾ പിന്നെ കുഴമ്പു പിടിച്ചിട്ടെന്താ കാര്യം?" തന്റെ ശബ്ദം

അല്പം പരുഷമായോ? വേഗമേത് നിയന്ത്രിച്ചു മുരളി പറഞ്ഞു. "ഡോക്ടറുടെ അടുക്കൽ പോകാം അച്ഛാ."

"അതൊന്നും വേണ്ടെടാ. അവർ തടവിയതോടെ വേദന പോയി."

"അതെങ്ങനെ? വല്ലോ ഒടിവോ മറ്റോ ഉണ്ടെങ്കിൽ കുഴപ്പമാകും."

"സാരമില്ല. നോക്കാം. നാളെയാകട്ടെ."

അവർ രണ്ടാളും തമ്മിൽ വല്ല ബന്ധവും ഉണ്ടോ? ആ സ്ത്രീ ഒന്ന് പരുങ്ങിയ പോലെ അല്ലായിരുന്നോ? സഖാവ് അന്ന് ലക്ഷ്മിയമ്മയുടെ ഒരു കടത്തിന്റെ കാര്യം പറഞ്ഞത് എന്താണ്? മരണത്തിനു മുൻപ് "അമ്മ തുണിയില്ലാതെ നിന്ന് എന്നേയും, അവരെയും ചേർത്ത് ചീത്ത വിളിച്ചു, അടിച്ചു", എന്നൊക്കെ സഖാവ് ഫോൺ ചെയ്തതിൽ വല്ല കാര്യവുമുണ്ടോ? സഖാവിന് ഭാനുമതിയമ്മയെ ഇഷ്ടമാണോ? അദ്ദേഹത്തിന് ഇപ്പോഴും കാര്യമായ ആരോഗ്യപ്രശ്നങ്ങളൊന്നും ഇല്ല. ഇപ്പോൾ പോലും ഒരു വിവാഹമൊക്കെ കഴിക്കുന്നതിൽ തെറ്റില്ല. നാട്ടാരെ സേവിച്ചു അലഞ്ഞു നടക്കുകയല്ലായിരുന്നോ?

ഇനിയെങ്കിലും അല്പം സന്തോഷത്തോടെ കഴിഞ്ഞോട്ടെ. താൻ തന്നെ ഇതങ്ങു ആലോചിച്ചാലോ? എന്തായാലും പെങ്ങന്മാർക്കോ, തനിക്കോ അച്ഛന്റെ കൂടെ നില്ക്കാൻ സാധിക്കില്ല. അവർക്കാണെങ്കിൽ ഉത്തരവാദപ്പെട്ട ആരുമില്ല. അപ്പോൾ അവർ രണ്ടാളും ഒന്നിച്ചു താമസിച്ചാൽ രണ്ടാൾക്കും സഹായമാകും. മുരളി ഓർത്തു

"കുഞ്ഞേ ഫോൺ അടിക്കുന്നു." ഭാനുമതിയമ്മ.

"അച്ഛന് നടക്കാനാകില്ലല്ലോ. നിങ്ങളൊന്നു എടുക്കു."

"ഇംഗ്ലീഷിലാ. മുരളികുഞ്ഞിനാണെന്ന് തോന്നുന്നു."

"എനിക്കോ?" ചിലപ്പോൾ രതിയുടെ സൂത്രമാകും.

"സാർ, ആരുമറിയാതെ വിളിക്കുകയാണ്. അമ്മക്കെങ്ങനെ?" മൗസമി ചാറ്റർജി.

"അമ്മ പോയി. ഞാൻ വരും മുൻപേ."

"ചടങ്ങുകൾ?"

"നാളെയോടെ എല്ലാം തീരും. ഇവിടെ ചെയർമാൻ ഭ്രാന്തെടുത്തു നടക്കുകയാണ്. ജർമ്മനിയുടെ ഓർഡർ പോയി. സാർ അയാൾക്ക് നമ്പർ കൊടുക്കാഞ്ഞത് നന്നായി. എന്നെ കുറച്ചു ചീത്ത പറഞ്ഞു. പ്രൈവറ്റ് സെക്രട്ടറി ആയിട്ടു നിങ്ങൾക്കയാളുടെ കോണ്ടാക്ട് നമ്പറുപോലും അറിയില്ലേ? യൂസ്‌ലെസ്സ്. എന്നൊക്കെ വിളിച്ചു. എന്നാണ് സാർ വരുന്നത്?"

"രണ്ടുമൂന്നു ദിവസങ്ങൾക്കുള്ളിൽ പറയാം." തിരിക്കും മുൻപ് അവൾക്ക് മാത്രം നമ്പർ കൊടുത്തു മുരളി പറഞ്ഞിരുന്നു "ആരോടും പറയണ്ട. അത്യാവശ്യമുണ്ടെങ്കിൽ മാത്രം നീ വിളിച്ചാൽ മതി."

ചിതാഭസ്മം ഒഴുക്കി വരുമ്പോൾ സഖാവ് കിടക്കുന്ന മുറിയിൽ നിന്നും ഭാനുമതിയമ്മ ഇറങ്ങി വരുന്നത് മുരളി കണ്ടു. അവരല്പം നാണത്തോടെയല്ലേ പോയതെന്ന് മുരളിക്ക് സംശയമായി. ചെന്ന് നോക്കുമ്പോൾ സഖാവ് സൈഡ് തിരിഞ്ഞു കിടക്കുന്നു. അങ്ങനെ പകലുറക്കം ഇല്ലാ

ത്ത ആളാണ്. പിന്നെന്തു പറ്റി ഇന്ന്? അത്താഴം കഴിഞ്ഞു മുറ്റത്തു കസേരയിട്ട് ഇരിക്കുമ്പോൾ സഖാവും വന്നു കൂടെ ഇരുന്നു.

"ഇപ്പോൾ ദിവസങ്ങൾ കുറെ ആയില്ലേ?.കഴിഞ്ഞ ദിവസം ഓഫീസിൽ നിന്നും കോൾ വന്നു എന്ന് ഭാനുമതിയമ്മ പറഞ്ഞു. എന്നെയോർത്തു നീ വിഷമിക്കണ്ട. ഏതവസ്ഥയിലും ജീവിക്കാൻ പഠിച്ചവനാണ് ഞാൻ. അതുകൊണ്ടു നിനക്ക് പോകണമെങ്കിൽ എന്ന് വേണേലും പോകാം. സഹായത്തിനു ഭാനുമതിയമ്മയുണ്ടല്ലോ."

"അത് സാരമില്ല. മറ്റൊരു കാര്യം മനസ്സിൽ കിടക്കുന്നു."

"എന്താണ്?"

"ലതക്കും ലതികയ്ക്കും ഞാൻ വേണ്ടതൊക്കെ വാങ്ങി കൊടുത്തിട്ടുണ്ട്. കുമാറിന് ക്ലിനിക്ക് ഇടാനും സഹായിച്ചത് അച്ഛനറിയാമല്ലോ? ലതയ്ക്ക് തിരുവനന്തപുരം ടൗണിനകത്തു തന്നെ വീട് വാങ്ങി കൊടുത്തു. ഇനിയും എന്തേലും വേണേൽ രണ്ടാൾക്കും കൊടുക്കാം. ഇപ്പോൾ എന്റെ കൈയിൽ ആവശ്യത്തിന് പണമുണ്ട്."

"നീയെന്താണ് പറഞ്ഞു വരുന്നത്?"

"അതുകൊണ്ട് കുറച്ചു പണം ആ കേശവന്റെ മകൾക്ക് കൊടുക്കാം എന്ന് കരുതുന്നു. എത്രയാണെന്ന് അച്ഛൻ പറയു. ആ കടവും തീരട്ടെ."

സഖാവ് അവനെ സാകൂതം നോക്കി. ഇരുളിലെ നേരിയ വെട്ടത്തിലും സഖാവിന്റെ കണ്ണുകളിലെ ശാന്തത അവനെ അത്ഭുതപ്പെടുത്തി. ഒരു ചാഞ്ചല്യവും കൂടാതെ സഖാവ് ചോദിച്ചു. "എന്താണ് ഇപ്പോൾ ഇങ്ങനെ ഒരു തോന്നൽ?"

"ആ കുട്ടിയെ സംരക്ഷിക്കണം എന്ന് പറഞ്ഞാണല്ലോ കേശവൻ എന്നും പ്രശ്നങ്ങൾ ഉണ്ടാക്കിയിട്ടുള്ളത്. അന്നത്തെ വഴക്കിൽ അറിയാതെയെങ്കിലും അയാൾക്ക് അപകടം ഉണ്ടായതിന് കാരണക്കാരൻ ഞാനാണ്. ആ പാപവും ഇങ്ങനെ തീരട്ടെ."

"ചില കടങ്ങൾ എത്രയെന്ന് നമുക്കറിയില്ല. എത്ര കൊടുത്താലും തീരണമെന്നില്ല. കടമാണോ അതും അറിയില്ല. നീ തീരുമാനിക്കുക. കടം എന്ന് തോന്നുന്നെങ്കിൽ വീട്ടുകയാണ് നന്ന്. ഒരു കടവും ബാക്കി വെക്കരുത്. ചിലപ്പോൾ നമ്മൾ വൈകിപ്പോകും." കൃഷ്ണപിള്ള കസേരയിൽ നിന്നും എഴുന്നേറ്റു.

"ശരി. ഞാൻ അയാളെ കാണാൻ പോകുന്നു. അയാൾ ചോദിക്കുന്നത് കൊടുക്കും." മുരളി പറഞ്ഞു.

സഖാവ് ഒന്നും മറുത്തു പറയാഞ്ഞപ്പോൾ മുരളിക്ക് ഉറപ്പായി കേശവൻ പറഞ്ഞത് സത്യം. ഇത്ര നാളും മനസ്സിൽ ഒരു ചെറിയ പ്രതീക്ഷ ഉണ്ടായിരുന്നു. കേട്ട ആരോപണം തെറ്റാണെന്ന് എന്നെങ്കിലും സഖാവ് പറയും "അതെന്റെ മകളല്ല എന്ന്." അവന്റെ മനസ്സിലെ വിഗ്രഹം ഉടഞ്ഞു പോയി. ചിലപ്പോൾ തോന്നും സഖാവും ഒരു സാധാരണ മനുഷ്യൻ തന്നെയാണല്ലോ. ഒരബദ്ധം പറ്റിയിരിക്കാം. അതിൽ സങ്കടപ്പെടുന്നുമുണ്ടാകും. തെറ്റുകൾ പറ്റാത്തവരായി എത്ര പേരുണ്ട്. തനിക്കും തെറ്റു

കൾ പറ്റിയിട്ടില്ലേ? അപ്പോൾ തന്റെ തീരുമാനം ശരി തന്നെ. ആ കുട്ടി യും തന്റെ സഹോദരിയായി വരുമല്ലോ.

തീരുമാനങ്ങൾ ഉറച്ചതാകുമ്പോൾ, സംശയങ്ങൾക്ക് സ്ഥാനമില്ലാ താകുമ്പോൾ,

മനസ്സിൽ സന്തോഷം നിറയും. അതുവരെയില്ലാത്ത ധൈര്യം വ രും. മുരളി ബാങ്കിൽ പോയി വന്നപ്പോൾ സഖാവ് പുറത്തു പോയിരിക്കു കയായിരുന്നു. ഭാനുമതിയമ്മ ആഹാരം കഴിക്കാൻ വന്നു വിളിച്ചു. "കപ്പ യും മീൻകറിയും ഉണ്ട്. സാറിന് ഇഷ്ടമാണ്. കുഞ്ഞു കഴിക്കുമോ?"

"കഴിക്കാമല്ലോ. ഭാനുമതിയമ്മക്ക് വീട്ടിൽ ആരൊക്കെയുണ്ട്?"

"എല്ലാരും ഉണ്ടല്ലോ."

"അത്രയും അമ്മ പറഞ്ഞു അറിഞ്ഞിട്ടുണ്ട്. മക്കളൊക്കെ എന്ത് ചെ യ്യുന്നു?"

"നാലു കുട്ടികളുണ്ട്. രണ്ടാണും രണ്ട് പെണ്ണും. അവർക്കും കുടും ബമൊക്കെ ആയി കഷ്ടപ്പാടൊക്കെ ആയപ്പോൾ പാവം അവരെന്ത് ചെ യ്യും? കുറ്റം പറയാനൊക്കില്ല. ഭർത്താവ് വലിയ കമ്യൂണിസ്റ്റ് അനുഭാവി യായിരുന്നു. ഏതോ കേസിൽ പെട്ട് പൊലീസ് ചവിട്ടിയതാണ് എന്ന് പ റയുന്നു, നടുവ് തളർന്ന് പത്തു വർഷം കിടന്നു, നല്ല പ്രായത്തിൽ. അ ന്നെല്ലാം പൊടിപ്പിള്ളേർ. അടുത്തുള്ള ഒരു അമ്പലത്തിലെ കഴകവും അ വിടെ നിന്നും കിട്ടുന്ന പടച്ചോറും നിവേദ്യങ്ങളും കൊണ്ടാണ് എല്ലാവ രെയും വളർത്തിയത്. ഭർത്താവ് കമ്യൂണിസ്റ്റ് ആയതുകൊണ്ട് അമ്പല ത്തിലെ ഭരണക്കാരിൽനിന്നുള്ള പരിഹാസം മറ്റൊരു വിധം. വാര്യത്തെ പെണ്ണിന് അടുക്കളപ്പണിക്ക് പോകാൻ പാടില്ലല്ലോ. ദാരിദ്ര്യത്തിനിടയിൽ പെൺമക്കളെ കൂടുതൽ സൂക്ഷിക്കാൻ കഴിഞ്ഞില്ല. എല്ലാം എന്റെ തെ റ്റ്. മക്കൾ പിഴച്ചു പോയി എന്ന് ഒരമ്മ പറയരുത്. അമ്മ തോറ്റുപോയി എന്നേ പറയാവു. മോനൊരുത്തൻ വടക്കേയിന്ത്യയിൽ ഏതോ കമ്പനി യിലാണ്. കുടുംബവും അവിടെയാണ്. അവനും അവിടെ പ്രയാസത്തി ലാണ്. അതാണെന്നേ കൊണ്ടുപോകാത്തത്. ഞാൻ പോകത്തും ഇല്ല. ഇനിയൊരുത്തൻ ഏതോ ഈഴവ പെണ്ണുമായി നാടുവിട്ടതാണ്. പിന്നൊ രു വിവരവുമില്ല. പെൺമക്കൾ രണ്ടാളും അവർക്കിഷ്ടമുള്ളവരുടെ കൂടെ പോയി. കൂലിപ്പണിക്കാർ പിള്ളേരാണ്. ജാതി ഏതെന്ന് ഇന്നുവരെ ഞാൻ ചോദിച്ചിട്ടില്ല. ഒന്ന് മറിഞ്ഞു വീണാൽ തീരുന്ന ജീവിതത്തിനു എന്ത് ജാ തി, എന്ത് മതം, എന്ത് നിറം? അന്തസ്സായി കഴിഞ്ഞിരുന്നെങ്കിൽ ഞാൻ സന്തോഷിച്ചേനെ. പെൺമക്കളും മരുമക്കളും വന്ന് വീതത്തിനു വഴക്കു ണ്ടാക്കിയപ്പോൾ ആകെയുള്ള പത്തു സെന്റ് രണ്ടാൾക്കുമായി കൊടു ത്തു, ഇറങ്ങിയതാണ് വീട്ടിൽ നിന്നും."

"ഞാൻ ഒന്നുപോയി മക്കളെ കണ്ടാലോ?"

"അത് വേണ്ട. ഇവിടെ ഇനിയിപ്പോൾ എന്റെ ആവശ്യമില്ല എന്നറി യാം. ഞാൻ പോകാൻ റെഡി ആയി നില്ക്കുകയാണ്."

"ഭാനുമതിയമ്മ എങ്ങോട്ടു പോകും?"

"അയ്യോ കുഞ്ഞേ, ഒരു പ്രശ്നവുമില്ല. എന്തോരം സ്ഥലങ്ങളുണ്ട്. എന്ത് വലിയ ലോകമാ കുഞ്ഞേ ഇത്." അവർ ചിരിച്ചു.

"ഇവിടെ വരും മുൻപ് ചില പേടികളൊക്കെ ഉണ്ടായിരുന്നു. ഇപ്പോൾ നല്ല ധൈര്യമാണ്. ലക്ഷ്മിയമ്മയാണ് എനിക്ക് ഇത്രയും ധൈര്യം തന്നിട്ടുള്ളത്, ഓർമ്മകളുണ്ടായിരുന്ന സമയം."

"ഭാനുമതിയമ്മക്ക് അച്ഛനെ നോക്കി ഇവിടെ കൂടരുതോ?"

"അത് ശരിയാകില്ല കുഞ്ഞേ. പോകണം. അതാണ് അതിന്റെ ശരി."

"എന്തായാലും ഞാൻ പറഞ്ഞിട്ട് പോയാൽ മതി."

അപ്പോഴേക്കും സഖാവ് വന്നു. മുരളി വളരെ സന്തോഷത്തിലായിരുന്നു. "ദാ, ഞാൻ ഇപ്പോൾ വരാം." എന്ന് പറഞ്ഞു അയാൾ സഖാവിന്റെ മുറിയിലേക്ക് പോയി.

"പിന്നൊരു കാര്യം. അച്ഛൻ പറ്റില്ല എന്ന് പറയരുത്."

സഖാവ് മുരളിയെ നോക്കി.""എന്താണ്?"

"ഞാൻ പറയുന്നത് കേൾക്കണം."

"നീ കാര്യം പറയു."

"ഭാനുമതിയമ്മ പോകാനുള്ള പ്ലാനിൽ ആണ്."

"പോകട്ടെ. ആര് പിടിച്ചു വച്ചു? ഇന്ന് പോണോ?"

"അതല്ല. എനിക്കിനി ഇവിടെ നില്ക്കാൻ പറ്റില്ല. പോയെ പറ്റു."

"നീയും പൊക്കോ. നീയല്ലേലും ഇവിടെയല്ലല്ലോ." സഖാവ് ചിരിക്കാൻ തുടങ്ങി.

"അതല്ല അച്ഛാ. അച്ഛൻ ഭാനുമതിയമ്മയെ വിവാഹം കഴിക്കണം." മുരളി പറഞ്ഞു.

സഖാവ് അവനെ അവിശ്വാസപൂർവ്വം നോക്കി. ഒന്ന് ചെറുതായി ചുമച്ചു. അവന്റെ കൈകളിൽ പിടിച്ചു, എതിരെയുള്ള കസേരയിൽ ഇരുത്തി. "ഇനി എന്റെ മുഖത്തു നോക്കി പറയു."

മുരളി ആവർത്തിച്ചു. സഖാവ് മകനെ ചെറുചിരിയോടെ നോക്കി. "എന്താ നീ ഭീഷ്മർ ആകാൻ നോക്കുകയാണോ? നിനക്ക് കല്യാണം വേണ്ട. അച്ഛനെ കെട്ടിച്ചു വിടാൻ. കൊള്ളാം. നീ പറഞ്ഞത് തെറ്റെന്നു ഞാൻ പറയില്ല. എന്നോടുള്ള കരുതലാണത്. എന്നാൽ ഞാൻ ശന്തനു മഹാരാജാവല്ല. മോനത് മറന്നു. എന്റെ ഭാര്യ ലക്ഷ്മിയാണ്, അന്നും ഇന്നും എന്നും. അവൾ അല്ലാതെ എന്റെ ജീവിതത്തിൽ മറ്റൊരു സ്ത്രീ ഉണ്ടായിരുന്നില്ല. ഇനിയും അത് വേണ്ട." ഒന്ന് നിർത്തി അയാൾ ഭാനുമതിയമ്മയെ വിളിച്ചു "ഭാനുമതിയമ്മേ ഒന്ന് വരൂ, നിങ്ങൾക്ക് പോണോ?"

"കുഞ്ഞു പറഞ്ഞു എവിടെയോ യാത്ര പോണമെന്ന്. അത് കഴിഞ്ഞു."

"ഓക്കേ. എപ്പോൾ പോണോ അന്നേരം പറഞ്ഞാൽ മതി കേട്ടോ."

"ശരി."

അവർ പോയി. അവർ എല്ലാം കേട്ടെന്ന് മുരളിക്കറിയാമായിരുന്നു. സഖാവ് അത് അറിഞ്ഞിരുന്നില്ല. മുരളി പെട്ടി അടുക്കുമ്പോൾ അവർ അരികെ വന്നു, മുരളിയുടെ കൈകൾ പിടിച്ചു

"മോനെ ലക്ഷ്മിയമ്മയെ പോലെ ഇത്ര സ്നേഹമുള്ള ഒരു സ്ത്രീയെ ഞാൻ കണ്ടിട്ടില്ല. സാറ് എനിക്ക് ദൈവത്തെ പോലെയാണ്. ദൈവത്തെ ആരും കെട്ടില്ല കേട്ടോ. ഇനി ഇക്കാര്യം പറയല്ലേ. ഞാൻ വേണമെങ്കിൽ ഇവിടെ തുടരാം. അതിനു കെട്ടണമെന്നില്ല. നീയും എനിക്കിപ്പോൾ മോനെപ്പോലെയാണ്." അവർ അകത്തേക്ക് പോയി. ചക്കരയമ്മാവൻ കാതുകളിൽ മന്ത്രിച്ചു. "ഈ ലോകത്തിൽ എല്ലാവർക്കും എല്ലാവരോടും സ്നേഹമാണ്. അതിപ്പോൾ അവൻ കള്ളനായാലും, കൊലപാതകിയായാലും. മനുഷ്യൻ സ്നേഹമാണ്. പരസ്പരം സ്നേഹിക്കാതെ അവനു ജീവിക്കാനാവില്ല."

പ്രായശ്ചിത്തങ്ങൾ

ബുദ്ധിമാനും സമർത്ഥനും അർത്ഥങ്ങൾ നേടുന്നു. എന്നാലത് വിജയമാകില്ലല്ലോ. അറിവുള്ളവൻ അർത്ഥങ്ങൾ നേടണമെന്നില്ല, എന്നാലത് വിജയമാണല്ലോ. അവൻ തെറ്റും ശരിയും കണ്ടെത്തുന്നു. സമാധാനം സന്തോഷം കണ്ടെത്തുന്നു. ബുദ്ധിമാനിൽ നിന്നും അറിവുള്ളവനിലേക്കുള്ള പകർന്നാട്ടം. അത് കൊടുക്കുന്ന ആത്മവിശ്വാസം അലിവ്, ശാന്തത.

ഇരുട്ട് നിറഞ്ഞ വലിയൊരു ഇടനാഴിയിൽ കൂടി നടക്കുകയാണ്, ഒറ്റയ്ക്ക്. നാലുവശത്തും തികഞ്ഞ അന്ധകാരം. ഇരുട്ടിന് തണുപ്പാണ്, ശവത്തിന്റെ തണുപ്പ്. ദേഹമാസകലം പതിയെ ഇഴഞ്ഞു കയറുന്ന കറുത്ത അട്ടകളെ പോലെ ഇരുട്ട്. മുരളിക്ക് പണ്ടേ ഫൗണ്ടൻ പേന പോലുള്ള കറുത്ത അട്ടകളെ അറപ്പാണ്. എങ്ങോട്ടാണ് ഓടിപ്പോകുക. ഓടി രക്ഷപ്പെട്ടോളു എന്ന് ചുറ്റിനും ശബ്ദങ്ങൾ കേൾക്കാം. ശബ്ദങ്ങൾക്കൊപ്പം സാവകാശം മുറുകി വരുന്ന കരടിക്കൊട്ട് മേളം. വിളിച്ചു പറയുന്നവരിൽ, ഇലഞ്ഞിക്കൽ ഭാർഗ്ഗവൻപിള്ളയുണ്ട്, നാരായണി അമ്മൂമ്മയുണ്ട്, ചക്കര അമ്മാവനുണ്ട്, ഇലഞ്ഞിക്കൽ രാമൻ നായരുണ്ട്, ലക്ഷ്മിയമ്മയുണ്ട്. ബാക്കിയുള്ളവരെ അവന് അറിയില്ല. ഭദ്രകാളിയുടെയും ദാരികന്റെയും പേച്ചുമുടിപ്പോര് തുടങ്ങിക്കഴിഞ്ഞു. കരടിക്കൊട്ട് താളം മുറുകി ഉച്ചസ്ഥായിയിലായി. ഭദ്രകാളി ദാരികനെ വധിക്കണം. അവൻ കണ്ടു ദാരികന്റെ മുഖം. അവന്റെ മുഖം പോലെ. അല്ല, ദാരികൻ അവൻ തന്നെയാണ്.

അവന് പേടിയായി. എന്നാൽ എങ്ങോട്ട് ഓടണം എന്നാരും പറഞ്ഞു കൊടുത്തില്ല. ഓടുക, ഓടുക അത് മാത്രം. അവൻ ഓടി, കാതങ്ങളോളം, കുണ്ടുകളും കുന്നുകളും താണ്ടി, തോടും പുഴയും കടന്നു, ദേശ

ങ്ങൾ താണ്ടി, ഭാഷയും ആചാരങ്ങളും വിശ്വാസങ്ങളും മറന്ന്. തിരിഞ്ഞു നോക്കുമ്പോൾ തുടങ്ങിയ ഇടത്തുതന്നെ.

നീ എവിടെ വരെ ഓടും? എത്ര നാൾ ഓടും? എന്തിനാണ് നീ ഓടിയത്? എന്താണ് നീ തേടിയത്? എന്താണ് നിനക്ക് വേണ്ടത്? തേടി നടന്നതെല്ലാം നീ കണ്ടെത്തിയോ? ആരാണ് നീ? എന്തിനാണ് മുരളി എന്നൊരു ജന്മം?

നിനക്ക് രണ്ട് വഴി. ഒന്ന്, ഇന്നത്തെ ധാരാളം ചെറുപ്പക്കാരെ പോലെ, സ്വയം തന്നേ തന്നെ തേടി നടന്ന്, തന്റെ അസ്തിത്വത്തെ തേടി നടന്ന്, എന്തിനെന്നെ ജനിപ്പിച്ചു, എന്താണ് എന്റെ ജന്മോദ്ദേശ്യം എന്ന് വിലപിച്ചു താടിയും മുടിയും നീട്ടി വളർത്തി കള്ളും കഞ്ചാവും അടിച്ചു, ഭാംങ്ങും ചരസ്സും അനുഭവിച്ചു, അവസാനം ഓടി ഒളിക്കാൻ ഇടമില്ലാതെ സ്വന്തം ഗർഭപാത്രം തേടുന്ന ഭാവന. അല്ലെങ്കിൽ രണ്ടാമത്തെ വഴി, അത് ഞങ്ങൾക്കറിയില്ല മുരളി. നിനക്കറിയുമല്ലോ? അവരുടെ കോറസ് പോലെയുള്ള ശബ്ദങ്ങൾ കരടിക്കൊട്ട് പോലെ അവന്റെ കാതുകളിൽ പെരുമ്പറ മുഴക്കി. ഓരോ ജീവനും ഒരു ജന്മോദ്ദേശ്യമുണ്ട്. അതൊരു കൃമിയായാലും കീടമായാലും. നിന്റേതു നീ കണ്ടെത്തണം. കണ്ടെത്തി അത് ചെയ്യുക എന്നതാണ് നിന്റെ കർമ്മം. ആശയക്കുഴപ്പത്തോടെയുള്ള ഓട്ടത്തെക്കാൾ ഭേദം ആത്മവിശ്വാസത്തോടെയുള്ള നടത്തമാണ്.

"ബുദ്ധിമാനും സമർത്ഥനും അർത്ഥങ്ങൾ നേടുന്നു. എന്നാലത് വിജയമാകില്ലല്ലോ.

അറിവുള്ളവൻ അർത്ഥങ്ങൾ നേടണമെന്നില്ല, എന്നാലത് വിജയമാണല്ലോ.

അവൻ തെറ്റും ശരിയും കണ്ടെത്തുന്നു. സമാധാനം, സന്തോഷം കണ്ടെത്തുന്നു. ബുദ്ധിമാനിൽനിന്നും അറിവുള്ളവനിലേക്കുള്ള പകർന്നാട്ടം.

അത് കൊടുക്കുന്ന ആത്മവിശ്വാസം, അലിവ്, ശാന്തത."

തലയ്ക്കു ചുറ്റും ശബ്ദങ്ങളുടെ പ്രളയം. അനേകം കണ്ഠങ്ങൾ അവനോട് ഒരുപോലെ തൊള്ള തുറന്നു. ഏതോ അഗാധമായ കിടങ്ങിൽ നിന്നും വരുന്ന ശബ്ദങ്ങൾ പോലെ. മുരളി ഞെട്ടി ഉണർന്നു. ആരാണ് ഇപ്പോൾ ഇത് പറഞ്ഞു തന്നത്?"

"ബുദ്ധിമാനിൽ നിന്നും അറിവുള്ളവനിലേക്കുള്ള പകർന്നാട്ടം." മുരളി ഒരുവട്ടം കൂടി ആ വാചകം ഉരുവിട്ടു. ബുദ്ധിയും ജ്ഞാനവും. മനസ്സിലെ കാർമേഘങ്ങൾ ഒഴിഞ്ഞു. അത് മാലൂർ പാടശേഖരങ്ങളിലെ ഇളം വെയിലുപോലെ ശാന്തമായി ജ്വലിച്ചു നിന്നു. അവൻ വിടർന്നു ചിരിച്ചു. ഓട്ടം നിർത്തി നടക്കാൻ ആരംഭിച്ചു.

അവൻ സഖാവിനോട് പറഞ്ഞു. "ജോലി വിട്ടു. വൈകിട്ട് എനിക്ക് വയനാട് വരെ ഒരു യാത്ര പോകാനുണ്ട്. അവിടെ ഒരു അനാഥാലയവും വൃദ്ധസദനവും കൂടി തുടങ്ങാനാണ് പ്ലാൻ. ആദ്യം ഇവിടെങ്ങാനും തുടങ്ങാം എന്ന് കരുതി. അത് ശരിയാകില്ല. വയനാടാകുമ്പോൾ മല

യോര ഭാഗത്തു ഭൂമി വിലകുറച്ചു കിട്ടും. നല്ല മണ്ണാണ്. വേണ്ട സാധന ങ്ങളൊക്കെ കൃഷി ചെയ്തെടുക്കാം. എന്റെ ഒന്നുരണ്ട് കൂട്ടുകാർ അവി ടെയുണ്ട്. വ്യവസായികൾ. എന്റെ കക്ഷികൾ. അവർ സ്ഥലം ചിലതൊ ക്കെ കണ്ടു വച്ചു കഴിഞ്ഞു. വരാൻ പറഞ്ഞിരിക്കുകയാണ്."

"അതിനുള്ള പണമൊക്കെ ഉണ്ടോ?"

"പണത്തിന് പ്രശ്നമില്ല. ചില കമ്പനികളുടെ ഷെയർ ഉണ്ട്. അവ കുറച്ചു വില്ക്കാം. കൂടാതെ ഇപ്പോഴുള്ള കമ്പനിയുടെ ആനുകൂല്യങ്ങ ളൊക്കെ ഉണ്ട്."

ബെൻസിലാലിന് സ്വന്തം കാതുകളെ വിശ്വസിക്കാനായില്ല. "എന്താ മുരളി ഇങ്ങനെ ഒരു തീരുമാനം? മുരളിക്ക് എന്താ വേണ്ടത് എന്ന് പറ യൂ? ഞാൻ തരാം. ഫിഫ്റ്റി, ഫിഫ്റ്റി ഷെയർ വേണോ? തരാം."

പിടിച്ചടക്കി മടുത്തിരിക്കുന്നു. കൊടുത്തു തീർക്കുകയാണ് മുരളി. "ദയവായി മനസ്സിലാക്കൂ. എനിക്ക് ഒന്നും വേണ്ട. ഞാൻ എല്ലാം കൊടു ക്കുകയാണ്."

"നമ്മൾ രണ്ടാളും കൂടി വളർത്തിയെടുത്ത ബിസിനസ്, ഞാൻ ഒറ്റ യ്ക്ക് എങ്ങനെ കൊണ്ടുപോകും? നിങ്ങളില്ലാതെ എനിക്കൊറ്റയ്ക്ക് പറ്റില്ല മുരളി. പ്ളീസ് തിരിച്ചു വരൂ."

"ഞാൻ ട്രെയിൻ ചെയ്തെടുത്ത നല്ല ടീം അവിടെ ഉണ്ട്. സമർത്ഥ രാണവർ. അവരെ വിശ്വസിക്ക്. അവരെ തോളോട് തോൾ ചേർത്ത് പി ടിക്ക്."

ചൗധരി ഫോണിൽ കൂടി വീണ്ടും വീണ്ടും നന്ദി പറഞ്ഞു കൊണ്ടി രുന്നു. കിരൺ മജുൻദാർ ഫോണിൽക്കൂടി ശരിക്കും കരയുകയായിരു ന്നു. അവനിങ്ങനെയാണ്. വളരെ ഇമോഷണൽ ടൈപ്പ്. പെട്ടെന്നുള്ള പ്ര തികരണങ്ങളും. ടിപ്പിക്കൽ ബംഗാളി. "സാബ് സത്യത്തിൽ നിങ്ങളായി രുന്നു ഇവിടെ ഒരു സമാധാനം. ഇനി ഈ പൊട്ടനുമായി എങ്ങനെ അ ഡ്ജസ്റ്റ് ചെയ്തു പോകും?"

"അതൊക്കെ ഞാൻ ചെയർമാനോട് പറഞ്ഞിട്ടുണ്ട്. അയാൾ സ് റ്റൈൽ മാറ്റും. കണ്ടോ."

മാധുരി ഘോഷ് വളരെ ഒതുക്കത്തോടെയാണ് സംസാരിച്ചത്. "സാബ് ഇവിടെനിന്നും തിരിക്കുമ്പോഴേ ഞാൻ മനസ്സിലാക്കിയിരുന്നു, അങ്ങയുടെ അമ്മ മരിച്ചു കഴിഞ്ഞെന്ന്. അങ്ങ് അത് ആരോടും പറഞ്ഞി ല്ലെങ്കിലും. അതാണ് ഞാൻ കൂടെ വരട്ടെ എന്ന് ചോദിച്ചതും. അത് വെ റുതെ ഒരു ഭംഗി വാക്കായിരുന്നില്ല. നല്ല ബോധത്തോടെ പറഞ്ഞതാണ്. ഇവിടെ എനിക്ക് ബന്ധുക്കളാരുമില്ല."

"മാധുരിക്കു എങ്ങനെ മനസ്സിലായി അമ്മ മരിച്ചെന്ന്?"

"അമ്മ പോയവരുടെ ദുഃഖം ജന്മനാ അമ്മയില്ലാത്തവർക്കു വേഗം അറിയാനാകും. അതും നമ്മൾ ഇഷ്ടപ്പെടുന്ന ഒരാളാകുമ്പോൾ."

"നന്ദി മാധുരി, നിങ്ങളുടെ നല്ല മനസ്സിനും, വാക്കുകൾക്കും."

മൗസമി ചാറ്റർജിയുടെ വിളി വന്നത് രാത്രിയിലാണ്. "അവിടെ സെ

ക്രട്ടറിയുടെ ജോലി ഒഴിച്ചിട്ടേക്കണേ. എപ്പോൾ വരും എന്നൊന്നും പറയാനാകില്ല. തോന്നിയാൽ ഞാനങ്ങ് വരും. ഇടയ്ക്കു വരുമല്ലോ അപ്പോൾ കാണാം." അവൾ വളരെ പ്രാക്ടിക്കലായുള്ള പെണ്ണാണ്. പണത്തിനും നല്ല ആവശ്യമുണ്ട്. എല്ലാവരോടും നല്ല രീതിയിൽ പെരുമാറാനും അറിയാം.

ടൗണിൽ നിന്നും ഏതാണ്ട് എട്ട് കിലോമീറ്റർ മാറി കാടിന് അടുത്തായുള്ള ഒരു ചെറിയ കുന്നാണ് വാങ്ങിയ സ്ഥലം. കുന്നിൻ മുകളിൽ രണ്ട് ഹാളുകളും. കൂടാതെ ചെറിയ ഒരു ഓഫീസ് റൂമും രണ്ട് ടോയ്‌ലെറ്റുകളും ഉണ്ട്. ഒരു എസ്റ്റേറ്റ് മുതലാളിയുടെ റബ്ബർ ഷീറ്റിന്റെ ഗോഡൗൺ ആയിരുന്നു. ഉടമസ്ഥൻ കാർ അപകടത്തിൽ മരിച്ചു പോയി. സുഹൃത്ത് അബൂബക്കർ മുഖേനയാണ് സ്ഥലം വാങ്ങിയത്. ധാരാളം സുഹൃത്തുക്കൾ ഉള്ള വ്യവസായി ആണയാൾ. പുള്ളിയുടെ കൂട്ടുകാരായ എഞ്ചിനിയറിനെയും ആർക്കിടെക്ടിനെയും വിളിച്ചു വരുത്തി. സംഭവത്തിന്റെ ഉദ്ദേശ്യം അറിഞ്ഞതോടെ അടുത്തുള്ള ഒരു ഡോക്ടറും കൂടെ കൂടി, എല്ലാ സഹായവും വാഗ്ദാനം ചെയ്തുകൊണ്ട്. മുരളി തന്റെ സ്വപ്നത്തിന്റെ ഐഡിയകൾ പറഞ്ഞു കൊടുത്തു. അടുത്ത ദിവസത്തോടെ മനസ്സിലെ ആശയങ്ങൾ അതേപടി ആർക്കിടെക്ട് പേപ്പറിൽ വരച്ചു കാണിച്ചു. രണ്ട് മാസം കഴിഞ്ഞു പ്രവർത്തിച്ചു തുടങ്ങാൻ ഉതകുന്ന പോലെ കുറെ പണികൾ തീർത്തു തരാമെന്ന് കോൺട്രാക്ടർ ഉറപ്പ് കൊടുത്തു. ബാക്കി പണികൾ കൂട്ടത്തിൽ ചെയ്യാമല്ലോ. മുരളി അവിടെ ഹോട്ടലിൽ താമസിച്ചു കൊണ്ട് പണികൾ നോക്കി നടത്തി. പണികളൊക്കെ ഏതാണ്ട് തീരാറായപ്പോൾ തിരികെ വന്നു.

മുരളി വന്നു കയറുമ്പോൾ ഫോൺ നിർത്താതെ അടിക്കുകയായിരുന്നു. സംസാരിച്ചു കഴിഞ്ഞു അവൻ ഡ്രൈവർ കണ്ണനോട് പറഞ്ഞു. "ഒരു സൈക്കിൾ വാടകക്ക് എടുക്കണം." ഒരു നിമിഷം കണ്ഠം ഇടറിയോ എന്ന് സംശയം.

"എന്താ സാറെ?" കണ്ണൻ ചോദിച്ചു

"ഒന്നുമില്ല. സൈക്കിൾ വൈകുന്നേരംവരെ വേണം."

"ഇപ്പോൾ സൈക്കിൾ ഒന്നും വാടകയ്ക്ക് കിട്ടുന്ന കടകൾ ഇല്ല. എന്റെ സൈക്കിൾ വേണമെങ്കിൽ തരാം."

"ശരിയാണല്ലോ, ആ സുകുമാരന്റെ സൈക്കിൾകട ജങ്ഷനിൽ കണ്ടില്ല." "അയാളിപ്പോൾ ഡ്രൈവിങ് സ്കൂൾ നടത്തുകയാണ്. ടൗണിൽ കടയൊക്കെ ഉണ്ട്. നല്ല സൗകര്യത്തിലാണ്. കാറിൽ പോയാൽ പോരെ സാറെ?"

"അത് വേണ്ട. ഊടു വഴിയാണ്. കണ്ണന്റെ വീട് എവിടെയാണ്?"

"ആ തെക്കേ കോളനിയിലാണ്."

"അവിടെ എവിടെയോ മക്രോണി എന്ന കൊല്ലപ്പണിക്കാരൻ ഉണ്ടായിരുന്നില്ലേ?" "അയാളിപ്പോഴും ഉണ്ട് സാറെ. ഇപ്പോൾ കോളനിയിലല്ല. അവിടെ നിന്നും മാറി റോഡ് സൈഡിൽ, ഇളയ പയ്യൻ ഒരു വീടൊക്കെ

വച്ചിട്ടുണ്ട്. അവന്റെ കൂടെയാണ്. അയാളുടെ മൂന്ന് ആൺപിള്ളേർ ഗൾഫിലാണ്."

"തണ്ണിയടി ഒന്നും ഇല്ലേ?"

"പിള്ളേർ എവിടെയോ കൊണ്ട് പോയി കുടി നിർത്തിച്ചു. പിന്നെ കണ്ണൊന്നും ശരിക്ക് കാണത്തില്ല. അതുകൊണ്ടു വെളിയിൽ പോകില്ല. വീട്ടിൽ തന്നെയാണ്."

വീട്ടിന്റെ മുന്നിൽനിന്നും തെക്കോട്ട്. തട്ടാരുപറമ്പിലെ വീടുകൾ, വെളുത്തേടത്തു പൊന്നമ്മ, മണി, വേലന്റെ വീട്ടിലെ ജാനകി, വേലന്റെ തെക്കേലെ രാമൻ, മേശിരി പൊന്നപ്പൻ, മേശിരി രാജപ്പൻ, തട്ടാൻ വേലായുധൻ. അറിയുന്നവരെയൊന്നും വെളിയിൽ കണ്ടില്ല. അങ്ങനെ ഓരോ വീടുകളായി കടന്ന് റെയിൽവേപാളം ആയി. കയറ്റം സൈക്കിൾ ഉരുട്ടിക്കയറ്റി. റെയിൽവേപാളത്തിന് വശത്തെത്തിയപ്പോൾ തട്ടാൻ വേലായുധന്റെ കണ്ടത്തിന്റെ അതിരിലേക്ക് കണ്ണുകൾ പോയി. പണ്ട് ചൂണ്ടയിടാൻ ഇരുന്നിരുന്ന സ്ഥലത്തു ഒരു പൂവരശ് ഉണ്ടായിരുന്നു, കപ്പത്തണ്ടുകൾക്കിടയിൽ. ഇപ്പോൾ കപ്പയുമില്ല, പൂവരശുമില്ല. പറമ്പു കൃഷി ഒന്നുമില്ലാതെ കിടക്കുന്നു. റെയിൽവേപ്പാളങ്ങൾക്ക് അടിയിൽ കൂടി അപ്പുറവും ഇപ്പുറവും ഉള്ള കണ്ടങ്ങളെ യോജിപ്പിക്കുന്ന ടണൽ. ആ ഭാഗത്തു, വെള്ളത്തിൽക്കൂടിനില്ക്കുന്ന പരൽ മീനുകളുടെ കൂട്ടം. ആ വെള്ളത്തിലായിരുന്നു ഷർട്ടിൽ പറ്റിയിരുന്ന കേശവന്റെ ചോര കഴുകിക്കളഞ്ഞത്. അവിടെ നിന്നും റെയിൽവേപ്പാളങ്ങൾക്ക് സൈഡിൽ കൂടിയുള്ള നടപ്പാതയിൽ കൂടി ഒരു അഭ്യാസിയെപ്പോലെ അവൻ സൈക്കിൾ ചവിട്ടി. അങ്ങനെ പോകുമ്പോൾ മാവേലിൽ മഠത്തിൽക്കാരുടെ പറമ്പ്. വലിയ മാറ്റങ്ങൾ. മാവും പ്ലാവും മറ്റു മരങ്ങളെല്ലാം പോയിരിക്കുന്നു. റബർ നട്ടിട്ടുണ്ട്. മക്രോണിയുടെ ആല ഇരുന്ന പുറമ്പോക്കു സ്ഥലം ശൂന്യം. കാടു കയറി കിടക്കുന്നു. മലഭാഗത്തേക്ക് കയറ്റമായതിനാൽ സൈക്കിൾ ചവുട്ടാൻ പ്രയാസം. അതുകൊണ്ട് തിരികെ പോന്നു. പോരുവഴി ജങ്ഷനിൽ പൊരിയന്റെ ചായക്കടയിൽ കയറി. പതിനൊന്നു മണിയോളം ആയിക്കാണും. അതുകൊണ്ടു കടയിൽ വലിയ തിരക്കില്ല. ചായ കുടിച്ചിരിക്കുമ്പോൾ. മുരളിയുടെ കണ്ണുകൾ അവിടെയെല്ലാം പരതി. പഴയ മർഫി റേഡിയോ? നേരത്തെ ക്യാഷ് കൗണ്ടറിലാണ് ഇരുന്നത്. അവിടെയിപ്പോൾ ഒരു സ്റ്റീരിയോ സിസ്റ്റം ഇരിക്കുന്നു. ഭിത്തിയിൽ രണ്ടറ്റത്തായി വലിയ രണ്ട് സ്പീക്കറുകൾ വച്ചിട്ടുണ്ട്. ഇപ്പോഴും റേഡിയോ തേടുന്ന താനല്ലേ മണ്ടൻ, മുരളിക്ക് ചിരി വന്നു. ഇനി എങ്ങോട്ട്? കൂടുതൽ ആലോചിക്കേണ്ടി വന്നില്ല. പഴയ സുറിയാനി പള്ളിയുടെ സൈഡിൽക്കൂടിയുള്ള റോഡ്. പള്ളിക്കെട്ടിടത്തിന്റെ മുകളിലെ താഴികക്കുടം പോലും വെളിയിൽ നിന്നാൽ കാണാം. കൊടിമരവും ഉണ്ട്. മാത്രമല്ല ഓടുകൾ പാകിയ പഴയ കെട്ടിടത്തിന് വലിയ ഉയരമില്ല. ചിലർ പറയുന്നത് പണ്ട് അതൊരു അമ്പലമായിരുന്നു. പണ്ടെന്നോ ഇവിടെയുള്ള ഹിന്ദുക്കളേയും പോറ്റിമാരേയും എല്ലാം കൂടി ഏതോ വിശുദ്ധൻ ഒന്നിച്ചു മതം മാറ്റിയതാണ്. എല്ലാവരും

മാറിയപ്പോൾ അവർ ആരാധിച്ചിരുന്ന ദേവാലയം കൂടി പള്ളിയായി മാറി. അതാണ് കഥ. എന്തായാലും പോരുവഴിയിലെ ഹിന്ദുവിനും മുസ്ലിമിനും ക്രിസ്ത്യാനിക്കും തമ്മിൽ ശത്രുതയില്ല. അവർ എല്ലാ പെരുന്നാളുകളും ഉത്സവങ്ങളും ഒന്നിച്ചു ഒരേപോലെ കൊണ്ടാടുന്നു. ആഘോഷങ്ങളാക്കുന്നു. പള്ളിയുടെ സൈഡിലുള്ള വളവ് കഴിഞ്ഞപ്പോൾ മുരളി ഇടത്തേക്ക് നോക്കി. ശ്മശാനം എവിടെ? പണ്ട് തന്നെ മറിച്ചിട്ട പ്രേതങ്ങൾ എവിടെ? കാണാൻ പറ്റുന്നില്ല. പള്ളിക്കാർ ആ ഭാഗത്തെ മതിൽ പൊക്കി കെട്ടിയിരിക്കുന്നു. ഇപ്പോൾ വെളിയിൽ കൂടി നടന്നു പോയാലും സൈക്കിളിൽ പോയാലും ശ്മശാനം കാണാൻ പറ്റില്ല. അവന് ചിരി പൊട്ടി, പള്ളിക്കാർ ആരെങ്കിലും പേടിച്ചു പനിച്ചു വീണിട്ടുണ്ടാകും. എന്തായാലും നല്ലത്.

ആശാരിപ്പറമ്പ് തോട്, കൊച്ചുപള്ളി റോഡ്, താമരശ്ശേരി റോഡ്, കുമ്പഴത്തോട് അങ്ങനെ ഓരോ ഇടവഴികളിൽ കൂടിയും മുരളി സൈക്കിൾ ഓടിച്ചു പോയി. നിഴലുറങ്ങിയിരുന്ന, ചെളിയും വെള്ളവും കെട്ടിക്കിടന്ന, നനഞ്ഞ കരിയിലകൾ മെത്തയൊരുക്കിയ റോഡുകളൊക്കെ മാറിപ്പോയിരിക്കുന്നു. കരിയിലയ്ക്കടിയിൽ അണലിയോ മോതിരവളയനോ ഒളിച്ചിരിപ്പുണ്ടോ എന്ന് ഭയന്ന് കാലടികൾ വെക്കേണ്ട ആവശ്യം ഇപ്പോഴില്ല. റോഡുകളൊക്കെ മണ്ണിട്ട് ഉയർത്തിയിരിക്കുന്നു, അല്ലെങ്കിൽ മെറ്റൽ നിരത്തിയിരിക്കുന്നു. നീളമുള്ള കപ്പത്തണ്ടുകളോ കൊന്നത്തണ്ടുകളോ വച്ച് കയ്യാല പിടിച്ചു തിരിച്ചിരുന്ന പല അതിരുകളും മതിലുകൾക്ക് വഴിമാറിയിരിക്കുന്നു. ചെറിയ വെള്ളക്കെട്ടിൽ കളകളും ആഫ്രിക്കൻ പായലുകളും നിറഞ്ഞു കിടക്കുന്ന ചെമ്പകശ്ശേരി പാടം. കണ്ടങ്ങൾക്കു നടുക്ക് കൂടിയുള്ള ഇടുങ്ങിയ വരമ്പിൽ കൂടി തോട്ടുകരയിലേക്ക്. വരമ്പ് നിറയെ കളകൾ വളർന്നു നില്ക്കുന്നു. തോട്ടിൽ വെള്ളത്തിലാശാന്മാരും തവളകളും പഴുതാരയും കൊച്ചു ഞണ്ടന്മാരും. തോട്ടിൽ വെള്ളം കുറഞ്ഞ ഭാഗത്ത്, കൈതച്ചെടികളുടെ സൈഡിൽ കൂടി തോടിനക്കരയ്ക്ക്. കണ്ണെത്താ ദൂരത്തോളം കാടുപിടിച്ചു കിടക്കുന്ന കുന്ന്. വിജനമായ സ്ഥലം. ഇപ്പോഴും ഇവിടം മാത്രം ഒരു മാറ്റവുമില്ല. നിറയെ മാവുകളും, പ്ലാവുകളും പൂവരശും മുള്ളുമുരിക്കും ആഴാന്തകളും തെങ്ങുകളും കവുങ്ങുകളും പാഴ്മരങ്ങളും വള്ളികളും നിറഞ്ഞ നിഗൂഢമായ ഇരുട്ട് നിറഞ്ഞ പറമ്പ്. മുരളി അവിടെ ചരുവിൽ മലർന്നു കിടന്ന് ഒരു സിഗരെറ്റെടുത്തു കത്തിച്ചു. പാമ്പുകളെ അവൻ പേടിച്ചില്ല. യക്ഷിയെ ഭയപ്പെട്ടില്ല. മുരളി പേടികളൊക്കെ മറന്നിരിക്കുന്നു. വെളുത്ത പുകച്ചുരുളുകൾ വൃത്തം വരച്ചു ഉയർന്നു പൊങ്ങി. വെയിൽ അല്പം താഴ്ന്നപ്പോൾ തിരികെ വന്നു. വരമ്പത്തു നിന്നും സൈക്കിൾ എടുത്തു.

“ഇൻക്വിലാബ് സിന്ദാബാദ്, സഖാവ് കൃഷ്ണ പിള്ള സിന്ദാബാദ്, കമ്യൂണിസ്റ്റ് പാർട്ടി സിന്ദാബാദ്” മുദ്രാവാക്യം വിളികളാണ് ആദ്യം കാതിൽ വീണത്. ആരോ വിളിച്ചു കൊടുത്തു, നൂറുകണക്കിനാളുകൾ ഏറ്റു വിളിച്ച മുദ്രാവാക്യം. മുൻപേ എത്തിയ പൈലറ്റ് വാഹനത്തിൽ നിന്നും

എം എൽ എ യും ജില്ലാ സെക്രട്ടറിയും മറ്റു നേതാക്കളും ഇറങ്ങി വന്നു. എം എൽ എ രാജു എബ്രഹാം വന്നു മുരളിയുടെ കൈകൾ പിടിച്ചു. അപ്പോഴേക്കും ആംബുലൻസിൽ വന്നവർ സഖാവ് കൃഷ്ണപിള്ളയെ ഇറക്കി വിശാലമായ വരാന്തയിൽ കിടത്തി. മൊബൈൽ മോർച്ചറിക്കുള്ളിൽ സഖാവ് കൃഷ്ണപിള്ള നീണ്ടു നിവർന്ന് കിടക്കുന്നു. ശാന്തമായ മുഖം. മുഖം കാണത്തക്കവണ്ണം ബാക്കി വച്ച്, പാർട്ടി പതാക പുതപ്പിച്ചു കിടത്തിയിരിക്കുന്നു. ലതയും ലതികയും ആർത്തലച്ചു കരഞ്ഞു. കൂടെ കണ്ടു നിന്ന പല സ്ത്രീകളും സഖാക്കളും. അലറിക്കരഞ്ഞു കൊണ്ട് വന്ന കോളനിയിലെ സ്ത്രീകൾ എല്ലാവരേയും സങ്കടക്കടലിൽ ആഴ്ത്തി. അവർ സഖാവിന്റെ അപദാനങ്ങൾ ഉറക്കെ വിളിച്ചു പറഞ്ഞു, വലിയവായിൽ കരഞ്ഞു. മൊബൈൽ മോർച്ചറിയിൽ കാലുകളുടെ ഭാഗത്തു മുഖമമർത്തി കരയുകയും ചെയ്തു. ആരോ സഖാക്കൾ, ആളുകൾക്ക് തിക്കും തിരക്കുമില്ലാതെ കാണത്തക്കവണ്ണം ആളുകളെ നിയന്ത്രിക്കുന്നത് കണ്ടു. വിവരം കേട്ടറിഞ്ഞു പല ഭാഗത്തു നിന്നും വന്ന സഖാക്കളും നാട്ടുകാരും, മുറ്റത്തും റോഡിലുമായി തടിച്ചു കൂടി.

"രാവിലെ ഫോണിൽ കാര്യം പറയുമ്പോൾ ഓഫീസിലേക്ക് വരില്ല എന്ന് പറഞ്ഞെങ്കിലും, വരുമെന്ന് ഞങ്ങളെല്ലാം പ്രതീക്ഷിച്ചു." എം എൽ എ രാജു എബ്രഹാം.

"പറഞ്ഞിരുന്നല്ലോ, എനിക്കച്ഛനെ വീട്ടിൽ കണ്ടാൽ മതിയെന്ന്."

"ഞങ്ങൾ, ദാ ഇതുപോലെ മുഖാമുഖം ഇരുന്ന് സംസാരിക്കുകയായിരുന്നു. അങ്ങാടിക്കൽ ഹാച്ചറിയിലെ സമരം ചെയ്യുന്ന തൊഴിലാളികളുടെ സമരം ഒത്തുതീർപ്പാക്കുന്നതിനെപ്പറ്റിയുള്ള യോഗം നടക്കുകയായിരുന്നു. സാധാരണ കൃഷ്ണപിള്ള പെട്ടെന്ന് ദേഷ്യപ്പെടാറില്ല. എന്നാൽ ശരിയുടെ ഭാഗത്തു നിന്നും കടുകിട മാറത്തുമില്ല. എന്നാൽ ഇന്ന് ഇരുന്നപ്പോൾ മുതൽ ആൾ വലിയ ദേഷ്യത്തിലായിരുന്നു. ഞാൻ സഖാവിനോട് തന്നെ അതേപ്പറ്റി ചോദിക്കുകയും ചെയ്തു, എന്താ സഖാവേ പതിവില്ലാതെ ഇന്ന് ദേഷ്യം എന്ന്. യോഗം പാതിവഴിയിലെത്തിയില്ല, ഇരുന്ന കസേരയിൽ നിന്നും സഖാവ് ഒരു വശത്തേക്ക് അങ്ങ് മറിഞ്ഞു വീണു. എല്ലാവരും കൂടി താങ്ങിപ്പിടിച്ചു പെട്ടെന്ന് തന്നെ അടുത്തുള്ള ആശുപത്രിയിലാക്കി. എന്നാൽ അപ്പോഴേക്കും എല്ലാം കഴിഞ്ഞിരുന്നു." പാർട്ടി താലൂക്ക് സെക്രട്ടറി സോമൻ.

"മുരളിയുടെ തീരുമാനമെന്താണ്. ആചാരപ്രകാരം ഉള്ള ചടങ്ങാണോ? അതോ?"

ഒരു മനുഷ്യൻ പിറക്കുന്നത് കരഞ്ഞു കൊണ്ടാണ്, അപ്പോൾ മറ്റുള്ളവർ സന്തോഷത്തോടെ ചിരിക്കും. എന്നാൽ മരണസമയത്തു അവൻ സന്തോഷിക്കുകയും മറ്റുള്ളവർ കരയുകയും ചെയ്താൽ ആ ജന്മം പുണ്യം. മുരളി ഓർത്തു, സഖാവ് സന്തോഷത്തോടെയാണ് മരിച്ചത്. വെള്ളിമേഘങ്ങൾക്കിടയിലേക്ക് പോയ ഈ ജീവന് ഇനി എന്ത് ചടങ്ങുകൾ, എന്ത് ബലി കർമ്മങ്ങൾ? എന്താണ് ആ ജീവന് ഇനി വേണ്ടത്? ഒന്നും വേണ്ട.

"എന്നെ വിളിച്ചപ്പോൾ ഞാൻ പറഞ്ഞല്ലോ, എനിക്കോർമ്മയുള്ളപ്പോൾ മുതൽ അച്ഛൻ ഒരു കമ്യൂണിസ്റ്റാണ്. പാർട്ടിയെ മാറ്റിനിർത്തി ഒരു ജീവിതം അദ്ദേഹത്തിന് ഉണ്ടായിരുന്നില്ല. കുടുംബം പോലും രണ്ടാമതായിരുന്നു. പാർട്ടിക്ക് തീരുമാനിക്കാം."

"സഖാവിന് അന്ത്യാഭിവാദ്യങ്ങൾ അർപ്പിക്കാൻ വേണ്ടി, ബോഡി പാർട്ടിയാഫീസിൽ രാവിലെ മുതൽ ഇത്ര നേരം പൊതു പ്രദർശനത്തിന് വച്ചിരുന്നു. ഇനി ബന്ധുക്കൾ വരാനുള്ളവർ വന്നു കഴിഞ്ഞാൽ ബലി കർമ്മങ്ങളൊന്നുമില്ലാതെ ദഹിപ്പിക്കലാണ്."

"ഇത്ര വൈകിയല്ലോ. നാളത്തേക്കാക്കാം." മുരളി പറഞ്ഞു.

"അതാണ് ഞങ്ങൾ അവിടെവച്ചേ മൊബൈൽ മോർച്ചറി അറേഞ്ച് ചെയ്തത്."

ഓരോ പാർട്ടിയുടെയും നേതാക്കൾ വന്നു പോയി. പല ദേശത്തു നിന്നും സഖാക്കളും സുഹൃത്തുക്കളും രാപകലില്ലാതെ വന്നു പോയി. കണ്ണൂരിൽ നിന്നും കൂട്ടം കൂട്ടമായി ആളുകൾ ട്രെയിനിലും ടെമ്പോകളിലുമായി നേരം വെളുത്തപ്പോഴേ എത്തി. വന്നവരോരോരുത്തരും മുരളിയെ കണ്ട്, അവരുടെ സഖാവിനോടുള്ള ആത്മബന്ധം പറഞ്ഞു, സങ്കടപ്പെട്ട് കടന്നു പോയി. മുരളിക്ക് അത്ഭുതമായി. സഖാവിന് ഇത്രയധികം സുഹൃത്തുക്കളും സ്നേഹിതരുമോ? വന്നവർ പലരും കുടുംബത്തിലെ ഒരംഗം പോയപോലെയാണ് ഇടപെട്ടത്, സംസാരിച്ചത്. സഖാവിനെ ഇത്രയധികം ആളുകൾ സ്നേഹിച്ചിരുന്നുവോ? ബോഡി ചിതയിലേക്ക് എടുത്തപ്പോൾ കൂടി നിന്ന സഖാക്കൾ അവരുടെ പ്രിയപ്പെട്ട കൃഷ്ണപിള്ളയ്ക്ക് ഇൻക്വിലാബ് വിളിച്ചു. അഭിവാദനങ്ങൾ അർപ്പിച്ചു.

ചിത ഇടമുറിയുന്ന സമയമായപ്പോഴേക്കും മുറ്റത്ത് വച്ച് പാർട്ടി ഒരു അനുസ്മരണയോഗം നടത്തി. അതിൽ ആർക്കുവേണമെങ്കിലും സംസാരിക്കാം എന്നുള്ളത് കൊണ്ട് ആളുകളുടെ ഒരു നീണ്ട നിര തന്നെയുണ്ടായി. മറ്റു പാർട്ടിക്കാരും നാട്ടുകാരും കരയോഗം പ്രതിനിധികളും കണ്ണൂരിൽ നിന്നും മറ്റ് ദേശങ്ങളിൽ നിന്നും വന്ന പല സഖാക്കളും സഖാവിന്റെ അപദാനങ്ങൾ വാഴ്ത്തി.

കത്തിയമർന്നു ചിത അടങ്ങുമ്പോഴും സാമാന്യം ആൾക്കൂട്ടം വീട്ടിലും, പറമ്പിലും ഉണ്ടായിരുന്നു. സഖാക്കൾ തന്നെയാണ് എല്ലാം ചെയ്തത്. ലതയോട് സംസാരിച്ചു മുറ്റത്തു നില്ക്കുമ്പോൾ ആരോ വന്നു വിളിച്ചു. "ഒരു സ്ത്രീ വന്നു നില്ക്കുന്നു. മുരളി സാറിനെ കാണണം എന്ന്."

"ഇങ്ങോട്ടു വരാൻ പറയു." ലത പറഞ്ഞു.

"വിളിച്ചിട്ട് വന്നില്ല. റോഡിൽ നില്ക്കുന്നു. സാർ അത്രയിടം വരാൻ പറഞ്ഞു."

അയാളുടെ കൂടെ നടക്കുമ്പോൾ ലതയും ഒപ്പം വന്നു. കേശവനും വേറൊരു തടിയനും ഒരു സ്ത്രീയും. അവർ ഓട്ടോ റോഡിൽ നിർത്തി വെയിറ്റ് ചെയ്യുകയാണ്. കേശവൻ അവിടെത്തന്നെ നിന്നതേയുള്ളൂ. സ്ത്രീ

അരികെ വന്നു നിറഞ്ഞ കണ്ണുകളോടെ അവനോട് കെഞ്ചി "ഞാനൊരു പൂവിട്ട് പൊയ്ക്കോട്ടെ?"

മുരളി ആദ്യമായി കാണുകയാണ്. അധികം പൊക്കമില്ല. സാമാന്യം തടിച്ചിട്ടാണ്. ഇരു നിറം. ഒരു മുപ്പതു, മുപ്പത്തഞ്ചു വയസ്സുണ്ട്.

"ഞാൻ ഒരു ശല്യവും ഉണ്ടാക്കില്ല. ഒരു പ്രശ്നവും ഉണ്ടാക്കില്ല. വേഗം പൊയ്ക്കൊള്ളാം." ഒരു മിന്നൽ പോലെ അവനോർത്തു, ഇതാകണം സഖാവിന്റെ കുട്ടി. ലക്ഷ്മിയമ്മ പറഞ്ഞ മകൾ. സഖാവ് കുറ്റസമ്മതം നടത്തിയ ജാരസന്തതി. അമ്മ പോയി, സഖാവും പോയി, ആരെല്ലാം വന്ന് സഖാവിനെ കണ്ടു. ഇവളും കണ്ടിട്ട് പോകട്ടെ. എന്നാൽ കൂട്ടത്തിലല്ലാതെ ഒറ്റപ്പെട്ട് വന്ന് പൂവിടുമ്പോൾ കൂടി നില്ക്കുന്ന ആൾക്കാർ ചോദിക്കില്ലേ? "ഇതാര്?" മാനം പോകില്ലേ? നാട്ടുകാരെല്ലാം ഉറപ്പിക്കില്ലേ, സഖാവിന് ജാര സന്തതി ഉണ്ടെന്ന്? തനിക്കും, സഹോദരിമാർക്കും അന്തസ്സോടെ ഇറങ്ങി നടക്കാനാകുമോ? എന്നാലും ഒരു മകളുടെ ആഗ്രഹമല്ലേ? തന്നെപ്പോലെ അവകാശം അവൾക്കും ഇല്ലേ? ഇന്ന് കഴിഞ്ഞാൽ ഇനി ഒരിക്കലും അവൾക്കത് സാധിക്കില്ലല്ലോ. മുരളി പറഞ്ഞു "പുറകിലാണ്. പോയി കണ്ടോളു."

"അത് പറ്റില്ല കൊച്ചാട്ടാ. അത് ശരിയല്ല." ലത അവരുടെ അടുത്ത് ചെന്ന് പറഞ്ഞു. "നിങ്ങൾ വേഗം പോകണം. ആൾക്കാർ ശ്രദ്ധിക്കും മുൻപ്. വേഗം പോകു. വെറുതെ പ്രശ്നങ്ങൾ ഉണ്ടാക്കരുത്. പ്ളീസ്, വേഗം പോകു."

അക്ഷരാർത്ഥത്തിൽ ലത അവരെ ഓടിച്ചു വിട്ടു. മുരളിക്ക് പ്രയാസം തോന്നി. എന്തുവേണം എന്ന് തീരുമാനിക്കും മുൻപ് അവർ ഓട്ടോയിൽ കയറിപ്പോയി.

"കൊച്ചേട്ടനെന്താ പറഞ്ഞേ? പൂവിട്ടോളാനോ? കൊള്ളാം. തോമസ് ഫിലിപ്പോ ലതികയുടെ ഭർത്താവ് കുമാറോ ഇത് കണ്ടിരുന്നെങ്കിൽ എന്താകുമായിരുന്നു? ഞങ്ങളുടെ രണ്ടാളുടെയും കുടുംബം തകരാൻ ഇത് മതി. സഖാവ് ആനയാണ്, കൂനയാണ് എന്നൊക്കെയാണവരുടെ ധാരണ. മാനം പോയാൽ പിന്നെ എന്ത് വില? തീർന്നു. എല്ലാം."

പിറ്റേന്ന് രാവിലെ കട്ടൻ കാപ്പി കുടിച്ചു കോലായിൽ ഇരിക്കുമ്പോൾ ലത പരിഭവം പറഞ്ഞു. "കൊച്ചാട്ടന് അച്ഛന്റെ ചടങ്ങുകൾ നടത്താമായിരുന്നു. ബലിയിടാഞ്ഞത് കഷ്ടമായിപ്പോയി. പാർട്ടിക്കാർ പറഞ്ഞതല്ലേ? നമ്മുടെ ഇഷ്ടം പോലെ ചെയ്യാം എന്ന്."

"ഞാൻ പെണ്ണായിപ്പോയി. അല്ലേൽ ഞാൻ ബലി ഇട്ടേനെ." ലതിക പിറുപിറുത്തു.

"എനിക്ക് നിങ്ങളുടെ രണ്ടാളുടെയും വികാരങ്ങൾ മനസ്സിലാകും. എനിക്കും ബലിയിടണമെന്നുണ്ടായിരുന്നു. പിന്നെ ആലോചിച്ചപ്പോൾ അച്ഛന് ഇഷ്ടമുള്ളത് ചെയ്യുന്നതാണ് ശരിയെന്ന് തോന്നി. നമ്മുടെ ഇഷ്ടങ്ങൾ അല്ല, മറ്റുള്ളവരുടെ ഇഷ്ടങ്ങൾ ചെയ്യുമ്പോഴാണ് നമുക്ക് സന്തോഷം കിട്ടുക." മുരളി പറഞ്ഞു.

"അപ്പോൾ സഞ്ചയനം, അസ്ഥിയൊഴുക്കൽ ഒന്നും ഇല്ലേ?"

"ഇല്ല."

"കുര്യാലയിൽ വിളക്ക് വയ്ക്കൽ?"

"ഇല്ല." മുരളി ശാന്തതയോടെ പറഞ്ഞു.

"കൊച്ചാട്ടൻ ഞങ്ങളെ രണ്ടാളെയും ഒരുപാട് സഹായിച്ചിട്ടുണ്ട്. കൊച്ചാട്ടൻ എന്ത് പറഞ്ഞാലും ഞങ്ങൾ കേൾക്കും. എന്നാലും നമ്മുടെ എല്ലാവരുടെയും മാനം കളയാൻ കൊച്ചാട്ടൻ തന്നെ നോക്കിയില്ലേ? അത് ശരിയായോ?" ലതിക കസേര വലിച്ചു അടുത്തോട്ട് ഇട്ടിട്ട് ചോദിച്ചു.

"ആരെല്ലാം അച്ഛനെ വന്ന് കണ്ടു? അതുപോലെ ഒരാൾ വന്ന് നമ്മളോട് കെഞ്ചി കേൾക്കുമ്പോൾ? സ്വത്തൊന്നും ചോദിച്ചില്ലല്ലോ."

"നാളെ ചോദിച്ചാലോ?"

"നമ്മൾക്ക് ഈ പത്തു സെന്റ് ഭൂമിയല്ലേ ഉള്ളു. നിങ്ങൾക്കിത് വേണ്ടല്ലോ?"

"വേണ്ട. ഇത് ഏട്ടനുള്ളതാണ്."

"ആണേ. അപ്പോൾ നാളെ അവൾ സ്വത്തു ചോദിച്ചാലും ഇതിൽ നിന്നല്ലേ പോകു. എനിക്കല്ലേയുള്ളു നഷ്ടം?"

"കൊച്ചാട്ടൻ പറഞ്ഞു വരുന്നത്?"

"നിങ്ങൾ രണ്ടാളും ഏട്ടൻ പറയുന്നത് ശ്രദ്ധിച്ചു കേൾക്കണം. ഞാൻ ഈ പറയുന്നത് നിങ്ങളോടുള്ള ദേഷ്യത്തിലോ, പെട്ടെന്ന് വികാരം കൊണ്ടോ പറയുന്നതല്ല. വളരെ ആലോചിച്ചെടുത്ത തീരുമാനമാണ്. ആദ്യം കരുതിയത് ആ കേശവന്റെ കൊച്ചിന് കുറച്ചു പണം കൊടുക്കണം എന്നാണ്. എന്നാൽ അതല്ല ശരി എന്ന് മനസ്സിലായി. ഞാൻ ഈ വസ്തു ആ കൊച്ചിന് കൊടുക്കുകയാണ്."

"കൊച്ചാട്ടന് ഭ്രാന്താണ്."

"ഞാൻ പറയുന്നത് മുഴുവൻ കേട്ടിട്ട് വായ തുറന്നാൽ മതി. അവൾക്കിത് കൊടുത്തിട്ട് ഞാൻ വയനാടിന് പോകുന്നു. അവിടെ വൃദ്ധസദനവും അനാഥാലയവും എല്ലാം സെറ്റ് ആയിക്കൊണ്ടിരിക്കുന്നു. ഇനി അവിടെയാണ് കർമ്മമേഖല. പിന്നീട് നിങ്ങൾ നിങ്ങളുടെ ഭർത്താക്കന്മാരോട് ഏട്ടൻ വീടും പറമ്പും ആർക്കോ വിറ്റിട്ട് വയനാടിന് പോയി എന്ന് പറഞ്ഞാൽ മതി. അവർക്കൊരു സംശയവും തോന്നില്ല. ഏട്ടന്റെ ഓരോ വട്ടെന്നും പറഞ്ഞോളൂ. കുഴപ്പമില്ല. എങ്ങനുണ്ട് എന്റെ ബുദ്ധി?" മുരളി അവരെ നോക്കി മൃദുവായി ചിരിച്ചു. മുരളിയെ പിന്തിരിപ്പിക്കാൻ പറ്റില്ലായെന്ന് അവർക്കു മനസ്സിലായി.

"കൊച്ചാട്ടൻ ഞങ്ങൾ പറഞ്ഞാൽ കേൾക്കില്ലല്ലോ?"

"ഇത് തീരുമാനിച്ചതാണ്. നാളെ രണ്ടാളും സബ് രജിസ്റ്റർ ഓഫീസിൽ വന്നൊന്ന് ഒപ്പിട്ട് തന്നിട്ട് പോകണം. അത് കഴിഞ്ഞു എന്റെ യാത്ര."

ആളും ആരവവും ഒഴിഞ്ഞപ്പോൾ ഭാനുമതിയമ്മ അവരുടെ സഞ്ചിയുമെടുത്തു മുരളിയുടെ അടുക്കൽ വന്നു. "ഞാനിറങ്ങട്ടെ കുഞ്ഞേ. ഉച്ചത്തേക്ക്, ഞാൻ ചോറും കൂട്ടാനും ഉണ്ടാക്കി വച്ചിട്ടുണ്ട്. ബാക്കി ഫ്രിഡ്ജിൽ എടുത്തു വച്ചാൽ അത്താഴത്തിനും കൂടി കാണും."

"ഭാനുമതിയമ്മ എവിടെ പോകുന്നു?"

"ആരുമില്ലാത്തവർക്ക് ദൈവമുണ്ട് കുഞ്ഞേ. ശിഷ്ടകാലം ഭജനയും പൂജയുമായി ക്ഷേത്രത്തിൽ കഴിയാമല്ലോ."

"ഭാനുമതിയമ്മ എങ്ങും പോകുന്നില്ല. ഞാൻ നിങ്ങളെ അങ്ങ് കൊണ്ടുപോകുകയാണ്. എന്റെ ആശ്രമത്തിൽ. അവിടെ ഇരുന്ന് പൂജിക്കാം, പ്രാർത്ഥിക്കാം. ആരുമില്ലാത്തവരെയും രോഗികളെയും പരിചരിക്കുന്നതിലും വലിയൊരു പ്രാത്ഥനയുണ്ടോ? പൂജയുണ്ടോ?"

അവർ വിശ്വാസം വരാതെ നോക്കുമ്പോൾ മുരളി ചിരിച്ചു. "എന്റെ അമ്മയേയും അച്ഛനേയും പരിചരിച്ച കൈകളും മനസ്സുമല്ലേ? ഞാനെങ്ങനെ ഇത് ഉപേക്ഷിക്കും."

അവർ കൈകൾ കൂപ്പി തൊഴുതു. അവൻ എഴുന്നേറ്റ് അവരുടെ കൈകൾ കൂട്ടിപ്പിടിച്ചു നെഞ്ചോട് ചേർത്ത് നിർത്തി പറഞ്ഞു. "നമുക്കിനി ഒന്നിച്ചു കഴിയാം, ഭാനുമതിയമ്മേ. വേണേൽ നിങ്ങളെന്റെ അമ്മ ആയിക്കോ."

അവർ അവന്റെ കരവലയത്തിലിരുന്നു വിതുമ്പി. അല്പനേരത്തിന് ശേഷം അവരെ മാറ്റി നിർത്തി അവൻ പറഞ്ഞു. "വേഗം എടുക്കാനുള്ളതെല്ലാം പാക്ക് ചെയ്ത് വച്ചോളു. ഞാൻ പുറത്തു പോയി വന്നിട്ട് നമ്മൾ യാത്ര തുടങ്ങുന്നു. പുതിയ ഒരു ലോകത്തേക്ക്."

മുരളി ദയയോടെ ചിരിച്ചു. അവനോർക്കുകയായിരുന്നു. ഇപ്പോൾ തനിക്കു വേഗം ചിരിക്കാനാകുന്നു. കാറിൽ കയറും മുൻപ് പോരുവഴിയമ്മയോട് അവൻ യാത്ര ചോദിച്ചു. "പോകുകയല്ല. കൂടുതൽ അടുക്കലേക്കു വരുകയാണ്."

അപ്പോൾ പോരുവഴി ജങ്ഷനിലെ ആൽമാവിൽ കൊരുത്തിട്ടിരുന്ന കറുത്ത ബോർഡിൽ ആർട്ടിസ്റ്റ് രാജൻ വെളുത്ത പെയ്ന്റിൽ എഴുതുകയായിരുന്നു.

25.4.2000 ചൊവ്വാഴ്ച -- സഖാവ് കൃഷ്ണപിള്ള അന്തരിച്ചു.

കറുത്ത ബോർഡിലെ വെളുത്ത അക്ഷരങ്ങൾ അവനോട് പറഞ്ഞു. "എനിക്കും വയ്യാണ്ടായിരിക്കുന്നു, മുരളി. പ്പോ, എഴുത്തൊക്കെ കണക്കാ. പുതിയ തലമുറക്കൊന്നും ചരിത്രോം മേണ്ട. എഴുതാനും ആരൂല്ല. ന്നാലും എന്റെ സഖാവിന്റെ കാര്യമല്ലേ? അതാ വന്നേ. തീർന്നു."

അശരണർക്ക് ഒരു ആലയം

എനിക്കിപ്പോൾ നിന്റെ ശ്വാസം എടുക്കാൻ ത്രാണിയില്ല. അതുകൊണ്ട് മുഖം കുനിക്കു. നീ നിന്റെ ചുണ്ടുകൾ എന്റെ ചുണ്ടുകളിൽ, ദാ ഇതുപോലെ ചേർത്ത് വെക്കണം. അന്നേരം നിന്റെ നിശ്വാസങ്ങൾ എന്റെ നിശ്വാസങ്ങളുടെ മണമറിയണം. ചുണ്ടുകൾ ചേർത്ത് വച്ചിട്ട് നിന്റെ നാക്ക് കൊണ്ടെന്റെ നാക്ക് കടിച്ചു പിടിച്ചിട്ട് നിന്റെ തൊണ്ടക്കുഴലിൽ നിന്നും എന്റെ ആത്മാവിന് പറന്നുയരാനുള്ള ഊർജ്ജം പകർന്നു തരണം. ഇനി സ്നേഹവായ്പോടെ എന്റെ കഴുത്തിന് താഴെ നെഞ്ചുമായി ചേരുന്നിടത്തു ഒത്ത നടുക്ക് യു ആകൃതിയിലുള്ള ചെറിയ കുഴിയിൽ നിന്റെ വിരലുകൾ ചേർത്ത് അമർത്തണം. ആനന്ദം കൊണ്ട് ഞാൻ പിടയുമ്പോൾ നീ കൂടുതൽ ആഴത്തിൽ വിരലുകൾ അമർത്തണം.

മുരളി വീട് തേടിപ്പിടിച്ചു കയറിച്ചെല്ലുമ്പോൾ കേശവൻ വാതിൽപ്പടിയിലിരുന്ന് പേപ്പർ വായിക്കുന്നു. അയാൾ ഭവ്യതയോടെ ചാടി ഏഴുന്നേറ്റു. "എന്താ കുഞ്ഞേ?"

"ഇങ്ങോട്ട് വന്നതാണ്. നിങ്ങളെ കാണാൻ." മുരളി ലോഹ്യത്തിൽ ചിരിച്ചു.

"ഇരുന്നാട്ടെ." അയാൾ മടക്കു കസേര തോളത്തെ തോർത്ത് വച്ച് തുടച്ചു. പഴയ വൈരാഗ്യവും ദേഷ്യവും ഒന്നും കാണാനില്ല. ശാന്തനായിരിക്കുന്നു.

"മോളില്ലേ? അവളെ വിളിക്കാമോ?"

അപ്പോഴേക്കും അവർ ഇറങ്ങി വന്നു, കണ്ണുകളെ വിശ്വസിക്കാൻ വയ്യാത്തതുപോലെ മിഴിച്ചു നിന്നു. കേശവൻ വെളിയിലേക്കു ഇറങ്ങിപ്പോയി.

"സ്വന്തം അച്ഛന്റെ ശവക്കുഴിയിൽ ഒരു പൂവിടാനുള്ള അനുവാദം പോലും നിനക്ക് തരാൻ കഴിഞ്ഞില്ല. അച്ഛൻ ഒരാൾക്ക് മാത്രം സ്വന്തമല്ല ല്ലോ. അതായിരുന്നു കാരണം."

"എന്റെ സ്വന്തം അച്ഛനല്ലല്ലോ, അപ്പോൾ എനിക്ക് പൂവിടാൻ എന്ത വകാശം?"

"എന്താണ് നീ പറഞ്ഞത്? അച്ഛനല്ലെന്നോ?"

"അദ്ദേഹം എന്നെ മോളായി കണ്ടെന്നല്ലേയുള്ളു?"

മുരളിക്ക് കാതുകളെ വിശ്വസിക്കാനായില്ല. "നീ പറയുന്നത് നീ സഖാ വിന്റെ മോളല്ലെന്നാണോ?"

"അല്ല. മരിച്ചുപോയ വിശാഖം തിരുന്നാൾ രാജവർമ്മ തമ്പുരാനാ ണ് എന്റെ അച്ഛൻ. ഇപ്പോൾ കൊട്ടാരത്തിലുള്ള മകം തിരുന്നാൾ തമ്പു രാന്റെ മച്ചുനൻ. വൈകിയാണ് ഞാനും അറിഞ്ഞത്. ക്യാൻസറായി സു ഖമില്ലാതെ മരിക്കും മുൻപ് സഖാവിനെയും തമ്പുരാനെയും ഒന്നും ചോ ദിച്ചു വിഷമിപ്പിക്കില്ല എന്ന് സത്യം ചെയ്യിച്ചു അമ്മ പറഞ്ഞതാണ്."

"അപ്പോൾ സഖാവിന്റെ പേരെങ്ങനെ വന്നു?".

"സഖാവിന്റെ ഒളിത്താവളം വടക്കേ മഠമായിരുന്നല്ലോ. ഒഴിവുദിവ സങ്ങളിലെല്ലാം വടക്കേ മഠത്തിലെത്തുന്ന മച്ചുനന്റെ മുൻപിൽ അടിച്ചു തളിക്കാരി പെണ്ണ് തോറ്റുപോയി. തമ്പുരാക്കന്മാർ രണ്ടു പേരും സഖാ വിന്റെ അടുത്ത സുഹൃത്തുക്കളും. രക്ഷിക്കണം എന്ന് രണ്ടാളും കൂടി കരഞ്ഞു പറഞ്ഞപ്പോൾ സഖാവ് എടുത്ത ത്യാഗമാണ് എന്റെ പിതൃത്വം."

"കേശവന് സത്യം അറിയാമോ?"

"ഇല്ല. എനിക്ക് മാത്രം. ഇപ്പോൾ ഏട്ടനും. സഖാവ് സ്ഥിരമായി പ ണം അയക്കുന്നതു കൊണ്ട് കേശവന് എന്തെങ്കിലും സംശയം ഉണ്ടോന്ന് അറിയില്ല."

"ഭർത്താവിന്റെ അവിഹിതം അറിഞ്ഞു ഒരു ഭാര്യ സങ്കടപ്പെട്ട കാര്യം നിനക്കറിയില്ലേ?"

"സത്യമായും അറിയില്ല. ഒരിക്കലും പണം ചോദിച്ചു അച്ഛനെ വി ഷമത്തിൽ ആക്കരുതെന്ന് അമ്മ അയാളെ വിലക്കിയിരുന്നു. അയാൾക്ക് ലോകത്തിൽ അമ്മയെ മാത്രമേ പേടിയുള്ളു."

"എന്നിട്ട് അയാൾ അവിടെ വന്നു ബ്ലാക്ക് മെയിൽ ചെയ്തല്ലോ.""

"ഒരുപക്ഷേ, എന്റെ അമ്മ മരിച്ച ശേഷമാകും അയാൾ നിങ്ങളുടെ വീട്ടിൽ വന്ന് ബ്ലാക്ക്മെയ്ൽ ചെയ്തിട്ടുണ്ടാകുക. അത് എനിക്കറിയില്ല. അങ്ങനെ ഒരു സംശയമെങ്കിലും ഉണ്ടായിരുന്നെങ്കിൽ ഞാനവിടെ വന്ന് ഏട്ടന്റെ അമ്മയെ കണ്ട് സത്യം പറയുമായിരുന്നു. നിങ്ങൾക്കാർക്കും ഒ ന്നും അറിയില്ല എന്നാണച്ഛൻ പറഞ്ഞിട്ടുള്ളത്. അല്ലെങ്കിൽ തന്നെ അച്ഛ ന് സ്വന്തം ഭാര്യയോട് സത്യം പറയാമായിരുന്നല്ലോ."

"ഇവിടെയാണ് സഖാവ് വ്യത്യസ്തൻ. തമ്പുരാൻ സത്യം വിളിച്ചു പറഞ്ഞാലും സഖാവ് ഒരിക്കലും പറയുകയില്ല."

"ശരി. എന്റെ വീട് ഇനി നിനക്കുള്ളതാണ്. അച്ഛൻ ഉറങ്ങുന്ന മണ്ണ്. ഒരു പൂവല്ല. ഒരു ജീവിതകാലം മുഴുവൻ നിനക്കിനി ആ കുഴിമാടത്തിൽ പൂവിടാം. എപ്പോൾ വേണേലും അവിടെ പോയി താമസിക്കാം. ആരും വിലക്കില്ല" വീടിന്റെ താക്കോലും ആധാരവും മുരളി അവളുടെ കൈയിൽ വച്ച് കൊടുത്തു.

"ഞാൻ അതിന്..."

"എന്നോ എന്റെ അച്ഛൻ നിന്നെ മകളായി സ്വീകരിച്ചു കഴിഞ്ഞു. അന്ന് മുതൽ നീയും എനിക്ക് പെങ്ങളാണ്. അറിഞ്ഞപ്പോൾ മുതൽ അങ്ങനെയേ മനസ്സിൽ കരുതിയുള്ളൂ."

അവളുടെ കണ്ണുകൾ നിറഞ്ഞു, അവിശ്വാസത്തോടെ അവനെ നോക്കിനില്ക്കെ, മുരളി മുറ്റത്തോട്ടിറങ്ങി. ഒരു വശത്തു നിഴലനക്കം കണ്ട് തിരിയുമ്പോഴേക്കും കേശവൻ വടിവാൾ ആഞ്ഞു വീശി. മുരളി ഒഴിഞ്ഞു, അയാളെ ശക്തിയോടെ പിടിച്ചു തള്ളി. കേശവൻ മറിഞ്ഞു വീണു, നെറ്റി പടിയിലിടിച്ചു. ബഹളം കേട്ടു അവൾ ഓടി വന്നു. "കാലമാടൻ. പുഴുത്തളിഞ്ഞു ചാവുകയേ ഉള്ളു. മുടിഞ്ഞു പോകും." അവൾ കേശവനെ തലയിൽ കൈ വച്ച് പ്രാകി.

കേശവന്റെ നെറ്റി പൊട്ടി, മുഖം മുഴുവൻ ചോര. അത് നെറ്റിയിൽ നിന്നും കണ്ണുകൾ വഴി ഒലിച്ചിറങ്ങി, വായിലേക്ക്. അത് അയാൾ നക്കി ഇറക്കി. പിന്നെ അവനെ നോക്കി പൈശാചികമായി ചിരിച്ചു. തറയിൽ നിന്നും എഴുന്നേല്ക്കാവാനാവാതെ അവിടെ ചരിഞ്ഞു കിടന്നു. ചോര പ്രളയത്തിൽ കിടക്കുമ്പോഴും അയാൾ പറഞ്ഞു. "നിനക്ക് ഞാൻ വച്ചിട്ടുണ്ട്".

"നീ അയാളെ ഏതെങ്കിലും ആശുപത്രിയിൽ കൊണ്ടുപോയി കാണിക്ക്. തല ഇടിച്ചിട്ടുണ്ട്." കുറച്ചു രൂപ അവളുടെ കൈയിൽ വച്ച് കൊടുത്തു മുരളി ഇറങ്ങി.

"ഏട്ടനിനി ഇവിടെ വരണ്ട. ഇയാൾ പിശാചാണ്." അവൾ പിന്നിൽ നിന്നും പറഞ്ഞപ്പോൾ അവൻ ചിരിച്ചു. കാറിന്റെ ഡോർ വലിച്ചടച്ചു.

"എന്താ മോനെ അവിടൊരു ബഹളം കേട്ടത്?" ഭാനുമതിയമ്മ.

"ചാകാൻ പോകുന്ന സർപ്പത്തിനെ രക്ഷിക്കാൻ പോയാലും അത് കൊത്തും. അതിനോട് ദേഷ്യപ്പെട്ടിട്ട് കാര്യമില്ല. അതിനതേ അറിയൂ."

വയനാട്, കേരളത്തിന്റെ വന്യഭംഗി നിറഞ്ഞു നില്ക്കുന്ന മണ്ണ്. ഒരു പ്രദേശമല്ല, എവിടെയും, ഏത് സ്ഥലത്തു പോയാലും. എങ്ങോട്ടു നോക്കിയാലും കാടിന്റെ രൗദ്രസൗന്ദര്യം. വനയോരങ്ങളിൽ നിന്നെത്തി നോക്കുന്ന പേടമാൻ കൂട്ടങ്ങൾ, ഒരു മരത്തിൽ നിന്നും മറ്റൊന്നിലേക്ക് ചാടുന്ന കുരങ്ങുകൾ, മലയണ്ണാൻ, ഒറ്റപ്പെട്ടു വരുന്ന കാട്ടുപോത്തുകൾ, റോഡിനു കുറുകെയോടുന്ന കാട്ടുപന്നികൾ, ഭീതി പരത്തുന്ന ആനച്ചാലുകൾ, വഴിയോരങ്ങളിലെ മയിലാട്ടങ്ങൾ, പേരറിയാത്ത ഒരായിരം കിളിക്കൊ

ഞ്ചലുകൾ. ഇളം വെയിലിൽ മരങ്ങളുടെ കെട്ടുപിണഞ്ഞു കിടക്കുന്ന നിഴലുകൾ. ഉറവകൾ, നീർ ചാലുകൾ, തണ്ണീർത്തടങ്ങൾ, വെള്ളക്കെട്ടുകൾ, തോടുകൾ, പുഴകൾ. ഹായ്. എന്ത് മനോഹരം. വയനാട് കാണാത്തവർ ഭാഗ്യഹീനർ.

കുറ്റിച്ചെടികളും പുല്ലും നിറഞ്ഞു കിടക്കുന്ന ഒരു കൊച്ചു കുന്ന്. കുന്ന് ചുറ്റിപ്പോകുന്ന ടാറിട്ട ചെറിയ റോഡ്. മേൽത്തട്ടിൽ കുറേയിടം തെളിച്ചു ആശ്രമം. ചുറ്റും മതില് കെട്ടി തിരിച്ച ഭൂമിയിൽ, മതിലുകൾ ചേർന്ന് കെട്ടിടങ്ങൾ. നടുവിൽ അന്തേവാസികൾക്കുള്ള റിക്രിയേഷൻ സെന്റർ, ആശുപത്രി, ഊണ് മുറി, വായനശാല, ഹാൾ മുതലായവ. കുന്നിൻ ചരിവുകൾ കൃഷി സ്ഥലങ്ങൾ. അഡ്മിനിസ്ട്രേറ്റിവ് ബ്ലോക്കിലെ മുറിയുടെ വരാന്തയിലിരുന്നു മുരളി റോഡിലേക്ക് നോക്കി. ചെറിയ മൂടൽ മഞ്ഞുണ്ട്. മങ്ങിയ വെയിൽ. റോഡിൽ കൂടി ഒറ്റപ്പെട്ടു പോകുന്ന വാഹനങ്ങൾ. ചുറ്റുമുള്ള മരങ്ങളിലിരുന്ന് കിളികൾ പാടുന്നുണ്ട്, മൈനയും കൂമനും കുയിലും കരിയിലപ്പക്ഷികളും. ഒറ്റപ്പെട്ട മയിലിന്റെ വിളി കേൾക്കാം. ഈ ഭാഗങ്ങളിലൊക്കെ അവ ധാരാളമായി ഉണ്ട്. കോമ്പൗണ്ടിലുള്ള മരങ്ങളിൽ പോലും ചിലപ്പോൾ വന്നിരിക്കും. ധാരാളം കീരികളുമുണ്ട്. അവ കുടുംബമായി ആണ് വസിക്കുക. ചിലപ്പോൾ നല്ല വെയിലുള്ളപ്പോൾ അച്ഛനും അമ്മയും കുട്ടിയുമായി മതിലിന് മുകളിൽ വരും. മുരളി ഒളിച്ചിരുന്ന് നോക്കും. ആളുകളെ കണ്ടാൽ അവ ഓടി ഒളിക്കും. ഇപ്പോൾ അവയ്ക്ക് ആ പേടിയൊക്കെ പോയി. മുരളി വെളിയിൽ കസേരയിട്ടിരുന്നാൽപോലും അവ അവനെ ശ്രദ്ധിക്കാറില്ല. ചിലപ്പോഴൊക്കെ തൊട്ടടുത്ത റിസേർവ് ഫോറസ്റ്റിലെവിടെയോ ഇരുന്ന് കേഴുന്ന വേഴാമ്പലിന്റെ വിളിശബ്ദം കേൾക്കാം.

നല്ല തണുത്ത കാറ്റ് വീശിയടിച്ചു. ഇവിടെ ഈ തണുപ്പത്തു കൈകൾ കൂട്ടിയുരുമ്മി ഒരു ചൂട് ചായയും കുടിച്ചിരിക്കുന്നതാണ് സുഖം. പെട്ടെന്ന് മീരാബെന്നിന്റെ ഓർമ്മകൾ മനസ്സിലേക്ക് വന്നു. തന്റെ ഈ ആശ്രമത്തിൽ അവൾ കൂടി ഉണ്ടായിരുന്നെങ്കിൽ എന്നവൻ മോഹിച്ചു. തന്റെ കർമ്മങ്ങളിൽ തുണയായി തന്റെ വഴികളിൽ ഒരു വഴികാട്ടിയായി തന്റെ തെറ്റുകളിലും, ശരികളിലും തുണയായി തന്റെ വികാരങ്ങളെ പങ്കുവച്ച്, തന്റെ കുഞ്ഞുങ്ങളെ പെറ്റുകൂട്ടി.

"ആശ്രമം തുടങ്ങുന്ന കാര്യം നീ എന്നോട് എന്നെങ്കിലും പറഞ്ഞോ?." മീര ദേഷ്യത്തിലായിരുന്നു.

"ഒന്ന് സെറ്റിൽ ആകട്ടെ എന്ന് കരുതി."

"സൂത്രമൊക്കെ കൈയിലിരിക്കട്ടെ."

"അപ്പോൾ നീ വരില്ലേ?"

"വരും, വേഷം മാറി. നീ കണ്ടുപിടിക്കുമോ എന്നറിയേണ്ടേ?. നിന്റെ ജന്മാന്തരങ്ങളുടെ തേടൽ! എനിക്കതൊന്നറിയണമല്ലോ."

"അശരണർക്ക് ഒരു ആലയം" മുരളി ആശ്രമത്തിന് പേരിട്ടു. "എങ്ങനെ കൊള്ളാമോ, ഭാനുമതിയമ്മേ?"

"ഇപ്പോൾ കൂടെ ഉണ്ടായിരുന്നെങ്കിൽ, ലക്ഷ്മിയമ്മയാകും ഏറ്റവും അധികം സന്തോഷിച്ചിട്ടുണ്ടാകുക."

"പറഞ്ഞപ്പോഴാണ് ഓർത്തത്. അമ്മയ്ക്ക് അവസാന സമയത്തു എന്തോ വലിയ സങ്കടം ഉണ്ടായിരുന്നു. എന്തെങ്കിലും നിങ്ങൾക്ക് അറിയാമോ?"

"അറിയില്ല. ഞാൻ വരുമ്പോൾ മുതലേ നല്ല ഓർമ്മകൾ ഇല്ലായിരുന്നല്ലോ. അത് കഴിഞ്ഞു തളർന്നു കിടപ്പുമായില്ലേ? എന്നാൽ അച്ഛനെന്തോ വലിയ സങ്കടം ഉണ്ടായിരുന്നു. ഞാനോ ഹോം നഴ്സ് കൊച്ചോ അടുത്തില്ലാത്തപ്പോൾ, കട്ടിലിൽ അമ്മയുടെ അടുത്ത് പോയി ചെവിയുടെ അടുക്കലോട്ട് മുഖമടുപ്പിച്ചു ക്ഷമ പറയുന്നത്, ഒന്ന് രണ്ട് തവണ ഞാൻ കേട്ടിട്ടുണ്ട്."

"സംസാരത്തിലെങ്ങാനും തമ്പുരാൻ എന്ന് പറയുന്നത് കേട്ടിട്ടുണ്ടോ?"

ഒരു നിമിഷം ഒന്ന് ആലോചിച്ചു ഭാനുമതിയമ്മ പറഞ്ഞു. "ഉണ്ട്. ഞാനല്ല, തമ്പുരാനാണ് എന്ന് പറയുന്നത് കേട്ടിട്ടുണ്ട്. എന്താണെന്ന് അറിയില്ല. എന്താ മോനെ?"

"അപ്പോൾ അമ്മയുടെ പ്രതികരണമെന്തായിരുന്നു?"

"എന്താകാൻ? ഒരു ചലനവുമില്ല. ഒന്നുമറിയാതെ കിടക്കുകയല്ലേ?"

മുരളി ഒന്നും പറയാതെ എഴുന്നേറ്റു പോയി. സഖാവിന്റെ ബാക്കി വച്ച കടങ്ങൾ !

"കടങ്ങളെല്ലാം വീട്ടാനുള്ളതല്ല മുരളി. കുറെയൊക്കെ ബാക്കിയിരിക്കണം. എങ്കിലേ ഓർമ്മകൾ ഉണ്ടാകു. തേടിപ്പോകാനും, തേടി വരാനുമുള്ള ത്വര ഉണ്ടാകു." ചക്കരയമ്മാവൻ ദുഷ്യന്തന്റെ കഥക്കിടയിൽ പറഞ്ഞതാണ്.

"ഇത് നമ്മുടെ വീട്, എല്ലാവരും എല്ലാവർക്കും" എന്നതായിരുന്നു മുദ്രാവാക്യം. പതിനഞ്ച് അന്തേവാസികളുമായാണ് തുടങ്ങിയത്. തുടങ്ങുമ്പോൾ അനാഥക്കുട്ടികൾ ആരും ഉണ്ടായിരുന്നില്ല. എല്ലാ ദിവസവും വൈകുന്നേരങ്ങളിൽ വന്ന് അന്തേവാസികളെ ഫ്രീയായി പരിശോധിക്കാമെന്ന് അടുത്തുള്ള ഡോക്ടർ മാത്യു ഉറപ്പു കൊടുത്തു. നഴ്സിങ് അറിഞ്ഞ രണ്ട് പേരെ ഡോക്ടറുടെ ഇടപാടിൽ ജോലിക്കായെടുത്തു. ഡോക്ടർ മാത്യു വലിയ സഹായം ആയിരുന്നു. ചുരുങ്ങിയ കാലംകൊണ്ട് അന്തേവാസികളുടെ എണ്ണം നൂറ്റെഴുപതായി വർദ്ധിച്ചു.

ഉറങ്ങാൻ സ്ത്രീകൾക്കും പുരുഷന്മാർക്കും പ്രത്യേകം ബ്ലോക്കുകൾ ഉണ്ടായിരുന്നതൊഴിച്ചാൽ ഒരു കാര്യത്തിലും ആണ്, പെണ്ണ് എന്ന വേർതിരിവ് ഉണ്ടായിരുന്നില്ല. അസുഖങ്ങളായി കഷ്ടപ്പെടുന്ന രോഗികൾക്കും, പാലിയേറ്റിവ് കെയർ ആവശ്യമുള്ള രോഗികൾക്കും പ്രത്യേകം,

പ്രത്യേകം ബ്ലോക്കുണ്ടായിരുന്നു. ഇരുപത്തിനാലു മണിക്കൂറും നഴ്സിങ് ശ്രദ്ധ ഉള്ള സ്ഥലം. സീരിയസ് ആയി ഏതെങ്കിലും അന്തേവാസിയുണ്ടെങ്കിൽ അവരെ സർക്കാർ ഹോസ്പിറ്റലിൽ പരിചരിക്കാനുള്ള ഏർപ്പാടുകളൊക്കെ ചെയ്ത് വച്ചിരുന്നു. അനാഥക്കുട്ടികളിൽ പെൺകുട്ടികൾക്കും ആൺകുട്ടികൾക്കും താമസിക്കാൻ പ്രത്യേകം പ്രത്യേകം ബ്ലോക്കുകൾ ഉണ്ടായി. അന്തേവാസികളായ അനാഥക്കുട്ടികളെ പഠിപ്പിച്ചിരുന്നത് പ്രായമായ അന്തേവാസികളായിരുന്നു. അവരുടെ കായികമായും മാനസികമായും ഉള്ള വളർച്ചയ്ക്ക് പ്രായമായവരിൽ നിന്നും ഓരോരുത്തരെ ചുമതലപ്പെടുത്തിയിരുന്നു

വൃദ്ധരായവർക്ക് ജീവിതത്തോടുള്ള മടുപ്പും, വെറുപ്പും മാറ്റിയെടുക്കാൻ ഉതകും വിധമുള്ള പരസ്പരമുള്ള സഹകരണത്തോടെ ചെറിയ ചെറിയ ടാസ്ക്കുകളും കളികളും വ്യായാമങ്ങളും കൃഷിപ്പണിയും പച്ചക്കറി കൃഷിയും കോഴി വളർത്തലും ആടുമാടുകളെ വളർത്തലും കൊടുത്തു. കൂട്ടത്തിൽ വാത്തകളെയും ലവ് ബേർഡ്സിനെയും മത്സ്യങ്ങളെയും വളർത്താൻ ആരംഭിച്ചു. അവയോടൊത്തുള്ള സഹവാസം അന്തേവാസികൾക്ക് കൗതുകവും ആഹ്ലാദവും നല്കി. റീഹാബിലിറ്റേഷൻ മുൻനിർത്തി തയ്യൽ, എംബ്രോയിഡറി, കളിപ്പാട്ട നിർമ്മാണം, മെഴുകുതിരി നിർമ്മാണം, തീപ്പെട്ടി നിർമ്മാണം, കരകൗശല വസ്തുക്കളുടെ നിർമ്മാണം, എന്നിങ്ങനെ കൈത്തൊഴിലുകളിൽ പരിശീലനവും കൊടുത്തു. അത് ചെയ്യുക, ഇത് ചെയ്യുക എന്നതിനപ്പുറം അവരുടെ സ്വന്തം ഇഷ്ടപ്രകാരം, കാര്യങ്ങൾ ചെയ്യാനുള്ള സ്വാതന്ത്ര്യം കൂടി നല്കിയതിലൂടെ കാര്യങ്ങൾക്കു നല്ല മാറ്റമുണ്ടായി.

നല്ല ഒരു വായനശാലയും, റിക്രിയേഷൻ റൂമും കൂടി ഒരുക്കിയതോടെ പാട്ടും ഡാൻസുമൊക്കെയായി അവർ ദിവസങ്ങൾ ആസ്വദിക്കാൻ തുടങ്ങി. സ്വകാര്യതയ്ക്ക് വലിയ പ്രാധാന്യം കൊടുത്തത് അവരുടെ വിശ്വാസം വേഗം നേടിയെടുക്കാൻ സഹായിച്ചു. പരസ്പരമുള്ള കരുതലുകളും സഹായ മനസ്സും വളർത്തിയെടുക്കാൻ പ്രത്യേകം ശ്രദ്ധിച്ചു. എല്ലാവരുടെയും പിറന്നാൾ ദിനങ്ങൾ കമ്പ്യൂട്ടറുകളിൽ സേവ് ചെയ്ത് വച്ച് അവയെല്ലാം ഓർത്ത് ആഘോഷിച്ചിരുന്നു. അതുപോലെ അവരുടെ ജീവിതത്തിലെ സുപ്രധാനമായ ദിവസങ്ങളുടെ തീയതികളും കൃത്യമായി ഓർത്തെടുത്തു ആഘോഷമാക്കിയിരുന്നു.

ആശ്രമത്തിലെ പ്രവർത്തനങ്ങളെപ്പറ്റി പരാതിയുള്ളവർക്കു അത് പറയാനായി ഒരു പരാതിപ്പെട്ടിയുണ്ടായിരുന്നു. പരാതിക്കാർ പരാതി എഴുതി പെട്ടിയിലിട്ടാൽ മതി. സ്വന്തം പേര് എഴുതണമെന്നില്ല. പരാതികൾ മുരളി നേരിട്ടാണ് എടുക്കുന്നതും, പരിഹാരം ഉണ്ടാക്കുന്നതും. ആർക്കെങ്കിലും തന്റെ ഐഡന്റിറ്റി അറിയിക്കാതെ കുഞ്ഞുങ്ങളെ അവിടെ ഏല്പിക്കണമെങ്കിൽ കവാടത്തിൽ ഒരു പെട്ടിയുണ്ട്. അതിലുള്ള മെത്തയിൽ

കുഞ്ഞിനെ കിടത്തിയിട്ട് അടുത്തുള്ള മണിയടിക്കാം. അവർ പോയശേഷം മാത്രം നഴ്സ് വന്ന് കുഞ്ഞിനെ എടുത്തു പോകും. അങ്ങനെ ഒരു മണിയടി കേട്ട് ചെന്ന സിസ്റ്ററിനോട് വന്ന സ്ത്രീ മുരളിയെ കാണണമെന്ന് പറഞ്ഞു. വിളിപ്പിച്ചപ്പോൾ പകുതി വാതിൽ തുറന്നു ഉള്ളിൽ വന്നത് വത്സല. "എന്നെക്കൂടി ഇവിടെ കൂട്ടണം. നമ്മൾ തമ്മിൽ പരസ്പരം അറിയില്ല. ഞാൻ പഴയതൊന്നും ഓർമ്മിപ്പിക്കില്ല. ഇവിടത്തെ രോഗികളെ ശുശ്രുഷിക്കാൻ എനിക്ക് ഒരവസരം തരണം."

"എങ്ങനെ കണ്ടുപിടിച്ചു?"

"വേണമെന്ന് തീരുമാനിച്ചാൽ പിന്നെ ഒന്നിനും ഒരു പ്രയാസവുമില്ല. വീടും സ്ഥലവും വിറ്റു ബാങ്കിലിട്ടു."

"അപ്പോൾ പണക്കാരിയാണ്?"

"ഒത്തിരി ഇല്ല. എന്നാലും ആവശ്യത്തിന് ഉണ്ട്. നിനക്ക് വേണോ?"

"ഇരിക്കട്ടെ, വാങ്ങാം. എന്നെ കണ്ടില്ലായിരുന്നെങ്കിൽ?"

"മറ്റൊരു തുരുത്ത്. ഇപ്പോഴാണ് ഓരോന്നിനും ധൈര്യമുണ്ടായിത്തുടങ്ങിയത്. പെണ്ണിന് ധൈര്യം വരണമെങ്കിൽ കൈയിൽ പണം വേണം. ജീവിതകാലം മുഴുവൻ പരിചരണം ആയിരുന്നു അറിയുന്ന തൊഴിൽ. ഇവിടെ എന്നെ വേണമെന്ന് അറിയാം."

"നന്നായി."

"ആശ്രമം എന്ന് നീ പറഞ്ഞപ്പോൾ ഞാൻ മറ്റൊന്ന് കൂടി കൊണ്ടുവന്നിട്ടുണ്ട്." അതും പറഞ്ഞു അവർ ബാഗ് തുറന്നു ഒരു പൊതി അവന്റെ കൈയിൽ കൊടുത്തു. കാവി മുണ്ടും ജൂബയും. "ഒരു സന്ന്യാസിയെ ആണ് ഞാൻ ഇവിടെ പ്രതീക്ഷിച്ചത്."

"സന്ന്യാസത്തിന് രൂപമാറ്റം ആവശ്യമുണ്ടോ? വേഷങ്ങളും രൂപമാറ്റങ്ങളും മനസ്സിന്റെ തോല്വിയല്ലേ? എന്നാലും ഇരിക്കട്ടെ, സ്നേഹപൂർവ്വം തന്നതല്ലേ."

വത്സലയെ ഭാനുമതിയമ്മ കൂട്ടിക്കൊണ്ട് പോയി.

വളരെ പെട്ടെന്നാണ് ആശ്രമത്തെപ്പറ്റിയുള്ള നല്ല വാർത്തകൾ ജനങ്ങളുടെ ശ്രദ്ധ ആകർഷിച്ചത്. കൂട്ടത്തിൽ ചെറുപ്പക്കാരായ ആളുകൾ സേവനസന്നദ്ധരായി മുന്നോട്ടു വന്നത് വലിയ ആവേശമായി. എല്ലാവരുടെയും അരികെ ഒറ്റയ്ക്ക് പോയിരുന്നു, അവരുടെ കഥകൾ കേൾക്കാനും പരാതികൾ അറിയാനും മുരളി പ്രത്യേകം ശ്രദ്ധിച്ചിരുന്നു. പ്രായമുള്ളവർക്ക് പൊതുവെ വരാറുള്ള വെപ്രാളവും ആശങ്കകളും മനസ്സിലാക്കി അവയിൽനിന്നും മോചനം കിട്ടാനുള്ള ചെറിയ ക്ലാസുകളും കഥകളും നല്കുമായിരുന്നു. മെഡിറ്റേഷനും യോഗയും എല്ലാവർക്കും നിർബ്ബന്ധമാക്കിയതോടെ പലരുടെയും പ്രശ്നങ്ങൾ പൂർണ്ണമായി മാറി. അന്തേവാസികളുടെ കൗൺസലിങ് സഹായങ്ങൾക്കായി സൈക്കോളജിസ്റ്റിന്റെ സഹായം സ്ഥിരമായി ഉറപ്പു വരുത്തി.

ആശ്രമത്തിലെ ജോലികളൊക്കെ സ്വയം ചെയ്യാൻ അന്തേവാസികൾ ആദ്യമേ തന്നെ മുന്നോട്ടു വന്നു. ഒൻപതു മാസം കൊണ്ട് ആശ്രമത്തിലേക്കുള്ള പച്ചക്കറികളും പഴങ്ങളും മൽസ്യമാംസങ്ങളും അവർ സ്വയം ഉല്പാദിപ്പിക്കാൻ തുടങ്ങി. ഈ സമയത്തിനുള്ളിൽ നഗരത്തിലെ സന്മനസ്സുള്ള ചില സുഹൃത്തുക്കളെയും മുരളി സമ്പാദിച്ചു. മുരളി മാനേജിങ് ട്രസ്റ്റിയും ഭാനുമതിയമ്മയും, വത്സലയും മറ്റ് രണ്ട് പേരോടൊപ്പം ട്രസ്റ്റികളായും ഒരു ട്രസ്റ്റ് ഉണ്ടാക്കി. സ്വത്തു വകകൾ അന്തേവാസികളുടെ ഗുണത്തിന് മാത്രം ഉപയോഗിക്കണം എന്നുള്ള വ്യവസ്ഥയിൽ ട്രസ്റ്റിന്റെ പേരിലേക്ക് മാറ്റി.

"മുരളി" പാലിയേറ്റിവ് കെയർ ആവശ്യമുള്ള രോഗികളെ താമസിപ്പിക്കാനുള്ള മുറിയിലെ രോഗികളെ കണ്ടിറങ്ങുമ്പോഴാണ് അയാൾ ആ വിളി കേട്ടത്.

"ആരാണ്. ആരാണെന്നെ വിളിച്ചത്? ഈ ശബ്ദം എനിക്കറിയാം, ഈ സ്വരമാധുരി എനിക്ക് നന്നായി അറിയാം. വിളിയിലെ ഈ വികാരം എനിക്കറിയാം, ഈ സ്പന്ദനങ്ങൾ എനിക്കറിയാം, ഈ മനസ്സ് എനിക്കറിയാം, ഈ ജീവനെ എനിക്കറിയാം, ഈ ആത്മാവിനെ എനിക്കറിയാം. നന്നായി അറിയാം. എവിടെയാണ് നീ? എവിടെയാണ് നീ ഒളിച്ചിരിക്കുന്നത്? എന്താണെന്റെ മുന്നിൽ വരാത്തത്? എത്ര നാളായി ഞാൻ തേടി നടക്കുന്നു? എത്ര നാളായി? ഇനി നിനക്ക് ഒളിച്ചിരിക്കാൻ ആവില്ല. വന്നേ പറ്റു, എന്റെ മുന്നിൽ വന്നേ പറ്റു. പിടയ്ക്കുന്ന കണ്ണുകളോടെ, പെരുമ്പറ കൊട്ടുന്ന ഹൃദയത്തോടെ, മുരളി ഓരോ ബെഡിനരികെയും പോയി നോക്കി. ആകെ അഞ്ചു പേരാണവിടെ.

രണ്ടാണുങ്ങളും മൂന്നു സ്ത്രീകളും. രണ്ടു പേർ പുതിയ അഡ്മിഷൻ. എല്ലാം ക്യാൻസർ രോഗികൾ. ബന്ധുക്കൾ ഉപേക്ഷിച്ചവരും ആരും ഇല്ലാത്തവരും ആർക്കും വേണ്ടാത്തവരും. എല്ലാവർക്കും ശരിയായ ചികിത്സ കൊടുക്കുന്നുണ്ട്. നഗരത്തിലെ പ്രശസ്തനായ ക്യാൻസർ വിദഗ്ദ്ധൻ ആശ്രമത്തിൽ വന്നു ചികിത്സിക്കുന്നു, ഒരു സേവനമായി. എല്ലാവരും ലാസ്റ്റ് സ്റ്റേജിലുള്ളവർ. പ്രതീക്ഷ നഷ്ടപ്പെട്ടവർ. എന്നാൽ മുരളിക്കിപ്പോഴും പ്രതീക്ഷയുണ്ട്. ചിലരെങ്കിലും രക്ഷപ്പെടും. അതുകൊണ്ട് അവർക്കെല്ലാം ആശ്വാസവും, പ്രതീക്ഷയും കൊടുക്കാൻ പരിശീലനം സിദ്ധിച്ച വോളന്റിയേഴ്സും ഉണ്ട്.

ഓരോ ബെഡ് ആയി വീണ്ടും പോയി നോക്കി. അഞ്ചാമത്തെ ബെഡ്. സിസ്റ്റർ മേരി. കന്യാസ്ത്രീ. അല്ല, ഇതുമല്ല. മുരളിയുടെ മനസ്സ് പിടഞ്ഞു. അവൻ മുറിയിൽനിന്നും ഇറങ്ങാതെ വിഷമിച്ചു ചുറ്റിനും നോക്കി. ഇല്ല വേറെ ആരുമില്ല. പാലിയേറ്റിവ് സേവനത്തിനായി വോളന്റിയറായി വരുന്ന എം എ ഇംഗ്ലീഷ് സാഹിത്യത്തിന് പഠിക്കുന്ന സോഫിയ മാത്രമായിരുന്നു അവിടെ ഉണ്ടായിരുന്നത്. താൻ വന്നപ്പോൾ അല്പനേരം

സാർ കാണുമല്ലോ, ഞാൻ ഭക്ഷണം കഴിച്ചിട്ട് വരാമെന്ന് പറഞ്ഞു അവളും പോയി. ഇല്ല വേറെ ആരും മുറിയിൽ ഇല്ല. മുരളി വീണ്ടും ഓരോ ബെഡ്ഡിനും അരികെ പോയി. ഇല്ല. ഇവരാരുമല്ല. പെട്ടെന്ന് ആരോ അവന്റെ കൈയിൽ കടന്നു പിടിച്ചു. ദുർബ്ബലമായ പിടിത്തം. കൈകൾ അഴിഞ്ഞു പിടിവിട്ടുപോയി. അവൻ ഞെട്ടിത്തിരിഞ്ഞു നോക്കി. "സിസ്റ്റർ മേരി."

അവന്റെ കണ്ണുകളിലേക്ക് നോക്കി അവർ മൃദുവായി പുഞ്ചിരിച്ചു. "നിനക്കെന്നേ മനസ്സിലായില്ലേ?" ദുർബ്ബലമായ ശബ്ദം. ഇതുവരെ കാണാത്ത മുഖം. "മനസ്സിലായില്ല?"

വീണ്ടും അവർ ദുർബ്ബലമായി ചിരിച്ചു.

മുരളി കണ്ണുകളിലേക്ക് നോക്കുകയായിരുന്നു. കുന്നിൻ മുകളിലുള്ള കണ്ണെത്താ ദൂരത്തിനുമപ്പുറം താഴ്ചയുള്ള കിണറിന്റെ ആഴങ്ങൾക്കുമപ്പുറം അവസാനം കണ്ണാടി പോലെ തിളങ്ങുന്ന ഒരു തുള്ളി തെളിനീർ പോലെ കണ്ണുകൾ, ഹോമകുണ്ഡത്തിലെ ആഴിയിൽ നിന്നും വരുന്ന സാമ്പ്രാണിയുടെയും രാമച്ചത്തിന്റെയും കർപ്പൂരത്തിന്റെയും നെയ്യിന്റെയും ചന്ദനത്തിന്റെയും സമ്മിശ്രഗന്ധം പോലെ മണം, ശാന്തമായ കടൽ തീരത്തിനെ ചുംബിക്കുന്ന വെള്ളിത്തിരമാലകൾ പോലെയുള്ള ചിരി. മുരളിയുടെ കണ്ണുകൾ നിറഞ്ഞു. നിറഞ്ഞൊഴുകുന്ന കണ്ണുകളോടെ മുരളി സിസ്റ്ററിന്റെ കിടക്കയ്ക്കരികെ ഇരുന്നു. അവരുടെ മുഖം അവൻ തന്റെ ഇരുകൈകളിലുമായി എടുത്തു. അവരും കരയുകയായിരുന്നു. ആനന്ദക്കണ്ണീർ. അവർ അവന്റെ മുഖത്തു തന്റെ ദുർബ്ബലമായ കൈവിരലുകൾ ഓടിച്ചു. "എവിടെയായിരുന്നു നീയിത് വരെ?"

അവനൊന്നും മിണ്ടിയില്ല. മിണ്ടാനായില്ല. ഈശ്വരാ! അടിവയറ്റിൽ നിന്നും ഒരു തീഗോളം മുകളിലേക്ക് വന്നപോലെ അവന് തോന്നി.

"കണ്ടില്ലേ? കന്യാസ്ത്രീയാണ്. എത്ര നാളാണെന്നോ എന്റെ ചങ്ക് ഇന്ന് വരും നാളെ വരും എന്ന് കരുതി ഞാൻ കാത്തിരുന്നത്? അവസാനം മറ്റൊരു ബന്ധത്തിനും വഴങ്ങാതായപ്പോൾ വീട്ടുകാർ മഠത്തിൽ വിട്ടു."

"ഓർമ്മയുദിച്ച നാൾ മുതൽ ഞാൻ നിന്നെ തേടുകയായിരുന്നു. എവിടെയെല്ലാം തേടിയെന്നോ? അതെങ്ങനെ? നിന്നെയും, എന്നെയും അവർ, ജന്മത്തിൽ തന്നെ ഹിന്ദുവും, ക്രിസ്ത്യനും ആയി വേർപിരിച്ചു കളഞ്ഞില്ലേ?"

"ഇവിടെ വന്നു കയറിയപ്പോഴേ നിന്റെ മണവും ശബ്ദവും ഞാൻ അനുഭവിച്ചറിഞ്ഞു. നേരിട്ട് കണ്ടപ്പോൾ ഒരു കുസൃതി തോന്നി. നീ കണ്ടുപിടിക്കുമോ എന്ന് രണ്ടു നാൾ കാത്തു. ഇപ്പോൾ ക്ഷമ നശിച്ചു. നിന്നെ കണ്ടല്ലോ. നീയെന്നെ തിരിച്ചറിഞ്ഞല്ലോ. ഇനി എനിക്കെന്ത് വേണം?"

"എനിക്ക് നിന്നെ വേണം. ഇനി നിന്നെ ഞാനെങ്ങും വിടില്ല. ആർക്കും വിട്ടു കൊടുക്കില്ല." മുരളി തേങ്ങി

"പോടാ മണ്ടാ. നൂറു കൊല്ലങ്ങൾ വേണമെന്നില്ല, ഒരുനാൾ! ഒരുനാൾ നീയെന്റെ കൂടെ ഇരുന്നാൽ മതി."

"ഒരു നാളോ? ഇനി ഈ ജന്മം മുഴുവൻ."

സിസ്റ്റർ മേരി മുരളിയുടെ മുടിയിഴകളിൽ കൂടി വിരലോടിച്ചു, അവന്റെ കണ്ണുകളിൽ നോക്കി പുഞ്ചിരിച്ചു. "നീയെന്നെ ഒന്ന് താങ്ങി ഇരുത്തുമോ, ജനലരികെ? ഞാൻ ആകാശമൊന്നു കാണട്ടെ. എത്ര ദിവസമായി."

മുരളി താങ്ങി ഇരുത്താൻ ശ്രമിക്കുമ്പോൾ സോഫിയ തിരികെ വന്നു. "അയ്യോ സാറെ സിസ്റ്ററിനെ ചാരി ഇരുത്തരുതേ. ഡോക്ടർ പറഞ്ഞിട്ടുണ്ട്. ഒന്നനങ്ങിയാൽ മതി ഏതൊക്കെ എല്ലുകൾ ഒടിയുമെന്നറിയില്ല. പിന്നെ അതിവേദനയാകും ഫലം."

"നീയൊന്നു പോ കൊച്ചെ. പറ്റിയാലും ഞാനങ്ങു സഹിച്ചു. അല്ല പിന്നെ! പറ്റുമെങ്കിൽ എന്നേ ഒന്ന് ചാരി ഇരുത്തു."

സിസ്റ്ററിന്റെ സന്തോഷവും ഉത്സാഹവും കണ്ടു സോഫിയ അന്ധാളിച്ചു. "ഇരുപത്തിനാലു മണിക്കൂറും വേദന കൊണ്ട് പുളയുന്ന ആളാണ്."

"സാരമില്ല സോഫിയ. സിസ്റ്ററിന്റെ ആഗ്രഹമല്ലേ, നമ്മൾ സാധിച്ചു കൊടുക്കണ്ടേ?"

കട്ടിലുരുട്ടി ജനാലയ്ക്കരികെയിട്ടു. സോഫിയ കൂടി സഹായിച്ച് സിസ്റ്റർ മേരിയെ ചാരി ഇരുത്തി. എന്നാൽ ഇരുത്താൻ ശ്രമിച്ചപ്പോൾ അവർ തലയണയ്ക്കു പകരം മുരളിയുടെ ദേഹത്തേക്കാണ് ചാരിയത്. സോഫിയ താഴെ വീണ തലയിണ എടുത്തു വച്ച് മുരളിയെ സഹായിക്കാൻ ശ്രമിച്ചപ്പോൾ അയാൾ ആംഗ്യം കാട്ടി, സാരമില്ല. സോഫിയ അവളുടെ സീറ്റിൽ ഇരിക്കാൻ പോയപ്പോൾ സിസ്റ്റർ മേരി മന്ത്രിച്ചു. "അവൾ പൊക്കോളാൻ പറ."

"സോഫിയയുടെ പണി തീർന്നോ?" മുരളി ചോദിച്ചു.

"പണി തീർന്നു. ഷിഫ്റ്റ് മാറാൻ ആളു വരാൻ നോക്കി ഇരിക്കയാണ്. വന്നിട്ട് പോകാം."

"സാരമില്ല ഞാൻ ഇരിക്കാം. ഇയാൾ പൊയ്ക്കോളൂ." അവൾ പോയി.

"മുരളി നീ നോക്ക്. എന്ത് രസമാണ്, ഈ മാനം നോക്കിയിരിക്കാൻ. മേലെ മാനത്തെ വെള്ളിമേഘങ്ങളേ കണ്ടോ നീ? ജീവനുകളെല്ലാം ഒളിച്ചിരിക്കുന്നത് വെള്ളാരംകല്ലുകളിലല്ല. അവയെല്ലാം മേലെ മാനത്താണ്. വെള്ളിമേഘം പോലെ, പഞ്ഞിക്കെട്ട് പോലെ, അവ അവിടെ പാറിനടക്കുകയാണ്. ആടിപ്പാടി നൃത്തം ചെയ്യുകയാണ്. ദാ, ജനലഴികളിൽ കൂ

ടെ പുറത്തേക്കു നോക്കിക്കോളൂ. വെള്ളിമേഘങ്ങളുടെ അലസ ഗമനം. കാണാൻ പറ്റുന്നില്ലേ? ഭൂമിയിലെ ജീവനുകൾക്ക് വിട്ടു പോകാൻ പ്രയാസം വരുമ്പോൾ, മേഘച്ചുരുളുകൾ മാനം ഇറങ്ങി വരും. കൂട്ടുകാർ വന്ന് ജീവനെ കൈ വെള്ളകളിൽ താങ്ങി കൂട്ടിക്കൊണ്ട് പോകും. തോട് പൊട്ടിച്ചു പുറത്തു വരാൻ വെമ്പുന്ന ജീവന്, തള്ളക്കോഴി മുട്ടത്തോട് പൊട്ടിച്ചു കൊടുക്കും പോലെ. മുരളി നിനക്കറിയുമോ ഭൂമിയിലെ മക്കളെ ഓർത്തുള്ള അവരുടെ വിതുമ്പലുകളാണ് മഴയായി പെയ്തിറങ്ങുന്നത്. എനിക്ക് വേദന സഹിക്കാൻ പറ്റുന്നില്ല. എല്ലുകൾ നുറുങ്ങുന്ന വേദന. ഇപ്പോഴും എല്ല് നുറുങ്ങുന്നത് എനിക്കറിയാം. പപ്പടം പൊടിയും പോലെ."

മുരളി മൗനമായി തലകുലുക്കി ഇരുന്നു.

"വീർപ്പിച്ചു വച്ചിരിക്കുന്ന ബലൂണിന് ഒരു മുട്ടുപിന്ന് കൊണ്ട് ഒരു കുത്തു കൊടുത്തു ബന്ധിപ്പിച്ചു നിർത്തിയിരിക്കുന്ന കാറ്റിനെ തുറന്നു വിടും പോലെ, എന്റെ ഈ വിങ്ങുന്ന ജീവനെ നീയൊന്ന് മോചിപ്പിക്കുമോ?"

"മേരി നീയിങ്ങനെ സങ്കടപ്പെടരുതേ. എനിക്ക് സഹിക്കാൻ വയ്യ."

"നീ മുഖമൊന്നു കുനിക്കു. നീ നിന്റെ ശ്വാസം എന്റെ ശ്വാസത്തോടെ ചേർത്ത് വക്കു. നിന്റെ നിശ്വാസങ്ങളിൽ ഞാൻ എന്റേതും ചേർത്ത് വെക്കട്ടെ." അവൾ ഇടതു കൈകൊണ്ടു അവന്റെ മുഖം തടവി. വലതു കൈയുടെ ചൂണ്ടു വിരൽ അവന്റെ നെഞ്ചിലമർത്തി ചോദിച്ചു. "നീ ഓർക്കുന്നോ ഒരിക്കൽ ഞാൻ ചോദിച്ചിരുന്നു, എന്നേലും ഒരുനാൾ എനിക്ക് ശ്വാസം മുട്ടുമ്പോൾ നീയെനിക്കു നിന്റെ ശ്വാസം തരുമോ?"

അവന് സംസാരിക്കാൻ സാധിച്ചില്ല. അവൻ കരയുകയായിരുന്നു. അവൻ അവളുടെ മുടിയിഴകളിൽ വിരലോടിച്ചു.

"അന്ന് നീ പറഞ്ഞു. എനിക്കായി പ്രത്യേക ഒരു ശ്വാസമുണ്ടോ? ഇത് നിന്റേതും കൂടിയല്ലേ? നീയില്ലെങ്കിൽ എനിക്കെന്തിന് ശ്വാസം?"

"ഒരു ജന്മം മുഴുവൻ ഞാൻ നിന്നേ തേടി നടന്നു. കണ്ടില്ല. കണ്ടപ്പോൾ ഇങ്ങനെ. എനിക്ക് എന്തിനാണ് ഈ ജന്മം?" മുരളി സങ്കടപ്പെട്ടു

"അങ്ങനെ പറയരുത്. ഓരോ ജീവനും ഓരോ കർമ്മം ഉണ്ട്. അത് തീർത്തിട്ട് വേണം പോകാൻ."

"അടുത്ത ജന്മമെങ്കിലും?"

"ഇതുവരെ മനസ്സിലായില്ലേ? അങ്ങനെ ഒന്നില്ല. സ്വർഗ്ഗവും നരകവും എല്ലാം ഇവിടെ. തീർന്നു. അത് കഴിഞ്ഞു മേലെ മാനത്തു മേഘച്ചുരുളായി ഒഴുകി നടക്കാം. നീയിപ്പോൾ സ്വർഗ്ഗത്തിൽ. ഞാൻ നരകത്തിൽ."

മേരി തുടർന്നു. "എനിക്ക് ശ്വാസം മുട്ടുന്നു. നിന്റെ ശ്വാസം വേണം. നീയന്നു ചോദിച്ചിരുന്നു. ശ്വാസം മുട്ടുമ്പോൾ നീയെന്റെ ശ്വാസം സ്വീകരിച്ചില്ലെങ്കിലോ?" ഞാനതിനു മറുപടിയും തന്നു. ഓർമ്മയുണ്ടോ?

അതെ, എനിക്കിപ്പോൾ നിന്റെ ശ്വാസം എടുക്കാൻ ത്രാണിയില്ല.

അതുകൊണ്ട് അന്ന് പറഞ്ഞ പോലെ ചെയ്യൂ. മുഖം കുനിക്കൂ. നീ നിന്റെ ചുണ്ടുകൾ എന്റെ ചുണ്ടുകളിൽ, ദാ ഇതുപോലെ ചേർത്ത് വയ്ക്കണം. അന്നേരം നിന്റെ നിശ്വാസങ്ങൾ എന്റെ നിശ്വാസങ്ങളുടെ മണമറിയണം. ചുണ്ടുകൾ ചേർത്ത് വച്ചിട്ട് നിന്റെ നാക്ക് കൊണ്ടെന്റെ നാക്ക് കടിച്ചു പിടിച്ചിട്ട് നിന്റെ തൊണ്ടക്കുഴലിൽ നിന്നും എന്റെ ആത്മാവിന് പറന്നുയ രാനുള്ള ഊർജ്ജം പകർന്നു തരണം.

ഇനി സ്നേഹവായ്പോടെ എന്റെ കഴുത്തിന് താഴെ, നെഞ്ചുമായി ചേരുന്നിടത്തു ഒത്ത നടുക്ക് യു ആകൃതിയിലുള്ള ചെറിയ കുഴിയിൽ നിന്റെ വിരലുകൾ ചേർത്ത് അമർത്തണം. ആനന്ദം കൊണ്ട് ഞാൻ പിട യുമ്പോൾ നീ കൂടുതൽ ആഴത്തിൽ വിരലുകൾ അമർത്തണം."

"മോനെ മുരളി വയ്യെടാ. നീ ഈ ജീവന്റെ ചരടൊന്നു പൊട്ടിച്ചു താ. സഹിക്കാൻ വയ്യാത്ത വേദന." ലക്ഷ്മിയമ്മ പറയുന്നത് അവന് വ്യ ക്തമായി കേൾക്കാമായിരുന്നു. അവനിന്ന് പഴയ മുരളിയല്ല. ബുദ്ധിമാ നിൽ നിന്നും ജ്ഞാനിയിലേക്കുള്ള പകർന്നാട്ടം. മുറിയിലേക്ക് വെള്ളി മേഘങ്ങളുടെ പഞ്ഞിക്കെട്ടുകൾ മാനം ഇറങ്ങി വന്നു. അവ മുരളിക്കും മേരിക്കും ചുറ്റും നൃത്തം വച്ചു.

അശരണർക്ക് ഒരു ആലയത്തിന്റെ ട്രസ്റ്റി വത്സല വാതില്ക്കൽ നിന്ന് പറഞ്ഞത് മുരളി കേട്ടു. "കഴിഞ്ഞ മാസം ഞാൻ പോരുവഴി ദേശത്തു പോയി കൊണ്ടുവന്ന, പോരുവഴിയുടെ കണ്ണീർ, ചിരുതയുടെ അസുഖം മാറി എന്ന് ഡോക്ടർ പറഞ്ഞു."

മുരളി ദയാപൂർവ്വം ചിരിച്ചു.

www.ingramcontent.com/pod-product-compliance
Lightning Source LLC
LaVergne TN
LVHW060322051026
849517LV00004B/1189
* 9 7 8 9 3 9 4 7 5 3 6 3 1 *